नेट सेट पेपर २ व ३ साठी उपयुक्त

नवीन सुधारित अभ्यासक्रमानुसार

I0641813

ग्रंथालय माहितीशास्त्र

वस्तुनिष्ठ/वर्णनात्मक अभ्यास

प्रा. लक्ष्मण थोरात

(M. A., M.Lib., I.S.C.)

ग्रंथपाल, श्री शिवछत्रपती महाविद्यालय

जुन्नर, जि. पुणे

डायमंड पब्लिकेशन्स

ग्रंथालय माहितीशास्त्र

प्रा. लक्ष्मण थोरात

Granthalay Mahitishastra

Prof. Laxman Thorat

प्रथम आवृत्ती : २००७

सुधारित द्वितीय आवृत्ती : जानेवारी २०१५

ISBN : 978-81-8483-603-5

© डायमंड पब्लिकेशन्स

मुखपृष्ठ

शाम भालेकर

प्रकाशक

डायमंड पब्लिकेशन्स

२६४/३ शनिवार पेठ, ३०२ अनुग्रह अपार्टमेंट

ओंकारेश्वर मंदिराजवळ, पुणे-४११ ०३०

☎ ०२०-२४४५२३८७, २४४६६६४२

info@diamondbookspune.com

ऑनलाईन पुस्तक खरेदीसाठी भेट द्या

www.diamondbookspune.com

प्रमुख वितरक

डायमंड बुक डेपो

६६१, नारायण पेठ, अप्पा बळवंत चौक

पुणे-४११ ०३० ☎ ०२०-२४४८०६७७

ग्रंथालयशास्त्रातील या दोन दिग्गजांना सादर अर्पण

मेलविल ड्युई
इ.स. १८५१-१९३१

डॉ. एस. आर. रंगनाथन
इ.स. १८९२-१९७२

लेखकाचा अल्प परिचय

प्रा. एल. एन. थोरात, M. A., M. Lib., I. Sc. हे जुन्नर, जि. पुणे येथील श्री शिवछत्रपती महाविद्यालयाचे ग्रंथपाल म्हणून गेली अनेक वर्षे कार्यरत आहेत. एक प्रयोगशील ग्रंथपाल म्हणून त्यांची ख्याती असून नवनवीन योजनांद्वारे विद्यार्थ्यांमध्ये वाचन संस्कृती रुजविण्यासाठी त्यांची सतत धडपड चालू असते. ग्रंथालय क्षेत्रातील त्यांचा २७ वर्षांचा अनुभव असून, शालेय व सार्वजनिक ग्रंथालयाचे ग्रंथपाल म्हणूनही त्यांनी काम केले आहे. सार्वजनिक ग्रंथालय चळवळीत ते सक्रिय असून त्यांच्या प्रयत्नातून अनेक गावात सार्वजनिक ग्रंथालये स्थापन झाली आहेत. त्यांच्या मूळ गावाच्या (चांडोली बु॥, ता. आंबेगाव, जि. पुणे) श्री कान्होबा सार्वजनिक वाचनालय या 'अ' वर्ग सार्वजनिक ग्रंथालयाचे ते संस्थापक - अध्यक्ष आहेत. हे ग्रंथालय संपूर्ण महाराष्ट्रातील आदर्श ग्रामीण ग्रंथालयाचे बोलके उदाहरण आहे. या ग्रंथालयास महाराष्ट्र शासनाने डॉ. बाबासाहेब आंबेडकर उत्कृष्ट सार्वजनिक ग्रंथालय पुरस्कार देऊन गौरविले आहे.

प्रा. थोरात हे राष्ट्रीय व राज्य पातळीवरील अनेक साहित्य व ग्रंथालय संघांचे सभासद असून, अनेक चर्चासत्रात त्यांनी सहभाग घेतला आहे. 'वाचन संस्कृती' विषयी त्यांनी बऱ्याच ठिकाणी व्याख्याने दिली आहेत. त्यांच्या ग्रंथालयीन व सामाजिक कार्याबद्दल विविध संस्था व संघटनांतर्फे त्यांना आतापर्यंत दहा पुरस्कार प्राप्त झाले आहेत.

पत्ता :
ए-१०, विजयालक्ष्मी हाईट्स, १९७ (१), ब्रा. बुधवार पेठ, जुन्नर,
जि. पुणे-४१० ५०२. फोन : (०२१३२) २२२५६६ / ९८२२०८७१३३

मनोगत

विसाव्या शतकात माहितीची प्रचंड वाढ होऊ लागली. त्यामुळे ग्रंथालय व माहितीशास्त्र हे शास्त्र उदयाला आले. त्याचबरोबर ग्रंथालयाचे ऐतिहासिक स्वरूप बदलत गेले. त्यामध्ये आधुनिक तंत्रज्ञानाची जोड देणे आवश्यक ठरले. या दृष्टीने ग्रंथालये सर्व बाबतीत समृद्ध होणे, समाजाच्याही दृष्टीने गरजेची बाब ठरली आहे.

ग्रंथालय आता माहिती केंद्रे म्हणून विकसित होत आहेत. या विकासामध्ये माहिती केंद्रातील कर्मचारी वर्ग व समाज यांचाही वाटा आहे. हे कर्मचारी ज्ञानाने, अनुभवाने समृद्ध होणे ही गोष्ट आवश्यक आहेच. पण त्यासाठी अध्यापन कौशल्यही तितकेच जबाबदार राहील.

विद्यापीठ अनुदान मंडळ व शासन यांनी विद्यापीठातील ग्रंथपाल, साहाय्यक ग्रंथपाल, उपग्रंथपाल यांना शिक्षणांची श्रेणी दिली आहे. यासाठी विद्यापीठ अनुदान मंडळातर्फे नेट ही राष्ट्रीय स्तरावरील व शासनातर्फे सेट ही राज्यस्तरावरील परीक्षा घेतली जाते. ह्या परीक्षा शिक्षक श्रेणीसाठी आवश्यक आहेत. मराठी, हिंदी व इंग्रजी भाषा या परीक्षांसाठी माध्यम म्हणून चालतात. इंग्रजी भाषेमध्ये या परीक्षांसाठी आवश्यक असणाऱ्या विषयांची अनेक पुस्तके उपलब्ध आहेत. मुळातच मराठीमध्ये ग्रंथालय व माहितीशास्त्र या विषयांवरील लेखन फारच अल्प आहे, कारण परिभाषेचा अडथळा हा मोठा होता. सध्या त्या दृष्टीनेही काही लेखन होत आहे असे दिसते. पण तरीसुद्धा पर्यायी शब्दांचा शोध घ्यावाच लागतो.

हे पुस्तक नेट/सेट च्या पेपर २ व ३ यासाठी उपयुक्त आहे. यामध्ये ग्रंथालय व माहितीशास्त्र विषयाशी संबंधित अनेक विषयांची माहिती मराठी भाषेतून देण्याचा प्रयत्न केला आहे. ग्रंथालय आणि माहितीशास्त्रात अनेक ज्ञानशाखा समाविष्ट होत असल्यामुळे त्यांचे पर्यायी शब्द रूढ होण्यास कालावधी देण्याची जरुरी आहे. काही वेळा पर्यायी शब्दांच्या अभावी व इंग्रजी संज्ञाच जास्त प्रचलित असल्यामुळे काही शब्द तसेच इंग्रजी भाषेमध्ये पण मराठी लिपीमध्ये लिहिलेले आहेत. तरीसुद्धा हे पुस्तक परिपूर्ण आहे असे म्हणता येत नाही; कारण परीक्षेसाठी असलेली शब्दबंधने लक्षात घेता विद्यार्थ्यांना महत्त्वाची माहिती देण्याचा प्रयत्न या पुस्तकात

केला आहे. या पुस्तकातील प्रकरणे दोन्ही परीक्षांच्या अभ्यासक्रमानुसार लिहिलेली आहेत. या मराठी प्रयत्नाचा नक्कीच उपयोग होईल असा विश्वास आहे.

हे पुस्तक मराठीत लिहिताना अनेक ग्रंथालये, तेथील सहकारी यांची बहुमोल मदत झाली आहे. किती जणांची नावे घ्यायची ? त्या सर्व अनामिकांना मी धन्यवाद देतो.

या पुस्तकाच्या सुधारित आवृत्तीच्या निर्मित्तीत प्रा. निलेश हांडे यांचे मोलाचे साहाय्य लाभले, याबद्दल मी त्यांचा आभारी आहे.

या पुस्तकाच्या लिखाणामागे डायमंड पब्लिकेशन्सचे श्री. दत्तात्रय पाष्टे व श्री. दळवी यांचे अथक परिश्रम कारणीभूत आहेत. ग्रंथालय व माहितीशास्त्र संबंधित मराठी साहित्यात या पुस्तकाची भर घातल्याबद्दल त्या दोघांचेही मन:पूर्वक आभार!

–प्रा.एल.एन.थोरात

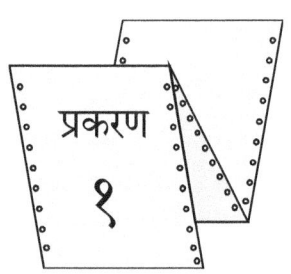

प्रकरण १

माहिती आणि तिची भूमिका

१.१. माहिती, माहितीशास्त्र आणि माहितीप्रधान समाज

प्राचीन काळापासून आधुनिक काळापर्यंत मानवाच्या सांस्कृतिक इतिहासात माहिती महत्त्वपूर्ण भूमिका बजावीत आहे. तिचा मानवी विकासाशी फार जवळचा संदर्भ आहे. मग तो विकास आर्थिक, सामाजिक किंवा राजकीय कोणताही असो. माहितीची संकल्पना ही घटना, निरीक्षण, मूलभूत माहिती, ज्ञान, अनुभव इत्यादींशी संबंधित आहे. या संकल्पना म्हणजे मानवी मनाची निर्मिती होय. माणसाच्या मनातील विचार होत. हे विचार, या संकल्पना काही ठरावीक गोष्टी, सततचा अनुभव आणि अभ्यास यामुळे घडत असतात. त्या अनुभवातून काही निष्कर्ष काढले जातात. हे सर्व एका विशिष्ट पद्धतीने एकत्रित केले जातात. कोणाला तरी सांगितले जातात. तेव्हा त्याचे माहितीत रूपांतर होते. माहिती व ज्ञान यांच्या वापरामुळे समाजविकासामध्ये फार मोठा बदल घडून येत आहे. माहिती तंत्रज्ञानामुळे क्रांतिकारक बदल होत आहेत. नवीन ज्ञान आणि माहिती, त्यांची प्रक्रिया, साठवण, प्रतिप्राप्ती प्रसारण आणि वितरण यामुळे आधुनिक उद्योगामध्ये माहितीची गरज, माहितीचे महत्त्व फार वाढले आहे. या सर्व बदलांचा मागोवा ग्रंथालयांनी घेऊन नवीन आव्हानांना सामोरे जात माहितीचा उपयोग, सेवा या गोष्टी आत्मसात करणे महत्त्वाचे ठरते.

'माहिती' हा शब्द दोन लॅटिन शब्दांपासून आला आहे. forma (फॉर्मा) आणि formatio (फॉरमॅशिओ). दोन्ही शब्दातून एकच एक अर्थ प्रतीत होतो. ज्ञान, बातमी, गोष्ट इत्यादी. पण हे शब्द माहितीची बरोबरी करू शकत नाहीत. माहिती म्हणजे अनेक मुद्यांचे एकत्रीकरण करून, त्यांचे आकलन करून, इतर साधनावर त्यांची नोंद करून, देवाणघेवाण पद्धतीसाठी सुलभ रीतीने मांडणी केली

जाते ती माहिती. सोप्या भाषेत सांगायचे तर आधार सामग्रीवर प्रक्रिया करून माहिती प्राप्त होते. प्रक्रियेमुळे माहितीची प्रतिप्राप्ती, तिचा उपयोग भविष्यकालासाठी, निर्णयासाठी होऊ शकतो.

वेगवेगळ्या लेखकांनी त्यांच्या दृष्टिकोनातून माहितीच्या वेगवेगळ्या व्याख्या केल्या आहेत. माहिती हा शब्द अनेक अभ्यासांच्या संदर्भांत भिन्न भिन्न पद्धतीने वापरला जात असल्याने, जगात सर्वत्र मान्य होईल अशी एकही व्याख्या नाही. माहिती हा शब्द विविध संदर्भांत वापरला जात असल्यामुळे त्याची सर्वमान्य अशी व्याख्या देता येणार नाही, असेच बहुसंख्य लेखकांचे मत आहे.

माहितीशास्त्रामध्ये माहिती तंत्राचा सखोल अभ्यास करताना बेलकिन् या लेखकाने माहितीच्या संज्ञा व व्याख्या यात फरक केला आहे आणि हा फरक म्हणजे व्याख्या ही कोणत्याही अनुभवजन्य घटनेची केवळ व्याख्याच देते, तर संज्ञा त्या अनुभवजन्य घटनेचे स्पष्टीकरण देते.

ब्रिटिश माहितीशास्त्रज्ञ ब्रुक्स यांच्या मताप्रमाणे, ''माहितीच्या अनेक तुकड्यांची बेरीज म्हणजे ज्ञान होय.''

डॅनियल बेल यांनी आधारभूत माहिती, माहिती आणि ज्ञान यामधील फरक दर्शविताना असे म्हटले आहे की, ढोबळमानाने विचार करता आधारभूत माहितीचे प्रकियाकरण म्हणजे माहिती होय. ज्ञानासंबंधी बेल असे म्हणतात की कोणत्याही संप्रेषणाच्या माध्यमातून पद्धतशीर स्वरूपात दुसऱ्या लोकांपर्यंत नेलेले प्रायोगिक निष्कर्ष अथवा बुद्धीवर आधारित निर्णय सादर करण्यासाठी घटना अथवा कल्पनांच्या विधानांचा संरचित संच म्हणजे ज्ञान होय. संशोधन आणि विद्वत्ता असलेल्या नवीन विधानांचा ज्ञानामध्ये समावेश असतो.

१) ''एखाद्या विषयाशी निगडित गोष्टींना माहिती म्हणतात.''

– जे. बिडकर

२) ''माहिती म्हणजे एक चिन्ह किंवा चिन्हांचा समुदाय. ज्याच्यातून काही मथितार्थ प्रकट होऊ शकतो.''

– फैबिसॉफ आणि डिलाय

३) ''विधाने, घटना आणि आकडेवारी यांचा संग्रह म्हणजे माहिती.''

– हाफमन

४) ''माहितीमध्ये एखाद्या गोष्टीचा आवाका (आकार) बदलण्याची शक्ती आहे.''

– बेकन

५) ''कोणत्याही मार्गाने मिळविलेले ज्ञान म्हणजे माहिती.''

– न्यू वेब्स्टर डिक्शनरी ऑफ दि इंग्लिश लँग्वेज

६) ''चिन्हांकयुक्त भाषेत विदित केलेले शास्त्रीय व तांत्रिक स्वरूपाचे ज्ञान म्हणजे माहिती.''

– युनिसिस्ट १९७९

माहिती ही संकल्पना 'डेटा' (आधार सामग्री) या शब्दाशी संबंधित आहे. हा शब्द 'डेटम' या लॅटिन शब्दावरून आला आहे. याचा अर्थ कोणतीही दिलेली गोष्ट. मग ती आकडेवारी, घटना, शब्द, आलेख ज्यांच्यामुळे कल्पनेचे सादरीकरण स्पष्ट होते अशी कोणतीही गोष्ट असेल. आधार सामग्रीचा उपयोग काही गोष्टींची चर्चा करून निर्णयाप्रत जाण्यासाठी होतो. आधार सामग्री ही बरेच वेळा सांख्यिकीय स्वरूपात स्पष्ट केलेली असते. ती वस्तुनिष्ठ असते. ती काही वेळा पुन्हा पुन्हा वापरली जाते.

या शब्दाची व्याख्या विविध साधनांनी वेगवेगळ्या प्रकारे केली आहे.

वेबस्टर्स थर्ड न्यू इंटरनॅशनल डिक्शनरीमध्ये ''डेटा'' शब्दाची व्याख्या देताना असे म्हटले आहे की, ''ज्यावर निष्कर्ष अथवा विधान आधारलेले असते अथवा ज्यापासून कोणत्याही प्रकारची आदर्श पद्धती तयार करता येते, अशी कोणतीही दिलेली वा मान्य केलेली बाब.''

''निष्कर्ष अथवा मोजणीसाठी वापरलेल्या कोणत्याही माहीत असलेल्या घटना अथवा गोष्टी म्हणजे डेटा'' असे ऑक्सफर्ड एनसायक्लोपेडिक इंग्लिश डिक्शनरी मध्ये म्हटले आहे.

या दोन्ही शब्दकोशात पुढे असेही म्हटले आहे की डेटा हा शब्द डेटमचे अनेकवचनी स्वरूप असले तरी डेटा हा शब्द बऱ्याच वेळा एकवचनी संग्रहित नाम म्हणून वापरला जातो.

''मानवाकडून संप्रेषण, स्पष्टीकरण अथवा प्रक्रियेस उपयुक्त ठरतील अशा औपचारिक पद्धतीच्या घटना, संज्ञा अथवा सूचना म्हणजे डेटा'' असे युनेस्कोने म्हटले आहे.

मॅक्ग्रॉहिल एनसायक्लोपिडिया ऑफ सायन्स अँड टेक्नॉलॉजी मध्ये डेटाची व्याख्या देताना ''शास्त्रीय प्रयोगातून प्राप्त झालेली अंकात्मक अथवा गुणात्मक मूल्ये म्हणजे डेटा'' असे म्हटले आहे.

सामजिक शास्त्रांचा विचार करताना आपल्याला असे म्हणता येईल की ''अभ्यासाचे आरेखन, संहिता ग्रंथ अथवा संशोधन अहवाल यामध्ये समाविष्ट

असलेली मूल्ये अथवा घटना, ज्यांचा वापर संशोधक द्वितीयक पृथ:करणाच्या हेतूसाठी करतात तो डेटा होय.''

माहितीशास्त्रामध्ये डेटाची व्याख्या करताना शूमन यांनी असे म्हटले आहे की ''प्रायोगिकरण, गणना अथवा थेट निरीक्षण यापासून प्राप्त झालेल्या संख्यात्मक बाबी म्हणजे डेटा होय.''

माहितीचे विविध स्वरूप

माहितीची अनेक रूपे आहेत. ती गद्य तपशिलाच्या स्वरूपात, आकडेवारीच्या स्वरूपात, चित्रे, संगणकाची तबकडी इत्यादी अशा कोणत्याही स्वरूपात असू शकते. अशी माहिती केवळ वैयक्तिक असत नाही तर ती अनेक जाणकार व्यक्तींच्या संप्रेषणाने निर्माण झालेली असते. हे संप्रेषण मौखिक वा लिखित स्वरूपात उपलब्ध असते. माहितीमध्ये काही निकष असावे लागतात. सहज उपलब्धता, सर्वसमावेशकता, सहज आकलनीयता, अचूकता, लवचीकता इत्यादी अंगभूत गुणधर्म मानता येतील.

'माहिती' ही संकल्पना 'डेटा' या शब्दाशी संबंधित आहे. याचा अर्थ आकडेवारी, घटना आणि मूलभूत सामग्री, माहिती असा होतो. या मूलभूत, आधारभूत सामग्रीचे माहितीत रूपांतर करण्यासाठी त्यातील घटकांची तर्कशुद्ध मांडणी, फेरमांडणी करावी लागते. तेव्हा त्याला 'माहिती' चे स्वरूप प्राप्त होते. आधारभूत सामग्री व माहिती यांची नीटनेटकी रचना करून ती संगणकाच्या स्मृती मंजूषेमध्ये साठविली जाते. यालाच 'डेटा बेस' 'आधार सामग्री संच' असे म्हणतात.

गरज – आजकाल माहिती ही सर्वांच्या निकडीची बाब बनली आहे. माहितीचा उपयोग करणारे हे गरजू असतात. उपभोक्ते असतात. शैक्षणिक आणि संशोधन कार्यासाठी माहितीची आवश्यकता भासते. विद्यार्थी, शिक्षक, संशोधक यांच्यासाठी सर्व माहितीच्या प्रणाली व सेवा शैक्षणिक क्षेत्राशी संलग्न आहेत. तसेच व्यावसायिक, उद्योजक, शासकीय कार्यालये हे सर्व माहितीचे उपभोक्ते आहेत. संशोधक तर सर्वात मोठे उपभोक्ते होत. त्यांना नेहमी प्राचीन, आधुनिक काळातील माहितीची निकड असते. यातूनच नवीन संशोधन जन्म घेत असते.

यावरून असे दिसते की माहिती हे सर्व प्रकारच्या घडामोडींचे मूलकेंद्र आहे. या घडामोडी वेगवेगळ्या लोकांकडून होत असतात. म्हणून समाजातील प्रत्येक स्तरातील माणसाला माहितीची गरज आहे. जगातील विविध स्तरातून माहितीचा उद्‌गम व वापर यामुळे माहितीचा विस्फोट, माहितीवर आधारित समाज,

माहितीयुग, ज्ञानयुग असे नवीन शब्द अस्तित्वात आले. यातूनच माहितीची सर्वव्यापकता, दिसून येते. यामुळे माहिती म्हणजेच शक्ती, संपत्ती, भांडवल अशी संकल्पना रूढ होऊ पाहत आहे.

माहितीशास्त्र

अमेरिकेत चालणाऱ्या प्रलेख संदर्भातील कार्यपद्धतीच्या अनुषंगाने १९५० मध्ये केलव्हिन मूर याने माहितीची प्रतिप्राप्ती ही एक संज्ञा प्रचलित केली. १९५९ साली 'माहितीशास्त्र' ही एक संज्ञा अस्तित्वात आली. यामध्ये माहितीचा शोध आणि तिचे गुणधर्म यांचा अभ्यास हा अर्थ अभिप्रेत होता. त्याचबरोबर तिच्यावर अधिकार गाजविणाऱ्या शक्ती, माहितीच्या जास्तीत जास्त सर्वांगीण वापरासाठी आवश्यक असणाऱ्या गोष्टी इत्यादींचा समावेश होता. यावरून माहितीशास्त्र म्हणजे ज्ञानाची उत्पत्ती, साठवणूक, प्रतिप्राप्ती, आकलन, आदान-प्रदान, रूपांतर, स्थलांतर आणि वापर या सर्वांचे एकत्रीकरण होय असे म्हणता येईल. यामध्ये माहितीची नैसर्गिक व कृत्रिम प्रणालीत मांडणी, संदेश आदान-प्रदानासाठी योग्य चिन्हांचा वापर, माहिती प्रक्रियेचा अभ्यास करणाऱ्या उपकरणांचा व तंत्रज्ञानाचा अभ्यास, संगणक, त्यांची सूचना प्रणाली या सर्वांचे संशोधन होते.

ग्रंथालयांचा प्रारंभीचा ग्रंथ इतिहास पाहता केवळ संग्रह भांडार असाच त्यांचा अर्थ होता. त्यांतील ग्रंथांचा वापर ही फक्त काही ठरावीक लोकांचीच मक्तेदारी होती. पुढे त्यात बदल होत गेले. १९ व्या शतकापासून विविध विषयांवर, विविध स्वरूपात माहिती प्रसिद्ध होऊ लागली. भविष्यातील समाजात माहिती साठविण्यासाठी केवळ पुस्तके, मासिके वा प्रलेख यांचे स्वरूप मागे पडू लागले. माहितीच्या साठ्यासाठी फिल्मस, गणकयंत्राच्या तबकड्या यांचा वापर होऊ लागला. जागेच्या दृष्टिकोनातूनही या नवीन गोष्टी उपकारकच ठरल्या. या माहिती वितरणाच्या बाबतीतही ही साधने अग्रभागीच राहणार आहेत.

सुरुवातीच्या काळात ग्रंथपालाचे स्वरूप हे ग्रंथसंरक्षक म्हणूनच होते. आधुनिक काळात त्याचे परिवर्तन होऊन 'माहिती अधिकारी' ही भूमिका दृढ होऊ पाहात आहे. कागदाशिवाय, कागदाविरहित ग्रंथालय असे नवीन शब्द रूढ होत आहे.

माहितीचा विस्फोट झाल्यामुळे माहितीशास्त्रातही बदल होत गेले. सी. डी. रॉम, इंटरनेट, ई-मेल ही दळणवळणाची साधने यांसारख्या उपग्रह सुविधांनी माहितीशास्त्राचे महत्त्व निश्चितच वाढविले आहे. वाचकांना, उपभोक्त्यांना कोणत्याही प्रकारची माहिती कमी वेळात देणारी माहिती केंद्रे निर्माण झाली.

वेगवेगळ्या माहितीच्या प्रणाली निर्माण झाल्या. तांत्रिकतेमुळे उपभोक्ते, त्यांचा वेळ यांची सांगड घातली जाऊ लागली.

आधुनिक काळातील माहिती केंद्रे म्हणजे 'कागदविरहित कार्यालय' होत. या माहिती केंद्रातून फार मोठ्या प्रमाणावर माहितीचे वितरण, प्रसारण होत असते. माहितीयुक्त शास्त्रीय नियतकालिके, यंत्राद्वारे वाचन करण्याच्या स्वरूपात प्रकाशित होत असतात. या आधुनिक तंत्रामुळे माहितीची प्रतिप्राप्ती करून घेताना सुद्धा खर्चाची बचतच होते. निवडक माहितीसाठी, प्रसारणासाठी जगाने दूरवर पसरलेल्या माहिती केंद्रांशी संगणकीय जाळ्याद्वारे संपर्क साधता येतो. माहिती शास्त्राला मर्यादा नाही. त्याचा फैलाव सर्व जगात पसरला आहे.

शास्त्रीय साहित्याचा अमर्याद विस्तार, यांत्रिकीकरण आणि दळणवळणाची, संप्रेषणाची नवीन नवीन साधने यामुळे ग्रंथपाल, प्रलेखक व उपभोक्ता यांच्यामध्ये बरेच बदल झालेले आहेत.

ग्रंथालयसेवा ही वाचकांना चार भिंतींच्या आत दिली जाणारी सेवा होय. पुस्तके, नियतकालिके, बांधीव खंड यांच्यातूनच वाचकांच्या मागणीनुसार ही सेवा दिली जाते होती. पुस्तकांची देवघेव व संदर्भ याच दोन मोठ्या ग्रंथालय सेवा होत. वर्गीकरण व तालिकीकरण या दोन महत्त्वाच्या तांत्रिक गोष्टी होत. वाचकांनी या ग्रंथालयीन सेवेसाठी ग्रंथालयात येणे अपेक्षित आहे.

प्रलेखन सेवा ही वाचकाला त्वरित दिली जाणारी सेवा नव्हे. ही जास्त व्यापक प्रकारची सेवा होय. प्रलेखनाचे काम हे कष्टाचे, सखोल सर्वेक्षणाचे, वेगवेगळ्या साहित्याचे प्रसारण होय. हा एक प्रकारचा सूक्ष्म (Micro) साहित्याचा भाग होय.

माहिती सेवा ही महत्त्वाची सेवा होय. ग्रंथपाल व प्रलेखक यापेक्षा माहिती अधिकारी हे पद निश्चितच वेगळे आहे. त्यासाठी वैशिष्ट्यपूर्ण गुणधर्म व नवीन तंत्रज्ञान यांची आवश्यकता असते. म्हणूनच त्यांना 'माहिती सल्लागार' (Liaison officers) असे म्हटले जाते. माहिती हाताळताना त्यासाठी वैशिष्ट्ये, गुणधर्म आवश्यक आहेत. त्यांमध्ये आधार सामग्री, त्यांचे एकत्रीकरण वगैरे गोष्टी अंतर्भूत आहेत. माहितीचा आवाका वाढल्यामुळे सामान्य माणसापासून ते शास्त्रज्ञ, योजना राबविणारे, धोरण ठरविणारे, उद्योगपती या सर्वांना माहितीची निकड भासते.

माहितीसेवेसाठी नवीन तंत्रे, नवीन तंत्रज्ञान उदा. संगणक दळणवळण पुन:प्राप्ती करणे यांची आवश्यकता आहे. यासाठी आधार सामग्री संच, आधार सामग्री साठा (Banks), आधार सामग्रीचे व्यवस्थापन, माहिती पद्धतीचे

व्यवस्थापन, माहितीच्या प्रतिप्राप्तीची पद्धती, सार्वजनिक माहिती पद्धती (fassimile), ई जर्नल्स, ई-मेल इत्यादी गोष्टी ज्ञात असल्या पाहिजेत.

माहितीशास्त्र - शाखा

श्री बोरको (Borko) यांच्या म्हणण्याप्रमाणे माहितीशास्त्र हे आंतरशाखीय शास्त्र आहे. हे त्याच्याशी संबंधित असलेल्या भागापासून निर्माण झालेले आहे. उदा. मानसशास्त्र, गणित, तंत्रज्ञान, ग्रंथालयशास्त्र इत्यादी. ''जे शास्त्र माहितीच्या संपत्ती, अधिकार, प्रवाह, तंत्रे, साठवणूक, प्रतिप्राप्ती, प्रसारण यांचे संशोधन करते ते माहिती शास्त्र होय.''

श्री बेलकिन (Belkin) यांच्या मते माहितीशास्त्राच्या सिद्धांतामध्ये फारच मोठा बदल झालेला आहे. त्यातील मूलभूत प्रश्नांना अजून सुलभ स्वरूप प्राप्त झालेले नाही. ते माहितीशास्त्र (Informatics) असे म्हणतात. (Information sicence माहिती असे न म्हणता) तर श्री बी. सी. ब्रुकस् (Brooks) माहिती शास्त्रात बौद्धिक प्रामाणिकता असते, असे म्हणतात. माहितीशास्त्र (Information) हा शब्द रशिया व युरोप मध्ये प्रचलित होता. तर इन्फरमेशन सायन्स हा अमेरिका, इंग्लंड, कॅनडामध्ये रूढ होता. इनफरमॅटिक्स शब्दामध्ये तंत्रज्ञान व त्याचा वापर तर इनफरमेशन सायन्समध्ये सैद्धान्तिक पाया आणि शाखीय या गोष्टी अभिप्रेत आहेत.

माहितीशास्त्र हे ग्रंथालयशास्त्राचे विस्तारित रूप.

श्री. पी. एच. विल्यमूस म्हणतात की, ग्रंथालयशास्त्र व माहितीशास्त्र ही अतिशय शीघ्र गतीने विकसित होणारी शास्त्रे असून त्यांच्यातील संबंध सतत बदलत आहेत. काही जणांच्या मते या दोन शाखा एकमेकांशी संलग्न आहेत. मिश्रित शाखा आहेत. त्यांच्यामध्ये बरेच साधर्म्य आहे. श्री जे. एच. शेरा यांच्या म्हणण्यानुसार ग्रंथपालन व्यवसाय ही एक सामान्य (ढोबळ) संज्ञा आहे. तर माहितीशास्त्र संशोधनाचे क्षेत्र आहे. माहितीशास्त्राचे गुणधर्म, माहितीचे स्रोत यांच्या अभ्यासासाठी वेगवेगळ्या विषयातून विषय पद्धती व तंत्रज्ञान यांचा वापर करावा लागतो. माहितीशास्त्र हे ग्रंथालयीन कामकाजाची एक बौद्धिक व तात्त्विक बैठक तयार करण्यासाठी मदत करते.

माहिती हा ज्ञानाचा एक घटक आहे. ज्ञानाच्या विविध अंगामुळे त्याच्या अनेक शाखा विकसित झाल्या. या प्रत्येक शाखेचा वैशिष्ट्यपूर्ण रोख अर्थातच माहितीवरच आहे. माहितीच्या व्याख्यांमध्ये वैविध्य असल्यामुळे सर्व ज्ञानशाखांना

समान अशी एकच व्याख्या नाही. आकलन, अध्ययन व संज्ञापन या मनाच्या जाणून घेण्याच्या प्रक्रियेतून ज्ञानाची निर्मिती होत असते. ज्ञान म्हणजे जे ज्ञात आहे ते, माहिती झाले आहे ते. अनुभव व निरीक्षण इत्यादीमुळे मिळत असलेली माहिती समूजन घेऊन तिचा व्यवहारात उपयोग करणे, म्हणजे ज्ञाननिर्मिती होय. ज्ञाननिर्मितीद्वारेच मानवाने प्रगतीची शिखरे पादाक्रांत केली आहेत. पूर्वी समाजातील काही घटकांचीच ही मक्तेदारी होती. परंतु माहिती आणि दूरसंचार तंत्रज्ञानातील क्रांतीमुळे ज्ञानाची दालने सर्वांसाठी खुली झाली आहेत.

डॅनिअल बेल यांच्या मते कोणत्याही संप्रेषण माध्यमातून दुसऱ्या लोकांपर्यंत नेलेले प्रायोगिक निष्कर्ष अथवा बुद्धीवर आधारलेले निर्णय सादर करण्यासाठी घटना अथवा कल्पनांच्या विधानांचा संरचित संच म्हणजे ज्ञान होय.

ऑल्विन टॉफलर म्हणतात. डाटा, माहिती, प्रतिमा, काल्पनिक बाबी याचबरोबर काही प्रमाणात खरे अथवा खोटेसुद्धा असलेले, अन्य प्रतीकात्मक उत्पादने यांचा ज्यामध्ये समावेश असतो, ते म्हणजे ज्ञान होय.

थोडक्यात असे म्हणता येईल की, ज्ञान हे मानवाचे उच्च प्रतीने संरचयित केलेले बौद्धिक उत्पादन आहे. ज्यामध्ये वैयक्तिक अनुभव, कौशल्ये आणि ज्या विविध संदर्भात आपण आपली कार्ये पूर्ण करतो ते संदर्भ, इत्यादींचा आणि त्याचबरोबर दुसऱ्यांना संप्रेषण करण्यासाठी या सर्वांचे आपण ज्या एखाद्या स्वरूपात नोंद करतो, त्या सर्वांचा ज्यामध्ये समावेश असतो ते म्हणजे ज्ञान होय.

माहिती व ज्ञान यातील फरक

एकविसाव्या शतकाला ज्ञानयुग म्हटले जाते. कारण याच युगात माहितीचा विस्फोट होत गेला. दैनंदिन व्यवहारातही माहिती हा शब्द प्रचलित झाला. माहिती व ज्ञान यात फरक काय? ज्ञान म्हणजे जे ज्ञात आहे ते, माहिती आहे ते. पण 'माहिती' हा ज्ञानाचा एक घटक आहे. आकलन, अध्ययन आणि संज्ञापन या मनाच्या जाणून घेण्याच्या प्रक्रियेतून ज्ञानाची निर्मिती होत असते. अनुभव व निरीक्षण इत्यादीमुळे मिळत असलेली माहिती समजून घेऊन तिचा व्यवहारात उपयोग करणे म्हणजे ज्ञाननिर्मिती होय. ज्ञाननिर्मितीमुळेच मानवाने प्रगतीची शिखरे पादाक्रांत केली आहेत. पूर्वी समाजातील काही घटकांचीच या ज्ञान निर्मितीवर मक्तेदारी होती. पण आज माहिती आणि दूरसंचार तंत्रज्ञानातील क्रांतीमुळे ज्ञानाची दालने सर्वांसाठी खुली झाली आहेत.

१. २ माहिती एक साधन आणि विक्रय वस्तू

राष्ट्राच्या विकासामध्ये ज्याप्रमाणे पाणी, ऊर्जा ही नैसर्गिक साधने अंतर्भूत असतात. त्याचप्रमाणे माहिती हे सुद्धा नैसर्गिक साधन आहे. आंतरराष्ट्रीय आणि राष्ट्रीय स्तरावर आर्थिक बाबतीत ज्याप्रमाणे वीजेची आवश्यकता आहे, त्याचप्रमाणे जलद, योग्य, अचूक पण स्वस्त माहितीची आवश्यकता भासते. सध्या जगाचे दोन भाग पडलेले दिसतात. आर्थिक दृष्टचा विकसित व विकसनशील. पण भविष्यात माहितीदृष्ट्या श्रीमंत, आधारसामग्री दृष्ट्या श्रीमंत व माहितीदृष्ट्या गरीब, आधारसामग्रीदृष्ट्या गरीब असे दोन भेद दिसू लागतील.

बाजारामध्ये जसा एखादा माल असतो, त्याची खरेदी-विक्री होते, पुन्हा मालाचा प्रवाह येतच राहतो. त्याप्रमाणे माहितीचे आहे. कच्च्या माहितीवर प्रक्रिया करून त्याचे अचूक माहितीत रूपांतर केले जाते. माहितीचे मूल्य, माहितीचा कर या गोष्टी भविष्यात येतीलच. जरी माहिती मिळविणे ही खर्चिक बाब असली तरी, माहितीचे मूल्य ठरविणे, तिचे स्वामित्व ठरविणे या गोष्टी वाटतात तेवढ्या सोप्या नाहीत.

श्री. बुकलँड यांच्या मते ज्ञानाचे संप्रेषण होताना ते कोणत्या तरी नैसर्गिक स्वरूपात, गद्यात किंवा दळणवळणाच्या स्वरूपात प्रकट झाले पाहिजे. या संप्रेषणाला माहिती किंवा गोष्ट म्हणता येईल. माहिती एक साधन म्हणजे यामागे माहितीचे अर्थशास्त्र व त्याचे इतर शाखामध्ये होत असलेले प्रसरण ही संकल्पना आहे.

माहितीला एक साधन मानण्यात अनुकूल व प्रतिकूल मते दिसून येतात. माहिती ही नैसर्गिक साधन नसल्यामुळे तिला अर्थशास्त्रीय भाषेत बसवता येत नाही असे काहींचे म्हणणे आहे. पण माहिती हे एक साधन म्हणून राष्ट्रीय, आंतरराष्ट्रीय स्तरावर तिचा विचार होऊन त्यासंबंधीची धोरणे, कायदे, साठा, रूपांतरण, तिच्याशी संबंधित सेवा या सर्व गोष्टी तिचे एक साधन म्हणून महत्त्वच दर्शवितात.

माहिती ही एक साधन यापेक्षा एक विक्रय वस्तू म्हणूनच तिची संकल्पना अधिक प्रसारित झाली आहे. मूल्याच्या साखळीशी या माहिती मालाचा संबंध लावला जातो. त्यामुळे तिचे मूल्यांकन, स्वामित्व या गोष्टी विचारात घ्याव्या लागतात. माहिती ही इतर साधनांपेक्षा वेगळी असली, तरी इतर साधनांशी काही बाबतीत तिचे साधर्म्य आहे. तिच्या वापरामुळे जास्तीत जास्त फायदा मिळाला पाहिजे. कमीत कमी खर्चात ती मिळवता आली पाहिजे. तिचा वापर जबरदस्तीने केला पाहिजे. या साधनाचा प्रवाह अखंड राहिला पाहिजे.

माहितीप्रधान समाज

आपण माहिती युगात राहत आहोत. याचे महत्त्वाचे लक्षण म्हणजे समाजातील माहितीचे मूल्य व तिचा वापर याबद्दलची जागरूकता होय. या माहिती युगामुळे मानवाच्या दैनंदिन जीवनातही खूपच अमूलाग्र बदल झाले आहेत. मानवी समाजाच्या विकासात खालील तीन क्रांतींचा समावेश होतो.

१) शेतीची क्रांती २) औद्योगिक क्रांती ३) तंत्रज्ञान क्रांती

माहिती तंत्रज्ञान दैनंदिन जीवनाला चालना देणारी शक्तीच झालेली आहे. यातूनच माहिती समाज उदयाला आला. ''माहिती प्रधान समाज'' या संकल्पनेचा उगम प्रथम जपानमध्ये झाला. ''जोहो शकाई'' याचाच अर्थ माहिती प्रधान समाज. इ.स. १९७० मध्ये अमेरिकन सोसायटी फॉर इनूफरमेशन सायन्सच्या वार्षिक सभेमध्ये ''माहिती प्रधान समाज'' या संकल्पनेचा वापर झाला. इ.स. १९९० मध्ये त्याला खऱ्या अर्थाने व्यापक चालना मिळाली. माहितीप्रधान समाजामध्ये जीवनशैलीची गुणवत्ता, त्याचबरोबर सामाजिक बदल, औद्योगिक विकासाचे मूळ, माहिती व माहितीचे मार्गदर्शन यावर झपाट्याने अवलंबून राहू लागले. अनेक लेखकांनी त्यांना आकलन झाल्याप्रमाणे या संकल्पनेला शब्दरूप देण्याचा प्रयत्न केला आहे.

मुख्यत्वाने या समाजाला अधोरेखित करणारे दोन घटक आहेत. प्रथमत: समाजाचे केंद्रीकरण, माहितीची हाताळणी करणे, ती संकलित करणे, साठवणे आणि तिचा पुनर्वापर करणे यासारख्या कार्यासाठी संगणकाच्या बरोबरीने दूरसंचार माध्यमे व माहिती तंत्रज्ञान यामुळे वापर होत आहे. दुसरा घटक म्हणजे नवीन नवीन माहितीवर आधारित व्यवसायाचा व त्या व्यवसायाशी संबंधित घटकांचा विचार वाढत आहे. माहिती प्रधान समाज संकल्पना एक सार्वजनिक धोरण म्हणून ओळखली जाते.

माहिती एक शक्ती आहे. एक पायाभूत साधन आहे. विकासाच्या ते प्रक्रियेतील एक महत्त्वाचे साधन आहे. माहितीची गरज सर्वच थरातील लोकांना लागते. उदा. संशोधक, व्यवस्थापक, प्रशासक इत्यादी.

माहितीप्रधान समाजाची वैशिष्ट्ये –

सामाजिक वैशिष्ट्ये – माहितीमुळे समाजाच्या रचनेमध्ये बदल झाले आहेत. तंत्रज्ञानामुळे अनेक प्रसार माध्यमे विविध प्रकारची माहिती सामान्य लोकांपर्यंत पोचवीत आहेत. लोकांच्या जीवनशैलीतही त्यामुळे बदल होत आहे. यामुळे या विश्वाचे माहितीसमृद्ध देश व माहितीदृष्ट्या मागासलेले देश अशा दोन

भागात विभाजन झाले आहे. यामुळे माहिती असणारे व माहिती नसणारे यांच्यामधील, तसेच उद्योगांतील श्रमिक कामगार व त्यांची पिळवणूक करणारे व्यावसायिक यांच्यातील दरी वाढतच आहे. म्हणून साहित्य (material) मूल्यापेक्षा माहितीचे मूल्य अधिक आहे. म्हणून अर्थशास्त्र हे साहित्य (material) भांडवलापेक्षा माहिती भांडवलावर जास्त भर देणारे आहे. यामुळे सामाजिक मूल्ये, नीतिनियम आणि रीतिरिवाज यांच्यासमोर नवीन नवीन आव्हाने उभी ठाकली आहेत.

आर्थिक वैशिष्ट्ये – माहिती हे आर्थिक उन्नतीचे साधन असल्यामुळे माहितीप्रधान समाजरचनेचा समाजाच्या आर्थिक विकासावर सर्वात मोठा परिणाम झाला आहे. आंतरराष्ट्रीय संगणक जाळ्यामुळे उद्योगविश्व अमूलाग्र बदलत आहे. व्यवसायाच्या रूढ संकल्पनांना हादरा बसत आहे. खरेदी विक्री सुद्धा या संगणकीय जाळ्यामुळे व ई कॉमर्स (वाणिज्य) यामुळे होऊ लागली आहे. या माहितीप्रधान समाजामध्ये माहिती ही स्वस्त होत आहे. तिच्या साठवणीसाठी कमी जागा लागते. तिचे संप्रेषण फार जलद गतीने होते. दूरसंचार माध्यमे ही केवळ भविष्यातील राजमार्ग आहे, असे नव्हे तर ती माहितीच्या आर्थिक बाबतीतही राजमार्ग आहेत.

माहितीप्रधान समाज आणि माहितीची आर्थिकता या गोष्टी जगाच्या स्तरावर आव्हानात्मक बाबी ठरल्या आहेत. माहितीचे कौशल्य हे माहिती उद्योगात व माहिती शास्त्रात फार उपयोगी पडते. माहितीची व्यावसायिकता ही या कारणामुळे फार महत्त्वाची भूमिका पार पाडत आहे.

तांत्रिक वैशिष्ट्ये – आधुनिक समाजामध्ये मानवी जीवनाच्या प्रत्येक भागावर दूरसंचार माध्यमानी फारच परिणाम केलेला आहे. २०व्या शतकामध्ये संगणकाने तर क्रांतीच घडवून आणली. समाजाच्या आर्थिक, सामाजिक, राजकीय व सांस्कृतिक बाबींमध्ये संगणकाने फार मोठे बदल केले आहेत. माहितीच्या, दळणवळणाच्या या क्रांतीमुळे "जागतिक खेडं" असेही काही वेळा म्हटले जाते. २१व्या शतकाच्या प्रारंभी प्रगत तंत्रज्ञानामुळे विशेषत: संगणक, जाणते तज्ज्ञ, माहिती प्रधान पद्धती यांच्यामुळे संगणकीकृत ग्रंथालये व निरनिराळ्या माहिती पद्धती यांची ओळख झाली. विकसनशील समाजामध्ये दूर शिक्षण, दूर बैठका (tele conference) या संकल्पना अस्तित्वात आल्या आहेत.

राजकीय वैशिष्ट्ये – माहितीप्रधान समाजामध्ये शासन आणि नागरिक यांच्यामध्ये जवळचे संबंध आहेत. नागरिकांचा, निवडणुकांमध्ये यांत्रिक मतदानामार्फत असलेला सहभाग, सर्वांना असलेला माहितीचा अधिकार,

संगणकीय जाळ्यांचा उपयोग, संप्रेषणाची दूरसंचार माध्यमे या सर्व गोष्टींचा विचार करता हा समाज माहितीच्या उच्च राजमार्गावरून वाटचाल करत आहे असे दिसते.

माहिती वितरणाच्या पद्धती

आजकाल सर्व प्रगत व प्रगतीशील राष्ट्रांना माहितीची अतिशय गरज भासते. राष्ट्राची गुणवत्ता वाढविणे, आणि योग्य निर्णय घेणे. यासाठी अचूक माहितीची निकड भासते. अचूक वेळेत आणि खात्रीशीर माहिती जर मिळाली नाही तर पैसा, साधने, श्रम या सर्वांचा उपयोग होत नाही. म्हणून योग्य वेळी अचूक माहिती योग्य माणसाच्या हातात पडली तरच तिचा वापर शक्य होतो. यामुळे उपभोक्त्यान्ना वेळ तर वाचतोच व एकाच संशोधनाची पुनरावृत्ती थांबवता येते.

माहिती वितरणाचे प्रकार –

१) **विषय संदर्भ संबधी ग्रंथसूची** – विषय संदर्भ ग्रंथसूची म्हणजे एखाद्या विषयावर उपलब्ध असलेल्या ग्रंथाची सूची व विषयाचे निरीक्षण करून तयार केलेली सूची होय. यामुळे वाचकाचा वेळ वाचतो. वाचकाला आवश्यकतेनुसार विषय संबंधित ग्रंथ निवडण्यास मदत होते. सूची ही एका विशिष्ट पद्धतीने संकलित केलेली असते. त्यामुळे अफाट ग्रंथसंपदेतून हवे ते उद्दिष्ट सफल होण्यास मदत होते.

२) **साधनपत्रांची सूची** – उपलब्ध असलेल्या साधनपत्रातून एखाद्या विषयाची किंवा एखाद्या छोट्या संदर्भावर वा संशोधक, शास्त्रज्ञ वा तंत्रज्ञ यांकडून आलेल्या माहिती संदर्भातील एखाद्या सूचनेवर नवीन किंवा जुन्या साधनपत्रातून बनविलेली सूची असते. यामध्ये विषयवार वर्गीकरण असून लेखकाच्या नावांची वर्णानुक्रमानुसार सूची बनवतात. संशोधनाच्या क्षेत्रातील नवीन नवीन घडामोडी कळण्यासाठी या सूचीचा उपयोग होतो.

३) **तत्कालीन संदर्भ सेवा** – या सेवेमुळे वाचकांना सातत्याने नवीन माहितीचा पुरवठा केला जातो. आजकाल माहिती अनेक पद्धतीने मिळते. तिचा वापर करणारेही अनेक असतात. त्यामुळे कमी वेळात, कमी खर्चात, अचूक माहिती मिळविणे अशक्य बनले आहे. पण तत्कालीन संदर्भ सेवेमुळे हे शक्य झाले आहे.

४) **निवडक माहितीचा प्रसार** – हे तत्कालीन संदर्भ सेवेचे पुढचे पाऊल आहे. यामध्ये वाचकांची आवड लक्षात घेऊन निवडक वाचकांना वैयक्तिक पातळीवर सेवा दिली जाते.

५) **समीक्षा आणि ग्रंथसूची सेवा –** समीक्षा व ग्रंथसूची काढणाऱ्या नियतकालिकांमुळे वाचकांना, उपभोक्त्यांना याचा संशोधनाच्या दृष्टीने फार उपयोग होतो. समीक्षा ग्रंथसूचीमध्ये मूळ लेखाचा संक्षिप्त अहवाल, लेखकाचे नाव, छापलेल्या नियतकालिकाचे नाव असते. ग्रंथसूचीत केवळ लेखकाचे नाव व ग्रंथासंबंधी माहिती असते. हे दोन्ही प्रकार साधनसूचीचे प्रकार असून माहिती वितरणात महत्त्वाचे योगदान देतात.

६) **भाषांतर सेवा –** वेगवेगळ्या विषयावर वेगवेगळ्या भाषेत साहित्य प्रकाशित होत असते. परंतु भाषा समजत नसल्यामुळे एकमेकांच्या विचाराचे आदान प्रदान होत नाही. यामुळे ज्ञानाचा वापर पूर्णपणे होऊ शकत नाही. पण भाषांतर सेवेमुळे हा अडथळा दूर करता येतो.

१.३ माहितीचे हस्तांतर चक्र

इ. स. १९५० नंतर नवीन तंत्रज्ञानामुळे नवीन शब्दांचा उगम झाला आहे. त्यांचे अर्थ समजावून घेणे आवश्यक आहे. माहिती संरचनेच्या प्रणालीमुळे नवीन संज्ञांचा उदय झाला. माहितीचे रूपांतर (स्थलांतर) ही संज्ञा श्री. बिसमन यांनी त्यांच्या ''माहिती प्रणाली, सेवा आणि केंद्र'' या पुस्तकात इ. स. १९७२ साली प्रथम वापरली.

माहिती ही नेहमी नवीनच असते असे नाही. माहिती जुनीच असते पण विवेचन, स्पष्टीकरण नवीन रीतीने केले जाते. ही केवळ पुस्तक रूपातच असते असे नाही. तर ती नियतकालिके, अहवाल, लेख या स्वरूपातही मिळू शकते.

श्री. बिसमनच्या म्हणण्यानुसार माहिती रूपांतरण म्हणजे माहिती वापरणाऱ्यांच्या गरजांची पूर्ती करण्यासाठी माहितीचे उपयुक्त प्रकारात केलेले रूपांतर होय. म्हणून माहितीची निर्मिती आणि पुनर्निर्मिती याचा उपयोग तज्ज्ञ, विद्वान, व संशोधकाना जास्त होतो. ज्ञानाची केवळ निर्मिती होऊन उपयोगी नाही, ते सर्व सामान्यांपर्यंत, इतरांपर्यंत पोहोचणे आवश्यक आहे. त्याशिवाय त्याचा योग्य वापर होणार नाही. वापर नाही तर ज्ञानाचा उपयोग नाही. म्हणून माहितीचे रूपांतर, हस्तांतर अतिशय आवश्यक आहे.

माहितीच्या उगम स्थानापासून तिचा वापर करणाऱ्यापर्यंत माहितीचा प्रवास अनेक टप्प्यांनी होत असतो. हे सारे टप्पे मिळून एक चक्र बनते. त्याला माहिती रूपांतर चक्र म्हणतात. माहितीची निर्मिती, एकत्रीकरण, साठवणूक, संप्रेषण व पुननिर्मिती या सर्वांमुळे माहिती रूपांतर चक्र पूर्ण होते.

माहितीची निर्मिती – माणसाचा दैनंदिन अनुभव व आयुष्यातील घटना यामुळे माहितीचा उगम होत असतो. तसेच नवीन नवीन शोध, विकास प्रकल्प, निरीक्षण, शासकीय कार्यक्रम यामुळे माहितीची निर्मिती होत असते.

माहितीचे एकत्रीकरण – पूर्वीपासून माहिती पुस्तक रूपात एकत्रित केली जात होती. पण काळाच्या ओघात वेगवेगळ्या स्रोतांमध्ये माहिती एकत्रित केली जात आहे. अनेक पारंपरिक आणि अपारंपरिक, मुद्रित आणि अमुद्रित प्रकारात माहिती आढळते. माहिती वेगवेगळ्या आकारात, परिमाणात व पद्धतीत मांडलेली दिसते.

माहितीची साठवणूक – साधनात वर्णन केलेली व दिलेली माहिती साठवणे, जतन करणे म्हणजेच माहितीची साठवणूक होय. संगणक हा माहिती साठविण्यासाठी वरदानच ठरला आहे. त्याशिवाय तबकडी (floppy), लघु तबकडी (compact disk), सी. डी. रॉम ही नवीन साधने माहिती साठ्यासाठी उपयुक्त ठरली आहेत.

ग्रंथालये तर ''ज्ञानाची भांडारे' म्हणून प्रसिद्धच आहेत. माहितीच्या साठ्यानुसार आपण त्यांचे वेगवेगळे गट केलेले आहेत. उदा. सार्वजनिक ग्रंथालये, शैक्षणिक ग्रंथालये आणि विशेष ग्रंथालये इत्यादी. ही ग्रंथालयेसुद्धा माहितीचे एकत्रीकरण, व्यवस्थापन आणि प्रसार यामध्ये महत्त्वाची भूमिका बजाविताना दिसतात.

प्रलेखन केंद्रामध्येही सूक्ष्म साहित्य (micro literature), त्याचा निर्देश, सारांश यांचा साठा असतो. त्यामुळे त्या विषयी जागरूक सेवा दिली जाते व प्रसारही त्वरित होतो.

माहिती पृथ:करण केंद्रे ही विशेषत: संशोधनाच्या संस्थेशी निगडित असतात. ही केंद्रे आवश्यक त्या माहितीचे पृथ:करण करून, तिचा साठा करून, तिचा वापर करण्यासाठी संशोधकांशी त्वरित संपर्क साधतात. त्यामुळे संशोधनातील माहितीच्या त्रुटी भरून काढण्यास मदत होते.

माहितीचे संप्रेषण – माहितीची प्राप्ती व सादरीकरण यामुळे माहितीचे संप्रेषण होते. माहितीची निर्मात्यापासून ग्राहकापर्यंत केलेली पाठवणी म्हणजे संप्रेषण होय.

माहितीचा पुनर्वापर (पुनर्प्राप्ती) एकत्रित केलेल्या माहितीमधून उपयुक्त माहिती पुन्हा मिळविणे म्हणजे माहितीची पुनर्प्राप्ती होय.

उपभोक्त्याला प्रत्यक्षपणे वैयक्तिक स्वरूपात माहिती देणे किंवा त्याला स्वत:लाच माहिती साधनांची माहिती देऊन माहितीचा शोध घ्यावयाला लावणे या सर्व गोष्टी माहितीच्या प्रसारात मोडतात. माहितीच्या स्वरूपाप्रमाणे माहितीचा प्रसारही वेगवेगळ्या गोष्टींमुळे होतो. उदा. पुस्तके, प्रदर्शने, ग्रंथालय सेवा, माहिती सेवा, संदर्भ सेवा, सूची, प्रचलित सतर्क सेवा, माहितीची निवडक प्रसारण सेवा इत्यादी.

१.४ संप्रेषण

मनुष्य हा सामाजिक प्राणी आहे. माणसाच्या दैनंदिन व्यवहारातही तो बऱ्याच गोष्टी उदा. मत, चुका, भावना, कल्पना, अनुभव, इच्छा इत्यादी गोष्टी एकमेकांशी समाजातील घटकाशी संप्रेषित करीत असतो. सामाजिक विकासासाठी संप्रेषणच माणसाला मदत करते. संप्रेषण ही दोन व्यक्तींमधील प्रक्रिया आहे.

समाजातील व्यक्ती परस्परांशी बोलतात. मौखिक मार्गांनीसुद्धा माहिती मिळवता येते. एखाद्या व्यक्तीच्या अनुपस्थितीतही हे संप्रेषण होऊ शकते. मुद्रित गोष्टी, ज्ञान एकाकडून दुसऱ्याकडे संप्रेषित होण्यात भाषा हे महत्त्वाचे माध्यम आहे. चित्रकला व संगीत देखील संप्रेषणाचे प्रकार आहेत. माहितीचा साठा करणे, ती परावर्तित करणे, यामध्ये गणकयंत्रे, संगणक, माहितीची प्रतिप्राप्ती, भाषांतर यंत्रे इत्यादी गोष्टी अंतर्भूत असतात. पोस्टांच्या सेवा, दूर संचार माध्यमे या गोष्टीही याच प्रकारात मोडतात. कोणतीही गोष्ट एका व्यक्तीकडून दुसऱ्या व्यक्तीकडे हस्तांतरित होते. म्हणजे संप्रेषित होते.

माहितीचे संप्रेषण – म्हणजे केवळ पारंपरिक व्यापक अर्थाने माहितीचे हस्तांतरण नव्हे तर भावनांचे प्रकटीकरण, इच्छा, आज्ञा याही गोष्टी संप्रेषित होत असतात. माहितीचे संप्रेषण झाल्यामुळे माहितीचा साठा कमी होतो असे नाही. काही वेळा दुसऱ्या व्यक्तीला माहितीची गरज नसताना ही माहिती संप्रेषित केली जाते. यामध्ये तीन घटक समाविष्ट असतात. १) संप्रेषित करणारा २) संप्रेषण ३) संप्रेषण स्वीकारणारा. अशा तऱ्हेच्या संप्रेषणामुळे ज्ञानाची वृद्धी होते. नवीन ज्ञानाची निर्मिती, प्रसार होतो. संप्रेषणाची माध्यमे अनेक असू शकतात.

शब्दकोशातील व्याख्येप्रमाणे, 'संप्रेषण म्हणजे परस्परांतील विचारांची, मतांची देवाण घेवाण होय.' भाषा व चिन्हे यातून निर्माण होणाऱ्या अर्थगर्भ विचारांची अदलाबदल करण्याची प्रक्रिया आहे. संप्रेषणाची प्रक्रिया खालील ३ भागात विभागता येते. १) संवेदना २) आकलन ३) स्पष्टीकरण

संप्रेषण म्हणजे काय ? मनुष्य आपल्या दैनंदिन जीवनात बऱ्याच गोष्टींचे संप्रेषण करत असतो. त्याचे विचार, कल्पना, भावना इत्यादी गोष्टींचे संप्रेषण होत असते. याच्यामागे ''एका व्यक्तीकडून दुसऱ्या व्यक्तीकडे एखाद्या माहितीचे हस्तांतरण होणे'' म्हणजे संप्रेषण होय. तंत्रज्ञानाच्या प्रगतीमुळे आज माहितीच्या संप्रेषणासाठी अनेक साधने उपलब्ध आहेत.

माहितीच्या संप्रेषणाच्या व्यापक अर्थात केवळ माहितीचे हस्तांतरण एवढाच अर्थ अभिप्रेत नाही. तर त्यामध्ये आकांक्षा, भावना, आज्ञा इत्यादी गोष्टींचाही समावेश असतो. योग्य माहिती गरजू उपभोक्त्याकडे संप्रेषित होताना, त्याचे सर्वेक्षणही करावे लागते. प्रत्येक वेळी संप्रेषित माहितीचा परिणाम समान असेलच असे नाही. गरजांची आवश्यकता, उपभोक्त्यापासूनचे अंतर, संगणकीय जाळ्याची उपलब्धता या गोष्टींचाही संप्रेषणावर परिणाम होत असतो.

माहितीचा प्रसार करण्यासाठी संप्रेषणाचे अनेक मार्ग आहेत.

मौखिक संप्रेषण – पूर्वी ज्ञानाचा प्रसार गुरुमुखातून पाठांतर पद्धतीने होत असे. यालाच मौखिक दळणवळण म्हणतात. ही सगळ्यात वेगवान पद्धती आहे. कारण सांगणे व ऐकणे लगेच होत असल्याने यात वेळेचा अपव्यय होत नाही. दोन व्यक्तींमधील परस्पर संभाषण, एका व्यक्तीचे एका गटाशी केलेले संभाषण, सभा, गट, चर्चा या सर्वांचा समावेश मौखिक संप्रेषणात होतो.

शाब्दिक संप्रेषण – यामध्ये मुद्रित व अमुद्रित साधनांचा समावेश होतो. वैयक्तिक पत्रव्यवहार, मुद्रित साहित्य म्हणजे पुस्तके, नियतकालिके वगैरे. अप्रकाशित साहित्य, जाहीर सूचना, प्रबंध वगैरे या गोष्टींचा मोठ्या प्रमाणावर वापर होतो.

दृक श्राव्य संप्रेषण – म्हणजे ऐकता येणारे, दिसणारे व पाहता येणारे. यामध्ये तक्ते, नकाशे, चित्रफिती, श्रवण फिती इत्यादींचा समावेश होतो. प्रदर्शने, प्रात्यक्षिकीकरण, दूरदर्शन, आकाशवाणी, टेलिफोन, उपग्रह ही सर्व तंत्रयुगातील संप्रेषणाची आधुनिक साधने होत.

संप्रेषण पद्धतीमध्ये दोन पद्धतीने संप्रेषण होते. औपचारिक व अनौपचारिक, मौखिक संप्रेषण, दळणवळण हे अनौपचारिक पद्धतीचे संप्रेषण होय, तर शाब्दिक संप्रेषण हे औपचारिक पद्धतीचे संप्रेषण होय. अनौपचारिक संप्रेषण पद्धतीमध्ये माहितीचे साधन व माहिती मिळविणारा यांच्यात प्रत्यक्ष संबंध असतो. औपचारिक संप्रेषण पद्धतीमध्ये असा संबंध नसतो. माहितीच्या संप्रेषणाच्या आपण औपचारिक व अनौपचारिक अशा दोन पद्धती केल्या तरी काही अपवाद असतात. उदा.

पत्रव्यवहार हा लिखित संप्रेषणाचे स्वरूप आहे. तो सामान्यत: औपचारिकपेक्षा अनौपचारिक संप्रेषण म्हणून पाहावा लागतो. म्हणून लिखित व अलिखित असे संप्रेषणाचे दोन प्रकार करावेत असे वाटते.

संप्रेषणातील अडथळे – माहिती संप्रेषित होत असताना काही अडथळे येतात. ते खालीलप्रमाणे विभागता येतील.

१) औद्योगिक	२) आर्थिक
३) तांत्रिक	४) भाषिक
५) सामाजिक आणि मानसशास्त्रीय	६) प्रशासकीय आणि राजकीय

१) औद्योगिक अडथळा – १) दर्जा माहिती ही दर्जानुसार मिळते. काही वेळा माहिती मिळणे हे दुरापास्त होते. काही वेळा माहिती समान दर्जाच्या लोकांनाच मिळते. कमी दर्जाच्या लोकांना ती मिळत नाही. आंतर औद्योगिक संबंध व मर्यादा याही या संबंधात कारणीभूत असतात.

अ) श्रेणीय रचना – एखाद्या संस्थेमध्ये दोन प्रकारांनी माहितीचा प्रवाह वाहत असतो. श्रेणीय आणि कमी महत्त्वाची. माहितीची अचूकता, योग्य स्पष्टीकरण आणि योग्य प्रवाह यावर संस्थेचे यश अवलंबून असते. एखाद्या खालच्या श्रेणीच्या व्यक्तीने आधार सामग्री गोळा केली. ती वरच्या श्रेणीच्या व्यक्तीकडे सोपवली, त्या वरच्या श्रेणीच्या व्यक्तीने ही माहिती गौण स्वरूपात सभेमध्ये मांडून श्रेणीय पद्धतीने निर्णय घेतले. अशा तऱ्हेने माहितीचा प्रवाह चालू राहिला, पण सर्व माहिती प्रत्येकाला मिळाली नाही.

ब) गोपनीयता – आधुनिक आर्थिक प्रक्रियेतील माहितीचे महत्त्व व्यवस्थापन व शासन यांना अजून उमगलेले नाही. व्यवस्थापक व इतर अधिकारी यांना माहितीचे एकत्रीकरण करताना आपली गुपीते नाहिशी होतील अशी भीती वाटते. यातून संस्थेला लागणाऱ्या विशिष्ट माहितीचे मूल्य व माहिती सेवेविषयीचे अज्ञानच दिसून येते.

आधुनिक माहितीच्या युगाशी जुळवून घेणाचा आळसच परंपरावादी दृष्टिकोनात दिसतो.

२) आर्थिक – हा अडथळा माहितीचे मूल्य वाढवितो. प्रलेखांच्या निर्मितीचा वाढता खर्च, टपाल व वाहतूक यांचे वाढीव दर, ग्रंथालये व माहिती केंद्रे चालविण्यासाठी लागणारा खर्च, चलन विनिमय व आयात मर्यादा, ग्रंथालयांचे अनिश्चित अंदाजपत्रक व स्वामित्व वगैरे गोष्टी आर्थिक बाबतीत अंतर्भूत होतात.

३) तांत्रिक – प्रलेखांची हलक्या, गौण दर्जाची निर्मिती, प्रतींची कमतरता, गुंतगुंतीची पद्धत, उपभोक्त्यांमधील जागरूकतेची उणीव, अकुशल कर्मचारी, bibliographical control ग्रंथसूचीय नियंत्रण, या सर्वांचा समावेश या प्रकारच्या अडथळ्यांमध्ये होतो.

४) भाषिक – भाषा हे संप्रेषणाचे महत्त्वाचे साधन असले तरी शास्त्रीय व तांत्रिक माहितीमध्ये तो एक अडथळा ठरतो. संशोधनाच्या बाबतीत ही गोष्ट प्रामुख्याने आढळते. परकीय भाषेतील संशोधन, त्याची माहिती, ही ग्रंथालये, माहिती व्यवसाय यांनी भाषांतर सेवेच्या रूपात देण्याची सोय केली आहे. राष्ट्रीय आणि आंतरराष्ट्रीय स्तरावर असे भाषांतरकार नेमले गेले आहेत.

५) सामाजिक आणि मानसशास्त्रीय – उपभोक्त्याच्या तात्त्विक, सामाजिक व सांस्कृतिक कल्पनांमधील फरक त्याचप्रमाणे कायद्याच्या ज्ञानाविषयी असलेले अज्ञान, उदा. माहिती स्वातंत्र्य, माहितीचा अधिकार या गोष्टी सुद्धा अडथळे बनू शकतात. उपभोक्त्यांना माहितीचा संदेश नीट समजत नाही, माहितीचा संदेश जेथून येतो तो, त्याचे संदेश कोण स्वीकारतो यावर नियंत्रण नसते, माहिती केंद्रातील प्रलेखावरचे वर्गांक वा चिन्हे उपभोक्त्यांना उमजत नाहीत. यामुळे संप्रेषणात अडथळे येतात. उपभोक्त्यांना नेमक्या शब्दात गरजा मांडता येत नाहीत.

६) प्रशासकीय आणि राजकीय – काही समाज हे फार मर्यादित स्वरूपाचे असतात. त्यामुळे त्यात माहितीचा प्रवाह फारच थोड्या स्वरूपात वाहत राहतो. दोन शासनांमधील तसेच दोन संस्थेमधील संबंध असे मर्यादित केलेले असतात. त्यामुळे माहितीचा प्रवाह अखंड राहात नाही. इतकेच नव्हे तर माहितीचे हस्तांतरण तिचे संप्रेषण करण्यावर काही पद्धतींच्या मर्यादा पडतात.

माहिती हे वैयक्तिक व राष्ट्रीय विकासाच्या दृष्टीने एक महत्त्वाचे अंग आहे. शैक्षणिक व संशोधन संस्थानी ग्रंथालय व माहिती या केंद्रासाठी योग्य रकमेची तरतूद केली पाहिजे. जेणेकरून माहितीचे योग्य असे कार्यक्रम हाती घेता येतील. माहितीचा साठा व प्रसार यासाठी देशाच्या प्रशासनाने मोठ वाटा उचलला पाहिजे. माहितीचे राष्ट्रीय धोरण ठरवावे. माहितीच्या प्रक्रियेसाठी व व्यवस्थापनासाठी काही परिमाणे (standards) निर्माण करावीत.

माहिती आयात करताना परकीय विनिमयाचे धोरण उदार ठेवले पाहिजे. टपाल खर्च कमी करावा. आंतरराष्ट्रीय संस्थांबरोबर या संबंधात करार करावेत. मनुष्य बळाचे प्रशिक्षण करावे. ''जो देश वाचतो, तोच नेतृत्त्व करतो'' असे कोणी तरी म्हटले आहे, तेच खरे.

१.५ बौद्धिक संपदा हक्क

इतर स्थावर संपत्ती सारखीच बौद्धिक ही संपत्ती विकता, खरेदी करता वा बदली करता येते. बौद्धिक संपदेच्या मालकाला, त्याच्या परवानगीशिवाय कोणी त्याची संपदा वापरली / विकली तर हरकत घेता येते. बौद्धिक संपदा व स्थावर संपत्ती यामध्ये एकच फरक आहे. तो म्हणजे बौद्धिक संपदेवर भौगोलिक बंधने घालून ती दाखविता येत नाही. स्थावर मालमत्ता एकजणच वापरू शकतो. पण बौद्धिक संपदा उदा. एखादा शोध, गाण्याचा तुकडा वा कंपनीचे उत्पादन आपण लोकांना वापरण्यास मज्जाव करू शकत नाही. तिचे संरक्षण करण्यासाठी काही विशिष्ट उपाय योजावे लागतात.

बौद्धिक निर्मितीमध्ये स्वामित्व हक्क ही कल्पना पूर्वीपासून आलेलीआहे. निर्मात्याकडून फार कष्टाने केलेली एखादी गोष्ट स्वामित्व हक्काची कल्पना होय. रचनाकाराला त्याची काही बिदागी मिळाली पाहिजे हे मत पूर्वी नव्हते. पण आधुनिक युगात माहितीची निर्मिती करणाऱ्याला त्याचा काही तरी मोबदला मिळाला पाहिजे, हे मत विकसनशील देशापेक्षा विकसित देशांमध्ये रूढ झाले. १९ व्या शतकातील मुद्रण तंत्रज्ञानामुळे अनेक प्रती निर्माण करण्याची सुविधा निर्माण झाली. त्यांचा प्रसार वाढला. तशी या बौद्धिक संपदेच्या संरक्षणाची गरज / आवश्यकता निर्माण झाली.

इ. स. १८८६ च्या बर्न (Berne) convention मध्ये बौद्धिक संपदेच्या स्वामित्व हक्काची कल्पना मांडली गेली. अमेरिकेत इ. स. १९५२ साली तर रशियामध्ये इ. स. १९७३ मध्ये आंतरराष्ट्रीय स्वामित्व हक्काची कल्पना स्वीकारली गेली. विकसनशील देशांना ही गोष्ट उशीराच उमगली. इ. स. १९८९ मध्ये युनिव्हर्सल कॉपीराईट कनव्हेंशनमुळे बौद्धिक संपदेचे संरक्षण व स्वामित्व निर्मितीला उत्तेजन देणे, या गोष्टी घडत आहेत.

स्वामीत्व हक्काची जागरूकता लोकांमध्ये निर्माण करणे आवश्यक आहे. त्यासाठी साक्षरता, शिक्षण यांची निकड भासते. मानवी गरजा लक्षात घेऊन त्याप्रमाणे गोष्टी निर्माण करणे, त्याच्या स्वामित्वाचे हक्क इत्यादी गोष्टींची जबाबदारी वाढते. बौद्धिक संपदा हक्काच्या संदर्भात सतत जागरूकता निर्माण होत आहे. यामध्ये सर्व राष्ट्रांचे आर्थिक, शास्त्रीय आणि तंत्रज्ञान विकास, तंत्रविज्ञानाचे संरक्षण, शास्त्रीय व आर्थिक व्यवसायात बाळगली जाणारी गोपनीयता या सर्वांसाठी कायदा बनणे गरजेचे आहे. भारतामध्ये संशोधनाचे संरक्षण करण्यासाठी इ. स. १८५६ साली प्रथम कायदा केला होता. त्यामध्ये भारत सरकारच्या

राज्यघटनेसाठी पेटंट घेण्यात आले. त्यात बैद्धिक संपदा हक्कांचा प्रादेशिक मथितार्थ सामाविष्ट केला पाहिजे.

भारताने बर्न convention व युनिव्हर्सल कॉपीराईट कनव्हेनशन यावर सह्या केलेल्या आहेत. ब्रिटिश साम्राज्याचा भाग असताना भारताने इ. स. १८८६ मध्ये बर्न कन्व्हेन्शनवर सही केली. इ. स. १९११ चा ब्रिटिश स्वामित्व हक्क थोडा फार बदलून हिंदुस्थानामध्ये इ. स. १९१४ मध्ये इंडिया स्वामित्व हक्क म्हणून कार्यान्वित झाला. परंतु इ. स. १९४७ मध्ये भारत स्वतंत्र झाल्यावर बदललेल्या परिस्थितीत कायद्यात सुधारणा करण्याची गरज निर्माण झाली. इ. स. १९१४ चा स्वामित्व हक्क कायदा रहित केला गेला. त्या वेळेपासून इ. स. १९५७ च्या कायद्यामध्ये वेळोवेळी बदल होत गेले. इ.स. १९८३ व इ. स. १९८४ मध्ये हे बदल झाले.

इ. स. १९५२ मध्ये भारताने युनिव्हर्सल कॉपीराईट कनव्हेंशन मध्ये स्वतंत्र राष्ट्र म्हणून सही केली. त्यामुळे भारत सरकारची स्वामित्व संरक्षण हक्काची जबाबारी राष्ट्रीय व आंतरराष्ट्रीय स्तरावर वाढली आहे.

भारतातील विधिमंडळाने खालील कायद्यांचा विचार केला.

१) संप्रेषण बिल २०००, २) स्वामित्व हक्क कायदा १९५७,
३) माहिती तंत्रज्ञान कायदा २००० ४) पेटंट्स कायदा १९७०

आजकाल बहुतेक साहित्य पुस्तके, नियकालिके, नवीन यांत्रिक साहित्य उदा. तबकडी, सी. डी. रॉम, लघुतबकडी, चुंबकीय फीत यावर उपलब्ध आहे. या नवीन तंत्रज्ञानामुळे वेगवेगळे तोटेही होतात. अनेक आवृत्त्या काढणे सोपे जाते. साहित्याची चोरी करणे असे प्रकार वाढले आहेत. म्हणून या नवीन साधनांच्या दृष्टीनेही बौद्धिक संपत्तीच्या स्वामित्व हक्काचा विचार आणखी नव्याने व्हावयास पाहिजे.

१.६ माहितीचे राष्ट्रीय धोरण

देशाच्या विकासामध्ये माहितीची महत्त्वाची भूमिका आहे. माहितीचे एकत्रीकरण, व्यवस्थापन व तिचा प्रसार करण्याचे धोरण आखण्यामध्ये बरेच देश मग्न आहेत. माहितीचे मूल्य हे तिचा वापर करण्यावर अवलंबून आहे. देशामध्ये योग्य रीतीने माहितीचे वितरण करणे. माहितीचा समन्वय करणे इत्यादी अत्यावश्यक गोष्टींवर माहितीचे मूल्य ठरते. ध्येयासंबंधीचे कार्यक्रम जे रूपांतरित करते ते धोरण म्हणजे एक सामान्य तत्त्वाचे विधान होय. ही ध्येय साध्य करण्यासाठी काही कार्यांची दिशा ठरवली जाते. यालाच योजना म्हणतात. या योजनेची

कार्यवाही होणे आवश्यक असते. या कार्यवाहीसाठी काही कार्यक्रमांची गरज असते. या कार्यक्रमामध्ये अनेक पद्धती अंतर्भूत असतात.

ही धोरणे वेगवेगळ्या स्तरावर आखली जातात. उदा. स्थानिक, प्रादेशिक, राज्य स्तरावर, राष्ट्रीय आणि आंतरराष्ट्रीय स्तरावर. धोरणातील विधाने सुलभ व विचारपूर्वक पायावर आधारलेली असतात. भविष्यकालीन नियोजनाच्या दृष्टीने ती मदत करतात.

माहितीच्या धोरणाचा विचार करताना त्यामध्ये माहिती सेवेची भूमिका, माहितीची पद्धत, माहिती सेवेचे प्रकार, उपभोक्ता व माहिती अधिकारी-कर्मचारी यांचा संबंध, माहिती निर्णयाची पद्धत इत्यादी गोष्टी अंतर्भूत होतात. तसेच त्यामध्ये काही मूलभूत गोष्टींचाही समावेश करावा लागतो. उदा. माहितीची आंतररचना, माहिती सेवेचा विकास, नवीन तंत्रज्ञानाचा वापर, कर्मचारी वर्ग आणि इतर.

माहितीचा अंतिम उद्देश असा आहे की माहिती ही उपयोगासाठी आहे. ती लोकांचे राहणीमान सुधारण्यासाठी पुरविली पाहिजे. राष्ट्रीय विकासामध्ये माहितीची भूमिका फार मोलाची आहे. राष्ट्रीय माहितीचे धोरण प्रामुख्याने असे असते की कोणत्याही देशाचा सामाजिक व आर्थिक विकास हा उपलब्ध असलेले ज्ञान व माहिती यांच्यामार्फत करणे. राष्ट्रीय माहितीच्या धोरणाचे दोन गट आहेत.

१) उच्च शिक्षण, संशोधन, सामाजिक व आर्थिक विकासासाठी आवश्यक असलेले शास्त्रीय, तांत्रिक आणि सामाजिक माहितीचे धोरण.
२) वर्तमानपत्रे, सदृश्य माध्यमे, दूरदर्शन वगैरे संप्रेषणाची साधने या सर्वांना सार्वजनिक माहिती देणे आवश्यक आहे. अशा संग्रहित माध्यमांचा माहितीच्या धोरणांशी संबंध येतो. युनेस्को या दोन गटाशी संबंधित आहे. निरनिराळ्या क्षेत्रात माहितीचे धोरण राबविण्यासाठी त्या त्या देशांच्या सरकारचे मन वळविण्याचे प्रयत्न करीत आहे.

भारताचे माहिती विषयक राष्ट्रीयधोरण

नव्या ज्ञानाची ओळख भारतामध्ये इ. स. १९५७ साली झाली. इ. स. १९५८ मध्ये पंडित जवाहरलाल नेहरू यांनी भारत सरकारकडून स्पष्टपणे आपल्या शासकीय धोरणाच्या करारात माहितीचे धोरण स्वीकारले. माहिती धोरणावर भर देऊन, नैसर्गिक, संशोधनात्मक आणि समाजशास्त्रीय क्षेत्रात नवीन माहिती आणि बौद्धिक संपदा व्यवस्थितपणे संग्रहित करण्यावर जोर दिला. विज्ञान व तंत्रज्ञान क्षेत्रातील राष्ट्रीय माहिती केंद्रे, ही त्याची महत्त्वाची उदाहरणे होत.

नियोजन मंडळाने सातव्या पंचवार्षिक योजनेत ग्रंथालयीन सेवा व माहिती केंद्राचे आधुनिकीकरण यावर भर दिला आहे. त्यासाठी एक कृती गट निर्माण केला आहे. विद्यापीठ अनुदान मंडळाने विद्यापीठीय संशोधन संस्था व विकसित संस्थांच्या ग्रंथालय सेवांचे व माहिती केंद्रांचे संगणकीय जाळे निर्माण केले. ही एक महत्त्वाची गोष्ट होय. यामुळे नियोजित सुधारणा, दर्जेदार गुणवत्ता असलेली सेवा देण्यात माहितीचे राष्ट्रीय धोरण कारणीभूत आहे.

भारतीय ग्रंथालय संघ, विशेष ग्रंथालय संघटना आणि माहिती केंद्रे इत्यादी व्यावसायिक संघटनांनी परिसंवाद, चर्चासत्रे यांच्याद्वारा सरकारला माहितीचे राष्ट्रीय धोरण राबविण्यास प्रवृत्त केले आहे. भारतीय ग्रंथालय संघाने स्वतंत्र विधाने असलेले धोरण तयार करून ते राजा राममोहन रॉय लायब्ररी फौंडेशन आणि भारत सरकार यांना इ. स. १९८४ मध्ये सादर केले. इ. स. १९८५ मध्ये प्रो. डि. पी. चट्टोपाध्याय यांच्या अध्यक्षतेखाली भारत सरकारच्या सांस्कृतिक विभागाने एक समिती स्थापन केली. या समितीने ग्रंथालय व माहिती पद्धतीच्या बाबतचे राष्ट्रीय धोरण सुरचित केले.

प्रो. चट्टोपाध्याय समितीने अनेक संस्था, व्यक्ती यांच्याशी चर्चा केली. देशाच्या वेगवेगळ्या भागातील लोकांशी संवाद साधला. लोकांकडून आलेल्या सूचनांचा मागोवा घेतला. इ. स. १९८६ मध्ये समितीने धोरणाचा मसुदा सादर केला. या दहा प्रकरणी मसुद्यामध्ये धोरण विषयक उद्देश, भूमिका, सार्वजनिक ग्रंथालये, ग्रामीण ग्रंथालये, समाज ग्रंथालये, जिल्हा ग्रंथालये, अंधांसाठी ग्रंथालये, आदिवासींसाठी ग्रंथालये, मुलांची ग्रंथालये यांच्या पद्धती व त्यांचे एकमेकांशी असलेले संबंध, शैक्षणिक ग्रंथालये, विशेष ग्रंथालये, त्यांच्या माहिती पद्धती, ग्रंथपालन व्यवसायातील काही गोष्टी, ग्रंथालय व माहिती केंद्रे, त्यांच्या माहिती पद्धतीचे आधुनिकीकरण, आर्थिक पाठबळ, मनुष्यबळ विकास, राष्ट्रीय ग्रंथालय पद्धत इत्यादी गोष्टींचा समावेश आहे. ग्रंथालय माहिती पद्धत व माहिती सेवा यांच्यात समन्वय घडवून आणणे यासाठी काही सूचनाही त्यात अंतर्भूत आहेत.

भारत सरकारच्या सांस्कृतिक विभागाने इ. स. १९८६ साली प्रो. डि. पी. चट्टोपाध्याय यांच्या अध्यक्षतेखाली एक अधिकार समिती नेमली. ह्या समितीने माहितीच्या राष्ट्रीय धोरणाचे कार्यक्रम प्रत्यक्ष कार्यवाहीत आणणे हा उद्देश होता. या अधिकार समितीने आपला अहवाल इ. स. १९८८ साली सादर केला.

भारत सरकारच्या सांस्कृतिक विभागाला त्या अहवालाची छाननी केल्यावर असे आढळले की, अधिकार समितीचे काही निर्णय प्रत्यक्ष अमलात आणणे

थोडे अवघड आहे. म्हणून एक कार्यकारी गट स्थापन करावा. या गटाने प्रत्येक निर्णयाचा सांगोपांग विचार करावा व प्रत्यक्ष कार्यक्रमाची कार्यवाही योग्य प्रकारे व्हावी असा हेतू या कार्यकारी गट स्थापन करण्यामागे होता. श्रीमती कोमल आनंद ह्या या कार्यकारी गटाच्या अध्यक्ष होत्या. इंडियन लायब्ररी असोसिएशनचे अध्यक्ष याचे सभासद होते. या कार्यकारी गटाने आपल्या सूचना इ. स. १९९२ मध्ये सादर केल्या. भारत सरकारने त्या पुढील कार्यवाहीसाठी स्वीकारल्या.

अधिकारी समितीच्या काही गोष्टी कार्यकारी गटाने स्वीकारल्या. त्यामध्ये राष्ट्रीय ग्रंथालयाचा संचालक हा केंदीय संदर्भ ग्रंथालयाचा मुख्य राहील. ग्रंथालय, प्रलेखन व माहितीशास्त्रासंबंधात सरकारी स्तरावर राष्ट्रीय समिती स्थापन करण्यास पुढाकार घेणे, सार्वजनिक ग्रंथालये, मुलांसाठी ग्रंथालये, सार्वजनिक ग्रंथालये ही (distance) दूर शिक्षणासाठी योग्य तऱ्हेने सेवारत करणे, शैक्षणिक ग्रंथालये, भारतीय विद्यापीठ संघाने शैक्षणिक ग्रंथालयाची प्रमाणके ठरविणे, राष्ट्रीय ग्रंथालय पद्धत, ग्रंथालय व माहिती शास्त्रासाठी राष्ट्रीय संशोधन आणि विकास केंद्र स्थापन करणे. सांस्कृतिक विभागाने ग्रंथालयासाठी राष्ट्रीय समिती नेमण्याचा कच्चा मसुदा तयार करावा. तसेच ग्रंथालय विभाग स्थापन करून अधिकार समितीच्या निणर्याची कार्यवाही करावी इ. गोष्टी होत्या.

अधिकारी समितीच्या बऱ्याच सूचना ह्या सर्वसाधारण स्वरूपाच्या आहेत. ग्रंथालयासाठी राष्ट्रीय समिती नेमताना सांस्कृतिक विभागाने त्या ग्रंथालय क्षेत्रातील तज्ज्ञ लोकांची समिती कच्चा मसुदा तयार करण्यासाठी स्थापन करावी. राष्ट्रीय ग्रंथालय योजनेचा आराखडा तयार करावा. त्यात अल्प मुदतीचे व दीर्घ मुदतीचे कार्यक्रम अंतर्भूत करावेत. केंद्रीय ग्रंथालय पद्धत, त्याचे जाळे, ग्रंथालय सेवेतील सहकार व समन्वय यांची प्रमाणके इत्यादी गोष्टींचा समावेश असावा.

भारत देशाप्रमाणे इतर देशातही त्या त्या देशांच्या सरकारने माहिती विषयक राष्ट्रीय धोरणांच्या विकासावर भर दिला आहे. प्रत्येक देशाने माहितीचे जाळे तयार करण्यासाठी आधुनिक माहिती शास्त्र व तंत्रज्ञान विकसित केले आहे. तसेच राष्ट्रीय माहितीचा बौद्धीक साठा, तंत्रज्ञानातील सहभाग व माहितीचे वितरण या सर्व क्षेत्रात समन्वय व सहकार्य घडवून आणले आहे. जग लहान बनले आहे. आंतरराष्ट्रीय संघटना विशेषत: युनेस्को इत्यादींनी राष्ट्रीय माहितीविषयक धोरणाकडे सहकार्यात्मक दृष्टिकोन ठेवला आहे. अशा प्रकारे राष्ट्रीय व आंतरराष्ट्रीय ग्रंथालये व माहिती केंद्रे विकासाच्या दिशेने वाटचाल करत आहेत असे दिसते.

स्वाध्याय

१. आजकाल देशामध्ये संशोधन आणि विकास कार्यक्रमामध्ये अत्यंत महत्त्वाची गोष्ट कोणती ?
अ) विषय ब) प्रलेख क) ग्रंथ ड) माहिती

२. आधुनिक काळात माणसाची सर्व कार्ये कशावर केंद्रित झालेली आहेत ?
अ) स्वत:वर ब) माहिती तंत्रज्ञानावर
क) उद्योग ड) संगणक

३. माहिती तंत्रज्ञान कशाला म्हणतात ?
अ) मानवाचे विचार ब) ग्रंथात समाविष्ट असलेल्या गोष्टी
क) ज्ञानाचा साठा ड) कच्ची/प्राथमिक (Raw) माहिती

४. माहिती तंत्रज्ञानाचा वापर कसा होतो ?
अ) शक्ती ब) साधने क) उत्पादन ड) वरील सर्व

५. माहिती शब्दाला समानार्थी शब्द कोणता ?
अ) माहिती (Data) ब) ज्ञान
क) ग्रंथ ड) विषय

६. माहिती हा कशाचा घटक आहे ?
अ) माहिती शास्त्र ब) विषय क) ज्ञान ड) संप्रेषण

७. माहिती हा शब्द प्रथम कधी वापरला गेला ?
अ) १९५५ ब) १९५० क) १९५९ ड) १९६५

८. माहितीची गटवारी खालील पैकी कोणत्या तीन भागात करता येईल ?
अ) तार्किक, विश्लेषणात्मक, सांख्यिकीय
ब) विश्लेषणात्मक, सांख्यिकीय, पद्धतशीर
क) पद्धतशीर, विश्लेषणात्मक, वर्णनात्मक
ड) सांख्यिकीय वर्णनात्मक, विश्लेषणात्मक

९. कोणत्या देशात माहिती या शब्दाचा प्रथम उपयोग केला गेला ?
अ) युनायटेड स्टेटस् ऑफ अमेरिका ब) फ्रान्स
क) युनायटेड किंगडम् ड) इटली

उत्तरे –१) ड, २) ब, ३) अ, ४) ड, ५) अ, ६) क , ७) क, ८) ड, ९) अ

१०. माहिती म्हणजे

अ) प्राथमिक कच्ची (Raw) माहिती / सामग्री
ब) संस्कारित माहिती
क) संगणकात घातलेली माहिती
ड) अव्यवस्थित माहिती (संरचना न केलेली माहिती)

११. माहितीचा घटक कोणता ?

अ) बीट (Bit) ब) बाइट (Byte)
क) ग्रॅम (Gram) ड) हर्टझ (Hertz)

१२. खालीलपैकी कोणता गुणधर्म माहितीचा नाही ?

अ) जिला रंग आणि प्राकृतिक आकार नाही.
ब) जी गतिशील आहे पण अस्थिर नाही.
क) जी स्पष्ट करता येते.
ड) जिचे मूल्यमापन करता येत नाही.

१३. प्राप्तकर्त्याला अर्थपूर्ण वाटेल अशा स्वरूपात प्रक्रिया केलेली माहिती म्हणजे

अ) कच्ची माहिती ब) माहिती क) ज्ञान ड) बुद्धिमत्ता

१४. माहितीचा सर्वात जास्त वापर कोण करतात ?

अ) विद्यार्थी ब) संशोधक क) शिक्षक ड) जनता

१५. माहिती ही खालील पैकी कोणाचा घटक आहे?

अ) माहितीशास्त्र ब) विषय क) संप्रेषण ड) ज्ञान

१६. ज्ञान म्हणजे काय ?

अ) माहितीचा संरचनीत भाग ब) संरचनीत माहिती
क) मानवी कार्य ड) माहिती मिळविणे

१७. ज्ञानाचे वैशिष्ट्य व आकार कोणता ?

अ) गती आणि व्याप्ती (Multidimensional)
ब) गती आणि बहुव्यापी
क) गतीशील आणि व्यापक
ड) गतीशील आणि बहुव्यापक

उत्तरे –१०) ब, ११) ब, १२) ड, १३) ब, १४) ब, १५) ड, १६) अ, १७) ड

१८. ज्ञान कसे प्राप्त केले जाते ?

अ) पुरुष ते स्त्री   ब) स्त्री ते पुरुष
क) वर्तमानापासून ते भविष्यापर्यंत ड) संस्कृतीपासून संस्कृतीपर्यंत

१९. माहितीपासून ज्ञान मिळविण्यासाठी योग्य प्रक्रिया कोणती ?
अ) माहिती सामग्री ज्ञान   ब) माहिती ज्ञान सामग्री
क) सामग्री माहिती ज्ञान   ड) सामग्री ज्ञान माहिती

२०. माहिती सिद्धांताच्या संदर्भात माहिती आणि ज्ञान यातील फरक दाखवायचा प्रयत्न कोणी केला ?
अ) शेनॉन (Shenon)   ब) विव्हर (Weaver)
क) ब्रुक्स (Brookes)   ड) योव्हिटस् (Yovits)

२१. सध्याच्या काळात माहिती म्हणजे खालील पैकी कोणती गोष्ट मानता येईल ?
अ) धन, संपत्ती   ब) उपयोगी वस्तू
क) उत्पादने   ड) वरील सर्व

२२. देशाच्या सामाजिक विकासासाठी सध्या चालू काळात कोणते साधन अत्यंत महत्त्वाचे आहे ?
अ) ग्रंथ   ब) ज्ञान   क) माहिती   ड) मानव

२३. आर्थिक विकासासाठी कोणाचा महत्त्वाचा वाटा आहे ?
अ) माहिती   ब) तंत्रज्ञान
क) तंत्रज्ञानातील बदल   ड) माहितीचा विस्फोट

२४. विकासाची गती पूर्वीपेक्षा अधिक वेगवान कशामुळे झाली ?
अ) माहिती   ब) ज्ञान
क) ग्रंथ आणि नियतकालिके   ड) स्वत: माणूस

उत्तरे – १८) ड, १९) क, २०) क, २१) ड, २२) क, २३) क, २४) अ

२५. जो देश माहितीच्या क्षेत्रात संपन्न आहे, तो आणखी कोणत्या क्षेत्रात अग्रेसर आहे ?
अ) सामाजिक क्षेत्र   ब) औद्योगिक क्षेत्र
क) राजकीय क्षेत्र   ड) सामाजिक आर्थिक क्षेत्र

२६. एखाद्या देशाचे सामाजिक व आर्थिक मागासलेपण कशामुळे दूर होते ?
अ) पुरेशी माहिती / परिपूर्ण माहिती
ब) विज्ञान आणि तंत्रज्ञान यामधील पुरेशी माहिती

क) अभियांत्रिकी क्षेत्रातील परिपूर्ण माहिती
ड) सर्व शाखेतील परिपूर्ण माहिती

२७. माहितीचा योग्य वापर करतात ते देश म्हणजे
अ) आर्थिक दृष्ट्या विकसित देश
ब) आर्थिक दृष्ट्या दुर्बल देश
क) आर्थिक दृष्ट्या विकसनशील देश
ड) अविकसित देश

२८. माहितीचा कोणता सिद्धांत तिच्या प्रवाहाची संबंधित आहे ?
अ) गणिती सिद्धांत ब) स्टोकॅस्टिक सिद्धांत (Stochastic)
क) शॅनन सिद्धांत (Shonon) ड) ब्रुक्स सिद्धांत (Brookes)

२९. माहितीचे स्टोकॅस्टिक समीकरण (Stochastic) कसे सोडविले जाते.
अ) सांख्यिकीय नियमाद्वारे ब) गतीशील नियमाद्वारे
क) सांख्यिकीय आणि गतीशील नियमाद्वारे
ड) वरील पैकी कोणतेही नाही.

३०. माहिती सिद्धांतासाठी $\triangle_1+(S)\rightarrow(S+\triangle S)$ हे समीकरण कोणी मांडले ?
अ) शेनॉन (Shenon) ब) योव्हिट्स (Yovits)
क) विव्हर (weaver) ड) ब्रुक्स (Brookes)

उत्तरे –२५) ड, २६) ब, २७) अ, २८) ब, २९) क, ३०) ड

३१. माहितीचा गणितीय सिद्धांत प्रथम कोणी मांडला ?
अ) शेनान आणि विव्हर (Shenon and weaver)
ब) डब्लू विव्हर
क) जेम्स मिल्स
ड) डी.टी.फॉस्केट (D.T. Foskette)

३२. शेनॉन आणि विव्हर यांनी माहितीचा गणिती सिद्धांत कोणत्या वर्षी सांगितला ?
अ) १९३९ ब) १९४९ क) १९५९ ड) १९६१

३३. माहितीचा सिमॅन्टिक सिद्धांत कोणी सांगितला ?
अ) शेनॉन ब) विव्हर क) फेअरप्रोन ड) फेथॉल

३४. माहितीच्या कोणत्या सिद्धांतामध्ये प्राप्तीकर्त्याच्या पूर्वज्ञानामुळे माहितीची वाढ होते ?

अ) गणिती सिद्धांत — ब) सिमॅनूटिक सिद्धांत

क) ब्रुक्स सिद्धांत — ड) व्हईटमोअर सिद्धांत

३५. निणर्यासाठी माहितीचे मूल्य अधिक आहे असे कोणी सुचविले ?

अ) शेनॉन आणि विव्हर — ब) व्हाइटमोर आणि योविट्स

क) बुक्स् आणि विव्हर — ड) योविट्स आणि शेनॉन

३६. संदेशातील माहितीची किंमत ही संदेशातील माहितीच्या शब्दाच्या आकारावर अवलंबून असते असे कोणी सुचविले ?

अ) शेनॉन आणि विव्हर — ब) विव्हर आणि हुक्स

क) शेनॉन आणि ब्रुक्स — ड) विव्हर आणि बोर्डंग

३७. आधुनिक काळातील प्रलेखाचा आकार जो बदलता येतो, नाहीसा करता येतो त्याला काय म्हणतात. ?

अ) माहिती — ब) माहिती शास्त्र

क) माहितीची प्रतिप्राप्ती — ड) माहिती तंत्रज्ञान

३८. माहिती शास्त्र ही संज्ञा प्रथम केव्हा वापरली गेली ?

अ) १९५० ब) १९५५ क) १९५९ ड) १९६०

उत्तरे –३१) ब, ३२) ब, ३३) क, ३४) ब, ३५) ब, ३६) अ, ३७) ब, ३८) क

३९. माहिती शास्त्राची खालील व्याख्या कोणी निर्माण केली ?

''माहितीशास्त्र ही अशी शाखा आहे जी माहितीची साठवणूक व हस्तांतर प्रक्रियेशी निगडित असते.''

अ) एन्सायक्लोपिडिया ऑफ ब्रिटानिका

ब) रंगनाथन शि.रा.

क) एन्सायक्लोपिडिया ऑफ अमेरिका

ड) जे. एस. शेरा

४०. शाखा म्हणून माहितीशास्त्र म्हणजे काय ?

अ) माहितीचा वापर कसा करावा याचा अभ्यास

ब) साधनेचा व माहितीचा विकासाचा अभ्यास

क) बहुशाखीय विषयांच्या एकत्रिकरणाचा अभ्यास

ड) वरील पैकी सर्व

४१. माहितीशास्त्र ही अशी शाखा आहे जी खालील तपास करते.

अ) माहितीची वैशिष्ट्ये आणि स्वभाव (वागणूक) वर्तणूक

ब) माहितीच्या प्रवाहावर नियंत्रण अंकुश ठेवणाऱ्या शक्ती

क) माहितीचा जास्तीत जास्त वापर व्हावा यासाठी साधने

ड) वरील पैकी सर्व

४२. माहितीशास्त्र संज्ञेमुळे अमेरिकन प्रलेखन संस्थेच्या खालील पैकी कोणत्या नावात बदल झाला ?

अ) अमेरिकन प्रलेखन संस्था

ब) अमेरिकन माहितीशास्त्र समाज

क) अमेरिकन माहिती संस्था

ड) अमेरिकेचे माहिती केंद्र

४३. माहितीशास्त्र विषय खालील पैकी कोणता विषय आहे ?

अ) एक विषय   ब) संमिश्र विषय

क) विकसित विषय   ड) बहुशाखीय विषय

४४. माहितीच्या फार मोठ्या वाढीला काय म्हणतात ?

अ) माहितीची वाढ   ब) माहिती

क) माहितीचा विस्फोट   ड) विस्फोट

उत्तरे –३९) अ, ४०) ड, ४१) ड, ४२) ब, ४३) ड, ४४) क

४५. उत्पादनाच्या संदर्भात जेव्हा माहिती मिळते तेव्हा त्याला काय म्हणतात ?

अ) माहितीचा कारखाना   ब) माहितीचे पणन

क) माहितीचे उत्पादन   ड) माहितीचा विस्फोट

४६. माहितीच्या कार्यावर जो काळ केंद्रित झाला होता त्याला काय म्हणतात ?

अ) माहितीचा कालावधी   ब) माहिती युग

क) माहितीचा विस्फोट   ड) माहितीचा काळ

४७. ज्या समाजामध्ये माहितीपेक्षा ऐहिक प्रवाह, दळणवळण व नियंत्रण ताबा या गोष्टी अंतर्भूत असतात, त्याला काय म्हणतात ?

अ) श्रीमंत समाज   ब) औद्योगिक समाज

क) electronic समाज   ड) माहिती समाज

४८. ज्या समाजामध्ये विविध क्षेत्रातील लोकांकडून विविध क्षेत्रातील जास्तीत जास्त माहितीचा उपयोग केला जातो, त्या समाजाला काय म्हणतात ?

अ) माहिती समाज   ब) आधुनिक समाज

क) माहितीशास्त्र समाज   ड) माहिती संस्कृती

४९. माहिती समाज म्हणजे काय ?

अ) ज्या समाजामध्ये सर्व कार्य माहितीशी संबंधित असते.

ब) जो समाज सर्व प्रकारच्या विकासासाठी माहितीवर अवलंबून असतो.

क) जो समाज माहितीचे पणनीकरण करतो.

ड) जो समाज माहितीवर आधारित आहे.

५०. खालीलपैकी कोणते एक वैशिष्ट्य माहिती समाजाचे नाही ?

अ) माहितीचा आर्थिक साधन म्हणून माहितीचा वापर केला जातो.

ब) समाजामध्ये माहितीचा जास्त उपयोग विकासासाठी केला जातो.

क) जो सर्व ठिकाणी पसरतो.

ड) अर्थकारणात माहिती विभाग विकसित केला जातो.

५१. खालील पैकी कोणत्या देशाने माहिती समाज ही संज्ञा प्रथम वापरली ?

अ) अमेरिका   ब) फ्रान्स   क) जपान   ड) भारत

उत्तरे –४५) अ, ४६) ब, ४७) ड, ४८) अ, ४९) ड, ५०) क, ५१) क

५२. माहिती समाज ही संज्ञा कोणी विकसित केली ?

अ) रंगनाथन   ब) बिसमन   क) जे मार्टिन   ड) जे एच शेरा

५३. माहिती समाज ही संज्ञा निर्माण का झाली ?

अ) अधिक प्रमाणात होणारा माहितीचा मोठ्या प्रमाणावर वापर

ब) समाजाच्या विविध घटकातील लोकांकडून

क) माहितीचा प्रत्येक ठिकाणी उपयोग होऊ लागला.

ड) वरील पैकी कोणतेही नाही.

५४. माहितीच्या प्रगतीचा समाजातील कोणत्या गोष्टीवर परिणाम झाला ?

अ) जीवनमान

ब) कामाचे स्वरूप लोकांच्या आरामाचा / फुरसतीचा काळ

क) शिक्षण पद्धती आणि पणन (मार्केटिंग)च्या जागा

ड) वरील पैकी सर्व

५५. माहिती समाजाचा आवश्यक घटक कोणता ?

अ) माहितीचा साठा   ब) माहितीचे रूपांतरण

क) माहितीची पुनर्प्राप्ती   ड) माहितीचे प्रसारण

५६. माहितीचे रूपांतर ही संज्ञा कोणी समाजापुढे विचारासाठी मांडली ?

अ) रंगनाथन   ब) जे. मार्टिन क) बिसमन   ड) कॅलव्हिन मूरस्

५७. माहितीचे हस्तांतरण म्हणजे काय ?

अ) माहितीचा विस्तार   ब) माहितीचे संप्रेषण

क) माहितीचे प्रसारण

ड) उपयोजकासाठी, गरजेसाठी माहितीचे संप्रेषण

५८. माहितीच्या निर्मात्यापासून उपयोजकापर्यंत माहितीचे जे चक्र असते त्याला काय म्हणतात ?

अ) चक्र

ब) माहिती चक्र

क) बदली चक्र

ड) माहिती हस्तांतरण चक्र

उत्तरे –५२) क, ५३) ब, ५४) ड, ५५) ब, ५६) क, ५७) ड, ५८) क

५९. माहितीचे हस्तांतरण चक्र म्हणजे काय ?

अ) ज्ञानाच्या घटकांशी संबंधित चक्र

ब) माहिती जेथून निर्माण होते

क) आणि नंतर माहिती उपयोजकाकडे पाठविली जाते.

ड) वरील पैकी सर्व

६०. माहितीच्या हस्तांतरण चक्रामध्ये कोणत्या प्रक्रिया अंतर्भूत असतात ?

अ) निर्मिती आणि साठवण

ब) साठवण आणि प्रसारण

क) पुनर्प्राप्ती व उपयोग

ड) वरील पैकी सर्व

६१. माहिती कोठे संग्रहित केली जाते ?

अ) ग्रंथ

ब) नियतकालिकामध्ये

क) माहितीची माध्यमे

ड) परंपरागत आणि अपरंपरागत प्रलेख

६२. माहितीचे वर्णन व तिचे दस्त प्रलेखामध्ये सादरीकरण संग्रहित केलेले असते, त्या प्रक्रियेला काय म्हणतात ?

अ) माहितीचा साठा

ब) माहितीचा संग्रह

क) माहितीचे एकत्रिकरण

ड) माहितीची पुनर्प्राप्ती

६३. मोठ्या प्रमाणात माहितीचा साठा करण्याचे कोणते वरदान मान्य करण्यात आलेले आहे ?

अ) ग्रंथ

ब) नियतकालिके

क) संगणक

ड) जाळे (संगणकीय)

६४. खालील पैकी कोणत्या गोष्टी माहिती निर्माण करीत नाहीत ?

अ) संशोधन आणि विकास

ब) सर्वेक्षण आणि जनगणना

क) शाळा आणि ग्रंथालये   ड) शासनाची कार्ये

६५. माहितीची निर्मिती कशी होते ?
अ) वेगवेगळ्या प्रकारच्या कार्यामुळे
ब) वेगवेगळ्या घटनांमुळे
क) वेगवेगळ्या प्रसंगांमुळे
ड) वरील पैकी सर्व

उत्तरे –५९) ड, ६०) ड, ६१) ड, ६२) अ, ६३) क, ६४) क, ६५) ड

६६. खालील पैकी कोणत्या प्रक्रियेगुळे, गोष्टीगुळे गाहितीची निर्गिती होते ?
अ) व्यक्तींनी वा संस्थांनी घेतलेल्या मानवी कार्यक्रमामुळे
ब) घडलेल्या किंवा घडणाऱ्या घटनांमुळे
क) घडलेल्या किंवा घडणाऱ्या प्रसंगामुळे
ड) वरील पैकी सर्वांमुळे

६७. माहिती कशापासून निर्माण होते ?
अ) संशोधन व विकास   ब) सर्वेक्षण आणि जनगणनेमुळे
क) सरकारी कामकाज   ड) वरील पैकी सर्वांमुळे

६८. माहिती तयार अथवा निर्माण करणे या विशिष्ट उद्दिष्टासाठी प्रामुख्याने कोणती कार्ये हाती घेतली जातात ?
अ) सर्वेक्षण आणि जनगणना   ब) शासनाची कार्ये
क) संशोधन आणि विकास कार्ये   ड) अन्य कार्ये

६९. सर्व विषयातील संशोधन आणि विकास संघटना कोणत्या विशेषत्वाने स्थापन केल्या जातात ?
अ) देशाच्या विकासासाठी   ब) माहिती निर्माण करण्यासाठी
क) माहितीचा साठा करण्यासाठी
ड) माहितीचे एकत्रिकरण करण्यासाठी

७०. संशोधनासाठी जास्तीत जास्त निधी पुरविण्याचे मुख्य कारण कोणते ?
अ) माहिती निर्माण करण्यासाठी
ब) माहितीचा साठा करण्यासाठी
क) देशातील संशोधनामध्ये सुधारणा करण्यासाठी
ड) राष्ट्रीय विकासासाठी

उत्तरे –६६) ड, ६७) ड, ६८) क, ६९) ब, ७०) ब

७१. संगणकाशिवाय माहिती साठविण्यासाठी इतर कोणती माध्यमे उपलब्ध आहेत ?

अ) दृक्‌श्राव्य   ब) तबकड्या

क) सी डी रोम्स आणि डिस्कस्   ड) वरील पैकी सर्व

७२. माहितीची पुनर्प्राप्ती म्हणजे काय ?

अ) संग्रहातून पुन्हा माहिती मिळविणे.

ब) माहितीचा साठा करणे.

क) संग्रहामध्ये पुन्हा माहितीचा साठा करणे.

ड) माहितीचे प्रसारण करणे.

७३. माहितीचे प्रसारण करण्याच्या पद्धती कोणत्या ?

अ) विषय ग्रंथसूची आणि प्रलेखाची यादी

ब) प्रचलित जागरूकता सेवा आणि माहितीचे निवडक प्रसारण

क) सारलेखन आणि निर्देशन सेवा

ड) भाषांतर सेवा आणि वरील सर्व

७४. माहितीचे संप्रेषण म्हणजे काय ?

अ) माहितीचे प्रक्षेपण करण्याची प्रक्रिया

ब) माहितीचे प्रसारण करण्याची प्रक्रिया

क) माहितीची पुनर्प्राप्ती करण्याची प्रक्रिया

ड) माहितीचे पृथःक्करण करण्याची प्रक्रिया

७५. माहितीचे दळण-वळण करण्याच्या दोन पद्धती कोणत्या ?

अ) औपचारिक आणि अनौपचारिक   ब) प्राथमिक आणि दुय्यम

क) साधी आणि किचकट   ड) सर्व आणि वेचक

७६. माहितीचे औपचारिक दळण-वळण म्हणजे काय ?

अ) मुद्रित बदल पद्धती   ब) अमुद्रित बदल पद्धती (प्रक्रिया)

क) मौखिक मार्ग   ड) शाब्दिक मार्ग

७७. ज्या संप्रेरणामध्ये माहितीचे प्रसारण व्यक्तीकडून होते त्याला काय म्हणतात?

अ) मुद्रित संप्रेषण   ब) अमुद्रित संप्रेषण

क) मौखिक संप्रेषण   ड) शाब्दिक संप्रेषण

उत्तर –७१) ड, ७२) अ, ७३) ड, ७४) अ, ७५) अ, ७६) अ, ७७) क

७८. समाजरचनेतील सदस्यामध्ये नवीन कल्पना, शोध प्रसारित करण्याची प्रक्रिया कोणती ?

अ) माहितीची हाताळणी   ब) माहितीचे हस्तांतरण
क) माहितीचे संप्रेषण   ड) माहितीचे प्रसारण

७९. माहितीचे संप्रेषण कसे शक्य आहे ?

अ) मुद्रित साधनामुळे   ब) मुद्रित आणि जनसंपर्क माध्यमामुळे
क) अमुद्रित माध्यमामुळे   ड) दृक्श्राव्य साधनेमुळे

८०. माहितीच्या विस्फोटाबरोबर हल्ली आपल्या सर्वांना दुसऱ्या प्रश्नाला तोंड द्यावे लागते तो प्रश्न कोणता ?

अ) माहिती युग   ब) माहिती समाज
क) माहितीचे प्रदूषण   ड) माहितीची वाढ

८१. संप्रेषण ही संज्ञा कोणत्या भाषेतून आली ?

अ) ग्रीक   ब) लॅटिन   क) जर्मन   ड) फ्रेंच

८२. एका व्यक्तीकडून दुसऱ्या व्यक्तीकडे माहिती पाठविण्याच्या प्रक्रियेला काय म्हणतात ?

अ) संप्रेषण   ब) प्रसारण   क) देवाण-घेवाण   ड) प्रक्षेपण

८३. माहिती संप्रेषणाच्या साखळीमध्ये कोणत्या गोष्टी आवश्यक आहेत ?

अ) माहितीचा निर्माता   ब) माहितीचा उपयोजक
क) स्वत: व्यक्ती   ड) ग्रंथालय किंवा माहिती केंद्र

८४. (माहिती) प्रक्षेपणाच्या क्षेत्रात कोणत्या तंत्रज्ञानाचा प्रथम शोध लागला ?

अ) बिनतारी   ब) रेडिओ   क) दूरदर्शन   ड) दूरध्वनी

उत्तरे –७८) ब, ७९) ब, ८०) क, ८१) ब, ८२) अ, ८३) ब, ८४) ड

८५. माहितीच्या संप्रेषणाची प्रक्रिया पूर्ण झाल्यावर कोणत्या व्यक्ती अतिशय महत्त्वाच्या असतात ?

अ) साधन आणि प्राप्तकर्ता   ब) संवाददाता प्राप्तकर्ता
क) संदेश आणि प्राप्तकर्ता   क) वाहिनी आणि संदेश

८६. माहितीचा संवाददाता कोण असतो ?

अ) जो कल्पना निर्माण करतो   ब) जो विचार करतो.
क) जो काम करतो   ड) जो संवाद साधतो.

८७. संवाद दात्याकडून माहितीचे सादरीकरण होते, त्या माहितीला काय म्हणतात ?
अ) संप्रेषण ब) संदेश क) वाहिनी ड) माहिती

८८. माहिती संप्रेषणाच्या अनौपचारिक वाहिन्या कोणत्या ?
अ) लिखित माध्यम ब) मौखिक माध्यम
क) लिखित आणि मौखिक माध्यम ड) यापैकी कोणतेही नाही.

८९. एका पिढीकडून दुसऱ्या पिढीकडे जे संप्रेषण होते त्याला काय म्हणतात ?
अ) मौखिक दळणवळण ब) शाब्दिक दळणवळण
क) दूरसंचार दळणवळण ड) बिनतारी दळणवळण

९०. माहितीच्या दळणवळणाचे लोकमाध्यम कोणते ?
अ) दृक्श्राव्य ब) दूरध्वनी
क) चित्रपट, रेडिओ आणि दूरदर्शन
ड) जन संप्रेषण माध्यमे

उत्तरे –८५) ब, ८६) अ, ८७) ब, ८८) क, ८९) अ, ९०) क

९१. कोणत्या देशामध्ये कृत्रिम उपग्रहाद्वारे दळणवळण प्रथम सुरू झाले ?
अ) भारत ब) फ्रान्स क) इंग्लंड ड) अमेरिका

९२. इ.स.१९६२ मध्ये अमेरिकेने सोडलेल्या कृत्रिम उपग्रहाचे नाव काय ?
अ) टेलेस्टार ब) टेलेस्कोप क) आर्यभट्ट ड) ॲपल

९३. बौद्धिक मालमत्ता संपदा म्हणजे काय ?
अ) पुस्तक ब) सर्व वाचन साहित्य
क) बौद्धिक विचार ड) लेखकांनी लिहिलेली पुस्तके

९४. बौद्धिक संपदेमध्ये कोणत्या आवश्यक गोष्टींचा अंतर्भाव असतो ?
अ) उत्पादने ब) निर्मिती
क) मनाने निर्माण केलेली उत्पादने आणि निर्मिती
ड) यापैकी कोणतेही नाही.

९५. बौद्धिक संपत्तीची व्याख्या कोणत्या देशाने उपयोगात आणली ?
अ) अमेरिकन संघ राज्ये ब) एकत्रित राज्ये
क) इटालियन शहरी राज्ये ड) रशिया

९६. पेंटटशी संबंधित वटहुकूम कोणत्या वर्षी कायदेशीर संमत झाला ?
अ) १४७४ ब) १५७४ क) १८७४ ड) १९५८

९७. बौद्धिक संपदा हक्क यांना असे वागविले जाते.

अ) standards प्रमाणके　　　ब) पेटंटस्

क) स्वामी हक्क　　　　　　ड) वैशिष्ट्ये

९८. बौद्धिक संपदा विकता येते का ?

अ) नाही　　　　　　　　ब) विक्रीची शक्यता

क) होय　　　　　　　　ड) यापैकी कोणतेही नाही.

उत्तर –९१) ड, ९२) अ, ९३) ब, ९४) क, ९५) क, ९६) अ, ९७) क, ९८) ब

९९. बौद्धिक संपदा हक्क कोणत्या स्वरूपात विचारात घेतला जातो ?

अ) मालकी हक्क　　　　　ब) Patent

क) खुलासेवार तपशील　　　ड) यापैकी कोणतेही नाही.

१००. भारतात बौद्धिक संपत्तीचा हक्क प्रथम कधी कायद्याच्या स्वरूपात आला ?

अ) १८५० मध्ये ब) १९५६ मध्ये क) १९५८ मध्ये ड) १८६० मध्ये

१०१. १९५६ मधे बौद्धिक संपदेचा कायदा भारतात अस्तित्वात आला. तो कोणत्या गोष्टीवर आधारभूत होता ?

अ) अमेरिकेतील Patent कायदा १८१०

ब) ब्रिटीश Patent कायदा १८५२

क) Patent bill कायदा

ड) १९११ मधील आराखडा कायदा

१०२. भारतात पेटंट बिल कायद्याच्या स्वरूपात केव्हा आले ?

अ) १९४७　　ब) १९५१　　क) १९७०　　ड) १९८०

१०३. Patent माहिती पद्धतीचे मुख्य कार्यालय भारतात कोठे आहे ?

अ) पुणे　　ब) मुंबई　　क) नागपूर　　ड) दिल्ली

१०४. बौद्धिक संपत्तीवर कार्य करणारी आंतरराष्ट्रीय संस्था कोणती ?

अ) जागतिक बौद्धिक संपदा संघटना WIPO वर्ल्ड इन्टेलेक्चुअल प्रॉपर्टी ऑर्गनायझेशन

ब) संयुक्त राष्ट्रसंघाची शैक्षणिक वैज्ञानिक आणि सांस्कृतिक संघटना (युनेस्को)

क) इंटरनॅशनल फेडरेशन ऑफ लायब्ररी असोसिएशन्स अँड इन्स्टिट्यूशन्स

ड) इंटरनॅशनल फेडरेशन फॉर डॉक्युमेन्टेशन

१०५. डब्लू. आय. पी. ओ. चे संपूर्ण नाव काय?
अ) वर्ल्ड इंटेलेक्चुअल प्रॉपर्टी ऑर्गनायझेशन
ब) वर्ल्ड इंटेलिजन्स पब्लिक ऑर्गनायझेशन
क) वर्ल्ड इनव्हेस्टिगेशन पब्लिक ऑर्गनायझेशन
ड) वर्ल्ड इंटेलेक्चुअल प्रेस ऑर्गनायझेशन

१०६. १८८६ मध्ये आंतरराष्ट्रीय मालकी हक्क परिषद कोठे भरली?
अ) रोम ब) बर्न क) लंडन ड) पॅरिस

उत्तर –९९) अ, १००) ब, १०१) ब, १०२) क, १०३) क, १०४) अ, १०५) अ, १०६) ब

१०७. इ.स. १८८६ मध्ये पहिली आंतराष्ट्रीय मालकी हक्क परिषद का घेतली गेली?
अ) प्राचीन इमारतींना संरक्षण देण्यासाठी
ब) पुराभिलेखागारांना संरक्षण देण्यासाठी (archives)
क) ग्रंथालयांना संरक्षण देण्यासाठी
ड) साहित्यिक व कलात्मक कामाला संरक्षण देण्यासाठी

१०८. इ.स. १९५२ मधील दुसरी आंतरराष्ट्रीय मालकी हक्क परिषद कोठे भरली होती?
अ) जिनिव्हा ब) पॅरिस क) न्यूयॉर्क ड) लंडन

१०९. माहितीचे धोरण म्हणजे काय?
अ) माहितीमध्ये दुरुस्ती करण्यासाठी केलेली व्यवस्था
ब) माहितीचे व्यवस्थापन करण्यासाठी केलेली व्यवस्था
क) माहितीचे व्यवस्थापन, दिग्दर्शन आणि विकास करण्यासाठी केलेली व्यवस्था
ड) वरीलपैकी काहीही नाही.

११०. इ.स. १९७९ मध्ये भारताच्या सामाजिक व आर्थिक विकासासाठी माहिती धोरण कोणी राबविले?
अ) निसाट ब) इन्सडॉक क) युनेस्को ३) इफ्ला

१११. भारतात राष्ट्रीय स्तरावर ग्रंथालय आणि माहितीचे धोरण कोणत्या संस्थेने उपयोगात आणले? (अवलंबिले)

अ) युजीसी ब) शिक्षण मंत्रालय
क) निसाट ड) आर आर आर एल एफ

११२. भारतात ग्रंथालय आणि माहितीचे धोरण राजा राममोहन रॉय न्यास या संस्थेव्यतिरिक्त दुसऱ्या कोणत्या संस्थेने अवलंबिले?
अ) ए.एल. ए. ब) एम. एल. ए. क) इफ्ला ड) एफ.आय. डी.

११३. भारतातील ग्रंथालय व माहितीचे धोरण याविषयी राष्ट्रीय समिती कोणी स्थापन केली?
अ) यूजीसी ब) शिक्षण विभाग
क) निसाट ड) सांस्कृतिक विभाग

उत्तर –१०७) ड, १०८) अ, १०९) क, ११०) क, १११) ड, ११२) अ ११३) ड

११४. ग्रंथालय आणि माहिती समिती केव्हा स्थापन झाली?
अ) १९८० ब) १९८५ क) १९८६ ड) १९८७

११५. भारतातील राष्ट्रीय ग्रंथालय समितीचे अध्यक्ष कोण होते?
अ) बी.एस. झा ब) के. पी. सिन्हा
क) एस. मुदलियार ड) सी.डी.देशमुख

११६. भारतातील औद्योगिक धोरण केव्हा कायद्याच्या स्वरूपात आले?
अ) १९८१ ब) १९८३ क) १९८९ ड) १९९६

११७. पीटर लेझरचा राष्ट्रीय पुस्तक धोरण हा अहवाल कोणत्या देशाशी संबंधित आहे?
अ) इंग्लंड ब) भारत क) फ्रान्स ड) जर्मनी

उत्तरे –११४) ब, ११५) अ, ११६) ड, ११७) ब

❒

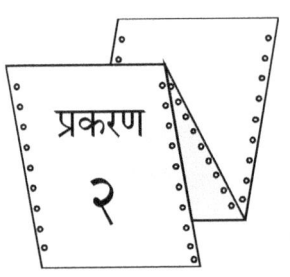

प्रकरण २

ग्रंथालय आणि समाज

ग्रंथालयाचे पाच सिद्धांत

भारतात फार पूर्वीपासून ग्रंथालये अस्तित्वात होती, असे पुरावे इतिहासात सापडतात. राजे महाराजे, संस्थानिक आणि धर्मगुरु यांना ग्रंथसंग्रहाचे, ज्ञानाच्या प्रसाराचे महत्त्व पटले होते असे दिसते. परंतु ज्ञान ही ठराविक लोकांची मक्तेदारी होती. जरी ते ग्रंथ अभ्यासकांना उपलब्ध करून देत असले तरी अशीच परंपरा इतिहास दर्शवितो. पण त्याकाळी ग्रंथालयशास्त्र म्हणून, ग्रंथपालन हा एक व्यवसाय म्हणून त्याकडे पाहिले जाते नव्हते. यासाठी सखोल अभ्यास वा निश्चित अशी नियमावली नव्हती. यासाठी काही शास्त्रशुद्ध अभ्यासाची गरज डॉ. एस. आर. रंगनाथन यांनी ओळखली. म्हणून त्यांना भारतीय ग्रंथालयशास्त्राचे जनक असेही म्हणतात.

भारतात पाश्चिमात्य देशांप्रमाणे ग्रंथालयासाठी समान तत्त्वे नव्हती. त्यामुळे ग्रंथालयांचा विकास झाला नव्हता. अशा परिस्थितीत सर्व ग्रंथालयांना समान मार्गदर्शक ठरणारी सूत्रे डॉ. एस. आर. रंगनाथन यांनी मांडली. हीच ग्रंथालयशास्त्राची पाच सूत्रे होत. त्यांचा ''फाईव्ह लॉज ऑफ लायब्ररी सायन्स'' हा ग्रंथ इ. स. १९३१ मध्ये प्रसिद्ध झाला.

मनुष्य हा समाजप्रिय प्राणी आहे आणि ग्रंथालय ही एक सामाजिक संस्था आहे. ग्रंथालयांनी समाजाच्या विकासाला चालना द्यावी हा ही उद्देश यामागे दिसतो. ग्रंथपालन क्षेत्रातील कामात मार्गदर्शन करणारी ही पाच सूत्रे पायाभूत ठरतात.

पाच सूत्रे –

१) ग्रंथ हे उपयोगासाठी आहेत.

२) प्रत्येक वाचकाला त्याचा ग्रंथ मिळावा

३) प्रत्येक ग्रंथाला त्याचा वाचक मिळावा

४) वाचकाचा वेळ वाचवावा

५) ग्रंथालय वर्धिष्णू संस्था आहे.

यामध्ये ग्रंथ, वाचक आणि ग्रंथालय या संज्ञा वारंवार वापरलेल्या आहेत. तेव्हा त्या संज्ञा योग्यही होत्या. पण १९/२० व्या शतकामध्ये ''माहितीला'' महत्त्व आले. त्यामुळे माहिती, उपभोक्ता व माहिती केंद्रे हे शब्द प्रचारात आले. तरीही डॉ. रंगनाथन यांचे पाच सिद्धांत आधुनिक माहिती युगात उपयोगीच आहेत. माहिती केंद्रामध्ये प्रचंड प्रमाणात प्रकाशित होणारी माहिती एकत्र केली जाते. ती गरजू उपभोक्त्यासाठी असते. त्यांना योग्य ती माहिती मिळाली पाहिजे. माहितीला उपभोक्ता मिळाला पाहिजे. कमीत कमी वेळात ही माहिती उपलब्ध झाली पाहिजे. त्यासाठी नवीन तंत्रज्ञानाची मदत घेतली पाहिजे. माहिती ही सतत वाढीव स्वरूपातच राहणार आहे. त्यासाठी व्यवस्थापन व तंत्रज्ञानांची सांगड घातली पाहिजे. म्हणजेच ''माहितीच्या युगातही'' हे पाच सिद्धांत पायाभूत ठरत आहेत. यावरूनच डॉ. एस. आर. रंगनाथन यांचे योगदान लक्षात येते.

ग्रंथालय शास्त्राचा पहिला सिद्धांत ''ग्रंथ हे उपयोगासाठी आहेत'' हा होय. ग्रंथ ही व्यापक संज्ञा आहे. कारण तिच्यात प्रलेख व माहिती यांचा समावेश होतो. ग्रंथामध्ये विचार, भाषेचे माध्यम व शब्दांचे मुद्रितीकरण मग ते कागदावर वा तबकडी वा चित्र फितीवर असेल, या सर्वांचा मिळून ग्रंथ तयार होतो. त्याला ग्रंथाचे स्वरूप प्राप्त होते. ग्रंथ हे हाताळण्यास सुलभ असतात. कोणत्याही एका ठिकाणाहून दुसऱ्या ठिकाणी ग्रंथ नेता येतात. असे ग्रंथ ग्रंथालयात व्यवस्थित रीतीने जतन केलेले असतात. पण या ग्रंथांचा उपयोग वाचकांसाठी झाला पाहिजे.

पूर्वी ग्रंथ उपयोगासाठी आहेत हा विचार फार मर्यादित स्वरूपात मान्य होता. काही निवडक लोकांनाच ग्रंथांचा वापर करता येत असे. पुढे ग्रंथांचा उपयोग सर्वांना करता यावा ही कल्पना पुढे आली. पैसे देऊन का होईना पण ग्रंथ वापरासाठी उपलब्ध होऊ लागले. पुढे ग्रंथ हे घरी घेऊन जाण्यापर्यंत बदलत गेले. ग्रंथालय सेवा सर्व स्तरापर्यंत पोहोचली पाहिजे, म्हणजेच ग्रंथांचा वापर जास्तीत जास्त झाला पाहिजे. कारण ग्रंथ हे उपयोगासाठीच निर्माण झालेले असतात, ही संकल्पना वाढत गेली.

या सिद्धांताचे पालन होण्यासाठी पुढील काही गोष्टींचा विचार करणे

आवश्यक ठरते.

१) ग्रंथालयाची जागा (स्थान) – ग्रंथालयांची जागा शहराच्या मध्यवर्ती असावी. वाचकांना तेथे जाणे सोयीचे व सुलभ व्हावे. तरच ग्रंथांलयातील ग्रंथांचा पूर्णपणे उपयोग केला जाईल व ग्रंथालय हे समाजाभिमुख, एक बौद्धिक केंद्र बनू शकेल. सार्वजनिक ग्रंथालय तर नेहमीच मध्यवर्ती भागात असावे. वाचकांचा विचार करून ग्रंथालयांची जागा ठरवावी.

२) ग्रंथालयाची इमारत – ग्रंथालयाच्या इमारतीतील प्रकाश, खेळती हवा यासाठी व्यवस्थित नियोजन पाहिजे. वाचकांना सहजपणे जाता येईल, आरामात कपाटापाशी बसून ग्रंथ हाताळता येतील, ग्रंथालय सेवेचा पूर्णपणे वापर करता येईल अशी इमारत असावी. तसेच ग्रंथालयीन सेवकांनाही ग्रंथालयातील कामे व्यवस्थितपणे करता येतील, अशी जागा त्या इमारतीत उपलब्ध असावी. आधुनिक ग्रंथालयात इमारतीची आखणी करताना तेथील कामाचा व द्यावयाच्या सेवांचा विचार केला जातो. या इमारतीतील काही विभाग 'वातानुकूलित' असतात. काही भाग चर्चासत्रे, परिसंवादासाठी राखून ठेवलेला असतो. वाचकांसाठींचे विभाग खालच्या मजल्यावरच राखून ठेवलेले असतात. वाचकांच्या वयाचा विचार करून 'लिफ्ट' चीही योजना असते.

३) ग्रंथालयातील फर्निचर – एके काळी ग्रंथालय म्हणजे केवळ ग्रंथाचा संग्रह व ग्रंथपाल म्हणजे त्यांचा संरक्षक, त्यांचे जतन करणारा अशी कल्पना होती. हा ग्रंथसंग्रह कपाटात जेरबंद ठेवण्यात येत असे. फर्निचरही साधे असे. मर्यादित संस्थेच्या वाचकांना प्रवेश असल्यामुळे शांतता, आराम या गोष्टींची वाचक अपेक्षाच करत नसे. त्यामुळे वाचनही मर्यादित स्वरूपात होत असे. ज्ञान व वाचन यांच्याबद्दलचे अज्ञान असल्यामुळे, ग्रंथाचा वापर फार होत नसे.

पण ग्रंथालयाच्या पहिल्या सिद्धांतामुळे, वाचकांची ज्ञानलालसा वाढल्यामुळे ग्रंथांना जेरबंद कपाटातून बाहेर यावे लागले. ग्रंथांसाठी मांडणीचा (racks) उपयोग होऊ लागला. दोन मांडणींमधून वाचकांना सहज वावरता येईल अशी मोकळी जागा ठेवली जाऊ लागली. वाचकांच्या सुखसोयींना महत्त्व दिले गेले. पंखे, लाईटस्, आराम खुर्च्या यांचा समावेश यात होऊ लागला. अशा वातावरणात ग्रंथांचा जास्त वापर होऊ शकतो.

४) ग्रंथालयाची वेळ – ग्रंथालये जास्त वेळ उघडी राहिली तर त्यांचा जास्त वापर होतो. ग्रंथालयाची वेळ वाचकांच्या सोयीनुसार असावी. वाचकांचे सुटीचे दिवस, कामकाजाची वेळ या गोष्टींचा विचार करून ग्रंथालयाची वेळ

ठरवावी. वाचकांच्या सोयीप्रमाणे ग्रंथसंग्रहाचा वापर व्हावा, हीच गोष्ट यात प्रामुख्याने दिसते.

५) ग्रंथ निवड – ग्रंथालयातील ग्रंथसंग्रह उत्कृष्ट आहे, हे ग्रंथालयाचे प्रमाणक नव्हे. त्यातील ग्रंथांचा वापर किती प्रमाणात होतो, यावर ग्रंथालयाचा दर्जा अवलंबून असतो. ग्रंथ हे उपयोगासाठी आहेत असे एकदा मान्य केल्यावर वाचकांना उपयुक्त ग्रंथच निवडणे महत्त्वाचे ठरते. यामुळे निरुपयोगी ग्रंथ टाळले जातील. ग्रंथांची निवड ही ग्रंथालयाच्या प्रकारावर अवलंबून असते. ग्रंथ निवड करताना वाचकांची गरज व भविष्यकालीन वाचनसाहित्य या गोष्टी लक्षात घेणे आवश्यक ठरते. मागणी नसलेले ग्रंथ निवडून ग्रंथसंग्रहाची संख्या वाढविणे योग्य नाही.

वरीलप्रमाणे ग्रंथनिवडीचा विचार केला, तरी कालांतराने काही ग्रंथ निरुपयोगी ठरतात. असे निरुपयोगी ग्रंथ रद्दबातल करण्याचे धोरणही निश्चित केले पाहिजे. त्यामुळे उपयुक्त वाचनसाहित्याला जागा मिळते व त्याचा जास्तीत जास्त वापर होण्याकडे कल राहतो.

६) संदर्भ सेवा – ही सेवा ग्रंथालयातील एक उपयुक्त सेवा आहे. एक प्रकारे ही वैयक्तिक सेवाच आहे. योग्य वाचक व योग्य ग्रंथ यांची सांगड या सेवेमुळे घालता येते. ग्रंथसंग्रहाची अधिक माहिती या सेवेतूनच उपलब्ध होते. मुक्तद्वार पद्धतीमुळे ग्रंथांचा वापर अधिक वाढतोच. पण संदर्भ सेवेमुळे वाचकांना कमी वेळात ग्रंथ मिळू शकतो.

७) ग्रंथालयीन कर्मचारी – ग्रंथांलयातील कर्मचारी हे प्रशिक्षित हवेत. कारण ग्रंथालयशास्त्र हे एक शास्त्र असल्यामुळे त्यासाठी खास तांत्रिक ज्ञानाची आवश्यकता असते. वाचकांचा दृष्टिकोन लक्षात घेऊन त्यांना मदत करणे ही गोष्ट महत्त्वाची ठरते. यामुळे ग्रंथसंपदेचा जास्तीत जास्त वापर होऊ शकतो. ही ज्ञानगंगा घरोघरी पोहोचविण्याचे कसबही त्यांच्याकडे असले पाहिजे. कर्मचाऱ्यांना योग्य वेतन मिळणे, हाही भाग यात अंतर्भूत आहे. त्यामुळे त्यांची कार्यक्षमता वाढते.

ग्रंथालयशास्त्राचा दुसरा सिद्धांत

प्रत्येक वाचकाला त्याचा ग्रंथ मिळाला पाहिजे. या सिद्धांतामध्ये वाचक हा केंद्रस्थानी मानला आहे. वाचकांच्या दृष्टीने त्यांना उपयोगी ठरतील असे ग्रंथ ग्रंथालयात असले पाहिजेत. यासाठी वाचकांच्या आवडी-निवडी, वाचकांचे प्रकार यांचा अभ्यास ग्रंथालयीन कर्मचाऱ्यांनी केला पाहिजे. पहिल्या सिद्धांतामुळे ग्रंथालये सर्वांना खुली होतात, तर दुसऱ्या सिद्धांतामुळे नवीन ग्रंथालये अस्तित्वात

येण्यास पोषक वातावरण निर्मिती होते. वाचक व वाचकांच्या गरजा यांना महत्त्व प्राप्त झालेले दिसते.

विविध प्रकारच्या वाचकांच्या मागणीनुसार ग्रंथालयांचे स्थान, फर्निचर, ग्रंथ निवड यांची योजना करावी लागते. उदा. बाल वाचकांना मुद्रणाचा मोठा टाईप व चित्रे असलेले ग्रंथ हवे असतात. वाचकांच्या विविध गटातील आवडी-निवडी म्हणजे लहान मुले, महिला, विद्यार्थी, शिक्षक, शास्त्रज्ञ इत्यादी वाचकांच्या विविधतेमुळे सर्वांना हवे ते ग्रंथ, वाचनसाहित्य वा माहिती मिळणे आवश्यक असते. अर्थात वाचकांच्या गरजा जाणून घेणे हे एवढे सुलभ नाही. वाचकांना-सुद्धा त्यांच्या गरजा नेमकेपणाने मांडता येत नाहीत. ग्रंथांच्या याद्या ग्रंथ प्रदर्शने व परीक्षणे वाचून वाचक काही गोष्टी स्पष्ट सांगू शकतात. वाचकांच्या मुलाखतीसुद्धा त्यांच्या गरजा जाणून घेण्याचा एक भाग आहे.

सामान्य जनतेसाठी 'सर्वांसाठी शिक्षण' हे तत्त्व मान्य झाले. ग्रामीण जनतेसाठी 'फिरते ग्रंथालय' त्यांच्या गरजा पूर्ण करू लागले. पुरुष वाचक व महिला वाचक यातील भेदभाव नाहीसा झाला. प्रौढ व बालवाचक, अंध वाचकांसाठी वाचन साहित्य निर्माण होऊ लागले.

प्रत्येक वाचकाला त्याचा / तिचा ग्रंथ मिळाला पाहिजे, या सिद्धान्ताचा विचार करताना पुढील पायाभूत गोष्टींचाही विचार करणे आवश्यक ठरते.

१) ग्रंथालयाची जागा – ग्रंथालय हे नेहमी मध्यवर्ती ठिकाणी असावे. सर्व प्रकारच्या वाचकांना ग्रंथालयात प्रवेश करणे सुलभ जावे. वाचकांच्या वेळेनुसार, सोईनुसार त्यांना ग्रंथालयात जाऊन ग्रंथ हाताळणे सोपे जावे ही यामागील कल्पना आहे.

२) ग्रंथालयाची इमारत – ग्रंथालयाची जागा निश्चित झाल्यावर ग्रंथालयाच्या इमारतीचे नियोजन करावे. इमारत, त्यातील विभाग हवेशीर, भरपूर उजेड असणारे असावेत. ग्रंथ संग्रह व ग्रंथालयीन सेवेसाठी, वाचकांसाठी ही इमारत बांधली जाते हे लक्षात घेणे आवश्यक आहे.

३) ग्रंथालयातील फर्निचर – प्रत्येक वाचकाला योग्य ठरेल असे फर्निचर ग्रंथालयात असावे. वाचकांच्या उंचीचा विचार करून त्यांना सोयिस्कर अशा मांडण्या (racks) असाव्यात. दोन मांडणीमध्ये वाचकांना सुलभ रीतीने उभे राहून ग्रंथ चाळणे सोयीचे होईल असे अंतर असावे. पंखे, टेबल, खुर्च्या, लाईट इत्यादी सोयी वाचकांना वाचन करण्यास प्रवृत्त करतात.

४) ग्रंथालयाची वेळ – वाचकांच्या उपयोगासाठीच ग्रंथालय स्थापन

केले जाते. त्यामुळे वाचकांच्या सोयीची वेळ लक्षात घेऊन म्हणजे सुट्टीचे दिवस, कामाच्या वेळा, ग्रंथालयाचे अंतर या गोष्टीनुसार, वाचकांच्या वेळेनुसार ग्रंथालयाची वेळ असावी. अपंग व्यक्ती, वृद्ध यासारखे वाचक ज्यांना ग्रंथालयापर्यंत जाता येत नाही, त्यांच्यासाठी सार्वजनिक ग्रंथालयातील कर्मचाऱ्यांनी त्यांच्या घरापर्यंत जाऊन त्यांना सेवा द्यावी. मात्र ही सेवा ग्रंथालयाच्या प्रमाणित वेळेपेक्षा वेगळ्या वेळी असावी. यासाठी विशेष तरतूद असावी. अशा प्रकारच्या विशेष वाचकांनाही त्यांच्या आवडीचे ग्रंथ मिळू शकतील.

५) ग्रंथ निवड – वाचकांचे जसे अनेक प्रकार आहेत. तशा त्यांच्या वाचन साहित्याबाबतच्या गरजाही वेगवेगळ्या असतात. हे सर्व जाणून घेऊन ग्रंथ निवड करावी लागते. ''सर्वांसाठी शिक्षण'' ही संकल्पना पुढे आल्यामुळे प्रत्येक शिक्षित वाचकाला त्याला हवा तो ग्रंथ मिळावा असा प्रयत्न होत आहे. वाचनाची इच्छा हीच महत्त्वाची ठरू लागली.

प्रत्येक वाचकाला त्याचा ग्रंथ मिळवून देण्यासाठी अनेक गोष्टींचा विचार होऊ लागला. त्यापैकी एक 'मुक्तद्वार' पद्धती होय. या पद्धतीमध्ये वाचक प्रत्यक्ष वाचन साहित्यापर्यंत जाऊ शकतो. त्याला योग्य तो ग्रंथ मिळण्याची शक्यताही वाढते. वाचकांच्या मागणीनुसार नेहमी ग्रंथ खरेदी करणे शक्य नसते. म्हणून ग्रंथालयीन अंदाज पत्रकाचाही विचार करावा लागतो. ग्रंथालयांच्या लहान-मोठ्या आकाराचा (ग्रंथ संग्रहाचा) विचार करावा लागतो. प्रकाशित झालेले सर्वच ग्रंथ खरेदी करणे कोणत्याही एका ग्रंथालयाला शक्य नाही. यातूनच ''साधनांचा सहभागी उपयोग'' (resource sharing) ही कल्पना उदयाला आली. राष्ट्रीय पातळीवर ग्रंथालयांचे जाळे निर्माण करणे, हाही एक उपाय शोधला गेला. यामुळे आंतर ग्रंथालयीन देवघेव सुकर झाली व वाचकाला हवा तो ग्रंथ मिळण्याची शक्यता वाढली.

राज्यात ग्रंथालय कायदा असल्यास त्या कायद्यानुसार त्या राज्यातील सार्वजनिक ग्रंथालयांना शासनाकडून अनेक विषय समाविष्ट असलेल्या ग्रंथाकरीता संदर्भ तालिका तयार करून त्यातील इतर विषयावर प्रकाश टाकावा. राज्यातील ग्रंथालय कायद्यानुसार त्या राज्यातील सार्वजनिक ग्रंथालयास शासनाकडून त्या त्या राज्यानुसार ठराविक कर किंवा आर्थिक साहाय्य दिलेले असते.

६) ग्रंथालयातील कर्मचारी – दुसऱ्या सिद्धान्ताच्या पूर्ततेसाठी ग्रंथालयातील कर्मचाऱ्यांची कार्यक्षमता कारणीभूत ठरते. वाचकांना मदत करणारा प्रशिक्षित कर्मचारी वर्ग तर असावाच. पण वाचकांचा अभ्यास विषय समजून

घेऊन त्यांना सर्वतोपरी साहाय्य करण्याची इच्छा कर्मचारी वर्गात असणे आवश्यक आहे.

ग्रंथालयाचे काही नियमही असतात, जे वाचकांना बांधील राहतात. उदा. ग्रंथ सुस्थितीत वेळेवर परत करणे, ग्रंथ परत करण्याचा कालावधी वगैरे. हे नियम आवश्यक आहेत. पण त्यात शिथिलताही असावी. या नियमामुळेच ग्रंथालयीन कर्मचाऱ्याला सर्व वाचकांना समान सेवा देणे शक्य होते.

संदर्भ ग्रंथपालाचा वाचकांशी वैयक्तिक संबंध येतो. त्यांच्या नेमक्या गरजा पूर्ण करणे, त्यासाठी त्यांना मदत करणे हे संदर्भ ग्रंथपालाचे महत्त्वाचे काम ठरते. भविष्यकालीन गरजेचा अंदाज घ्यावा लागतो. यातूनच प्रलेखाची निवड करावयाची असते. यासाठी अचूक व परिपूर्ण निर्देशन (indexing) करावे लागते.

७) ग्रंथालयांची प्रसिद्धी – ग्रंथालयाबद्दलची किंवा ग्रंथ संग्रहाची प्रसिद्धी करणे हे वाचकांना ग्रंथालयाकडे आकर्षित करण्याचे एक साधन आहे. ही प्रसिद्धी उत्सव व जत्रा अशा ठिकाणी प्रदर्शन मांडून करता येते. त्याशिवाय स्थानिक वृत्तपत्रे यातून ग्रंथ याद्या, ग्रंथ परीक्षणे प्रसिद्ध करूनही करता येते.

अशा प्रकारे गोष्टींचा विचार केल्यास प्रत्येक वाचकाला त्याचा ग्रंथ वा माहिती मिळावी या सिद्धांताचे पालन होऊ शकते.

ग्रंथालयशास्त्राचा तिसरा सिद्धांत

प्रत्येक ग्रंथाला त्याचा वाचक मिळाला पाहिजे, हा ग्रंथालय शास्त्राचा तिसरा सिद्धांत होय. या सिद्धांतामध्ये ग्रंथ, वाचन साहित्य यांना महत्त्व दिलेले आहे. ग्रंथ हे वाचकाच्या उपयोगासाठी आहेत हे खरे. तथापि ग्रंथ वाचकांपर्यंत पोहोचण्याच्या दृष्टीने ग्रंथपालाने ते वाचकांच्या संपर्कात आणले पाहिजेत. प्रत्येक ग्रंथाला योग्य वाचक मिळावा ही दृष्टी ठेवून ग्रंथपालाने काम करीत राहावे. ग्रंथपाल हा या दृष्टीने मध्यस्थाची भूमिका करीत असतो. प्रत्येक वाचकाला त्याचा ग्रंथ मिळावा हा सिद्धांत मान्य केल्यावर या दुसऱ्या व तिसऱ्या सिद्धांतात फक्त क्रम बदलतो. ग्रंथाऐवजी वाचक असा बदल दिसतो. ग्रंथ हे उपयोगासाठी आहेत, हा भाग तर महत्त्वाचा आहेच.

इतर सिद्धांताप्रमाणे या सिद्धांताबाबतही पुढील गोष्टींचा विचार करता येईल.

१) ग्रंथालयाचे स्थान – शक्यतो मध्यवर्ती जागेवर ग्रंथालय असावे. वाचकांच्या सोयीसाठी हे आवश्यक आहे. सर्व प्रकारचे वाचक सहजी ग्रंथालयाचा उपयोग करू शकतील, अशा ठिकाणी ग्रंथालय असावे. त्यामुळे ग्रंथांचा उपयोग

जास्त प्रमाणात होईल. म्हणजेच ग्रंथांना जास्त वाचक मिळतील.

२) ग्रंथालयाची इमारत – ग्रंथांचा उपयोग ही गोष्ट महत्त्वाची मानल्यामुळे ग्रंथ संग्रह फार वरच्या मजल्यावर असावा असे कोणीच म्हणणार नाही. शक्य असल्यास ग्रंथालयाला स्वतंत्र इमारत असावी. नसल्यास ग्रंथालयाच्या कामकाजाला विस्तृत जागा असणे आवश्यक आहे. कारण ग्रंथालयातील दैनंदिन कामकाजाच्या दृष्टीने ही जागा प्रशस्त असावी. ग्रंथसंग्रह व्यवस्थित, वाचकांच्या दृष्टोत्पत्तीला सहजासहजी येणे आवश्यक असते. नाहीतर ग्रंथसंग्रह हा वाचकाशिवायच राहील. या ग्रंथालयाच्या, ग्रंथसंग्रहापर्यंत जाणे वाचकांच्या दृष्टीने सुलभ असावे. ग्रंथ हाताळणी सुलभ व्हावी.

३) ग्रंथालयातील फर्निचर – ग्रंथालयातील मांडणी (racks) फार उंच असू नये. सर्वसामान्य उंचीच्या लोकांना सर्वात वरील कप्प्यातील पुस्तके सहज काढता येतील अशी उंची असावी. एका कप्प्यामध्ये एकच ग्रंथांची रांग असावी. ग्रंथांची दुहेरी रांग लावून ग्रंथ ठेवल्यास मागच्या रांगेतील ग्रंथांवर अन्याय होण्याची शक्यता असते. वाचकाचे लक्ष त्या मागील रांगेतील ग्रंथाकडे कितपत जाईल याची शंका येते. मांडणीवर पुस्तके योग्य पद्धतीने वर्गीकरण करून ठेवल्यास प्रत्येक ग्रंथाला, पुस्तकाला वाचक मिळणे सुलभ जाईल. प्रत्येक ग्रंथाच्या ग्रंथ चिट्ठीवर बोधांक, दाखल नोंद अंक स्पष्ट व ठळक अक्षरात लिहिलेला असावा. यामुळे योग्य जागेवर ग्रंथ ठेवणे व कमी वेळात ग्रंथ सापडणे शक्य होईल. ग्रंथांची बांधणी लक्षात घेऊन ग्रंथ उभे ठेवावे. त्यासाठी ग्रंथ आधारांचा उपयोग करावा.

४) ग्रंथ निवड – वाचकांच्या गरजा, आवडी-निवडी लक्षात घेऊन मागणी तसा पुरवठा या न्यायाने ग्रंथांची निवड करावी. म्हणजे वाचकांना हवे ते ग्रंथ मिळतील. ज्या ग्रंथांना फारसे वाचक मिळण्याची शक्यता नाही, असे ग्रंथ खरेदी करण्याचे टाळावे. कोणतेही ग्रंथालय सर्वच प्रकाशित ग्रंथांचा संग्रह करू शकत नाही. त्यामुळे ग्रंथालयाच्या आर्थिक अंदाजपत्रकानुसार ग्रंथ निवडीमध्ये वाचकाला केंद्रस्थानी मानून महत्त्व द्यावे. काही विशिष्ट ग्रंथांची मागणी वाचकाकडून होते. त्यावेळी ते ग्रंथ आंतर ग्रंथालयीन देवघेवीद्वारा मिळवून वाचकांना द्यावेत.

यावेळी वाचकांच्या प्रभाराचाही विचार करावा लागतो. सार्वजनिक ग्रंथालये, शैक्षणिक ग्रंथालये किंवा विशेष संशोधनात्मक ग्रंथालये इत्यादी ग्रंथालयात येणाऱ्या वाचकांचा विचार करून ग्रंथ निवड करावी. वाचकांच्या गरजेचे प्रमाण, त्या गरजांची वैशिष्ट्ये या गोष्टीही विचारात घ्याव्यात. वाचकांशी वैयक्तिकरीत्या संवाद साधून त्यांच्या गरजा जाणून घेता येतात. त्यांच्या संदर्भ

प्रश्नांवरूनही त्यांच्या गरजांचे ज्ञान होते. या गोष्टी ग्रंथ निवडीला उपयोगीच ठरतात. अशा निवडलेल्या ग्रंथांना वाचक नक्की मिळतो.

५) ग्रंथालयाचा प्रचार – ग्रंथालयाची प्रसिद्धी करणे हाही प्रत्येक ग्रंथाला वाचक मिळावा यासाठी प्रयत्न करण्याचाच एक भाग आहे. जनतेला ग्रंथालयातील वाचन साहित्याची माहिती व्हावी. ग्रंथालयाकडून मिळणाऱ्या सेवेची माहिती व्हावी हा त्यामागील हेतू असतो. प्रगत देशांमध्ये ग्रंथालये, त्यांची माहिती, ग्रंथालयाकडून देण्यात येणाऱ्या सेवा, ग्रंथालयातील विशेष संग्रह अशा माहितीने युक्त छोट्या पुस्तिका प्रकाशित करतात. ग्रंथपाल वर्तमानपत्रे, नियतकालिके यामध्ये लेख लिहून ग्रंथालयांची माहिती करून देतात. जेणेकरून वाचन साहित्याला वाचक मिळेल. म्हणून ग्रंथालय प्रसिद्धी, प्रचार ही गोष्ट महत्त्वाची ठरते.

६) विस्तारित कार्यक्रम – वाचन सवयी जागृत करणे. यासाठी वाचक आणि ग्रंथ एकत्र आणण्यात ग्रंथालय सेवक, ग्रंथपाल यशस्वी झाले पाहिजेत. ग्रंथालयाद्वारे वाचक आकर्षित करण्याची मोहीम हाती घ्यावी लागते. त्यासाठी ग्रंथालयात विविध स्तरातील वाचकांसाठी व्याख्याने व चर्चा आयोजित करता येतात. अभ्यासप्रेमी गटामध्ये सुद्धा परिसंवाद घडवून आणता येतात. यामुळे ग्रंथसंग्रहाची माहिती वाचकांना व अन्य लोकांना होते. ग्रंथालयात ग्रंथपालांनी स्थानिक तसेच राष्ट्रीय सण, उत्सव साजरे करावेत. त्यांना आनुषंगिक ग्रंथ प्रदर्शने भरवावीत. निरनिराळ्या स्तरावर वेगवेगळ्या स्पर्धा आयोजित कराव्यात. याद्वारे वाचक ग्रंथाकडे, ग्रंथालयाकडे आकृष्ट होतील याची दक्षता घ्यावी.

७) वर्गीकरण – ग्रंथालयात मांडणीमध्ये ग्रंथांची व्यवस्थित रचना करण्यासाठी वर्गीकरण पद्धती आवश्यक आहे. वर्गीकरण पद्धतीमुळे एका विषयावरील सर्व ग्रंथ एकत्र येतात. त्याच्या जवळच त्या विषयाचे संबंधित ग्रंथ ठेवता येतात. मुक्तद्वार पद्धतीमध्ये तर सक्षम वाचक त्याच्या आवडीच्या ग्रंथांकडे जाईल, ते सगळे ग्रंथ चाळेल, त्यातील काही ग्रंथ त्याला माहिती असलेले तर काही माहिती नसलेले असतील, त्या ग्रंथांची त्याला नव्यानेच माहिती मिळेल. म्हणजे प्रत्येक ग्रंथाला त्याचा वाचक मिळावा हा सिद्धांत सार्थ ठरेल. मात्र वर्गीकरण पद्धती ही जटिल किंवा गुंतागुंतीची नसावी. ती सोपी व समजण्यात सुलभ असावी.

८) भग्नक्रम – ग्रंथांची वर्गीकृत रचना उपयोगी असते, हे खरे. पण काही वेळा त्यात नावीन्यपूर्ण रचना केल्यास ती फायदेशीर ठरते. वर्गीकृत रचनेत थोडा बदल केला असता ग्रंथ व वाचक यांचा नवीन संबंध प्रस्थापित होतो.

यालाच ‘भग्नक्रम’ म्हणतात. ग्रंथालयाच्या प्रवेश दाराशी बदलता कार्यक्रम ठेवूनही ग्रंथाकडे वाचकांचे लक्ष वेधता येते. ग्रंथालयात नव्याने समाविष्ट केलेल्या ग्रंथांची वेष्टने, मुखपृष्ठ यांचा कौशल्याने वापर करता येईल. कमी उपयोग असलेल्या ग्रंथांनाही अशा तऱ्हेने वाचकांच्या डोळ्यासमोर आणता येईल. जेणे करून प्रत्येक ग्रंथाला त्याचा वाचक मिळेल.

९) संदर्भ सेवा – ग्रंथपालाने ग्रंथसंग्रहाचा अभ्यास करणे आवश्यक आहे. तसेच अभिजात साहित्य, ज्ञानकोश, वार्षिके, शब्दकोश या संदर्भ साधनांची वैशिष्ट्येही माहीत करून घेणे आवश्यक आहे. कारण त्याने त्याबाबत वाचकांना मागदर्शन करणे अभिप्रेत आहे. अचूक तालिकीकरण व निर्देशनामुळे प्रत्येक ग्रंथाला त्याचा वाचक मिळण्यास मदत होते. संदर्भदर्शक नोंदीही वाचकांच्या दृष्टीने त्याला हवा तो ग्रंथ मिळण्यास सोयीच्या असतात. मांडणीवर ग्रंथविषय वा उपविषय दाखविणारे मार्गदर्शक पत्रे लावल्यास वाचकाना तर मार्गदर्शन तर होतेच, पण सर्व ग्रंथाना वाचक मिळण्याची शक्यता निर्माण होते.

१०) मुक्तद्वार – या पद्धतीमुळे वाचकाला प्रत्यक्ष ग्रंथसंग्रहाकडे जाण्याचे स्वातंत्र्य मिळते. त्यामुळे प्रत्येक ग्रंथाला वाचक तर मिळतोच, पण त्या संबंधित विषयाच्या नवीन ग्रंथांची त्याला ओळख होते. ग्रंथांची प्रत्यक्ष पाहणी, हाताळणी ही गोष्ट नक्कीच ग्रंथांचा उपयोग वाढविणारी आहे.

या पद्धतीचे काही तोटेही आहेत. ग्रंथ चुकीच्या जागेवर ठेवणे वा ग्रंथ हरविणे वगैरे. पण फायद्याच्या मानाने तोटे कमी आहेत. त्यामुळे ही पद्धती म्हणजे जास्त ग्रंथांना वाचक मिळवून देण्याचा एक हमखास उपाय आहे.

ग्रंथालयशास्त्राचा चौथा सिद्धांत

वाचकांचा वेळ वाचवावा हा ग्रंथालयशास्त्राचा चौथा सिद्धांत होय. ग्रंथालयात वाचनासाठी, माहिती मिळविण्यासाठी वाचक येत असतात. त्या माहितीचा उपयोग वाचकांना संशोधन कार्यातही करावयाचा असतो. ते सतत कार्यमग्न असतात. त्यांचा वेळ मौल्यवान असतो. त्यामुळे त्यांना हवे असलेले ग्रंथ अथवा संदर्भ त्वरित दिला जावा म्हणजे त्यांचा वेळ वाचतो, असा या सिद्धांताचा अर्थ आहे. वाचकांचा वेळ वाचवून त्यांना कार्यक्षमतेने सेवा देणाऱ्या ग्रंथालयीन कर्मचाऱ्यांचा वेळही तितकाच महत्त्वाचा आहे. म्हणून या दोघांचा वेळ वाचेल अशा योजना कराव्या लागतात. त्यासाठी पुढील गोष्टींचा विचार करावा लागतो.

१) ग्रंथालयाचे स्थान (जागा) – ग्रंथालय हे शहराच्या वा गावाच्या

मध्यवर्ती जागेवर असावे. म्हणजे तेथे येणाऱ्या वाचकांचा व कर्मचाऱ्याचांही वेळ वाचेल. मोठ्या शहरातील सार्वजनिक ग्रंथालय अनेक वाचकांच्या दृष्टीने दूर असते. त्यावेळी शाखा ग्रंथालये स्थापन करावीत. यातूनही वाचकांच्या गरजा पूर्ण होत नसतील तर फिरती ग्रंथालये लोकांच्यासाठी चालू करावीत, म्हणजे वाचकांचा वेळ वाचेल. प्रत्येक ग्रंथाला वाचक मिळेल व प्रत्येक वाचकाला त्याचा ग्रंथ मिळेल.

२) ग्रंथालयाची इमारत – ग्रंथालयातील दैनंदिन कामकाज सुलभ रीतीने करावयाचे असल्यास ग्रंथालयासाठी स्वतंत्र इमारत असावी अथवा विस्तृत जागा असावी. त्यातही वाचकाशी संबंधित विभाग उदा. तालिका विभाग, देवघेव विभाग, व संदर्भ विभाग एकमेकांच्या जवळपास असावेत. त्यामुळे वाचक व कर्मचारी या दोघांचाही वेळ वाचतो. ग्रंथलयाच्या प्रवेश द्वाराशीच ग्रंथालयातील विभागांचा नक़ाशा असावा. त्यामुळे वाचकाला ग्रंथालयातील विविध भागांची शोधाशोध करावी लागत नाही.

३) ग्रंथालयातील फर्निचर – ग्रंथालयातील मांडणीची रचना सामान्य वाचकांच्या उंचीची गोष्ट लक्षात घेऊन करावी. दोन मांडणीमध्येही ये-जा करण्यासाठी योग्य अंतर ठेवलेले असावे. ग्रंथालय विभागात भरपूर उजेड, खेळती हवा असावी. तसेच फर्निचरही वाचकांच्या सोयीला प्राधान्य देऊन केलेले असावे. वारंवार मागणी असणारे ग्रंथ देवघेव विभागाच्या जवळपास असावेत. ज्या ग्रंथांची मागणी फार क्वचित असते, असे ग्रंथ थोडे लांब ठेवले तरी चालते. ग्रंथालयशास्त्रानुसार या रचनेमध्ये भग्नक्रमाचा वापर होतो. पण वाचकांचा वेळ वाचतो.

४) ग्रंथालयाची वेळ – ग्रंथालयाची वेळ ग्रंथालयाचा उपयोग करणाऱ्यांच्या सोयीची असावी. ग्रंथालयाच्या कामकाजाच्या वेळाही ठराविक असतात. ग्रंथालयाचे काही नियम असतात. त्यांचे वाचकांनी पालन करावे हे गृहीत असते. पण नियमाना शिथिलताही असावी. अशा वेळी कर्मचाऱ्यांनी स्वत:पेक्षा वाचकांचा विचार करायला हवा.

५) ग्रंथनिवड – ग्रंथनिवडीसाठी वाचकांनाही महत्त्व दिले जावे. वाचकांच्या दृष्टिकोनातून, त्यांच्या मागनीनुसार ग्रंथ खरेदी व्हावी. तसेच ग्रंथांचे ग्रंथांलयीन सर्व सोपस्कार लवकर करून ते ग्रंथ वाचकांना लवकरात लवकर उपलब्ध करून द्यावेत. नवीन ग्रंथाविषयी वाचकांना, अभ्यासकांना माहिती द्यावी. त्यामुळे त्यांचा वेळ वाया जात नाही. नवीन दाखल झालेले ग्रंथ वा त्यांची वेष्टने

ग्रंथालयाच्या दर्शनी भागात प्रदर्शित करावी. नवीन तंत्रयुगामुळे प्रतिलिपी सेवा, सारनियतालिके, निर्देशन नियतकालिके या प्रकारच्या सुविधांमुळे नव्या प्रलेखांची माहिती कमी वेळात मिळू शकते. संगणकीय जाळ्यामुळे इतर माहिती संचातील माहिती लवकरात लवकर मिळू शकते.

६) वर्गीकरण – ग्रंथालयातील ग्रंथांची मांडणीवरील रचना महत्त्वाची असते. त्यासाठी शास्त्रीय वर्गीकरण पद्धतीचा अवलंब केला पाहिजे. जेणे करून एकाच विषयाचे ग्रंथ व त्या आनुषंगिक ग्रंथ एकत्र येतील. मात्र ही वर्गीकरण पद्धती सोपी असावी. जवळ जवळच्या मांडणीमधील ग्रंथ हे एकमेकांना पूरक असावेत. उदा. भूगोल विषयाच्या वाचकाला राज्यशास्त्र, अर्थशास्त्र व समाजशास्त्र याही विषयांचा अभ्यास गरजेचा वाटतो. त्यामुळे अशा विषयांचे ग्रंथ जवळच असावेत. ग्रंथचिठ्ठीवरील वर्गांक व दाखल नोंद अंक स्पष्ट व ठळकपणे लिहिलेले असावेत. हे वाचक व कर्मचारी या दोघांच्याही दृष्टीने सोयीचे ठरते. ग्रंथांची रचना वाचकांची गरज व ग्रंथालयशास्त्राच्या नियमानुसार सुयोग्य समन्वय साधून झाली पाहिजे.

७) तालिका – वाचन साहित्याची मागणी करताना, वाचकांना तालिकेची माहिती अवश्य द्यावी. ग्रंथालयाची ओळख करून देताना ग्रंथालयातील प्रत्येक विभागाचे कार्य व त्यामुळे वाचणारा वेळ यांची माहिती वाचकांना प्रथम करून द्यावी. त्यात तालिकेचाही समावेश आहे. वाचकांची मागणी ग्रंथाचा लेखक, शीर्षक किंवा विषय या दृष्टिकोनातून होते. क्वचितच अभ्यासक प्रकाशक व प्रकाशन वर्ष ही माहिती ग्रंथ मागणी करताना देतात. या सर्व नोंदी तालिकेमध्ये असतात. याशिवाय पूरक नोंदीही तालिकेत असाव्यात. यासाठी तालिका कशी पाहावी याचीही माहिती वाचकांना देणे आवश्यक आहे.

या तालिकीकरणासाठी ग्रंथालयीन कर्मचाऱ्यांचा वेळ जातो. तो वाचविण्यासाठी प्रकाशनपूर्व तालिका आणि वर्गीकरण ग्रंथात मुद्रित केलेले असते. या तांत्रिक बाबींमुळे सर्व ठिकाणी एकवाक्यता निर्माण होईल.

८) संदर्भ सेवा – ही सेवा म्हणजे वैयक्तिक सेवा होय. ही सेवा नियोजित स्वरूपात असावी. प्रचलित जागरूकता सेवा वाचकांची गरज लक्षात घेऊन पुरविली जाते. शीघ्र वा दीर्घ संदर्भ सेवा योग्य नियोजनाद्वारे त्वरित देता येते. पूर्वी वाचकांना ग्रंथ घरी न्यावयाचा असेल तर देवघेव नोंद वही पद्धत नेवार्क, ब्राऊनी पद्धत व डॉ. रंगनाथनांची वाचक कार्ड पद्धत भारतात वापरली जात होती. पण संगणकीकृत ग्रंथालयात ग्रंथांच्या देवघेवेची नोंद संगणकाद्वारे केली जाते. त्यामुळे

वाचकांचा वेळ वाचविण्यास मदत होते.

९) मुक्तद्वार पद्धती – ग्रंथालयातील ग्रंथांची सुयोग्य मांडणी केली असल्यास ग्रंथाच्या मांडणीजवळ जाऊन वाचकांना हवा तो ग्रंथ हाताळण्याचे स्वातंत्र्य मिळते. वाचक कोणाच्याही मदतीशिवाय ग्रंथ शोधू शकतात. या दृष्टीने मुक्तद्वार पद्धती अतिशय उपयुक्त ठरते. नाही तर तालिकेतील नोंदी पाहून ग्रंथाची मागणी करणे, तो ग्रंथ योग्य न वाटल्यास परत तीच क्रिया करणे, दुसऱ्या ग्रंथांची मागणी करणे यामध्ये वेळ वाया जातो. ग्रंथाची मागणी व त्याची प्रतीक्षा यातील वेळ मुक्तद्वार पद्धतीमुळे वाचतो.

१०) ग्रंथ देवघेव – ग्रंथालयातील ग्रंथ / प्रलेख यांची देवघेव करण्याची पद्धत सोपी, सुटसुटीत व कमी वेळ खाणारी असते. पूर्वी तेवार्क, ब्राऊनी पद्धती होत्या. पण माहितीच्या युगात संगणकामुळे सर्वच गोष्टी सुकर व गतिमान झाल्या आहेत. मोठ्या ग्रंथालयातून प्रलेखन सेवा व भाषांतर सेवाही उपलब्ध करून दिल्या जातात.

अशा तऱ्हेने योजनाबद्ध रीतीने वाचकांचा व कर्मचाऱ्यांचा वेळ वाचवला पाहिजे.

ग्रंथालयशास्त्राचा पाचवा सिद्धांत

ग्रंथालय वर्धिष्णू आहे, हा ग्रंथालयाचा पाचवा सिद्धांत होय. ग्रंथालय ही एक सामाजिक संस्था आहे. तशीच ती कालानुरूप वाढणारी संस्था आहे. कारण त्यामध्ये नित्य नवीन नवीन ग्रंथांची भर पडत असते. वाचकांचीही संख्या वाढत जाते. त्याचप्रमाणे कर्मचाऱ्यांचीही संख्या वाढत जाते. फक्त वर्तमानकालाच्या आनुषंगाने ग्रंथालयाचे नियोजन न करता भविष्यकालीन क्षितिजही लक्षात घ्यावे लागते.

१) वाचन साहित्य – माहितीचा विस्फोट झाल्यापासून दररोज वेगवेगळ्या विषयांवर वेगवेगळ्या दृष्टिकोनातून माहिती, साहित्य प्रकाशित होत असते. ग्रंथसंग्रहात नवीन नवीन भर पडत असते. त्यामुळे ग्रंथालयातील इतर गोष्टींवरही परिणाम होत असतो. त्यामुळे काही समस्याही निर्माण होत असताना. त्यावर उपाय म्हणून पुढील गोष्टींचा विचार करून योजना ठरवाव्या लागतात.

ग्रंथालयाचे स्थान (जागा) व इमारत : ग्रंथालय वर्धिष्णू आहे हे लक्षात घेऊन ग्रंथालयाची जागा निश्चित करावी लागते. भविष्यकालीन जागेचा व विस्ताराचाही विचार करावा लागतो. भरपूर उजेड, मोकळी हवा या दृष्टीने ग्रंथालयाची जागा ठरवावी लागते. अर्थात वाचकांची सोय महत्त्वाची हे लक्षात

घेऊनच.

ग्रंथालयाच्या इमारतीचा आराखडा तयार करताना वाचकांची, ग्रंथांची वाढणारी संख्या यांचाही विचार करणे आवश्यक असते. ग्रंथालयातील प्रत्येक विभागाचा विचार करण्याची तरतूद आराखड्यात असावी.

ग्रंथसंग्रहकक्ष (दालन) सतत वाढणाऱ्या ग्रंथालयातील ग्रंथसंग्रहामुळे या दालनाचा आकार, मांडणी, इतर ग्रंथालयीन विभागांचे जवळचे स्थान या गोष्टी विचारात घ्याव्या लागतात. मांडणीमधील कप्प्यांचे स्थान बदलणे, कप्पे कमी जास्त करणे, मांडणीवरील मार्गदर्शक चिठ्ठ्या बदलणे सुलभ होणे याही गोष्टींचा विचार करणे आवश्यक ठरते.

जागा वाढविण्यासाठी सुद्धा काही मर्यादा पडतात. या कारणामुळे आंतर ग्रंथालयीन देवघेव, जे ग्रंथ फारसे उपयोगात नाहीत ते रद्दबातल ठरविणे, ते इतर ग्रंथालयांना देणे. ते ग्रंथ त्या ग्रंथालयांना उपयोगी वाटत असण्याची शक्यता असते, अशा ग्रंथांच्या याद्या इतर ग्रंथालयांकडे प्रसारित करणे, त्या त्या ग्रंथालयांच्या गरजेनुसार असणारे ग्रंथ, आवडीचे स्वातंत्र्य अशा गोष्टीमुळे निरुपयोगी ग्रंथांचे वाटप करता येते व नवीन ग्रंथांसाठी जागा निर्माण करता येते.

फर्निचर : वाचनसाहित्यासाठी पुरेशा मांडणी असाव्यात. सामान्य वाचकांच्या उंचीनुसार मांडणीची उंची असावी. मांडणीची उंची, कप्पे कमी जास्त करण्याची सोय मांडणीत असावी. वाचनसाहित्याच्या प्रकारानुसार फर्निचर असावे. माहितीयुगात प्रलेख, तबकडी, सीडी रोम, लघु तबकडी अशा गोष्टी संग्रहित करण्याच्या दृष्टीने फर्निचरचा विचार करावा लागेल.

नियतकालिकांच्या बाबतीतही फर्निचरचा विचार करावा लागतो. नियतकालिकांच्या संख्येबरोबर वाचकांची त्याबाबतची गरज वाढत असते. नवीन नियतकालिके प्रदर्शित करण्याच्या मांडणीची काही खास सोय असते. कप्याकप्यांची ही मांडणी असून मागील महिन्यांचे जुने अंक, त्या नियतकालिकाच्या मागच्या कप्प्यात ठेवण्याची व्यवस्था असते. जुन्या नियतकालिकांचा संदर्भ म्हणून त्वरित उपयोग होतो. नियतकालिकातील माहिती ही नेहमी अद्ययावत असते. त्यामुळे त्यांचे महत्त्व नेमकी व सूक्ष्म माहितीची गरज असणाऱ्या वाचकांना जास्त असते. यांत्रिक नियतकालिकामुळे तर वाचकांच्या सोयीत भरच पडली आहे.

वाचनसाहित्यामुळे तालिका नोंदीतही भर पडत जाते. पत्ररूप तालिका या दृष्टीने सोयीची ठरते. तालिकीकरणाच्या नियमावलीचा उपयोग केला पाहिजे.

संगणकाच्या साहाय्याने केलेल्या निर्देशनामध्ये भविष्यातील निर्देशनासाठी सोय करून ठेवता येते. ज्ञानाचे नवनवीन विषय आनुषंगिक वाचन साहित्याच्या जवळ योग्य क्रमात समाविष्ट करण्याची तरतूद वर्गीकरण पद्धतीत पाहिजे. म्हणून वर्गीकरण पद्धत ही लवचीक व अतिथ्यशील असावी.

२) वाचक – सर्वांसाठी शिक्षण, प्रौढ शिक्षण, अनौपचारिक शिक्षण इ. साक्षरतेच्या कार्याचा वाढता प्रसार होऊ लागला. त्यामुळे वाचकांची संख्या वाढली. अभ्यासिका, देवघेव पद्धती व संदर्भ सेवा यावर त्यांचा परिणाम झाला. नव्या वाचकांना ग्रंथालयाचा परिचय करून देणे, ग्रंथालयातील विभागांच्या कामकाजाची माहिती देणे या गोष्टी महत्त्वाच्या ठरतात. तेव्हाच ग्रंथालयांचा यथार्थ उपयोग होऊ शकेल.

मुक्तद्वार पद्धतीमुळे ग्रंथाजवळ जाण्याचे स्वातंत्र वाचकांना मिळते. त्यामुळे वाढती ग्रंथसंख्या, वाचनसाहित्याची मागणी करणाऱ्या वाचकांची वाढती संख्या यामुळे कर्मचारी वर्गावर येणारा कामाचा ताण कमी होतो. ही पद्धत स्वीकारताना व्यवस्थापनाचे लक्ष असले पाहिजे. देवघेव पद्धतीमध्ये वाचकांना वाचन साहित्य देणे, ते परत घेणे व तशा नोंदी करणे यासाठी सोपी पद्धत असावी. सध्या तर संगणकामुळे या गोष्टी सुलभ झाल्या आहेत. वाचकांच्या मागणीनुसार ग्रंथ खरेदी करणे प्रत्येक ग्रंथालयाला शक्य नसते. वाचकांना तर त्यांचा ग्रंथ मिळणे आवश्यक आहे. अशा वेळी आंतर ग्रंथालयीन देवघेव व्यवस्था, ग्रंथालय साखळी पद्धत उपयोगी ठरते.

३) ग्रंथालयीन कर्मचारी – ग्रंथालयातील वाचन साहित्य वाढीव आहे. वाचकांची संख्या वाढती असते. मग ग्रंथालयीन कर्मचाऱ्याकडून कार्यक्षम सेवा अपेक्षित करताना त्यांच्या संख्येतही वाढ होणे आवश्यक आहे. पण कर्मचाऱ्यांची वाढती संख्या, कार्यक्षमता टिकविण्यास साहाय्यकारी ठरत नाही. तर कर्मचाऱ्यातील श्रमविभागणी उपयुक्त ठरते. खरेदी विभाग, नियतकालिक विभाग व तांत्रिक विभाग अशी विभागणी करावी लागते. तालिकीकरण, वर्गीकरण, प्रलेखन, या गोष्टी तांत्रिक विभागात मोडतात. ग्रंथ देवघेव विभागात फर्निचर, वाचन साहित्य वाचकांना देणे, परत घेणे, ग्रंथांचे योग्य व्यवस्थापन, देवघेव नोंदी या गोष्टींचा अंतर्भाव होतो. संदर्भ सेवा हा एक स्वतंत्र विभाग ठरतो. पण हे सर्व विभाग एकमेकांशी संबंधित असतात. त्यामुळे त्यांच्यात सहकार्य असणे आवश्यक आहे. म्हणून प्रत्येक कर्मचाऱ्याने कार्यक्षमता वाढवून वाचकांना उत्तम सेवा द्यावी, अशी अपेक्षा असते. त्यामुळे वाचक संख्येत वाढ होईल.

संगणकाच्या वापराने बऱ्याच गोष्टी सुकर होतात. कर्मचारी वर्ग हा ग्रंथालयाशास्त्र प्रशिक्षित असला पाहिजे. त्याचप्रमाणे तो संगणक प्रशिक्षितही असला पाहिजे.

वाचक, वाचन साहित्य व कर्मचारी या तीन वाढीव घटकांचा विचार करून ग्रंथालयीन कामकाजाचे नियोजन केल्यास, कार्यक्षम सेवा देणे अवघड नाही.

ग्रंथालयीत साधन वाटणी व जाळे

पूर्वीच्या काळी ग्रंथालयात फक्त लिखित वा मुद्रित दस्तऐवज होते. लिखित दस्तऐवज म्हणजे हस्तलिखिते होय. ह्या हस्तलिखितापासून वाचक नेहमी दूर असे. अशा दस्तऐवजांची वाटणी करता येत नसे. उपभोक्त्याला ग्रंथालयात जाऊन हस्तलिखिते पाहावी लागत. त्याप्रमाणे ग्रंथालयाबाहेर उपभोक्त्याला ग्रंथ नेण्याची परवानगी नसे. आणि अशी परवानगी असलीच, तर ती फार क्वचित असे. लिखाणासाठी दगड, लाकूड, कातडी, धातू यांचा उपयोग केला जात असे. ग्रंथालय म्हणजे संग्रहालय हा अर्थच त्याकाळी अभिप्रेत होता.

आज ग्रंथालयात ग्रंथाव्यतिरिक्त इतर साहित्यही मोठ्या प्रमाणात असते. त्यामध्ये प्रबंध, नियतकालिके, अहवाल, संदर्भ साहित्य, पेटंटस्, प्रमाणके, संगणकीय डेटाबेसिस यांचाही समावेश होतो. प्रलेख हा सर्वसमावेशक शब्द ग्रंथालय आणि माहितीशास्त्रातील व्यक्तींकडून वापरला जातो. याचा अर्थ वेगवेगळ्या प्रकारचे ग्रंथालयातील साहित्य असा होतो. दुसऱ्या महायुद्धानंतर सूक्ष्म फिती, दृक्‌श्राव्य साधने यांचीही ग्रंथालयात भर पडत गेली. आजच्या संगणकीय युगात तर फिती, तबकडी, सूक्ष्म तबकडी, लघु तबकडी, माहिती संच यांचा संग्रह ग्रंथालयात दिसून येतो. त्यामुळे ग्रंथालये ही माहिती केंद्रे झाली आहेत.

ग्रंथालयामध्ये माहिती केंद्रामध्ये 'सहकार्य' निर्माण झाले, तर ग्रंथालय वाचकांना अधिक चांगली माहिती सेवा देऊ शकतात. म्हणून ग्रंथालय सहकार्य हे महत्त्वाचे ठरते. आजच्या माहिती युगात प्रचंड प्रमाणात माहिती प्रकाशित होत आहे. रोज नवीन नवीन माहितीची निर्मिती होत असते. अनेक नवीन विषय संशोधनामुळे उदयाला येत आहेत. माहितीच्या परिस्फोटामुळे मानवाच्या ज्ञानामध्ये सतत भर पडत आहे. ही नवनिर्मित माहिती नियतकालिके, ग्रंथ व नवीन तंत्रज्ञानाच्या स्वरूपात अभ्यासकांपुढे, संशोधकांपुढे येत आहे. ही सर्व माहिती वाचकांपर्यंत पोहोचविण्याचे कार्य ग्रंथालये / माहिती केंद्रे करीत असतात.

कागदाची वाढणारी किंमत, त्यामुळे वाढणारी ग्रंथांची किंमत;

नियतकालिकांच्या वर्गणीतील वाढ, ग्रंथालयांना मिळणारे अपुरे अनुदान यामुळे प्रकाशित होणारे सर्व वाचन साहित्य व इतर साहित्य प्रत्येक ग्रंथालयाला खरेदी करणे शक्य होत नाही. अशा परिस्थितीत अनेक ग्रंथालयांनी / माहिती केंद्रांनी एकत्रितपणे व परस्पर सहकार्याने काम करणे आवश्यक ठरते. म्हणजेच ग्रंथ खरेदी, त्यावरील प्रक्रिया, त्यांचे व्यवस्थापन इत्यादी गोष्टी सहकार्याने केल्यास त्या फायदेशीर ठरतील. अनावश्यक गोष्टींची पुनरावृत्तीही टळेल. ग्रंथालय सहकार्य ही संकल्पना नवीन नाही. डॉ. एच. के. कौल यांच्या मते ग्रंथालयातील काही प्रलेख कालबाह्य ठरतात. पण ज्या प्रलेखांची वाढती मागणी आहे, त्यांना संग्रहात जागा देत येत नाही.

ग्रंथालय सहकार्य या संकल्पनेत साधनांची वाटणी ही गोष्ट अंतर्भूत आहे. संगणक वाचन साहित्याचा सामूहिक उपयोग होण्यासाठी संगणकीय जाळ्याची निर्मिती होत आहे.

ग्रंथालय सहकार्य ही कल्पना तशी जुनी आहे. इ. स. २०० साली अलेक्झांड्रिया ग्रंथालयाने परगॅमन ग्रंथालयाशी नाते जोडून ग्रंथालय सहकाराचा पाया घातला. ग्रंथालय सहकार्यामध्ये समाविष्ट असणाऱ्या ग्रंथालयातील वाचन साहित्याची माहिती संघ तालिका, स्थल दर्शक याद्या, माहिती संच या गोष्टी साधन वाटणीमुळे शक्य झाल्या आहेत.

साधन वाटणीची गरज – ग्रंथालय कितीही मोठे असले, तरी ग्रंथालयात सर्व वाचन साहित्य संग्रहित करणे शक्य नसते. त्यामुळे वाचकांच्या गरजा भागविण्यासाठी दुसऱ्या ग्रंथालयावर अवलंबून राहावे लागते. विशेष ग्रंथालयाचा ग्रंथसंग्रह वैशिष्ट्यपूर्ण असतो. त्याप्रमाणे वाचकही विशेष प्रकारचे असतात. ग्रंथालयाच्या अंदाजपत्रकापेक्षा प्रलेखांच्या किंमती वाढत आहेत. त्यामुळे ग्रंथालयातील नवीन प्रलेखांची संख्या कमी होत आहे. या सर्वांमुळे साधन वाटणीची कल्पना महत्त्वाची ठरते. साधन वाटणीमध्ये दोन भाग समाविष्ट आहेत. १) साधन, २) वाटणी. साधन म्हणजे उपलब्ध गोष्टी आणि वाटणी म्हणजे जवळच्या गोष्टी दुसऱ्यांना देणे. त्या गोष्टींचा दुसऱ्याबरोबर वापर करणे. आपल्या जवळच्या गोष्टींची दुसऱ्याबरोबर वाटणी करणे म्हणजे साधन वाटणी होय. ग्रंथालय साधन वाटणी म्हणजे साहित्य, सेवा, ग्रंथालयांची कार्ये इत्यादी गोष्टीतील साधन वाटणी होय.

साधन वाटणीच्या क्षेत्रामध्ये खालील गोष्टींचा समावेश होईल.

१) ग्रंथालयीन सेवक वर्गांचा अनुभव व कुशलता

२) साहित्य – ग्रंथ, नियतकालिके, पेटंटस्, प्रमाणके, दृक्श्राव्य साधने, चित्रफिती, ध्वनीफिती, संगणकीय तबकड्या, सीडी रॉम, लघु तबकडी वगैरे.

ग्रंथ व नियतकालिकांचे सहकारी तत्त्वावरील संपादन, प्रलेखांच्या मूल्य पद्धतीतील वाटणी, नियतकालिकांच्या जुन्या खंडांचा सहकारी तत्त्वावरील साठा, माहिती संचाचे संपादन, साहित्याची वाटणी. उदा. संगणक, तबकड्या, दृक्श्राव्य साधने. या सर्व बाबतीत साधन वाटणीमुळे काटकसर करता येईल.

साधन वाटणीची वैशिष्ट्य – एखाद्या ग्रंथालयात जे वाचन साहित्य नसेल ते दुसऱ्या ग्रंथालयातून उपलब्ध करून घेणे. मग त्या सेवाही असतील. त्यांनस्थापनच्या खर्चात कपात करणे. ग्रंथालयीन सेवा व माहिती सेवा यांमध्ये एकात्मता असणे, ग्रंथालय सहकार्यातील ग्रंथालयांमध्ये एकवाक्यता असणे ग्रंथालयीन सेवा चांगल्या तऱ्हेने देणे, या गोष्टी साधन वाटणीची वैशिष्ट्ये म्हणून सांगता येतील.

साधन वाटणीचे कार्य – वाचन साहित्याची निवड, दाखल नोंद इत्यादी प्रक्रियेमध्ये ग्रंथालयांनी एकमेकांना मदत करणे. आंतर ग्रंथालयीन ग्रंथालय सेवा, वाचन साहित्याच्या प्रतिंचा पुरवठा करणे, माहितीची वा दस्तऐवजांची प्रतिप्राप्ती व माहितीचा साठा याच्या मूल्यामध्येही वाटा उचलणे. कार्यक्षम सेवा, आणि उपभोक्त्याने वाचन साहित्याचा वापर करणाऱ्या पद्धतींमध्ये त्याचा वेळ वाचविणे इत्यादी गोष्टी साधन वाटणीमध्ये समाविष्ट करता येतील.

साधन वाटणीचे प्रकार –

१) ग्रंथोपार्जन – वाचन साहित्याच्या उपार्जन प्रक्रियेमध्ये ग्रंथांची निवड, त्यांची मागणी Order करणे, ग्रंथांची देयके संमत करणे, इत्यादी गोष्टींचा समावेश होतो. ग्रंथालय सहकार्य तत्त्वावर वरील पैकी काही गोष्टी कमी करता येतात. यामध्ये पत्रव्यवहाराचा वेळ, त्याचे मूल्य व कार्यलयीन श्रम कमी होतात.

२) मध्यवर्ती वर्गीकरण आणि तालिकीकरण प्रक्रिया – ग्रंथ वर्गीकरण आणि ग्रंथ तालिकीका या प्रक्रियेमध्ये स्वस्त व गुणवत्तापूर्ण सेवा देता येतात. मार्क हे लायब्ररी ऑफ काँग्रेसचे काम अशा प्रकारचे आहे. ऑन लाईन तालिकीकरण, माहिती संच वगैरे गोष्टी कमी खर्चाच्या पण गुणवत्तापूर्ण दिसतात. ब्रिटिश नॅशनल बिब्लिओग्राफी हे याचेच एक उदाहरण होय.

३) प्रकाशनपूर्व वर्गीकरण व तालिकीकरण – ग्रंथ प्रकाशित होण्यापूर्वी त्या ग्रंथाचे वर्गीकरण व तालिकीकरण केले जाते. ग्रंथाच्या ग्रंथनाम पृष्ठाच्या मागच्या बाजूला ही माहिती दिलेली असते. ग्रंथालयातील कर्मचारी

वर्गाला याचाही उपयोग होतो व त्यांचा वेळ वाचतो. लायब्ररी ऑफ काँग्रेसने अशा पद्धतीच्या कामामध्ये इ. स. १९७१ साली पुढाकार घेतला.

४) सहकारी साठा (Co-operative Storage) अनेक ग्रंथालयांच्या ग्रंथ मांडणीमध्ये कमी उपयोग होणारे वाचनसाहित्य अथवा काही उपयोग नसलेले वाचनसाहित्य असते. त्यामुळे नवीन वाचनसाहित्याला ग्रंथालयात जागा कोठे द्यावयाची हा प्रश्न निर्माण होतो. नवीन वाचनसाहित्यासाठी जागेचा प्रश्न भेडसावतो. प्रत्यक्षात उपयोगी नसलेले वाचनसाहित्य ग्रंथालयात सहकार्य तत्त्वावर मध्यवर्ती जागी संग्रहित करता येते. यात भाग घेणाऱ्या ग्रंथालयांनी त्याच्या योग्य त्या नोंदी ठेवणे आवश्यक ठरते.

५) आंतर ग्रंथालयीन देवघेव – साधन वाटपाचा हा एक जुना प्रकार आहे. या योजनेमध्ये एखादे ग्रंथालय दुसऱ्या ग्रंथालयाकडून वाचनसाहित्य काही ठरावीक कालावधीसाठी मिळविते. व ते वाचनसाहित्य वाचकाला उपलब्ध करून देते. यासाठी काही मार्गदर्शक तत्त्वे, वाचनसाहित्याचे ठिकाण निश्चित करण्यासाठी सांघिक तालिका, सहकारी वितरण सेवा, या सेवेसाठी लागणारे मूल्य यांचाही विचार करणे आवश्यक ठरते.

६) साधनांचे वाटप – यामध्ये संगणक, सीडी रॉम, स्कॅनर, तबकडी त्याचप्रमाणे प्रतिलिपींची साधने इत्यादी गोष्टी एखाद्या ग्रंथालयांच्या गटाला नक्कीच फायदेशीर ठरतील.

मर्यादा – ग्रंथालयातील स्वातंत्र्य गमावण्याची भीती वाटते. सांघिक तालिका व स्थान यांची कमतरता, संहितेचा अभाव, वाचन साहित्य दळणवळणाच्या वेळी हरविण्याची भीती, छोट्या ग्रंथालयांपेक्षा मोठ्या ग्रंथालयांनीच ह्याचा फायदा करून घेण्याची भीती, उपभोक्त्यांविषयीच्या ज्ञानाची उणीव, योग्य अंदाजपत्रकाचा अभाव, व्यवस्थापनाकडून घातल्या जाणाऱ्या प्रशासकीय व कायदेशीर मर्यादा, तांत्रिक गोष्टींच्या वापरासाठी असलेले ज्ञान व योग्य प्रशिक्षित कर्मचारी वर्गाची कमतरता, साधन वाटणी मध्ये जास्त मूल्याचा अंतर्भाव, साधन वाटणीचे यश प्रकाशनाच्या व्यवसायावर होऊन त्याचे परिणाम म्हणून प्रकाशित साहित्याच्या किंमती (मूल्य) वाढण्यात होण्याची शक्यता. आंतर ग्रंथालयीन देवघेवीमुळे काही नुकसान होईल अशी भीती असते. तसेच या देवघेवीमुळे मूळ ग्रंथालयाच्या वाचकाकडून त्या वाचन साहित्याची मागणी आल्यास दुसऱ्या ग्रंथालयाकडून ते वाचन साहित्य ठराविक कालावधीनंतर परत येणे आवश्यक असते. तसे न आल्यास प्रत्येक वाचकाला त्याचा ग्रंथ मिळाला

पाहिजे व प्रत्येक ग्रंथाला त्याचा वाचक मिळाला पाहिजे या सिद्धांताचे प्रयोजनच राहणार नाही. यासर्व गोष्टींचा विचार करून हे अडथळे, या मर्यादा जाणून घेऊन ग्रंथपालांनी एक स्वतंत्र योजना आखली पाहिजे. ती प्रत्यक्षात आणली पाहिजे. ग्रंथालयातील सर्व कामांमध्ये समानता आणावी. साधन वाटणीचे संप्रेषण योग्य तऱ्हेने होण्यास मदत करावी.

साधन वाटणीचे प्रयोग फार पूर्वीपासून जगात होत आहेत. इ. स. २०० मध्ये अॅलेक्झांड्रिया ग्रंथालयातून परगॅमम येथील ग्रंथालयात ग्रंथ देवघेव झाली. असे पुरावे आजही सापडतात.

ब्रिटिश नॅशनल बिब्लिओग्राफी चे प्रकाशन इ. स. १९५० पासून सुरू झाले. तेव्हापासून सर्व ब्रिटिश प्रकाशनासाठी 'सेंट्रल कॅटलॉगिंग सर्व्हिस देण्याचे काम त्यांच्या कचेरीतून सुरू आहे.

इ. स. १९१६ मध्ये इंग्लंडमध्ये 'नॅशनल सेंट्रल लायब्ररीची' स्थापना झाली. ते देशातील आंतर ग्रंथालयीन देवघेवीचे प्रमुख केंद्र आहे. कोणतेही एक ग्रंथालय स्वयंपूर्ण असू शकत नाही. म्हणून आंतर ग्रंथालयीन सहकार, साधन वाटणी आवश्यक आहे. हे धोरण अमेरिकेतील नॅशनल लायब्ररी असोसिएशनने मान्य केले.

भारत नियतकालिकांचे सहकारी तत्त्वानुसार संपादन – भारतामध्येही साधन वाटपाच्या उपयोगाबाबत जागरूकता निर्माण झाली. इन्सडॉक या संस्थेने दिल्ली येथे मध्यवर्ती नियतकालिकांचे उपार्जन केंद्र (CAP) स्थापण्यात पुढाकार घेतला. या केंद्राद्वारे देशांतील ३० (CSIR) प्रयोगशाळांसाठी परदेशी नियतकालिके मिळवली जातात. जवळ जवळ गेल्या ७ वर्षांपासून हे काम चालू आहे. या प्रक्रियेमुळे ग्रंथालयांना प्रकाशकाकडून ५% सवलत मिळते.

सहकारी तत्त्वावर साठवण – इ. स. १९७५ मध्ये नॅसडॉक आणि जवाहरलाल नेहरू विद्यापीठ यांच्या पुढाकाराने आय. एल. आर. सी (inter library Resource centre) केंद्र स्थापन झाले. दिल्लीतील ३८ ग्रंथालयांनी आपली कमी उपयोगात येणारी क्रमकालिके व शासकीय प्रलेख या केंद्रामध्ये ठेवले आहेत.

राष्ट्रीय सांघिक (संघ) तालिका – काही शास्त्रीय ग्रंथालयांच्या मदतीने इन्सडॉकने इ. स. १९८८ साली नॅशनल युनियन कॅटलॉग ऑफ सायंटिफीक सिरियल्स प्रकाशित केला. यामध्ये जवळ जवळ ८०० शास्त्रीय व तांत्रिक ग्रंथालयांतील क्रमकालिकांचा संग्रह आहे.

इ. स. १९८० मध्ये नॅसडॉकने युनियन कॅटलॉग ऑफ सोशल सायन्स सिरियल्स प्रकाशित केला.

आंतरराष्ट्रीय पद्धतींशी सहकार्य – भारत हा खालील आंतरराष्ट्रीय पद्धतीचा राष्ट्रीय सभासद आहे. इनिस (International Nuclear Information System) अॅग्रीस (Agricultural Information System) इत्यादी.

भारतातील कित्येक ग्रंथालयातून माहितीच्या देवाणघेवाणीबाबत संगणकीय जाळ्यामध्येही साधन वाटपाची सोय केली आहे.

जाळे

एकमेकांशी संबंधित असलेल्या व्यक्तींचे गट किंवा संस्था म्हणजे जाळे होय. संगणकाचा शोध आणि दूरसंचार माध्यमांचा विकास व नवीन तंत्रज्ञान त्यामुळे जाळे हे जागतिक तत्त्व बनले आहे. ग्रंथालये व माहिती केंद्रे उपभोक्त्याला कार्यक्षम सेवा देण्यासाठी तसेच साधन वाटणीसाठी जाळ्यांची स्थापना करीत आहेत.

ग्रंथालयीन जाळ्यांची ध्येय व धोरणे

साधन वाटणीचा जास्तीत जास्त वापर करणे, वाचन साहित्याचे उपार्जन व त्यावर प्रक्रिया करण्यासाठी मदत करणे, प्रलेख व माहितीची अदलाबदल करणे, ग्रंथ संग्रहाच्या विकासासाठी सहकार्य व समन्वय साधणे. संदर्भ सेवेला महत्त्व देऊन ऑन लाईन माहितीच्या प्रतिप्राप्तीची सोय व संघ तालिका तयार करणे. सूचित्मक माहिती संच बनविणे, ‘विशेष उपभोक्त्यासाठी विशेष प्रकारचे माहिती संच बनविणे, यांत्रिक पत्रव्यवहाराला पाठिंबा देणे, संगणकाच्या Hard-ware, Software प्रक्रिया यामध्ये काही मार्गदर्शक तत्त्वे स्थापन करणे.

ग्रंथालय व माहिती जाळे – हे ग्रंथसूचीय, सांख्यिकीय व माहिती संचाची प्रतिप्राप्ती करून देते. वाचनसाहित्याच्या याद्या संकलित करते. प्रादेशिक ग्रंथसूची तयार करते. राष्ट्रीय ग्रंथालय तालिकेद्वारा ग्रंथसूचीय नियंत्रण ठेवते. सी.डी.रॉम चा उपयोग करते. माहिती down loading करते. आंतर ग्रंथालयीन मागण्या, ग्रंथालयीन टपाल इत्यादी गोष्टी त्याचप्रमाणे प्रलेखाची देवाण इत्यादी गोष्टींचा उपयोग जाळ्यामार्फत करता येतो.

या सर्वांसाठी सहकार्य, उपार्जनासाठी धोरण, अद्ययावत वाचनसाहित्याचे वाटप, पण तेही Protocol प्रमाणे, उपभोक्त्यासाठी योग्य साधनांची देवाण करण्याच्या पद्धती, समान विषयांचे केंद्राचे एकत्रीकरण, साधन वाटपांतील ग्रंथालयांच्यामध्ये जाळ्याची उपयोगिता व योग्यता वाढविणे. माहिती प्रसाराची

योग्य साधने. संप्रेषणाच्या साधनांची जाळी निर्माण करणे. या सर्व गोष्टींचा विचार करून त्या त्या महत्त्वाच्या गोष्टींमध्ये करार करणे अपेक्षित आहे. ह्या गोष्टी साध्य झाल्यास माहितीच्या जाळ्यामुळे उपभोक्त्याला योग्य माहिती मिळत राहील.

भारतातील ग्रंथालय चळवळ

ऐतिहासिक कालामधे भारतातील मोहेनजोदारो, हडप्पा आणि लोथल येथील शिलालेख मानवाच्या प्राथमिक अवस्थेतील मुद्रिताचीच ओळख करून देतात. तक्षशिला, नालंदा यासारखी विद्यापीठे व त्या ठिकाणी असणारी सुसज्ज ग्रंथालये या गोष्टी भारतातील ग्रंथालयांचा प्रारंभ दर्शवितात. मुद्रिताच्या शोधाची ओळख ख्रिश्चन धर्मोपदेशकाकडून झाली. इ.स.१७८४ मध्ये ब्रिटिश अमदानीत 'द एशियाटिक सोसायटी' ही कोलकात्यामध्ये स्थापन झाली. त्यांनी सुरू केलेले एशियाट्रिक रिसर्चेस हे शास्त्रीय नियतकालिक इ.स. १७८७ ते १९३९ पर्यंत सुरू होते. १८ व्या शतकात ब्रिटिशांनी काही सार्वजनिक ग्रंथालये स्थापन केली. त्याचप्रमाणे कोलकाता, मद्रास व मुंबई येथे शैक्षणिक ग्रंथालये स्थापन केली.

२० व्या शतकात स्वातंत्र्यप्राप्तीनंतर ग्रंथालयाविषयीची जागरूकता विकसित होऊ लागली. बंगालची फाळणी, राजकीय जागरूकता यामुळे जनतेची साक्षरता ही महत्त्वाची ठरली, यासाठी ग्रंथालयाची भूमिका जनतेला साक्षर बनविणे व त्यांच्यात राजकीय जागरूकता निर्माण करणे अशा पद्धतीची होती.

याचाच परिणाम म्हणून भारतामध्ये अनेक सार्वजनिक ग्रंथालयांची स्थापना झाली. त्यापैकी गुजरातेतील प्रसिद्ध 'मित्र मंडळ ग्रंथालये' होत. यामध्ये जवळ-जवळ १५० ग्रंथालयांचा समावेश होता. ही योजना श्री. मोताभाई आणि त्यांचे सहकारी यानी अंमलात आणली. एका खेड्याने वर्षाला रु. १० किंवा रु. १५ वर्गणी द्यावयाची. तेव्हा त्या खेड्यातील लोकांना या वर्गणीच्या मूल्यापेक्षा अधिक किंमतीचे ग्रंथ, नियतकालिके, वर्तमानपत्रे वाचायला मिळत. संपादक, लेखक हे या योजनेतील तोटा भरून काढत असत. अशा तऱ्हेची चळवळ श्री. याज्ञिक यांच्या मार्गदर्शनाखाली कळवाणी मंडळाने 'गोखले ग्रंथालये' म्हणून स्थापन केली होती.

बडोद्याच्या श्रीमंत सयाजीराव गायकवाड यांनी इ.स. १९०७ साली त्यांच्या राज्यात प्राथमिक शिक्षण सक्तीचे व विनामूल्य केले होते. इ. स. १९०८ साली त्यांनी अमेरिकेच्या दौऱ्यावर असताना आपल्या मुख्यमंत्र्याला बडोद्यामध्ये देवघेव ग्रंथालये स्थापन करण्यासाठी रु. ३०,००० खर्च करण्यासंबंधी सूचना दिली होती. बडोदा राज्याच्या शिक्षण विभागाने या ग्रंथालयासाठी योजना सादर

करताना रु. २४, वर्षाकाठी नियकालिकासाठी मंजूर केले. श्रीमंत सयाजीराव गायकवाड यांनी श्री. डब्लू, ए.बॉरडन यांना ग्रंथालय पद्धतीचे व्यवस्थापन करण्यास आपल्याबरोबर भारतात आणले. श्री. बॉरडन यानी स्टेट सेंट्रल लायब्ररी व इतर शाखा ग्रंथालये स्थापन केली. तसेच ग्रंथालय प्रशिक्षण वर्ग चालू केले. त्याचप्रमाणे ''लायब्ररी मिसेलनी'' नावाचे नियतकालिक चालू केले. स्थानिक गरजेनुसार योग्य अशी वर्गीकरण पद्धती निर्माण केली. वीस वर्षात जवळ जवळ प्रत्येक शहरात आणि ११०० खेड्यांमध्ये ग्रंथालये स्थापन झाली होती. म्हैसूर राज्यानेही ''अस्तित्वात असलेल्या सार्वजनिक ग्रंथालयांना ३ वर्षासाठी अनुदान मान्य केले. आर्थिक परिसंवादाच्या शिक्षण समितीने तशी सूचना केली होती. ''सर्वांसाठी विनामूल्य पुस्तक सेवा'' हे त्याचे ध्येय होते.

सार्वजनिक ग्रंथालयाच्या बाबतीत आंध्रप्रदेशातील जनता चळवळ ही एक महत्त्वाची चळवळ ठरते. ही चळवळ आंध्र प्रदेशाच्या कानाकोपऱ्यापर्यंत पसरली होती. इ. स. १९१४ साली आंध्र देश लायब्ररी असोसिएशनची झालेली स्थापना हा भारतातील अशा प्रकारचा पहिला टप्पा होता. या असोसिएशनने ''डिरेक्टरी ऑफ आंध्र लायब्ररीज'' संकलित केली. तसेच 'ग्रंथालय सर्वस्वमु' हे मासिक इ. स. १९१५ मध्ये प्रकाशित केले. तसेच ग्रंथालयाचे प्रशिक्षण वर्ग चालू केले. ''ग्रंथालय पिलग्रिमेज'' ही सुरू केली.

त्यांची कार्यपद्धती खालीलप्रमाणे होती.

खेड्यामध्ये जाऊन पोस्टर्स चिकटविणे, तेथील स्थानिक ग्रंथालयांना भेटी देणे, तेथील अधिकाऱ्यांशी ग्रंथालयीन कामकाजासंबंधी चर्चा करणे. लोकांचा ओढा ग्रंथालयाकडे वळावा म्हणून प्रदर्शने आयोजित करणे, सभेच्या ठिकाणी ध्वनिमुद्रिका लावणे, लोकांनी सभेच्या ठिकाणी वेळेवर येण्यासाठी भजन व गाणी यांचा उपयोग करणे. ग्रंथालयाच्या स्थापनेसाठी प्रसिद्ध व्यक्तींची व्याख्याने आयोजित करणे. ग्रंथालयाच्या प्रसारासाठी माहितीदर्शक चित्रे प्रदर्शित करणे.

आंध्र देश लायब्ररी असोसिएशनने प्रथम मद्रासमध्ये ऑल इंडिया लायब्ररी कॉन्फरन्स भरवली. पुढे त्याचेच ऑल इंडिया पब्लिक लायब्ररीमध्ये रूपांतर झाले. त्यांनी इ.स.१९२५ म ध्ये 'इंडियन लायब्ररी जर्नल' हे ग्रंथालयीन व्यवसायाला वाहिलेले पहिले इंग्रजी नियतकालिक चालू केले. या असोसिएशनने ''बेंगाल लायब्ररी असोसिएशन,'' ''मद्रास लायब्ररी असोसिएशन'' व ''पंजाब लायब्ररी असोसिएशन'' यांना उत्तेजन दिले.

बेंगाल लायब्ररी असोसिएशन इ.स. १९२५ साली स्थापन झाले. या

असोसिएशनने बंगालमध्ये ग्रंथालय चळवळीचा प्रसार करण्याचे कार्य केले. तसेच नियमित परिसंवाद, चर्चासत्रे आयोजित केली. तसेच ग्रंथालय कर्मचाऱ्यांसाठी प्रशिक्षणाचे वर्ग चालू केले. याप्रकारच्या कामामध्ये कुमार मुनिचंद्रा देव रॉय महाशय यांनी सुरवातीच्या काळामध्ये खूपच पुढाकार घेतला होता.

इ.स. १९२८ साली 'मद्रास लायब्ररी असोसिएशन'ची स्थापना झाली. सचिव डॉ. एस. आर. रंगनाथन यांच्या नेतृत्वाखाली महत्त्वाच्या सेवा दिल्या. असोसिएशनने ग्रंथालय प्रशिक्षणाचे वर्ग चालू केले. इ.स. १९३१ मध्ये मन्नरगुडी येथे फिरत्या ग्रंथालयाची सेवा उपलब्ध करून दिली. तुरुंगात व दवाखान्यात ग्रंथालय सेवेची ओळख करून दिली.

इ.स. १९२९ साली पंजाब लायब्ररी असोसिएशनची स्थापना झाली. त्यांनी इ.स. १९२९ साली ७ वी ऑल इंडिया पब्लिक लायब्ररीज कॉनफरन्स 'आयोजित केली.' मॉडर्न लायब्ररीयन हे नियतकालिक १० वर्षे यशस्वीरीत्या चालविले.

"इंडियन लायब्ररी असोसिएशन" इ.स. १९३३ साली कोलकात स्थापन झाली. त्यांनी सुरुवातीला ग्रंथालयांच्या निर्देशिका संकलित केल्या. ग्रंथालय कर्मचाऱ्यांच्या प्रशिक्षणाला उत्तेजन दिले. दोन वर्षांतून एकदा परिसंवाद आयोजित केले. इ.स. १९४३ मध्ये "लायब्ररी बुलेटिन' नावाचे त्रैमासिक सुरू केले. इ.स. १९४७ नंतर, दिल्लीला असोसिएशनचे स्थलांतर झाले. डॉ. एस. आर. रंगनाथन यांच्या अध्यक्षतेखाली या असोसिएशनने पुष्कळ काम केले. इ.स. १९४९ मध्ये त्यानी 'अबगिला' हे हिंदी विभागाचा समावेश असलेले नियतकालिक चालू केले. चर्चासत्रे, परिसंवाद नियमित आयोजित केले. तसेच त्यांची प्रकाशने, क्रमकालिके प्रकाशित करण्यास सुरुवात केली. काही हिंदी व इंग्रजी प्रकाशनेही प्रसिद्ध केली. युनेस्कोच्या मदतीने साऊथ इस्ट एशियातील युनियन कॅटलॉग ऑफ सायंटिफीक पिरिऑडिकल्स संकलित करण्याची योजना केली. डॉ. एस. आर. रंगनाथन यांनी 'दिल्ली पब्लिक लायब्ररी' व 'इन्सडॉक' ही कार्यान्वित केली.

चवथ्या पंचवार्षिक योजनेचा आराखडा तयार करताना नियोजन मंडळाने इ.स. १९६४ मध्ये डॉ. व्ही. के. आर. व्ही. राव यांच्या अध्यक्षतेखाली एक कार्यकारी गट नियुक्त केला. या कार्यकारी ग्रंथालयाचा आराखडा तयार करण्यासाठी नियोजन मंडळापुढे काही उद्दिष्टे ठेवली. योग्य सार्वजनिक सेवा देण्यासाठी केंद्र सरकार व राज्य सरकार यामध्ये जबाबदारीची विभागणी करावी. केंद्र सरकारसाठी

ऑल इंडिया लायब्ररी ॲडव्हायझरी कौन्सिलची तसेच राज्य सरकारसाठी स्टेट लायब्ररी ॲडव्हायझरी कौन्सिलची स्थापना करणे, योग्य ग्रंथालय सेवा देण्यासाठी पैशाची योग्य मदत करणे, ग्रंथ निर्मितीसाठी Promotion देणे. दहा वर्षांमध्ये २००० लोकसंख्या असलेल्या खेड्यात त्यांची स्वत:ची ग्रंथालये असावीत, म्हणून या कार्यकारी गटाने ३१० कोटी रुपयांचे अंदाजपत्रक सादर केले.

या कार्यकारी गटाने ग्रंथालया संबंधात केलेल्या सूचनेनुसार इ.स. १९६६ मध्ये Union सरकारने शिक्षण मंत्र्यांच्या अध्यक्षतेखाली एक नॅशनल ॲडव्हायझरी बोर्ड फॉर लायब्ररीज स्थापन केले. या मंडळाने केंद्रीय व राज्यसरकारने ग्रंथालयाच्या मान्यतेसाठी व विकासासाठी सल्ला देणे हे महत्त्वाचे होते. वेगवेगळ्या ग्रंथालयांमध्ये संबंध प्रस्थापित करणे हे होते.

राजा राम मोहन रॉय लायब्ररी फौंडेशन – याची स्थापना राजाराम मोहन रॉय यांच्या २०० व्या जयंती निमित्ताने झाली. विशेषत: खेडेगावातील सार्वजनिक ग्रंथालय सेवा याना मदत करणे हे याचे मुख्य काम होते. प्रत्येक राज्यामध्ये स्टेट लायब्ररी प्लॅनिंग कमिटी स्थापन करणे. या (कमिटी) समितीमध्ये फौंडेशनचा एक व राज्याचा एक असे प्रतिनिधी असतील. फौंडेशनने राज्यातील ग्रंथालयांना ग्रंथालयांच्या मदतीच्या योजना कराव्यात, ही या समितीची जबाबदारी आहे.

पाचव्या पंचवार्षिक योजनेमध्ये फौंडेशनने खालील कार्यक्रम आयोजित केले.

१) नेहरू युवा केंद्र आणि जिल्हा ग्रंथालये यांच्या संग्रहामध्ये योग्य ग्रंथ संग्रह, दृक्श्राव्य साहित्य यांचा समावेश असावा.

२) ग्रामीण अनामत ग्रंथ केंद्रे व फिरती ग्रंथालये यांच्या विकासासाठी मदत करणे.

३) दुर्लभ पुस्तके, हस्तलिखिते, बांधणी, ग्रंथांचे संरक्षण, उपलब्ध नसलेले ग्रंथ या संबंधात मदत करणे.

४) स्वयंसेवी संस्थाकडून कार्यान्वित असणाऱ्या ग्रामीण ग्रंथालयांना मदत करणे.

या फौंडेशनने इ.स.. १९७२ ते १९७७ पर्यंत ६००० ग्रंथालये विकसित केली. इ.स. १९४८ च्या कायद्याने कोलकात्यातील इंपेरियल लायब्ररीचे नामांतर भारताचे राष्ट्रीय ग्रंथालय म्हणून झाले. इ. स. १९५८ मध्ये सेंट्रल रेफरन्स लायब्ररीची स्थापना राष्ट्रीय ग्रंथालयेमध्ये झाली. या ग्रंथालयाने ब्रिटिश नॅशनल बिब्लिओग्राफीच्या धर्तीवर इंडियन नॅशनल बिब्लिओग्राफी संकलित केली.

आज भारतात जवळ जवळ ६ लाख प्राथमिक शाळा, ८० हजार माध्यमिक शाळा व २२३ विद्यापीठे आहेत. विद्यापीठ अनुदान मंडळाच्या अनुदानाच्या उदार धोरणामुळे विद्यापीठ ग्रंथालयांची फारच वाढ झाली आहे. परंतु शाळांमध्ये मात्र ग्रंथालयांच्या सुविधा फारच कमी आहेत. काही शाळांमध्ये तर ग्रंथपालाऐवजी प्रशिक्षित नसलेले कर्मचारी ग्रंथालयाचे व्यवस्थापन करताना दिसतात.

विशेष ग्रंथालये शासन वा संशोधन संस्थांकडून चालविली जातात. त्यापैकी फारच थोडी ग्रंथालये शिक्षित समाज वा उद्योगी संस्था कार्यान्वित करतात. केंद्रीय सरकार आणि राज्य सरकार यांची स्वत:ची ग्रंथालये आहेत. संशोधनाला पाठिंबा देण्यात शासन हेच मुख्य माध्यम आहे. सी. एस. आय. आर. च्या अधिकारात ३४ संशोधनकेंद्रे आहेत. त्यामध्ये राष्ट्रीय व प्रादेशिक प्रयोगशाळा संस्था आणि दोन माहितीकेंद्रे आहेत. आय. सी. एम. आर. च्या अधिकाराखाली २५ संशोधनसंस्था काम करतात. त्यांचे व्यवस्थापन शासन करते. त्यामध्ये अन्न, कुटुंबनियोजन, पोषण व आरोग्य इत्यादींचा समावेश होतो.

ग्रंथालय कायदा

ग्रंथालय ही एक सामाजिक संस्था आहे. समाजातील सर्व स्तरातील लोकांना ग्रंथालय सेवा उपलब्ध करून देणे, हा या संस्थेचा उद्देश आहे. याला जर कायद्याची बैठक दिली, तर दिल्या जाणाऱ्या ग्रंथालय सेवांत निश्चितच फरक पडेल. त्या सेवा जास्त कार्यक्षम पद्धतीने दिल्या जातील.

ब्रिटिश म्युझियमच्या श्री. एडवर्ड यांनी इंग्लंडमधील संसदेला एक योजना इ. स. १८४९ साली सादर केली. कायद्यान्वये सार्वजनिक निधी उभारून सार्वजनिक ग्रंथालये स्थापन करता येतील, असे त्यांना वाटत होते. निवड समितीच्या संमतीने इ. स. १८५० साली त्या मसुद्याचे कायद्यात रूपांतर झाले. हा पहिला ग्रंथालय कायदा होय. कायदा हा निश्चित स्वरूपात ग्रंथालयांच्या विकासाला मदत करतो. स्थिर ग्रंथालय प्रशासन आणि आर्थिक साहाय्य उपलब्ध होते. कार्यक्षम सेवेसाठी ग्रंथालय व्यवस्था प्रत्यक्षात आणणे कायद्यामुळे शक्य होते.

यासाठी ग्रंथालयाची स्थापना करणे, ज्या भागात नसतील तेथे नवीन ग्रंथालये सुरू करणे, ग्रंथालयांची व्यवस्था पाहणे, ग्रंथालय जाळ्याची स्थापना करणे, योग्य आणि अव्याहत आर्थिक मदत, प्रशासन आणि व्यवस्थापन यांच्यात समन्वय राखणे, केंद्रीय सेवा, उदा. खरेदी, प्रक्रिया, ग्रंथसूचीय आणि इतर सेवा सुलभ रीतीने देता येतात. अशा गोष्टींची आवश्यकता असते.

कायद्यातील भाषा सुलभ व लवचीक असावी. तरच त्यात भविष्यकालीन गरजांनुसार बदल करणे शक्य होईल. अधिनियम तयार करतानाच केंद्रीय, प्रादेशिक व स्थानिक ग्रंथालय, समित्यांची कार्ये व जबाबदाऱ्या सुस्पष्ट केलेल्या असाव्यात. ग्रंथालय प्रशासन व त्यांनी करावयाचे मार्गदर्शन याबद्दल सूचना स्पष्ट असाव्यात. शासकीय ग्रंथालये व इतर ग्रंथालये यांच्या स्थापनेविषयी सूचना असाव्यात. सर्व ग्रंथालयांमध्ये समन्वय राहील असे धोरण असावे. ग्रंथालयाकडून नि:शुल्क सेवा मिळतील असे प्रयोजन असावे. वेगवेगळ्या वाचकांच्या प्रकाराप्रमाणे ग्रंथालये स्थापन करण्याची सोय असावी. ग्रंथालयातील कर्मचारी वर्गाची पदे, वेतन श्रेणी व सेवा याविषयीची तरतूदही कायद्यात असावी.

ग्रंथालय कायद्यामुळे त्या प्रशासनाची व नियंत्रण यंत्रणेची आवश्यक त्या अधिकारासह निर्मिती होते. कायद्यामुळे राज्य, जिल्हा, तालुके, ग्राम पातळीवरील संघटित ग्रंथालय पद्धती स्थापित होऊ शकते. कायद्यामुळेच सार्वजनिक ग्रंथालयाला निश्चित निधी व सोईंची तरतूद होऊ शकते. कायद्यामुळे ग्रंथालय सेवा स्थिरावतात.

इ. स. १९५८ साली भारतातील सरकारने ''द ॲडव्हायझरी कमिटी फॉर लायब्ररीज'' स्थापन केली. त्या समितीने काही ग्रंथालय कायद्याची कार्ये सांगितली आहेत. सार्वजनिक ग्रंथालयांच्या बाबतीत शासनाची भूमिका स्पष्ट असावी. केंद्रीय, राज्यस्तरावर व जिल्हा पातळीवर ग्रंथालय कायदे व ग्रंथालयीन व्यवस्थापनेची कार्ये स्पष्ट करावीत. कायद्याने ग्रंथालयीन निधीसाठी खात्रीलायक मूलभूत गोष्टी दिल्या पाहिजेत. त्याचे २ प्रकार १) विशेष ग्रंथालय कर २) शिक्षणाच्या अंदाजपत्रकातील काही ठरावीक टक्केवारी देणे. कायद्याने सार्वजनिक ग्रंथालय पद्धतीची रचना करणे, सार्वजनिक ग्रंथालयाच्या कामामध्ये जनतेला कायद्याने प्रतिनिधित्व देणे.

डॉ. रंगनाथन यांनी इ. स. १९२४ मध्ये इंग्लंडमध्ये ग्रंथालय कायद्याचे कार्य पाहिले. ग्रंथालय कायदा समाजातील सर्व लोकांसाठी सार्वजनिक ग्रंथालये व त्यांचे जाळे निर्माण करण्यात महत्त्वाची भूमिका करेल हे त्यांना पटले. त्यांनी एक आदर्श ग्रंथालय कायदा तयार केला. इ. स. १९३० मध्ये बनारस येथे ''ऑल एशिया एज्युकेशनल कॉन्फरन्स'' मध्ये तो सादर केला. या कल्पनेचा ओघ वेगवेगळ्या स्तरावरील सार्वजनिक ग्रंथालयांकडे होता. राज्य, शहर, जिल्हा व त्यांच्या विविध शाखा आणि त्यांची सेवा केंद्रे एकमेकांना अंतर्गत जोडली जावीत.

बंगालमध्ये श्री कुमार मुनीन्द्र देव राय महाशय यांनीही ऑल एशिया

एज्युकेशनल कॉन्फरन्समध्ये हजेरी लावली होती. त्यांनी त्या कायद्याचा मसुदा बंगालसाठी तयार केला व तो मसुदा बंगाल कायदे मंडळ मध्ये सादर केला. पण त्यातील काही सक्तीच्या विधानांमुळे तो गव्हर्नर जनरल ऑफ इंडियाने नाकारला.

मद्रास मध्ये जनाब बशीर अहमद सय्यद यांनी मद्रास लायब्ररी असोसिएशनच्या वतीने ग्रंथालयाचा मसुदा इ. स. १९३१ मध्ये मद्रास कायदेमंडळाला सादर केला. पण यामध्ये स्थानिक स्वराज्य संस्थेला एक सूचना आवश्यक वाटत होती. स्थानिक bodies कडून विभागाला कर गोळा करण्यासाठी काही अनुदान मिळण्याची सोय त्यांना हवी होती. दुसरा प्रयत्न इ. स. १९३५ मध्ये झाला. पण मद्रास कायदे मंडळ बरखास्त झाल्यामुळे त्यांना मान्यता मिळाली नाही.

तिसरा प्रयत्न इ. स. १९४६ मध्ये मद्रास लायब्ररी असोसिएशनने केला. पण इ. स. १९४८ मध्ये डॉ. रंगनाथन यांच्यामुळे त्याला यश मिळाले. मद्रास राज्याचे शिक्षण मंत्री श्री अविनाशलिंगम चेट्टीयार यांच्यामुळे ह्या मसुद्याचे कायद्यात रूपांतर झाले.

कोल्हापूर संस्थांनामध्ये इ. स. १९४५ मध्ये पहिला ग्रंथालय कायदा अस्तित्वात आला. त्यानुसार करवीर नगर वाचन मंदिर हे राज्य मध्यवर्ती ग्रंथालय म्हणून घोषित झाले. या कायद्यात फिरती ग्रंथालये यांची सोय केली होती. त्याचप्रमाणे ग्रंथालय प्रशिक्षण वर्ग चालविण्याचीही सोय केली होती.

ग्रंथालय कायदा

इ. स. १९४८ मध्ये भारत सरकारने दिल्लीमध्ये नॅशनल सेंट्रल ग्रंथालय स्थापन करण्याविषयी एक समिती नेमली. ग्रंथालय विकास योजना हा अहवाल डॉ. रंगनाथन यांनी सादर केला. भारतातील सांघिक Union व घटनात्मक राज्ये यांच्यासाठी ग्रंथालय मसुदा ३० वर्षांचा कार्यक्रम म्हणून मांडला. या आदर्श कायद्याची काही वैशिष्ट्ये : राज्य ग्रंथालय समितीची स्थापना करणे. सार्वजनिक ग्रंथालय विभागाचा प्रमुख राज्य ग्रंथपाल असेल. जिल्हा स्तरावर स्थानिक ग्रंथालय अधिकार स्थापन करणे. राज्य ग्रंथालय सेवा स्थापन करणे. अंधांसाठी राज्य bureau स्थापन करणे. आंतर ग्रंथालयीन देवघेवीसाठी राज्य bureau स्थापन करणे. तांत्रिक सेवेसाठी राज्य bureau स्थापन करणे. ग्रंथालय कराची सोय असणारा राज्य ग्रंथालय निधी उभारणे.

प्रेस अँड रजिस्ट्रेशन ऑफ बुक्स ॲक्ट हा इ. स. १८६७ मध्ये संमत झाला. या कायद्यानुसार प्रत्येक मुद्रित दस्तऐवजावर मुद्रकाचे नाव व त्याचा पत्ता,

प्रकाशक, त्याचे नाव व पत्ता मुद्रित केले पाहिजे. शासनाला देशात प्रसिद्ध होणाऱ्या सर्व ग्रंथांची यादी तयार करावयाची होती. या साहित्यातून जनतेची स्थिती, भावना शासनाला जाणून घ्यावयाची होती. या कायद्याचे पुढे इ. स. १९५४ मध्ये ''डिलिव्हरी ऑफ बुक्स ॲक्ट''मध्ये रूपांतर झाले. ग्रंथ प्रकाशित झाल्यापासून ३० दिवसांच्या आंत प्रकाशकाने स्वतःच्या खर्चाने ग्रंथाची एक प्रत राष्ट्रीय ग्रंथालय कोलकाता यांच्याकडे पाठवावी. तशाच इतर तीन प्रती सार्वजनिक ग्रंथालयांना पाठवाव्या. या कायद्यात बदल होऊन इ. स. १९५६ मध्ये वर्तमानपत्रांचाही त्यात समावेश झाला.

इ. स. १९६३ मध्ये Union सरकारने ग्रंथालयासाठी नेमलेल्या सल्लागार ॲडव्हायझरी समितीच्या सूचना मान्य केल्या आणि श्री. सेन यांच्या अध्यक्षतेखाली एक तज्ज्ञांची समिती, मॉडेल पब्लिक लायब्ररी बिल तयार करण्यासाठी नेमली. हे बिल सर्व राज्य सरकारांकडे प्रसारित केले.

१) राज्य ग्रंथालय परिषद (स्टेट लायब्ररी कौन्सिल) स्थापना करणे. २) प्रशासकीय व तांत्रिक गोष्टींमध्ये लक्ष घालण्यासाठी राज्य ग्रंथालय संचालनालय याची स्थापना करणे. ३) राज्य ग्रंथालय समितीने जबाबदारीने योग्य आराखडा तयार करण्यासाठी अधिकार बहाल करणे. ४) ग्रंथालय कराचा उल्लेख नाही.

इ. स. १९६५ साली ४थ्या पंचवार्षिक योजनेत नियोजन मंडळाने डॉ. व्ही. के. आर. व्ही. राव यांच्या अध्यक्षतेखाली एक कार्यकारी गट स्थापन केला. या कार्यकारी गटाने मॉडेल पब्लिक लायब्ररीज बिलासाठी काही गोष्टींची भर घातली. त्यामध्ये तज्ज्ञांची समिती नेमणे, राज्य ग्रंथालय परिषद स्थापन करणे, राज्य ग्रंथालय संचालनालय राज्य ग्रंथालय पद्धतीवर नियंत्रण ठेवण्यासाठी, देखरेख करण्यासाठी स्थापन करणे, मध्यवर्ती राज्य ग्रंथालये, प्रादेशिक राज्य ग्रंथालये, जिल्हा ग्रंथालये व स्थानिक ग्रंथालये यांच्यामध्ये सार्वजनिक ग्रंथालय पद्धत विकसित करणे, राज्य ग्रंथालय सेवा देणे, कर्मचारी वर्गाच्या प्रशिक्षणाची सुविधा, ग्रंथालय कराविषयी सूचना नाही. या गोष्टी त्यामध्ये समाविष्ट होत्या.

इंडियन लायब्ररी असोसिएशनने डॉ. रंगनाथनचे मॉडर्न बिल (१९४२) सर्व राज्यांमध्ये प्रसारित केले. इ. स. १९८९ मध्ये मॉडेल पब्लिक लायब्ररीज ॲक्ट डॉ. व्ही. वेंकटअप्पाया, सार्वजनिक ग्रंथालयाच्या निवडसमितीचे अध्यक्ष यांनी तयार केला. राजा राममोहन रॉय लायब्ररी फाऊंडेशन व इंडियन लायब्ररी असोसिएशन या दोन संस्थांनी इ. स. १९९० साली आयोजित केलेल्या

चर्चासत्रामध्ये या कायद्यावर चर्चा झाली.

वरील कायद्यामध्ये सार्वजनिक ग्रंथालय विभागाचा संचालक योग्य अर्हतेचा असावा. राज्य नियोजन मंडळ, कर्मचारी कल्याण मंडळ, ग्रंथालय शिक्षण मंडळ, प्रौढ शिक्षण परिषद इत्यादींची स्थापना करणे, खाजगी ग्रंथालयांना अनुदान देणे, ग्रंथालय कर व तितकेच समान अनुदान राज्य सरकारने देणे, इत्यादी गोष्टींचा अंतर्भाव होतो.

भारतातील ग्रंथालय कायदे

१) कोल्हापूर पब्लिक लायब्ररीज ॲक्ट १९४५ (कार्यान्वित नाही.)

२) मद्रास पब्लिक लायब्ररीज ॲक्ट १९४८

३) हैदराबाद पब्लिक लायब्ररीज ॲक्ट १९५५ (कार्यान्वित नाही.)

४) आंध्र प्रदेश पब्लिक लायब्ररीज ॲक्ट १९६०

५) म्हैसूर पब्लिक लायब्ररीज ॲक्ट १९६५

६) महाराष्ट्र पब्लिक लायब्ररीज ॲक्ट १९६७

७) वेस्ट बेंगॉल पब्लिक लायब्ररीज ॲक्ट १९७९

८) मणिपूर पब्लिक लायब्ररीज ॲक्ट १९८८

९) केरळ पब्लिक लायब्ररीज ॲक्ट १९८९

१०) हरियाना पब्लिक लायब्ररीज ॲक्ट १९८९

११) गोवा पब्लिक लायब्ररीज ॲक्ट १९९४

१२) गुजरात पब्लिक लायब्ररीज ॲक्ट २००१

१३) ओरिसा पब्लिक लायब्ररीज ॲक्ट २००१

अस्तित्वात असलेल्या कायद्यांची वैशिष्ट्ये –

१. मद्रास पब्लिक लायब्ररीज ॲक्ट १९४८

१) राज्य ग्रंथालय समिती ही सर्वोच्च समिती

२) ग्रंथालयांचे संचालक हे पूर्ण वेळ अधिकारी

३) १९७२ पासून सार्वजनिक ग्रंथालयांचा स्वतंत्र विभाग

४) जिल्हा पातळीवरील ग्रंथालयांना शहर व स्थानिक ग्रंथालयांचे अधिकार

५) कॉनेमराला राजा मध्यवर्ती ग्रंथालय म्हणून मान्यता.

६) फिरत्या ग्रंथालयाची स्थापना

७) ग्रंथालय प्रशिक्षणाची सोय

८) तामिळ पुस्तकांचा केंद्रीय पुरवठा

९) कर्मचारी वर्ग हा शासकीय सेवक वर्ग

१०) घर आणि मालमत्तेवर ५ पैसे कर.

२. आंध्र प्रदेश पब्लिक लायब्ररीज अ‍ॅक्ट १९६०. मद्रास व हैद्राबाद कायदे हे एकमेकात मितलेले आहेत.

१) सार्वजनिक ग्रंथालयांचे विभाग आणि ग्रंथालय परिषद ही सर्वोच्च
२) असाफिया ग्रंथालयाला मध्यवर्ती ग्रंथालय म्हणून मान्यता.
३) शहर आणि जिल्हा ग्रंथालय संस्था
४) ग्रंथालयांचे संचालक हे पूर्णवेळ अधिकारी
५) परिषदेचे अध्यक्ष व सभासद यांची शासनाकडून नेमणूक
६) जिल्हा ग्रंथालय संस्थांचे कार्यवाह शासकीय कर्मचारी
७) घर व मालमत्ता यावर ८ पैसे कर.

३. कर्नाटक पब्लिक लायब्ररीज अ‍ॅक्ट.

१) शिक्षण मंत्री अध्यक्ष असलेल्या राज्य ग्रंथालय अधिकाऱ्यांची तरतूद
२) राज्य ग्रंथपाल हा सार्वजनिक पब्लिक ग्रंथालयाचा मुख्य. तो अर्हतापूर्ण असला पाहिजे.
३) या पद्धतीचे राज्य मध्यवर्ती ग्रंथालय हे सर्वोच्च
४) ग्राम ग्रंथालये यासाठी सल्लागार समिती.
५) केंद्रीय प्रक्रियेची तरतूद
६) केंद्रीय भागाची स्थापना : १) लेखाधिकार संग्रह २) अंध लोकांसाठी राज्य ग्रंथालय ३) राज्य ग्रंथसूची केंद्र
७) कर्मचारी वर्ग शासकीय सेवक.
८) जमीन, व्यवसाय, बांधकाम यावर ३% कर.

४. महाराष्ट्र पब्लिक लायब्ररीज अ‍ॅक्ट १९६७

१) शिक्षण मंत्री अध्यक्ष असलेली राज्य ग्रंथालय परिषद
२) सार्वजनिक ग्रंथालयांच्या विभागाचा अर्हतापूर्ण ग्रंथपाल हा मुख्य
३) राज्य ग्रंथालय सेवांची स्थापना
४) राज्य, विभागीय, जिल्हा पातळीवर ग्रंथालयांची स्थापना
५) जिल्हा ग्रंथालय समित्यांची स्थापना
६) ग्रंथालय करासाठी तरतूद नाही.
७) खासगी ग्रंथालयांना अनुदान
८) संचालकाला परीक्षणाचे, तपासणीचे व ग्रंथालयाची तपासणी करणाऱ्या लोकांची नेमणूक करण्याचे अधिकार

५. वेस्ट बेंगॉल पब्लिक लायब्ररीज ॲक्ट १९७९.

१) राज्य ग्रंथालय परिषद

२) राज्य मध्यवर्ती ग्रंथालय हे सर्वोच्च,

३) ग्रंथालयांचे संचालनालये ग्रंथालय

४) जिल्हा ग्रंथालये. प्रत्येक जिल्हा ग्रंथालय स्थानिक ग्रंथालय अधिकारी

५) जिल्हा ग्रंथालय अधिकारी यानी स्थानिक ग्रंथालयांचे अधिकारी यांचे कार्यवाह म्हणून काम करणे

६) कर्मचारी वर्ग शासकीय सेवक

७) ग्रंथालय करासाठी तरतूद नाही.

८) जिल्हा न्यायाधीश हा स्थानिक ग्रंथालय अधिकारी यांचा मानद संचालक.

६. मणिपूर पब्लिक लायब्ररीज ॲक्ट १९८८

१) राज्य ग्रंथालय समिती सर्वोच्च

२) सार्वजनिक ग्रंथालयांचा संचालक हा मुख्य

३) जिल्हा पातळीवर जिल्हा ग्रंथालय अधिकारी

४) जिल्हा ग्रंथालय अधिकारी निवड

५) कर्मचारी वर्ग शासकीय सेवक

६) ग्रंथालय करासाठी तरतूद नाही.

७. केरळ पब्लिक लायब्ररीज ॲक्ट १९८९

१) राज्य ग्रंथालय परिषद ज्यामध्ये तालुका केंद्रातून निवडलेले व जिल्हा ग्रंथालय परिषदांतून निवडलेले सभासद असतील

२) राज्य ग्रंथालय परिषदेतील १५ सभासदांची कार्यकारी समिती

३) त्रिवेंद्रम पब्लिक लायब्ररीला राज्य ग्रंथालयाचा दर्जा

४) केरळ ग्रंथशाला संघम, त्यांचा सेवक वर्ग, मालमत्ता आणि ग्रंथालये यांचा राज्य ग्रंथालय परिषदेमध्ये अंतर्भाव करणे

५) बांधकाम आणि मालमत्ता यावर ५ पैसे ग्रंथालय कर.

८. हरियाना पब्लिक लायब्ररीज ॲक्ट १९८९

१) राज्य ग्रंथालय अधिकारी म्हणजे सल्लागार मंडळ

२) कायम कार्यान्वित करण्यासाठी राज्य ग्रंथालय संचालनालयांची निर्मिती

३) राज्य मध्यवर्ती ग्रंथालयांचे २ भाग १) राज्य संदर्भ ग्रंथालय २) राज्य देवघेव ग्रंथालय

४) नगर आणि शहर ग्रंथालय समित्यांची स्थापना

५) प्रत्येक जिल्ह्यासाठी जिल्हा ग्रंथालय समिती

६) जिल्हा ग्रंथालय समितीने प्रभाग ग्रंथालय समिती, पंचायत ग्रंथालय समिती यांची स्थापना करणे.

७) प्रत्येक पातळीवर ग्रंथालय निधी उभा करणे.

८) मालमत्ता आणि इमारतीवर ग्रंथालय कराचा जादा आकार, कराच्या दराचा निर्णय शासन वेळोवेळी घेईल.

९) राज्य ग्रंथालय संघाला मान्यता देण्याची तरतूद

ग्रंथालय हा विषय केंद्र सरकारच्या अखत्यारीतील की राज्य सरकारच्या ही आपल्या देशाशी संबंधित एक महत्त्वाची बाब आहे. सध्या तरी हा प्रश्न राज्यांच्या अखत्यारीतील आहे. केंद्र सरकार फक्त राष्ट्रीय ग्रंथालयांकडे लक्ष देते. खुदाबक्ष ग्रंथालय, तंजावर ग्रंथालय, या सारख्या विशेष ग्रंथालयांची जबाबदारी केंद्राकडे आहे. ही काही सार्वजनिक ग्रंथालये नव्हेत. ती सर्वांसाठी खुली असली तरी ती विशेष ग्रंथालये आहेत. सार्वजनिक ग्रंथालयाना राजाराम मोहन ग्रंथालय प्रतिष्ठान द्वारे केंद्र सरकार मदत करते. पण यासाठी प्रतिष्ठानला काही कायद्यात्मक अधिकार नाहीत. प्रतिष्ठान जी मदत करते ती पूरक स्वरूपाची. राज्ये ग्रंथालय सेवेबाबत उदासीन राहिली तरी प्रतिष्ठान काहीच करू शकत नाही.

ग्रंथालय सेवा राज्यानी न दिल्यास केंद्र सरकारही काही करू शकत नाही. त्याला कायद्याची बैठक आवश्यक आहे. राज्यांना कायदे करण्याचे स्वातंत्र्य असले तरी ग्रंथालय सेवा सर्व लोकांपर्यंत पोहोचल्या पाहिजेत, याकडे त्यांनी लक्ष दिले पाहिजे. ग्रंथालय कायद्याच्या बाबतीत डॉ. रंगनाथन यांनी व इतरांनीही खूपच परिश्रम केले.

ग्रंथालयातील विस्तारित सेवा

ग्रंथालये ही सेवाकेंद्रे आहेत. ग्रंथालये ही उपभोक्त्याला त्याला हवी असलेली माहिती मिळविण्यास मदत करतात. ग्रंथालयातील कर्मचारी वर्गाने यासाठी काही तंत्रे विकसित केली आहेत. ग्रंथालयातील तालिका उपभोक्त्याला त्याला हवा असणारा ग्रंथ ग्रंथालयात आहे की नाही हे शोधण्यास मदत करते. वर्गीकृत रचना ग्रंथांचे मांडणीवरील स्थान दर्शविते. संदर्भ सेवा तर नेहमीच मदतीला असते. अशा तऱ्हेने देवघेव, संदर्भ आंतर ग्रंथालयीन देवघेव, भाषांतर इत्यादी सेवा ह्या नेहमीच्या सेवा होत. यापेक्षा वेगळ्या सेवा ग्रंथालयांमार्फत दिल्या जातात. त्यांना विस्तारित सेवा असे म्हणतात.

ग्रंथालयीन सेवांचा उपभोक्त्याने जास्त चांगल्या पद्धतीने उपयोग करावा

म्हणून त्यांना मदत करणे. यांना ग्रंथालयातील अंतर्गत विस्तारित सेवा असे म्हणता येईल. उपभोक्त्यांना ग्रंथालयांचा वापर करण्यासाठी आकृष्ट करण्यासाठी ज्या सेवा दिल्या जातात, त्यांना बाह्य विस्तारित सेवा असे म्हणता येईल. अंतर्गत विस्तारित सेवा.

उपभोक्त्यांना मदत करणे ही एक गोष्ट झाली. पण संदर्भ ग्रंथपाल किंवा संदर्भ मदतनीस यांनी वाचकांना ग्रंथालयाच्या संपूर्ण यंत्रणेची ओळख करून द्यावी. हल्ली ग्रंथालयांमध्ये यांत्रिकीकरण आहे. साधनांचा जास्तीत जास्त वापर करण्यासाठी साधनांची ओळख करून देणे आवश्यक ठरते. यांनाच अंतर्गत विस्तारित सेवा असे म्हणतात. याला काहीजण ''उपभोक्त्याचे शिक्षण'' असेही म्हणतात. यामुळे केवळ उपभोक्त्यासाठी मदत एवढेच होत नाही, तर कर्मचारी वर्गालाही ग्रंथालयाच्या व्यवस्थापनातही मदत होते.

अंतर्गत विस्तारित सेवा

१) ग्रंथालय यंत्रणेची ओळख – संदर्भ कर्मचारी उपभोक्त्याला औपचारिक किंवा अनौपचारिक पद्धतीने ग्रंथालय यंत्रणेची ओळख करून देतो. अनौपचारिक ओळख पद्धतीमध्ये उपभोक्त्याला वैयक्तिक रीतीने ग्रंथालयातील सर्व विभागात घेऊन जाऊन प्रत्येक विभागाचे कार्य कसे चालते? कोणत्या प्रकारची माहिती कशी मिळविता येईल? माहितीची वेगवेगळी साधने यांची प्रत्यक्ष माहिती करून दिली जाते. औपचारिक ओळख पद्धतीमध्ये रचनात्मक कर्यक्रम आखला जातो. यामध्ये दृक श्राव्य साधनांच्या मदतीने विविध नामवंत वक्त्यांची भाषणे आयोजित करणे, ग्रंथालयासंबंधीची माहिती पुस्तिका देणे, या गोष्टींचा समावेश होतो. ग्रंथालयांची भूमिका, ग्रंथालयांचे प्रकार, दस्तऐवजाचे प्रकार, वाचन साहित्याचे प्रकार, ग्रंथालयातील इतर विभाग, त्यांच्यातर्फे दिल्या जाणाऱ्या सेवा, ग्रंथ संरक्षण, वाचन साहित्याची रचना, संदर्भ ग्रंथ, त्यांचे प्रकार, नियतकालिके, दृक् श्राव्य साधने, तबकडी, लघु तबकडी फिती, तालिकेचा उपयोग, नोंदींचे प्रकार, मांडणीवरील ग्रंथ रचना, ग्रंथावरील प्रक्रिया, सूची इत्यादी गोष्टींचा यात अंतर्भाव असतो.

इतर कार्ये – उपभोक्ता व ग्रंथ यांना एकत्र आणण्यासाठी आणखी काही विस्तारित सेवा आयोजित केल्या जातात. ग्रंथ प्रदर्शन आयोजित करण्यामुळे ग्रंथालयातील ग्रंथसंग्रहाची कल्पना उपभोक्त्याला येऊ शकते. विभागीय ग्रंथ प्रदर्शने उपभोक्त्याला आकर्षित करतात.

नवीन ग्रंथांचे प्रदर्शन – पुष्कळ ग्रंथालयांमध्ये नव्याने दाखल केलेल्या

ग्रंथांची कव्हर्स ग्रंथालयांच्या दर्शनी भागाजवळ शोकेसमध्ये मांडलेली, प्रदर्शित केलेली असतात. ही कव्हर्स वाचकांचे लक्ष वेधून घेतात आणि पर्यायाने वाचकांना ग्रंथालयात नव्याने दाखल करण्यात आलेल्या ग्रंथांची माहिती होते. आंतरशाखीय स्वरूपाच्या संशोधनामध्ये या गोष्टीची मदतच होते.

भाषणे – आयोजित करणे. वाचकांच्या प्रकारानुसार विविध विषयातील नामवंत वक्त्यांची भाषणे आयोजित करता येतात. या संधीचा वापर उदा. प्रदर्शने-वाचकाला योग्य ग्रंथ निवडीसाठी मदत करतात. डॉ. रंगनाथन विषयनिष्ठ ग्रंथसूची तयार करीत व अशा वेळी श्रोत्यांना देत असत. त्यामुळे वाचकांना त्यांचे योग्य साहित्य सुलभ रीतीने निवडण्यास मदत होई.

इतर गोष्टींमध्ये पुष्कळ ग्रंथालये ग्रंथालयात नाटक, चित्रपट, कोडी, गायन, निबंध यांच्या स्पर्धा आयोजित करतात. या सर्वांचा हेतू एकच, जनतेला ग्रंथालयाकडे आकृष्ट करणे व ग्रंथालयांतील साधनांचा उपयोग होणे.

बहि:स्थ (बाह्य) विस्तारित सेवा

यामध्ये खालील गोष्टींचा समावेश होतो.

१) ग्रंथालये, ग्रंथालयीन सेवा याबाबत जनतेत जागृती करणे.

२) ग्रंथालय हे एक शिक्षणाचे साधन आहे. ग्रंथालयाचा प्रसार होण्यासाठी जनसंपर्क साधने, संप्रेषणाची साधने यांचा बहि:स्थ विस्तारित सेवा म्हणून उपयोग करता येतो.

३) ग्रंथालय सेवेला पूरक ठरणाऱ्या सामाजिक सेवा यांचे आयोजन करणे.

४) ग्रंथालय व माहिती सेवा यासाठी एकामिक योजनेचा सर्व स्तरावरील वाचकांसाठी आराखडा तयार करणे.

१) जागृती निर्माण करणे – नियमित वाचकांना ग्रंथालये, त्यांचा साधन संग्रह माहीत असतो. पण ज्यांना ग्रंथालयासंबंधी काहीच माहिती नाही, त्या लोकांमध्ये वाचनाची आवड निर्माण करणे, ग्रंथालयातील साधनसामग्रीचा जास्तीत जास्त उपयोग करणे. अशा तऱ्हेची जागरूकता निर्माण करणे. हे काम ग्रंथालये करू शकतात.

२) ग्रंथालयीन कर्मचारी वर्गाची भूमिका – ग्रंथालयाची भूमिका व ग्रंथालयीन सेवेबाबत - ग्रंथालयीन कर्मचाऱ्यांनी लोकांना ग्रंथालयांकडे आकर्षित करावे. शिक्षित, नवशिक्षित किंवा अशिक्षित या स्तरातील लोकांना जास्तीत जास्त सेवा देऊन ग्रंथालय कसे फायदेशीर, उपयुक्त आहे? हे पटवून द्यावे . त्यांना ग्रंथालयसुविधा वापरण्यासाठी प्रवृत्त करावे.

३) स्वयंसेवी संस्था (Innovative Services) – नवीन सेवा निर्माण करणे, त्या कार्यान्वित करणे यामध्ये भारतातील स्वयंसेवी संस्थांचा फार मोठा वाटा आहे. आंध्र देशातील ग्रंथालय चळवळीला तर 'लोकांची चळवळ' असेच म्हटले जाते. ही चळवळ प्रत्येक प्रदेशातल्या कानाकोपऱ्यापर्यंत पोहोचली. आंध्र देस लायब्ररी असोसिएशनने ग्रंथालय चळवळीच्या प्रसारासाठी 'लायब्ररी पिलग्रिमेज'ची व्यवस्था केली होती. त्यांनी प्रत्येक ठिकाणी जाऊन स्थानिक लोकांना ग्रंथालयाचे महत्त्व पटवून दिले. अस्तित्वात असलेल्या ग्रंथालयांना तांत्रिक बाबतीत व्यवस्था करण्याचा सल्ला दिला. तसेच विस्तारित सेवेचे कार्यक्रम आयोजित केले होते.

जनसंपर्क माध्यमे प्रचार – जाहिरात ही कला लोकांच्या मतावर आणि मागणीवर परिणाम करते. जाहिरातीचा हेतू सर्वसामान्य किंवा वैयक्तिक असेल. सामान्य हेतूमध्ये ग्रंथालयांबद्दल जनजागृती, ग्रंथालयांची गरज, संग्रह ग्रंथाचे महत्त्व, ग्रंथालयीन सेवा यांचा समावेश होतो.

जनसंपर्क माध्यमे – विचारांचा प्रसार करण्यासाठी या माध्यमांचा उपयोग होतो. नियतकालिके व वर्तमानपत्रे यामध्ये लिहिलेले लेख, रेडिओ, दूरदर्शन, यावरील भाषणे, सार्वजनिक व्याख्याने, प्रदर्शने, ग्रंथालय सप्ताहाचे आयोजन, ग्रंथालयासंबंधीची पुस्तिका या गोष्टी अंतर्भूत होतात.

ग्रंथालय वृत्तपत्रिका – ग्रंथालय प्रसिद्धीचे एक महत्त्वाचे माध्यम म्हणून ग्रंथालय वृत्तपत्रिका उपयुक्त ठरते. ग्रंथालयीन सेवा, नवीन सेवांची ओळख, ग्रंथ परीक्षणे, नवीन दाखल पुस्तकांची यादी इत्यादी गोष्टी यात समाविष्ट होतात.

भारताला सण व उत्सवाची एक खास परंपरा आहे. या संधीचा उपयोग ग्रंथालय प्रसारासाठी करता येतो.

सामाजिक सेवेमध्ये प्रौढ शिक्षणाचा कार्यक्रम हाती घेऊन अशिक्षितांना साक्षर करून ग्रंथालयाच्या वापरासाठी उद्युक्त करता येते. खेड्यातील लोकांसाठी दृक्-श्राव्य माध्यमांचा वापर, भजन, नाटक यातून आरोग्य, संस्कृती, कुटुंब कल्याण वगैरे गोष्टींकडे त्यांचे लक्ष वेधता येते. वर्तमानपत्रे वाचण्याची एक ठरावीक वेळ त्यांच्या सोयीने ठेवून त्यांच्यामध्ये आजकालच्या नवीन घडामोडीविषयी त्यांना माहिती देता येते. नवशिक्षित लोकांसाठी भित्तिपत्रके तयार करून त्यातही वर्तमान पत्रातील माहिती देता येईल. ही भित्तिपत्रके ग्रंथालयात प्रदर्शित करता येतील.

वाचन मंडळ – अनेक सार्वजनिक ग्रंथालयांतून वेगवेगळ्या प्रकारच्या वाचकांसाठी वाचन मंडळांची व्यवस्था केलेली असते. उदा. स्त्री वाचन मंडळ,

बाल वाचन मंडळ इ. विषय व व्यवसायावर आधारितही वाचन मंडळे असतात. या वाचन मंडळात वाचक एकत्र येऊन समस्या, सामान्य प्रश्न यावर चर्चा करतात. शेवटी ग्रंथालयातून त्यासंबंधी माहिती घेतात. ग्रंथालयांनी अशा वाचन मंडळांना सोयीस्कर वेळ, जागा आणि वाचन साहित्य पुरविले पाहिजे.

मुलांसाठी ग्रंथालयांनी सुट्टीतील उन्हाळी कार्यक्रम, नियमित ग्रंथालयात येणारा बाल वाचक, जादा पुस्तके वाचणारा बाल वाचक यांना खास पारितोषिके द्यावीत. गोष्टी, चित्रपट यांचे कार्यक्रम आयोजित करावेत. चांगले ग्रंथ, यामध्ये गोष्टी व कविता यांचाही अंतर्भाव होईल अशा निवडक ग्रंथांची यादी प्रदर्शित करता येते. पालकांना त्यांच्या मुलांच्या अभ्यासाच्या बाबतीत मार्गदर्शनही करता येते.

महाविद्यालयीन व विश्वविद्यालयीन विद्यार्थ्यांना स्वत:चे उपजीविकीचे मार्ग शोधण्यासाठी, व्यवसायासाठी वेगवेगळ्या स्पर्धांना सामेरे जावे लागते. त्यासाठी वेगवेगळी कौशल्ये अंगी बाणवावी लागतात. त्यासाठी त्यांना संगणक, आंतरराष्ट्रीय जाळे यांच्या सुविधा पुरविता येतील. त्यामुळे हा छात्रवर्ग माहिती केंद्राकडे निश्चित आकर्षित होईल.

विस्तारित सेवा ह्या राज्यातील वेगवेगळ्या स्तरांवरील ग्रंथालयांच्या सहकार्य आणि समन्वय यावर अवलंबून आहेत. प्रत्येक व्यक्तीपर्यंत जाण्यासाठी राष्ट्रव्यापी एकसंघ ग्रंथालयीन सेवेचे नियोजन करणे महत्त्वाचे आहे. त्यासाठी नॅशनल सेंट्रल लायब्ररी, प्रत्येक राज्यामध्ये स्टेट, सेंट्रल लायब्ररी, प्रत्येक विभागासाठी विभागीय ग्रंथालये, याशिवाय शहर, खेडे यासाठी स्थानिक ग्रंथालय सेवा गट स्थापन करणे आवश्यक आहे.

विकास कार्यासाठी राष्ट्रीय आणि राज्य स्तरावरील ग्रंथालयांना आर्थिक मदत व इतर आणखी काही मदत कायमस्वरूपी मिळाली पाहिजे. तसेच या ग्रंथालयांच्या गरजा जाणून घेण्यासाठी वेळोवेळी विशेष समितींची स्थापना करणे हे ही महत्त्वाचे आहे. तसेच राष्ट्रीय व राज्य स्तरावरील संघटना याही विस्तारित कार्यामध्ये महत्त्वाची भूमिका बजावू शकतात. वेगवेगळी चर्चासत्रे, परिसंवाद भरविणे, यामुळे ग्रंथालयांतील अनुभवी कर्मचाऱ्यांच्या मतांची देवाण घेवाण व प्रसार होतो. संघटनांना ग्रंथालयाच्या कामकाजासंबंधी प्रचार व प्रसार लोकांमध्ये करता येतो.

भारतातील ग्रंथालय व माहितीशास्त्र शिक्षण

भारताच्या इतिहासात नालंदा, तक्षशिला, उदंतपुरी वगैरे ग्रंथालयांचे उल्लेख आढळतात. श्री मेलविल ड्युई यांनी अमेरिकेत इ. स. १८८७ मध्ये ग्रंथ पालनाचा

अभ्यासक्रम सुरू केला होता. भारतात ग्रंथालये अस्तित्वात असली तरी ग्रंथ पालनाचा अभ्यासक्रम सुरू करण्याचा पहिला प्रयत्न बडोदा संस्थानकडे जातो. स्वातंत्र्यपूर्व काळात सयाजीराव महाराजांनी इ. स. १९११ मध्ये श्री. डब्लू. सी. बॉर्डन या अमेरिकन तज्ज्ञाला संस्थानात नवीन ग्रंथालये स्थापण्यासाठी बोलावून घेतले. इ. स. १९१३ मध्ये ग्रंथ पालनाचा अभ्यासक्रम नागरी ग्रंथपालांसाठी सुरू केला. इंपिरियल लायब्ररी कोलकाता याचा पहिला ग्रंथपाल जॉन मॅक्फरलेन यालाही सेवांतर्गत ग्रंथपालन अभ्यासक्रमात रूची होती. इ. स. १९१५ मध्ये पंजाब विद्यापीठात श्री. ए. डी. डिकेनसन या अमेरिकन ग्रंथपालाने प्रशिक्षणाचे कार्यक्रम व्यवस्थित चालविले होते. हा पहिलाच विद्यापीठीय अभ्यासक्रम होय. ए. डी. डिकेनसनने विद्यार्थ्यांसाठी 'द पंजाब लायब्ररी प्रायमर' नावाची हस्त-पुस्तिका तयार केली होती.

इ. स. १९१४ मध्ये स्थापन झालेल्या आंध्र देश लायब्ररी फौंडेशनने विजयवाडा येथे इ. स. १९२० साली ग्रंथालयीन कर्मचाऱ्यांसाठी प्रशिक्षणाचे वर्ग चालू केले होते. म्हैसूर संस्थानात एम. विश्वेश्वर अय्या यांच्या पुढाकाराने बेंगलोरमध्ये ग्रंथपालासाठी प्रशिक्षणाचे वर्ग ग्रंथालय विकास कार्यक्रमाखाली आरेखित केले होते.

ग्रंथालयशास्त्राचा प्रमाणपत्र अभ्यासक्रम मद्रास लायब्ररी असोसिएशनने इ. स. १९२९ साली सुरू केला होता. इ. स. १९२८ मध्ये 'समर स्कूल' हा कार्यक्रम महाविद्यालयीन ग्रंथपालासाठी आयोजित केला होता. मद्रास विद्यापीठाने इ. स. १९३१ मध्ये मद्रास लायब्ररी असोसिएशनचा कार्यक्रम उचलून धरून त्याला नियमित अभ्यासक्रमाचे स्वरूप दिले. आंध्र विद्यापीठाने सुद्धा प्रमाणपत्र अभ्यासक्रम सुरू केला होता.

इ. स. १९३५ मध्ये इंपिरियल लायब्ररी कोलकाता येथील ग्रंथपाल श्री. असदुल्लाह यांनी ग्रंथपालनाच्या शिक्षणाचे अभ्यासक्रम सुरू केले होते. हे पूर्ण वेळ पदविका वर्ग होते. इ. स. १९४६ पर्यंत हे सातत्याने चालू होते. तसेच इ. स. १९३५ मध्ये बेंगाल लायब्ररी असोसिएशनने श्री. कुमार मुनिंद्र देव रॉय महाशय यांच्या पुढाकाराने बनसबेरिया येथे लायब्ररी ट्रेनिंग कॅम्पची व्यवस्था केली होती.

इ. स. १९३५ मध्ये मद्रास विद्यापीठाचे ग्रंथपाल श्री. एस. आर. रंगनाथन यांनी पदव्युत्तर पदवी अभ्यास सुरू करण्याविषयी एक योजना सादर केली होती. पण ती व्यवस्थापनाकडून मान्य झाली नाही.

इ. स. १९३७ मध्ये चेन्नई विद्यापीठाने एक वर्ष कालावधीचा पदव्युत्तर पदविका अभ्यासक्रम सुरू केला. इ. स. १९४२ मध्ये बनारस हिंदू विद्यापीठ व इ. स. १९४३ मध्ये मुंबई विद्यापीठाने वरील प्रमाणेच पदविका अभ्यास क्रम सुरू केले.

इ. स. १९४७ मध्ये दिल्ली विद्यापीठाच्या कुलगुरुंनी डॉ. एस. आर. रंगनाथन यांना बोलावून घेतले. ग्रंथालयशास्त्राचा स्वतंत्र विभाग प्रथम निर्माण करून तेथे पदव्युत्तर पदाविका अभ्यासक्रम चालू केले. डॉ. एस. आर. रंगनाथन यांनी तेथे मानद प्राध्यापक म्हणून इ. स. १९४७ ते इ. स. १९५५ पर्यंत काम केले. इ. स. १९४८ मध्ये दिल्ली विद्यापीठाने पदव्युत्तर पदविका / पदवी अभ्यासक्रम चालू केले. त्या अभ्यासक्रमात थोडा बदल करून दोन वर्ष कालावधीचा पदव्युत्तर पदविका अभ्यासक्रम सुरू केला. हाच अभ्यासक्रम पुढे ग्रंथालय विशारद (B. Lib.sc.) मध्ये परावर्तित झाला.

गव्हर्नमेंट ऑफ इंडिया लायब्ररीज असोसिएशनने पुढाकार घेऊन सरकारला निरनिराळ्या सरकारी ग्रंथालयात काम करणाऱ्या कर्मचाऱ्यांकरीता सेवांतर्गत प्रशिक्षण अभ्यासक्रम इ. स. १९५३ मध्ये चालू केला. हा अभ्यासक्रम विद्यापीठ अभ्यासक्रमाशी समान होता.

केंद्रीय शिक्षण मंत्रालयाच्या अनुदानाने 'ॲन इन्स्टिट्यूट ऑफ लायब्ररी सायन्स' ची दिल्ली विद्यापीठात स्थापना झाली. सार्वजनिक ग्रंथालयांचे ग्रंथपाल यांना प्रशिक्षण देणे, अध्यापन साहित्य निर्माण करणे, हा या संस्थेचा उद्देश होता. इ. स. १९५९ सालातील हा एक प्रयत्न वाखाणण्यासारखा होता. इ. स. १९६४ पर्यंत हे कार्य चालू होते.

इ. स. १९६० च्या मध्यापर्यंत अनेक विद्यापीठांनी मद्रास विद्यापीठाप्रमाणे पदविका अभ्यासक्रम पदवी अभ्यासक्रमात रूपांतरित केला. इ. स. १९५७ मध्ये अलिगढ मुस्लीम विद्यापीठाने ग्रंथालय विशारद हा अभ्यासक्रम प्रथम चालू करण्याचा मान मिळविला. इ. स. १९५१ पासून या विद्यापीठाने प्रमाणपत्र अभ्यास क्रम सुरू केले होतेच. पुणे ग्रंथालय संघाने इ. स. १९४७ पासून ग्रंथपालनाचे प्रमाणपत्र शिक्षण मराठीतून देण्याचा उपक्रम सुरू केला. तो आजही चालू आहे. मराठी माध्यमातील अभ्यासक्रम उपयुक्त व्हावा म्हणून मराठीतून वर्गीकरण, तालिकीकरण, संदर्भ सेवा या विषयाची पुस्तके प्रसिद्ध झाली आहेत. डॉ. एस. आर. रंगनाथन यांनी इंडियन स्टॅटिस्टिकल इन्स्टिट्यूट कोलकाता यांच्या सहयोगाने डॉक्युमेंटेशन रिसर्च अँड ट्रेनिंग सेंटर सुरू केले. या संस्थेचा पूर्वीचा चौदा महिन्यांच्या

कालावधीचा अभ्यासक्रम दोन वर्षांच्या कार्यक्रमात रूपांतरित झाला आहे. इन्सूडॉक या संस्थेने प्रलेखाकारांसाठी अभ्यासक्रम सुरू केला होता. त्यात बदल होत गेले व सध्या तो 'कोर्स इन इनफुरमेशन सायन्स' नावाने प्रचलित आहे.

अनेक विद्यापीठीय विभागातून ग्रंथालय व माहितीशास्त्र विशारद हा अभ्यास क्रम सुरू केला आहे. हा अभ्यासक्रम एक वर्ष कालावधीचा असतो. काही विद्यापीठा तर्फे हा अभ्यास क्रम पत्राद्वारे चालविला जातो. दोन मुक्त विद्यापीठे, काही महाविद्यालयेही हा अभ्यासक्रम सध्या राबवित आहेत.

इ. स. १९६० पर्यंत फक्त तीनच विद्यापीठे दिल्ली, मुंबई व बनारस हिंदू विद्यापीठ यांनी ग्रंथालयशास्त्र निष्णात हा अभ्यासक्रम सुरू केला होता. इ. स. १९७० मध्ये या कार्यक्रमात अनेक विद्यापीठांची भर पडली. सध्या चाळीस विद्यापीठे व चव्वेचाळीस संस्था हा अभ्यासक्रम चालवित आहेत.

सेन समितीने सुचविल्याप्रमाणे एम. फिल. अभ्यासक्रम अनेक विद्यापीठांच्या अनेक शाखातून सुरू केला. पण इ. स. १९८० मध्ये ग्रंथालय व माहितीशास्त्र अभ्यास क्रमातील एम. फिल. ही पदवी प्रथम दिल्ली विद्यापीठाने देण्यास सुरुवात केली. सध्या पाच विद्यापीठे हा अभ्यासक्रम चालवितात.

इ. स. १९५१ मध्ये दिल्ली विद्यापीठाने ग्रंथालय व माहितीशास्त्र वाचस्पती ही पदवी देण्यास सुरुवात केली. इ. स. १९५८ मध्ये डॉ. बी. बी. कृष्णराव हे दिल्ली विद्यापीठातील पहिले ग्रंथालय व माहितीशास्त्र वाचस्पती हा मान मिळविणारे होते. इ. स. १९७० पासून अनेक विद्यापीठातून हा संशोधनाचा कार्यक्रम चालू आहे. सध्या तीस विद्यापीठातून हा कार्यक्रम राबविला जात आहे.

इ. स. १९५८ पर्यंत ग्रंथालयशास्त्राच्या अभ्यासक्रमासंबंधित काही ठरावीक प्रमाणके दिसत नाही. पण डॉ. एस. आर. रंगनाथनांच्या अध्यक्षतेखाली नेमलेल्या यु. जी. सी. लायब्ररीज कमिटीने या धोरणाबाबत थोडी फार प्रगती केली. इ. स. १९६१ च्या रिव्ह्यू कमिटी ऑन लायब्ररी सायन्सच्या अहवालात प्रथमच ग्रंथालय व माहितीशास्त्रासंबंधीचा विस्तृत आराखडा दिला आहे. हा अहवाल 'लायब्ररी सायन्स इन इंडियन युनिव्हरसिटीज' या शीर्षकाने १९६५ साली विद्यापीठ अनुदान मंडळाने प्रसिद्ध केला.

या अहवालामध्ये ग्रंथालयशास्त्र विभागाची व विविध अभ्यासक्रमाची कार्ये सविस्तर सांगितली आहेत. संशोधनावर भर दिला आहे. ग्रंथासाठी अनुदान, शिक्षकांचे प्रशिक्षण, विद्यापीठीय ग्रंथालय व विभाग यांचे सहकार्य, असे काही महत्त्वाचे मुद्दे सुचविले आहेत.

दिल्ली विद्यापीठाच्या ग्रंथालयशास्त्र विभागाने १९७३ मध्ये ग्रंथालय शास्त्राच्या अध्यापन पद्धती व त्यांचे मूल्यमापन याविषयासंदर्भात एक work-shop आयोजित केले होते. तसेच १९७७ मध्ये भारतातील ग्रंथालयशास्त्र शिक्षण या विषयावर एक चर्चासत्र विद्यापीठ अनुदान मंडळाच्या मदतीने आयोजित केले होते. विद्यापीठ अनुदान मंडळाच्या ग्रंथालय व माहितीशास्त्राच्या गटाने अभ्यासक्रमावर चर्चा केली. दोन वर्षे कालावधीचा ग्रंथालय निष्णात अभ्यासक्रम प्रायोगिक तत्त्वावर विद्यापीठाकडून चालविणे, विद्यापीठातील ग्रंथालय व माहिती शास्त्र विभागांना संपूर्ण विभागाचा स्वतंत्र दर्जा देणे, पूर्ण वेळ अध्यापक कर्मचारी व पूर्ण वेळ मुख्य ग्रंथपाल नेमणे. माहिती शास्त्रातील नवीन नवीन क्षेत्रांची ओळख करून घेणे, त्यानुसार अभ्यास क्रमात योग्य ते बदल करणे, एम. फिल आणि ग्रंथालय आणि माहितीशास्त्र वाचस्पती यासारखे संशोधनात्मक कार्यक्रम कार्यान्वित करणे, समाजाच्या गरजांशी संबंधित असलेले शैक्षणिक कार्यक्रम आखणे, अध्यापनाची गुणवत्ता वाढविणे या गोष्टी सुचविल्या आहेत.

इ. स. १९७० च्या दरम्यान अनेक ग्रंथालय विभागानी नवीन तंत्रज्ञान आत्मसात करण्याचा प्रयत्न केला. अभ्यासक्रमात काही फार मोठा बदल झाला नाही. माहितीचा साठा, प्रतिप्राप्ती, संगणकाचा वापर इत्यादी गोष्टींचा अंतर्भाव अभ्यासक्रमात केला गेला. शैक्षणिक कार्यक्रमाची गुणवत्ता वाढविण्यासाठी काही मार्गदर्शक तत्त्वे, प्रमाणके आखली गेली. निरंतर शिक्षणासाठी अधिक मदत दिली. ग्रंथालय विभागामध्ये सहकार्याची सूचना दिली. ग्रंथालयाची जागा व आर्थिक अंदाजपत्र याबाबत सविस्तर गोष्टी गटाने सुचविल्या.

ग्रंथालय व माहिती पद्धतीचे राष्ट्रीय धोरण

इ. स. १९८५ साली राजा राममोहन लायब्ररी फौंडेशन आणि इंडियन लायब्ररी असोसिएशन यांनी राष्ट्रीय ग्रंथालय आणि माहिती या विषयी दोन वेगवेगळ्या योजनांचा आराखडा तयार केला. या दोन्हींमध्ये ग्रंथालय आणि माहितीशास्त्र शिक्षणाविषयी उल्लेख आहे.

भारत सरकारने त्याच साली प्रा. डि. पी. चट्टोपाध्याय यांच्या अध्यक्षतेखाली 'कमिटी ऑन नॅशनल पॉलिसी ऑन लायब्ररी अँड इनफरमेशन सिस्टीम' ही स्थापन केली. या समितीने अनेक परिसंवाद, चर्चासत्रे आयोजित केली. नंतर 'नॅशनल पॉलिसी ऑन लायब्ररी अँड इनफरमेशन सिस्टीम' हा अहवाल सादर केला. (१९८६) भारत सरकारने एक अधिकार समिती प्रा. डि. पी. चट्टोपाध्याय यांच्याच अध्यक्षतेखाली स्थापन केली. या समितीने १९८८ मध्ये

अहवाल सादर केला.

ग्रंथालय व माहितीशास्त्र सेवेमध्ये तांत्रिक क्रांतीमुळे जलदगतीने होणारे बदल लक्षात घेता, कर्मचाऱ्यांचा नियोजित विकास करणे आवश्यक ठरते. विद्यापीठे व तत्सम संस्थांनी पदव्युत्तर स्तरावरील ग्रंथालय व माहितीशास्त्राचा अभ्यासक्रम सुरू करणे, या अभ्यासक्रमात गुणवत्ता व अद्ययावत तंत्रज्ञानाचा समावेश करणे, ग्रंथपालन व्यावसायिकांना त्यांचे ज्ञान अद्ययावत करण्यासाठी निरंतर शिक्षणद्वारा सुविधा देणे, या अभ्यासक्रमाचे मूल्यांकन करणारी एखादी संस्था असणे, ग्रंथालय व माहितीशास्त्रातील उच्च शिक्षण व संशोधन यासाठी नॅशनल सेंटरची आवश्यकता. इत्यादी गोष्टींचा यामध्ये समावेश होता.

इ. स. १९९० साली विद्यापीठ अनुदान मंडळाने करिक्युलम डेव्हलपमेंट कमिटी स्थापन केली. त्यामध्ये ग्रंथालये ही माहिती केंद्रे म्हणून ओळखली जावीत. ग्रंथालय आणि इतर विभाग आधुनिक तंत्रज्ञानाने एकमेकांशी जोडले जावेत. संगणकीय शोध, प्रलेखन सेवा या बाबतीत ग्रंथालयीन सेवेचे विस्तारीकरण इत्यादी सूचना सुचविल्या आहेत. कारण माहिती विस्फोट झाल्यामुळे संगणकीय शिक्षण आवश्यक ठरले. ग्रंथालय व माहितीशास्त्र अभ्यासक्रमासाठी राष्ट्रीय पातळीवरून अनेक प्रयत्न करण्यात आले. समाजाला माहिती केंद्रे, ग्रंथपाल यांची उपयुक्तता पटू लागली. डॉ. एस. आर. रंगनाथन यांनी ग्रंथपालन या व्यवसायाला प्रतिष्ठा मिळवून देण्यासाठी केलेले अविश्रांत परिश्रम, शिक्षणाचा प्रसार, विद्यापीठ अनुदान मंडळाचा अनुकूल दृष्टिकोन, संशोधनाच्या वाढत्या कक्षा, माहितीची प्रचंड प्रमाणात होणारी निर्मिती, आधुनिक तंत्रज्ञान, संगणकीय वापर यामुळे या क्षेत्रातील कर्मचारी वर्ग हा प्रशिक्षित होणे जरुरीचे आहे.

ग्रंथालय आणि माहिती व्यवसाय

ग्रंथालयांचे परंपरागत समीकरण आता बदलले आहे. त्यांचा उल्लेख आता माहिती केंद्रे म्हणून होत आहे. माहितीच्या उगम स्थानापासून तिच्या योग्य त्या वाचकांपर्यंत तिचा प्रवास फार जलद गतीने होत आहे. तिच्या गतीमध्ये आधुनिक संप्रेषणाच्या साधनांची भर पडत आहे.

ग्रंथपालन हे ग्रंथांइतकेच जुने आहे. पण ग्रंथपालन व्यवसाय हा १००-१५० वर्षाइतकाच जुना आहे. इ. स. १८७६ मध्ये अमेरिकन लायब्ररी असोसिएशन ची स्थापना झाली आणि ग्रंथपालन हा व्यवसाय म्हणून मान्य होऊ लागला. इ. स. १८८७ मध्ये मेलविल ड्युई यांनी पहिल्या ग्रंथालय विभागाची स्थापना केली. अनेक राष्ट्रीय ग्रंथालयानी या व्यवसायाचे काही नियम स्थापित केले आहेत

व त्याला एका महत्त्वाच्या व्यवसायाचे स्वरूप दिले आहे.

जे. फरादने यांच्या मतानुसार माहितीचे कार्य (काम) हे ग्रंथपालनापेक्षा वेगळे आहे. त्यामध्ये गोंधळ होण्याचे काहीच कारण नाही. त्यांनी इ. स. १९५८ मध्ये 'इन्स्टिट्यूट ऑफ इन्फरमेशन सायंटिस्टस लि.' नावाची संस्था स्थापण्यात रस घेतला. यावरून जे ग्रंथपाल विशेष ग्रंथालयात काम करीत, ते स्वत:ला शास्त्रज्ञांच्या बरोबरीचे समजत आणि इतर ग्रंथपालांपेक्षा स्वत:ला या सर्वसामान्य व्यवसायापासून वेगळे समजत.

ग्रंथपालन व्यवसाय आणि माहितीचे कार्य यात केवळ अंशात्मक फरक आहे. प्रभाराचा नाही. माहितीचे कार्यही ग्रंथालयाचे विस्तारीत कार्य आहे. असे डॉ. एस. आर. रंगनाथन व इतर, तसेच परदेशी ग्रंथालयातील अनेक ग्रंथपालांचे मत होते.

माहिती तज्ज्ञाच्या कामाचे स्वरूप-

प्रलेख व माहिती यावर योग्य ती प्रक्रिया करणे. त्यासाठी आवश्यक त्या तांत्रिक गुणवत्तेची आवश्यकता असणे. उपभोक्त्यांना सेवा देणे ही महत्त्वाची गोष्ट असल्यामुळे मानवी संबंधाचे ज्ञान, पद्धतशीर पण योग्य रीतीने काम करण्याची गरज, संघटन आणि कल्पनाशक्ती या गोष्टी माहिती तज्ज्ञाकडे असणे आवश्यक ठरते.

माहिती तज्ज्ञ हा नेहमी लोकांच्यासाठी काम करत असतो. त्याचे उपभोक्त्याशी, माहितीच्या निर्मात्याशी असलेले संबंध त्याच्या कार्यतत्परतेवर परिणाम करीत असतात. त्याने लोकांना समजून घेतले पाहिजे. सामाजिक पद्धतीने त्यांच्याशी जुळवून घेतले पाहिजे. त्यांच्या आत्मविश्वासाला चालना दिली पाहिजे. पुष्कळ गोष्टी माहिती आणि तिचे संप्रेषण यावर परिणाम करीत असतात. सगळ्याच घटकांमध्ये जलद गतीने बदल होत आहेत. त्यामुळे तयार उत्तरे असतीलच, असे नाही. तेव्हा माहिती तज्ज्ञाने सर्व गोष्टींचा पूर्ण विचार करून, कल्पनेने सारासार विचार करून घ्यावयाला हवा. त्याला लोकांविषयी, संस्थांविषयी, घटना आणि तंत्रे याविषयी उत्सुकता असायला हवी. त्यामुळे तो योग्य त्या साधनांचा वापर करून योग्य सेवा देऊ शकेल. त्याचे मन बदल स्वीकारावयाला तयार हवे. कारण उपभोक्त्यांच्या गरजा वेळोवेळी बदलत असतात. माहितीचा प्रसार होण्यासाठी नवीन तंत्रांचा अवलंबही आवश्यक ठरतो. माहितीचे कार्य हे नेहमी मागणीचे क्षेत्र आहे. त्यामुळे उपभोक्त्याला त्याचे फायदे मिळतात. त्याची वाखाणणी होते.

काही ग्रंथालयांच्या ग्रंथपालांनी इतर ग्रंथपालांना व्यावसायिक मार्गदर्शन व्हावे म्हणून हस्तपुस्तिका प्रसिद्ध केल्या. ग्रंथालय संघटनांनी सुद्धा ग्रंथपालांना एक प्रकारचे व्यावसायिक व्यासपीठ मिळवून दिले. संशोधनाची या व्यवसायामध्ये ओळख करून दिली. ग्रंथालय विभागाने नियम व कायदे दैनंदिन व्यवहारासाठी निर्माण केले.

या व्यवसायामध्ये शास्त्रज्ञांनी प्रलेखनाची सुरुवात केली. या गोष्टीचा उपभोक्त्याची गरज चांगल्या तऱ्हेने समजून घेऊन, त्यांच्या गरजा पूर्ण करण्यासाठी नवीन पद्धती, सेवा यांचा वापर करणे यासाठी उपयोग होऊ लागला. वाचकांच्या गरजा बदलू लागल्या. कारण माहितीचा विस्फोट होय. त्यामुले ग्रंथालयाबद्दल लोकांमध्ये विश्वास निर्माण झाला. वाचकांची नेमकी गरज अचूक रीतीने भागविण्यासाठी नवीन तंत्रज्ञानाचा वापर करणे आवश्यक ठरते.

ग्रंथालय व माहितीशास्त्राचे शिक्षण शाळा ते विद्यापीठ यामध्ये वेगवेगळ्या स्तरावर दिले जाते. प्रमाणपत्र अभ्यासक्रम, पदव्युत्तर अभ्यासक्रम हे नेहमीचे अभ्यासक्रम शिकविले जातात. याशिवाय सेवांतर्गत अभ्यासक्रम, नवीन उजळणी अभ्यासक्रम आणि याच शाखेतील नवीन क्षेत्रासाठी अभ्यासक्रम ह्याही गोष्टी वारंवार आयोजित केल्या जातात. नवीन तंत्रज्ञानामुळे संगणकतज्ञ, संप्रेषण, प्रतिकृती आणि आणखी काही नवीन गोष्टींची भर ह्या माहिती कार्यात पडली आहे. काही विषयतज्ञ माहिती प्रक्रिया करणे, माहितीचे पृथ:करण करणे, माहितीचे एकत्रीकरण करणे, या गोष्टींमध्ये कार्यरत आहेत.

व्यावसायिक वर्तणुकीसाठी काही तत्त्वे, संहिता मार्गदर्शक म्हणून आवश्यक आहेत. या संहितेमध्ये समर्पणाची सामान्य तत्त्वे, व्यवसायाला वाहून घेणे, उपभोक्त्यां विषयीची जाण, सामाजिक बांधीलकी, सामाजिक वर्तणूक, व्यवसायाची ध्येये व धोरणे, व्यवसायाची जबाबदारी इत्यादी गोष्टींचा समावेश असणे आवश्यक आहे.

ग्रंथपालन व्यावसायिकांनी त्यांची भूमिका, जबाबदारी आणि सामाजिक बांधीलकी, व्यवसायाकडून अपेक्षा या गोष्टींची जाणीव ठेवणे आवश्यक आहे. त्याचप्रमाणे व्यावसायिक अपेक्षा पूर्ण होतील, याकडे लक्ष ठेवणे आवश्यक ठरते.

सध्या सगळ्या देशात सगळ्या स्तरावर व्यावसायिक संघटना कार्यरत दिसतात. काही वेळा त्यांच्यामध्ये अहितकारक स्पर्धा, वैरभाव दिसून येतो. त्यांची वैशिष्ट्ये वेगवेगळी असतात. ग्रंथालय व माहितीशास्त्र कर्मचाऱ्यांमधील गैरसमज नाहीसे झाले पाहिजेत. त्यांच्यामध्ये एकत्रित approach असण्याची गरज आहे.

ह्या संघटनांना उत्कृष्ट सेवा, योग्य वाचकाला अचूक माहिती योग्य वेळेत प्रदान करण्याने होणारी समाजाची / देशाची सेवा, या गोष्टींवर जास्त लक्ष देणे आवश्यक आहे आणि व्यावसायिकांना एकत्रित येऊन विचार करण्यास प्रवृत्त करणे ह्या गोष्टींना प्राधान्य दिले पाहिजे.

व्यावसायिकांचे ४ प्रकारात विभाजन करता येईल.

१) मदतनीस, २) कनिष्ठ व्यावसायिक, ३) वरिष्ठ व्यावसायिक, ४) व्यवस्थापक वगैरे दर्जाचे वरिष्ठ व्यावसायिक.

ह्या व्यवसायामध्ये विशेष पारंगतता ही माहितीचा घटक दर्शविते. उदा. पुराभिलेखागाराचे प्रशासन, ग्रंथालय प्रशासन, माहितीचे व्यवस्थापन, प्रलेखन सेवा इत्यादी. माहिती व प्रलेखन या बाबतीत त्या त्या शाखेतील विशेष ज्ञानाची आवश्यकता आहे. अध्यापन आणि संशोधन यामध्ये विशेषता लागते. माहितीचा नियोजक, माहितीचा व्यवस्थापक या गोष्टी, माहितीच्या पद्धती विस्फोटामुळे व जाळ्यामुळे निर्माण झाल्या आहेत. काही सेवानिवृत्तांनी व्यावसायिक सल्ला, सेवा व मध्यस्थ सेवा देण्यास सुरुवात केली आहे. ह्या नवीन व्यवसायाला विशेषतज्ज्ञ माहितीशास्त्राचे प्रशिक्षण आणि माहिती एकत्रीकरणाचा अधिकार या गोष्टींची आवश्यकता दिसते.

अधिकृत व्यावसायिक दर्जा काही नियम, जबाबदारीचे स्तर, शैक्षणिक अर्हता, प्रशिक्षण व अनुभव यातून दिसून येतो.

ग्रंथपालन व्यवसायामध्ये विशेष ज्ञान, प्रशिक्षण, काही तत्त्वे, अनेक संघटनांची निर्मिती, सेवा प्राधान्य यांना महत्त्व असल्यामुळे हा व्यवसाय नक्कीच महत्त्वाचा ठरतो.

भारत, इंग्लंड व अमेरिका येथील ग्रंथालय संघ

संघ म्हणजे एकत्रित काम करणे. प्रत्येक व्यावसायिकासाठी वेगवेगळे संघ स्थापन केले जातात. संघाच्या सदस्यांच्या हिताचे रक्षण करणे, संघाची ध्येये पूर्ण करणे यासाठी व्यक्ती किंवा संस्था काम करीत असतात. त्या त्या व्यवसायाच्या प्रगतीसाठी संघाकडून सामूहिक प्रयत्न केले जातात.

ग्रंथापालन क्षेत्रतही असे व्यावसायिक संघ स्थापन झाले आहेत. यामुळे 'ग्रंथालयम चळवळ' व 'ग्रंथपालन व्यवसाय' यांच्या विकासाला गती मिळाली. या संघांमुळे ग्रंथालयीन कर्मचाऱ्यांचे व्यावसायिक हित साधता येते. त्यांच्या समस्यांवर उपाय सुचविता येतात. ग्रंथालयांचा विकास होतो. व्यवसायाच्या प्रगतीसाठी योजना तयार करता येतात.

ग्रंथालय संघात अनेक व्यक्ती, संस्था यांचा समावेश असतो. या संघांच्या उद्दिष्टांमध्ये एक जागरूक समूह म्हणून काम करणे, आचारसंहिता तयार करणे, प्रशिक्षणाची योजना, समाजासाठी 'ग्रंथालय चळवळ' दृढ करणे, ग्रंथालयातील कामे, वाचकांना द्यावयाची सेवा व शिक्षण यासाठी 'प्रमाणके' तयार करणे, ग्रंथालय सहकाराला उत्तेजन देणे या गोष्टी समाविष्ट होतात. यासाठी खुले सभासदत्व, विश्वास संपादन करणे, निवडणुका ही वैशिष्ट्ये त्यांत अंतर्भूत असावीत. योजना तयार करणे, मागण्यांसाठी संघटित प्रयत्न करणे, ग्रंथालयासंबंधी जागरूकता निर्माण करणे ही त्यांची कार्ये म्हणून संबोधिता येतील.

ग्रंथालय संघ हे विविध पातळ्यांवर निर्माण होतात. इ. स. १९५६ मध्ये राज्यस्तरीय ग्रंथालय संघांचे एकत्रीकरण, पुनर्व्यवस्थापन या घटना घडल्या. उदा. इ. स. १९६२ मध्ये महाराष्ट्र राज्य ग्रंथालय संघात बॉम्बे लायब्ररी असोसिएशन, विदर्भ ग्रंथालय संघ आणि मराठवाडा ग्रंथालय संघ हे विलीन झाले.

काही वेळा राज्य स्तरावर समान संघ काम करताना दिसून येतात. उदा. केरळमध्ये केरळ लायब्ररी असोसिएशन आणि केरळ ग्रंथ शाला संघ.

याशिवाय विभागीय ग्रंथालय संघ, जिल्हा ग्रंथालय संघ व स्थानिक ग्रंथालय संघ असेही वेगवेगळ्या स्तरांवरील संघ दिसून येतात. काही ग्रंथालय संघ नेहमी कार्यरत दिसतात. राष्ट्रीय पातळीवरील इंडियन लायब्ररी असोसिएशन हा स्वातंत्र्यपूर्व काळातील संघ अजूनही कार्यमग्न आहे. बरेच व्यावसायिक अनेक संघांचे सभासदत्व स्वीकारतात.

संघाच्या सभासदांची वर्गणी ही एक जमेची बाजू असते. त्याशिवाय आजीव सभासद वर्गणी, ग्रंथालय समाचार पत्रिका प्रकाशित करणे, त्यातील जाहिरातीबद्दल मिळणारी रक्कम, ग्रंथ प्रकाशित करणे, परिसंवाद व चर्चासत्रे यांचे आयोजन करणे, त्यासाठी असलेली सभासद वर्गणी, सभासद नसलेल्या लोकांकडून जमा झालेली वर्गणी या संघाच्या आर्थिक जमेच्या बाजू होत.

एखाद दुसरा राज्यस्तरीय ग्रंथालय संघ नियमित चर्चासत्रे, परिसंवाद वा कार्यशाळा आयोजित करताना दिसतो. आंध्र प्रदेश लायब्ररी असोसिएशनचे 'ग्रंथालय सर्वस्वम' हे सर्वात जुने व्यावसायिक नियतकालिक अजूनही प्रकाशित होत आहे. बेंगाल लायब्ररी असोसिएशन आणि मद्रास लायब्ररी असोसिएशन' हे संघ नियमितपणे समाचार पत्रिका (Bulletin) प्रकाशित करतात. अनेक ग्रंथालय संघ स्थापना करण्यात ग्रंथपालन व्यावसायिकांपेक्षा इतर लोकांनीच पुढाकार घेतलेला आहे. काही बाबतीत व्यावसायिकांनी समांतर संघ स्थापन केले आहेत.

उदा. इंडियन लायब्ररी असोसिएशनने 'ऑल इंडिया पब्लिक लायब्ररी असोसिएशन स्थापन केली. सार्वजनिक ग्रंथालय चळवळीचा प्रसार करण्यासाठी संघानी बिगर व्यावसायिक व स्वयंसेवी संघटनांची मदत घेतली पाहिजे. राज्य व केंद्रीय सरकार यांनी या संघाना पाठिंबा दिला पाहिजे. उदा. जॉइंट कौन्सिल ऑफ लायब्ररी असोसिएशन्स इन इंडिया (JOCLAI) अशा संघांना बळकटी दिली पाहिजे. आणि सर्व ग्रंथालय संघ त्यात सहभागी होतील अशी व्यवस्था केली पाहिजे.

द इंडियन लायब्ररी असोसिएशन (ILA)

द ऑल इंडिया पब्लिक लायब्ररी असोसिएशनची स्थापना इ. स. १९१९ साली विजयवाडा येथे झाली. या ग्रंथालय संघाने ग्रंथालय चळवळीचा विस्तार केला. परिसंवाद, चर्चासत्रे, प्रशिक्षण कार्यक्रम आयोजित केले. पण काही तज्ज्ञ व्यावसायिकांना हा संघ बिगर व्यावसायिक लोकांच्या वर्चस्वाखाली आहे असे वाटले. म्हणून त्यांना व्यावसायिक लोकांच्या संघाची गरज भासू लागली. म्हणून १९३३ मध्ये श्री. के. एम आसुद्दौला यांनी पहिली ऑल इंडिया लायब्ररी कॉन्फरन्स आयोजित केली. याच संमेलनात राष्ट्रीय पातळीवरच्या संघाच्या स्थापनेची घोषणा झाली. डॉ. एस. आर. रंगनाथन यांच्या सततच्या पाठपुराव्यामुळे हा संघ अस्तित्वात आला. इ. स. १९४८ ते १९५३ या कालावधीत ते ह्या संघाचे अध्यक्ष होते.

उद्दिष्टचे – भारतातील ग्रंथालय चळवळीचा विकास करणे, ग्रंथपालांच्या प्रशिक्षणामध्ये सुधारणा घडवून आणणे, ग्रंथपालांचा दर्जा सुधारण्यास मदत करणे, ग्रंथालयातील संशोधनाची वृद्धी करणे, ज्यांची समान वैशिष्ट्ये आहेत अशा आंतरराष्ट्रीय संघाशी सहकार्य करणे, ग्रंथ समाचार पत्रिका, वार्तापत्र यांचे प्रकाशन करणे, ग्रंथालये, प्रलेखन व माहिती केंद्रे यांची स्थापना करणे, त्यांच्या कामात मदत करणे, ग्रंथालय कायदा प्रस्थापित करण्यास उत्तेजन देणे, ग्रंथालयशास्त्राशी संबंधित परिसंवाद व चर्चासत्रे आयोजित करणे, व्यवस्थापनासाठी प्रमाणके, मार्गदर्शक तत्त्वे आकारबद्ध करणे.

व्यवस्थापकीय रचना – (Council) परिषद ही ध्येय धोरणे ठरविते. यामध्ये निवडून आलेले सभासद, स्वीकृती सभासद सर्व माजी अध्यक्ष असतात. कार्यकारी समितीमध्ये अध्यक्ष, उपाध्यक्ष, सचिव, खजिनदार, ग्रंथपाल वगैरे असतात.

कार्ये – या संघाच्या स्थापनेपासून दोन वर्षांतून एकदा परिसंवाद आयोजित केले जात होते. पण १९६४ पासून प्रत्येक वर्षी परिसंवाद आयोजित केले जातात. आतापर्यंत ४३ परिसंवाद देशाच्या वेगवेगळ्या भागांमध्ये व्यावसायिक प्रेरणेने

आयोजित केले गेले. इ. स. १९९५ पासून विभागीय परिसंवाद भरविण्यास सुरुवात झाली.

प्रकाशने – १) लायब्ररी बुलेटिन, २) अॅबगिला, ३) जर्नल ऑफ इंडियन लायब्ररी असोसिएशन, ४) इंडियन लायब्ररी असोसिएशन बुलेटिन, ही प्रकाशने संघातर्फे प्रकाशित होतात. इंडियन लायब्ररी असोसिएशन न्यूजलेटर १९८४ मध्ये त्रैमासिक म्हणून आणि १९९० पासून प्रत्येक महिन्याला प्रसिद्ध होते. त्याशिवाय परिसंवादाची वृत्ते आणि आणखी काही विशेष प्रकाशने वेळोवेळी प्रकाशित केली जातात. युनेस्कोने आणि या संघाने आशियातील नियतकालिकांची निर्देशिका तयार करण्याचे काम केले आहे.

निरंतर शिक्षण कार्यक्रम – ह्या संघात इतर राष्ट्रीय संघाच्या मदतीने अभ्यास मंडळ दिल्लीमध्ये सुरू केले. निलाटच्या सहकार्याने संगणक वापर, सी.डी.एस / आय.एस.आय.एस. संगणकीय प्रणाली या संबंधाचे प्रशिक्षण अभ्यासक्रम आयोजित केले.

इंडियन लायब्ररी असोसिएशनचे इफ्ला (IFLA) कॉमनवेल्थ लायब्ररी असोसिएशन (Comla) युनेस्को या आंतरराष्ट्रीय संघांशी सहकार्याचे संबंध आहेत. राजा राममोहन रॉय लायब्ररी फौंडेशन, नॅशनल बुक ट्रस्ट, ब्युरो ऑफ इंडियन स्टॅंडर्डस, जॉइंट कौन्सिल ऑफ लायब्ररी असोसिएशन इन इंडिया, या राष्ट्रीय संघटनांमध्ये या संघाचे प्रतिनिधित्व आहे. काही व्यावसायिक पारितोषिकेही या संघामार्फत दिली जातात. रु. २००० च्या आसपास या संघाची सभासद वर्गणी आहे.

हा संघ भारतातील एक महत्त्वाचा संघ आहे. सभासद वर्गणीमध्ये वाढ करणे, प्रकाशनाचे कार्यक्रम आयोजित करणे, प्रशिक्षण अभ्यासक्रम चालविणे. या गोष्टींची काळाच्या गरजेनुसार आवश्यकता वाढली आहे. घटनेमध्ये सुद्धा कालानुरूप, वाचकानुसार, राज्य स्तरीय घटकांचा विचार करून बदल करणे आवश्यक ठरते. अशा तऱ्हेने हा संघ व्यावसायिकांच्या अपेक्षेला पूर्ण साथ देईल असे वाटते.

इंडियन असोसिएशन ऑफ स्पेशल लायब्ररीज अॅंड इन्फरमेशन सेंटर्स (IASLIC)

स्वातंत्र्योत्तर काळात विज्ञान व औद्योगिक क्षेत्रात अनेक बदल झाले. यामुळे विशेष ग्रंथालये व माहिती केंद्रे निर्माण झाली. डॉ. एस. आर. रंगनाथन यांनी प्रलेखांच्या संशोधनाबाबतीत पुढाकार घेतला होता. या दृष्टीने ग्रंथपाल, प्रलेखन, माहिती अधिकारी आणि शास्त्रज्ञ या सर्वांना एकत्रित आणणाच्या विचाराने ही संघटना १९५५ मध्ये कोलकाता येथे अस्तित्वात आली. डॉ. एस.

एल होरा या संघटनेचे अध्यक्ष व श्री. जे. सहा हे कार्यवाह होते.

उद्दिष्टे – माहितीचा पद्धतशीर संग्रह करून, तिचे योग्यरीत्या संघटन व प्रसारण करणे.

विशेष ग्रंथालये, शैक्षणिक संस्था, वैज्ञानिक संस्था आणि औद्योगिक संशोधन करणाऱ्या संस्था यामध्ये सहकार्य वाढविण्यास साहाय्य करणे.

क्षेत्रांतील विशेष ग्रंथालय व्यावसायिकांसाठी व्यासपीठाची गरज पुरविण्याच्या दृष्टीने कार्य करणे.

विशेष ग्रंथालये व माहिती केंद्रे यामध्ये काम करणाऱ्या ग्रंथालयीन कर्मचाऱ्यांची तांत्रिक कार्यक्षमता वाढविणे. त्यांच्या व्यावसायिक कल्याणाकडे लक्ष ठेवणे.

प्रलेखन केंद्रे, माहिती केंद्रे यांच्यासाठी एक कार्यतत्पर केंद्र म्हणून काम करणे.

तांत्रिक, वैज्ञानिक व इतर क्षेत्रात माहिती केंद्र म्हणून कार्य करणे.

संघटनेच्या उद्दिष्टासाठी पूरक व इतर प्रासंगिक कामे करणे.

या संघटनेच्या कार्यकारी विभागाचे पुढीलप्रमाणे ६ विभाग केले आहेत. १) प्रलेखन विभाग, २) प्रशिक्षण विभाग, ३) ग्रंथालय आणि माहिती सेवा विभाग, ४) ग्रंथालय सहकार आणि समन्वय विभाग, ५) प्रसिद्धी व प्रकाशन विभाग, ६)प्रतिलिपी व अनुवाद सेवा विभाग.

व्यावसायिक विकासासाठी या संघटनेने केलेल्या गोष्टी –

प्रारंभापासूनच ग्रंथपाल व शास्त्रांसाठी परदेशी भाषांचे प्रशिक्षण अभ्यासक्रम चालविले जातात. इ. स. १९६७ मध्ये पदव्युत्तर पदविका असा एक वर्षाचा अभ्यासक्रम विशेष ग्रंथालयातील ग्रंथपालांसाठी आयोजित केला होता. याशिवाय थोड्या कालावधीचे काही अभ्यासक्रम ही संघटना चालविते. उदा. निर्देशन पद्धती, ग्रंथ व हस्तलिखितांचे संरक्षण, ग्रंथालय आणि माहिती शास्त्रातील व्यवस्थापनाची तंत्रे, संगणकाचा वापर इत्यादी. ग्रंथपालन व्यावसायिकांसाठी प्रशिक्षण व कार्यशाळा आयोजित केल्या.

या संघटनेने आंतर ग्रंथालयीन व्यवस्थेसंबंधी एक संहितेचा आराखडा तयार केला आहे. त्याशिवाय मागणीनुसार ग्रंथसूची आणि भाषांतर या सेवाही दिल्या जातात. व्यावसायिक गोष्टींची चर्चा, आदानप्रदान यासाठी अभ्यास मंडळे सुरू केली.

प्रकाशने – इयॅस्लिक बुलेटिन, इंडियन लायब्ररी सायन्स ॲबस्ट्रॅक्टस्

इयॅस्लिक न्यूजलेटर, वेगवेगळ्या परिषदांमध्ये अंतर्भूत झालेले अभ्यासपूर्ण लेख मालिकेतून प्रकाशित केले आहेत. "डिरेक्टरी ऑफ स्पेशल अँड रिसर्च लायब्ररी इन इंडिया" प्रसिद्ध केली.

या संघटनेने इफ्ला (IFLA) एफ. आय. डी. (F.I.D) आणि युनेस्को या आंतरराष्ट्रीय संघटनांशी मैत्रीपूर्ण सहकार्याचे संबंध प्रस्थापित केलेले आहेत. त्याचप्रमाणे या संघटनेने जॉइंट कौन्सिल ऑफ लायब्ररी असोसिएशन इन इंडिया या संघटनेच्या स्थापनेबाबत पुढाकार घेतला होता.

या संघटनेने पुढीलप्रमाणे चार गट समान रुचीच्या लोकांसाठी स्थापन केले आहेत. १) औद्योगिक माहिती गट, २) सामाजिक शास्त्र माहिती गट, ३) संगणक वापराविषयीचा गट, ४) मानव शास्त्र गट. या संघटनेतर्फे पारितोषिकही दिले जाते.

अशा तऱ्हेने भारतातील विशेष ग्रंथालयांच्या प्रगतीसाठी कार्यरत असणारा हा संघ आहे.

इंडियन असोसिएशन ऑफ टिचर्स ऑफ लायब्ररी अँड इन्फरमेशन सायन्स (ITALIS)

ग्रंथालय शास्त्राच्या शिक्षकांसाठी एखादी संघटना असावी या गरजेतून या राष्ट्रीय संघटनेची स्थापना १९७० मध्ये झाली. डॉ. डी. कृष्ण राव हे अध्यक्ष व प्रो. पी. एन कौल हे सचिव होते.

वैशिष्ट्ये – ग्रंथालयशास्त्राच्या शिक्षणासाठी प्रोत्साहन देणे. ग्रंथालय शास्त्रातील शिक्षणाच्या संशोधनाला उत्तेजन देणे. ग्रंथालय शास्त्राच्या शिक्षणासाठी ग्रंथ, नियतकालिकांचे प्रकाशन करणे. या ग्रंथालय शास्त्राच्या शिक्षणाच्या विकासासाठी परिषदा, सभा, चर्चासत्रे आयोजित करणे. अशा तऱ्हेच्या शिक्षणासाठी सल्ला देणे. या शास्त्रातील शिक्षकांचे प्रशिक्षण करणे, भारतातील ग्रंथालय शास्त्रातील शिक्षकांच्या कल्याणाला प्रोत्साहन देणे.

रचना – या संघटनेची १७ निवडून आलेल्या सभासदांची कार्यकारी समिती स्थापन केली आहे. प्रत्येक वर्षी सर्वसाधारण सभा आयोजित केली जाते. कार्यालयीन अधिकारी आणि कार्यकारी समितीचे सभासद दोन वर्षांसाठी निवडले जातात.

या संघटनेचे सभासदत्व ३ प्रकारचे आहे. १) वैयक्तिक २) संस्था ३) आजीव

ग्रंथालयशास्त्राचे शिक्षक, अधिकृत ग्रंथालयाचे कर्मचारी यांना या सघंटनेचे

सभासद होता येते.

या संघटनेतर्फे परिसंवाद, चर्चासत्रे आयोजित केली जातात. 'इयॅटलिस कम्युनिकेशन' हे त्रैमासिक नियमित प्रकाशित केले जाते.

या संघटनेने विद्यापीठ अनुदान मंडळाला काही गोष्टींविषयी पाठपुरावा करण्यास सांगितले आहे.

१) संशोधनासाठी वेगळ्या निधीची आवश्यकता.
२) विद्यापीठ ग्रंथालयापासून ग्रंथालयशास्त्र विभाग वेगळा करणे.
३) ग्रंथालयशास्त्र विभागात पूर्ण वेळ शिक्षकाची नेमणूक.
४) पदव्युत्तर शिक्षण आणि संशोधनासाठी अधिक सोयींची आवश्यकता.
५) ग्रंथालयशास्त्राचे 'ग्रंथालय आणि माहितीशास्त्र' असे नामकरण करणे.

या संघटनेच्या प्रयत्नामुळे वरील पैकी बऱ्याच गोष्टींची पूर्तता झाली आहे. काही पारितोषिकेही या संघटने मार्फत दिली जातात. व्याख्यान सत्रेही आयोजित केली जातात. याशिवाय काही विषय गटही कार्यान्वित आहेत.

सोसायटी फॉर इन्फरमेशन सायन्स (SIS)

ही एक वैज्ञानिक संघटना आहे. माहितीशास्त्राचा विकास करणे. हे या समाजाचे ध्येय आहे. इ. स. १९७६ मध्ये या समाजाची स्थापना दिल्लीमध्ये झाली.

वैशिष्ट्ये –

१) माहितीशास्त्राची देवाण-घेवाण विषयतज्ञ व इतर लोकात होण्यासाठी उत्तेजन देणे.
२) व्यावसायिक एकात्मतेसाठी माहितीशास्त्रातील व्यावसायिकांना उत्साहित करणे.
३) व्यावसायिकांमध्ये सहकार्य वृद्धिंगत करणे.

रचना – सर्व कार्ये आणि महत्त्वाचे निर्णय कार्यकारी समिती घेते. या कार्यकारी समितीतील सभासदांची निवड हा वैज्ञानिक समाज करतो. ही १२ सभासद आणि ४ विभागीय प्रतिनिधी यांची बनलेली असते. ह्या समितीला इतर दुय्यम समित्या मार्गदर्शन करतात. उदा. आर्थिक समिती, शिक्षण आणि पारितोषिक समिती इत्यादी. निरनिराळ्या विशिष्ट क्षेत्रासाठी या समाजाने विशेष गट स्थापन केले आहेत.

१) प्रतिरूप प्राप्ती गट
२) संगणकाचा वापर गट
३) प्रशिक्षण व व्यवसाय गट
४) माहितीची प्रतिप्राप्ती गट.

हे गट चर्चासत्रे आयोजित करतात. उजळणी अभ्यासक्रमही त्या त्या क्षेत्रांमध्ये आयोजित केले जातात.

या समाजाचे सभासदत्व तीन प्रकारचे आहे. १) वैयक्तिक २) आजीव ३) संस्था. मूल्यांकनांकित संस्थेतून ज्याने पदवी घेतली आहे, अशी व्यक्ती किंवा या समाजाच्या काही क्षेत्रांमध्ये ज्याने काही काळ काम केले आहे, अशी व्यक्ती ह्या समाजाच्या सभासद होऊ शकतात.

खालील ४ विभागांतून या समाजाचे कार्य सुरू असते.

१) संगणकाचा वापर   २) प्रशिक्षण आणि व्यावसायिक विकास

३) माहितीची साधने   ४) प्रतिरूप प्राप्ती

या समाजाद्वारा वार्षिक conventions आयोजित केली जातात. माहिती व्यावसायिकांसाठी छोट्या कालावधीने उजळणी अभ्यासक्रम चालविले जातात. माहितीशास्त्र व माहिती सेवा या क्षेत्रात (out standing) महत्त्वाचे काम करणाऱ्या व्यक्तींना शिष्यवृत्ती दिल्या जातात.

सिसकॉम (siscom) आणि सिसट्रॅन्स (sistrans) ही प्रकाशने प्रकाशित केली जातात. सभासदांना या प्रकाशनाच्या प्रती विनामूल्य प्राप्त होतात.

द लायब्ररी असोसिएशन (LA)

हा युनायटेड किंगडम मधील राष्ट्रीय पातळीवरचा कार्यक्षम असा ग्रंथालय संघ आहे. इ.स. १८७७ मध्ये लंडन येथे पहिली आंतरराष्ट्रीय परिषद भरली होती. डॉ. मेलविल ड्युई या परिषदेला उपस्थित होते. त्यावेळी द लायब्ररी असोसिएशनची स्थापना करण्यात आली. इ.स. १८९८ मध्ये या संघाने रॉयल चार्टर ऑफ इन्फरमेशन संमत करून घेतला.

वैशिष्ट्ये – ग्रंथालयीन कर्मचाऱ्यांना एकत्र आणणे. त्यासाठी परिषदा, सभा आयोजित करणे. यामध्ये ग्रंथसूचीय समस्या, ग्रंथालयावर परिणाम करणाऱ्या गोष्टी, व्यवस्थापन या गोष्टींवर चर्चा घडवून आणणे. ग्रंथालयातील व्यवस्थापन अधिक चांगले होण्यासाठी प्रोत्साहन देणे. ग्रंथपालांची गुणवत्ता व दर्जा सुधारण्यास मदत करणे. पब्लिक लायब्ररी ॲक्ट स्वीकारण्यास ग्रंथालयांना उत्तेजन देणे. लोकांकडून ग्रंथालयाचा वापर होण्यासाठी संदर्भ व देवघेव ग्रंथालये स्थापन करणे. सार्वजनिक ग्रंथालय कायद्यावर लक्ष ठेवून वेळोवेळी त्यात ग्रंथालय व्यवस्थापन, विस्तारित कार्यक्रम, या दृष्टीने आवश्यक त्या गोष्टीची कायद्यात भर घालणे, ग्रंथसूची, संशोधनाला प्रोत्साहन देणे, ग्रंथपालन क्षेत्रातील परीक्षांचे आयोजन करून प्रमाणपत्र देणे. संघाच्या सभासदासाठी माहिती सेवा देणे.

सभासदत्व – वैयक्तिक अथवा ज्या संस्था ग्रंथालय कार्यामध्ये कार्यरत आहेत, त्यांना या संघाचे सभासदत्व मिळते. संस्था सभासदत्वामध्ये त्या त्या

संस्थेच्या प्रशासकीय विभागातील व्यक्तीला या बाबतीत जबाबदार धरण्यात येते.

कौन्सिल ही निवडून आलेल्या ६० लोकांचा एक प्रशासकीय विभाग आहे. संघाचे कार्य पद्धतशीरपणे पार पाडण्यासाठी कार्यकारी समितीची नेमणूक करणे, संघाचे काम योग्य रीतीने होण्यासाठी वेगवेगळे गट स्थापन केलेले आहेत. इंग्लंडचे १२ विभागीय क्षेत्रात विभाजन केले आहे. या विभागांना ब्रॅन्चेस म्हणतात. निवड समितीद्वारा ह्या ब्रॅन्चेस काम करीत असतात. त्यांना लायब्ररी असोसिएशन आर्थिक निधी पुरविते, प्रत्येक ब्रँच आपले प्रतिनिधित्व लायब्ररी असोसिएशनच्या कौन्सिलमध्ये करते. त्यांची मुदत ३ वर्षे असते.

कार्ये –

सार्वजनिक ग्रंथालय सेवेच्या संदर्भात हा संघ कायद्याच्या दृष्टीने मूल्यांकन करतो आणि या कायद्यामध्ये काही सुधारणा घडवून आणण्यासाठी प्रयत्न करतो. शैक्षणिक ग्रंथालयांच्या संदर्भात पॅरी समितीच्या सूचनांना पाठिंबा दिला जातो. हा संघ विशेष ग्रंथालये स्थापन करण्यास मदत करतो. उदा. वैद्यकीय ग्रंथालय. देशात सर्वत्र ग्रंथालय कायदा कार्यान्वित व्हावा, म्हणून या संघाने बरेच प्रयत्न केले आहेत. व्यावसायिक प्रमाणके यासाठी परिश्रम केले आहेत.

या संघाने परीक्षांची ओळख करून देऊन पोस्टाद्वारे शिक्षण आणि पत्राद्वारे शिक्षण सुरू केले. ग्रंथपालन व्यावसायिकांची नोंद पद्धत या संघाने सुरू केली. ग्रंथपालांच्या प्रशिक्षणाची सोय करणे, त्यात वेळोवेळी गुणवत्तेसाठी सुधारणा करणे, प्रशिक्षणास विद्यापीठीय पदवीचा दर्जा देणे. ग्रंथपालांचे वेतन व सेवाशर्ती हा संघ वेळोवेळी प्रसिद्ध करतो. संघाच्या कार्याची जाहिरात, वर्तमानपत्रे, दृक्श्राव्य माध्यम - कार्यक्रम या द्वारा केली जाते. ग्रंथपालांना ग्रंथालयांपेक्षा महत्त्व देण्यात येते. ग्रंथपालन व्यवसायासंबंधी वेळोवेळी प्रदर्शने भरवली जातात.

हा संघ इतर आंतरराष्ट्रीय संघटना उदा. इफ्ला, युनेस्को या संघटनांशी संबंधित आहे. या संघाने ग्रंथालय व माहिती केंद्र ग्रंथपालन व्यवसायाविषयी ग्रंथ व नियतकालिके यांनी समृद्ध केली आहेत.

वेळोवेळी परिषदा भरविल्या जातात. इ.स. १९६४ पासून वार्षिक परिषदा व वार्षिक सार्वजनिक ग्रंथालय परिषदा आयोजित केल्या जातात. ग्रंथालय व माहिती शास्त्रातील संशोधनाला ह्या संघातर्फे प्रोत्साहन दिले जाते.

प्रकाशने – ग्रंथ, हस्तपुस्तिका, ग्रंथ यादी या गोष्टी व्यावसायिक व सभासद सेवा म्हणून प्रकाशित केल्या जातात.

नियतकालिके आणि मालिका

१) लायब्ररी असोसिएशन रेकॉर्ड (दरमहा)
२) लायझन (दरमहा)
३) ब्रिटिश टेक्नॉलॉजी इंडेक्स (दरमहा)
४) ब्रिटिश ह्युमॅनिटीज इंडेक्स (दरमहा)
५) ब्रिटिश एज्युकेशन इंडेक्स (दरमहा)
६) लायब्ररी अँड इन्फरमेशन सायन्स ॲबस्ट्रॅक्टस् (द्वैमासिक)
७) जर्नल ऑफ लायब्ररीयनशिप (त्रैमासिक)
८) लायब्ररी असोसिएशन इयर बुक
९) करंट रिसर्च इन लायब्ररी अँड इन्फरमेशन सायन्स (३ अंक)

या संघातर्फे काही पारितोषिकेही दिली जातात.

या सर्व कार्यासाठी सभासद वर्गणी आणि प्रकाशने आर्थिक दृष्टीने हातभार लावतात. अशा सर्व कार्यामुळे हा संघ जगातील अभ्यासकांना प्रचलित माहिती पुरवठा करीत असतो.

असोसिएशन ऑफ स्पेशल लायब्ररीज इन्फरमेशन ब्युरो (ASLIB)

द असोसिएशन फॉर इन्फरमेशन मॅनेजमेंट

हा संघ इ.स. १९२४ मध्ये इंग्लंडमध्ये स्थापन झाला. सार्वजनिक कामकाज, उद्योगधंदे, कला, विज्ञान आणि वाणिज्य इत्यादी क्षेत्रातील ज्ञान आणि माहिती यांचा समन्वय करून त्यांचा उपयोग करणे, हे या संघाचे ध्येय होते. इ.स. १९४८ मध्ये ब्रिटिश सोसायटी फॉर इंटरनॅशनल बिब्लिओग्राफी ही संघटना असोसिएशन ऑफ स्पेशल लायब्ररीज इन्फरमेशन ब्युरोमध्ये विलीन झाली. या संघाचे नाव असोसिएशन फॉर इन्फरमेशन मॅनेजमेंटमध्ये रूपांतरित झाले असले तरी, या संघाचे संक्षिप्त नाव 'अस्लिब' असेच राहिले.

वैशिष्ट्ये – समाजाच्या आर्थिक, सामाजिक व सांस्कृतिक जीवनामध्ये माहितीची वाढ करण्यासाठी माहितीचे योग्य व्यवस्थापन करणे.

सभासद – औद्योगिक व व्यापारी संस्था, व्यावसायिक आणि शिक्षित समाज, राष्ट्रीय, शैक्षणिक व सार्वजनिक ग्रंथालये, प्रकाशक, माहिती संच पुरविणारे इत्यादी या संघाचे सभासद असू शकतात. या संघाच्या शाखा स्कॉटलंड, मिडलँडमध्ये आहेत. जैविक आणि शेती शास्त्र, यांत्रिकी, अभियांत्रिकी, आर्थिक आणि औद्योगिक माहिती यांच्या बाबतीत या संघाने काही विषय गट स्थापन केलेले आहेत. याशिवाय तांत्रिक गट ज्यामध्ये भाषांतर, माहितीशास्त्र व

संगणकाचा वापर यांचा समावेश होतो.

या संघाला ''इंडस्ट्रियल अँड सायंटिफिक रिसर्च'' या खात्याकडून वार्षिक अनुदान मिळते. सभासदांची वार्षिक वर्गणी ही अशीच आर्थिक जमेची बाजू आहे.

कार्ये – ग्रंथालय सेवा अधिक कार्यक्षम करणे. नवीन तंत्रज्ञानाचा परिणामकारक उपयोग करण्यास ग्रंथालयांना मदत करणे. विशेष माहिती संचयन, प्रतिप्राप्ती व वितरण या गोष्टींशी संबंधित असलेले माहिती अधिकारी व ग्रंथपाल यांची कार्यक्षमता वाढविण्यास मदत करणे. त्यासाठी प्रशिक्षणाची सोय करणे. माहिती संप्रेषण क्रियेवर संशोधन करणे, नवीन माहिती साधन केंद्रे, सखोल संदर्भ सेवा यांच्या साहाय्याने माहितीचे व्यवस्थापन करणे. ऑनलाईन माहिती प्रतिप्राप्तीच्या पद्धती. ग्रंथालयाचे यांत्रिकीकरण, स्थानिक संगणक जाळे, ग्रंथालय आणि माहिती प्रतिप्राप्तीच्या संगणक प्रणाली. आधुनिक माहिती साधनांचे व्यवस्थापन इत्यादी गोष्टी यात समाविष्ट होतात.

या संघाच्या ग्रंथालयात माहितीशास्त्र आणि प्रलेखन साहित्याविषयी संग्रह संग्रहित केलेला आहे. वैज्ञानिक आणि तांत्रिक विषयांतील लेखांचे निर्देशन करणे, भाषांतर करणे या सेवाही उपलब्ध करून दिल्या आहेत.

छोट्या कालावधीचे अभ्यासक्रम व प्रशिक्षण कार्यक्रमही हा संघ आयोजित करतो. या संघातर्फे परिषदा, संमेलनेही नियमित आयोजित केली जातात.

प्रकाशने

१) असलिब प्रोसिडिंग्ज (दरमहा)

२) असलिब बुकलेट (दरमहा)

३) असलिब इन्फरमेशन (दरमहा)

४) असलिब न्यूजलेटर (दरमहा)

५) इंडेक्स टू थेसीस (वार्षिक)

६) जर्नल ऑफ डॉक्युमेन्टेशन (त्रैमासिक)

७) नेटलिंक (३ अंक)

८) प्रोग्रॅम : न्यूज ऑफ कॉम्प्युटर्स इन लायब्ररीज (त्रैमासिक)

असलिबच्या प्रासंगिक प्रकाशनामध्ये विशेष लेख, निर्देशिका, अहवाल, ग्रंथसूची इत्यादींचा समावेश होतो. या संघाचे '' हँडबुक ऑफ स्पेशल लायब्ररीयनशीप अँड इन्फरमेशन वर्क '' आवृत्ती ५ वी या प्रकाशनाचा जगभर प्रसार झाला आहे. विकसनशील ग्रंथालये आणि माहिती सेवा यासाठी हे एक

अमूल्य मार्गदर्शक ठरले आहे.

असलिब इंग्लंड व इंग्लंडबाहेरही महत्त्वाची भूमिका बजावीत आहे.

अमेरिकन लायब्ररी असोसिएशन (ALA)

हा संघ जगातील सर्वात जुना व मोठा संघ आहे. हा संघ अमेरिकेतील लोकांना उच्च दर्जाची ग्रंथालय व माहिती सेवा देण्यासाठी सल्लागार म्हणून काम करतो. त्यामध्ये लोकांच्या वाचनाच्या अधिकाराचे संरक्षण, ग्रंथपालांचे प्रशिक्षण, ग्रंथालय सेवांचा विकास, प्रत्येकाला माहिती ज्ञात करून देणे, यासाठी हा संघ अस्तित्वात आला. इ.स. १८७६ मध्ये या संघाची स्थापना झाली. त्या वर्षी फिलाडेल्फियात एका परिषदेचे आयोजन केले होते. ही परिषद भरविण्यात डॉ. मेलविल ड्युई यांनी पुढाकार घेतला होता. याच परिषदेत या संघाची स्थापना झाली.

सभासद – कायद्याप्रमाणे वर्गणी देऊन कोणीही व्यक्ती, ग्रंथालय किंवा इतर संस्था ज्यांना ग्रंथपालन व्यवसायात रस आहे, त्या संस्था या संघाचे सभासद बनू शकतात.

रचना – अध्यक्ष, उपाध्यक्ष, कार्यकारी संचालक आणि खजिनदार असे पदाधिकारी या संघात असतात. त्याशिवाय कार्यकारी मंडळ, उपसमिती मंडळे या शिवाय कौन्सिल, त्याचे पदाधिकारी, त्यांच्या समिती स्थापन केल्या आहेत.

कार्ये – ग्रंथालयशास्त्रातील शिक्षण देणारी जगातील पहिली संस्था कोलंबिया विद्यापीठ येथे सुरू केली. इतर शिक्षण संस्थांना मान्यता देणे. त्यासंबंधी प्रमाणके ठरविणे. या कामाच्या देखरेखीसाठी ॲक्रिडिटेशन समितीची स्थापना केली. ग्रंथालयातील वाचन साहित्याचा प्रसार होण्यासाठी वर्गीकरण व तालिकीकरण पद्धती तयार केल्या. युवा व बालक यांना खास ग्रंथालय सेवा देणे. ग्रामीण भागात ग्रंथालय स्थापण्यास उत्तेजन देणे. ग्रंथालय कर गोळा करण्यास सार्वजनिक ग्रंथालयांना मदत करणे. ग्रंथालयाच्या विकासासाठी उपयोगी पडणाऱ्या सरकारी कायद्यांना पाठिंबा देणे. वाचकांचे गट अथवा वृद्ध वाचक यांना ग्रंथालय सेवा व वाचन साहित्य देण्यासाठी प्रत्येक प्रकारच्या उत्तेजना देणे. ग्रंथालयांचे प्रशासन व व्यवस्थापन यासंबंधी आराखडा तयार करणे. निरंतर शिक्षणाद्वारे ग्रंथालयाच्या विकासाचे प्रयत्न करणे. राष्ट्रीय व राज्य पातळीवर जनतेचा पाठिंबा व आर्थिक आधार ग्रंथालयांना मिळवून देणे. जनतेच्या वाचनाच्या अधिकाराबाबत जागरूकता राखणे. 'ग्रंथालय सेवा कायदा' १९५६ साली स्थापित करण्यात या संघाला यश आले. त्यात सुधारणा होऊन १९६४ साली

सार्वजनिक ग्रंथालय सेवा जगन्मान्य झाली. या कार्यक्रमांची आखणी व अंमल बजावणी यासाठी वेगवेगळे विभाग स्थापन केलेले आहेत.

हे कौन्सिल अमेरिकेतील अनेक राष्ट्रीय संस्थांशी संबंधित आहे. यामध्ये वैज्ञानिक, शैक्षणिक, प्रमाणके, मूल्यांकन, ग्रंथ, संप्रेषण, उपग्रह इत्यादी विषयांशी संबंधित संस्था आहेत. या संघाचे प्रतिनिधी ८४ संस्थांमध्ये या संघाचे प्रतिनिधित्व करतात. या व्यतिरिक्त बौद्धिक स्वातंत्र्य, शहर व ग्रामीण ग्रंथालयांना ग्रंथालय सेवेची ओळख करून देणारे, ग्रंथालय कर्मचारी कल्याण संशोधन, सार्वजनिक जाहिरात सेवा अशा सारखे वेगवेगळे विभाग काम करीत असतात.

प्रकाशने – या संघाने जवळ-जवळ २००० ग्रंथांचे प्रकाशन केले आहे. त्याचप्रमाणे काही महत्त्वाचे प्रलेख.

ए. एल. ए. कॅटलॉग्ज, अमेरिकन लायब्ररी लॉज

अमेरिकन लायब्ररी रिसोर्सेस, ए.ए.सी.आर.

गाईड टू रेफरन्स बुक्स, लायब्ररी अँड जस्टिस इन द वर्ल्ड ऑफ बुक्स अँड रिडिंग, प्रकाशित केले आहेत.

याशिवाय नियतकालिकांचेही प्रकाशन हा संघ करीत असतो. अमेरिकन लायब्ररीज (दरमहा) 'बुकलिस्ट' हे प्रचलित ग्रंथ परीक्षण करणारे प्रकाशन, 'चॉईस' हे परीक्षणात्मक प्रकाशन शैक्षणिक ग्रंथालयांना महत्त्वाचे ठरणारे आहे. याशिवाय हा संघ दृक् प्रकाशन करतो आणि अलनेट माहिती संच सेवा, यांत्रिक वार्तापत्र, यांत्रिक पोस्टाचे व्यवहार याची माहिती देते. या संघाच्या वेगवेगळ्या विभागातर्फे ४० नियतकालिके व वार्तापत्रे प्रकाशित केली जातात.

या संघातर्फे पारितोषिके व शिष्यवृत्तीही दिल्या जातात.

अशा तऱ्हेने हा संघ कार्यरत आहे. एकूणच ग्रंथालय व्यवसाय, त्याची वाढ व विकास याला हा संघ कारणीभूत आहे. या संघाचे ३५००० हून अधिक सभासद आहेत. निवडून आलेल्या ३५० सभासदांचे एक कौन्सिल आहे. आंतरराष्ट्रीय पातळीवरही ग्रंथपालन व्यवसायाला बळकटी मिळावी म्हणून हा संघ मदत करीत असतो.

स्पेशल लायब्ररीज असोसिएशन (SLA)

स्पेशल लायब्ररीज असोसिएशन या संघाची स्थापना १९०९ मध्ये ब्रिटन मध्ये अमेरिकन लायब्ररी असोसिएशनच्या परिषदेमध्ये झाली. विशेष माहितीचे निर्माण व तिचा वापर करणारी विशेष ग्रंथालये. उदा. औद्योगिक, संशोधनात्मक, प्रशासकीय, विद्यापीठीय, वर्तमानपत्रांची ग्रंथालये, विशेष संस्था या सर्वांची

ग्रंथालयेही या संघाचे सभासद होऊ शकतात. या शिवाय माहितीतज्ज्ञांनाही या संघाचे सभासदत्व मिळू शकते.

वैशिष्ट्ये – माहितीचा संग्रह, माहितीचे व्यवस्थापन व प्रसारण या द्वारे ज्ञानाचा उपयोग करण्यासाठी चालना व प्रोत्साहन देणे. विशेष ग्रंथालये किंवा माहिती केंद्रे यांची कार्यक्षमता व उपयोग वाढविणे.

माहिती सेवेच्या क्षेत्रात संशोधनाला उत्तेजन देणे.

व्यावसायिक प्रमाणकांना प्रोत्साहन देणे.

सभासदांमध्ये संप्रेषणाच्या सुविधा देणे.

ज्या संस्थांची ध्येये समान आहेत त्या संस्थांशी सहकार्य करणे.

सभासद – या संघाच्या सभासदांचे प्रकार – १) वैयक्तिक - ज्यांना माहितीच्या क्षेत्रामध्ये रस आहे अशा व्यक्ती. याशिवाय सेवानिवृत्त व्यावसायिक यांना वैयक्तिक सभासदत्व मिळू शकते. २) माहितीशास्त्र आणि ग्रंथालय विभागामध्ये विद्यार्थी म्हणून नोंद झालेले ३) या संघाच्या ध्येये व कार्यक्रमांना पाठिंबा देणाऱ्या इतर संस्था ४) इतर संस्थांचे आश्रयदाते, प्रायोजक. ज्यांचा या संघाच्या ध्येये व कार्यक्रमांना पाठिंबा आहे असे.

या संघाच्या शाखा व विभाग यांनी या संघाचा आराखडा तयार केला आहे. सभासद सेवा व तळागाळातील व्यावसायिकांना विकासाची संधी देणे, हा या आराखड्यातील मुख्य भाग आहे. शाखांचे व्यवस्थापन भौगोलिक पायावर केले जाते, तर विभागांचे विभाजन सभासदांच्या अनेक विषयातील रुचीनुसार केले जाते.

शाखा – या संघाच्या शाखा स्वत: आपले अधिकारी निवडतात. हे अधिकारी शाखांचे वार्तापत्र वगैरे प्रकाशित करतात. याशिवाय विशेष प्रकल्प उदा. सांघिक यादी, निर्देशिका सुरू केले जातात. शाखांच्या कार्यामध्ये भाग घेणे. उदा. शाखांच्या सभांना उपस्थिती, शाखा वृत्तांचे वाचन व शाखांच्या समितीवर काम करणे हे संघाच्या सभासदांच्या दृष्टीने कौतुकास्पद आहे.

प्रत्येक शाखेच्या सभा नियमितपणे आयोजित केल्या जातात. प्रत्येक शाखा त्यांचे वार्तापत्र स्वत: प्रकाशित करतात. स्थानिक संस्थांच्या माहितीशी संबंधित समस्या सोडविणे, नवीन सेवा विकसित करणे या बाबतीत शाखा सल्ला सेवेमार्फत मदत केली जाते. या शाखांमार्फत व्यावसायिक व नोकरीविषयक मदतही केली जाते.

विभाग :

या संघाचे विभाग विस्तृत विषय क्षेत्रांशी संबंधित आहेत. उदा. शिक्षण,

अभियांत्रिकी, औद्योगिक, सामाजिक शास्त्रे इत्यादी.

प्रत्येक विभाग स्वत:चे वार्तापत्र प्रकाशित करतो.

समिती आणि विशेष प्रकल्प या द्वारे सभासदांमध्ये नेतृत्वाची संधी विकसित केली जाते.

वार्षिक परिषदांमध्ये विभागाच्या गरजा मांडल्या जातात.

प्रत्येक विभागाचा स्वतंत्र ग्रंथ प्रकाशन कार्यक्रम असतो.

विद्यार्थी सभासदांसाठी विद्यार्थी गटातर्फे वार्तापत्र प्रकाशित केले जाते. तसेच शिष्यवृत्ती दिल्या जातात.

या संघातर्फे निरंतर शिक्षणाचे कार्यक्रम आयोजित केले जातात. तसेच या संघाच्या प्रकाशन कार्यक्रमांतर्गत ग्रंथ प्रकाशनामुळे व्यावसायिक साहित्यामध्ये मोलाची मदत होते.

प्रकाशने –

१) स्पेशॅलिस्ट (दरमहा)	२) स्पेशल लायब्ररीज (त्रैमासिक)
३) हूज हू इन स्पेशल लायब्ररीज	४) एस. एल. ए. रिसर्च सेरीज

या संघाद्वारे परिषदाही आयोजित केल्या जातात. यामुळे व्यावसायिक अनुभव जमा होतात.

ह्या संघातर्फे माहितीतज्ञांसाठी व्यावसायिक आवडीचे अभ्यासक्रम आयोजित केले जातात. हा संघ कायदेविषयक गोष्टी जनतेसमोर व प्रशासनासमोर ठेवतो. ग्रंथपालन व्यवसायासंबंधी जनतेमध्ये जागरूकता निर्माण करणे, माहिती तज्ञाची प्रतिमा वृद्धिंगत करणे, याही गोष्टी या संघाकडून केल्या जातात.

नियमित निधीची उभारणी नगरपालिका व न्यास यांच्याकडून हा संघ करतो. या द्वारे शिष्यवृत्ती, भत्ते, जाळ्यांची सुविधा इत्यादी गोष्ट साध्य करता येतात.

या संघातर्फे नोकरीविषयक सेवाही दिल्या जातात. शिवाय हा संघ पारितोषिकेही प्रदान करतो. संशोधन प्रकल्प, प्रकाशने, सार्वजनिक जागरूकता कार्यक्रम यासाठीही हा संघ निधी उपलब्ध करून देतो.

आंतरराष्ट्रीय ग्रंथालय संघ

इंटरनॅशनल फेडरेशन फॉर इन्फरमेशन अँड डॉक्युमेनटेशन (FID)

इंटरनॅशनल फेडरेशन फॉर इन्फरमेशन अँड डॉक्युमेंटेशन हा संघ १८९५ मध्ये इंटरनॅशनल इन्स्टिट्यूट ऑफ बिब्लिओग्राफी म्हणून स्थापित झाला होता.

जगामध्ये प्रकाशित झालेल्या सर्व साहित्याची जागतिक ग्रंथसूची निर्माण करण्याचे काम ''बुसेल्स'' येथे पॉल अटलेट (Paul Atlet) आणि हेन्री ला फाँनसेन (Henry La Fontaine) यांनी करण्याचे ठरविले व इंटरनॅशनल इन्स्टिट्यूट ऑफ बिब्लिओग्राफी (IIB) या संस्थेची स्थापना केली. ग्रंथसूचीय नियंत्रण हे या संस्थेचे मुख्य काम होते. याच संस्थेचे नाव बदलून १९३८ मध्ये ''इंटरनॅशनल फेडरेशन फॉर इन्फरमेशन अँड डॉक्युमेंटेशन'' असे नामकरण झाले. हेग येथे या संस्थेचे कार्यालय आहे.

ही संस्था प्रलेखन क्षेत्राचा विकास, आंतरराष्ट्रीय सहकार्याने संशोधन हेच ध्येय ठेवून स्थापन करण्यात आली. यामध्ये माहिती, माहितीचे एकत्रीकरण, माहितीचा साठा प्रतिप्राप्ती, प्रसार आणि मूल्यमापन या गोष्टी समाविष्ट होत्या.

उद्दिष्टे – प्रलेखन क्षेत्रात कार्य करणाऱ्या सर्व संघटनांमध्ये समन्वय साधणे.

प्रलेखन क्षेत्रातील संशोधनास उत्तेजन देणे.

प्रलेखन विषयक अभ्यासाचा विकास घडविणे.

प्रलेखन तंत्र संघटित करणे.

माहिती संदर्भात आंतरराष्ट्रीय जाळ्याची स्थापना करणे, यासाठी जाणवणारे भाषांचे अथडळे दूर करणे.

प्रलेखन कामाची प्रमाणके ठरविणे.

प्रलेखन व माहितीशास्त्र व्यवसायातील लोकांच्या हितसंबंधींचे संरक्षण करणे.

प्रलेखन क्षेत्रातील कर्मचाऱ्यांची प्रशिक्षणाची व्यवस्था करणे.

रचना – या संघाची सर्वसाधारण सभा (General Assembly) ज्यामध्ये राष्ट्रीय व आंतरराष्ट्रीय सभासद असतात, अशी सर्वसाधारण सभा दोन वर्षातून एकदा घेतली जाते. ही सभा या संघाच्या कार्यावर देखरेख करते. या संघात ६९ राष्ट्रीय सभासद, ३ आंतरराष्ट्रीय सभासद व २५० इतर सभासद आहेत. या संघाच्या कार्यकारी समितीमध्ये अध्यक्ष, कायमस्वरूपी कार्यवाह व काही वरिष्ट अधिकारी असतात. सामान्य सभेचे एक कौन्सिल आहे. त्यामध्ये निवडून आलेले सदस्य असतात. हे कौन्सिल साधारण सभेची धोरणे प्रत्यक्षात आणण्यास जबाबदार असते. याशिवाय सचिवालय येथे प्रत्यक्ष कामकाज चालते.

या संघाचे काम त्याच्या समित्यांमधून होते. या समित्यांमध्येही ''उप समित्या'' व ''कार्यकारी गट'' असतात.

एफ. आय. डी. / आर : माहितीचे सिद्धांतिक मूळ यावर संशोधन

एफ. आय. डी. / सी आर : वर्गीकरण विषयक संशोधन

एफ. आय. डी. / एम : यांत्रिक तंत्रे आणि पद्धती

एफ. आय. डी. / इ टी : प्रलेखनाशी संबंधित शिक्षण व प्रशिक्षण इत्यादी समित्या वेगवेगळ्या क्षेत्रात कार्यरत आहेत. याशिवाय वेगवेगळ्या तांत्रिक समित्या, परिषदा, चर्चासत्रे, कार्यशाळा आयोजित करतात. त्यांचे अहवाल, महत्त्वाची प्रकाशने इत्यादी प्रकाशने हा संघ प्रकाशित करतो.

या संघाचे इफ्ला, युनेस्को यांच्याशी सहकार्याचे संबंध आहेत.

याशिवाय हा संघ खालील नियतकालिके प्रकाशित करतो.

१) एफ.आय. डी. न्यूज बुलेटिन (मासिक, प्रत्येक महिन्याला)

२) इंटरनॅशनल फोरम ऑन इन्फरमेशन अँड डॉक्युमेन्टेशन (त्रैमासिक)

३) रिसर्च अँड डेव्हलपमेंट प्रोजेक्टस् इन डॉक्युमेन्टेशन अँड लायब्ररीयनशीप (द्वैमासिक)

४) एक्सटेनशन्स् अँड करेक्शनस् टू द यु.डी.सी. (वार्षिक)

५) एफ. आय. डी. डिरेक्टरी

''युनिव्हर्सल डेसिमल क्लासिफिकेशन'' या वर्गीकरण पद्धतीची निर्मिती, वाढ व विकास यासाठी हा संघ जबाबदार आहे. केंद्रीय वर्गीकरण समिती या वर्गीकरण पद्धतीत उजळणी करते. यांत्रिकीकरण आणि यु.डी.सी. ही उपसमिती त्याचे यंत्राद्वारे वाचन करण्याच्या स्वरूपात त्याची निर्मिती करतात.

इंटरनॅशनल फेडरेशन फॉर इन्फरमेशन अँड डॉक्युमेन्टेशन हा संघ व भारत १९४८ पासून एकमेकांशी संबंधित आहेत. डॉ. एस. आर. रंगनाथन आणि इन्सडॉक ह्यांच्या प्रयत्नामुळे हे संबंध प्रस्थापित झाले आहेत. इन्सडॉक ही संस्था १९५२ पासून या संघाची सभासद आहे. डॉ. एस. आर. रंगनाथन यांनी या संघाच्या वेगवेगळ्या समित्यांवर काम केले आहे. उदा. वर्गीकरण संशोधन समिती, जनरल थिअरी ऑफ क्लासिफिकेशन समिती या संघातर्फे वर्गीकरण क्षेत्रातील संशोधनास 'रंगनाथन अॅवार्ड फॉर क्लासिफिकेशन रिसर्च' हा पुरस्कार दिला जातो.

ग्रंथपालन क्षेत्रातील 'प्रलेखन' यामधील आधुनिक तंत्रे व सुधारणा याबाबत या संघातर्फे काम केले जाते.

इंटरनॅशनल फेडरेशन ऑफ लायब्ररी असोसिएशन (IFLA)

इ.स. १९२६ मध्ये ग्रंथपाल, ग्रंथालयीन कर्मचाऱ्यांची एक आंतरराष्ट्रीय परिषद प्राग येथे भरली होती. या परिषदेत आंतरराष्ट्रीय पातळीवर एक संघ स्थापन करण्याचा निर्णय घेण्यात आला. 'द लायब्ररी असोसिएशन' (इंग्लंड) यांच्या

परिषदेमध्ये एडिन्बर्ग येथे 'इंटरनॅशनल लायब्ररी अँड बिब्लिओग्राफीकल कमिटी'' स्थापन केली. या समितीचेच पुढे 'इंटरनॅशनल फेडरेशन ऑफ लायब्ररी असोसिएशन' असे नामकरण झाले.

ही एक स्वतंत्र संघटना आहे. कोणत्याही देशाच्या शासनाचा या संघटनेवर अधिकार नाही. कोणत्याही कार्यातून फायदा मिळविणे हे ध्येय नाही.

वैशिष्ट्ये – ग्रंथपालन व्यवसाय व ग्रंथसूची या बाबतीत आंतरराष्ट्रीय सामंजस्य व सहकार्य वाढविणे.

वेगवेगळ्या प्रकारच्या ग्रंथालयांच्या कार्यासंबंधी मार्गदर्शक तत्त्वे व प्रमाणके तयार करणे. उदा. प्रशिक्षण अभ्यासक्रम, ग्रंथसूचीच्या माहितीचे सादरीकरण.

ग्रंथालयशास्त्रातील संशोधनास प्रोत्साहन देणे.

सभासदत्व – दोन प्रकारचे १) संपूर्ण सभासदत्व – यांना मतदानाचा अधिकार आहे. यामध्ये राष्ट्रीय ग्रंथालय संघटना, आंतरराष्ट्रीय ग्रंथालय संघ किंवा समान आवड असलेल्या संस्था यांचा समावेश होतो. हे सभासद या संघटनेच्या कार्यकारी मंडळाने मान्य केलेले असतात.

२) सहकारी सभासदत्व – सर्व ग्रंथालयांना या द्वारे सभासद होता येते. ग्रंथसूचीय संस्था आणि समान आवडीच्या संस्था यांचा यामध्ये अंतर्भाव होतो. या सभासदांना मतदानाचा हक्क नाही. कार्यालयाकडून या सभासदांना मान्यता मिळते.

रचना – या संघाच्या व्यवस्थापनासाठी ३ समित्यांची नेमणूक केलेली आहे.

१) सर्वसाधारण समिती – कार्यकारी समितीचे सभासद व इफ्लाचे नोंद असलेले सभासद या समितीचे सभासद असतात.

२) कार्यकारी समिती – या समितीमध्ये अध्यक्ष, सहा उपाध्यक्ष, कोषाध्यक्ष व इतर १२ सभासद असतात. तीन वर्षांच्या मुदतीसाठी या सभासदांची नियुक्ती केलेली असते.

३) सल्लागार समिती – वेगवेगळ्या विभागाचे, समित्यांचे सचिव, आंतरराष्ट्रीय पातळीवरील या संघाचे सदस्य या समितीचे सदस्य असतात. या संघाचे व्यवस्थापन व्यवस्थित होण्यासाठी ही समिती स्थापन केलेली आहे.

या व्यतिरिक्त विकास कार्यक्रम गट – व्यावसायिकांच्या विकासासाठी प्रयत्न करणे, हे याचे मुख्य काम आहे. व्यावसायिक कामासाठी विभाग, उपविभाग आणि समित्या या संघाने स्थापन केल्या आहेत, या संघाच्या ध्येयपूर्तीसाठी

कार्यकारी गटही निर्माण केले आहेत.

कार्ये – विविध देशांतील ग्रंथालयांच्या अनेक प्रकारच्या योजनांमध्ये मदत करणे. विकसित देशातील ग्रंथालयांना हा संघ आपल्याकडील सेवांद्वारे मदत करतो. सल्ला, सेवा देतो. या ग्रंथालये व ग्रंथालयीन सेवा क्षेत्रातील कर्मचाऱ्यांसाठी परिषदा यांचे आयोजन केले जाते.

या संघाला यांत्रिक वाचनीय तालिकीकरण संचाचे (Marc) महत्त्व पटले होते. या संचाचे आधुनिक ग्रंथालय जगात माहितीची प्रतिप्राप्ती करण्याच्या संदर्भात महत्त्वाचे स्थान आहे. यासाठी या संघाने काही आंतरराष्ट्रीय कार्यक्रम आयोजित केले.

सार्वत्रिक ग्रंथसूचीय नियंत्रण हा असाच एक महत्त्वाचा कार्यक्रम या संघाने हाती घेतला. (१९७१) इ.स. १९७३ मध्ये युनिव्हर्सल अॅव्हेलेडिविटी ऑफ पब्लिकेशन हा कार्यक्रम आयोजित केला. तसेच या संघाने १९७४ मध्ये "इंटरनॅशनल स्टँडर्ड बिब्लिओग्राफीक डिस्क्रिप्शन फॉर मोनोग्राफिक पब्लिकेशन्स" विकसित करून प्रकाशित केले.

इफ्ला व भारत या दोघांचे संबंध नेहमी सहकार्याचे आहेत. द इंडियन लायब्ररी असोसिएशनने इफ्लाची एक विभागीय परिषद 'युनिव्हर्सल अॅव्हेलेबिलिटी ऑफ पब्लिकेशन्स' या विषयावर दिल्लीमध्ये १९८५ साली आयोजित केली होती. इफ्लाची सामान्य परिषद १९९२ साली दिल्लीमध्ये आयोजित केली होती. योगायोगाने हे वर्ष डॉ. एस.आर. रंगनाथन यांचे जन्मशताब्दी वर्ष होते.

प्रकाशने

१) इफ्ला जर्नल (त्रैमासिक)
२) इंटरनॅशनल कॅटलॉगिंग
३) इफ्ला अॅन्युअल
४) इफ्ला डिरेक्टरी (वार्षिक)
५) इफ्ला न्यूज

अशा तऱ्हेने ग्रंथालयाच्या अनेक पातळींवर काम करणारा हा एक जागतिक मार्गदर्शक संघ आहे.

युनेस्को

युनायटेड नेशन्स एज्युकेशनल, सायंटिफिक अँड कल्चरल ऑर्गनायझेशन १९४६ साली स्थापन झाली. या संस्थेने ग्रंथालय प्रलेखन, माहिती, ग्रंथनिर्मिती वगैरे क्षेत्रांमध्ये जबाबदारी स्वीकारणे हे संस्थेचे काम आहे.

वैशिष्ट्ये – जागतिक शांतता, संरक्षण, शिक्षणाला प्रोत्साहन देऊन विज्ञान, संस्कृती यामध्ये आंतराष्ट्रीय सामंजस्य राखणे. सर्व लोकांना मूलभूत

स्वातंत्र्य मिळणे, न्यायाविषयी आदर राखणे इत्यादी.

रचना – या संस्थेचे १५७ सदस्य आणि एक सहकारी सभासद आहेत. सामान्य सभा, कार्यकारी मंडळ, सचिवालय आणि विभागीय कार्यालये या सर्वांचा समावेश या संस्थेत होतो.

कार्ये – दुसऱ्या महायुद्धाच्या वेळी ग्रंथालयांना त्यांचा दर्जा पुन्हा प्राप्त करून देण्यास या संस्थेने मदत केली. या संस्थेने आंतरराष्ट्रीय प्रकाशनांची देवाण घेवाण सुरू केली. त्यामुळे या संस्थेने इफ्लाच्या मदतीने ग्रंथसूचींचे संकलन करण्याचे कार्य सुरू केले आणि सार्वत्रिक ग्रंथसूचीय नियंत्रण हा प्रकल्प सुरू केला. जागतिक ग्रंथसूचीचे ऑटलेटच्े (Otlct) स्वप्न प्रत्यक्षात उतरण्याच्या दृष्टीने सुरुवात झाली.

या संस्थेचा सार्वजनिक ग्रंथालयावर संस्था म्हणून विश्वास आहे. या ग्रंथालयातून वस्तुनिष्ठ ज्ञान नि:शुल्क रीतीने लोकांना मिळते. ही ग्रंथालये म्हणजे मानवी ज्ञानाची संपत्ती आहे. तिची आर्थिक आणि सामाजिक विकासामध्ये मदत होते, असे युनेस्को या संस्थेचे मत आहे. यासाठी युनेस्कोने तिसऱ्या जगात (विकसनशील देशात) सार्वजनिक ग्रंथालयांची चळवळ सुरू केली. यासाठी युनेस्को पब्लिक लायब्ररी मॅनिफेस्टो (१९७२ मध्ये सुधारित) हे प्रकाशन प्रसारित केले. यामुळे Pilot सार्वजनिक ग्रंथालये येनुगु (नायजेरिया) मेडेलिन (कोलंबिया) नवी दिल्ली (भारत) येथे स्थापन केली.

युनेस्कोने आपल्या इंटर नॅशनल इन्स्टिट्यूट ऑफ एज्युकेशनल प्लॅनिंग या संस्थेमार्फत ग्रंथालय सेवेच्या नियोजनासंबंधी नियमित प्रशिक्षण सुरू केले. या संबंधात तज्ज्ञांच्या सभा, विशेष अभ्यासक्रम, विभागीय प्रशिक्षण केंद्रे स्थापन करणे इत्यादी गोष्टी केल्या. त्याचप्रमाणे ग्रंथालय संशोधन केंद्रे स्थापण्यास मदत केली.

विद्यापीठीय ग्रंथालये आणि विशेष ग्रंथालये यांच्या संदर्भात पुढील कार्ये कार्यान्वित केली. परिषदा भरविणे, तांत्रिक मदत, निधी प्रकाशने अशा प्रकारच्या ग्रंथालयांच्या सेवेमध्ये सुधारणा घडवून आणणे हा हेतू होता.

या वेळेपर्यंत युनेस्कोच्या कार्यामुळे प्रत्येक प्रकारची ग्रंथालये व प्रलेखन केंद्रे त्यांच्यात समाविष्ट झाली.

वैज्ञानिक समाजाच्या माहितीच्या गरजा भागविण्यासाठी युनेस्कोने युनिसिस्ट पद्धतीचा आराखडा तयार केला. माहितीच्या हस्तांतराची आंतरराष्ट्रीय पद्धत तयार केली. नॅटीस (नॅशनल इनफरमेशन अँड लायब्ररी सिस्टिम) या पद्धतीनेही

प्रलेखनाच्या क्षेत्राला मोलाची मदत केली.

संगणकाचा वापर, संप्रेषणाची तंत्रे यांना ग्रंथालय आणि माहिती सेवेमध्ये उत्तेजन देणे. जागतिक पातळीवर माहितीची देवाण घेवाण होण्यासाठी या गोष्टी आवश्यक आहेत.

न्यू वर्ल्ड इनफरमेशन अँड कम्युनिकेशन ऑर्डर. (NwIco) या सारखे कार्यक्रम युनेस्कोने आयोजित केले. इंटरनॅशनल इनफरमेशन सिस्टीम ऑन रिसर्च इन डॉक्युमेन्टेशन याची स्थापना केली.

युनेस्कोचे इफ्ला, एफ. आय. डी. या सारख्या आंतरराष्ट्रीय संघटनांशी सहकार्याचे संबंध आहेत.

प्रकाशने

१) कॉपीराईट बुलेटिन (त्रैमासिक)
२) इंपॅक्ट ऑफ सायन्स ऑन सोसायटी (त्रैमासिक)
३) युनेस्को कुरीयर (मासिक)
४) युनेस्को जर्नल ऑफ इन्फरमेशन सायन्स, लायब्ररीयनशिप अॅड अर्काइव्हज अॅडमिनिस्ट्रेशन (त्रैमासिक)
५) युनिसिस्ट न्यूजलेटर (त्रैमासिक)
६) युनेस्को क्रॉनिकल (दरमहा)

युनस्को आणि भारत – भारत हा सुरवातीपासून युनेस्कोचा सदस्य आहे. दिल्ली पब्लिक लायब्ररी स्थापना युनेस्कोच्या मदतीनेच झाली.

युनेस्कोने अनेक गोष्टीत भारताला मदत केली आहे. अनेक प्रकल्प सुरू करणे, परिषदा आयोजित करणे, तांत्रिक वगैरे.

इंडियन नॅशनल कमिशन फॉर युनेस्को, नॅशनल इन्फरमेशन सिस्टीम फॉर सायन्स अँड टेक्नॉलॉजी ॲपिनेस या गोष्टींसाठी युनेस्कोने पाठिंबा दिलेला आहे. युनेस्कोच्या काही परिषदा आणि विभागीय चर्चासत्रे भारताने आयोजित केली आहेत. उदा. रिजनल सेमिनार ऑन बुक डिस्ट्रिब्युशन, प्रमोशन अँड मार्केट रिसर्च (दिल्ली १९५९) रिजनल सेमिनार ऑन लायब्ररीज इन साऊथ एशिया (दिल्ली १९६०)

स्वाध्याय

१. डॉ. रंगनाथन यानी लिहिलेले पहिले पुस्तक कोणते ?

अ) कोलन क्लासिफिकेशन

ब) लायब्ररी मॅन्युअल

क) प्रोलोगामना ऑफ लायब्ररी सायन्स

ड) फाईव्ह लॉज ऑफ लायब्ररी सायन्स

२. कोणत्या वर्षी 'फाईव्ह लॉज ऑफ लायब्ररी सायन्स' पुस्तक प्रसिद्ध झाले ?

अ) १९२८ ब) १९३१ क) १९३३ ड) १९२४

३. फाइव्ह लॉज ऑफ लायब्ररी सायन्स हे पुस्तक डॉ. रंगनाथन यांनी कोणत्या प्रकारच्या संशोधनासाठी विचारार्थ पुढे मांडले ?

अ) उपयोजित संशोधन ब) नैसर्गिक संशोधन

क) मूल संशोधन ड) सर्वेक्षण संशोधन

४. ग्रंथालयशास्त्राच्या पाच सूत्रांपैकी कोणते सूत्र राज्य शासनाने ग्रंथालय कायदा संमत करावा असे ठासून सांगते ?

अ) पहिले सूत्र ब) दुसरे सूत्र क) तिसरे सूत्र ड) चवथे सूत्र

५. ग्रंथालयशास्त्राचे कोणते सिद्धान्त ग्रंथालयाच्या वाढीशी संबंधित आहेत ?

अ) पहिला सिद्धान्त ब) दुसरा सिद्धान्त

क) चवथा सिद्धान्त ड) पाचवा सिद्धान्त

६. ग्रंथालयशास्त्राच्या पाच सिद्धांतांपैकी कोणत्या सिद्धान्तानुसार विस्तार सेवा आयोजित केल्या जातात ?

अ) पहिला सिद्धान्त ब) दुसरा सिद्धान्त

क) तिसरा सिद्धान्त ड) पाचवा सिद्धान्त

७. ग्रंथालयशास्त्राच्या पाच सिद्धान्तापैकी कोणता सिद्धान्त ग्रंथालयातील निरुपयोगी पुस्तके काढून टाकण्यावर भर देतो ?

अ) दुसरा सिद्धान्त ब) तिसरा सिद्धान्त

क) चौथा सिद्धान्त ड) पाचवा सिद्धान्त

८. ग्रंथालयशास्त्राच्या पाच सिद्धांतांपैकी कोणता सिद्धान्त मुले आणि प्रौढ यांच्या वाढीवर भर देतो ?

अ) पहिला सिद्धान्त ब) दुसरा सिद्धान्त

क) पाचवा सिद्धान्त ड) चौथा सिद्धान्त

उत्तरे –१) ड, २) ब, ३) क, ४) ब, ५) ड, ६) ब, ७) ड, ८) ब

९. ग्रंथालय सहकाराचे थोडेसे बदललेले व विकसित नाव कोणते ?
अ) सहकारी ग्रंथालय ब) साधन वाटणी
क) ग्रंथालयाचे जाळे ड) सहकारी कामकाज

१०. साधन वाटणी म्हणजे काय ?
अ) पुस्तकांची वाटणी ब) सर्व वाचन साहित्याची वाटणी
क) सर्व साधनांची वाटणी
ड) ग्रंथालयातील साधने, सेवा, आयुधे व अनुभव यांची वाटणी.

११. ग्रंथालयातील प्रलेखांची अदलाबदल करणे याला काय म्हणतात ?
अ) ग्रंथालयातील जाळीकरण ब) ग्रंथालयांतर्गत ग्रंथदेवघेव
क) साधन वाटणी ड) ग्रंथ देवघेव

१२. ग्रंथालयांतर्गत ग्रंथदेवघेव म्हणजे काय ?
अ) ग्रंथालयाचे कर्ज ब) पुस्तकांचे कर्ज
क) पैशाचे कर्ज
ड) इतर ग्रंथालयाकडून घेतलेले पुस्तकांचे कर्ज

१३. भारतातील ग्रंथालयांतर्गत साधन केंद्र कोठे स्थापन केले आहे ?
अ) जे. एन. यु. न्यू. दिल्ली ब) इन्सडॉक
क) राष्ट्रीय माहिती केंद्र ड) डेलनेट

१४. तालिकीकरणाची वाटणी हे खालीलपैकी कशाचे उदाहरण आहे ?
अ) ग्रंथालयांतर्गत कर्ज ब) केंद्रीय तालिकीकरण
क) साधन वाटणी ड) एकत्रित तालिकीकरण

१५. साधन वाटणी हा खालीलपैकी कशाचा भाग आहे ?
अ) ग्रंथालय व्यवस्थापन ब) ग्रंथालय प्रशासन
क) ग्रंथालय सहकार ड) ग्रंथालय तालिकीकरण

उत्तरे – ९) ब, १०) ड, ११) ब, १२) ड, १३) अ, १४) क, १५) क

१६. खालील कोणती गोष्ट साधन वाटणीचा भाग नाही ?
अ) पुस्तकांचे उपार्जन ब) पुस्तकांची देवघेव
क) संग्रहाचे व्यवस्थापन ड) सेवक वर्गाचे व्यवस्थापन

१७. कर्मचाऱ्यांची अदलाबदल हा खालीलपैकी कशाचा भाग आहे ?
अ) साधन वाटणी ब) सहकारी तालिकीकरण

क) सेवक वर्गाचे व्यवस्थापन   ड) ग्रंथालयांतर्गत कर्ज

१८. साधन वाटणीमध्ये बोल्ड प्रतिकृति म्हणजे काय ?
अ) आयुधाशी संबंधित साधने   ब) आयुधाशी संबंधित सेवा
क) आयुधाशी संबंधित ग्रंथ   ड) ग्रंथ आणि इतर वाचन साहित्य

१९. भारतातील ग्रंथालयांमध्ये कर्मचाऱ्यांची देवाणघेवाण केली जात आहे का ?
अ) नाही   ब) होय
क) शक्य नाही   ड) पूर्वीच्या काळी केली गेली आहे.

२०. दोन किंवा अधिक संस्था जेव्हा एकमेकांशी त्यांच्या साधन वाटणीचे काम करतात तेव्हा त्याला कोणती व्यवस्था म्हणतात ?
अ) एकत्रीकरण पद्धती   ब) माहिती पद्धती
क) जाळीकरण पद्धती   ड) साधन वाटणी

२१. जाळीकरण पद्धतीमध्ये वाटणी करण्यासाठी विविध ग्रंथालयांमध्ये कोणत्या गोष्टीची आवश्यकता असते ?
अ) सहकार्याची तळमळ
ब) earnestly or actively engaged सक्रियपणे गुंतून राहण्याची तळमळ
क) वरील दोन्ही
ड) यापैकी नाही

उत्तरे –१६) ड, १७) अ, १८) ब, १९) अ, २०) क, २१) क

२२. हल्लीच्या दिवसात ग्रंथालय जाळीकरण म्हणजे काय ?
अ) माहितीचे जाळे   ब) संगणक जाळे
क) पारंपरिक जाळे   ड) माहिती आणि संगणक जाळे

२३. जाळीकरण ही सोयीची आणि परिणामकारक पद्धत हल्ली कशामुळे झाली.
अ) संगणक   ब) माहिती तंत्रज्ञान
क) कृत्रिम उपग्रह   ड) दूरसंचार दळणवळण

२४. भारतातील ग्रंथालयांच्या प्रसारासाठी सर्वप्रथम प्रयत्न कोणी केले ?
अ) डॉ. रंगनाथन   ब) विश्वनाथन
क) सयाजीराव गायकवाड   ड) ए. एल. अे

२५. खालीलपैकी कोणत्या वर्षी भारतातील ग्रंथालय चळवळ सुरू झाली ?
अ) १९००   ब) १९०५   क) १९१०   ड) १९१५

२६. सयाजीराव गायकवाड (तिसरे) यानी बडोदा राज्यातील ग्रंथालयांमध्ये सुधारणा करण्यासाठी कोणाला बोलाविले ?

अ) अे. डिकन्सन ब) डब्लू. ए. बोर्डन
क) फॉस्केट ड) ब्राऊन

२७. इ. स. १९११ मध्ये डब्लू. ए. बोर्डन कोणत्या देशातून भारतात आले?
अ) अमेरिका ब) इंग्लंड क) जपान ड) जर्मनी

२८. बडोदा राज्यातील ग्रंथपालासाठी डब्लू. ए. बोर्डन यांनी कोणत्या वर्षी उजळणी वर्ग सुरू केले?
अ) १९११ ब) १९१२ क) १९१० ड) १९१५

२९. भारतातील ग्रंथालयांच्या विकासासाठी प्रथम प्रयत्न कोणी केले?
अ) रंगनाथन ब) डिकिन्सन
क) विश्वनाथन ड) डब्लू. ए. बोर्डन

उत्तरे –२२) ड, २३) ब, २४) क, २५) क, २६) ब, २७) अ, २८) ब, २९) अ

३०. पंजाब विद्यापीठाने बोलाविलेल्या ग्रंथपालाचे नाव काय होते?
अ) डब्लू. ए. बोर्डन ब) चार्ल्स ए. डि. किन्सन
क) ए. पान्निझी ड) पी. चार्ल्स

३१. इ. स. १९१५ मध्ये चार्ल्स अे. डिकिन्सन कोणत्या देशातून भारतात आले?
अ) इंग्लंड ब) अमेरिका क) फ्रान्स ड) चीन

३२. भारतात ग्रंथालय कायद्याविषयी प्रथम कोणी विचार केला?
अ) रंगनाथन ब) विश्वनाथन क) डब्लू. बोर्डन ड) डिकिन्सन

३३. ग्रंथालय कायदा म्हणजे काय?
अ) कायदा तयार करणे ब) कायद्याचा आराखडा तयार करणे
क) ग्रंथालय सेवा सक्तीच्या करणे ड) ग्रंथालयांसाठी नियम तयार करणे

३४. ग्रंथालय कायद्याचा पहिला घटक कोणता?
अ) उच्च व्यवस्थापन ब) ग्रंथालय समिती
क) प्रास्ताविक ड) वित्त

३५. इ. स. १९४८ साली भारतातील पहिला सार्वजनिक ग्रंथालय कायदा कोणत्या राज्यांमध्ये अस्तित्वात आला?
अ) मद्रास ब) आंध्रप्रदेश क) कर्नाटक ड) महाराष्ट्र

३६. भारतातील किती राज्यामध्ये सार्वजनिक ग्रंथालय कायदा आजपर्यंत संमत करण्यात आला आहे ?

अ) ९　　ब) १०　　क) ११　　ड) १२

३७. कोणत्या राज्याच्या ग्रंथालय कायद्यामध्ये बरोबरीच्या अनुदानाची तरतूद नाही ?

अ) मद्रास　ब) आंध्रप्रदेश　क) पश्चिम बंगाल　ड) कर्नाटक

उत्तरे –३०) ब,　३१) ब,　३२)　अ,　३३)　ब,　३४)　क,　३५) अ,
३६) क,　३७) क

३८. कोणत्या प्रकारच्या ग्रथालयांमध्ये ग्रंथालय कर ही एक आर्थिक गोष्ट ठरते ?

अ) सार्वजनिक ग्रंथालये　　　ब) शैक्षणिक ग्रंथालये

क) विशेष ग्रंथालये　　　　ड) महाविद्यालयीन ग्रंथालये

३९. कोणत्या राज्याच्या ग्रंथालय कायद्यामध्ये ग्रंथालय कराची तरतूद नाही ?

अ) पश्चिम बंगाल आणि तामिळनाडू　ब) तामिळनाडू आणि आंध्रप्रदेश

क) महाराष्ट्र आणि पश्चिम बंगाल　ड) महाराष्ट्र आणि आंध्रप्रदेश

४०. आंध्र प्रदेशामध्ये जनतेकडून कोणत्या प्रकारच्या करान्वये ग्रंथालय कर गोळा केला जातो ?

अ) करमणूक कर　ब) संपत्ती कर　क) घराचा कर　ड) आय कर

४१. भारतात दुसरा ग्रंथालय कायदा कोठे अस्तित्वात आला ?

अ) मद्रास　　ब) आंध्र प्रदेश　　क) कर्नाटक　ड) महाराष्ट्र

४२. इ.स.१९८८ मध्ये भारतातील कोणत्या राज्यात ग्रंथालय कायदा अस्तित्वात आला ?

अ) केरळ　　ब) हरियाना　क) मणिपूर　　ड) कर्नाटक

४३. इ. स. १९८९ मध्ये भारतातील कोणत्या दोन राज्यांमध्ये ग्रंथालय कायदा अस्तित्वात आला ?

अ) केरळ आणि हरियाना　　ब) हरियाना आणि गोवा

क) मणिपूर आणि मिझोराम　ड) पाँडेचरी आणि गोवा

४४. इ. स. १९९६ मध्ये भारतातील कोणत्या ठिकाणी ग्रंथालय कायदा अस्तित्वात आला ?

अ) मणिपूर　　ब) गोवा　　क) पाँडेचेरी　ड) दिल्ली

४५. जगातील कोणत्या देशांमध्ये ग्रंथालय कायदा प्रथम अस्तित्वात आला ?
अ) भारत ब) अमेरिका क) इंग्लंड ड) फ्रान्स

उत्तरे –३८) अ, ३९) क, ४०) ब, ४१) ब, ४२) क, ४३) अ, ४४) क, ४५) क

४६. इंग्लंडमध्ये ग्रंथालय कायदा केव्हा अस्तित्वात आला ?
अ) १८०० ब) १८२५ क) १८५० ड) १९००

४७. अमेरिकेमध्ये ग्रंथालय कायदा केव्हा अस्तित्वात आला ?
अ) १८५० ब) १८७६ क) १८८० ड) १८९०

४८. रशियामध्ये ग्रंथालय कायदा केव्हा अस्तित्वात आला ?
अ) १८५० ब) १८७६ क) १९२१ ड) १९६१

४९. भारतातील ग्रंथालय कायद्याची परिस्थिती काय होती ?
अ) ती प्रक्रियेमध्ये होती
ब) स्थापना झाली होती
क) तो लागू करण्याच्या परिस्थितीत होता
ड) शक्यता नव्हती

५०. कोलकाता सार्वजनिक ग्रंथालयाची स्थापना केव्हा झाली ?
अ) १८३५ ब) १८४५ क) १८५० ड) १८९०

५१. इंपेरियल ग्रंथालयाचा कायदा केव्हा संमत झाला ?
अ) १९०० ब) १९०२ क) १८५० ड) १९०७

५२. इंपेरियल ग्रंथालयाच्या कायद्याशी कोणाचे नाव निगडित आहे ?
अ) जवाहरलाल नेहरू ब) महात्मा गांधी
क) लॉर्ड कर्झन ड) लॉर्ड मिंटो

५३. भारतातील दिल्ली सार्वजनिक ग्रंथालय इ. स. १९५० मध्ये कोणत्या संस्थेने स्थापन केले ?
अ) दिल्ली सरकार ब) भारत सरकार
क) भारताचे राष्ट्रीय ग्रंथालय ड) भारत सरकार आणि युनेस्को

५४. ब्रिटिश सरकारने भारतातील ग्रंथालय विकासासाठी प्रथम कोणता आयोग नेमला ?
अ) सॅडलर ब) हंटर क) रॉबर्ट ड) कोठारी

उत्तरे –४६) क, ४७) ब, ४८) क, ४९) ड, ५०) अ, ५१) ब, ५२) क, ५३) ड, ५४) ब

५५. भारतामध्ये हंटर आयोग कोणत्या वर्षी नेमण्यात आला ?
अ) १८८० ब) १८८२ क) १९०७ ड) १९१७

५६. हंटर आयोगाने खालील पैकी कोणत्या गोष्टींवर भर दिला ?
अ) ग्रंथालयाची स्थापना
ब) शाळांची स्थापना
क) शालेय ग्रंथालयांची स्थापना
ड) शालेय आणि महाविद्यालयीन ग्रंथालयांची स्थापना

५७. भारतामध्ये सॅडलर आयोग केव्हा नेमण्यात आला ?
अ) १८८० ब) १८८२ क) १९१७ ड) १९२७

५८. कोलकाता विद्यापीठ आयोगाचे अध्यक्ष कोण होते ?
अ) हंटर ब) एम. सॅडलर क) रॉबर्ट ड) पेरी

५९. भारतात विद्यापीठ शिक्षण आयोग केव्हा नेमण्यात आला ?
अ) १९१९ ब) १९४८ क) १९५३ ड) १९६४

६०. भारतातील विद्यापीठ शिक्षण आयोगाचे अध्यक्ष कोण होते ?
अ) राधाकृष्णन ब) रंगनाथन क) कोठारी ड) पेरी

६१. भारतात विद्यापीठ अनुदान मंडळ केव्हा स्थापन झाले ?
अ) १९१९ ब) १९४८ क) १९५३ ड) १९६४

६२. विद्यापीठ अनुदान मंडळाचे पहिले अध्यक्ष कोण होते ?
अ) डी. एस. कोठारी ब) एस. राधाकृष्णन
क) सी. डी. देशमुख ड) के. पी. सिन्हा

उत्तरे –५५) ब, ५६) ड, ५७) क, ५८) ब, ५९) ब, ६०) अ, ६१) क, ६२) क

६३. विद्यापीठ अनुदान मंडळ ही कोणत्या प्रकारची संस्था आहे ?
अ) सरकारी ब) स्वायत्त
क) निम सरकारी ड) सार्वजनिक मर्यादित

६४. भारतातील विद्यापीठ अनुदान मंडळाचे मुख्य ध्येय कोणते आहे ?
अ) शिक्षणासाठी ब) प्राथमिक शिक्षणासाठी
क) उच्च शिक्षणासाठी ड) माध्यमिक शिक्षणासाठी

६५. स्वतंत्र भारतातील शिक्षण आणि ग्रंथालय यांच्या विकासासाठी स्थापन केलेले पहिले मंडळ कोणते ?
अ) रंगनाथन आयोग   ब) कोठारी आयोग
क) विद्यापीठ अनुदान आयोग   ड) राधाकृष्णन आयोग

६६. भारतातील मुदलियार आयोग विशेषत: कोणत्या प्रकारच्या शिक्षणाच्या विकासासाठी स्थापन करण्यात आला ?
अ) माध्यमिक शिक्षण   ब) उच्च शिक्षण
क) प्राथमिक शिक्षण   ड) सर्वांसाठी शिक्षण

६७. मुदलियार आयोग केव्हा स्थापन करण्यात आला ?
अ) १९५०   ब) १९५२   क) १९५६   ड) १९६४

६८. इ. स. १९५७ मध्ये रंगनाथन समिती कोणत्या संस्थेने स्थापन केली ?
अ) भारत सरकार
ब) शिक्षण मंत्रालय
क) विद्यापीठ अनुदान मंडळ
ड) शास्त्रीय आणि औद्योगिक संशोधन परिषद

६९. इ. स. १९५७ मधील ग्रंथालय सल्लागार समितीचे अध्यक्ष कोण होते ?
अ) रंगनाथन   ब) राधाकृष्णन
क) कोठारी   ड) के. पी. सिन्हा

७०. १९६७ मध्ये वाडिया समिती का नेमण्यात आली ?
अ) विद्यापीठीय शिक्षणासाठी
ब) ग्रंथालय सेवेतील नवीन तंत्रासाठी
क) विद्यापीठीय ग्रंथालयांसाठी
ड) ग्रंथालय प्रशिक्षणातील नवीन तंत्रासाठी

उत्तरे –६३) ब, ६४) क, ६५) ड, ६६) अ, ६७) ब, ६८) क, ६९) ड, ७०) ड

७१. प्रामुख्याने लाल समिती का नेमण्यात आली ?
अ) ग्रंथालय प्रशिक्षण
ब) उच्च शिक्षण
क) विद्यापीठ ग्रंथालय
ड) ग्रंथालय आणि माहितीशास्त्रामधील निष्णात ही पदवी

७२. भारतातील ग्रंथालयांविषयी अभ्यास करण्यासाठी ग्रंथालयांचा कार्यकारी गट कोणी स्थापन केला ?

अ) नियोजन मंडळ   ब) विद्यापीठ अनुदान मंडळ

क) शिक्षण विभाग   ड) भारत सरकार

७३. ग्रंथालयाविषयीच्या कार्यकारी गटाचे अध्यक्ष कोण होते ?

अ) के. पी. सिन्हा   ब) व्ही. के. आर. व्ही. राव

क) सी. डी. देशमुख   ड) डॉ. रंगनाथन

७४. इंग्लंडमधील केनियन समिती कोणत्या प्रकारच्या ग्रंथालयांच्या विकासासाठी स्थापन करण्यात आली होती ?

अ) सार्वजनिक ग्रंथालये   ब) शालेय ग्रंथालये

क) महाविद्यालयीन ग्रंथालये   ड) विशेष ग्रंथालये

७५. इंग्लंडमधील पेरी समिती खालील पैकी कशासाठी स्थापन करण्यात आली होती ?

अ) महाविद्यालयीन ग्रंथालये   ब) विद्यापीठीय ग्रंथालये

क) सार्वजनिक ग्रंथालये   ड) शालेय ग्रंथालये

७६. मुंबईतील ग्रंथालयांसाठी जी समिती स्थापन करण्यात आली होती त्या समितीचे अध्यक्ष कोण होते ?

अ) ए. ए. फैझी   ब) सी. डी. देशमुख

क) राजगोपालाचारी   ड) कृष्ण मेनन

७७. अभ्यास केंद्रे, अशिक्षितांसाठी गोष्टी सांगण्याचे तास, प्रदर्शने इत्यादी प्रकार ग्रंथालयांच्या कोणत्या सेवेमध्ये अंतर्भूत होतात ?

अ) माहिती सेवा   ब) संदर्भ सेवा   क) विस्तार सेवा   ड) अधिक सेवा

७८. ''ग्रंथालयातील विस्तारित सेवांचे अंतिम उद्दिष्ट हे, ग्रंथालय सेवांच्या फायद्यांचा उपभोग घेणे हे आहे'' ही व्याख्या कोणी केली आहे ?

अ) रंगनाथन   ब) मॅक्कॉलविन

क) कॅलविन मूरसे   ड) फॉस्केट

उत्तरे –७१) ड, ७२) अ, ७३) ब, ७४) ड, ७५) ब, ७६) अ, ७७) क, ७८) ब

७९. डॉ. रंगनाथन यांच्या ग्रंथालयशास्त्राच्या कोणत्या सिद्धान्तांत ग्रंथालयाच्या विस्तार सेवा अंतर्भूत होतात ?

अ) तिसरा सिद्धान्त   ब) चवथा कायदा

क) दुसरा सिद्धान्त   ड) पहिला सिद्धान्त

८०. सामान्यत: कोणत्या प्रकारच्या ग्रंथालयातून या विस्तार सेवा पुरविल्या जातात ?

अ) सार्वजनिक ग्रंथालये   ब) शैक्षणिक ग्रंथालये

क) विशेष ग्रंथालये   ड) विद्यापीठीय ग्रंथालये

८१. फिरत्या ग्रंथालयाची व्यवस्था ही ग्रंथालय सेवेपैकी कशाचा एक भाग आहे ?

अ) साधन वाटणी   ब) ग्रंथालयांतर्गत कर्ज

क) कामाची वाटणी   ड) विस्तार सेवा

८२. डॉ. रंगनाथन यांनी फिरत्या ग्रंथालयाला कोणते नाव दिले ?

अ) पुस्तक वाहिनी   ब) पुस्तक बस

क) फिरती बस   ड) लिब्राचिन

८३. भारताच्या कोणत्या राज्यामध्ये पहिले फिरते ग्रंथालय स्थापन झाले ?

अ) आंध्र प्रदेश   ब) मद्रास   क) कर्नाटक   ड) उत्तर प्रदेश

८४. ग्रंथालयशास्त्र ही संज्ञा प्रथम कोणी निर्माण केली ?

अ) ड्युई   ब) शेअर्स   क) रंगनाथन   ड) ब्लिस

८५. जगामध्ये ग्रंथपालन शिक्षणाचा विभाग प्रथम कोणी स्थापन केला ?

अ) ड्युई   ब) शेअर्स   क) ब्लिस   ड) रंगनाथन

८६. ड्युई यांनी ग्रंथपालन शिक्षणाचा पहिला विभाग कोणत्या वर्षी सुरू केला ?

अ) १८७६   ब) १८८७   क) १८९०   ड) १८९७

८७. ड्युई यांनी ज्या संस्थेत प्रथम ग्रंथपालनाचा अभ्यासक्रम सुरू केला त्या संस्थेचे नाव कोणते ?

अ) ग्रॅज्युएट स्कूल ऑफ लायब्ररीयनशीप

ब) ग्रॅज्युएट स्कूल ऑफ लायब्ररी सायन्स

क) कॉलेज ऑफ लायब्ररी सायन्स

ड) स्कूल ऑफ लायब्ररी सायन्स

उत्तरे – ७९) अ, ८०) अ, ८१) ड, ८२) ड, ८३) ब, ८४) क, ८५) अ, ८६) ब, ८७) अ

८८. कोणत्या विद्यापीठामध्ये प्रथम ग्रंथपालन शिक्षण विभाग सुरू झाला ?

अ) न्यूयॉर्क स्टेट युनिव्हर्सिटी   ब) वॉशिंग्टन युनिव्हर्सिटी

क) ऑक्सफर्ड युनिव्हर्सिटी   ड) कोलंबिया युनिव्हर्सिटी

८९. डॉ. रंगनाथन यांनी १९३७ मध्ये भारतातील कोणत्या विद्यापीठामध्ये ग्रंथालयशास्त्राचा पदविका अभ्यासक्रम प्रथम सुरू केला ?

अ) मद्रास विद्यापीठ

ब) बनारस हिंदू विद्यापीठ, वाराणसी

क) दिल्ली विद्यापीठ

ड) ए.एम. यू. अलिगढ मुस्लीम विद्यापीठ अलिगढ

९०. भारतातील कोणत्या विद्यापीठाने प्रथम ग्रंथालयशास्त्राचा पदविका अभ्यासक्रम पदवी अभ्यासक्रमात रूपांतरित केला ?

अ) मद्रास विद्यापीठ ब) बनारस हिंदू विद्यापीठ वाराणसी

क) दिल्ली विद्यापीठ ड) अलिगढ मुस्लीम विद्यापीठ, अलिगढ

९१. भारतातील कोणत्या विद्यापीठाने प्रथम ग्रंथालयशास्त्र निष्णात हा अभ्यासक्रम सुरू केला ?

अ) मद्रास विद्यापीठ ब) बनारस हिंदू विद्यापीठ वाराणसी

क) दिल्ली विद्यापीठ ड) अलिगढ मुस्लीम विद्यापीठ, अलिगढ

९२. कोणत्या विद्यापीठाने प्रथम ग्रंथालयशास्त्रातील डॉक्टर ऑफ फिलॉसाफी ही पदवी प्रदान केली ?

अ) मद्रास विद्यापीठ ब) दिल्ली विद्यापीठ

क) मुंबई विद्यापीठ ड) कोलकाता विद्यापीठ

९३. दिल्ली विद्यापीठाने ग्रंथालयशास्त्रातील डॉक्टर ऑफ फिलॉसाफी ही पदवी सर्व प्रथम कोणाला प्रदान केली ?

अ) डी. व्ही. कृष्णराव ब) पी. एन. कौल

क) एस. आर. रंगनाथन ड) पांडे एस. के. शर्मा

९४. ग्रंथालयशास्त्रातील पहिली डॉक्टर ऑफ फिलॉसाफी ही पदवी कोणत्या वर्षी प्रदान करण्यात आली ?

अ) १९५५ ब) १९५७ क) १९५९ ड) १९६०

९५. ग्रंथालयशास्त्रातील दुसरी डॉक्टर ऑफ फिलॉसाफी ही पदवी कोणाला प्रदान करण्यात आली ?

अ) पी. एन. कौल ब) जे. एस. शर्मा

क) सी. जी. विश्वनाथन ड) पांडे एस. के. शर्मा

उत्तरे – ८८) अ, ८९) अ, ९०) ड, ९१) क, ९२) ब, ९३) अ, ९४) ब, ९५) ब

९६. पांडे एस. के. शर्मा यांना ग्रंथालयशास्त्रातील डॉक्टर ऑफ फिलॉसाफी ही पदवी कोणत्या वर्षी प्रदान करण्यात आली ?

अ) १९७७ पंजाब विद्यापीठ   ब) १९६७ दिल्ली विद्यापीठ

क) १९७७ अलिगढ विद्यापीठ   ड) १९६७ विक्रम विद्यापीठ

९७. ग्रंथालयशास्त्रातील कोणता अभ्यासक्रम प्रलेखन आणि संशोधन प्रशिक्षण केंद्र (DRTC) बंगळूर मार्फत हा चालविला जातो ?

अ) बी. लिब. एससी.   ब) एम. लिब. एससी.

क) संशोधन पदवी   ड) Associateship

९८. ग्रंथालयशास्त्राचा कोणता अभ्यासक्रम इनसडॉक मार्फत चालविला जात होता ?

अ) डॉक्टर ऑफ फिलॉसाफी

ब) ग्रंथालयशास्त्र निष्णात

क) मास्टर ऑफ फिलॉसाफी

ड) माहिती शास्त्रातील असोसिएटशीप

९९. व्यवसाय म्हणजे काय ?

अ) इतरांच्या मदतीने कामकाजाची कार्यवाही करणे.

ब) स्वत: कामाची कार्यवाही करणे.

क) इतरांच्या मदतीने व्यावसायिक कामकाजाची कार्यवाही करणे.

ड) वरील पैकी कोणतेही नाही.

१००. सेवा व्यवसाय म्हणजे काय ?

अ) माणसाने पैसा मिळविणे.

ब) माणसाने इतरांची सेवा करणे.

क) इतरांची सेवा करून माणसाने पैसा मिळविणे.

ड) आपल्या सेवा दुसऱ्याला विकून माणसाने पैसा मिळविणे.

१०१. ग्रंथपालन हा व्यवसाय आहे काय ?

अ) होय. ग्रंथपाल वेगवेगळ्या उपयोजकांना सेवा देतो व पगार मिळवितो.

ब) होय. ग्रंथपाल हा ग्रंथालयाचा अधिकारी असतो आणि तो पगार मिळवितो.

क) होय. ग्रंथपाल हा ज्येष्ठ सभासद असतो आणि तो पगार मिळवितो.

ड) नाही. ग्रंथपाल हा अर्हता प्राप्त नसतो आणि तो पगार मिळवितो.

उत्तरे −९६) अ, ९७) ड, ९८) ड, ९९) क, १००) ड, १०१) अ

१०२. सॅडलर आयोगानुसार (१९१७) विद्यापीठ ग्रंथपालाचा दर्जा कोणाशी समान आहे?

अ) उपकुलगुरू ब) ग्रंथालय समिती
क) प्राध्यापक ड) प्राचार्य

१०३. ग्रंथपाल पदासाठी निवड करताना कोणती वैयक्तिक पात्रता लागते?

अ) कला निष्णात (अर्थशास्त्र) ब) ग्रंथालयशास्त्र निष्णात
क) टंक लेखनातील चांगली गती ड) आकर्षक व्यक्तिमत्व

१०४. व्यावसायिक संघटनेचे ध्येय काय?

अ) व्यावसायिक तंत्राचा विकास
ब) श्रम संघटनांसारखी कार्ये
क) सभासदांच्या विकासासाठी कार्ये
ड) नोकरीची देवाण-घेवाण सारखी कार्ये

१०५. खालील पैकी कोणती एक व्यावसायिक संघटना नाही?

अ) डॉक्टरांची संघटना ब) ग्रंथपालांची संघटना
क) वकिलांची संघटना ड) श्रमिकांची संघटना

१०६. जगातील एक जुनी व मोठी ग्रंथालय संघटना कोणती?

अ) लायब्ररी असोसिएशन (युके) ब) अमेरिकन लायब्ररी असोसिएशन
क) इंडियन लायब्ररी असोसिएशन ड) इॲस्लिक

१०७. अमेरिकन लायब्ररी असोसिएशन केव्हा स्थापन झाली?

अ) १८७६ ब) १८७८ क) १८७७ ड) १८८०

१०८. अमेरिकन लायब्ररी असोसिएशनचे मुख्य कार्यालय कोठे आहे?

अ) वॉशिंग्टन ब) न्यूयॉर्क
क) फिलाडेल्फिया ड) शिकागो

१०९. अमेरिकन लायब्ररी असोसिएशनचा पहिला चिटणीस कोण?

अ) सी. ए. कटर ब) मेलविल ड्युई
क) डब्लू सी. बी. सेयर्स ड) एस. आर. रंगनाथन

उत्तरे –१०२) क, १०३) ड, १०४) क, १०५) ड, १०६) ब, १०७) अ, १०८) ड, १०९) ब

११०. राष्ट्रीय ग्रंथालय संघटना कशाला म्हणतात?

अ) ग्रंथालयातील राष्ट्रीय स्तरावरील व्यक्तींची संघटना

ब) ग्रंथालय व्यवसायामध्ये कार्यरत असणारी व्यक्तींची राष्ट्रीय स्तरावरील संघटना

क) राष्ट्रीय स्तरावरचा पुढारी असलेल्या ग्रंथालय व्यक्तीची संघटना

ड) पुष्कळ राष्ट्रातील ग्रंथालय व्यक्तींची संघटना

१११. स्पेशल लायब्ररी असोसिएशन अमेरिकेत केव्हा स्थापन झाली ?

अ) १८७६ ब) १८७७ क) १९०० ड) १९०९

११२. भारतातील राष्ट्रीय ग्रंथालय संघटना केव्हा स्थापन करण्यात आली ?

अ) १८७६ ब) १८७७ क) १९०० ड) १९३३

११३. भारतातील राष्ट्रीय ग्रंथालय संघटनेचे नाव काय ?

अ) भारतीय ग्रंथालय संघटना

ब) भारताची ग्रंथालय संघटना

क) भारतातील ग्रंथापालांची संघटना

ड) भारतातील ग्रंथालयांची संघटना

११४. इंडियन लायब्ररी असोसिएशन स्थापन करण्यामध्ये कोणी सक्रिय भाग घेतला ?

अ) राधाकृष्णन ब) विश्वनाथन क) स्वामीनाथन ड) रंगनाथन

११५. इंडियन लायब्ररी असोसिएशनने पन्नास वर्षे कधी पूर्ण केली ?

अ) १९६३ मध्ये ब) १९७३ मध्ये

क) १९८३ मध्ये ड) १९९३ मध्ये

११६. इंडियन लायब्ररी असोसिएशनाच्या स्थापनेमध्ये डॉ. रंगनाथन यांच्याबरोबरीने अन्य कोणत्या व्यक्तीने प्रयत्न केले ?

अ) केशवन ब) पी. एन. कौल

क) विश्वनाथन ड) बुलनर

११७. इंडियन लायब्ररी असोसिएशनच्या त्रैमासिकाचे नाव काय ?

अ) भारतीय ग्रंथालय संस्थेचे नियतकालिक

ब) भारतीय ग्रंथालय संस्थेचे समाचारपत्र

क) ग्रंथालय साहित्य

ड) भारतीय ग्रंथालय संस्थेचे त्रैमासिक

उत्तरे –११०) ब, १११) ड, ११२) ड, ११३) अ, ११४) ड, ११५) क, ११६) ड, ११७) ब

११८. खालील पैकी कोणती ग्रंथालय संघटना प्रथम राज्य स्तरावर स्थापन करण्यात आली ?

अ) उत्तर प्रदेश ग्रंथालय संघटना ब) मद्रास ग्रंथालय संघटना
क) बंगाल ग्रंथालय संघटना ड) आंध्र प्रदेश ग्रंथालय संघटना

११९. इंग्लंडमधील लायब्ररी असोसिएशन केव्हा स्थापन करण्यात आली ?

अ) १८७६ ब) १८७७ क) १८७८ ड) १८८०

१२०. ब्रिटीश लायब्ररी असोसिएशनचे मूळ नाव काय ?

अ) ब्रिटीश लायब्ररी असोसिएशन
ब) लायब्ररी असोसिएशन (इंग्लंड)
क) लायब्ररी असोसिएशन
ड) असोसिएशन ऑफ ब्रिटीश लायब्ररी

१२१. इ. स. १८९६ मध्ये ब्रिटीश असोसिएशन (इंग्लंड) चे कोणते नाव बदलले ?

अ) लायब्ररी असोसिएशन
ब) ब्रिटीश लायब्ररी असोसिएशन
क) असोसिएशन ऑफ ब्रिटीश लायब्ररीज
ड) ब्रिटीश असोसिएशन ऑफ लायब्ररीज

१२२. अँड्र्यु कार्नेजी कोण होता ?

अ) ग्रंथपाल ब) माहितीशास्त्रज्ञ
क) समाज सेवक ड) ग्रंथालयशास्त्राचा शिक्षक

१२३. अँड्र्यु कार्नेजी हा कशासाठी प्रसिद्ध होता ?

अ) कार्नेजी न्यास ब) ग्रंथालय वर्गीकरण
क) ग्रंथालय ड) कर्मचारी आराखडा

१२४. ग्रंथालय संस्थेतर्फे कार्नेजी पदक केव्हा सुरू करण्यात आले ?

अ) इ.स. १९३० ब) इ.स. १९३६
क) इ.स. १९४२ ड) इ.स. १९५०

उत्तरे –११८) ब, ११९) ब, १२०) ब, १२१) अ, १२२) क, १२३) अ, १२४) ब

१२५. इऑस्लिक ही कोणत्या प्रकारच्या ग्रंथालयांची संस्था आहे ?

अ) सार्वजनिक ग्रंथालये ब) शैक्षणिक ग्रंथालये
क) विशेष ग्रंथालये ड) शालेय ग्रंथालये

१२६. विशेष ग्रंथालयांची इऑस्लिक ही संस्था कोणत्या देशात आहे ?

अ) अमेरिका ब) इंग्लंड क) भारत ड) फ्रान्स

१२७. इॲस्लिकचे संपूर्ण नाव काय?

अ) इंटरनॅशनल असोसिएशन ऑफ स्कूल लायब्ररी अँड इन्फर्मेशन सेंटर्स
ब) इंटरनॅशनल असोसिएशन ऑफ स्पेशल लायब्ररीज अँड इन्फर्मेशन सेंटर्स
क) इंडियन असोसिएशन ऑफ स्पेशल लायब्ररीज सेंटर्स
ड) इंडियन असोसिएशन ऑफ स्पेशल लायब्ररीज अँड इन्फर्मेशन सेंटर्स

१२८. भारतामध्ये इॲस्लिकची स्थापना कोणत्या साली झाली?

अ) १९४७ मध्ये ब) १९५० मध्ये
क) १९५५ मध्ये ड) १९६५ मध्ये

१२९. भारतातील इॲस्लिकची स्थापना कोणत्या विदेशी ग्रंथालय संस्थेच्या धर्तीवर झाली?

अ) असलिब ब) अे.एल.ए. क) आय. एल.ए. ड) एल.ए.

१३०. इ. स. १९५५ मध्ये स्थापन केलेल्या आय.ए. एस. एल. आय. सी. IASLIC समितीचे अध्यक्ष कोण होते?

अ) डॉ. राधाकृष्णन ब) डॉ. रंगनाथन
क) डॉ. विश्वनाथन ड) डॉ. एस. एल. होरा.

१३१. इॲस्लिकचे खालीलपैकी कोणते एक प्रकाशन नाही?

अ) इॲस्लिक बुलेटिन
ब) इॲस्लिक न्यूजलेटर
क) इंडियन लायब्ररी सायन्स ॲबस्ट्रॅक्टस्
ड) इॲस्लिक जर्नल ऑफ लायब्ररी सायन्स

१३२. इॲस्लिकचे मुख्य कार्यालय कोठे आहे?

अ) आग्रा ब) दिल्ली क) कोलकाता ३) जमशेदपूर

उत्तरे –१२५) क, १२६) क, १२७) ड, १२८) क, १२९) अ, १३०) ड, १३१) ड, १३२) क,

१३३. इयॅट्लिस म्हणजे काय?

अ) इंटरनॅशनल असोसिएशन ऑफ द टीचर्स ऑफ लायब्ररी सायन्स
ब) इंटरनॅशनल असोसिएशन ऑफ टीचर्स ऑफ लायब्ररी अँड इन्फरमेन सायन्स

क) इंडियन असोसिएशन ऑफ टीचर्स ऑफ लायब्ररी सायन्स

ड) इंडियन असोसिएशन ऑफ टीचर्स ऑफ लायब्ररी अँड इन्फरमेशन सायन्स

१३४. ॲसलिब ही संस्था कोणत्या देशात आहे ?

अ) भारत   ब) इंग्लंड   क) अमेरिका   ड) रशिया

१३५. ॲसलिबचे संपूर्ण नाव काय ?

अ) असोसिएशन ऑफ लायब्ररीज

ब) असोसिएशन ऑफ स्पेशल लायब्ररीज

क) असोसिएशन ऑफ स्पेशल लायब्ररीज ॲंड इन्फरमेशन सेंटर्स

ड) असोसिएशन ऑफ स्पेशल लायब्ररीज आणि इन्फरमेशन ब्युरो

१३६. हल्ली असलिबचे नाव खालीलप्रमाणे बदलले आहे.

अ) असोसिएशन ऑफ इन्फरमेशन मॅनेजमेंट

ब) असोसिएशन ऑफ स्पेशल लायब्ररीज अँड इन्फरमेशन सेंटर्स

क) असोसिएशन ऑफ स्पेशल लायब्ररीज

ड) असोसिएशन ऑफ लायब्ररीज

१३७. ॲसलिब हा कोणत्या प्रकारच्या गंथालयांचा ग्रंथालय संघ आहे ?

अ) विशेष   ब) शैक्षणिक   क) राष्ट्रीय   ड) सार्वजनिक

१३८. इंग्लंडमध्ये ॲसलिब केंव्हा स्थापन झाली ?

अ) १९१४   ब) १९२४   क) १९३४   ड) १९४४

१३९. खालील पैकी कोणते एक प्रकाशन ॲसलिबचे नाही ?

अ) ॲसलिब प्रोसिडिंग (मासिक)

ब) ॲसलिब न्यूजलेटर (मासिक)

क) जर्नल ऑफ डॉक्युमेंटेशन (त्रैमासिक)

ड) बुलेटिन ऑफ लायब्ररी अँड इन्फरमेशन सायन्स (त्रैमासिक)

उत्तरे – १३३) ड, १३४) ब, १३५) ड, १३६) अ, १३७) अ, १३८) अ, १३९) ड

१४०. कोमला चे संपूर्ण नाव काय ?

अ) कॉमनवेल्थ लायब्ररी असोसिएशन

ब) कॉमनवेल्थ कंट्रीज लायब्ररी असोसिएशन

क) कमिशन ऑफ लायब्ररी असोसिएशन

ड) कोऑपरेटिव्ह मॅनेजमेंट ऑफ लायब्ररी असोसिएशन

१४१. कोमला केव्हा स्थापन झाली ?

अ) १९७० ब) १९७२ क) १९७५ ड) १९८०

१४२. कोमला चा पहिला अध्यक्ष कोण निवडला गेला ?

अ) अँथनी पन्निक्षी ब) मेलविल ह्युई

क) सी. ए. कटर ड) के. सी. हॅरिसन

१४३. कोमला कोणत्या देशात आहे ?

अ) भारत ब) इंग्लंड क) पाकिस्तान ड) अमेरिका

१४४. अबगिला म्हणजे काय ?

अ) ग्रंथालयशास्त्राचे नियतकालिक

ब) ग्रंथालयशास्त्राचा संघ

क) ग्रंथालय ड) चालू मालिका

१४५. ॲबगिलाचे संपूर्ण नाव काय ?

अ) ॲन्युअल बुलेटिन ऑफ गव्हर्नमेंट ऑफ इंडिया लायब्ररीज

ब) ॲन्युअल बुलेटिन ऑफ गव्हर्नमेंट ऑफ इंडिया लायब्ररीज असोसिएशन

क) ॲन्युअल बिब्लिओग्राफ्री ऑफ गव्हर्नमेंट ऑफ इंडिया लायब्ररीज

ड) ॲनल्स, बुलेटिन ग्रंथालय ऑफ आय.एल.ए.

१४६. ॲबगिला कोणत्या वर्षीपासून सुरू झाले ?

अ) १९४४ पासून ब) १९४९ पासून

क) १९५० पासून ड) १९६० पासून

१४७. ॲबगिलाचे प्रकाशन हे कोणत्या वर्षापासून बंद झाले ?

अ) १९४९ मध्ये ब) १९५५ मध्ये

क) १९५७ मध्ये ड) १९५८ मध्ये

उत्तरे –१४०) अ, १४१) ब, १४२) ड, १४३) ड, १४४) अ, १४५) ड, १४६) ब, १४७) ब,

१४८. जोक्लाई म्हणजे काय ?

अ) भारतातील ग्रंथालय संघ

ब) ग्रंथालयशास्त्र नियतकालिक

क) ग्रंथालयांची संयुक्त संघटना (संस्था)

ड) ग्रंथालयांची संयुक्त संघटना (संस्था) आणि परिषद

१४९. जोक्लाईचे संपूर्ण नाव काय?
अ) वर्गीकरण आणि माहितीशास्त्राचे नियतकालिक
ब) तालिकीकरण आणि माहितीचे नियतकालिक
क) ग्रंथालय आणि माहितीची संयुक्त परिषद
ड) ग्रंथालये आणि माहिती यांची संयुक्त संघटना (संस्था) आणि परिषद

१५०. जोक्लाई कसे बनले आहे?
अ) आय.एल.ए. आणि इअॅस्लिक
ब) इयट्लिस्, गिला आणि आय.एल.ए.
क) राज्यस्तरीय (सघटना)
ड) राष्ट्रीय आणि राज्यस्तरीय (संघटना)

१५१. खालीलपैकी कोणती संघटना आंतरराष्ट्रीय आहे?
अ) अे.एल.अे. ब) बी.एल.अे. क) आय.एल.अे. ड) इफला

१५२. इफ्लाचे संपूर्ण नाव काय?
अ) इंटरनॅशनल फेडरेशन ऑफ लायब्ररी असोसिएशन्स
ब) इंटरनॅशनल फेलो ऑफ लायब्ररी अॅकेडेमी
क) इंडियन फेडरेशन ऑफ लायब्ररी असोसिएशन्स
ड) इंडियन फेडरेशन ऑफ लायब्ररी सायन्स अॅकेडेमी

१५३. इफ्लाचा पहिला अध्यक्ष कोण?
अ) आयॅक कुलिझन ब) टी. विश्वनाथन
क) एस. आर. रंगनाथन ड) डब्लू. सी. बी. सेयर्स

१५४. इफ्लाचे मुख्य कार्यालय कोठे आहे?
अ) लंडन ब) न्यूयॉर्क क) पॅरिस ड) द हेग

१५५. इ.स . १९९२ मध्ये इफ्लाची वार्षिक सर्वसाधारण सभा कोठे भरली होती?
अ) न्यूयॉर्क ब) नवी दिल्ली क) श्रीलंका ड) लंडन

उत्तरे –१४८) ड, १४९) ड, १५०) ड, १५१) ड, १५२) अ, १५३) अ, १५४) ड, १५५) ब,

१५६. कोणत्या संस्थेने जागतिक प्रकाशनाच्या शक्यतेचा विचार प्रथम विचारात घेतला?

अ) आय.एल.अे. ब) एफ.आय.डी.
क) इफ्ला ड) आ.य.सी.एस.यू.

१५७. एफ.आय.डी.चे संपूर्ण नाव काय ?
अ) फेडरेशन ऑफ इंटरनॅशनल डॉक्युमेन्टेशन
ब) इंटरनॅशनल फेडरेशन फॉर डॉक्युमेन्टेशन अँड इनफरमेशन
क) फेलो ऑफ इंडियन डॉक्युमेन्टेशन
ड) फेलो ऑफ इंडियन डॉक्टुमेन्टेशन सेंटर्स

१५८. जागतिक ग्रंथसूचीवर नियंत्रण ठेवण्याचा विचार प्रथम कोणी मांडला ?
अ) एफ.आय.डी. ब) इफ्ला क) अे.एल.अे. ड) आय.एल.अे.

१५९. एफ.आय.डी.चे पूर्वीचे नाव कोणते ?
अ) इंटरनॅशनल इन्स्टिट्यूट ऑफ बिब्लिओग्राफी
ब) इन्स्टिट्यूट फॉर डॉक्युमेन्टेशन
क) डॉक्युमेन्टेशन इंस्टिट्यूट
ड) इन्स्टिट्यूट ऑफ डिरेक्टोरी

१६०. एफ.आय.डी.चे नवीन नाव इंटरनॅशनल फेडरेशन ऑफ डॉक्युमेन्टेशन अँड इन्फरमेशन केव्हा बदलले ?
अ) १९२५ मध्ये ब) १९३१ मध्ये
क) १९५० मध्ये ड) १९६६ मध्ये

१६१. एफ.आय.डी.चे मुख्य कार्यालय कोठे आहे ?
अ) लंडन ब) न्यूयॉर्क क) पॅरिस ड) द हेग

१६२. एफ.आय.डी. खालीलपैकी कोणाशी संबंधित आहे ?
अ) अे.अे.सी.आर. ब) ब्रिटीश म्युझियम
क) यु.डी.सी. ड) लायब्ररी ऑफ काँग्रेस

१६३. एफ.आय.डी.च्या स्थापनेशी खालील पैकी कोण संबधित आहे ?
अ) मेलविल ड्युई ब) सेयर्स आणि मॅक्कोलविन
क) मागरिट मान
ड) पॉल ऑटलेट आणि हेज्री ला फॉन्टेन.

उत्तरे –१५६) क, १५७) ब, १५८) ब, १५९) अ, १६०) ब, १६१) ड, १६२) क, १६३) ड,

१६४. वर्गीकरणाच्या क्षेत्रात संशोधनाला वाव देण्यासाठी एफ.आय.डी.ने कोणत्या नावाचे बक्षीस जाहीर केले होते ?
अ) ड्युई अॅवार्ड इन यु.डी.सी. रिसर्च
ब) ड्युई अॅवार्ड फॉर क्लासिफिकेशन
क) रंगनाथन अॅवार्ड फॉर क्लासिफिकेशन अँड रिसर्च
ड) रंगनाथन अॅवार्ड फॉर रिसर्च

१६५. एफ.आय.डी. ची उपसमिती एफ.आय.डी. / इ.टी. आहे. त्यातील इ.टी. म्हणजे काय ?
अ) शिक्षण आणि अध्यापन ब) शिक्षण आणि प्रशिक्षण
क) इंग्लिश भाषांतर ड) विद्युत तंत्रज्ञान

१६६. १९७३ पासून प्रकाशित होणारे एफआयडी चे नवीन समाचारपत्र कोणते ?
अ) एफ.आय.डी. न्यूज बुलेटिन
ब) जर्नल ऑफ एफआयडी
क) एफ.आय.डी. न्यूज जर्नल
ड) एफ.आय.डी. बुटेलिन ऑफ करंट न्यूज

१६७. युनेस्कोची as an agency म्हणून केव्हा स्थापना झाली ?
अ) १९४५ ब) १९४६ क) १९५० ड) १९५५

१६८. खालीलपैकी कोणत्या संस्थेने युनेस्कोची स्थापना केली ?
अ) अे.एल.अे. ब) यू.एन.ओ.
क) अमेरिकन सरकार ड) वर्ल्ड सायन्स सेंटर

१६९. युनेस्कोचे संपूर्ण नाव काय ?
अ) युनियन सायंटिफीक कंपनी
ब) युनियन ऑफ सायंटिफिट अँड कल्चरल ऑर्गनायझेशनस्
क) युनायटेड एज्युकेशन, सायन्स अँड कल्चरल ऑर्गनायझेशन
ड) युनायटेड नेशन्स एज्युकॅशनल, सायंटिफिक अँड कल्चरल ऑर्गनायझेशन

१७०. युनेस्कोने जगतिक शास्त्र पद्धती (युनिसिस्ट) कोणत्या संस्थेच्या मदतीने सुरू केली ?
अ) आय.सी.एस.यू. ब) इफ्ला
क) एफ.आय.डी. ड) अे.एल.अे.

उत्तरे –१६४) क, १६५) अ, १६६) अ, १६७) ब, १६८) ब, १६९) ड, १७०) अ

१७१. युनेस्कोने कोणते वर्ष आंतरराष्ट्रीय पुस्तक वर्ष म्हणून साजरे केले ?
अ) १९७० ब) १९७२ क) १९८० ड) १९८२

१७२. युनिसिस्टच्या कार्यक्रमामध्ये कोणत्या संस्थेने मुख्य भूमिका बजावली ?
अ) युनेस्को ब) इफ्ला क) एफ.आय.डी. ड) कोमला

१७३. साधारण माहिती कार्यक्रम खालीलपैकी कोणी सुरू केला ?
अ) इफ्ला ब) एफ.आय.डी. क) युनेस्को ड) अे.एल.अे.

१७४. युनिसिस्टची मुख्य संस्था कोणती ?
अ) युनेस्को ब) युनिडो क) एफ.अे.वो. ड) युनो

१७५. शास्त्रीय आणि तंत्रज्ञानाच्या धोरणाच्या माहिती आदानप्रदान पद्धतीवर कोणत्या संस्थेने भर दिला ?
अ) युनिडो ब) युनेस्को क) आय. ए. इ. ए. ड) आय.एल.वो.

१७६. युनिसिस्ट संदर्भ मसूदा कोणी प्रकाशित केला ?
अ) आय.एस.वो. ब) बी.एस.वो. क) युनेस्को ड) इफ्ला

१७७. युनेस्कोने विकसित केलेल्या सॉफ्टवेअरचे नाव काय ?
अ) संजय ब) लायब्ररीयन
क) सीडीएस / आयएसआयएस ड) मैत्रेयी

उत्तरे –१७१) ब, १७२) क, १७३) क, १७४) अ, १७५) ब, १७६) क, १७७) क,

❐

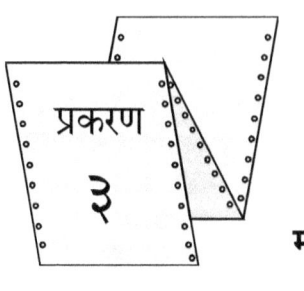

प्रकरण ३

माहिती साधने

माहितीची साधने

संप्रेषणाचे प्रकार दोन आहेत. १) औपचारिक २) अनौपचारिक

औपचारिक संप्रेषणामध्ये लिखित प्रलेखाचा अंतर्भाव होतो. यांना प्रलेखीय साहित्य म्हणतात. तर अनौपचारिक संप्रेषणामध्ये मौखिक संप्रेषण ही गोष्ट समाविष्ट होते. या दोन्ही प्रकारच्या संप्रेषणामध्ये अचूक सीमारेषा आखता येत नाही.

''प्रलेख म्हणजे घटनांची वा विचारांची लिखित स्वरूपातील माहिती'' अशी प्रलेखाची शब्दकोशानुसार व्याख्या आहे. डॉ. एस.आर. रंगनाथन यांच्या मते ''हाताळण्यास व स्थलांतर करण्यास सोयीची दीर्घकाळ परिरक्षणक्षम अशी कागदावरील वा अन्य सामग्रीवरील घटनांची किंवा विचारांची माहिती देणारी अभिलिखित कृती म्हणजे प्रलेख होत.''

प्रलेखीय साधने

प्राथमिक प्रलेख – यामध्ये लेखक पहिल्या प्रथम काही पुरावा, शोध यांचा पाठपुरावा करतो किंवा जुन्याच एखाद्या गोष्टीविषयी नवीन पुरावे देऊन ते सिद्ध करून दाखवितो. युनेस्कोने प्राथमिक प्रकाशनांची व्याख्या पुढीलप्रमाणे केली आहे. मूळ शास्त्रीय पेपर्स, नवीन संशोधन, तंत्रे किंवा साधन साहित्य

प्राथमिक प्रलेखनाचा खालील गोष्टीनुसार निर्णय घेतला जातो.

१) लेखकाची प्रसिद्धी २) चांगल्या विश्वसनीय संस्थेमध्ये लेखकाने काम करणे. ३) नियतकालिकांचे प्रमाणक व त्याचा प्रकाशक.

प्राथमिक प्रलेखात खालील ३ गोष्टी पूर्ण करणे आवश्यक आहे.

१) लेखकाने त्याच्या प्रकाशनामध्ये स्पष्ट केले पाहिजे की यातील संशोधनातून नवीन गोष्टी निर्माण झाल्या आहेत. २) त्या प्रकाशनामध्ये संशोधनाचे समर्थन करणे आवश्यक आहे. ३) प्रकाशनामध्ये थोडक्या शब्दात प्रयोग सुरू कसा झाला, याचा उल्लेख असणे आवश्यक ठरते.

प्राथमिक प्रलेखामध्ये नियतकालिके, व्यावसायिक मासिके, अहवाल, पुनर्मुद्रण, पेटंट्स, प्रमाणके यांचा समावेश होतो.

वैज्ञानिक नियतकालिके ह्यांचे महत्त्व तर अबाधितच आहे. नियतकालिके ही ठरावीक कालावधीनंतर नियमितपणे प्रकाशित होत असतात. यांचे व्यावसायिक व अव्यावसायिक असेही प्रकार पडतात. व्यावसायिक नियतकालिकांमध्ये प्राथमिक लेख असतात. पण त्यांचे स्वरूप संबंधित संशोधनाचे असते. ही संशोधन आणि विकास संस्थेमार्फत प्रकाशित होत असतात.

प्राथमिक आणि द्वितीयक प्रलेख

परिषदांचे कामकाज, प्रबंध, काही विशिष्ट विषयांवरील लेख/ग्रंथ यांचा समावेश प्राथमिक आणि द्वितीयक प्रकाशनामध्ये होतो. जे प्रलेख नवीन गोष्टींची माहिती करून देतात ती प्राथमिक प्रकाशने होत. ज्यामध्ये परीक्षणाची वैशिष्ट्ये दिसतात, ती द्वितीयक प्रकाशने होत.

द्वितीयक प्रलेख – प्राथमिक प्रलेख हे विशेषत: माहितीच्या स्वरूपाचे असतात. त्यांची रचना बहुतेक करून पद्धतशीर, व्यवस्थित नसते. पण द्वितीयक प्रलेखांची रचना व्यवस्थित असल्यामुळे विचार विनिमयाला सुलभ जाते. या प्रकारामध्ये ज्ञानकोश, विश्वकोश, संदर्भ साहित्य, क्रमिक पुस्तके, साहित्याचे मार्गदर्शक निर्देश, सारात्मक नियतकालिके, ग्रंथसूची, साहित्याचे परीक्षण, संक्षिप्त साहित्य, भाषांतरित, रुपांतरित प्रलेख, निबंध संकलने या गोष्टींचा अंतर्भाव होतो.

द्वितीयक या शब्दात सुचविल्याप्रमाणे द्वितीयक प्रलेख प्राथमिक प्रलेखातूनच निर्माण होतात. ज्या प्रलेखात द्वितीयक स्वरूपाची माहिती नोंदविलेली असते, त्याला द्वितीयक प्रलेख म्हणतात. हे प्रलेख प्राथमिक प्रलेखातील माहिती सहजपणे उपलब्ध करून देतात. प्राथमिक प्रलेखांची संख्या माहिती युगामुळे वाढली आहे. त्यामुळे या द्वितीयक प्रलेखांचेही महत्त्व वाढले आहे.

तृतीयक प्रलेख – काही ग्रंथसूची, साहित्याचे मार्गदर्शक ही तृतीय प्रलेख म्हटली जातात. कारण त्यांनी पुष्कळा वेळा द्वितीयक प्रलेखाचा आधार घेतलेला असतो. हे प्रलेख द्वितीयक प्रलेखाची माहिती पुरवितात. द्वितीयक प्रलेखांचा उपयोग करण्यापूर्वी कोणकोणते द्वितीयक प्रलेख आहेत याची तृतीयक

प्रलेख तपशीलवार माहिती देतात. सूचींची सूची, विशेष विषयनिष्ठ साहित्य मार्गदर्शिका, वार्षिके, पाठ्य पुस्तके, सारात्मक व निर्देशात्मक सेवांची यादी, प्रगतीपथावर असलेल्या संशोधनांची यादी, निवडक प्रसारण सेवा, इतर जागरूकता सेवा, के. डब्लू. आय. सी. (KWIC) के. डब्लू. ओ. सी. (KWOC) या गोष्टींचा अंतर्भाव तृतीयक प्रलेखांमध्ये होतो.

प्रलेखासाठी कसोट्या - प्रलेखासाठी कालावधी ही एक कसोटी लावली जाते. काही प्रलेख फक्त एकदाच प्रकाशित केले जातात. तर काही प्रलेख ठरावीक कालावधीनंतर पुन्हा पुन्हा प्रकाशित केले जातात. यांना कालिके म्हणतात. ग्रंथ हे एकदाच प्रकाशित केले जातात, तर मासिके, नियतकालिके यांचा कालिकेत समावेश होतो.

प्रलेखांची निर्मिती कोणासाठी झाली आहे, याचाही विचार करावा लागतो. हे प्रकाशन सार्वजनिक उपयोगासाठी आहे की खाजगी उपयोगासाठी आहे ? म्हणूनच प्रलेखांचे औपचारिक व अनौपचारिक असे प्रकार पडतात. सर्वांना उपयोगी पडणारे व प्रकाशित केलेले प्रलेख यांनाच औपचारिक प्रलेख म्हणता येते. एखाद्या व्यक्तीचा पत्रव्यवहार किंवा त्यांनी काढलेली टिपणे ही प्रकाशित केली जात नाहीत. म्हणून त्यांना अप्रकाशित प्रलेख किंवा अनौपचारिक प्रलेख म्हटले जाते.

प्रलेखांची निर्मिती कोणत्या माध्यमावर झाली आहे, हेही पाहावे लागते. उदा. कागद, तबकडी, सूक्ष्मपट (Microfilm) इत्यादी. आधुनिक तांत्रिक युगात नवीन नवीन माध्यमे आकाराला येऊ लागली आहेत.

अप्रलेखीय साधने

अनौपचारिक संप्रेषण किंवा वैयक्तिक संप्रेषण हे दोन शास्त्रज्ञांमध्ये होऊ शकते. ते एकाच संस्थेत काम करीत असतील किंवा वेगळ्या संस्थेत काम करीत असतील. पण दोघांचे कार्यक्षेत्र एकच असेल तर हे अनौपचारिक, वैयक्तिक माहितीचे जाळे विकसित होऊ शकते. यामध्ये संशोधन संस्था, औद्योगिक माध्यम अधिकारी, तांत्रिक विषय तज्ज्ञ, व्यावसायिक संघटना, विद्यापीठीय, तांत्रिक ज्ञानशाखा इत्यादी यांचा समावेश होतो.

संदर्भ साधने

ज्ञानसमुद्रातून वाचकाला हवी असणारी माहिती पुरविणे, इतर ग्रंथालयाशी संपर्क साधून ग्रंथ उपलब्ध करून देणे, या गोष्टी ग्रंथपालाला कराव्या लागतात. ग्रंथालयीन सेवेमध्ये ग्रंथांची देवघेव हे तर प्रमुख काम आहेच. पण वाचकाला हवे

असलेले साहित्य देणे हे संदर्भसेवेचे प्रमुख हेतू आहेत.

डॉ. एस.आर. रंगनाथन यांच्या शब्दात ''संदर्भ सेवा म्हणजे वाचकाला हवी असलेली माहिती नेमकी, परिपूर्ण आणि तत्परतेने मिळावी यासाठी ग्रंथ व इतर वाचन साहित्याचा शोध घेण्यासाठी दिली जाणारी व्यक्तिगत सेवा होय.''

वाचकांना संदर्भ सेवा पुरविण्यासाठी ग्रंथालयात अनेक साधने असतात. ग्रंथालयाने या संदर्भात सेवाही उपलब्ध करून दिल्या आहेत. संदर्भ साधने प्राथमिक काळजीपूर्वक वाचण्यासाठी पण कारणपरत्वे सल्ला घेण्यासाठीही वापरली जातात. यामध्ये विषयाची प्राथमिक माहिती मिळते. संदर्भ जलद मिळण्यासाठी या साधनांची रचना वर्णानुक्रमे केलेली असते. यातील प्रत्येक नोंद ही स्वतंत्र असते. पहिल्या नोंदीशी याचा संबंध नसतो.

संदर्भ साधने ही एक व्यक्ती अथवा तज्ज्ञ लोकांचा गट निर्माण करतो. ही साधने विशेषत: अनेक खंडांमध्ये प्रकाशित होतात. त्यामुळे त्यामध्ये सुधारणा करणे, अद्ययावत ठेवणे हे एक कष्टाचे व अवघड काम आहे. काही संदर्भ साधने वार्षिक पुरवणी काढून अद्ययावत ठेवली जातात. ही संदर्भ साधने सतत वाचनासाठी नसतात. ती खर्चिक असतात. ती ग्रंथालयाच्या आवारातच वाचली जातात. त्यांचा आकारही सर्वसाधारण नसतो.

भारतासारख्या उपखंडात अनेक भाषा उपलब्ध असल्यामुळे येथे अनेक भाषांतील संदर्भ साधने उपलब्ध आहेत. इ.स. १९५६ च्या भाषावार प्रांत रचनेमुळे विभागीय भाषेतील संदर्भ साहित्याला महत्त्व प्राप्त झाले.

ज्ञानकोश

''एनसायक्लोपिडिया'' हा ग्रीक शब्द आहे. याचा अर्थ एखाद्या विषयाची सर्वांगीण माहिती देणारा शब्दकोश.

ऑक्सफर्ड इंग्लिश डिक्शनरीमध्ये ज्ञानकोशाची व्याख्या पुढीलप्रमाणे केली आहे. ''ज्ञानाच्या सर्व शाखांची व्यापक माहिती असलेले हे साहित्यिक काम म्हणजे ज्ञानकोश.'' याची सामान्यत: वर्णानुक्रमाने रचना केलेली असते. ज्ञानकोशातील माहिती जुनी होत जाते. ती अद्ययावत करणे जिकिरीचे व खर्चाचे काम आहे.

ज्ञानकोशाचे प्रकार १) सर्वसाधारण ज्ञानकोश २) विशेष ज्ञानकोश ३) विदेशी भाषांतील ज्ञानकोश. विसाव्या शतकात फार थोडे ज्ञानकोश अस्तित्वात आले, ज्ञानाच्या सर्व शाखात एकदम वृद्धी झाली. त्यामुळे सर्वसाधारण ज्ञानकोश व विशेष ज्ञानकोश असे दोन प्रकार उदयाला आले.

१) सर्वसाधारण ज्ञानकोश – यामध्ये ज्ञानाच्या सर्व शाखांची आवश्यक माहिती संग्रहित केलेली असते. त्यांची रचना वर्णानुक्रमानुसार केलेली असते. सामान्य लोकांना स्वत: माहिती शोधणे सुलभ व्हावे, ही भूमिका यामागे आहे. वार्षिक पुरवणी प्रकाशित करून या ज्ञानकोशातील माहिती अद्ययावत केली जाते. ज्ञानकोशात सुधारणा करणे हे खर्चिक व कष्टाचे काम आहे. ज्ञानकोशातील लेखामध्ये अनेक विषयांवर योग्य माहिती असते. यातील विषय लेख फार विस्तृत नसतात. पण तरी सुद्धा ते पुरेसे व्यापक असतात. ते केवळ सामान्य वाचकालाच उपयोगी असतात असे नव्हे, तर विषय तज्ज्ञांनाही उपयुक्त असतात. उदा. न्यू एनसायक्लोपिडिया ब्रिटानिका

२) विशेष ज्ञानकोश – यातील लेख संग्रह हा एका विशिष्ट क्षेत्राशी मर्यादित असतो. याचीही रचना वर्णानुक्रमाने केलेली असते. एका विशिष्ट विषयतज्ज्ञांच्या गरजा भागविण्याच्या दृष्टीने हा आरेखित केलेला असतो. यामध्ये तज्ज्ञ लोकांनी लेख लिहिलेले असतात. यातील लेखांमध्ये रंगीत फोटो, आलेख वगैरे असतात. प्रत्येक लेखाच्या शेवटी ग्रंथसूची दिलेली असते. हे विशेष ज्ञानकोश एक खंड किंवा अनेक खंडात उपलब्ध असतात. एखाद्या विषयाची प्रास्ताविक स्वरूपाची माहिती मिळावी किंवा विषयाचा पुरेसा परिचय व्हावा अशा दृष्टीने संक्षिप्त स्वरूपात अधिक माहिती मिळते. उदा. इंटरनॅशनल एनसायक्लोपिडिया ऑफ सोशल सायन्सेस.

शब्दकोश

भाषा ही मानवी संप्रेषणाची पद्धत आहे. भाषेचा उपयोग शिकण्यासाठी केला जातो, तसेच भाषेचा उपयोग धारणाशक्तीसाठी, स्मरणासाठीही केला जातो. माहितीचे, संप्रेषणाचे एक साधन म्हणूनही भाषेचे महत्त्व आहेच. भाषेतील शब्दांचे अर्थ, वाक्ये यांचा प्रकटीकरणासाठी उपयोग केला जातो.

शब्दकोश हे प्रसिद्ध संदर्भ साधन आहे. डिक्शनरी हा शब्द 'डिक्शनेरियम' या मध्ययुगीन लॅटिन भाषेतून आला आहे. ''डिक्टिओ' या शब्दापासून हा शब्द निर्माण झाला. 'डिक्टिओ' म्हणजे 'शब्द.' 'ऑक्सफर्ड इंग्लिश डिक्शनरी' या शब्दकोशानुसार ''भाषेतील शब्दाशी संबंधित असलेले ग्रंथ'' अशी व्याख्या दिसते. शब्दकोशात एका भाषेतील सर्वसामान्य शब्दसंग्रहाचा परामर्श घेतलेला असतो. काही शब्दकोश हे विशिष्ट विषयातील शब्दसंग्रहही असू शकतात. यामध्ये संज्ञांच्या व्याख्या दिलेल्या असतात. शब्दाचे घटक, वर्ण, उच्चार यांच्या खुणा, शब्दांचे व्याकरण, अर्थ इत्यादी माहिती दिलेली असते. काही वेळा शब्दांचा

इतिहासही दिलेला असतो, या कोशाची रचना एका निश्चित क्रमाने केलेली असते.

शब्दकोशाला शब्द ग्रंथ, शब्दार्थ सूची (Glossary) शब्दकोश (Laxicon) शब्दकुलकोश (thesaurus) अशी पर्यायी नावे आहेत.

शब्दकोशांचे अनेक प्रकार आहेत. उदा.

१) सर्वसामान्य शब्दकोश २) विशेष शब्दकोश

३) विषय शब्दकोश ४) भाषांतर उपयोगी शब्दकोश

१) सर्वसामान्य शब्दकोश – या शब्दकोशात भाषेतील सर्वसामान्य शब्द संग्रहित केलेले असतात. याचा हेतू सर्वसामान्य जनतेसाठी उपयोग व्हावा असा आहे. हे शब्द परिपूर्ण किंवा संक्षिप्त अशाही स्वरूपात असू शकतात. कित्येक शब्द कोशाची रचना एक खंड किंवा अनेक खंडातही असू शकते. काही शब्दकोश फक्त बालकांसाठी तयार केलेले असतात.

२) विशेष शब्दकोश – या शब्दकोशात एखाद्या भाषेची विशेष वैशिष्ट्ये सांगितलेली असतात. या शब्दकोशामध्ये शब्दाच्या सर्व घटकांचा विचार केलेला असतो, तसा हा विचार सर्वसामान्य शब्दकोशातही असतो. पण या विशेष शब्दकोशामध्ये ह्या शब्दांच्या विशेष घटकांचा विस्तृत प्रमाणात विचार केलेला असतो. उदा. शब्दांच्या भाषाशास्त्रीय घटकांचा समावेश असले शब्दकोश, शब्दांच्या व्याकरणावर भर दिलेले शब्दकोश, व्युत्पत्तीकोश वगैरे.

३) विषय शब्दकोश – ज्ञानाच्या जलद विकासामुळे विषय कोशाची आवश्यकता निर्माण झाली. जे शब्दकोश एखाद्या विशिष्ट विषयातील संज्ञांशीच संबंधित असतात, त्यांना विषय शब्दकोश म्हणतात. यातील शब्द विशेष तांत्रिक स्वरूपाचे असतात. हे शब्द सर्वसामान्य शब्दकोशात आढळत नाहीत. यातील शब्द अचूक वर्णन, व्याख्या व उदाहरणे देऊन त्या त्या संज्ञा स्पष्ट करतात. काही वेळा याला चरित्रांचीही जोड दिलेली असते. वैज्ञानिक संस्थांचे पत्तेही दिलेले असतात. हे शब्दकोश एकभाषिक, द्विभाषिक असू शकतात. या शब्दकोशांचा उपयोग विशेषज्ञ, विद्यार्थी, अनुवादक यांना होतो.

४) भाषांतर उपयोगी शब्दकोश – हे शब्द द्विभाषिक आणि बहुभाषिक असतात. यांचा उपयोग भाषांतर करणाऱ्यांना, भाषा शिकविणाऱ्यांना होतो. हे आंतरभाषिक शब्दकोश म्हणूनही ओळखले जातात. श्री. विश्वनाथ नरवणे यांनी तयार केलेला बहुभाषिक शब्दकोश हे याचे उदाहरण होऊ शकेल. उदा. कॉम्प्रिहेन्सिव्ह इंग्लिश हिंदी डिक्शनरी.

एकंदरीत कोणताही शब्दकोश परिपूर्ण असेल असे म्हणता येत नाही.

कारण माहिती युगात अनेक भाषांतील शब्द सामान्य लोकांत, विविध ज्ञानशाखांमध्ये प्रचलित होत आहेत. त्यामुळे बरेच शब्दकोश वाचकाला संदर्भ साधने म्हणून पाहावे लागतील.

भौगोलिक संदर्भ साधने

मानवाने प्रथमपासून निसर्गाला समजून घेण्याचे प्रयत्न केले. निसर्गाविषयीचे अनुभव, निरीक्षणे यांना महत्त्व दिले. त्याच्या उत्सुकतेमुळेच बऱ्याच जागा, त्यांचे मार्ग, त्यांच्या नोंदी केल्या गेल्या. यातून एखाद्या विभागाचे नकाशे, भौगोलिक, सामाजिक व प्राकृतिक गोष्टींची ओळख करून घेतली गेली. यातूनच भौगोलिक साधनांचा उगम झाला. भूगोल या विषयात पृथ्वीचे पृष्ठभाग, जगाचे खंड, देशांची विभागणी यांचाही अंतर्भाव होतो.

भौगोलिक साधने खालील प्रकारात मोडतात.

१) नकाशे, नकाशा पुस्तक (Atlas)
२) पृथ्वीगोल
३) भौगोलिक कोश
४) मार्गदर्शक ग्रंथ

१) नकाशे, नकाशा पुस्तक – नकाशामध्ये पृथ्वीचा पृष्ठभाग सपाट गृहीत धरून त्यामध्ये देश, समुद्र, नद्या, शहरे, रेल्वेमार्ग वगैरे गोष्टी चित्ररेखांकित केलेल्या असतात. ह्या नकाशांचे स्वरूप वेटोळ्यांच्या रूपात असते. हे भिंतीवर खिळ्याला अडकविता येतात. एकाच प्रदेशासाठी एकच नकाशा असतो. नकाशा पुस्तक म्हणजे सर्व जगातील देशांचे भौगोलिक वा प्रादेशिक गोष्टी एकत्रित असलेले नकाशे होत. नकाशाची निवड करताना मापन पद्धती (Scale), वापरलेले रंग, या गोष्टी सविस्तरपणे पाहिल्या पाहिजेत. अचूकता ही तर या बाबतीत महत्त्वाची गोष्ट आहे. याशिवाय कालावधी, साहित्य, गुण इत्यादी गोष्टीही विचारात घेतल्या पाहिजेत.

२) पृथ्वीगोल – हा फक्त पृथ्वीचे अचूक प्रतिनिधित्व करतो. पण ग्रंथालयात हे पृथ्वीगोल मर्यादित असतात.

३) भौगोलिक कोश – यांना भौगोलिक शब्दकोश असेही म्हणतात. हा कोश एखाद्या जागेचे स्थान, उगम, भौगोलिक दृष्ट्या वर्णन, लोकसंख्या, इतिहास, संस्कृती, औद्योगिक, जवळची प्रसिद्ध ठिकाणे यांची माहिती देतो. उदा इंपिरियल गॅझेटियर ऑफ इंडिया.

४) मार्गदर्शक ग्रंथ – ज्या हस्तपुस्तिकेत पर्यटकांसाठी माहिती दिलेली

असते. ती माहिती मग शहराची, देशाची असू शकेल. तेथे जाण्याचे मार्ग, भोवतालची पर्यटनस्थळे, निवासांची सोय असलेल्या ठिकाणचे पत्ते, हवा, चलन, इत्यादी माहिती त्यात अंतर्भूत असते. उदा. फोडर्स गाईड टू इंडिया.

चरित्रात्मक साधने

व्यक्तीच्या, समाजाच्या अथवा गटाच्या अनुभवाधिष्ठित नोंदी म्हणजे चरित्रे होत. ही चरित्रे फक्त प्रसिद्ध व्यक्तींचीच असतात असे म्हणता येत नाही. वेगवेगळ्या प्रसिद्ध असलेल्या वा अप्रसिद्ध असलेल्या व्यक्तींची चरित्रे, सर्वसामान्य माणसांची चरित्रे ही त्यांचे स्तुतीपाठक किंवा जवळचे मित्र लिहितात. बायोग्राफी हा इंग्लिश शब्द 'बायस' म्हणजे 'जीवन' आणि 'ग्राफेन' म्हणजे 'लिहिणे' ह्या दोन ग्रीक शब्दांपासून आलेला आहे. म्हणून चरित्र म्हणजे जीवनाविषयी लिहिणे असा त्याचा अर्थ होईल. ही चरित्रे व्यक्तीच्या आडनावानुसार पण वर्णानुक्रमे रचित असतात. त्यामध्ये त्या व्यक्तीच्या जीवनाचे सर्व पैलू रेखांकित केलेले असतात. यामध्ये व्यक्तीचा जन्म, त्याचे शिक्षण, त्याने भूषविलेली पदे, त्याचे व्यावसायिक क्षेत्रातील योगदान, मृत्यू या सर्वाविषयी माहिती दिलेली असते. लुईस शोरे (Louis Shores) च्या मते "लोकांना लोकांमध्ये असलेली आवड" यामुळे ही माहितीची चरित्रात्मक साधने संदर्भासाठी उपयोगी पडतात. चरित्रात्मक माहिती ही इतर पंचागे, निर्देशिका, ज्ञानकोश, साहित्याचे पुस्तक (Literary hand book) या मधूनही मिळू शकते. पण चरित्रात्मक कोश हे एक महत्त्वाचे चरित्रात्मक माहिती मिळण्याचे साधन आहे.

चरित्रात्मक साधनांचे प्रकार तीन

१) सर्वसाधारण किंवा जागतिक चरित्रकोश
२) राष्ट्रीय किंवा स्थानिक चरित्रकोश
३) विशिष्ट क्षेत्रातील, व्यवसायातील, विशिष्ट विषयातील व्यक्तींचे चरित्रकोश

१) सर्वसाधारण किंवा जागतिक चरित्रकोश – यामध्ये जगातील सर्व क्षेत्रे व सर्व विभाग यातील प्रसिद्ध व्यक्तिंचा समावेश असतो. उदा. इंटरनॅशनल हूज हू.

२) राष्ट्रीय किंवा स्थानिक चरित्र कोश – राष्ट्रीय चरित्रकोशामध्ये मूळ चरित्र साधनातून निवडलेले लेख असतात. उदा. "इंडिया हूज हू" "हूज हू" हे जिवंत व्यक्तीचे चरित्रकोश असतात. तर "हू वॉज हू" हे दिवंगत व्यक्तिंचे चरित्रकोश असतात. हे चरित्रकोश राष्ट्रीय प्रतिष्ठेचे मानले जातात. ही अधिकृत

संदर्भ साधने होत.

३) विषयनिष्ठ चरित्रकोश – माहितीच्या विस्फोटामुळे झालेली शिक्षणाच्या क्षेत्रातील वाढ, औद्योगिक संख्येची वाढ यामुळे त्या त्या क्षेत्रातील व्यक्तींची निर्माण होणारी चरित्रे, यामुळे चरित्रात्मक साधनात विषयनिष्ठ चरित्रकोशांची भर पडत आहे. उदा. ''हूज हू इन लायब्ररी अँड इन्फरमेशन सायन्सेस.''

चरित्रात्मक कोशांची निर्मिती होत असताना, चरित्रात्मक माहिती वेगवेगळ्या साधनांकडून संग्रहित करण्यात येते. उदा. पंचागे, ज्ञानकोश, वार्षिके, वर्तमान पत्रातील स्तंभ. संकलकाला या सर्वातून महत्त्वाची माहिती पारखून घ्यावी लागते. ही साधने अधिकृत असावी लागतात. ह्या साधनांची व्याप्ती व उद्दिष्टे लक्षात घ्यावी लागतात. माहितीसाठी निवडीचे धोरण ठरवावे लागते. मिळालेली माहिती योग्य प्रकारे संक्षिप्त करावी लागते. या सर्व गोष्टी संकलकाला या संदर्भ साधनांचे महत्त्व लक्षात घेऊन कराव्या लागतात.

भारतात स्वातंत्र्यानंतर आधुनिक भारतीय भाषांत चरित्रकोशांची निर्मिती होऊ लागली.

वार्षिके आणि पंचांगे

वार्षिके

ही संदर्भसाधने वर्षातून एकदाच प्रसिद्ध होत असतात. म्हणूनच त्यांना वार्षिके म्हणतात. मागील वर्षातील घटना, वस्तुनिष्ठ माहिती, सर्व क्षेत्रातील अद्ययावत माहिती, सांख्यिकीय माहिती या संदर्भ साधनात एकत्रित केलेली असते. वार्षिकांचे दोन प्रकार आहेत.

१) सर्वसाधारण – यामध्ये सर्वसाधारण सर्व क्षेत्रातील, सर्व प्रकारची माहिती संग्रहित केलेली असते. यामध्ये आंतरराष्ट्रीय, राष्ट्रीय संघटना वगैरे वार्षिके यांचा समावेश होतो.

२) ज्ञानकोशाची पुरवणी – ज्ञानकोश अद्ययावत ठेवण्यासाठी काही ठरावीक काळानंतर त्या ज्ञानकोशाची पुरवणी प्रकाशन प्रकाशित करतो. या पुरवण्या विशिष्ट क्षेत्रातील विकास व कलांची माहिती देतात.

ए. एल. ए. ग्लॉसरीच्या मते वार्षिके काही वेळा मर्यादित विषयाची चालू माहिती ही वर्णनात्मक किंवा सांख्यिकीय स्वरूपात देतात.

पंचांगे – पंचांगे म्हणजे ज्यामध्ये उपयोगी माहिती, देशाविषयी सांख्यिकीय माहिती, व्यक्ती, घटना व विषय या सर्व गोष्टी समाविष्ट केलेल्या असतात. त्यांना पंचांगे म्हणतात. यांचा खरा अर्थ महिन्याची दिनदर्शिका असा आहे. यामध्ये

सूर्य, चंद्र, ग्रह, तारे यांची स्थिती यासारखी खगोलशास्त्रीय माहिती दिलेली असते. या माहितीचा उपयोग नाविक लोकांसाठी होत असतो. तसेच यामध्ये खगोलशास्त्रीय घटना म्हणजे ग्रहणे, ग्रहताऱ्यांचे तक्ते, फलज्योतिषविषयक माहिती, अक्षांश, रेखांश, भरती, ओहोटी इत्यादी माहिती संकीर्ण स्वरूपात असते. उदा. इंडिया अ रेफरन्स ॲन्युअल, व्हिटकर्स अलमनॅक.

वार्षिके व पंचांगे ही दोन भिन्न संदर्भ साधने असली तरी त्यांची व्याप्ती या बाबतीत ती सारखीच आहेत.

निर्देशिका

आधुनिक युग हे संस्था, संघटना, समाज इत्यादींचे आहे. यातूनच सामाजिक, शैक्षणिक, औद्योगिक, तांत्रिक, वैज्ञानिक संस्था अस्तित्वात आल्या. या संस्थांशी असलेले मानवी संबंध व समाजाची होत असलेली प्रगती यामुळे एखाद्या प्रलेखाची आवश्यकता निर्माण होते. या प्रलेखामध्ये संस्थांची नावे पत्ते, उद्दिष्ट्ये, कार्ये, रचना, अधिकारी वर्ग, सभासद, उत्पादन, प्रकाशन इत्यादी प्रकारची माहिती विविध संस्थांच्या संदर्भात असणे गरजेचे ठरते. या गरजेतूनच निर्देशिका निर्माण झाल्या. या निर्देशिका हेतू आकार या दृष्टीने सुद्धा अनेक प्रकारच्या असतात. व्यक्तीच्याही निर्देशिका असतात. निर्देशिका म्हणजे व्यक्ती अथवा संस्था यांची वर्णानुक्रमाने अगर वर्गीकरणानुसार तयार केलेली पद्धतशीर यादी होय.''

या प्रकारची माहिती ज्ञानकोश, चरित्रात्मक साधने, वार्षिके इत्यादी संदर्भ साधनातूनही मिळू शकते.

निर्देशिकेचे स्वरूप व्यापक असते. वाचकाच्या गरजेनुसार माहितीचे स्वरूप मर्यादित पण रचनाबद्ध असते. निर्देशिकेच्या प्रकाशनाला ठरावीक कालावधी नसतो. म्हणून निर्देशिकेचे मूल्य कमी होत नाही. निर्देशिकेचे मूल्य तिच्या साहित्याची रचनाबद्ध मांडणी व पद्धतशीर व्यवस्थापन यामुळे वाढते. निर्देशिका ज्ञान आणि संप्रेषण यामधील अंतर भरून काढते. या दृष्टीने निर्देशिका माहितीचा एक भाग आहे.

निर्देशिकांचे प्रकार दोन –

१) सर्व साधारण निर्देशिका – यामध्ये आंतरराष्ट्रीय, राष्ट्रीय, विभागीय, स्थानिक संस्थांची माहिती असते. उदा. दूरध्वनी निर्देशिका

२) विशेष निर्देशिका – यामध्ये विशेष विषयाशी संबंधित संस्थांची उदा. व्यापार, वैज्ञानिक, समाज, धंदा, माहिती उपलब्ध असते. उदा. अमेरिकन बुकट्रेड डिरेक्टरी.

माहिती पुस्तिका / मार्गदर्शिका

माहिती पुस्तिकांचा समावेश शीघ्र संदर्भ साधनात होतो. माहिती पुस्तिका (Hand book) हा शब्द जर्मन भाषेतील 'हँडबुश' या शब्दावरून आला आहे. या जर्मन शब्दाचा अर्थ 'आटोपशीर' असा आहे. एका मध्यवर्ती विषयाशी किंवा विषयाच्या क्षेत्रांशी संबंधित असलेल्या संकीर्ण घटनांचा गट म्हणजे माहिती पुस्तिका असे म्हणता येईल. लुईस शोरे (Louis shores) यांच्या मते ''वाचकांच्या सामान्य आवडीनुसार किंवा विशेष गरजेनुसार एक किंवा अनेक विषयांवरील संकीर्ण घटना व संस्था एकत्रित केलेले छोटे, आटोपशीर पण शीघ्र माहिती देणारे संदर्भ साधन'' असे म्हटले जाते.

माहिती हस्तपुस्तिका आणि मार्गदर्शिका (Manual) हे दोन्ही प्रकार सारखेच आहेत. 'मॅन्युअल' हा शब्द 'मॅन्युअलिस' या लॅटिन शब्दापासून आला आहे. याचा अर्थ मार्गदर्शक पुस्तक किंवा सूचना पुस्तक. या मार्गदर्शिकेचा उपयोग व्यवसाय, अभ्यास इत्यादी गोष्टींसाठी होतो. ए. एल. ए. ग्लॉसरीने 'मॅन्युअल' शब्दाची व्याख्या केली आहे. आटोपशीर ग्रंथ किंवा एखाद्या कामासंबंधी नियम, मार्गदर्शन व सूचना यांचे पुस्तक म्हणजे 'मॅन्युअल' होय.

लुईस शोरे (Louis Shores) यांच्या मते माहिती पुस्तिका गोष्टी (Facts) समजून देण्याचे काम करतात. तर मार्गदर्शिका गोष्टी कशा कराव्या या संबंधी सूचना देतात.

माहिती पुस्तिका व मार्गदर्शिका ही दोन्ही शीघ्र संदर्भसाधने एखाद्या विषयाच्या क्षेत्रातील सखोल माहिती उपलब्ध करून देतात.

माहिती पुस्तिकांचे खालील प्रकार केले जातात.

१) सर्वसाधारण माहिती पुस्तिका   २) सांख्यिकीय माहिती पुस्तिका
३) ऐतिहासिक माहिती पुस्तिका   ४) साहित्यिक माहिती पुस्तिका
५) विषयाची माहिती पुस्तिका   ६) प्रात्यक्षिकांची माहिती पुस्तिका

माहिती पुस्तिका ज्ञानकोश आणि माहितीचे संकल्प यामधील अवस्था आहे. मार्गदर्शिका यामध्ये विषयाचे प्राथमिक ज्ञान असणे आवश्यक आहे. यामधील माहिती आटोपशीर व संक्षिप्त असते. यामध्ये आलेख, सूत्रे इत्यादींचा समावेश असतो.

सांख्यिकीय साधने

संख्याशास्त्र हा आधुनिक जीवनातील एक महत्त्वाचा भाग आहे. ह्याचा उपयोग वैज्ञानिक, राजकारण, औद्योगिक, शैक्षणिक इत्यादी क्षेत्रात केला जातो.

हे शास्त्र नेहमी अंशात्मक भाषेच्या स्वरूपात दृगोचर होत असते.

बरीच सांख्यिकीय माहिती, पंचागे, वार्षिके, भौगोलिक कोश, ज्ञानकोश यामध्येही असते. पण ही प्रकाशित सांख्यिकीय माहिती अद्ययावत नसते. कारण अशा प्रकारची माहिती संग्रहित करून, त्यावर प्रक्रिया करून नंतर उपयोगी आकडे तयार होतात. नंतर ही माहिती प्रकाशित होते. या सर्व गोष्टींना वेळ लागतो. पण संगणकामुळे विविध क्षेत्रातील आधार सामग्रीचे संकलन, पृथ:करण वगैरे क्रिया सुलभ झाल्या आहेत. त्यामुळे उपयोजकाला या आधुनिक तंत्राचा फारच उपयोग झाला आहे. संशोधकाला तर या सांख्यिकीय माहितीची जास्त आवश्यकता असते. त्यामुळे ग्रंथालयातील ही साधने अद्ययावत व सुसज्ज असावयास हवीत.

प्रचलित घटनांची संदर्भ साधने

आधुनिक युगात माहितीचा विस्फोट झाल्यामुळे जगामध्ये घडणाऱ्या राजकीय, आर्थिक, औद्योगिक इत्यादी विविध प्रकारातील घटनांविषयी माहिती मिळविणे हा जीवनाचा एक अविभाज्य भाग बनला आहे. निरनिराळ्या स्पर्धात्मक परीक्षेसाठी अभ्यासक्रमाचा वापर करणारी युवा मंडळी, प्रश्नमंजूषेमध्ये भाग घेणारी मंडळी ही या प्रकारच्या माहितीची गरजू असतात. दूरदर्शन, आकाशवाणी, वृत्तपत्रे ही या प्रकारची माहिती देणारी साधने आहेत. नियतकालिकांचे निर्देश, बातम्यांचे सारांश या प्रकारात समाविष्ट होतात.

सारात्मक आणि निर्देशात्मक नियतकालिके

इतर वाचन साहित्याप्रमाणे सारात्मक व निर्देशन नियतकालिकांमध्ये वाढ होत आहे. या प्रकारच्या नियतकालिकांसाठी बरेच साहित्य संग्रहित केले जाते. त्यावर प्रक्रिया केली जाते. ही संपर्क साधने आहेत. मूळ प्रलेखाची माहिती होण्यास या नियतकालिकांचा उपयोग होतो.

ग्रंथसूचीय साधने

मुद्रणकलेच्या शोधामुळे प्रकाशन व्यवसाय भरभराटीला आला. त्यामुळे ग्रंथ, नियतकालिके यासारख्या वाचनसाहित्यात सतत वाढ होत गेली. व्यासंगी लोकांना आपले ज्ञान अद्ययावत ठेवण्यासाठी या साहित्याची माहिती होणे आवश्यक ठरले. ही त्यांची गरज ग्रंथसूची, यादी याद्वारा पुरविणे शक्य आहे. ग्रंथसूची ही संशोधकांना, व्यावसायिकांना महत्त्वाची गोष्ट आहे. हे एक महत्त्वाचे साधन आहे.

ग्रंथसूची 'बिब्लिओग्राफी'' हा शब्द ग्रीक भाषेतील 'बिल्बिओन'

(Biblion) म्हणजे ग्रंथ 'ग्राफेन (Graphen) म्हणजे लिहिणे या शब्दापासून आला आहे. ग्रंथसूची म्हणजे 'ग्रंथलेखन' असेही म्हणता येईल. पण नंतर त्यात बदल होत गेले. ''ग्रंथाविषयी लेखन'' असा अर्थ स्थिर झाला.

ग्रंथसूची म्हणजे एखादी व्यक्ती वा विषयासंबंधी प्राथमिक इतर साधनांमुळे मिळालेल्या संदर्भांची यादी होय. ग्रंथसूचीची रचना कालक्रमानुसार किंवा लेखकाच्या वर्णानुक्रमानुसार केलेली असते. ती सर्वव्यापी किंवा निवडक अशीही असते. सर्वसामान्यांबरोबरच विशेष लोकांनाही ग्रंथसूचीचा उपयोग व्हावा ही त्यामागील भूमिका असते. काही वेळा ग्रंथसूची सविस्तर माहिती देणाऱ्या असतात. तर काही मूल्यमापनात्मक असतात. काही ग्रंथसूची वेगळ्या प्रकाशित केलेल्या असतात, तर काही मोठ्या साहित्यामध्ये माहिती साधनांची ओळख करून दिलेली असते. अधिक वाचनासाठी सुचविलेले साहित्य हेही ग्रंथसूचीचे एक रूप.

द ऑक्सफर्ड इंग्लिश डिक्शनरीमध्ये ग्रंथसूचीची व्याख्या पुढीलप्रमाणे दिली आहे. ''एका विशिष्ट विषयाची, साहित्यातील विषयाची, विशिष्ट लेखकांची प्रकाशकांच्या पुस्तकाची यादी म्हणजे ग्रंथसूची.'' ''ग्रंथसूची म्हणजे ग्रंथाचे अचूक वर्णन करण्याची कला किंवा शास्त्र'' असे व्हॅन होईसन यांनी म्हटले आहे.

ग्रंथसूची ही तालिकेपेक्षा वेगळी आहे. तालिकेमध्ये ग्रंथ, नकाशे यांची रचना काही नियमानुसार केलेली असते. तालिका आणि निर्देश ग्रंथसूचीचे संकलन करणारी साधने होऊ शकतात.

ग्रंथसूची हे एक संदर्भ साधन म्हणून शैक्षणिक व संशोधन ग्रंथालयात उपयोगी पडते. ग्रंथसूची ही उपयोजकाला माहितीच्या गोष्टींची जागा दाखविण्यात, अभ्यासात व संशोधनात मदत करते. संशोधकाला, अभ्यासकाला enumarative सविस्तर ग्रंथसूची द्विरुक्ती टाळण्यात मदत करते. ग्रंतसूचीचे प्रकार – हे ग्रंथसूचीचा हेतू, स्वरूप व त्यातील गोष्टींचा समावेश (Content) यानुसार आहेत.

१) दुर्मीळ ग्रंथांची ग्रंथसूची – दोलामुद्रितांची ग्रंथसूची – पंधराव्या शतकापर्यंत जे दुर्मीळ साहित्य प्रकाशित झाले, त्यांची माहिती ही सूची देते.

२) सार्वत्रिक ग्रंथसूची – ही ग्रंथसूची सर्वसमावेशक व विस्तृत असते. पण ज्ञानाच्या सर्व क्षेत्रातील नोंदी त्यामध्ये असतील असे म्हणता येत नाही. यामध्ये भाषा, लेखक, विषय, स्थान यांचे बंधन नसते. मोठ्या ग्रंथालयातील प्रकाशित तालिका या सार्वजनिक ग्रंथसूचीच्या स्वरूपाशी संबंधित आहेत.

३) राष्ट्रीय ग्रंथसूची – एका देशात प्रकाशित झालेल्या ग्रंथांची नोंद या प्रकारच्या ग्रंथसूचीत असते. त्या ग्रंथांची भाषा एकच असेल असे नाही. अनेक

भाषेत प्रकाशित झालेले त्या देशातील ग्रंथ या यादीत असतात. या ग्रंथसूचीला विषयातील क्षेत्रांचे वा साहित्याच्या कोणत्याही स्वरूपाचे बंधन नसते. ही मुद्रित स्वरूपात प्रकाशित केलेली असते. उदा. इंडियन नॅशनल बिब्लिओग्राफी.

राष्ट्रीय ग्रंथसूची ही त्या त्या देशातील ग्रंथनिवडीचे एक प्रभावी साधन आहे. याशिवाय ग्रंथालयाच्या तांत्रिक गोष्टींमध्ये ह्या ग्रंथसूचीचा उपयोग होतो. कारण या सूचीतील नोंदी वर्गीकृत असतात. तालिकीकरण संहितेला अनुसरून केलेले असते. उदा. भारतीय राष्ट्रीय ग्रंथसूची. ही प्रथम त्रैमासिक नंतर वार्षिक व सध्या मासिक प्रकाशन म्हणून प्रकाशित होऊ लागली आहे. या ग्रंथसूचीचे तालिकीकरण अे. अे. सी. आर या पद्धतीने केले जाते. वर्गीकरण डेसिमल पद्धतीच्या १९ व्या आवृत्तीनुसार केले जाते.

४) निवडक ग्रंथसूची – ही उत्तम ग्रंथांची एक यादी असते. तिचा उपयोग ग्रंथालयातील ग्रंथ निवडीसाठी होतो. यातील ग्रंथ जुने किंवा नवीनही असतात. त्या त्या क्षेत्रातील चांगल्या ग्रंथांना तशी मान्यता मिळालेली असते. यामध्ये काही वेळा वर्णनात्मक नोंदीही आढळतात.

५) व्यापारी ग्रंथसूची – ही ग्रंथ प्रकाशकाकडून, संघटनांकडून प्रकाशित केली जाते. विशेषत: या यादीत आगामी कालातील ग्रंथ प्रकाशनाबद्दल माहिती असते. याही ग्रंथसूचीचा ग्रंथ निवडीसाठी एक साधन म्हणून उपयोग होतो. अद्यायावत ग्रंथसूचीय माहिती या साधनांतून उपलब्ध होते.

प्रकाशक व ग्रंथविक्रेते यांच्या याद्या, ग्रंथपरीक्षणे व समीक्षणात्मक ग्रंथातील ग्रंथांच्या याद्या, नियतकालिकांच्या याद्या या प्रकारात समाविष्ट होतात.

६) विषय ग्रंथसूची – ही विशिष्ट विषयातील ग्रंथ, संस्था, लेख या संबंधित असते. या ग्रंथसूचीला अद्ययावत विषयांचे संकलन करून ठराविक कालावधीनंतर परिशिष्टे प्रकाशित केली जातात. तसेच ठरावीक माहितीच्या पूर्वलक्षी नोंदीही काही वेळा या ग्रंथसूचीत केलेल्या असतात. मानवी ज्ञानाच्या सर्व शाखांच्या, काल आणि सद्यकालीन विषयाला अनुलक्षून असलेल्या ग्रंथसूची पुष्कळ आहेत.

७) लेखक ग्रंथसूची – ही ग्रंथसूची एका विशिष्ट लेखकाविषयी संबंधित असते. त्या लेखकांचे ग्रंथ, लेख याशिवाय त्या लेखकाविषयी लिहिलेले ग्रंथ किंवा इतर साहित्य या ग्रंथसूचीत समाविष्ट असते. ही ग्रंथसूची त्या लेखकाचे चरित्रात्मक साधन म्हणूनही उपयोगी पडते.

८) ग्रंथसूचींची ग्रंथसूची – ही ग्रंथसूचींची एक यादीच असते. ही विषयानुसार किंवा लेखकानुसार केलेल्या ग्रंथसूचींची ग्रंथसूची असते. या

ग्रंथसूचीला ग्रंथसूचीय निर्देश असेही म्हटले जाते.

९) जागतिक ग्रंथसूची – यामध्ये सर्व ज्ञानशाखांचा समावेश होतो. त्याला काळ, स्थळ, भाषा, विषय, लेखक यांची बंधने नसतात. सर्व जगात प्रकाशित झालेली, निरनिराळ्या भाषांतील, वेगवेगळ्या स्वरूपातील प्रकाशनांची एकत्रित नोंदणी करणे हे जिकिरीचे, अशक्यप्राय आहे. पण माहितीच्या आधुनिक तंत्रज्ञानामुळे, संगणकामुळे विशिष्ट गोष्टींचे विभाजन करून एकाच मोठ्या ग्रंथसूचीमध्ये यादी तयार करता येते.

डॉ. एस. आर. रंगनाथन यांच्या मते ''जागतिक ग्रंथसूचीत जगातील सर्व प्रकाशित साहित्याचा समावेश असला पाहिजे. हे प्रकाशित साहित्य सर्व भाषा, सर्व विषय, सर्व देशांतील असले पाहिजे.''

जागतिक ग्रंथसूची तयार करताना पुढील मर्यादा लक्षात घेतल्या पाहिजेत.

जगामध्ये ग्रंथ व इतर साहित्य निर्मितीमध्ये सतत वाढ होत आहे. त्यामुळे सर्व साहित्याची नोंद व पाठपुरावा करणे कठीण असते. या सर्वांचे वर्गीकरण करण्यासाठी एकच वर्गीकरण पद्धती अस्तित्वात नाही. हे प्रकाशित साहित्य जगातील सर्व भाषेत प्रसिद्ध असते. या वेगवेगळ्या भाषा, त्यांच्या लिपी यांचा शोध घेतला पाहिजे. या सर्व कामासाठी भरपूर आर्थिक साहाय्य पाहिजे. जगातील वेगवेगळ्या देशांच्या राष्ट्रीय सूचीनाच जागतिक ग्रंथसूची मानली जावी.

सांघिक तालिका

सांघिक तालिकेमध्ये दोन अथवा दोनपेक्षा जास्त ग्रंथालयातील संग्रहाची यादी एका ठरावीक पद्धतीने दिलेली असते. ही तालिका स्थानिक, विभागीय वा राष्ट्रीय पातळीवर तयार केलेली असते. यामध्ये ग्रंथ, नियतकालिके आणि प्रलेख यांचा समावेश असतो. या प्रकारच्या तालिकेमध्ये प्रलेख मिळणाऱ्या जागेचा उल्लेख असतो. त्यामुळे उपयोजकाला त्या विशिष्ट ग्रंथालयात तो प्रलेख पहावयाला मिळतो. या प्रकारामुळे अनेक शीर्षकांची द्विरुक्ती टाळता येते.

याशिवाय या तालिकेमुळे आंतर ग्रंथालय देवघेव सुविधा सोपी होते. ग्रंथनिवडीसाठी या तालिकेचा उपयोग होतो. ग्रंथालयातील कर्मचाऱ्यांचा प्रक्रियेतील वेळ वाचतो. संगणकाच्या मदतीने या तालिका संकलित करणे सुलभ झाले आहे. उदा. वर्ल्ड लिस्ट ऑफ सायंटिफिक पिरिऑडिकल्स.

सारात्मक व निर्देशात्मक नियतकालिके

नियतकालिके निर्देश हे एक महत्त्वाचे संदर्भ साधन आहे. हे निर्देश विषयासाठी विशेष पद्धतीने आरेखित केलेले असतात. या दृष्टीने हे निर्देश म्हणजे अद्ययावत विषय ग्रंथसूचीच होत. काही नियतकालिकातील लेख हे क्षणभंगुर

असतात. तर काही वेळा अतिशय महत्त्वाचा भाग असतात. म्हणून अद्ययावत लेख असणे ही गोष्ट महत्त्वाची ठरते.

निर्देशात्मक नियतकालिकांचे दोन प्रकार

१) वैयक्तिक नियतकालिकांचे निर्देशन – हे विशेषत: प्रकाशक प्रत्येक ग्रंथासाठी करतात.

२) स्वतंत्र निर्देशन – अनेक प्रकाशनासाठी हे निर्देशन केले जाते.

प्रकाशित केलेली नियतकालिके व निर्देशने सुरक्षित ठेवणे आवश्यक आहे. कारण निर्देशनांच्या नोंदी पाहून उपयोजक त्यांनी गरज लागल्यास तो ह्या नियतकालिकांची मागणी करतो. पण काही वेळा ही नियतकालिके, त्यांचे जुने खंड हे ग्रंथालयातून रद्दबातल ठरविलेली असतात. अशा वेळी या निर्देशात्मक नियतकालिकांचा उपयोजकाला फार उपयोग होतो.

कित्येक नियतकालिकांच्या, खंडाच्या अनुक्रमणिकेच्या पृथ:करणात्मक तालिका यांचाही संदर्भ व संशोधन या दृष्टीने विचार करणे आवश्यक होईल. प्रकाशित व अप्रकाशित अहवाल, शासकीय प्रलेख, परिषदांचे इतिवृत्त या गोष्टी कालिकमध्ये अंतर्भूत होतात. वर्तमानपत्रांचे निर्देशनही आजच्या आधुनिक युगात माहितीचा महत्त्वाचा भाग आहे. उदा. इंडेक्स टू टाइम्स ऑफ इंडिया.

इलेक्ट्रॉनिक साधने

विकसित देशातील ग्रंथालये ही संगणकीय जाळ्यानी एकमेकांशी जोडली गेलेली आहेत. या संगणकीय जाळ्याचा उपयोग माहितीचे स्थान शोधण्यासाठी होतो. यांत्रिक तंत्रज्ञानामुळे ग्रंथालयाच्या पूर्वीच्या स्वरूपात बराच बदल झाला आहे. ग्रंथ साहित्याबरोबरच इतर मुद्रितेतर साहित्यही उदा. सीडी रॉम, लघुतबकडी, सूक्ष्म फिती, चित्रफिती इत्यादी यांत्रिक साधनेही ग्रंथालयांचा आवश्यक भाग बनली आहेत. या विकासाची गतीही अधिक आहे. या गतीमुळे अंकीय माहिती ऑप्टिकल स्कॅनर, ऑप्टिकल डिस्क्स, कृत्रिम बुद्धिमत्ता, हायपरटेक्स्ट, ब्रॉडबँडस्, उपग्रह या सर्वांची ओळख ग्रंथालय व माहितीशास्त्राला झाली.

संगणकीय जाळ्यांच्या व्यवस्थापनामुळे व्यक्तीव्यक्तींमधील सहकार्य व सहभाग वाढीला लागला. त्यामुळे संप्रेषण साधनांचा प्रवाह अखंड चालू राहिला.

माहिती ही कधीच परिपूर्ण ठरत नाही. यांत्रिक प्रलेखाच्या स्वरूपात माहिती असते. म्हणजे त्यात मल्टिमिडियाचा बहुविध प्रसार माध्यमांचा आवाज, चित्रे किंवा फक्त गद्य नव्हे, तर त्यात ॲनिमेशन, सॉफ्टवेअरचा वापर याही गोष्टी अंतर्भूत असतात. अंकीय साधनांमध्ये, मूलभूत प्रलेखांमध्ये माहितीचे स्वरूप कधीही

बदलत नाही. गतिशील प्रलेखामध्ये माहितीच्या स्वरूपात माहिती देताना बदल करता येतो. उदा. सीडी रॉम (living) प्रचलित प्रलेखामध्ये माहिती व तिच्या स्वरूपात असे दोन्ही बदल करता येतात. उदा. (web) जाणे.

विशेष माहिती विभाग हे संगणकीय जाळे, वर्ल्ड वाईड वेब, ई-जर्नल्स, ई-मेल इत्यादी गोष्टींनी नेहमीच्या ऑन लाईन माहिती संच व सीडी रॉम यांच्याशी जोडलेले असतात. व्यापारी ऑन लाईन कक्षामध्ये निर्माता आपल्या उत्पादन निर्मितीची ओळख करून देण्यासाठी वेब (जाळे) कडे जास्त वळताना दिसतात.

यांत्रिकीकरणामुळे प्रलेखाचे वाटप करणे पूर्वीपेक्षा सोयीचे झाले आहे. त्यामुळे मानवी शक्तीचा अपव्यय टळतो. उपयोजकाला प्रत्यक्ष दुसऱ्या ग्रंथालयातील प्रलेखाचा शोध घेता येतो. प्रलेखाची प्रतिरूपेही मिळू शकतात. उपयोजकाचा वेळही वाचतो. इंटरनेटमुळे विशेष माहिती संचाचाही लाभ उपयोजकाला मिळतो. इंटरनेटमध्ये तर सर्व प्रकारची उदा. अंतर्गत, बहिर्गत, औपचारिक आणि अनौपचारिक माहिती मिळण्याची मध्यवर्ती सोय असते. याचा उपयोग विशेषत: संयुक्त व्यावसायिक विभागामध्ये जास्त होतो. प्रकल्प गट व त्यांचे सहकारी यांच्यामध्ये त्वरित संप्रेषण होण्यास इंटरनेटची मदत होते. इंटरनेट हे कमी खर्चाचे व सोयीचे साधन ठरते. यामध्ये अस्तित्वात असलेलेच अंतर्गत जाळे (Internet) व त्याचा विकास केलेला असतो.

प्रकाशन व्यवसाय हा देखील भविष्यकाळात या साधनामुळेच विकसित होईल. यांत्रिक स्वरूपातील प्रकाशने जगामध्ये जास्त प्रसारित होतील. कागदावरची छपाई कमी होऊ लागेल. यांत्रिकी प्रकाशनामुळे हायपरटेक्स्ट आणि हायपरमिडियामुळे आधुनिक युगातील लेखकांना आपल्या साहित्याला आवाज, हालचाल, रंग यांची जोड देता येईल. अगणित संख्येने साहित्य निर्मिती होऊ लागेल.

ग्रंथालयामधील पारंपरिक स्वरूपाच्या गोष्टी, नवीन यांत्रिकी साधने यांचा मेळ कसा घालायचा ? हा एक नवीन प्रश्न निर्माण झाला आहे. ग्रंथपाल व उपयोजक यांनी या गोष्टींचा विचार करणे आवश्यक आहे. ते प्रसार माध्यमांची अगणित माहिती साधने, त्यामुळे मिळणारा सार्वत्रिक प्रवेश भविष्यामध्ये स्वीकारतील.

इ बुक (यांत्रिक ग्रंथ)

हे ग्रंथ तयार करण्यासाठी कागदाची आवश्यकता नसते. हे संगणकावर टंकलिखित केलेले असतात. मात्र हे वाचण्यास संगणकाचाच उपयोग आवश्यक ठरतो. या ग्रंथांमध्ये अनेक प्रकारची माहिती अंतर्भूत असते. आवाज, चित्रे, गद्य

इत्यादींचा त्यात समावेश असतो. यामध्ये बौद्धिक संपत्ती व कार्याची माहिती समाविष्ट असते.

यामध्ये पाठ्यपुस्तक, इलेक्ट्रॉनिक ग्रंथ, हायपरमिडिया ग्रंथ इत्यादींचा समावेश होतो. संगणकीय संप्रेषणाचे जाळे देखील अशा प्रकारचे ग्रंथ प्रकाशित करते. यांत्रिक तंत्रज्ञानामुळे या प्रकाशन व्यवसायात मोठी क्रांती झाली आहे. एकाच तबकडीवर बरेच ग्रंथ समाविष्ट करता येतात. आंतरजाळ्यामुळे हवे ते ग्रंथ तबकडीवर प्रतिरूपात घेता येतात. संगणकाच्या मदतीने अशा तऱ्हेने कागद विरहित ग्रंथ व कागद विरहित ग्रंथालये अस्तित्वात येणे शक्य आहे.

यांत्रिकी प्रकाशनामुळे लेखक, प्रकाशक व उपयोजक यांना मोठ्या संधी उपलब्ध झाल्या आहेत. असे प्रकाशक उपयोजकांना साहित्याविषयी त्यांची मते देण्यास प्रोत्साहित करतात.

अशा प्रकारच्या ग्रंथांमुळे ग्रंथालयात अशा साहित्याला जागा कमी लागते. मुद्रित ग्रंथाप्रमाणे या प्रकारच्या ग्रंथावर हवामान वगैरेचा परिणाम होत नाही. ग्रंथाची प्रत कमी वेळात उपलब्ध होते.

इ-बुक ग्रंथ कित्येक उपयोजक स्वीकारत नाहीत. सलग वाचन करता येत नाही. मुद्रित ग्रंथाप्रमाणे कोणत्याही अवस्थेत सुलभ तऱ्हेने वाचता येत नाही. खुर्चीवर ताठ बसूनच वाचावा लागतो. विद्युत पुरवठा हाही प्रश्न भेडसावतोच. ग्रंथ प्रवेशासाठी इतर उपकरणांची गरज लागते. ही काही कारणे उपयोजक सांगतात. पण त्याचप्रमाणे हे इ-बुक ग्रंथ चोवीस तास केव्हाही उपलब्ध होतात. हे ग्रंथ कोणी चोरून घेऊ शकत नाहीत. हे ग्रंथ हरवले जात नाहीत. ह्या ग्रंथांच्या मागणीप्रमाणे प्रती कमी वेळात उपलब्ध होतात. हे फायदेही महत्त्वाचे ठरतात. काहींच्या मते कागद आणि मुद्रित साहित्य वाचन अभिरूची टिकविण्यास मदत करतात. माहितीचे यांत्रिकी वाटप माहितीचे संप्रेषण करण्यात जास्त उपयोगी पडतात.

इ-जर्नल (यांत्रिक नियतकालिक)

यांत्रिकी प्रकाशनामुळे माहितीची वाटणी आणि संप्रेषण यांचा नव्या युगात फारच प्रसार झाला आहे. इ-जर्नलनी प्रकाशकांना व अभ्यासकांना बरीच मदत केली आहे. ही नियतकालिके वर्गणी, तालिकीकरण आणि स्मरण पत्रे याबाबतीत नेहमी समस्याच ठरलेली आहेत. पण अशा प्रकारच्या नियतकालिकातील लेखांचा, साहित्याचा प्रसार फार विस्तृत प्रमाणात होतो. या नियतकालिकांच्या शैली व स्वरूपामध्ये अनेक प्रकार आढळतात. सुरुवातीला उपयोजकाला ऑन

लाईन सेवा देण्यापेक्षा पुष्कळ ग्रंथालये मुद्रित प्रती देणेच जास्त श्रेयस्कर समजत होती. बहुप्रसार माध्यमे, आलेख यांचा उपयोग यांत्रिकी नियतकालिकात सध्या केला जातो. त्यामुळे ही नियतकालिके सध्या लोकप्रिय ठरत आहेत.

अशा प्रकारची काही नियतकालिके मुद्रित स्वरूपात आणि यांत्रिकी स्वरूपात एका पाठोपाठ प्रकाशित केली जातात. यांत्रिकी स्वरूपातील नियतकालिके संपूर्ण असतात. पण त्यांचीच मुद्रित नियतकालिके लेखांची अनुक्रमणिका, निवडक लेख किंवा तज्ज्ञांची मते अशा स्वरूपात असतात.

इ-जर्नल संशोधनाचे निर्णय जलद प्रसारित करतात. ही नियतकालिके माहितीचे प्रसारण पद्धतशीर रीतीने करतात. संशोधनाचे निर्णय मांडण्याच्या नवीन नवीन पद्धती ही नियतकालिके निर्माण करतात. बहुप्रसार माध्यमे, हायपरटेक्स्ट वगैरे गोष्टी यामागे कारणीभूत असतात. उपयोजक व लेखावरील टीका, दुवा साधण्याचा प्रयत्न ही यांत्रिकी नियतकालिके करतात. ही नियतकालिके कमी खर्चात उपयोजक व लेख यांचा संबंध जुळवून आणतात. तसेच ती संप्रेषणाची गोष्ट व प्रकाशनाची गती यांची योग्य सांगड घालतात.

ही नियतकालिके, एक बौद्धिक समाजाची आवश्यक गोष्ट ठरते.

आधारभूत माहिती संच (Databases)

माहिती अनेक गोष्टीतून एकत्रित केली जाते. उदा. निरीक्षण, प्रयोग, सर्वेक्षण इत्यादी. या माहितीला संस्कार प्रक्रिया पूर्व माहिती असे म्हणता येईल. या माहितीचे व्यवस्थापन, एकत्रीकरण करणे आवश्यक असते. अशा तऱ्हेने प्रक्रिया केलेल्या माहितीचा साठा करून ती उपयोजकाला उपलब्ध करून दिली जाते. ही माहिती कोणत्याही प्रकारची वैज्ञानिक, सामाजिक वा आर्थिक असू शकते.

डेटम या शब्दापासून डेटा हे अनेकवचनी रूप तयार झाले. याचा अर्थ संकल्पना, सूचना जमा करणे असा होतो. पण 'डेटा' म्हणजे ढोबळ मानाने पाहिल्यास माहिती असा अर्थ होतो. अनेक मार्गांनी ही माहिती एकत्रित केली जाते. संग्रहित केली जाते. उपयोजकाला ही माहिती उपयोगी पडावी म्हणून त्यावर संस्कार केले जातात. यामुळे उपयोजकांना गरजेप्रमाणे माहिती पुरविणे शक्य होते. या संचित माहितीसाठी माहिती संच व माहिती पेढी असे शब्द वापरले जातात. ज्या माहिती संचयामध्ये ग्रंथसूचीय माहिती असेल, त्याला माहिती संच (database) म्हणावे. याशिवाय अधिक माहिती संचयामध्ये असेल तेव्हा त्याला माहिती पेढी (data bank) म्हणावे. संगणकाच्या फाईल्सच्या रूपात माहितीच्या

घटकांचे अनेक संच माहिती पेढीत असतात. यातील माहिती अद्ययावत करणे सुलभ असते. संप्रेषणास उपयुक्त होईल या पद्धतीने माहितीचा संचय केलेला असतो.

अशा तऱ्हेने एकत्रित केलेली माहिती वेगवेगळ्या फाईलमध्ये साठविली जाते. या फाईलमध्येही अद्ययावत माहितीची भर घालावी लागते. त्यामुळे या माहितीचा, फाईलींचा गोंधळ होणार नाही. उपयोजकाला ही माहिती अल्पावधीत कशी मिळू शकेल या सर्व गोष्टींचा विचार करावा लागतो. म्हणून आधारभूत माहिती संच म्हणजे लेखी नोंदींचे एकत्रीकरण होय किंवा अनेक फाईलींचे एकत्रीकरण करून एकच फाईल सर्वांना मिळण्यास सुलभ होईल अशी संगणकीय प्रणाली तयार केलेली असते.

कोणतीही एक फाईल ही स्वतंत्र गोष्ट नसते. आधारभूत माहिती संचाचा आराखडा तयार करणारा तज्ज्ञ सर्वसामान्य लोकांची माहितीची गरज आणि त्या दृष्टीने माहिती संचाचा साठा करतो. त्या संचावर प्रक्रिया करून उपयोजकाला समाधान मिळेल या गोष्टीकडे लक्ष देतो.

माहिती संचासाठी संगणकाचा उपयोग, नवीन तंत्रज्ञानाची माहिती करून घेणे आवश्यक आहे. माहिती संचासाठी आंतरराष्ट्रीय प्रमाणके वापरण्याचा प्रयत्न झाला पाहिजे. ब्युरो ऑफ इंडियन स्टँडर्डस या संस्थेने पुढाकार घेऊन संगणकीय ग्रंथसूचीय माहिती संचासाठी काही मार्गदर्शक तत्त्वे दिली आहेत. पण ही १९८५ मधील आहेत. त्यामध्ये आधुनिक तंत्रज्ञानाच्या विकासाप्रमाणे बदल होणे आवश्यक आहे. युनेस्कोच्या सामान्य संप्रेषणाच्या स्वरूपाप्रमाणे निसाट (Nissat) या संस्थेने Indimarc प्रमाणक तयार केले आहे. काही माहिती संचाच्या विकासामध्ये शब्द संग्रहाचे नियंत्रण नाही. माहिती संचाच्या विकासासाठी संगणकीय प्रणाली व माहितीची प्रतिप्राप्ती याविषयीही काही ठरावीक गोष्टींची आवश्यकता भासते. उदा. युनेस्कोच्या सी. डी. एस. / आय. एस. आय. एस. मिनी मायक्रो प्रतीचा एम. एस. डॉस. प्रणालीमध्ये उपयोग करता येत होता. माहिती व्यावसायिकामध्ये माहिती संचाच्या उपयोगासाठी सर्वसामान्य संगणक प्रमाणित प्रणाली तयार करून या संचाच्या क्षेत्रात व्यवसायाच्या दृष्टीने प्रयत्न करणे फायद्याचे ठरेल असे वाटते.

माहिती संचाचे प्रकार

१) ग्रंथसूचीय माहिती संच – यामध्ये प्रलेखाविषयी वर्णनात्मक माहिती असते. उदा. ग्रंथ नियतकालिकातील लेख. यामध्ये लेखक, ग्रंथनाम,

नियतकालिकाचे नाव, वर्ष, क्रमांक, कळपट्टी (keyboards) सार इत्यादी गोष्टी समाविष्ट असतात. या संचामधील गोष्टी उपयोजकाला प्रलेखांची यादी, संदर्भ अशा गोष्टींची माहिती करून देऊन त्याची विशिष्ट विषयाची निकड पूर्ण करतात. असे माहिती संच अगणित संख्येने अस्तित्वात आहेत.

माहितीची देवाण-घेवाण ही माहिती संचाच्या निर्मितीशिवाय शक्य नाही. काही ग्रंथालये फक्त त्यांच्याच ग्रंथालयातील प्रकाशित साहित्याचा माहिती संच निर्माण करतात. उदा. ग्रंथ, नियतकालिके, हस्तलिखिते, प्रबंध वगैरे. यांना अंतर्गत ग्रंथसूचीय माहिती संच म्हणता येईल तर बहि:स्थ ग्रंथसूचीय माहिती संचामध्ये सारात्मक व नमुना (Citation) माहिती संच, स्थानीय संगणकीय जाळे, आंतरराष्ट्रीय संगणक जाळे, वर्तमानपत्रांचे निर्देशनात्मक माहिती संच, सांघिक तालिकीकरणाचे माहिती संच, संदर्भ साधनांचे माहिती संच यांचा समावेश होतो.

२) **अंकीय (Numeric)** – माहिती संचामध्ये सांख्यिकीय माहिती अंतर्भूत असते.

३) **संपूर्ण गद्य (Text) माहिती संच** – यामध्ये प्रकाशनाविषयी संपूर्ण माहिती दिलेली असते.

४) **ठरावीक गोष्टींचा (Factual) माहिती संच** – यामध्ये निर्देशिका, माहिती पुस्तिका यांचा अंतर्भाव होतो.

५) **संशोधनाचा माहिती संच** – यामध्ये संशोधनाविषयी माहिती दिलेली असते. हे संशोधन पूर्ण असते असे नाही. संशोधनातील विकासाच्या टप्प्यांची हे माहिती संच ओळख करून देत असतात.

माहिती संचाच्या प्रकाराप्रमाणे संगणकीय प्रणालीची निर्मिती आवश्यक ठरते. माहिती संचांचा आराखडा करताना तो यशस्वीपणे कार्यान्वित होण्याच्या दृष्टीने विचार करणे आवश्यक ठरते. उपयोजकाच्या गरजेनुसार त्या माहिती संचातील साहित्य व व्यवस्थापन असणे जरूरीचे ठरते. म्हणून उपयोजकांच्या गरजांचा अभ्यास, त्यांच्या मुलाखती घेऊन कोणती माहिती संचामध्ये असणे आवश्यक आहे, याचा विचार करणे हे ओघानेच आले. अस्तित्वात असलेल्या माहितीशी या नवीन माहितीचा संबंध पडताळून पाहावा लागेल. उपयोजकाकडून कोणत्या प्रकारच्या माहितीची मागणी होऊ शकेल, याचाही विचार करावा लागेल. हे मोठे वेळखाऊ, जिकिरीचे काम आहे. पण अशा माहिती संचांची आवश्यकताही

आहे. अशा माहिती संचामध्ये वारंवार बदल करणेही शक्य नसते. उपयोजकांच्या बदलत्या गरजेनुसार त्या माहिती संचांमध्ये बदल करावे लागतील. माहिती संचांच्या निर्माणाची दिशा व त्यांचा उपयोग यावर हे अवलंबून राहील.

जगातील माहिती संचामध्ये संगणकीय मध्यस्थामार्फत उपयोजकांना प्रवेश दिला जातो. उदा. डायलॉग (Dialog) समान सारख्या प्रकारची माहिती असलेल्या फाईल्स एकत्र करून त्या सर्वांची एकच फाईल उपयोजकाच्या उपयोगासाठी निर्माण केली जाते. तिला माहिती Bank असे म्हणतात. बँक या संकल्पनेप्रमाणेच या माहिती पेढीचाही उपयोजकाला लाभ घेता येतो.

व्यावसायिक संघटना वा संस्था अशी माहिती संचयित करण्याचे काम करीत असतात. संगणकातील फाईल्सच्या स्वरूपातील ही माहिती संगणकीय जाळ्यामुळे इतर संगणकावरही मिळू शकते. पण यासाठी संगणकीय प्रणाली एकच असणे आवश्यक ठरते.

आंतरराष्ट्रीय आधारभूत माहिती संचातील नोंदीचे प्रमाणीकरण करण्यासाठी काही आराखडे तयार केले आहेत. खालील २ प्रकार मुख्यत्वे सूचीच्या संप्रेषणासाठी वापरले जातात.

१) युनिमार्क (Unimark)

२) सी.सी.एफ (CCF)

१) युनिमार्क हा आराखडा लायब्ररी ऑफ काँग्रेसने तयार केला आहे.

२) सी.सी.एफ जगातील सर्व देशासाठी सूचीच्या संप्रेषणासाठी एकच आराखडा असावा या हेतूने युनेस्कोने हा आराखडा १९८४ साली तयार केला.

स्वाध्याय

१. माहिती साधने कशाला म्हणतात ?

अ) जेथे माहिती मिळते

ब) जेथे विशिष्ट माहिती मिळते

क) जेथे विचारलेली माहिती मिळते

ड) जेथे सर्व माहिती मिळते

२. माहिती साधनांचे परंपरागत अपरंपरागत, नवपरंपरागत आणि सूक्ष्म प्रलेख असे गट / वर्ग कोणी केले ?

अ) रंगनाथन ब) बेडफोर्ड क) ग्रोगन ड) हॅन्सन

३. हॅन्सनने माहिती साधनांचे किती गट / वर्ग केले ?

अ) दोन ब) चार क) पाच ड) सहा

४. सामान्यत: माहितीसाधनांचे असे वर्गीकरण केले जाते.

अ) प्राथमिक आणि दुय्यम ब) संदर्भ आणि माहिती साधने

क) लिखित आणि अलिखित ड) ग्रंथ आणि नियतकालिके

५) छापील स्वरूपात असणाऱ्या साधनांना काय म्हणतात ?

अ) माहिती साधने ब) लिखित साधने

क) संदर्भ साधने ड) अलिखित साधने

६. माहितीची लिखित साधने कशाला म्हणतात ?

अ) जी छापील स्वरूपात असतात

ब) जी ग्रंथांच्या स्वरूपात असतात.

क) जी नियतकालिकांच्या स्वरूपात असतात.

ड) यापैकी कोणतीही नाहीत.

उत्तरे– १) क, २) अ, ३) अ, ४) क, ५) ब, ६) अ,

७. हल्ली/सध्या कोणत्या प्रकारची माहिती साधने जास्त उपयोगी आहेत ?

अ) माहिती साधने ब) अलिखित माहिती साधने

क) दोन्ही प्रकारची साधने ड) संदर्भ साधने

८. २१ व्या शतकांत कशाचा परिस्फोट झाला ?

अ) ग्रंथ ब) ग्रंथसूची क) निर्देश ड) माहिती

९. कोणत्या साली 'माहितीशास्त्र' ही संज्ञा उदयाला आली ?
अ) १९५९   ब) १९६०   क) १९६१   ड) १९६९

१०. राष्ट्रीय उत्पादनाच्या संबंधात राष्ट्रीय उत्पादनाचे केलेले वर्णन ही कोणत्या प्रकारची माहिती असते ?
अ) विश्लेषणात्मक   ब) संस्थात्मक
क) वर्णनात्मक   ड) निरीक्षणात्मक

११. प्राथमिक प्रलेखातील कोणता प्रलेख महत्त्वाचा आहे ?
अ) ग्रंथ   ब) नियतकालिके
क) शब्दकोश   ड) ज्ञानकोश

१२. वृत्तपत्र व नियतकालिके यांचे निर्देश, बातम्यांचे सारांश, दूरदर्शन आकाशवाणी यांचे सारांश, ही कोणत्या प्रकारची संदर्भ साधने आहेत ?
अ) प्रचलित घटनाविषयक साधने   ब) भौगोलिक संदर्भ साधने
क) चरित्रात्मक संदर्भ साधने   ड) संख्यात्मक संदर्भ साधने

१३. ग्रंथसूची, सर्वेक्षण व संदर्भ ग्रंथ ही कशा प्रकारची संदर्भ साधने आहेत ?
अ) प्राथमिक   ब) द्वितीयक   क) तृतीयक   ड) चतुर्थक

१४. कोणते प्रलेख प्रकाशित केले जात नाहीत ?
अ) औपचारिक   ब) अनौपचारिक
क) तृतीयक   ड) चतुर्थक

उत्तरे – ७) ब, ८) ड, ९) अ, १०) क, ११) ब, १२) अ, १३) ब, १४) ब,

१५. खालीलपैकी कोणते साधन माहितीचे प्राथमिक साधन आहे ?
अ) संशोधन अहवाल असलेले
ब) संशोधनाच्या मूलभूत गोष्टी असलेले
क) सर्व प्रकारची माहिती असलेले
ड) प्रारंभिक माहिती असलेले

१६. खालीलपैकी कोणते माहिती साधन प्राथमिक साधन आहे ?
अ) ग्रंथसूची   ब) शब्दकोश   क) हस्तलेख   ड) ज्ञानकोश

१७. खालीलपैकी कोणती साधने 'संदर्भ साधने' आहेत ?
अ) जी प्रश्नांची उत्तरे देतात   ब) ज्यात वाचनीय साहित्य असते,
क) ज्यामध्ये विशिष्ट प्रकारची माहिती असते
ड) ज्यांचा उपयोग विशिष्ट प्रकारची माहिती मिळवण्यासाठी होतो.

१८. ग्रंथालयात वाचकांच्या प्रश्नांना उत्तरे मिळतील अशा साधनांना काय म्हणतात ?

अ) साधने ब) माहिती साधने
क) वाचनीय साहित्य ड) संदर्भ साधने

१९. संदर्भ साधनांचा हेतू / उद्देश काय असतो ?

अ) साधारण माहिती देणे
ब) विशिष्ट माहिती देणे
क) साधारण आणि विशिष्ट माहिती देणे
ड) मागणी प्रमाणे माहिती देणे.

२०. शास्त्रीय आणि तांत्रिक स्वरूपाचे ज्ञान म्हणजे ?

अ) वृत्त ब) डेटा क) माहिती ड) ग्रंथ

२१. माहितीशी जवळचे असलेले / नाते असलेले कार्य कोण करते ?

अ) शिक्षण ब) संशोधन क) सर्वेक्षण ड) परीक्षण

२२. कसलाही निर्णय घेताना शासकीय अधिकाऱ्यांना कशाचा उपयोग होतो ?

अ) ज्ञान ब) माहिती क) शिक्षण ड) अधिकार

उत्तरे –१५) ब, १६) क, १७) ड, १८) ड, १९) ब, २०) क, २१) ब, २२) ब

२३. माहितीचे निर्मातेही असतात आणि उपयोजकही असतात ते कोण ?

अ) विद्यार्थी ब) संशोधक क) उद्योजक ड) शिक्षक

२४. प्राथमिक गटात मोडणारा सर्वात मोठा आणि महत्त्वाचा प्रलेख कोणता ?

अ) नियतकालिकेब) शब्दकोश क) ज्ञानकोश ड) ग्रंथ

२५. संदर्भ ग्रंथ, ग्रंथसूची, सर्वेक्षण ही कोणत्या प्रकारची संदर्भ साधने आहेत ?

अ) प्राथमिक ब) द्वितीयक क) तृतीयक ड) चतुर्थक

२६. ज्ञानसाहित्य मार्गदर्शक पाठ्यपुस्तके, निर्देशके, सूचीची सूची ही कोणत्या प्रकारची संदर्भ साधने आहेत ?

अ) प्राथमिक ब) द्वितीयक क) तृतीयक क) चतुर्थक

२७. आढावा, परीक्षणे ही कोणत्या प्रकारचे प्रलेख आहेत ?

अ) प्राथमिक ब) द्वितीयक क) तृतीयक ड) चतुर्थक

२८. वारंवार प्रकाशिक होणारी प्रकाशने कोणती ?

अ) शब्दकोश ब) ज्ञानकोश क) कालिके ड) ग्रंथ

२९. ज्ञानसाहित्य या प्रकारात समाविष्ट होणारे साहित्य कोणते ?
अ) ग्रंथ ब) शब्दकोश क) ज्ञानकोश ड) नियत्तकालिके

३०. इ. स. १६६५ मध्ये फिलॉसॉफिकल ट्रॅन्झॅक्शन ऑफ दी रॉयल सोसायटी या नावाने कोणत्या प्रलेखाचे प्रथम प्रकाशन झाले ?
अ) ग्रंथ ब) नियतकालिके
क) शब्दकोश ड) ज्ञानकोश

३१. प्रत्येक नोंदीबरोबर त्या लेखाचे महत्त्वाचे मुद्दे सार रूपात देणारी नियतकालिके कोणती ?
अ) नियतकालिके ब) निर्देश नियतकालिके
क) सार नियतकालिके ड) विषय नियतकालिके

उत्तरे –२३) ब, २४) अ, २५) ब, २६) क, २७) क, २८) क, २९) अ, ३०) ब, ३१) क,

३२. खालीलपैकी कोणते माहितीसाधन द्वितीयक प्रकारचे नाही ?
अ)नियतकालिकांचे निर्देश ब) सारात्मक नियतकालिके
क) ग्रंथसूची ड) सूचींची सूची

३३. निर्देशिका माहितीच्या कोणत्या प्रकारच्या साधनामध्ये येते ?
अ) प्राथमिक ब) द्वितीयक क) तृतीयक ड) प्रलेख

३४. खालीलपैकी कोणते साधन द्वितीयक प्रकारचे नाही ?
अ)पाठ्यपुस्तके ब) विश्वकोश क) प्रबंध ड) सारपत्रिका

३५. प्रलेखाचे भाषांतर हे कोणत्या प्रकारचे माहिती साधन आहे ?
अ) प्राथमिक ब) द्वितीयक क) तृतीयक ड) प्रलेख विरहित

३६. शब्दकोश, विश्वकोश, निर्देशिका इ. ना समर्पक शब्द कोणता ?
अ) फक्त साधने ब) माहिती साधने
क) प्रलेख ड) संदर्भ साधने

३७. जर उपभोक्त्याच्या शंकेचे उत्तर विषय तज्ज्ञाकडून मिळाले तर त्याला संदर्भ साधन म्हणता येईल का ?
अ) हो ब) नाही क) माहीत नाही ड) यापैकी नाही.

३८. खालीलपैकी कशामध्ये संदर्भसाधनाचे वैशिष्ट्य नाही ?
अ) ज्याचा लेखक विद्वान व श्रेष्ठ आहे.
ब) ज्यामधील माहिती विश्वसनीय आहे. अस्सल आहे.
क) ज्याची पाने ३०० पर्यंत आहे.
ड) ज्याची किंमत जास्त आहे.

३९. ग्रंथालयातील संदर्भसाधनांचे मूल्यमापन करणे गरजेचे का असते ?
अ) त्याची गुणवत्ता आणि दोष समजण्यासाठी.
ब) ग्रंथालयातील विशिष्ट साहित्याची पाहणी करण्यासाठी.
क) त्याचा उपयोग आणि उपयुक्तता पाहण्यासाठी.
ड) लेखकांची विद्वत्ता आणि ज्ञानकौशल्य तपासण्यासठी.

उत्तरे –३२) ड, ३३) क, ३४) क, ३५) क, ३६) ड, ३७) अ, ३८) क, ३९) क

४०. संदर्भ साधनाच्या मूल्यमापनाची प्राथमिक कसोटी कोणती ?
अ) विषयाची व्याप्ती   ब) लेखनशैली
क) त्या संदर्भ साधनाचा उद्देश   ड) अधिकारी व्यक्ती

४१. संदर्भ साधनाच्या मूल्यमापनाची महत्त्वाची कसोटी कोणती ?
अ) रचना   ब) शैली
क) उद्देश   ड) विषयाची व्याप्ती

४२. कोणत्या संदर्भ साधनाला 'ज्ञानभांडार' म्हणता येईल ?
अ) निर्देशिका   ब) विश्वकोश   क) वार्षिके   ड) शब्दकोश

४३. विश्वकोशाचे दोन प्रकार कोणते ?
अ) गौण आणि विशेष   ब) सामान्य आणि विशेष
क) सामान्य आणि विशिष्ट   ड) भाषिक आणि शास्त्रीय

४४. 'अजंठा' ची माहिती मिळेल असे योग्य साधन कोणते ?
अ) शब्दकोश   ब) विश्वकोश   क) वार्षिक   ड) पंचांगे

४५. विश्वकोशात कोणत्या प्रकारच्या माहितीचा अंतर्भाव असतो ?
अ) ऐतिहासिक माहिती
ब) लेखकांविषयीची माहिती   क) चालू घडामोडी
ड) सर्व विषयांची वर्णानुक्रमानुसार माहिती.

४६. जगातील सर्वात लोकप्रिय विश्वकोश कोणता ?
अ) एनसायक्लोपिडिया अमेरिकना
ब) एनसायक्लोपिडिया ब्रिटानिका
क) मॅकग्रा हिल एनसायक्लोपिडिया ऑफ सायन्स अँड टेक्नॉलॉजी
ड) एनसायक्लोपिडिया ऑफ लायब्ररी अँड इनफरमेशन सायन्स

४७. एनसायक्लोपिडिया ब्रिटानिका कोणत्या शहरातून प्रकाशित होतो ?
अ) न्यूयॉर्क   ब) लंडन   क) शिकागो   ड) मेरीलँड

४८. नवीन एनसायक्लोपिडिया ब्रिटानिका किती भागात प्रसिद्ध झाला आहे ?
अ) तीन ब) चार क) पाच ड) सहा

उत्तरे – ४०) क, ४१) ड, ४२) ब, ४३) क, ४४) ब ४५) ड, ४६) ब, ४७) क, ४८) अ

४९. प्राथमिक प्रलेखातील माहिती कोठे आहे याचा शोध कोणत्या प्रलेखात लागेल ?
अ) प्राथमिक प्रलेख ब) द्वितीय प्रलेख
क) तृतीय प्रलेख ड) चतुर्थक प्रलेख

५०. ज्ञान साहित्य मार्गदर्शन, पाठ्यपुस्तके, निर्देशके, सूचीची सूची ही सर्व कोणत्या प्रकारची संदर्भ साधने आहेत ?
अ) प्राथमिक ब) द्वितीयक क) तृतीयक ड) चतुर्थक

५१. संशोधन अहवाल हा कोणत्या प्रकारचा प्रलेख होतो ?
अ) प्राथमिक ब) द्वितीयक क) तृतीयक ड) चतुर्थक

५२. संदर्भग्रंथांचा समावेश कोणत्या प्रलेखात होतो ?
अ) प्राथमिक ब) द्वितीयक क) तृतीयक ड) चतुर्थक

५३. वाचकाना कोणत्या प्रलेखामुळे अहवालांची माहिती मिळू शकते ?
अ) प्राथमिक ब) द्वितीयक क) तृतीयक ड) चतुर्थक

५४. सूचीची सूची हा प्रलेख कोणत्या प्रकारात मोडतो ?
अ) प्राथमिक ब) द्वितीयक क) तृतीयक ड) चतुर्थक

५५. हस्तपुस्तिका आणि प्रगत पाठ्यपुस्तके यांचे एकत्रिक रूप म्हणजे ?
अ) ग्रंथ ब) विनिबंध ग्रंथ
क) विवेचनात्मक ग्रंथ ड) संशोधनात्मक ग्रंथ

५६. वार्षिके आणि दैनिके कशात समाविष्ट केली जातात ?
अ) ज्ञानकोश ब) शब्दकोश क) ग्रंथ ड) नियतकालिके

५७. सूचीची सूची यांनी प्रथम तयार केली.
अ) रंगनाथन एस आर ब) ब्राऊन. जेडी
क) बेस्टमन, थिओडर ड) चौरासिया बी. डी.

उत्तरे – ४९) ब, ५०) क, ५१) अ, ५२) ब, ५३) ब, ५४) क, ५५) क, ५६) ड, ५७) क

५८. विशिष्ट विषयासंबंधी माहिती देणारी कोणती साधने उपलब्ध आहेत. याची माहिती या संदर्भग्रंथात मिळेल.

अ) पाठ्यपुस्तके   ब) निर्देशिका
क) ज्ञान साहित्य मार्गदर्शक   ड) सूचीची सूची

५९. कोणत्या प्रकारच्या प्रलेखातून एखाद्या विषयावरील महत्त्वाचे ग्रंथ आणि सूची प्रकाशित होतात याची माहिती मिळते ?
अ) सूचीची सूची   ब) ज्ञान साहित्य मार्गदर्शक
क) निर्देशिका   ड) पाठ्यपुस्तके.

६०. मूलत: प्रचलित माहितीचे प्रसारण करणारी सेवा.
अ) प्रचलित जागरुकता सेवा   ब) संदर्भसेवा
क) भाषांतर सेवा   ड) सारसेवा

६१. छपाईचे यंत्र या शतकात विकसित झाले.
अ) १४ वे   ब) १५ वे   क) १६ वे   ड) १७ वे

६२. छपाईचे तंत्र कोणी विकसित केले ?
अ) एडीसन   ब) लुहन पी. एच
क) थिओडर बेस्टमन   ड) गटेनबर्ग

६३. 'केमिकल ॲबस्ट्रॅक्टस्' हे नियतकालिक कोणत्या प्रकारचे आहेत ?
अ) सार   ब) अहवाल
क) निर्देश   ड) प्रचलित जागरुकता

६४. आरोग्यविषयक माहितीसेवा देशभर या ग्रंथालयाकडून मिळते.
अ) बी. जे. मेडिकल   ब) इंडियन मेडिकल
क) गुजरात विद्यापीठ
ड) डायरेक्टोरेट जनरल ऑफ हेल्थ सर्व्हिसेस सेंटर लायब्ररी

६५. माहितीच्या प्रसारणाचे माध्यम.
अ) कागद   ब) लेखणी
क) छापील कागद   ड) छपाई यंत्र

६६. सी. डी. रॉमचा शोध या साली लागला.
अ) १९७०   ब) १९७५   क) १९८०   ड) १९८५

६७. माहिती संप्रेक्षण साखळीतील महत्त्वाची सेवा कोणती ?
अ) वर्गीकरण   ब) तालिकीकरण
क) सारलेखन   ड) अनुवाद

उत्तरे –५८) क, ५९) ब, ६०) अ, ६१) ब, ६२) अ, ६३) ब, ६४) ड, ६५) अ, ६६) ड, ६७) क, ६८) ड, ६९) ड

६८. संशोधन आणि विकास कार्य यातून काय निष्पन्न होते ?
अ) मार्गदर्शन   ब) संशोधन अहवाल
क) मानके   ड) पेटंट

६९. भारतात 'राष्ट्रीय मानक संस्था' कोणत्या साली स्थापन झाली ?
अ) १९२५   ब) १९४०   क) १९४७   ड) १९७०

७०. उत्पादक आणि उद्योजक यांच्यासाठी हे महत्त्वाचे प्रलेख आहेत.
अ) मानके   ब) पेटंट
क) मार्गदर्शक   ड) संशोधक अहवाल.

७१. मास्टर डिग्रीसाठी अभ्यासक जे लेखन संशोधन पद्धतीने सादर करतात. त्याला काय म्हणतात ?
अ) मानके   ब) मार्गदर्शन
क) पेटंट   ड) संशोधन अहवाल

७२. उत्पादनाच्या गुणवत्तेसाठी कोणते नियम व अटी पाळल्या पाहिजेत? याची माहिती कोणत्या प्रकारच्या ग्रंथात मिळते ?
अ) मार्गदर्शनपर ग्रंथ   ब) प्रबंध
क) विवेचनात्मक ग्रंथ   ड) संदर्भ ग्रंथ

७३. भारतातील SDI ची सेवा कोणत्या संस्थेकडून मिळते ?
अ) निसार   ब) डेसिडॉक   क) इन्सजॅक   ड) सेन्डाक

७४. माहितीचे निवडक प्रसारण ही कल्पना यांनी मांडली.
अ) एस. आर. रंगनाथन   ब) एडिसन
क) हॅनिस पिटर लुहन   ड) थिओडर बेस्टमन

७५. संगणक आणि दूरध्वनी यांच्या मदतीने दूर अंतरावर दिल्या जाणाऱ्या माहिती सेवेला .... म्हणतात.
अ) निवडक माहिती सेवा   ब) ऑन लाइन सेवा
क) ऑफ लाइन सेवा   ड) प्रचलित जागरूकता सेवा

७६. माहितीचे निवडक प्रसारणाने भारतीय तांत्रिक संस्था (IIT) माहिती वितरण प्रसारण केंद्र कोठे व कधी चालू केले ?
अ) कोलकता - १९६५   ब) बेंगलोर - १९६७
क) मद्रास (चेन्नई) - १९७०   ड) नागपूर - १९८०

उत्तरे –६८) ड, ६९) क, ७०) अ, ७१) ड, ७२) क, ७३) क, ७४) क, ७५) ब, ७६) क.

७७. ही सेवा प्रचलित जागरूकता सेवेचा एक प्रकार आहे.
अ) वृत्तपत्र कात्रण ब) ग्रंथसूची
क) निर्देश सेवा ड) अनुवाद सेवा

७८. 'निवडक माहितीचे प्रसारण सेवा' ही या प्रकारची सेवा आहे.
अ) सार सेवा ब) संदर्भ सेवा क) अनुवाद सेवा ड) संगणक सेवा.

७९. आंतरराष्ट्रीय स्तरावर प्रचलित जागरूकता सेवा देणारे पहिले नियतकालिक कोणते?
अ) बायॉलॉजिकल ॲबस्ट्रॅक्टस् ब) केमिकल ॲबस्ट्रॅक्टस्
क) करंट कंटेन्टस् ड) इंडियन सायन्स ॲबस्ट्रॅक्टस्

८०. जगातील पहिले सार लेखन नियतकालिक हे आहे.
अ) करंट कंटेन्टस् ब) केमिकल ॲबस्ट्रॅक्टस्
क) ली जनरल डेस स्कॅव्हन्स
ड) युनिव्हर्सल मॅगेझिन ऑफ नॉलेज अँड प्लेझर

८१. भारतात या संस्थेने प्रथम सार लेखन सेवा सुरू केली.
अ) इन्सडॉक ब) युनिसिस्ट
क) यु. जी. सी. ड) इंडियन इन्स्टिट्यूट ऑफ सायन्स

८२. भारतात सारलेखन सेवा प्रथम कोणत्या साली सुरू झाली?
अ) १९२५ ब) १९३५ क) १९४५ ड) १९५५

८३. भारतातील पहिले सारलेखन नियतकालिक कोणते?
अ) इंडियन सायन्स ॲबस्ट्रॅक्टस् ब) फूड टेक्नॉलॉजी ॲबस्ट्रॅक्टस्
क) बायॉलॉजिकल ॲबस्ट्रॅक्टस् ड) करंट कॅटेन्टस्

८४. 'इंडियन सायन्स ॲबस्ट्रॅक्टस्' हे सार नियतकालिक कोणती संस्था प्रकाशित करते?
अ) इन्सडॉक ब) निसाट क) सेन्डॉक ड) डेसिडॉक

८५. बायॉलॉजिकल ॲबस्ट्रॅक्टस् हे कोणत्या विषयावरील महत्त्वाचे सारलेखन करणारे नियतकालिक आहे?
अ) रसायनशास्त्र ब) भौतिकशास्त्र
क) जीवशास्त्र ड) समाजशास्त्र

उत्तरे –७७) अ, ७८) ड, ७९) ब, ८०) क, ८१) ड, ८२) ब, ८३) अ, ८४) अ, ८५) क.

८६. न्यू एनसायक्लोपिडिया ब्रिटानिकाचा कोणता भाग शीघ्र संदर्भ सेवेसाठी आहे ?

अ) मायक्रोपिडिया   ब) प्रोपेडिया
क) मायक्रोपेडिया   ड) प्रिमेडिया

८७. न्यू एनसायक्लोपिडीया ब्रिटानिकाच्या तिसऱ्या भागात कशाचा समावेश केलेला आहे ?

अ) निर्देश   ब) ज्ञानाच्या रूपरेषा
क) यादी   ड) समकालीन संदर्भ

८८. एनसायक्लोपिडिया ऑफ लायब्ररी आणि इनफर्मेशन सायन्सचा प्रकाशक कोण ?

अ) ब्रोकर अँड कंपनी   ब) एच. डब्ल्यू. विल्सन कंपनी
क) एम. डेक्कर   ड) युनेस्को

८९. एनसायक्लोपिडिया ऑफ लायब्ररी अँड इनफर्मेशन सायन्सचे संपादक कोण आहेत ?

अ) एम. डेक्कर अँड एस. पी. सेन
ब) ॲलन केंट अँड हेरॉल्ड लॉन्सर
क) पी. ए. ॲथरटन अँड इ. गारफिल्ड
ड) एच. डब्ल्यू. विल्सन अँड आर. आर. ब्रोकर

९०. शब्दाचा इतिहास शोधण्यासाठी कोणते संदर्भ साधन योग्य आहे ?

अ) ज्ञानकोश   ब) शब्दकोश
क) ग्रंथसूची   ड) निर्देशिका

९१. विषय शब्दकोश म्हणजे काय ?

अ) जो एका विशिष्ट विषयाशी संबंधित असतो.
ब) जो एका सर्वसामान्य विषयाशी संबंधित असतो.
क) जो सर्व विषयांशी संबंधित असतो.
ड) जो काही विषयांशी संबंधित असतो.

९२. कोणत्या प्रकारचा शब्दकोश विश्वकोशाप्रमाणे असतो.

अ) साधारण ज्ञानकोश   ब) विषय विश्वकोश
क) भाषिक ज्ञानकोश   ड) शास्त्रीय ज्ञानकोश

उत्तरे –८६) ब, ८७) ब, ८८) क, ८९) ब, ९०) ब, ९१) अ, ९२) ब

९३. ग्लोसरी, लेक्झिकॉन, थेसॉरस आणि व्होकॅब्युलरी या संज्ञा कोणत्या साधनासाठी वापरतात?

अ) विश्वकोश ब) संदर्भ साधन

क) शब्दकोश ड) निर्देशिका

९४. भौगोलिक साधनांचे कोणकोणते प्रकार केले जातात?

अ) नकाशे आणि नकांशांची पुस्तके

ब) नकाशांची पुस्तके, पृथ्वीगोल, प्रवासी मार्गदर्शिका, स्थलवर्ण नकाशे.

क) नकाशे, नकाशांची पुस्तके, पृथ्वीगोल, स्थलवर्ण नकाशे, प्रवासी मार्गदर्शिका.

ड) पृथ्वीगोल, स्थलवर्ण नकाशे, प्रवासी मार्गदर्शिका.

९५. राजपत्र किंवा शासकीय समाचार पत्रिका कोणती माहिती पुरवते?

अ) स्मारके ब) विविध स्मारकांचा इतिहास

क) पुरातन दस्तऐवज ड) सरकारी फतवे आणि जाहीर सूचना

९६. चरित्रात्मक माहिती देणारे साधन कोणते?

अ) ज्यामध्ये व्यक्तींची चरित्रें असतात.

ब) ज्यामध्ये प्रसिद्ध व्यक्तींची चरित्रे असतात.

क) ज्यामध्ये विशिष्ट क्षेत्रांत वैशिष्ट्यपूर्ण कार्य करणाऱ्या व्यक्तींची चरित्रे असतात.

ड) ज्यामध्ये सामान्य लोकांची चरित्रे असतात.

९७. ग्रंथपालांची चरित्रे ही कोणत्या चरित्रात अंतभूर्त होतात?

अ) व्यक्तिगत ब) संग्रहित क) विशिष्ट ड) चरित्र

९८. संग्रहित चरित्रांना असे ही म्हणतात.

अ) चरित्रात्मक शब्दकोश

ब) हूज हू

क) चरित्रात्मक शब्दकोश आणि हूज हू

ड) चरित्रात्मक शब्दकोश, हूज हू आणि निर्देशिका

९९. क्रमशः प्रसिद्ध होणाऱ्या, प्रश्नांची अचूक आणि थोडक्यांत उत्तरे देणाऱ्या प्रकाशनांना काय म्हणतात?

अ) संदर्भ साधने ब) माहिती साधने

क) शीघ्र संदर्भ साधने ड) साधने

उत्तरे –९३) क, ९४) क, ९५) ड, ९६) क, ९७) ब, ९८) ड, ९९) क.

१००. शीघ्र संदर्भ साधने कशाला म्हणतात ?

    अ) निर्देशिका, हस्तपुस्तिका   ब) वार्षिके

    क) संख्याशास्त्रीय साधनांचे मार्गदर्शक   ड) वरील सर्व

१०१. ज्या ग्रंथात संस्थांची आणि व्यक्तींची नावे व पत्ते मिळतात. त्यांना काय म्हणतात ?

    अ) हस्तपुस्तिका   ब) निर्देशिका   क) ज्ञानकोश   ड) वार्षिक

१०२. निर्देशिकेतील नोंदींची रचना कशी असते ?

    अ) अनुवर्णाप्रमाणे   ब) वर्गीकृत

    क) अनुवर्णाप्रमाणे किंवा वर्गीकृत ड) अनुवर्णाप्रमाणे आणि वर्गीकृत

१०३. पंचांग हे कसले साधन आहे ?

    अ) माहिती साधन   ब) संदर्भ साधन

    क) शीघ्र संदर्भ साधन   ड) संदर्भ साधन नाही.

१०४. खालीलपैकी समान वैशिष्ट्ये असणारी साधने कोणती ?

    अ) हस्तपुस्तिका आणि मार्गदर्शिका

    ब) हस्तपुस्तिका, मार्गदर्शिका, मार्गदर्शकपुस्तिका

    क) हस्तपुस्तिका, मार्गदर्शिका, मार्गदर्शक पुस्तिका, साधन पुस्तिका

    ड) वरील पैकी कोणतेही नाही.

१०५. लायब्ररी लिटरेचर हे काय आहे ?

    अ) निर्देशक नियतकालिक

    ब) सारात्मक मासिक

    क) ग्रंथालयशास्त्राच्या ग्रंथांची यादी

    ड) ग्रंथालयशास्त्राच्या साधनांची निर्देशिका

१०६. लायब्ररी लिटरेचरचे प्रकाशक कोण ?

    अ) आर. आर. बावकर   ब) एच. डब्ल्यू. विल्सन

    क) ए. एल. ए.   ड) लायब्ररी ऑफ काँग्रेस

१०७. एशियन रेकॉर्डर कोठून प्रसिद्ध होते ?

    अ) न्यू दिल्ली   ब) इस्लामाबाद

    क) पेकिंग   ड) कोलंबो

उत्तरे –१००) ड, १०१) ब, १०२) क, १०३) क, १०४) क, १०५) ड, १०६) ब, १०७) अ

१०८. ‘किसिंग्ज रेकॉर्ड ऑफ वर्ल्ड इव्हेंटस’ हे कोणत्या प्रकारचे साधन आहे?
अ) निर्देशिका
ब) हस्तपुस्तिका
क) बातम्यांचा गोषवारा देणारे साधन
ड) मार्गदर्शक पुस्तिका

१०९. ‘इंडिया: ए रेफरनस अॅन्युअल’ हे कोणत्या प्रकारचे साधन आहे?
अ) वार्षिक ब) मार्गदर्शक पुस्तिका
क) पंचांग ड) हस्तपुस्तिका

११०. ‘बुक्स इन प्रिंटच्या’ प्रकाशनाचा कालावधी कोणता आहे?
अ) मासिक ब) साप्ताहिक क) वार्षिक ड) त्रैमासिक

१११. ‘वर्ल्ड ऑफ लर्निंग’ च्या क्षेत्राची व्याप्ती किती आहे?
अ) स्थानिक ब) राष्ट्रीय क) प्रादेशिक ड) आंतरराष्ट्रीय

११२. संख्याशास्त्रीय साधने कशासाठी उपयोगी आहेत?
अ) औद्योगिक स्थापनेसाठी
ब) अध्यापन आणि संशोधन
क) शेती विषयक, अर्थशास्त्र, उत्पादने इ.
ड) सर्व प्रकारचे निर्णय घेण्यासाठी.

११३. ग्रंथसूची साधने म्हणजे काय?
अ) ज्यामध्ये ग्रंथसूची आहे.
ब) जी ग्रंथसूची विषयक माहिती देतात.
क) जी ग्रंथांची यादी देतात.
ड) जी ग्रंथांची वर्णनात्मक माहिती देतात.

११४. कोनार्ड गेसनर (Konard Gasner) ह्याला कशाचा जनक म्हटले जाते?
अ) प्रलेखन ब) सारकरण क) ग्रंथसूची ड) निर्देशन

११५) ग्रंथसूची म्हणजे काय?
अ) ग्रंथांची यादी ब) नियतकालिकांची यादी
क) व्यापारांची यादी ड) लेखांची संघटित यादी

उत्तरे –१०८) क, १०९) अ, ११०) क, १११) ड, ११२) ड, ११३) ड, ११४) ब, ११५) ड

११६. पद्धतशीरपणे केलेल्या ज्ञानाच्या विशिष्ट क्षेत्रातील संबंधित लेखांच्या रचनेला काय म्हणतात?

अ) लेखक ग्रंथसूची ब) विषय ग्रंथसूची

क) विश्लेषणात्मक ग्रंथसूची ड) राष्ट्रीय ग्रंथसूची

११७. राष्ट्रीय ग्रंथसूची हे कोणत्या प्रकारचे माहिती साधन आहे?

अ) राष्ट्रावरील ग्रंथांची सूची - प्राथमिक साधन

ब) विशिष्ट राष्ट्रात प्रकाशित झालेल्या ग्रंथांची सूची - द्वितीयक साधन

क) राष्ट्राच्या सरकारने लिहिलेली पुस्तके - तृतीयक साधन

ड) राष्ट्रीय ग्रंथालयातील पुस्तकांची यादी - प्रलेख साधन

११८. 'आय. एन. बी.' म्हणजे काय?

अ) इंडियन नॅशनल बिब्लिऑग्राफी

ब) इंटरनॅशनल बिब्लिऑग्राफी

क) इंडियन नॅशनल ब्यूरो

ड) इंडियन नॅशनल बुकफेअर

११९. आय.एन.बी. च्या प्रकाशनाचा कालावधी काय? आणि त्यात किती भाषेतील ग्रंथांचा समावेश असतो?

अ) साप्ताहिक - १२ भाषा

ब) मासिक, महिन्याला - १३ भाषा

क) त्रैमासिक - १४ भाषा

ड) वार्षिक - १५ भाषा

१२०. ग्रंथालयातील संयुक्त तालिकेला काय म्हणतात?

अ) तालिका ब) संयुक्त तालिका

क) वस्तुसूची ड) सांघिक तालिका (Union Catalogue)

१२१. युनियन कॅटलॉग म्हणजे काय?

अ) ग्रंथालयातील सर्व साहित्याची यादी

ब) राष्ट्रीय ग्रंथालयातील सर्व साहित्याची यादी

क) विशिष्ट ग्रंथालयातील सर्व साहित्याची यादी

ड) अनेक ग्रंथालयातील सर्व ग्रंथांची यादी / एकापेक्षा जास्त ग्रंथालयातील ग्रंथांची यादी

उत्तरे –११६) ब, ११७) ब, ११८) अ, ११९) ब, १२०) ड, १२१) ड

१२२. एखाद्या विषयावरील अथवा क्षेत्रातील प्रचलित साहित्याची माहिती मिळवण्याचे प्रमुख साधन कोणते?

अ) निर्देशात्मक नियतकालिके

ब) सारात्मक नियतकालिके

क) प्रलेखन यादी

ड) निर्देशात्मक आणि सारात्मक दोन्ही नियतकालिके

१२३. केमिकल ॲबस्ट्रॅक्टस् काय आहे?

अ) निर्देशात्मक सेवा   ब) सारात्मक सेवा

क) संदर्भ सेवा   ड) प्रलेखन सेवा

१२४. खालील पैकी कोण सारात्मक सेवा देते?

अ) एकसेरप्टा Excerpta   ब) लिसा Lisa

क) एरिक Eric   ड) मिडलाइन Medline

१२५. Lisa म्हणजे काय?

अ) ग्रंथालय आणि माहितीशास्त्र शिक्षण संस्था

ब) साहित्यशोधक शिक्षण संस्था Literature Search Academy

क) ग्रंथालय आणि माहितीशास्त्र यामधील साहित्याचे सार देणारे साधन

ड) ग्रंथालयशास्त्र ॲबस्ट्रॅक्ट्स

१२६. 'इंडियन सायन्स ॲबस्ट्रॅक्ट्स'चे प्रकाशक कोण आणि त्याच्या प्रकाशनाचा कालावधी काय आहे?

अ) आय. एल. ए. ILA - साप्ताहिक

ब) आय. एन. एस. डी. ओ. सी. INSDOC - महिन्याने

क) डी. एस. टी. DST - पंधरा दिवसांनी

ड) डी. इ. एस. आय. डी. ओ. सी. DESIDOC - तीन महिन्यांनी

१२७. 'इंडिया : ए रेफरन्स ॲन्युएल' हे काय आहे?

अ) वार्षिक   ब) मार्गदर्शक पुस्तिका

क) पंचांग   ड) हस्तपुस्तिका

१२८. ई डॉक्युमेंट हे कशाचे संक्षिप्त रूप आहे?

अ) इंजिनियरिंग डॉक्युमेंट्स   ब) इकानॉमिक्स डॉक्युमेंट्स

क) इंग्लिश डॉक्युमेंट्स   ड) इलेक्ट्रॉनिक डॉक्युमेंट्स

उत्तरे – १२२) ड, १२३) ब, १२४) ब, १२५) क, १२६) ब, १२७) अ, १२८) ड

१२९. ई डॉक्युमेंट म्हणजे काय ?
अ) अप्रकाशित प्रलेख ब) कागदरहित प्रलेख
क) यांत्रिक प्रलेख उदा. कॅसेट, सी.डी. रोम इ.
ड) दृक श्राव्य साहित्य

१३०. ई डॉक्युमेंट द्वारे माहितीचे संप्रेषण कसे होते ?
अ) स्ववाचन ब) दुसऱ्याकडून वाचून घेणे
क) यांत्रिक माध्यम ड) संप्रेषण माध्यम

१३१. डेटाबेस म्हणजे काय ?
अ) माहितीची मुद्रित / छापलेली साधने
ब) माहितीची न छापलेली साधने
क) पेपर रहित माहितीची साधने
ड) यांत्रिक प्रकारची मुद्रित / छापलेली साधने

१३२. मुख्यत्वे डेटाबेस याकरिता तयार करतात–
अ) नियतकालिके ब) ग्रंथ
क) सारात्मक आणि निर्देशात्मक नियतकालिके
ड) फक्त सारात्मक नियतकालिके

१३३. संदर्भ डेटाबेसचे कार्य काय असते ?
अ) संदर्भ देणे ब) साधने दर्शवणे
क) सार / गोषवारा पुरवणे ड) सारासह संदर्भ दर्शवणे

उत्तरे –१२९) क, १३०) ब, १३१) ड, १३२) क, १३३) ब

१३४. 'शृंखला निर्देश' तयार करण्याची मूळ कल्पना कोणाची होती ?
अ) ज. स. शर्मा ब) एस. आर. रंगनाथन
क) बेकर ड) एन. पी. सेन

१३५. 'समन्वित निर्देश' प्रथम कोणी प्रचारात आणला ?
अ) मार्टीयर टॉब ब) डॉ. रंगनाथन
क) एन. पी. सेन ड) एच. पी. लुहन

उत्तरे –१३४) ब, १३५) अ

१३६. सी. डॉक इन्स्टिट्यूट पुणे ही संस्था या प्रकारची सेवा देते.

अ) शाब्दिक भाषांतर सेवा   ब) कलित भाषांतर सेवा

क) मुक्त भाषांतर सेवा   ड) यांत्रिक भाषांतर सेवा

१३७. 'इंटरनॅशनल ट्रान्सलेशन सेंटर' कोठे आहे ?

अ) युरोप   ब) आशिया   क) आफ्रिका   ड) अमेरिका

१३८. 'मेडलर' या डेटा बेसची संरचना कोणी केली ?

अ) नॅशनल मेडिकल लायब्ररी, भारत

ब) ब्रिटीश लायब्ररी

क) लायब्ररी ऑफ अमेरिका

ड) नॅशनल लायब्ररी ऑफ मेडिसीन, अमेरिका

१३९. इंटरनॅशनल फेडरेशन ऑफ लायब्ररी असोसिएशन (IFLA) ची स्थापना कोठे झाली ?

अ) फ्रान्स   ब) रशिया   क) इंग्लंड   ड) स्वित्झर्लंड

१४०. जगातील सर्वात मोठी 'वैज्ञानिक माहिती केंद्र' म्हणून प्रसिद्ध असलेली संस्था कोणती आहे ?

अ) युनिसिस्ट   ब) युनेस्को   क) विनीती   ड) इन्सडॉक

१४१. 'इंडियन नॅशनल सायंटिफिक डॉक्युमेंटेशन सेंटरची' स्थापना कोठे झाली ?

अ) दिल्ली   ब) कोलकता   क) चेन्नई   ड) बंगलोर

१४२. नॅशनल इन्फर्मेशन सेंटर कोठे व कधी स्थापन झाले ?

अ) मुंबई १९७२   ब) कोलकता १९७३

क) चेन्नई १९७४   ड) दिल्ली १९७५

१४३. 'इनिज' ही कोणत्या विषयाची डेटाबेस सेवा आहे ?

अ) इंजिनिअरिंग   ब) विज्ञान   क) गणित   ड) अणुशक्ती

१४४. इंटर लायब्ररी रिसर्च सेंटर कोठे आहे ?

अ) पुणे   ब) मुंबई   क) चेन्नई   ड) दिल्ली

उत्तरे –१३६) ड, १३७) अ, १३८) ड, १३९) क, १४०) क, १४१) अ, १४२) ड, १४३) ड, १४४) ड

१४५. कागदरहित माध्यम कोणते ?

अ) फ्लॉपी   ब) ग्रंथ   क) नियतकालिक   ड) शब्दकोश

१४६. ‘फाइव्ह लॉज ऑफ लायब्ररी सायन्स’ हा डॉ. एस. आर. रंगनाथन यांचा ग्रंथ कधी प्रकाशित झाला ?

अ) १९२९ ब) १९३१ क) १९३३ ड) १९३५

१४७. भारतात ग्रंथालय कायदा करावा हा विचार प्रथम कोणी मांडला ?

अ) रंगनाथन ब) केशवन क) कौल ड) बॉर्डर

१४८. ‘इन्सडॉक’कडून ही सेवा दिली जात नाही –

अ) भाषांतर सेवा ब) सार आणि सूची सेवा

क) प्रलेख देवाण-घेवाण ड) ऑन-लाइन इन्फर्मेशन रिट्रीव्हल

१४९. COM म्हणजे काय ?

अ) कॉम्प्युटर आऊटपुट मायक्रोफॉर्म

ब) कॉम्प्युटर आऊटपुट मॅग्नेटिक टेप

क) कॅटलॉग ऑन मॅग्नेटिक टेप

ड) कॅटलॉग ऑन मायक्रोफॉर्म

१५०. संगणकाच्या संबंधात BASIC म्हणजे काय ?

अ) भाषा ब) मॉडेल क) हार्डवेअर ड) स्मरणशक्ती

१५१. कॉम्प्युटरमार्फत टेलिफोन लाइनवर संदेशवहनाचे कार्य कोणते साधन करते ?

अ) ऑन लाइन ब) नेटवर्क

क) मोडम ड) वरील पैकी नाही.

१५२. संगणकामधील "C" म्हणजे कोणती परिभाषा होते ?

अ) प्रोग्रॅमिंग लॅंग्वेज ब) सी.पी.यू.

क) कन्सोल ड) मेमरी

१५३. फ्लॉपी डिस्क किती आकारात मिळते ?

अ) दोन ब) तीन क) चार ड) वरील पैकी नाही.

उत्तरे –१४५) अ, १४६) ब, १४७) अ, १४८) क, १४९) ड, १५०) अ, १५१) क, १५२) अ, १५३) अ

१५४. इलेक्ट्रॉनिक मेल (E-mail) कशा मार्फत पाठवतात ?

अ) कुरिअर ब) स्पीड पोस्ट

क) कॉम्प्युटर मोडेम ड) पोस्टमन

१५५. सी.डी. रोम म्हणजे काय?

अ) रक्षण साधन ब) प्रकाशन माध्यम

क) प्रचंड स्टोरेज डिव्हाईस ड) वरील सर्व

१५६. विंडोज म्हणजे काय?

अ) ॲप्लीकेशन सॉफ्टवेअर ब) आऊटपुट डिव्हाइस

क) ऑपरेटिंग सिस्टिम ड) न्यू मॉडेल स्क्रीन

१५७. काचेच्या उत्तम प्रतीच्या तंतूपासून कोणती प्रसारण माध्यमे बनवतात?

अ) फायबर ऑप्टिक्स केबल ब) मायक्रोवेव्ह

क) इथरनेट कार्ड ड) को. ऑक्सिअल केबल्स

१५८. 'परम' नावाचा महासंगणक भारतात कोणी बनवला?

अ) नॅशनल इन्फर्मेशन सेंटर ब) निसाट

क) सी-डॅक ड) वरील पैकी नाही.

१५९. भारतात जनगणनेचे आढावे, निष्कर्ष, रेल्वेचे आरक्षण इ. साठी कोणता संगणक वापरतात?

अ) महासंगणक ब) मध्यम संगणक

क) मोठा संगणक (मेन फ्रेम) ड) वरील सर्व

१६०. मोठ्या आकारात आलेखन करण्यासाठी, विशेषत: प्रयोगशाळा, कारखाने यांच्यासाठी कोणता संगणक वापरतात?

अ) महासंगणक ब) मोठा संगणक

क) मध्यम संगणक ड) वरील सर्व

उत्तरे –१५४) क, १५५) ड, १५६) क, १५७) अ, १५८) क, १५९) क, १६०) क

❒

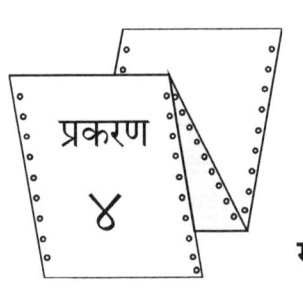

प्रकरण ४

माहिती सेवा

संदर्भ, माहिती, रेफरल सेवा

डॉ. एस. आर. रंगनाथन यांनी संदर्भ सेवेची व्याख्या अशी केली आहे. ''उपयोजक आणि त्याचा प्रलेख यामध्ये वैयक्तिकरीत्या योग्य संबंध प्रस्थापित करण्याची पद्धती'' म्हणजे संदर्भ सेवा होय. उपयोजकाला त्याचा योग्य प्रलेख मिळण्यामध्ये ग्रंथालयातील कर्मचारी वर्गाची मदत घ्यावी लागते.

उपयोजकाला त्याच्या प्रश्नाचे उत्तर मिळणे म्हणजे संदर्भ सेवा, असे म्हणणे योग्य वाटत नाही. उपयोजकाच्या प्रश्नाचा पाठपुरावा करणे हे महत्त्वाचे. तसेच एकच संदर्भ शोधण्याची पद्धत सर्वच संदर्भ प्रश्नांना लागू पडत नाही. जसे संदर्भाच्या प्रश्नाचे स्वरूप असेल त्याप्रमाणे संदर्भ साधन शोधावे लागते. काही वेळा संदर्भ प्रश्नांची उत्तरे उपयोजकाला पटकन समाधान मिळवून देतात. पण काही वेळा संदर्भ प्रश्नांची उत्तरे शोधण्यास कालावधी लागतो. त्यासाठी काही ठरावीक पद्धतीतून टप्प्या टप्प्याने जावे लागते. या दोन प्रकारच्या संदर्भ सेवांना डॉ. एस. आर. रंगनाथन यांनी ''जलद संदर्भ सेवा'' आणि ''दीर्घ संदर्भ सेवा'' असे म्हटले आहे.

श्री. डेनिस ग्रोगॅन यांनी संदर्भ सेवेचे ४ टप्पे सांगितले आहेत.

१) संदर्भ मुलाखत – ग्रंथालयातील संदर्भ सेवा देणाऱ्या कर्मचाऱ्यांनी उपयोजकाचा प्रश्न नीट समजावून घेतला पाहिजे. त्याला नेमके काय पाहिजे, हे त्या उपयोजकाबरोबर केलेल्या संवादातून समजू शकते.

२) प्रश्नाच्या विषयाचे पृथ:करण – उपयोजकाच्या प्रश्नाचा संदर्भ ज्ञानाच्या कोणत्या शाखेत बसू शकेल, याचा विचार संदर्भ सेवा देणाऱ्या कर्मचाऱ्यानी प्रथम करणे आवश्यक ठरते. त्यातूनच वर्गीकरणाच्या प्रक्रियेप्रमाणे

त्या प्रश्नातील बीज शब्द (key words) शोधून काढता येतात. यासाठी इतर संदर्भ साधनांचा वापरही करता येतो.

३) शोध पद्धती – उपयोजकाच्या प्रश्नाचे स्वरूप लक्षात आल्यानंतर त्याचे पृथ:करण केल्यानंतर ह्या प्रश्नाचे उत्तर कोणत्या संदर्भ साधनात मिळू शकेल याचा विचार केला जातो. काही वेळा अपेक्षित संदर्भ साधनाकडे जाण्यास प्रश्नाच्या जटिलतेमुळे वेळही लागतो. पण अनुभवी कर्मचाऱ्यांच्या मदतीने ही गोष्ट सुलभ होते. यासाठी कर्मचाऱ्यांचा संदर्भ साधने हातळण्याचा पूर्वानुभव जास्त उपयोगी ठरतो.

४) शोध – शेवटी संदर्भ साधनातून प्रश्नाचे उत्तर मिळते व हा शोध संपतो. संदर्भ साधने ही अनेक प्रकारची असतात. प्रश्नाच्या स्वरूपानुसार योग्य संदर्भ साधनाचा शोध ही अनुभवाची कसोटी ठरते. यासाठी वेगवेगळ्या प्रकारच्या संदर्भ साधनांची माहिती असणे आवश्यक ठरते.

उपयोजकांच्या गरजा भागविण्यासाठी संदर्भ सेवा देताना काही गोष्टी लक्षात घेणे आवश्यक ठरते. फोनद्वारा वा पत्रव्यवहाराद्वारा आलेल्या प्रश्नांना उत्तरे देणे. उपयोजकांना ग्रंथालयातील संदर्भ साधनांची ओळख करून देणे. संदर्भ प्रश्नांची पूर्वनियोजित यादी बनविणे, प्रचलित जागरूकता सेवा, निवडक प्रसारण सेवा, वर्तमानपत्रातील कात्रणांची फाईल बनविणे, आंतर ग्रंथालयीन व्यवस्था करणे, सारलेखन सेवा, भाषांतर सेवा इत्यादी गोष्टी संदर्भ सेवेत समाविष्ट होतात.

उपयोजकांच्या माहिती विषयक गरजा ग्रंथालयातील आधुनिक विकसित साधने, माहितीचा विस्फोट, आधुनिक काळातील माहिती तंत्रज्ञानाचा प्रभाव यामुळे संदर्भ सेवा ही आवश्यक सेवा ठरली आहे.

माहिती सेवा

ग्रंथालयांचे जुने स्वरूप आता इतिहासकालीन ठरले आहे. माहितीच्या विस्फोटामुळे अमर्याद साहित्य, अमर्याद माहिती अशी स्थिती झाली आहे. माहितीच्या उगम स्थानापासून तिचा उपयोजकापर्यंत त्वरेने प्रवास करण्यास सहाय्य करणारी यंत्रणा म्हणजे ग्रंथालय अशी नवीन संकल्पना रुजू पहात आहे.

माहिती प्रसारणात विविध केंद्रे समाविष्ट असतात.

१) प्रलेखन केंद्रे – उपयोजकांच्या माहितीची गरज, ती माहिती मिळवून देणे, प्राथमिक प्रलेखांची मदत घेणे, उपयोजकांची माहितीची गरज भागविणे इत्यादी गोष्टी यात समाविष्ट होतात. ही या केंद्राची उद्दिष्टे होत. ही केंद्रे छोट्या

स्वरूपापासून राष्ट्रीय स्तरावर कार्य करू शकतात. प्रलेखांच्या याद्या एकत्रित करणे, त्यावर प्रक्रिया करून त्या प्रकाशित करणे हे काम ही केंद्रे करीत असतात.

२) माहिती केंद्रे – माहितीच्या विविध स्वरूपाप्रमाणे ही माहिती केंद्रे असतात. (clearing House) क्लिअरिंग हाऊस ही वेगवेगळ्या भाषेतील प्रलेख वेगवेगळ्या ठिकाणाहून एकत्रित करतात. हे काम प्राथमिक व द्वितीयक प्रलेखाच्या स्वरूपाचे असते. प्रलेखाचा निर्माता अशा केंद्राकडे सर्व ग्रंथसूचीय माहिती देतो. नंतर या केंद्रातील कर्मचारी त्या प्रलेखाचे वर्णन त्या त्या आवडीच्या संस्थांकडे पाठवितात. प्रलेखन केंद्रे ही फक्त पारंपरिक प्रलेखांशी संबंधित असतात. ही क्लिअरिंग हाऊस ही केंद्रे अपारंपरिक प्रलेख यांच्याशी संबंधित असतात. उदा. परिषदांचे अहवाल, वैज्ञानिक अहवाल वगैरे.

रेफरल सर्व्हिस (सखोल संदर्भ सेवा) ही सेवा फक्त उपयोजकाला प्रलेखाचीच ओळख करून देतात असे नाही, तर तो प्रलेख कोणत्या संदर्भ साधनात मिळेल याचीही माहिती देतात. ही सेवा देणारी केंद्रे अशा संदर्भ साधनांच्या याद्या तयार करतात. अशी माहिती पुरविणारे अशा संदर्भ साधनांशी चांगलेच परिचित असले पाहिजेत.

माहिती पृथ:करण केंद्रे – ही माहिती केंद्रांचे आधुनिक स्वरूप होय. त्या त्या क्षेत्रातील माहिती साहित्याचा मागोवा ही केंद्रे घेतात. त्या माहितीचा उपयोग करण्याच्या दृष्टीने तिचे मूल्यमापन करतात आणि ही माहिती उपयोजकाला प्रत्यक्ष उपयोगी पडेल अशा स्वरूपात प्रसारित करतात. ही माहिती प्रसारित करण्यापूर्वी ती वैध अचूक आहे याची केंद्रांनी खात्री करून घेणे आवश्यक ठरते. संशोधकांना अशा पृथक्करणात्मक माहितीचा जास्त उपयोग होतो.

माहिती केंद्रे – ही केंद्रे एका विशिष्ट विषयाशी संबंधित माहिती एकत्रित करणे, तिचे व्यवस्थापन करणे, तिचा साठा करणे, अंकीय माहिती एकत्रित करणे ही कामे करीत असतात. उपयोजकांच्या गरजा काय असू शकतील याचा विचार करून ही माहिती केंद्रे कार्य करीत असतात. याच कामातून भविष्यकाळासाठी माहितीचे पृथ:करण, व्यवस्थापन, तिचे ज्ञानशाखेतील अद्ययावत स्थान ही कामे निर्माण होऊ शकतात.

माहिती साठा (Data Bank) ही केंद्रे माहिती संग्रहातून आणि संबंधित साहित्यातून प्रक्रियापूर्व माहिती एकत्र करून तिचे व्यवस्थापन करतात आणि ही माहिती उपयोजकाला उपयोगी पडेल अशा स्वरूपात साठविता ह्या केंद्रातील माहितीचा उपयोग प्राथमिक दस्तऐवज किंवा माहितीची इतर साधने यांची ओळख

करून देण्याश्र होतो.

संपर्क सेवा – माहिती व्यवस्थापन तज्ज्ञाकडून ही सेवा दिली जाते. हे लोक उपयोजकाकडे जाऊन त्याच्या गरजा समजावून घेतात. त्यांच्या प्रश्नांचे पृथक्करण करतात. या संदर्भातील माहिती व माहिती साधने याबद्दल माहिती उपयोजकाला देतात.

माहिती जाळे – एखादा व्यक्तींचा गट अथवा संस्था माहितीची देवाण घेवाण नियमित आणि पद्धतशीरपणे करतो. व्यक्ति-व्यक्तींमधील अथवा संस्था संस्थांमधील जाळे माहितीचे संप्रेषण करतात. या माहितीच्या जाळ्यांचे अनेक प्रकार आहेत. उदा. केंद्रीय जाळे, विकेंद्रित जाळे आणि मिश्र जाळे. काही क्षेत्रीय जाळी उदा. विभागीय जाळे, राष्ट्रीय जाळे इत्यादी.

माहिती प्रक्षेपणासाठी दूरसंचार माध्यमांची जाळी, माहितीची जाळी ही सर्व एकत्र जोडली जाणे आवश्यक ठरते.

ग्रंथसूचीय सेवा

निर्देशन –

प्रलेखाच्या निर्देशनविषयी वर्णनाच्या, साठा करण्याविषयी, प्रतिप्राप्तीविषयी नवीन नवीन पद्धती अस्तित्वात आल्या. याला कारण अर्थातच माहितीचा, ज्ञानाचा विस्फोट होय. यामुळे माहितीचे प्रसारण, मागणी वाढली. यातील एक निर्देशन होय.

निर्देशन सेवेमुळे एखाद्या विषयावर कोणते लेख प्रसिद्ध झाले आहेत याची माहिती मिळते. त्या नियतकालिकाचे नाव, खंड, क्रमांक इत्यादी विषयीही सविस्तर माहिती मिळते. निर्देशन हे एक माहितीच्या प्रतिप्राप्तीचे साधन आहे. निर्देशनातील शब्दांचा अर्थदृष्ट्या व व्याकरणदृष्ट्या एक विशिष्ट क्रम असतो. यामुळे निर्देशनाला कृत्रिम भाषेचे महत्त्व प्राप्त झाले आहे. वर्गीकरण ही अशीच एक निर्देशनाची भाषा होऊ शकते. शब्दकुलकोश (थेसॉरस) ही सुद्धा निर्देशनाची भाषा होते.

पूर्वसमन्वय निर्देशन पद्धतीमध्ये उपयोजकांच्या मागणीचा अंदाज घेऊन अशी पद्धती तयार केली जाते. संज्ञा समन्वय साधने किंवा संज्ञा एकत्रित करून एक विषय बनविला जातो. सर्व वर्गीकरण पद्धती या पूर्वसमन्वय निर्देशन पद्धती होत.

पश्चात समन्वय निर्देशन पद्धतीमध्ये निर्देशकाने शीर्षक म्हणून संकल्पनांची निवड करून त्याखाली अनेक नोंदी केलेल्या असतात. उपयोजकाने विषय लक्षात

घेऊन यांतील नोंदी एकत्रित केलेल्या असतात.

काही निर्देशन ग्रंथनामावर आधारित असतात. संगणकीय क्रांतीमुळे KWC (key word in context) यासारखे निर्देशन याचे उदाहरण म्हणून देता येईल.

याशिवाय सामान्य निर्देश, उल्लेख सूची ह्या गोष्टीही निर्देशन प्रकारात मोडतात.

निर्देशन करताना प्रलेख हा महत्त्वाचा असतो. त्यातील संज्ञांची निवड करताना त्यात संदिग्धता नसावी. व्याकरणाच्या नियमाप्रमाणे संज्ञा असाव्यात. निर्देशन संज्ञा व नोंदी समान असाव्यात. उदा. पृष्ठ क्रमांक, स्तंभ क्रमांक वगैरे. निर्देशनातील नोंदी वर्णानुक्रमानुसार अंक, संख्येनुसार किंवा विशिष्ट वर्गांकाप्रमाणे केलेल्या असतात. या नोंदीचे संकलन प्रसारणाच्या गरजेनुसार केलेले असावे. म्हणजे काही वेळा त्यात अधिक संज्ञांची भर घालणे शक्य होते.

सार आणि सारकरण

श्री वेल (Weil) या लेखकाने साराची व्याख्या करताना असे म्हटले आहे की, ''सार हा प्रलेखनाचा अचूकपणे केलेला आणि संक्षिप्त केलेला प्रतिनिधीच असतो. मात्र त्यामध्ये भाष्य, टीका नसते आणि सार कोणी केले असाही फरक नसतो. सार लेखकाने स्वत: लिहिले असले अथवा अन्य व्यक्तीने लिहिले असले तरीसुद्धा ते जर मूळ प्रलेखाचे संक्षिप्त रूप असेल, ते अचूकपणे लिहिले असेल तर ते सारच असते.''

श्री वेल यांची व्याख्या ही अमेरिकन नॅशनल स्टँडर्ड इन्स्टिटच्यूटच्या (ANSI)च्या सारलेखनाचे प्रमाणक यांचा एक भाग आहे. तसे पाहिले तर साराची कोणतीही व्याख्या अर्थछटा पकडू शकत नाही. म्हणूनच सार म्हणजे काय हे समजावून घ्यावयाचे असल्यास सार कोणते हेतू साध्य करते आणि सार व अन्य प्रलेख मदतनीस यामधील संबंध पाहणे उपयुक्त ठरेल.

तसे पाहिले तर, कोणतेही सार हे प्राथमिक शास्त्रीय साहित्यामधील शब्द १/१० अथवा १/२० या प्रमाणात संक्षिप्त करते. उदा. २००० शब्दांच्या लेखाचे सार साधारणपणे १०० ते २०० शब्दांत लिहिले जाते.

साराचा हेतू आणि उपयोग

साराचे प्रमुख हेतू आणि उपयोग खालीलप्रमाणे आहेत.

१) सार प्रचलित जागरूकता वाढविते.

२) सार वाचनाचा वेळ वाचविते.

३) सार निवडीची सुविधा पुरविते.
४) सार भाषेचा अडसर दूर करते.
५) सार साहित्य शोध घेण्याची सुविधा पुरविते.
६) निर्देशनाची क्षमता वृद्धिंगत करते.
७) परीक्षणासाठी मदत करते.

साराची वैशिष्ट्ये – कोणतेही सार हा साहित्याचा योग्य प्रकारे व्याख्या केलेला प्रकार असून त्याचे attributes निश्चित असतात आणि त्याच्या लेखनाची एक विशिष्ट शैली असते. सारलेखन हा कोटी लेखनाचा नैसर्गिक प्रकार नाही. सारलेखनासाठी प्रशिक्षणाची आवश्यकता असते. सार हा मर्यादित शब्दांचा आणि अचूकच असावा लागतो. साराची वैशिष्ट्ये खालीलप्रमाणे –

१) थोडक्यात असावे (संक्षिप्त)
२) अचूक असावे
३) स्पष्टता असावी

सारांचे प्रकार –

वर म्हटल्याप्रमाणे सार हे मूळ प्रलेखाचे संक्षिप्त आणि अचूक प्रतिनिधित्व करते. या व्याख्येमध्ये सार कोणी लिहावे, साराचा हेतू काय अथवा ते कोणत्या प्रकारात सादर करावे, यासंबंधी कोणताही उल्लेख नाही. म्हणजेच सार व्यक्तींकडून वेगवेगळ्या हेतूसाठी आणि वेगवेगळ्या शैलीमध्ये लिहिले जाते. म्हणूनच सारांचे विविध प्रकार आहेत.

१) सार कोणी लिहिले आहे ?

सार वेगवेगळ्या लोकांकडून लिहिले जाते. प्रलेखाचा मूळ लेखक, विषय तज्ज्ञ, व्यावसायिक सारलेखक इत्यादी व्यक्ती सार लिहितात. संगणकाद्वारे सार तयार करण्याचीही पद्धत आहे.

२) साराचा हेतू

सार लेखनाचे विविध हेतू आहेत. त्यानुसार साराचे प्रकार पडतात. माहिती दर्शक सार (informative), दर्शक सार (indicative) टीकात्मक सार (critical) आणि विशिष्ट हेतूसाठी लिहिलेले सार असे सारांचे प्रकार सांगता येतील.

३) आकारानुसार / रचनेनुसार स्वरूप

पोस्टातील तारा द्वारा (टेलिग्राफिक ॲबस्टॅक्टस्) सार, सांख्यिय

(statistical) तक्ता रूपी (Tabular) सार.

सारलेखन ही एक कला आहे. माहिती प्रसारणाच्या दृष्टीने या गोष्टीचे महत्त्व आहे.

निर्देशन व सारलेखन या सेवा भिन्न असल्या तरी या सेवांमुळे उपयोजकाला पूर्वलक्षी साहित्याचा शोध घेणे, विशेष प्रलेखाच्या प्रती अभ्यासासाठी निवडणे, ग्रंथसूची व लेखसूची याद्वारे मदतच करतात.

प्रचालित जागरूकता सेवा (Current Awareness Service)

जगामध्ये नेहमी चांगल्या वा वाईट घडामोडी घडत असतात. या घडामोडींची अद्ययावत माहिती देण्यासाठी संप्रेषणाची माध्यमे पुढे सरसावलेली असतात. यामध्ये रोजची वर्तमानपत्रे ही महत्त्वाची गोष्ट असते. याशिवाय रेडिओ, दूरदर्शनवरील बातम्या याही गोष्टी महत्त्वाची भर घालत असतात.

नवीन माहितीचा वेग जास्त असल्यामुळे, नवीन प्रकाशनेही अगणित संख्येने प्रकाशित होत आहेत. त्यामुळे उपयोजकाला त्याच्या व्यासंग असलेल्या विषयातील व त्याच्याशी संबंधित इतर उपविषयातील माहितीची गरज प्रकर्षाने जाणवते. आंतरशाखीय संबंधामुळे एका विषयाची माहिती दुसऱ्या विषयातूनही मिळू शकते. परिसंवादांची इतिवृत्ते, अहवाल, स्वामित्व हक्क (पेटंटस्) प्रमाणके याविषयींची माहिती वेगवेगळ्या प्रकारच्या प्रलेखातून प्रकाशित होते.

प्रचलित जागरूकता सेवा ही प्राथमिक प्रलेख व या प्रलेखाचे नियतकालिकातील निर्देशन व सार यामधील पायरी होय. स्थानिक स्तरावर ही सेवा जास्त परिणामकारक ठरते.

प्रचलित जागरूकता सेवा ही १) संस्थेच्या अंतर्गत माहिती केंद्रातून देण्यात येणारी सेवा २) व्यापारी तत्त्वावरील माहिती केंद्रात देण्यात येणारी सेवा, अशा दोन प्रकारची असते. ही सेवा ग्रंथ, नियतकालिके, माहिती पुस्तिका यातून आढावा घेऊन संबंधित माहितीची निवड करून दिली जाते.

ही प्रचलित जागरूकता सेवा मनुष्य बलाकडून तसेच संगणकाद्वारेही देता येते. या सेवेशी संबंधित वार्तापत्रे, साप्ताहिक, पाक्षिक वा महिन्यातून या काळानुसार प्रकाशित केली जातात. या वार्तापत्रांमध्ये परिषदांचे अहवाल, नियतकालिकातील लेख, साहित्याविषयीचे लेख, संशोधन-प्रगती, वृत्तपत्र कात्रण सेवा अंतर्भूत असतात. ह्या प्रकारच्या सेवेमध्ये ग्रंथालयात येणाऱ्या प्रत्येक नियतकालिकाची अनुक्रमणिका अंतर्भूत केलेली असते किंवा निवडक गोष्टींचा त्यात अंतर्भाव

असतो. काही संस्था अशा प्रकारची सेवा देताना वर्गीकृत वार्तापत्रे, तर काही संस्था बीज शब्द (Key words) देऊन ग्रंथसूचीय गोष्टी देतात. यासाठी संगणकाचा वापर करून संहिता तयार केली जाते. ही सेवा उपयोजकाला त्याच्या प्रश्नाचे उत्तर शोधून देत नाही.

माहितीचे निवडक प्रसारण (Selective Dissemination of Information)

या प्रकारच्या माहिती सेवेमध्ये उपयोजकांची गरज ही महत्त्वाची असते. या सेवेशी संबंधित ग्रंथालय कर्मचारी नेहमी सतर्क असतात. ते उपयोजकाला उपयुक्त अशा प्रलेखांची माहिती कळवितात. त्यामुळे प्रचलित जागरूकता वार्तापत्रे, अद्ययावत अनुक्रमणिका वगैरे पाहून उपयोजकाला आवश्यक माहिती शोधण्याचे कष्ट व वेळ वाचतो. उपयोजकांच्या गरजेनुसार माहिती पुरविताना प्रथम उपयोजकाची गरज लक्षात घेऊन, त्याच्या विषयाची नोंद केली जाते. ग्रंथालयात नव्याने दाखल झालेल्या ग्रंथ, नियतकालिके वगैरे प्रलेखांची छाननी करून, उपयोजकांच्या गरजेशी मिळणाऱ्या नोंदी वेगळ्या केल्या जातात. या नोंदींची ग्रंथसूचीय वर्णनानुसार माहिती उपयोजकाला दिली जाते. काही वेळा यामध्ये लेखाचे संक्षिप्त रूपही दिले जाते. प्रलेखांच्या नोंदी व उपयोजकांच्या केलेल्या नोंदी यांची जुळणी मानवी बलामार्फत तसेच संगणक यंत्रामार्फतही केली जाते. संगणकाचा माहिती कार्यासाठी होणारा उपयोग लक्षात घेता, काही वेळा ही स्वयंचलित पद्धती होऊ शकते.

या प्रकारच्या सेवेमध्ये खालील गोष्टी अपेक्षित आहेत.

१) उपयोजकांच्या गरजेची नोंद करणे, आराखडा तयार करणे – ही एक अवघड गोष्ट आहे. कारण बऱ्याच वेळा उपयोजकाला त्याची निकड नेमक्या, स्पष्ट व अचूक शब्दात सांगता येत नाही. पण ही गोष्ट कौशल्याने उपयोजकाकडून समजावून घेणे आवश्यक आहे. यासाठी शब्दकुळकोश (The-saurus) याचा उपयोग होऊ शकतो.

२) प्रलेखांच्या नोंदी करणे – हे काम म्हणजे माहिती संचाप्रमाणे होते. काही संस्था या प्रकारच्या सेवेसाठी बाह्य माहितीसंचाचा उपयोग करतात. यामुळे बऱ्याच वेळा स्थानिक पद्धतीशी जुळवून घेण्यास त्याच्या पद्धतीमध्ये बदल करावे लागतात. उलट अंतर्गत माहिती संचामध्ये नवीन दाखल झालेल्या प्रलेखांची नोंद, त्यांचे पृथक्करण करून प्रलेखाच्या विषयाचे प्रतिनिधित्व निर्देशनाच्या भाषेनुसार सहज होऊन जाते.

३) जुळणी – माहितीची रूपांतरित केलेली फीत व उपयोजकाच्या नोंदीची फीत यांची जुळणी प्रणालीद्वारे केली जाते. दुसऱ्या चुंबकीय फितीवर निवडक उत्तरे मिळू शकतात.

४) अधिसूचना – मुद्रित प्रणालीद्वारे या सेवेमुळे बऱ्याच गोष्टी साध्य केल्या जातात. निवडक उत्तरे या मुद्रित माध्यमातून पत्रद्वारा उपयोजकापर्यंत पोहोचविली जातात. या गोष्टीला उपयोजकाकडून प्रतिसाद मिळणे आवश्यक ठरते. यासंदर्भात एखादा अर्ज त्या उत्तराबरोबर अधिसूचना देऊन पाठविला जातो.

५) उपयोजकांचा प्रतिसाद – हा प्रतिसाद महत्त्वाचा ठरतो. या प्रतिसादावरच निवडक माहिती प्रसारण अवलंबून राहते. उपयोजकांच्या प्रतिसादामुळे नोंदीच्या आराखड्याचे मूल्यमापन करतात येते आणि त्यात वेळोवेळी सुधारणा, बदल करणे शक्य होते.

६) सुधारणा – उपयोजकांकडून आलेल्या प्रतिसादांचे पृथक्करण करून नोंदीच्या आराखड्यावर नियंत्रण ठेवून, त्यात सुधारणा करणे शक्य होते.

सारांश पत्रिका (Digest)

काही वेळा माहिती ही वार्षिकातील माहितीपेक्षा अद्ययावत असणे आवश्यक ठरते. त्यावेळी वर्तमानपत्रे ही अशा माहितीची पुरवणी म्हणून काम करू शकतात.

वृत्तपत्रातून येणाऱ्या घटनांचा, कार्यक्रमांचा अहवाल हा समकालीन इतिहासाचा द्योतक असतो. त्यांचा दैनंदिनीसारखा उपयोग होतो. वृत्तपत्रांच्या सूची तयार केल्यास चालू घडामोडीविषयी उपयुक्त माहिती मिळण्यात तिचा उपयोग होईल. समाजशास्त्रज्ञांच्या दृष्टीने तर ही एक पर्वणीच ठरेल.

वरील सर्व प्रकारच्या सेवेमध्ये संशोधन अहवाल हाही महत्त्वाचा भाग ठरतो. हा अहवाल संशोधनासंबंधी किंवा प्रकल्पाच्या माहितीसंबंधी असतो. कारण हा अहवाल प्रत्यक्ष संशोधनांचे काम सुरू करण्यापूर्वी लिहिलेला असतो. काही वेळा हे संशोधनाच्या प्रगतीचे अहवाल संदर्भ म्हणून काम करू शकतात. पण हे प्रकाशित केलेले नसतात. पण काही विशिष्ट कामासाठी हे नियंत्रणाखाली उपलब्ध करून दिले जातात. उदा. सरकारचे अहवाल.

ऑन लाईन माहिती सेवा (On line service)

माहितीचा विस्फोट आणि संगणकाचा उपयोग यामुळे ऑन लॉईन माहितीचा वापर वाढल्यामुळे ऑन लाईन माहिती सेवेकडे लोकांचा कल वाढला

आहे. उपयोजकाला हवी असलेली माहिती कोणत्या माहिती संचात, कोणत्या संगणकावर साठवलेली आहे त्या संगणकाशी प्रत्यक्ष संवाद साधून ती माहिती उपयोजक मिळवू शकतो. ही माहिती अनेक उपयोजकांना एकाच वेळी मिळूही शकते व ही माहिती तात्काळ संप्रेषित होते. उपयोजकाचा त्या प्रलेखाशी प्रत्यक्ष संबंध येतो ही गोष्ट येथे महत्त्वाची आहे.

या ऑन लाईन माहिती सेवेसाठी टेलिफोन, इंटरनेटरील सूचनांची देवाण घेवाण करणारा महत्त्वाचा संगणकीय भाग (मोडेम) संगणक व त्याची कळपट्टी इत्यादी गोष्टींची आवश्यकता असते. यांचा उपयोग करून उपयोजक स्वतःचा प्रवेश संकेत शब्द आणि पत्ता दूरसंचारमाध्यमाद्वारा इ-मेल देऊन दूरस्थ माहितीसंचाशी संपर्क साधू शकतो. त्या माहितीसंच्याशी संगणकीय जाळ्यामार्फत सुयोग किंवा जुळणी झाल्यानंतर उपयोजक माहितीचा शोध घेऊ शकतो. उदा. केमिकल ॲबस्ट्रॅक्ट सर्व्हिसेल.

यामध्ये मुद्रित प्रतीपेक्षा जादा प्रवेशमुद्दे सापडू शकतात. शोधकार्याला गतीशीलता असते. यातील संदर्भ उपयोजक प्रिंट आऊट घेऊ शकतो. यामुळे ही ऑन लाईन माहिती सेवा फायदेशीर ठरते.

इलेक्ट्रॉनिक नियतकालिकाप्रमाणे आंतरराष्ट्रीय माहितीसंच या ऑन लाईन सेवेच्या मार्फत संगणकाद्वारा माहिती उपलब्ध करून देतात. यामध्ये सूचीबद्ध माहिती संच आणि निर्देश व सारयुक्त माहिती संच असतात. याशिवाय फुलटेक्स्ट माहिती संच वार्षिक वर्गणी भरून माहिती उपलब्ध करून देतात. मुद्रित स्वरूपाच्या साहित्यापेक्षा अशा साहित्याची वर्गणी कमी असते. उदा. डायलॉग (Dialog) लायब्ररी ऑफ काँग्रेस. परंतु अशा तऱ्हेचे माहिती संच हे विज्ञान, तंत्रज्ञान, वैद्यकशास्त्र या शाखांमध्ये विपुल प्रमाणात आहेत. त्यामानाने सामाजिक शास्त्रे व मानव शास्त्रे यामध्ये फारच कमी प्रमाणात असे संच उपलब्ध आहेत.

अशा प्रकारे माहितीचा शोध घेण्यासाठी उपयोजकाला प्रशिक्षणाची जरूर भासते. ऑन लाईन माहिती संशोधन हे तसे खर्चिक आहे. त्यासाठी आर्थिक योजना पद्धतशीर आखणे आवश्यक आहे.

भाषांतर / अनुवाद सेवा (Translation Service)

माहितीच्या युगात सर्वच गोष्टी विकसित झालेल्या आहेत. ज्ञानाच्या सर्व शाखांमध्ये प्रकाशित माहिती अगणित संख्येने प्रकाशित होत आहे. विज्ञान व तंत्रज्ञान या शाखा या बाबतीत अग्रेसर ठरल्या आहेत. या शाखेतील प्रकाशने

विविध भाषेतून प्रकाशित होत असतात. अभ्यासकांना सर्व भाषा येणे गृहीत धरता येणार नाही. याबाबतीत भाषेचा अडसर जाणवतो. प्रलेखाची भाषा समजली नाही, तर त्यातील माहितीचा काहीच उपयोग होत नाही, अशा वेळी भाषांतर / अनुवाद सेवा अभ्यासकांना उपयोगी पडते.

डॉ. एस. आर. रंगनाथन यांच्या मते अनुवादकाला तीन गोष्टींची आवश्यकता आहे. प्रलेखाची भाषा, प्रलेखाचा अनुवाद ज्या भाषेत करावयाचा ती भाषा आणि त्या प्रलेखाच्या विषय अनुवादकाला दोन्ही भाषांचे व्याकरण, वाक्यरचना, भाषेचा अर्थविचार इत्यादी गोष्टी अवगत असणे जरुरीचे आहे. तसेच त्याला राष्ट्रीय आणि आंतरराष्ट्रीय स्तरावरील तांत्रिक ज्ञानाची परिभाषा माहिती असणे आवश्यक आहे.

या प्रकारची सेवा ही मागणीप्रमाणे दिली जाते. त्याचप्रमाणे मागणीपूर्वही गरज भासेल म्हणून भाषांतरे किंवा अनुवाद करून ठेवले जातात. अमेरिका, रशिया, जपान इयादी विकसित देशांतून विदेशी नियतकालिकांचे मुखपृष्ठापासून मलपृष्ठापर्यंत भाषांतर केले जाते.

विविध प्रकारच्या भाषा, भाषांतरावरील ग्रंथसूचीय नियंत्रणाची कमतरता, निष्णात भाषांतरकार, तांत्रिक परिभाषेतील प्रमाणकांची उणीव, खर्चिक बाब, प्रशिक्षणाकडे असलेले दुर्लक्ष या गोष्टी या प्रकारच्या सेवेमध्ये समस्या निर्माण करतात.

भाषांतर सेवेमध्ये शाब्दिक भाषांतर, आवश्यक तेवढ्या भागाचे भाषांतर, तांत्रिक भाषांतर, संक्षिप्त भाषांतर, यांत्रिक अनुवाद, मुखपृष्ठापासून संपूर्ण मलपृष्ठापर्यंत भाषांतर असे अनेक प्रकार आहेत.

याप्रकारच्या सेवेमध्ये भाषातज्ज्ञ व विषयतज्ज्ञ या दोघांच्या सहकार्याची आवश्यकता असते.

कन्सलटंट ब्युरो इंटरप्रायझेस, न्यूयॉर्क ही संस्था भाषांतर सेवा देण्याचे कार्य करते. भारतामधील इंडियन नॅशनल सायंटिफिक डॉक्युमेंटेशन सेंटर (INSDOC) ही संस्थाही याच प्रकारचे कार्य करते.

प्रतिरूप लेखन सेवा (Reprography Service)

ज्ञानाच्या क्षेत्रात / शाखात प्रलेखाची संख्या वाढू लागली. त्यामुळे प्रलेखांचाही वापर वाढू लागला. त्याचप्रमाणे त्याचा वापर करण्याच्या पद्धतीतही बदल होऊ लागले. अद्ययावत माहितीच्या दृष्टीने नियतकालिके लोकप्रिय ठरली. त्यातील काही विशिष्ट लेख विशिष्ट विषयाच्या अभ्यासकांना संदर्भासाठी नेहमी

उपयोगी पडतील असे वाटले. त्यामुळे हे लेख प्रत्यक्ष कागदावर लिहून काढणे, त्यातील आलेख, तक्ते हे तयार करणे कष्टाचे तर होतेच पण वेळखाऊही होते. यातून प्रतिरूप लेखन सेवा ही अस्तित्वात आली.

प्रलेखाची हुबेहुब नक्कल करण्याची आवश्यकता निर्माण झाली. त्यासाठी काही तंत्रे विकसित झाली. या तंत्रामुळे ''प्रलेखाच्या'' ''प्रतिलिपी'' किंवा ''प्रतिरूप'' करण्याच्या पद्धतीलाच प्रतिरूपलेखन असे म्हटले जाते.

सुरुवातीला छायाचित्रे (photocopy) तंत्राने प्रलेखाचे पुनरूत्पादन केले जाई. पुढे स्थिर विद्युतच्या साहाय्याने हे काम होऊ लागले.

हस्तलिखिते किंवा दुर्मीळ ग्रंथ यातील मजकूर उपयोजकाला हवा असल्यास, नित्य संदर्भासाठी मूळ प्रलेख हवा आणल्यास, बाहेरगावी प्रलेख पाठविताना गहाळ होण्याची खबरदारी घेऊन प्रतिरूप पाठविल्यास मूळ प्रलेख सुरक्षित राहतो. ग्रंथालय ही वर्धिष्णू संस्था असली तर सर्वच प्रकाशित साहित्य प्रत्येक ग्रंथालयाला विकत घेणे शक्य नसते. नियतकालिकांचीही अशीच स्थिती असते. ग्रंथालयांच्या सिद्धांतानुसार प्रत्येक वाचकाला त्याचा ग्रंथ मिळाला पाहिजे. अशा वेळी उपयोजकांच्या गरजेनुसार आंतरग्रंथालयीन व्यवस्था, संगणकीय मदत इत्यादी तंत्रामुळे मूळ प्रलेख शोधून काढता येतो. मिळविता येतो. उपयोजकाला त्याचे प्रतिरूप लेखन करून ही सेवा देता येते.

प्रतिरूप लेखनामुळे – मूळ प्रलेखाची हुबेहुब नक्कल मिळविता येते. मूळ प्रलेखातील आलेख, चित्रे, वगैरे तशाच प्रतिरूपात असतात. प्रती काढण्यास फारच थोडा वेळ लागतो. प्रतिरूपाचा आकार कमी जास्त करणे शक्य असते. त्यामुळे त्यांचा संग्रह करणे सुलभ जाते. संशोधकांना प्रलेखाची वैयक्तिक प्रत ठेवण्यास मदत होते, हे फायदे होतात.

प्रतिरूप लेखनाच्या पद्धती १) प्रततंत्र (copying technology) २) अनुलिपी तंत्र (Duplicating technology) यामध्ये छायाचित्रप्रत हे पारंपरिक प्रत तंत्र आहे. त्याशिवाय इलेक्ट्रोग्राफी, थर्मोग्राफी या पद्धतीचाही समावेश प्रततंत्रात होतो. चक्रमुद्रित यंत्रामुळे तर अनेक प्रती काढता येतात.

स्वाध्याय

१. ग्रंथालयातील संदर्भ सेवा म्हणजे काय ?
   अ) वाचकांना कर्मचारीवर्गाकडून मिळणारी मदत
   ब) ग्रंथपालाकडून वाचकांना मिळणारी मदत
   क) संदर्भ साहाय्यकाकडून वाचकांना मिळणारी मदत
   ड) वाचकाला संदर्भ साहाय्यकाकडून मिळणारी वैयक्तिक मदत

२. ''प्रत्येक वाचकाला प्रलेख शोधण्यासाठी केलेली वैयक्तिक मदत म्हणजे संदर्भ सेवा होय'' अशी व्याख्या कोणी केली ?
   अ) रंगनाथन ब) जे.एच.शेरा
   क) लुईस शोअर ड) बी.एस.केशवन

३. ग्रंथालयात दिल्या जाणाऱ्या संदर्भ सेवेचे स्वरूप आणि व्याप्ती सामान्यत: कोणत्या घटकावर ठरवली जाते ?
   अ) वाचन साहित्याचे प्रकार ब) ग्रंथालयाच्या वेळा
   क) उपभोक्त्यांचे प्रकार ड) दिली जाणारी सेवा

४. भारतात संदर्भ सेवा प्रथम कोणी सुरू केली ?
   अ) बी. एस. केशवन ब) ए. डी. डिकिन्सन
   क) डब्ल्यू. ए. बोर्डन ड) एस. आर. रंगनाथन

५. 'संदर्भ सेवा' ही संज्ञा प्रथम कोणी सांगितली ?
   अ) जे. डी. ब्राऊन ब) एस. आर. रंगनाथन
   क) मेलविल ड्युए ड) बी. एस. केशवन

६. अमेरिकेत कोणत्या साली संदर्भ सेवा देण्यास सुरुवात झाली ?
   अ) १८५० ब) १८७५ क) १८९५ ड) १९००

७. संदर्भ सेवा देण्यासाठी किती टप्पे घ्यावे लागतात ?
   अ) ३ ब) ५ क) ७ ड) १०

८. जेव्हा अर्ध्या तासात संदर्भ सेवा / माहिती दिली जाते तिला काय म्हणतात ?
   अ) संदर्भ सेवा ब) द्रुत संदर्भ सेवा
   क) चौकशी ड) विलंबित संदर्भ सेवा

उत्तरे –१) ड, २) अ, ३) क, ४) ड, ५) ब, ६) ब, ७) क, ८) ब

९. खालील पैकी कशामध्ये वेळेला अधिक महत्त्व असते ?

अ) संदर्भ आणि प्रलेखन सेवा
ब) निर्देशात्मक आणि सारात्मक सेवा
क) शीघ्र आणि दीर्घ संदर्भ सेवा
ड) प्रचलित जागरूकता सेवा आणि माहितीचे निवडक प्रसारण

१०. एखाद्या संस्थेचा अथवा संघटनेचा पत्ता शोधणे म्हणजे कोणती संदर्भ सेवा असते ?

अ) शीघ्र संदर्भ सेवा　　ब) प्रचलित जागरूकता सेवा
क) माहितीचे निवडक प्रसारण　　ड) दीर्घ संदर्भ सेवा

११. ग्रंथालयात येणाऱ्या नवागताला कोणती संदर्भ सेवा देणे जास्त उपयोगाचे असते ?

अ) ग्रंथालयाची ओळख　　ब) शीघ्र संदर्भ सेवा
क) प्रास्ताविक सेवा　　ड) दीर्घ संदर्भ सेवा

१२. रेफरल सर्व्हिस (Referral Service) म्हणजे काय ?

अ) ज्यामध्ये (शंकांची) प्रश्नांची उत्तरे जलद दिली जातात.
ब) ज्यामध्ये प्रश्नांची प्रत्यक्ष उत्तरे दिली जातात.
क) ज्यामध्ये संदर्भ साधने सुचवली जातात.
ड) ज्यामध्ये संदर्भ साधने पुरवली जातात.

१३. Referral Service कोणाकडून दिल्या जातात ?

अ) प्रलेखन केंद्र　　ब) माहिती केंद्र
क) संदर्भ केंद्र　　ड) रेफरल सेवा केंद्र

१४. मोठ्या प्रमाणातील साहित्यातून उपयोजकाला आवश्यक असणारी माहिती देण्याच्या सेवेला काय म्हणतात ?

अ) संदर्भ सेवा　　ब) माहिती सेवा
क) सखोल संदर्भ सेवा　　ड) प्रलेखन सेवा

१५. सध्याच्या काळात ग्रंथालयातून किती प्रकारची माहिती सेवा दिली जाते ?

अ) ७　　ब) ८　　क) ९　　ड) १०

उत्तरे –९) क, १०) अ, ११) अ, १२) क, १३) ड, १४) ब,१५) ब

१६. माहिती सेवेसाठी कोणत्या गोष्टी आवश्यक असतात ?

अ) माहितीचा संग्रह　　ब) माहितीचा साठा

क) माहितीची प्रतिप्राप्ती   ड) माहितीचे संप्रेषण

१७. प्रचलित जागरूकता सेवा CAS, माहितीचे निवडक प्रसारण SDI निर्देशन, सारात्मक सेवा आणि साहित्य शोधन या सर्व सेवा कोणत्या वर्गात मोडतात ?

अ) ग्रंथसूचीय सेवा   ब) संदर्भ सेवा

क) निर्देशात्मक सेवा   ड) प्रतिरूप प्राप्ती सेवा

१८. माहितीचा निर्माता आणि उपयोजक यांच्यातील संप्रेषणाच्या साखळीतील दुवा असणाऱ्या सेवा कोणत्या ?

अ) माहिती सेवा

ब) प्रतिरूप लेखन सेवा

क) निर्देशात्मक आणि सारात्मक सेवा

ड) संदर्भ सेवा

१९. निर्देशात्मक आणि सारात्मक, तसेच साहित्य शोधन या कोणत्या प्रकारच्या सेवा आहेत ?

अ) प्रतिरूप लेखन माहिती सेवा   ब) अद्ययावत माहिती सेवा

क) प्रचलित जागरूकता सेवा   ड) माहितीचे निवडक प्रसारण

२०. निर्देशात्मक नियतकालिके खालीलपैकी कोणत्या गटात समाविष्ट होतात ?

अ) प्राथमिक साधने   ब) द्वितीयक साधने

क) तृतीयक साधने   ड) चतुर्थक साधने

२१. 'इंडेक्स इंडिया' काय आहे ?

अ) सारात्मक सेवा   ब) अनुवाद सेवा

क) प्रतिरूप प्राप्ती सेवा   ड) निर्देशन सेवा

२२. पहिले सारात्मक नियतकालिक हे आहे–

अ) केमिकल ॲबस्ट्रॅक्टस्   ब) केमिकल्स झेन्ट्राब्लॉट

क) फिलॉसॉफिकल ट्रॅन्झॅक्शन्स   ड) जर्नल डेस स्कॅव्हन्स

उत्तरे –१६) ड, १७) अ, १८) क, १९) अ, २०) ब, २१) ड, २२) ड

२३. भारतात प्रकाशित झालेले पहिले सारात्मक नियतकालिक कोणते ?

अ) सायन्स ॲबस्ट्रॅक्टस्

ब) सोशल सायन्स ॲबस्ट्रॅक्टस्

क) इंडियन सायन्स ॲबस्ट्रॅक्टस्

ड) इंडियन सोशल सायन्स ॲबस्ट्रॅक्टस्

२४. बोर्को आणि बर्निअर यांच्या मते लेखाचे सार किती शब्दांपर्यंत असावे ?
अ) ५० ते १५० शब्द ब) २०० ते २५० शब्द
क) १०० ते २०० शब्द ड) १ ते १००० शब्द

२५. प्रचलित जागरूकता सेवा C.A.S., आणि माहितीची निवडक प्रसारण सेवा S.D.I. या कोणत्या प्रकारच्या माहिती सेवा आहेत ?
अ) गतकालीन माहिती सेवा ब) प्रचलित माहिती सेवा
क) प्रचलित जागरूकता सेवा ड) माहितीची निवडक प्रसारण सेवा

२६. प्रचलित जागरूकता सेवेचे C.A.S. महत्त्वाचे वैशिष्ट्य काय ?
अ) प्रचलित माहितीची प्राप्ती
ब) माहितीच्या प्राप्तीची गती
क) प्रचलित माहितीची गती
ड) उपयोजकाला प्रचलित माहिती प्राप्त करून देण्याची गती

२७. नवीन पुस्तके आणि नियतकालिके प्रदर्शनार्थ मांडणे ही कोणत्या प्रकारची ग्रंथालयीन सेवा आहे ?
अ) माहितीचे निवडक प्रसारण ब) प्रचलित जागरूकता सेवा
क) संदर्भ सेवा ड) माहिती सेवा

२८. Biosis ही कोणत्या स्तरावरील प्रचलित जागरूकता सेवा आहे ?
अ) स्थानिक ब) प्रादेशिक क) राष्ट्रीय ड) आंतरराष्ट्रीय

२९. प्रचलित जागरूकता सेवा देताना ज्यामध्ये कॉम्प्युटरचा / संगणकाचा उपयोग करतात त्या सेवेला काय म्हणतात ?
अ) संगणकीय प्रचलित जागरूकता सेवा
ब) संगणकाच्या आधारे प्रचलित जागरूकता सेवा
क) निवडक माहितीचे प्रसारण
ड) संगणकीय निवडक माहितीचे प्रसारण

उत्तरे –२३) क, २४) ड, २५) ब, २६) ड, २७) ब, २८) ड, २९) क

३०. माहितीचे निवडक प्रसारण हा कोणत्या सेवेचा एक भाग आहे ?
अ) प्रचलित जागरूकता सेवा
ब) पूर्वापार चालत असलेली माहिती सेवा

क) प्रचलित माहिती सेवा

ड) संदर्भ सेवा

३१. उपयोजकाची माहिती म्हणजे काय ?

अ) उपयोजकांची यादी

ब) उपयुक्त फाईल्सची यादी

क) उपयोजकाच्या मागणीनुसार माहितीचे केलेले विधान

ड) ग्रंथालयाच्या उपयोगासाठी केलेले विधान

३२. फीडबॅक हा कोणत्या सेवेचा यांत्रिक भाग आहे ?

अ) प्रचलित जागरूकता सेवा   ब) निवडक माहितीचे प्रसारण

क) अनुवाद सेवा   ड) प्रतिरूपप्राप्ती सेवा

३३. ट्रेंड रिपोर्ट म्हणजे काय ?

अ) जो एका विशिष्ट विषयाची प्रगती दाखवतो

ब) जो एका विशिष्ट विषयाच्या प्रगतीचा विस्तार दाखवतो

क) जो विषयाची प्रगती त्याचप्रमाणे विषयाचा कल दाखवतो

ड) यापैकी काही नाही.

३४. ट्रेंड रिपोर्टचा मुख्य हेतू काय ?

अ) विशिष्ट माहितीच्या गरजांची पूर्तता करणे

ब) विशिष्ट माहितीच्या गरजा पुरवणे

क) एखाद्या विशिष्ट विषयातील विशिष्ट माहितीची गरज पूर्ण करणे

ड) विशिष्ट विषयावरील माहिती पुरवणे

३५. ट्रेंड रिपोर्ट मुख्यता कशासाठी उपयोगी आहे ?

अ) माहिती संग्रह

ब) माहितीचे प्रसारण

क) माहितीचे पृथक्करण आणि एकत्रिकरण

ड) माहितीचा संग्रह आणि प्रसारण

उत्तरे – ३०) अ, ३१) क, ३२) अ, ३३) क, ३४) क, ३५) क

३६. माहितीचे मूलभूत साधन (database) आणि उपयोजक यांच्यातील संपर्क साधण्याच्या पद्धतीला काय म्हणतात ?

अ) इन्टरफेस   ब) मोडेम

क) ऑन-लाइन सेवा   ड) ऑफ लाइन सेवा

३७. DIALOG ही कोणत्या प्रकारची सेवा आहे?

अ) ऑन-लाइन सेवा ब) ऑफ लाइन सेवा
क) संदर्भ सेवा ड) जलद सेवा

३८. ऑन-लाइन सेवा कशामुळे शक्य होतात?

अ) नेटवर्कमुळे ब) संगणक
क) इंटरनेट ड) दूरसंचार माध्यमें

३९. आंतरराष्ट्रीय भाषांतर केंद्र म्हणून कोणते केंद्र स्थापन झाले आहे?

अ) National Translation Centre नॅशनल ट्रान्सलेशन सेंटर
ब) Europian Translation Centre युरोपियन ट्रान्सलेशन सेंटर
क) Indian Translation Centre इंडियन ट्रान्सलेशन सेंटर
ड) American Translation Centre अमेरिकन ट्रान्सलेशन सेंटर

४०. युरोपियन ट्रान्सलेशन सेंटरला किती देशांची मदत मिळते?

अ) १० ब) १७ क) २० ड) २१

४१. B.L.L.D.चे खालीलपैकी कोणते प्रकाशन भाषांतर सेवेशी निगडित आहे.

अ) बी.एल.एल.डी. अनाउन्समेंट ब) बी. एल. एल. डी. रिव्ह्यू
क) जर्नल इन ट्रान्सलेशन ड) यापैकी नाही.

४२. युनेस्कोची भाषांतर सेवा कोणत्या प्रकाशनामार्फत मिळते?

अ) जर्नल्स ऑफ ट्रान्सलेशन्स ब) वर्ड ट्रान्स इंटेक्स
क) इन्डेक्स ट्रान्सलेशन ड) टान्सलेशन मंथली

४३. इन्सडॉक INSDOC तर्फे दर महिन्याला प्रकाशित होणारे भाषांतर प्रकाशन कोणते?

अ) नॅशनल ट्रान्सलेशन्स ब) नॅशनल इंडेक्स ऑफ ट्रान्सलेशन्स
क) ट्रान्सलेशन्स ड) इंडियन ट्रान्सलेशन जर्नल

उत्तरे – ३६) क, ३७) अ, ३८) ड, ३९) ब, ४०) ब, ४१) क, ४२) क, ४३) ब

४४. "ट्रान्सलेशन पूल्स" म्हणजे काय?

अ) भाषांतर तज्ज्ञांची संपूर्ण नावे
ब) भाषांतर तज्ज्ञांचे सविस्तर पत्ते
क) भाषांतर तज्ज्ञांची नावे देणाऱ्या संस्था
ड) यापैकी काही नाही.

४५. प्रतिरूप लेखन सेवा म्हणजे काय ? (रिप्रोग्राफी)

अ) प्रलेखाची प्रती (copy) काढणे

ब) प्रलेखांच्या अनेक प्रती (copies) काढणे

क) प्रलेखाचे लघुरूप करणे

ड) प्रलेखाच्या प्रतींच्या प्रती काढणे

४६. अनुलिपी तंत्र (डुप्लिकेशन) याचा अर्थ काय ?

अ) प्रलेखाची प्रती (copy) काढणे

ब) प्रलेखांच्या अनेक प्रती काढणे

क) मोठ्या सख्येने प्रती copies काढणे

ड) लहान आकाराच्या प्रती copies काढणे

४७. 'झेरॉक्स' हे नाव कशाचे आहे ?

अ) प्रलेखाच्या नकला करण्याची पद्धत

ब) कंपनीचे नाव

क) मशीनचे नाव

ड) नकला करण्यासाठी कागदाचा वापर

४८. सध्या नकला करण्याच्या कोणत्या दोन पद्धती प्रसिद्ध आहेत ?

अ) स्थूल आणि सूक्ष्म नकला ब) फोटोस्टॅट आणि झेरॉक्स

क) फोटो आणि चीटिंग ड) व्हर्टिकल आणि हॉरिझॉन्टल

४९. इलेक्ट्रोस्टॅटिक फोटोकॉपींगच्या प्रत्यक्ष पद्धतीला (direct method) काय म्हणतात ?

अ) झीरोग्राफी ब) इलेक्ट्रोग्राफी

क) थर्मोग्राफी ड) इलेक्ट्रोफेस

५०. थर्मोफॅक्स रिप्रोग्राफिक पद्धतीत कागदावर कोणत्या प्रकारचे प्रकाशकिरण सोडले जातात ?

अ) एक्सरेज ब) इन्फ्रारेड रेज

क) जनरल रेज ड) अल्ट्रा व्हायोलेट रेज

उत्तरे –४४) क, ४५) ड, ४६) क, ४७) क, ४८) अ, ४९) ड, ५०) ब

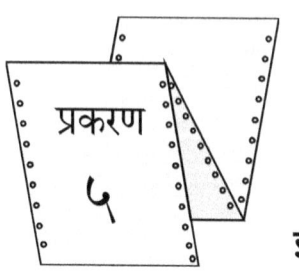

प्रकरण ८

ज्ञानाचे संघटन

ज्ञानाचे व्यवस्थापन

आधुनिक काळात जे बदल होत आहेत त्याचे मुख्य कारण माहिती व ज्ञानच आहे. माहितीचे तंत्रज्ञान केवळ बदलाचे कारण होऊ शकत नाही. व्यवस्थापन शास्त्राचे जनक श्री. पीटर ड्रकर म्हणतात भांडवलशाही समाजानंतरचे पायाभूत आर्थिक साधन म्हणजे ज्ञान होय. ही संपत्ती वाढविणारी क्रियाशीलता, उत्पादकता आणि संशोधकता या दोन्ही भोवती एकवटते. त्यामुळे या दोन्ही गोष्टी ज्ञानाच्या कामासाठी उपयोगी पडतात. वक्तृत्व गाजविणाऱ्यांना सुद्धा ज्ञानाचे कामगार म्हणता येते. कारण ते देखील उत्पादनाच्या उपयोगासंबंधातील ज्ञानाचे विभाजन करीत असतात. भांडवलदारांचे विभाजन कसे करावयाचे हे भांडवलशाहीला माहीत असते. कारण उत्पादनाचा वापर, खप वाढविणे हा हेतू असतो. हे लोक ज्ञानाचे मालक असतात.

ज्ञानाधिष्ठित समाज आणि त्यातील संघटना या माहितीचे व्यवस्थापन व ज्ञानाचे संघटन करण्यात गर्क असतात. ज्ञानधिष्ठित समाजातील सभासद माहितीवर प्रक्रिया करण्यासाठी मार्गदर्शन करीत असतात. माहितीचे व्यवस्थापन ही त्या गोष्टीशी संबंधित समाज, संस्था किंवा व्यावसायिक माहिती व्यवस्थापक करीत असतो. ज्ञानाच्या व्यवस्थापनाचा संबंध विषयनिष्ठ संस्था किंवा समाजाशी असतो. पण हे अंतर्गत ज्ञान वस्तुनिष्ठ ज्ञानात परावर्तित होते.

अशा तऱ्हेने ज्ञानाची किंवा माहितीची रचना व संघटन हे माहितीची प्रक्रिया, माहितीचे व्यवस्थापन आणि ज्ञानाचे व्यवस्थापन यावर अवलंबून असते.

माहितीचे व्यवस्थापन हे तंत्रज्ञान, माहितीच्या पद्धती, माहिती तंत्रज्ञान व माहितीची तंत्रे यावर अवलंबून असते. माहितीच्या साधनांचे परिणामकारक नियंत्रण,

अंतर्गत व बाह्य साधनांचा अर्थपूर्ण संवाद, व्यक्तींच्या समस्यापूर्ती, व्यक्तींचे जीवनमान उंचावण्यास मदत करते.

यांत्रिकीकरणामुळे ज्ञानाच्या कामगार माहितीचा उपयोग व तिचा स्फोट या मुख्य कार्यावरच त्यांचा भर दिसून येतो. हे ज्ञान कामगार उत्पादक उद्योगातही कार्यान्वित योजना आखणे, मागणी संशोधन, वैज्ञानिक संशोधन व विकासातही दिसून येतात.

ज्ञानाचे व्यवस्थापन, ज्ञानाचा विकास व त्याचा स्फोट या गोष्टींशी संबंधित आहे. ज्ञानाचे संघटन संस्थेच्या ध्येयाशी संबंधित असणे आवश्यक ठरते. विषयनिष्ठ ज्ञान किंवा प्रलेखीय ज्ञान हे मानवाच्या/कर्मचाऱ्याच्या मनामध्ये ठासून बसलेले असते. त्यामुळे ज्ञानाचे व्यवस्थापन जरुरीचे ठरते. म्हणून ज्ञानाच्या व्यवस्थापनामध्ये मागणी वाटप आणि माहितीची निर्मिती या गोष्टी अंतर्भूत होतात. थोडक्यात ज्ञानाचे व्यवस्थापन हे खालील गोष्टींवर अवलंबून असलेले दिसते.

१) ज्ञानाचा आणि माहितीचा साठा

२) **ज्ञानाच्या प्रवेशामध्ये सुधारणा करणे,** नवीन नवीन टेलिकम्युनिकेशन, व्हिडिओकॉन्फरन्स या तंत्रज्ञानाचा उपयोग, संगणकीय जाळे प्रलेखाचे बारकाईने वाचन, साधनांचे वाटप या गोष्टी समाविष्ट होतात.

३) **ज्ञानाच्या वातावरणाची वृद्धी करणे** – यामुळे नवीन परिणामकारक ज्ञान निर्मिती, त्या ज्ञानाचे रूपांतर आणि उपयोग या गोष्टी साध्य होतात. या बाबतीत ज्ञानाच्या संघटनाचे आदर्श आणि मूल्ये हाताळणे ही गोष्ट ओघानेच येते.

४) **ज्ञानाचे व्यवस्थापन म्हणजे एक मौल्यवान ठेवा** – ज्ञानाचे मूल्य ओळखणे हे महत्त्वाचे. तंत्रज्ञान वापरण्याचा परवाना, व्यावसायिक आधारभूत माहिती संच या गोष्टीचे मूल्य लक्षात घेणे अपेक्षित ठरते.

ज्ञानाचे व्यवस्थापन हे अस्तित्वात असलेल्या ज्ञानाचे केलेले असते. यामध्ये एखाद्या साधनाकडून माहिती घेऊन तिचा उपयोग दुसऱ्या गोष्टीसाठी केला जातो. सहकार्य आणि वाटप यावर ज्ञानाच्या व्यवस्थापनाचा भर असतो. यामध्ये या व्यवस्थापनामध्ये उपयोजकाच्या गरजा आणि माहिती यांचा संबंध पाहणे शक्य होते. या व्यवस्थापनामध्ये प्रवेश साठा आणि नियंत्रण यामध्ये विभागणी असते. तसेच नवीन तंत्रज्ञानाचा ज्ञानशोधासाठी उपयोग केला जातो. या प्रकारच्या व्यवस्थापनामध्ये नवीन तंत्र, प्रवृत्ती आणि उत्पादकता वाढविली जाते.

माहितीच्या व्यवस्थापनामध्ये माहिती केंद्रे ही माहितीची नोंद आणि

माहितीवर प्रक्रिया करतात. यामध्ये अनेक साधनांकडून माहिती एकत्रित करून ती आधारभूत माहिती संचात संघटित केली जाते. तसेच या प्रकारच्या व्यवस्थापनामध्ये केंद्रीय साठा व नियंत्रण असते. हे व्यवस्थापन माहितीचा संग्रह, वर्गीकरण आणि विभाजन या गोष्टीशी संबंधित असते. यामध्ये माहितीच्या प्रतिप्राप्तीसाठी उपयोजकाच्या योग्य आणि स्पष्ट गरजेवर अवलंबून रहावे लागते.

ज्ञान ही एक शक्ती आहे. काही लोक आपले ज्ञान इतरांना देण्यास तयार नसतात. यातूनच कार्यक्षमतेच्या दृष्टीने मनुष्य बळाचा विकास ही कल्पना पुढे आली. ज्ञान म्हणजे व्यक्तीला माहीत असलेली माहिती आणि माहिती म्हणजे जी नोंदीच्या स्वरूपात उपलब्ध असते ती.

माहिती व्यवस्थापक हे व्यावसायिक असतात. माहिती प्रक्रियाकाराच्या वतीने हे व्यवस्थापन पद्धतीमध्ये सातत्याने सुधारणा करतात. त्यामुळे माहिती प्रक्रियाकार त्यांची वैशिष्ट्ये चांगल्या तऱ्हेने पार पाडू शकतात. माहिती व्यवस्थापकाला उपलब्ध साधनाद्वारे ही वैशिष्ट्ये लक्षात घेऊन त्यांचा अर्थ जाणून घ्यावा लागतो. ज्ञानाची रचना करणे ही माहिती व्यवस्थापकाची महत्त्वाची भूमिका असते. या सर्वांमध्ये सातत्य राखणे हे काम माहितीचे व्यवस्थापन करणाऱ्याला करावे लागते. यासाठी इतर गोष्टींबरोबर ज्ञानाची रचना, पद्धती आणि संशोधकाचा पाठिंबाही घ्यावा लागतो.

माहिती ही एक सामाजिक संपत्ती आहे. या संपत्तीचा उपयोग कोणीही गरजू घेऊ शकतो.

जगामधील बदलाला माहिती व ज्ञान दोन्ही गोष्टी कारणीभूत आहेत. माहितीचे नियोजन, व्यवस्थापन या गोष्टी ज्ञानवृद्धी करतात. या सर्वांमुळे आर्थिक व सामाजिक विकास, तंत्रज्ञानातील नवीन नवीन बदल दृष्टिक्षेपात येतात.

ज्ञानाची संरचना

ग्रंथामध्ये ज्ञान समाविष्ट असते. हे ज्ञान लेखकाच्या मनाची निर्मिती असते. यासाठी काही साधनांची मदत लेखकाने घेतलेली असते. ग्रंथ साहित्याची वाढ, त्यातील विविधता, ग्रंथालयातील ग्रंथांच्या संबंधातील उपयोजकांच्या अपेक्षा इत्यादी कारणांमुळे साहित्याचे संघटन करणे आवश्यक आहे. या प्रक्रियेत ज्या वेगवेगळ्या साधनांचा उपयोग केला जातो त्यात वर्गीकरण प्रक्रियेला महत्त्वाचे स्थान आहे.

एक किंवा अधिक समान गुणधर्म असलेल्या वस्तु एकत्र आणून त्यांचा गट

केला जातो. या गट निर्माण करण्याच्या प्रक्रियेस वर्गीकरण म्हणतात. वर्गीकरण ही मानसिक प्रक्रिया आहे.

श्री. बी. सेअर्स म्हणतात, वर्गीकरणाचा ग्रंथालयात उपयोग होतो. वर्गीकरणामुळे समान ग्रंथ एकत्र आणले जातात. त्यामुळे त्यांचा शोध घेण्यातील वेळ वाचतो. वर्गीकरण ग्रंथालयातील संग्रह स्पष्ट दाखवते. किंबहुना वर्गीकरण हा आधुनिक यशस्वी ग्रंथालय कामाचा पाया आहे.

ग्रंथांच्या वर्गीकरण पद्धतीमध्ये ज्ञानाच्या सर्व शाखांचा समावेश असेल अशी ती व्यापक असावी. तिचा पाया निश्चित व पद्धतशीर असावा. सामान्याकडून विशिष्टाकडे जाण्याची क्षमता त्यात असावी. ती सोपी असावी. तिच्यात सुसंगत व स्पष्ट क्रम असावा. भविष्यकाळात निर्माण होणाऱ्या ज्ञानशाखांचा समावेश जिच्यात करता येईल अशी ती लवचीक असावी. तसेच तिचे चिन्हांकन लवचीक व सुलभ असावे.

डॉ. एस. आर. रंगनाथन यांनी निरनिराळ्या वर्गीकरण पद्धती खालील सहा उपवर्गामध्ये विभागल्या आहेत.

१) **परिगणनात्मक वर्गीकरण** – यामध्ये एकाच विषयाच्या वर्गीकरणाचे कोष्टक दिलेले असते. उदा. रायडर इंटरनॅशनल क्लासिफिकेशन.

२) **परिगणात्मक पद्धती** – यामध्ये कोष्टक भरपूर मोठे असते. यामुळे बऱ्याच विषयांचे वर्गीकरण करता येते. याशिवाय यामध्ये स्वरूप विभाग (Common isolates)चीही कोष्टके असतात. उदा. ड्युई डेसिमल क्लासिफिकेशन

३) **पैलूयुक्त पद्धती** – यामध्ये वर्गीकरणाचे मूळ कोष्टक, काही स्वरूप विभाग व काही विशेष विभाग यांचीही कोष्टके असतात. उदा. युनिव्हर्सल डेसिमल क्लासिफिकेशन.

४) **संपूर्ण पण साचेबद्ध पैलूयुक्त पद्धती** – यामध्ये मूळ विषयांचे स्वतंत्र कोष्टक असते. काही स्वरूप विभाग पण संख्येने जास्त असे विशेष विभाग असतात. उदा. कोलन क्लासिफिकेशन आवृत्ती १ ते ३.

५) **स्वतंत्र पैलूयुक्त वर्गीकरण** – यामध्ये पैलूंचा साचेबंदपणाचा क्रम काढून टाकला जातो. मूलभूत प्रकारासाठी विशिष्ट संकेतचिन्हे दिलेली असतात. मूलभूत प्रकारातील मंडल आणि स्तर यामुळे साचेबंदपणा नाहीसा होतो. कोलन क्लासिफिकेशन आवृत्ती ३ ते ६.

६) संपूर्ण पैलूयुक्त पद्धती यामध्ये मूळ विषयाच्या पैलूपेक्षा मिश्र विषयांच्या

पैलूचा विचार केलेला असतो. स्तरांमधील साचेबंदपणा काढलेला असतो. नवीन पैलूचा आराखडा तयार केला जातो. उदा. कोलन क्लासिफिकेशन् आ. ७.

वर्गीकरण ही मानसिक प्रक्रिया आहे. वस्तूमधील साधर्म्यानुसार त्यांचे गट पडतात. वर्गीकरणातील साध्यर्म्याच्या गुणाला लक्षण म्हटले जाते. ही लक्षणे नैसर्गिक किंवा कृत्रिम असू शकतात. पण ज्या उद्दिष्टाने वर्गीकरण करावयाचे त्या उद्दिष्टाला उपयोगी पडणारी लक्षणे असणे आवश्यक असते. वर्गीकरणातील संज्ञा सुसंगत असणे आवश्यक आहे. वर्गीकरणाला चिन्हांकनाची आवश्यकता असते. वर्गीकरण म्हणजे त्या विशिष्ट ज्ञानशाखेचे संज्ञांकित स्वरूपच होय.

ग्रंथवर्गीकरणामध्ये संकीर्ण वर्ग, स्वरूप वर्ग (Form class), स्वरूप विभाग (Common isolates), चिन्हांकन (Notation), निर्देश (index) या गोष्टींचा समावेश असतो.

वर्गीकरण पद्धती –

१) डेसिमल क्लासिफिकेशन सिस्टीम-दशांश वर्गीकरण पद्धती – या वर्गीकरण पद्धतीचे जनक "मेलविल ड्युई" यांनी ही पद्धती इ.स. १८७६ साली प्रसिद्ध केली. या पद्धतीच्या आता पर्यंत २२ आवृत्त्या प्रसिद्ध झाल्या आहेत. सुरुवातीला या पद्धतीच्या पहिल्या आवृत्तीत प्रास्ताविक माहिती १२ पाने, १००० ज्ञानवर्ग (००० पासून ९९९ पर्यंत) आणि संबंधित २००० नोंदींचा निर्देश होता.

ही पद्धती चिन्हांकनयुक्त पद्धतशीर अशी पण सुलभ व लवचीक आहे. तिचा संबंधित निर्देश यामुळे ही पद्धती लोकप्रिय आहे. स्वत: मेलविल ड्युई यांनी आवृत्तीनुसार यात वेळोवेळी बदल केलेले आहेत. त्यामुळे ग्रंथालयांना ज्ञानवर्गाची सुधारणा वा त्यात भर घालावी लागत नाही. प्रत्येक ज्ञानवर्गाचा दुसऱ्या ज्ञानवर्गाशी तार्किक संबंध दाखविण्याचा प्रयत्न या पद्धतीत केलेला नाही. पण सर्व ज्ञानशाखा उपशाखांचा समावेश या पद्धतीत आढळतो.

आधुनिक काळातील सर्व ज्ञानवर्ग या पद्धतीत विकसित केलेले आहेत. या पद्धतीचे चिन्हांकन, शुद्ध, सोपे व आतिथ्यशील आहे. स्मरण सुलभ युक्ती, विषयाचे स्थान, जागा समजण्यासाठी दिलेला संबंधित निर्देश ही या पद्धतीची तत्त्वे म्हणता येतील.

मुख्य वर्ग – मेलविल ड्युई यांनी ज्ञानाचे नऊ विभाग केले. दहावा विभाग हा संकीर्ण वर्ग जोडला आहे.

०००	सर्व सामान्य वर्ग (जनरालिया क्लास)
१००	तत्त्वज्ञान
२००	धर्म
३००	सामाजिक शास्त्रे
४००	भाषाशास्त्र
५००	शुद्ध शास्त्रे
६००	तंत्रज्ञान
७००	कला
८००	वाङ्मय
९००	इतिहास आणि भूगोल

हे दहा वर्ग १०० विभागांमध्ये विभागलेले आहेत आणि ते शंभर विभाग पुन्हा १००० विभागांमध्ये विभागलेले आहेत.

स्वरूप विभाग

०१	तत्त्वज्ञान आणि सिद्धांत
०२	माहिती व रूपरेषा पुस्तिका
०३	शब्दकोश, विश्वकोश
०४	निबंध, भाषणे
०५	नियतकालिक
०६	संघटना, समाज
०७	अध्ययन आणि अध्यापन
०८	संग्रह
०९	इतिहास व स्थानिक संदर्भ

सारणी – यामध्ये विषय व त्यांचा उपविषय वर्गांकानुसार आहेत. मिश्र विषयांच्या मुख्य कल्पना व इतर गोष्टी यामुळे ग्रंथाचा आकार वाढलेला आहे. यामुळे विषयाचे सखोल वर्गीकरण करण्यास मदत होते. वर्गीकरणांच्या क्रमांकामध्ये सातत्य आढळते. कोष्टकांचा आकार कमी होण्यास मदत होते. स्मरणशक्तीवर्धक, संश्लेषणात्मक करण्याकडे कल वाढतो. या संबंधात या सारण्या मदत करतात.

याशिवाय सात साहाय्यक सारण्या आहेत.

१) सामान्य उपविभाग २) क्षेत्र ३) साहित्याचे उपविभाग ४) भाषांचे उपविभाग ५) वर्ण, वंश आणि राष्ट्रीय गट ६) भाषा ७) व्यक्ती

चिन्हांकन – मेलविल ड्युईंच्या या वर्गीकरण पद्धतीत अरबी अंकांचा उपयोग केला आहे. त्यामुळे या पद्धतीला शुद्ध चिन्हांकन पद्धती असे म्हटले जाते. या पद्धतीप्रमाणे कोणताही वर्गांक किमान तीन अंकी असावा लागतो. त्यामुळे ग्रंथालयात या पद्धतीचा वापर होताना शुद्ध चिंन्हाकनाची जागा मिश्र चिन्हांकन होते. उदा. भाषा ४२ ऐवजी ४२० निर्देश - या पद्धतीचा निर्देश सापेक्ष निर्देश आहे. पण हा निर्देश परिपूर्ण आहे असे म्हणता येणार नाही. या पद्धतीमध्ये सर्व विषयांची नावे, प्राणी, वनस्पती आणि देश यांचा समावेश आहे.

जगांतील अनेक ग्रंथालयांतून या वर्गीकरण पद्धतीचा वापर केला जातो. या पद्धतीच्या २२ आवृत्त्या प्रसिद्ध झाल्या असल्या, तपशीलात बदल झाले असले तरी मुख्य वर्ग व त्यांचा क्रम बदललेला नाही. संबंधित गोष्टी या पद्धतीमध्ये विखुरलेल्या आहेत. अनेक विषयांमध्ये सविस्तर वैशिष्ट्यांची गरज दिसते. असे असले तरी तयार वर्गांक, सुलभ चिन्हांकन, स्मरण सुलभता यामुळे ही पद्धत अजून टिकून आहे.

युनिर्व्हसल डेसिमल वर्गीकरण पद्धती

इ.स. १८९५ मध्ये श्री. ऑटलेट आणि श्री. फॅाटेन यांच्या पुढाकाराने "दि इन्स्टिट्यूट ऑफ इंटरनॅशनल बिब्लिओग्राफी" या संस्थेची स्थापना झाली. सार्वत्रिक ग्रंथसूची संकलित करणे, त्यासाठी नोंदीची वर्गीकृत क्रमाने रचना करणे हे या संस्थेचे काम होते. यासाठी या संस्थेने ड्युई डेसिमल वर्गीकरण पद्धतीचा वापर केला. पण या वर्गीकरण पद्धतीतील मर्यादा लक्षात घेऊन या संख्येने व्यापक स्वरूपात एक भाषा पद्धती तयार केली. ही युनिव्हर्सल डेसिमल वर्गीकरण पद्धती होय. तिची पहिली आवृत्ती इ.स. १९०५ मध्ये प्रसिद्ध झाली. या पद्धतीची पहिली इंग्रजी आवृत्ती इ.स. १९३६ मध्ये प्रसिद्ध झाली.

वैशिष्ट्ये – ही वर्गीकरण पद्धती ड्युई डेसिमल वर्गीकरण पद्धतीवर आधारलेली आल्यामुळे आराखडा सारखाच आहे. फक्त दोन शून्य वगळली आहेत. उदा. ८२० वाङ्मय तर या पद्धतीमध्ये फक्त ८२ / सामाजिक शास्त्रे ३०० तर या पद्धतीत ३ सामान्य साहाय्यकारी विभाग व विशेष साहाय्यकारी विभाग निर्माण करून संश्लेषणाचे तत्त्व जास्त विकसित केले आहे. मुख्य वर्गामध्ये समन्वय साधण्यासाठी द्विबिंदूंची तरतूद केली आहे. भिन्नत्व दाखविण्यासाठी संयोग चिन्हांचीही तरतूद केली आहे. वर्गांकामध्ये पहिल्या तीन अंकांनंतर बिंदू देण्याची प्रथा ठेवली आहे.

तत्त्वे –

१) निरनिराळ्या कल्पनांचे प्रथम विश्लेषण करून नंतर विशिष्ट चिन्हांद्वारे त्यांचे संयोजन करणे.

२) ज्ञानाच्या सर्व शाखांचे, त्यांच्या उपशाखांचे वर्गीकरण करू शकेल अशी पद्धती

३) सामान्याकडून विशेषाकडे जाणाऱ्या तत्त्वावर आधारलेली पद्धती

मुख्य वर्ग –

१. तत्त्वज्ञान

२. धर्म

३. सामाजिक शास्त्रे

४. भाषाशास्त्र

५. शुद्ध शास्त्रे

६. उपयोजित शास्त्रे (Applied)

७. कला

८. वाङ्मय

९. भूगोल, आत्मचरित्र, इतिहास

सामान्य साहाय्यकारी विभाग

१) भाषा दर्शक चिन्हे (=)

२) स्वरूप दर्शक चिन्हे (०१/०९)

३) स्थल दर्शक चिन्हे (१/९)

४) वंश आणि राष्ट्रीयत्व दर्शक चिन्हे (=)

५) काल दर्शक चिन्हे (" ")

६) दृष्टिकोन दर्शक चिन्हे (.००)

७) वर्णक्रम व संख्याक्रम दर्शविणारी चिन्हे (A/Z I.II,III)

विशेष साहाय्यकारी विभाग

१) विश्लेषणात्मक दर्शक चिन्हे (-and.o)

२) नवीन आलेख झालेली चिन्हे (') (विशेषत: रसायनशास्त्रासाठी उपयुक्त)

इतर चिन्हे

१) अधिकता आणि विस्तारदर्शक चिन्हे (+ and/)

२) संबंधदर्शक चिन्हे (:)

३) उपविषय संबंध दर्शक चिन्हे

निर्देश – या वर्गीकरण पद्धतीच्या इंग्रजी आवृत्तीला संपूर्ण निर्देश नाही. यानंतरच्या संक्षिप्त आवृत्तीमध्ये निर्देश संज्ञांच्या वर्णक्रमानुसार आहे. तो सापेक्ष आहे. नवीन आवृत्तीमध्ये विषयांची कोष्टके व संबंधित निर्देश एकाच खंडात प्रसिद्ध होत आहेत.

याही वर्गीकरण पद्धतीचा वापर जगात अनेक ग्रंथालयांतून केला जात आहे. या पद्धतीचा उपयोग विशेषत: माहिती केंद्रे व वैज्ञानिक नियतकालिकांतील लेखांचे सारांश वर्गीकृत करण्यासाठी केला जातो.

या पद्धतीमुळे विषयाचे सूक्ष्म वर्गीकरण शक्य होते. कारण यातील कोष्टके तपशीलाने समृद्ध आहेत. दोन विषयातील संयोजन व एकाच विषयातील निरनिराळे दृष्टिकोन पाहणे यामुळे ही पद्धत जास्त उपयोगी ठरली आहे.

द्विबिंदू वर्गीकरण पद्धती

डॉ. एस. आर. रंगनाथन हे भारतातील या वर्गीकरण पद्धतीचे जनक आहेत. भारतातील ही पहिलीच वर्गीकरण पद्धती होय. मद्रास विद्यापीठाचे पहिले ग्रंथपाल असताना लंडन स्कूल ऑफ लायब्ररीयनशिप येथे त्यांनी या ग्रंथालय-शास्त्राचे वर्ग पाहिले. तेथील वर्गीकरण पद्धतीमुळे ते फारच प्रभावित झाले. लंडनमधील खेळण्याच्या दुकानातील मॅकॅनो पाहून त्यांना द्विबिंदू वर्गीकरण पद्धतीची कल्पना सुचली. या पद्धतीची पहिली आवृत्ती इ.स.१९३३ साली प्रकाशित झाली.

द्विबिंदू वर्गीकरण पद्धती इतर वर्गीकरण पद्धतीप्रमाणे परिगणनात्मक नाही. विश्लेषण संश्लेषणात्मक असे या वर्गीकरण पद्धतीचे स्वरूप आहे. इतर वर्गीकरण पद्धतीत शृंखलेच्या क्रमानुसार विभाजन केले जाते. उदा. मुख्य वर्ग, त्यांचे उपविभाग, उपविभागांचे ३५-३५ विभाग. पण द्विबिंदू पद्धतीमध्ये विभाजन हे पैलूयुक्त आहे. एखाद्या मुख्य वर्गाचे, त्याच्या उपविभागाचे विभाजन एक किंवा अनेक पैलूंच्या आधारे केले जाते.

मुख्य वर्ग – प्रत्येक आवृत्तीनुसार या मुख्य वर्गांच्या संख्येत वाढच होत गेली. या पद्धतीत चार परिमंडलामध्ये मुख्य वर्गांची विभागणी केली आहे. संकीर्ण मुख्य वर्ग (Zq-22) नुकतेच मान्यता पावलेले मुख्य वर्ग (१-४) परंपरागत मुख्य वर्ग (A-Z) आणि नव्याने निर्माण होणाऱ्या पद्धती (:)

द्विबिंदू वर्गीकरण पद्धतीच्या आवृत्तीमध्ये अनुक्रमे शुद्धशास्त्रे, जीवशास्त्रे,

मानवशास्त्रे व शेवटी समाजशास्त्रे असे मुख्य वर्ग समाविष्ट आहेत.

संकीर्ण वर्ग – ज्या ग्रंथ साहित्याचे वर्गीकरणाच्या कोणत्याही एका मुख्य वर्गानुसार वर्गीकरण करणे शक्य नाही, असे साहित्य या संकीर्णवर्ग प्रकारात येते.

सामान्य विभाग – याचे प्रकार दोन-अग्रवर्ती सामान्य विभाग व उत्तरावर्ती सामान्य विभाग

विशिष्ट विषयाच्या पूर्वी येणाऱ्या जोडचिन्हांना अग्रवर्ती सामान्य विभाग तर विशिष्ट विषयानंतर येणाऱ्या जोडचिन्हांना उत्तरावर्ती सामान्यविभाग म्हणतात. विषयाची सखोलता दर्शविण्यासाठी याचा उपयोग होतो. उदा. चं म्हणजे टीका. दचं म्हणजे वाङ्मयीन टीका. अग्रवर्ती सामान्य विभाग काही वेळा स्थल प्रकारापूर्वी येणारे तर काही स्थल व काल प्रकारानंतर येणारे असतात.

चिन्हाकन – या वर्गीकरण पद्धतीमध्ये मिश्र चिन्हांकन आहे. लहान मोठे रोमन वर्ण, अरबी अंक काही ग्रीक वर्ण व अनेक जोड चिन्हांचा वापर ०, :, - ↔ △ केलेला आहे. ही चिन्हांकन पद्धत विकसनशील आहे, त्याचप्रमाणे स्मरणसुलभही आहे. हे चिन्हांकन पैलूबद्ध, अर्थपूर्ण आहे.

निर्देश – या वर्गीकरण पद्धतीचा निर्देश सापेक्ष असला तरी त्रोटक आहे. यामध्ये तयार वर्गांक नाहीत. त्यामुळे मुख्य वर्ग पैलू व आकडे निर्देशामध्ये आहेत. त्यामुळे हा निर्देश समजण्यास कठीण जाते. काही विषयांसाठी स्वतंत्र निर्देश तर इतर विषयासाठी सर्वसाधारण निर्देश आहे.

वैशिष्ट्ये – या द्विबिंदू वर्गीकरण पद्धतीमध्ये पाच मूलभूत घटक दिलेले आहेत. यांच्या आधारे विभाजन करणे शक्य होते.

१) व्यक्तित्व (,) २) पदार्थ (;) ३) उर्जा (:) ४) स्थल (.)
५) काल (‘)

युक्त्या – विषयाच्या इतर बाजू वेगवेगळ्या युक्त्यांद्वारे दाखविता येतात. यामुळे वर्गांकाची विकसनशीलता वाढली आहे. या युक्त्यांचे प्रकार

१) **पंक्तिबद्ध युक्त्या** - यामध्ये सर्वसमावेशक, विभागीय, अनुकाल (chronological device) अनुवर्ण सामान्यविभाग, विषय या युक्त्यांचा समावेश होतो.

२) **शृंखलाबद्ध युक्त्या** - विराम, दशांश अपूर्णांक, पैलू अध्यारोपण (superimposition) या युक्त्या अंतर्भूत होतात.

द्विबिंदू वर्गीकरण पद्धतीच्या ७ व्या आवृत्तीमध्ये खालील ८ भाग आहेत.

१) प्रस्तावना
२) मार्गदर्शन
३) सामान्य नियम
४) सर्वसामान्य विभाग आणि सामान्य विभाग
५) विशेष विभाग
६) निर्देश
७) अभिजात ग्रंथांचे कोष्टक
८) अभिजात ग्रंथांच्या कोष्टकांचा निर्देश

या सातव्या आवृत्तीमध्ये मूलभूत विषयांचे १) प्राथमिक मूलभूत विषय, २) अप्राथमिक मूलभूत विषय असे दोन भाग केलेले आहेत. प्राथमिक मूलभूत विषयामध्येही १) पारंपरिक मूलभूत विषय, २) नवीन प्राथमिक मूलभूत विषय असे पुन्हा दोन भाग केले आहेत. पारंपरिक मूलभूत विषय २८ आणि नवीन प्राथमिक मूलभूत विषय ११० असे मिळून १३८ मूलभूत विषय आहेत.

२) अप्राथमिक मूलभूत विषय यामध्ये खालील ३ भाग पडतात.

१) दुय्यम मूलभूत विषय
२) मिश्र मूलभूत विषय
३) संग्रहित विषय

सहाव्या आवृत्तीतील पाच प्रावस्थांमध्ये १) सामान्य २) कल ३) तुलना ४) फरक ५) प्रभावी यामध्ये आणखी एक ६) साधन प्रावस्थाची भर सातव्या आवृत्तीत घातली आहे.

त्याप्रमाणे काही नवीन दर्शक चिन्हांचीही भर घातली आहे. उदा. रिकामा करणारा अंक जो रिकामाही असतो व रिकामाही करतो त्यासाठी (*) (ॲसट्रीक) किंवा अग्रवर्ती सामान्य विभागांसाठी ('') (डबल इनव्हरटेड कॉमा)

एकूण नवीन आवृत्तीमध्ये मूल्यवर्गांच्या संख्येतील वाढ, दर्शक व संयोग चिन्हे यांची वाढ अशा तऱ्हेने बदल करण्यात आलेले आहेत. ज्ञानाच्या नवीन शाखांबरोबर नवीन ज्ञानवर्गांचा समावेश आवश्यकच ठरतो.

वरील वर्गीकरण पद्धती शिवाय काही वर्गीकरण पद्धती खालीलप्रमाणे आहेत.

१) एक्सपॉन्सिव्ह क्लासिफिकेशन पद्धती. सी.ए. कटर याची वर्गीकरण पद्धती (१८९१)

२) लायब्ररी ऑफ काँग्रेस क्लासिफिकेशन पद्धती – लायब्ररी ऑफ काँग्रेस पद्धती (१९०४)

३) सब्जेक्ट क्लासिफिकेशन – जे. डी. बाऊन यांची (१९०६)

४) बिब्लिओग्राफिक क्लासिफिकेशन – एच. व्ही. ब्लिस यांची (१९३५)

५) रायडर इंटरनॅशनल क्लासिफिकेशन – एफ रायडर (१९६१)

डॉ. एस. आर. रंगनाथन आणि एच. ई. ब्लिस यांनी वर्गीकरणाची काही मूलभूत तत्त्वे, सिद्धांत जगासमोर मांडले आहेत.

वर्गीकरण ही मानसिक प्रक्रिया आहे. डॉ. एस. आर. रंगनाथन यांच्या द्विबिंदू वर्गीकरण पद्धतीमुळे वर्गीकरण पद्धतीची बैठक, नवीन ज्ञानवर्गांचा समावेश कसा करावा, लक्षणांचा वापर, साह्यकारी अनुक्रम याविषयी मार्गदर्शन मिळते. त्यांच्या वर्गीकरण पद्धतीतील सूत्रे खालीलप्रमाणे सांगता येतील. ही एकूण ३३ सूत्रे आहेत.

१) तात्त्विक वर्गीकरण विषयक   २२ सूत्रे

२) ज्ञानवर्गीकरण विषयक   ६ सूत्रे

३) ग्रंथवर्गीकरण विषय   ५ सूत्रे

अशा तऱ्हेने वर्गीकरण हा ग्रंथालयातील एक महत्त्वाचा भाग आहे.

तालिकीकरण

एखाद्या ग्रंथालयातील वाचनसाहित्याची एखाद्या प्रमाणित तालिका संहितानुसार केलेली यादी म्हणजे तालिका.

उपयोजकांना त्यांच्या घटनेनुसार ग्रंथातील वाचन साहित्याचा उपयोग मोठ्या प्रमाणात करण्यास तालिका मदत करते. या वाचन साहित्याचे वर्णन करणे हे तालिकेचे वैशिष्ट्य आहे. उपयोजकांना तालिकेचा वापर करणे सहज सुलभ होईल अशी तालिकेची रचना असावी. तालिकेची रचना वर्णानुक्रमाने करावी. उपयोजकांच्या गरजा पूर्ण होतील असे किमान ग्रंथवर्णन तालिकेत असणे आवश्यक ठरते. ग्रंथांच्या आवृत्ती विषयीही उपयोजकांना माहिती मिळावयास हवी. तालिकेची रचना ही कोणत्याही प्रकारच्या प्रमाणित संहितेप्रमाणे असणे आवश्यक ठरते. त्यामुळे तालिकीकरणामध्ये सुसूत्रता येते. उपयोजकांचा वेळ वाचतो.

तालिका परिपूर्ण असावी. नवीन ग्रंथांच्या वाचनसाहित्याच्या नोंदी करणे त्याचप्रमाणे ग्रंथालयातून बाद झालेले ग्रंथ यांच्या नोंदी काढून टाकणे आवश्यक आहे.

तालिकेचा वापर वाढविण्यासाठी उपयोजकाला सहजासहजी जाता येईल

अशा ठिकाणी तिचे स्थान असावे. सामान्यत: प्रवेशद्वाराजवळ, देवघेव विभागाजवळ तालिका असावी. तालिकेतील नोंदी स्पष्ट व सुवाच्च असाव्यात.

ग्रंथालयात येणाऱ्या सर्वच वाचन साहित्याचे तालिकीकरण करणे आवश्यक असते असे नाही. जे वाचन साहित्य कायमस्वरूपी उपयुक्त ठरणारे आहे, अशा वाचसाहित्याचे तालीकीकरण करणे आवश्यक ठरते. तात्पुरत्या महत्त्वाच्या वाचनसाहित्याची एखादीच नोंद करून हा प्रश्न सोडविता येतो. उपयोजकांच्या गरजा लक्षात घेणे महत्त्वाचे ठरते.

तालिकीकरणाच्या संदर्भात एकवाक्यता, प्रमाणके यांची आवश्यकता भासते. यातूनच तालिका संहिता निर्माण होत गेल्या.

तालिका संहिता

प्रारंभी ग्रंथांची त्यांच्या आकाराप्रमाणे रचना केली जात होती. १५ व्या शतकापासून १९ व्या शतकाच्या मध्यापर्यंत लेखकाच्या आडनावाप्रमाणे ग्रंथांची यादी करणे असेच स्वरूप होते. त्यामध्ये कोणतेही नियम वा एकवाक्यता नव्हती. इ.स. १७९१ मध्ये पहिली तालिका संहिता म्हणजे फ्रेंच कोड तयार झाली. १९ व्या शतकाच्या सुरुवातीला रेव्ह थॉमस हार्टवेल यांनी तालिकीकरणाचे नियम प्रकाशित केले.

द. ब्रिटिश म्युझियम कॅटलॉगिंग रुल्स

इ.स.१८३४ मध्ये या संस्थेच्या विश्वस्तांनी तेथील संग्रहाची वर्णानुक्रमानुसार एक तालिका करण्याचे ठरविले. श्री अँथनी पानिझी (Panizzi) यांनी तालिकीकरणासाठी ९९१ नियम तयार केले. हे नियम इ. स. १८४१ मध्ये प्रसिद्ध केले. हे नियम म्हणजे भविष्यकालीन तालिकीकरण संहितेसाठी पायाच ठरले.

श्री पानिझींच्या म्हणण्यानुसार तालिका ही फक्त एक व्यक्ती किंवा एका पिढीसाठी तयार केलेली नसते, तर अनेक पिढ्यांसाठी तयार केलेली असते. ही देशाच्या विकासाचा एक भाग असते. या संहितेमध्ये बदल होऊन केवळ ४१ नियमात नवीन संहिता इ.स. १९४८ मध्ये पुनर्प्रकाशित करण्यात आली.

या संहितेमध्ये लेखकाने ग्रंथनाम, पृष्ठ व प्रत्यक्ष नोंदी यांना महत्त्व दिलेले आहे. तसेच ग्रंथनाम पृष्ठावरील माहितीनुसार नोंदी करणे यावर भर दिला. तसेच गरजेनुसार शीर्षक तयार करण्याची मुभाही या संहितेत आहे. उदा. नियतकालिकांची नोंद नियतकालिक याच शीर्षकाखाली करणे. संयुक्त लेखकाला महत्त्व देणारी ही पहिली संहिता होय. उदा. संस्थेच्या नावानुसार नोंद करणे. लेखकाच्या मतानुसार

विषयाला महत्त्व नाही. फक्त लेखक महत्त्वाचा ठरला. उपयोजकाच्या दृष्टीने लेखकाकडे असलेला कल ही महत्त्वाची स्वाभाविक गोष्ट आहे. असे लेखकाला वाटते. श्री. पानिझी हा लेखक तालिकेला पाठिंबा देणारा होता.

कटर – रुल्स फॉर डिक्शनरी कॅटलॉग

इ.स. १८७६ मध्ये श्री. सी. ए. कटर यानी वर्णानुक्रमानुसार तालिका प्रसिद्ध केली. या संहितेच्या पहिल्या आवृत्तीमध्ये २०५ नियम सांगितले होते. या संहितेची चौथी आवृत्ती इ. स. १९०४ मध्ये प्रसिद्ध झाली. यामध्ये ३६९ नियम समाविष्ट आहेत. एका व्यक्तीने लिहिलेली ही तालिकासंहिता सर्वसमावेशक अशी होती. पुढे ही संहिता राष्ट्रीय संहिता म्हणून मान्य झाली.

वर्णानुक्रमानुसार तालिकेच्या सर्व प्रकारच्या नोंदी यामध्ये आढळतात. लेखक, ग्रंथनाम, विषय नोंदी, या नोंदींच्या रचनेविषयी नियम या संहितेत दिसून येतात. वर्णनात्मक तालिकेतील गोष्टी उदा. शीर्षक, ग्रंथवर्णन, मोठी अक्षरे त्याचप्रमाणे विशेष साहित्याच्या तालिकीकरणाचे नियमही आढळून येतात.

श्री. कटर यानी तालिकाकारापेक्षा उपयोजकाला महत्त्व दिलेले आहे.

वैशिष्ट्ये – संस्था, संयुक्त संस्था यांच्या नोंदी लेखक नोंदीप्रमाणेच आहेत. नियतकालिकांच्या नोंदी त्यांच्या शीर्षकाप्रमाणे, अनामिक कामासाठी वेगवेगळी शीर्षके, विषयांची नोंद ग्रंथातील अनुक्रमणिकांच्या प्रकटीकरणाप्रमाणे करणे, ग्रंथशीर्षकाच्या शब्दानुसार नोंदींना महत्त्व नाही.

डॉ. एस. आर. रंगनाथन यांच्या मते, इंग्रजी भाषेतील भविष्यकालीन संहितेचे कटरची संहिता ही मुख्य साधन आहे.

क्लासिफाईड कॅटलॉग कोड (वर्गीकृत तालिका संहिता)

ही तालिका प्रथम १९३४ मध्ये प्रसिद्ध झाली. या संहितेचे संकलक डॉ. एस. आर. रंगनाथन होत. त्यांच्या मते ही संहिता म्हणजे तालिका क्रांतीतील पुढील पायरी होय. यापूर्वीच्या संहिता या छोट्या वा एका ग्रंथालयासाठी वैशिष्ट्यपूर्ण नव्हत्या, पण एका भाषेसाठी मर्यादित होत्या. पण वर्गीकृत तालिका संहितेमध्ये हे भाषेचे अडथळे दूर केले आहेत. या संहितेतील नियम तालिकीकरणाच्या सूत्रांवर आधारलेले आहेत. इ. स. १९४५ मध्ये दुसऱ्या आवृत्तीमध्ये डॉ. एस. आर. रंगनाथन यांनी तालिकीकरणाच्या नियमामध्ये आदर्श तत्त्वांचा पद्धतशीरपणे वापर केला.

इ. स. १९५१ मध्ये ही संहिता सार्वत्रिक होण्याच्या दृष्टीने विचार होऊ

लागला. यामध्ये ग्रंथालयाची भाषा, ग्रंथालयाच्या भाषेचे मापन या गोष्टींचाही विचार होऊ लागला. ह्या दोन्ही कल्पना ग्रंथालयाची लिपी (Script of library) आणि मान्यता लिपी (favoured scripts) या कल्पनेशी संबंधित होत्या. या कल्पनांमुळे वर्गीकृत तालिका संहिता सार्वत्रिक होण्याच्या दृष्टीने तिचा विचार होऊ लागला. इ. स. १९६४ मध्ये या संहितेच्या नियमामध्ये अधिक भर घालून या संहितेची पाचवी आवृत्ती प्रसिद्ध झाली. या आवृत्तीचे एकवीस भाग व १६३ प्रकरणे आहेत.

ग्रंथांच्या वर्गीकरणानुसार तयार केलेली तालिका म्हणजे वर्गीकृत तालिका होय. उदा. दशांश वर्गीकरण पद्धती किंवा द्विबिंदू वर्गीकरण पद्धती.

वर्गीकृत तालिकेचे दोन भाग असतात. वर्गीकृत विभाग व कोश विभाग

वर्गीकृत विभागात मुख्य नोंदींची रचना वर्गांकाप्रमाणे करतात. त्यामध्ये ग्रंथाची सविस्तर माहिती असते. उदा. अग्र विभाग शीर्षक, ग्रंथनाम, टीपा विभाग, दाखल ? इत्यादी. कोश विभागात मुख्य नोदीशिवाय इतर नोंदी ज्या पूरक असतात त्यांची नोंद केलेली असते. यामध्ये उलट संदर्भ नोंद वर्गनिर्देश नोंद, उलट संदर्भ निर्देशी नोंद इत्यादी गोष्टी समाविष्ट असतात.

अँग्लो अमेरिकन कॅटलॉगिंग रुल्स (AACR) 1967.

"अमेरिकन लायब्ररी असोसिएशन रुल्स" यावर श्री. लुबेटझ्की यांनी फारच टीका केली. त्यांच्या म्हणण्याप्रमाणे ही संहिता गोंधळात टाकणारी आहे. या टीकेमुळे नवीन संहितेसाठी मार्ग निर्माण झाला. यांचे पर्यवसान इ. स. १९५० नंतर तालीकीकरणाच्या संहितेबाबत आंतरराष्ट्रीय करार करण्यात झाला. इफ्ला संस्थेने संहितेविषयक नियम करण्याची जबाबदारी घेतली. इफ्लाने तालीकीकरणाच्या नियमासाठी आंतरराष्ट्रीय सहकार्याच्या दृष्टीने एक कार्यकारी गट स्थापन केला. या कार्यकारी गटाने एक आंतरराष्ट्रीय परिषद पॅरिसमध्ये आयोजित केली. ती "पॅरिस स्टेटमेंट" म्हणून प्रसिद्ध आहे. या परिषदेने शीर्षक व नोंदी विषयक समस्यांवर विचार केला. पण तालिकीकरणाच्या नियमांच्या विकासासाठी वर्णनासाठी आंतरराष्ट्रीय मार्गदर्शनतत्त्वांचा विचार केला नाही. ग्रंथेतर साहित्यासाठी आणि प्रबंधिका, क्रमकालिके यांच्या तालिकीकरणासाठी लायब्ररी ऑफ काँग्रेसचेच वर्णनात्मक नियम पायाभूत ठरविले. "पॅरिस स्टेटमेंट" ने आंतरराष्ट्रीय मापनामध्ये प्रयत्न केले, पण राष्ट्रीय संहितेची गरज तशीच राहिली.

या संदर्भात अमेरिकन आणि ब्रिटीश समित्या काम करीत होत्या. पण यातूनच दोन लेखनाचे प्रकार निर्माण झाले.

१) ॲग्लो अमेरिकन कॅटॅलॉगिंग रुल्स – द नॉर्थ अमेरिकन टेक्स्ट व

२) ब्रिटीश टेक्स्ट

या नवीन संहितेवरही बरीच उलट सुलट चर्चा झाली. उदा. पॅरिस स्टेटमेंट मधून ही नवीन संहिता निर्माण झाली आहे. यामध्ये लेखकाच्या वैयक्तिक कल्पना व्यापक स्वरूपात आहेत. सहलेखकाविषयींचा मान्य न होणारा कल तसेच क्रमकालिक नोंदीमधील संयुक्त संस्थांची न मान्य होणारी कल्पना असे या चर्चेचे स्वरूप होते.

तालिकीकरणाच्या बाबतीतील दोन्ही मधील मूळ गाभा यात फरक आहे. ब्रिटिश लेखनाचा मूळ गाभा 'पॅरिस स्टेटमेंट' आणि श्री. लुबेटझ्कीच्या कल्पनाशी जवळचा आहे.

ॲग्लो अमेरिकन कॅटलॉगिंग रूल्स (AACR2) 1978

ही संहिता म्हणजे ए.ए.सी. आर.च्या पहिल्या आवृत्तीमध्ये सुधारणा करून इ.स. १९७८ ए.ए.सी. आर. २ ची आवृत्ती प्रसिद्ध झाली. दोन्ही आवृत्तींची उद्दिष्टे समानच आहेत. पण या दुसऱ्या आवृत्तीत तालिकीकरणाच्या आंतरराष्ट्रीय प्रमाणी करणावर भर दिलेला आहे. ग्रंथेतर साहित्य उदा. तबकडी, कॅसेट या सारख्या आधुनिक इलेक्ट्रॉनिक साधनांच्या तालिकीकरणाचे नियम यामध्ये आहेत.

या तालिका संहितेचे २ भाग आहेत.

१) वर्णनात्मक २) नोंदींची शीर्षके ठरविण्यासंबंधीचे नियम.

दोन्हीमध्ये प्रथम सर्वसाधारण नियम व नंतर विशिष्ट नियम दिलेले आहेत.

ग्रंथनामवृत्त, आवृत्ती, साहित्य व प्रकाशनाचा प्रकार दर्शविणारे क्षेत्र, प्रकाशन माहिती क्षेत्र, मालाविषयक क्षेत्र, टीपाविषयक क्षेत्र, प्रमाणिक क्रमांक विषयक क्षेत्र, अशी तालिकापत्रावरील जागेची विभागणी केलेली आहे.

ग्रंथवर्णनाच्या पातळ्या, नोंदीचे प्रकार- मुख्य नोंद, पूरक नोंद, ग्रंथवर्णनाच्या गोष्टी या सर्वांचा समावेश ए.ए.सी. आर. २ मध्ये केलेला आहे.

ए. एसी. आर. २ या संहितेचा कल पारंपरिक आहे, अशी यावर टीका केली जाते. 'पहा' हे संदर्भ तर यात अगणितच आहेत. तरी सुद्धा ही संहिता सार्वत्रिक ग्रंथसूचीय तालिकीकरणाच्या माहितीची देवाण घेवाण करण्यात आदर्श आहे. या संहितेची दुसरी आवृत्ती निर्माण करण्यात अमेरिकन लायब्ररी असोसिएशन, द. ब्रिटिश लायब्ररी इत्यादींचा सहभाग आहे.

ए.एसी.आर. २च्या १९९८ सुधारित आवृत्तीमध्ये संगणकीय फाईल्स,

नकाशा संबंधीचे साहित्य आणि संगीताची समान शीर्षके या संबंधातील नियम करण्यावर लक्ष केंद्रित केले आहे. समष्टी समितीमध्ये शीर्षक नोंदीचाच जास्त वापर केला जातो. वास्तविक समष्टी समितीमध्ये संस्था, सरकारी माध्यमे इत्यादींचा समावेश असतो. त्यांनी ते साहित्य तयार केलेले असते. त्यांचे नाव मुख्य नोंदीमध्ये अंतर्भूत होणे आवश्यक आहे.

या संहितेच्या वेळी संगणकाचा उपयोग करण्याकडे कल वाढू लागला होता. ग्रंथालय संगणकीकरणाबाबत काही समस्यांची उत्तरे ही संहिता देत नाही. ग्रंथालय संगणकीकरणाचे परिणाम तालिकीकरणावर होणे अपरिहार्य आहे. त्यामुळे यंत्राने वाचण्याची तालिका ही राष्ट्रीय व आंतरराष्ट्रीय संगणक जाळ्यांमधून उपयोगी पडण्यासाठी निर्माण होणे आवश्यक आहे.

ग्रंथसूचीय नोंदीची रूपरेषा

तालिकीकरणाच्या दृष्टीने काही प्रमाणके ठरविण्यासाठी एक आंतराष्ट्रीय कार्यकारी गट निर्माण करण्यात आला. या गटाने इंटरनॅशनल स्टँडर्ड बिब्लिओग्राफीक डिस्क्रीप्शन (ISBD) हा प्रलेख इ. स. १९७१ मध्ये जाहीर केला.

संगणकाद्वारा माहितीचे जलद हस्तांतर होण्यासाठी, योग्य अशी यंत्र वाचनीय रूपरेषा तयार करण्यासाठी, आंतरराष्ट्रीय वर्णनात्मक प्रमाणके निर्माण करणे हा प्रलेखाचा मुख्य हेतू होता. पण याही प्रलेखात काही त्रुटी आढळून आल्यामुळे इ. स. १९७३ मध्ये इफ्लाच्या परिषदेने ISBD (M) आणि ISBD (S) असे दोन प्रलेख प्रकाशित केले. एका देशाने एका भाषेत निर्माण केलेल्या नोंदी दुसऱ्या देशांतील दुसऱ्या भाषेतील उपयोजकांना समजणे आवश्यक ठरते. प्रत्येक देशांतील नोंदी वेगवेगळ्या प्रकारच्या याद्यांमध्ये एकत्रित करणे आणि या नोंदी कोणत्याही स्वरूपाच्या (मुद्रित अथवा लिखित, यंत्र वाचनीय) स्वरूपात रूपांतरीत करणे, ही या प्रलेखाची वैशिष्ट्ये होती.

वरील गोष्टी पूर्ण करण्यासाठी नोंदीची प्रमाणके व फरक दाखविण्यासाठी विशेष विरामचिन्हांचा नमुना इत्यादी गोष्टी या प्रलेखात दिल्या आहेत. इ. स. १९७४ मध्ये इंटरनॅशल स्टँडर्ड बिब्लिओग्राफिक डिस्क्रिप्शनने प्रबंधिका, लेख यांच्या विषयीचे नियम ISBD (M) तयार केले. नंतर जनरल इंटरनॅशनल स्टँडर्ड बिब्लिओग्राफिक डिस्क्रिप्शन विकसित झाले – ISBD (G). यामध्ये सर्व प्रकारच्या माध्यमातील सर्व प्रकाशनाविषयी वर्णनात्मक आराखडा तयार केलेला आहे. नंतर ISBD (G) हा ए.ए.सी.आर. २ मध्ये ग्रंथसूचीय वर्णनाचा सामान्य आराखडा

म्हणून सामील करण्यात आला.

याशिवाय संगीत, क्रमकालिके, दूर्मीळ ग्रंथ यांच्या संदर्भातही ग्रंथसूचीय प्रमाणके ISBD ने तयार केली आहेत. याशिवाय इंटरनॅशनल स्टँडर्ड बुक नंबर आणि इंटरनॅशनल स्टँडर्ड सिरियल नंबर अशा दोन गोष्टी विकसित झाल्या.

मार्क MARC

माहितीच्या युगात संगणकावर आधारित तालिका निर्माण होऊ लागल्या. ह्या तालिका यंत्रावर (संगणकावर) तयार होतात. संगणकावरच वाचल्या जातात. अशा तालिकांना यंत्ररूप तालिका (Machine Readable Catalogue) असे म्हणतात.

मार्क १ - लायब्ररी ऑफ काँग्रेसने यंत्ररूप तालिकेचा एक पथदर्शक प्रकल्प हाती घेतला. ग्रंथालयामध्ये तालिकीकरण व अशा प्रकारच्या इतर कामासाठी संगणकाचा (यंत्राचा) उपयोग करता येईल काय? हा या पथदर्शक पाहणीचा उद्देश होता. या गोष्टी तंत्रदृष्ट्या, आर्थिकदृष्ट्या फायद्याच्या आहेत असे दिसून आले. यातून यंत्ररूप तालिका अस्तित्वात आली.

यासाठी लायब्ररी ऑफ काँग्रेसने १६ ग्रंथालयांची निवड केली होती. इ. स. १९६६ मध्ये या योजनेला सुरवात झाली. यासाठी चुंबकीय फिती सहभागी ग्रंथालयाकडे पाठविण्यात आल्या. या चुंबकीय फितींच्या मदतीने तालिकीकरण निर्देश, शोध व प्रतिप्राप्तीची कार्ये संगणकाच्या यंत्राच्या साहाय्याने करणे शक्य आहे असे दिसून आले. सांघिक ग्रंथतालिका, विशिष्ट विषयांची विशेष यादी ग्रंथोपार्जनांची यादी इत्यादी गोष्टी यात अंतर्भूत होत्या. यासाठी निश्चित क्षेत्र वापरावे लागत होते. यात सांकेतिक भाषेतील फक्त तीनच घटक असणे आवश्यक होते. ही सांकेतिक भाषा समजणे कठीण होते. यातूनच यातील त्रुटी दूर करण्याच्या दृष्टीने मार्क २ मध्ये विचार करण्यात आला.

मार्क २ - मार्क १ ची रचना लायब्ररी ऑफ काँग्रेस तालिका पत्रे यावर आधारलेली होती. यात फक्त प्रबंधिका, लेख यांचाच विचार केलेला होता. मार्क २ च्या आराखड्यात परिवर्तनीय क्षेत्राचा समावेश केला. यामध्ये लेखकाचे आडनाव, आवृत्ती इत्यादी गोष्टी समाविष्ट करता येतात. या चुंबकीय फिती मूळ स्वरूपात वापरता येत नाहीत. त्यासाठी सभासद ग्रंथालयाना प्रणाली तयार करावी लागते. ही एक प्रकारची ग्रंथसूची सेवा आहे. कारण सर्व नोंदी लायब्ररी ऑफ काँग्रेसमध्ये येणाऱ्या ग्रंथांच्या असतात. त्यामुळे सभासद ग्रंथालये त्यांच्या

ग्रंथालयात जे ग्रंथ आले असतील त्यांचीच माहिती स्वत:च्या प्रणालीमध्ये घेतात. ग्रंथनिवड व ग्रंथ मागणीसाठी या चुंबकीय फितीचा उपयोग होतो. या चुंबकीय फिती दर आठवड्याला वितरित केल्या जातात. सुरवातीला या फितीमध्ये इंग्रजी भाषेतील ग्रंथांचाच समावेश होता. आता यामध्ये इतर भाषेतील वाचन साहित्यही समाविष्ट करण्यात आले आहे.

चुंबकीय फितीच्या स्वरूपात केंद्रीय तालिका सभासद ग्रंथालयाकडे वितरित केली जाते. यासाठी मूर्त तत्त्वांचा एक संच प्रकाशित केला आहे. वाढत्या ग्रंथोपार्जनामुळे तालिका अद्ययावत ठेवण्यास अतिरिक्त कर्मचारी वर्गाची आवश्यकता नसते. पत्रतालिकेपेक्षा यंत्रवाचनीय तालिका आर्थिक दृष्ट्या फायद्याची ठरते. या चुंबकीय फितीमुळे पारंपारिक पत्र तालिका सभासद ग्रंथालयांना निर्माण करणे शक्य होते. संगणकीय निवडक प्रसारण सेवेसाठी या फिती उपयोगी पडतात. यामुळे साधन वाटणीचे तत्त्व आपोआपच अवलंबिले जाते, आंतरराष्ट्रीय सहकार्याचे वातावरण या आराखड्यामुळे निर्माण होते.

मार्कच्या या आराखड्याला इंटरनॅशनल स्टँडर्ड ऑर्गनायझेशनने १९७३ मध्ये राष्ट्रीय प्रमाणित आराखडा म्हणून मान्यता दिली. इ. स. १९८२ पासून हा लायब्ररी ऑफ काँग्रेसचा मार्क यूएस मार्क म्हणून ओळखला जातो. इ.स. १९७५ मध्ये या आराखड्याचा सार्वत्रिक उपयोग होण्यासाठी UNI MARC हा आराखडा तयार झाला. इतर देश हा आराखडा थोडा बदल करून वापरत आहेत. उदा. ब्रिटनचा युके मार्क, कॅनडाचा कॅनमार्क.

कॉमन कम्युनिकेशन फॉरमॅट (CCF)

हा आराखडा अस्तित्वात येण्यापूर्वी मार्क २, युनिमार्क हे दोन आराखडे होते. सर्व जगातील देशासाठी एकच आराखडा असावा असे युनेस्कोला (इंटरनॅशनल स्टँडर्ड ऑरगनायझेशन) वाटले. म्हणून युनेस्कोने जनरल इन्फरमेशन प्रोग्रॅम आरेखीत केला. या प्रोग्रॅममध्ये जगातील वेगवेगळ्या तज्ज्ञानी एकत्र येण्यासाठी युनेस्कोने एका विशिष्ट उद्देशाकरीता एक समिती नेमली. सर्व देशांसाठी ग्रंथालयातील ग्रंथसूचीच्या संप्रेषणासाठी एक आराखडा तयार करणे हे त्या समितीचे कार्य होते. या आराखड्यालाच सीसीएफ असे म्हणतात. हा आराखडा १९८४ मध्ये प्रसिद्ध झाला. हा आराखडा ISO 2709 या आंतरराष्ट्रीय प्रमाणकावर आधारित आहे.

वरील सर्व आराखड्यांचे मूलतत्त्व सारखेच आहे. फक्त कोणते घटक

आवश्यक, त्यांचा क्रम, याबाबतीत मात्र या आराखड्यातील माहिती इतरही आराखड्यांमध्ये रूपांतरित करणे सुलभ आहे. यातील माहिती संगणकद्वारा वाचण्यासाठी योग्य अशी बनविलेली असते.

या आराखड्याची वैशिष्ट्ये खालीलप्रमाणे आहेत.

१) अनेक ग्रंथालयांमध्ये ग्रंथसूचीय नोंदींची देवाणघेवाण होण्यासाठी आणि त्यांच्यामध्ये सारात्मक व निर्देशात्मक सेवा सहकार्याने होण्यासाठी मान्यता देणे.

२) ग्रंथसूचीय संस्थेने दोन ग्रंथालयातील ग्रंथसूचीय नोंदी सारात्मक व निर्देशात्मक सेवा कौशल्यपूर्ण हाताळण्यासाठी एकेरी घटकांच्या संगणक प्रणालीला मान्यता देणे.

३) ग्रंथसूचीय संस्थेने ह्या आराखड्याद्वारे स्वत:च्या ग्रंथसूचीय माहिती संचाद्वारे सेवा देणे, माहिती घटकांच्या उपयोगी याद्या पुरविणे.

सीसीएफ वरील प्रकारे उपयोगी पडणारा आराखडा आहे. त्याचप्रमाणे माहितीप्रधान समाजातील घटकांनी मान्य केलेली अत्यावश्यक माहिती तपशीलासह सांगणे, अत्यावश्यक माहितीचे घटक पुरेशा प्रमाणात पुरविणे, ज्याच्यामुळे गोष्टीचे वर्णन करणे सुलभ होईल. अशा बदली घटकांची संख्या देणे, प्रमाणित नसलेले घटक या आराखड्याद्वारे उपयोगी आहेत असे दाखविण्यास मान्यता देणे, हे या आराखड्याचे उपयोग ठरतील.

या आराखड्याची रचना खालील ४ भागांत केलेली आहे.

१) नोंद चिठ्ठी २) निर्देशिका ३) माहिती क्षेत्र ४) नोंद विभाजक

या आराखड्याचे भाग पुढीलप्रमाणे असतात.

१) **रेकॉर्डस अपडेटीफायर** – यातील प्रत्येक नोंदीला क्रमांक दिलेला असतो. त्याचा वापर माहिती शोधण्यासाठी केला जातो. प्राथमिक माहितीमध्ये नोंदीबद्दल माहिती अंतर्भूत असते.

२) **टॅग** – (खूण) यामध्ये नोदीमधील प्रत्येक क्षेत्राची माहिती कशाबद्दल आहे यासाठी त्या क्षेत्राला खूण (tag) क्रमांक दिलेला असतो.

३) **इंडिकेटर** – (दर्शक) तालिकीकरणाच्या दृष्टीने उपयोगी माहिती यामध्ये असते.

४) **उपक्षेत्र** – उपक्षेत्र दर्शविण्यासाठी विशिष्ट शुद्धलेखन चिन्हांचा उपयोग केलेला असतो. जेव्हा एक क्षेत्र अनेक उपक्षेत्रामध्ये विभागलेले असते तेव्हा त्याचा क्रम व क्रमांक ठरलेला असतो.

५) **फिल्ड टर्मिनेटर** – क्षेत्रासंबंधीची माहिती संपली आहे हे संगणकास सांगण्यासाठी या चिन्हाचा वापर केला जातो.

अशा तऱ्हेने ग्रंथालयातील माहिती या सीसीएफ आराखड्यात रूपांतरित करता येते. ही माहिती इतर ग्रंथालयांना संप्रेषणासाठी उपलब्ध करून देता येते.

निर्देशन भाषा (INDEXING Languages)

इंडेक्स (निर्देश) हा शब्द in या लॅटिन शब्दापासून आला. त्याचा अर्थ सांगणे (to say) त्या विषयी सांगणे (to say into) असा आहे.

या प्रकारची सूची विषयाची पथदर्शक म्हणून काम करते. ही सूची वाचकांचा वेळ वाचविते. कोणत्याही माहितीचे क्षेत्र कोठे आहे, हे या सूचीवरून कळते. निर्देशनाची भाषा ही विषयाच्या नावानुसार वर्णानुक्रमाने दिलेली यादी असते. काही वेळा ती भाषा वर्गीकरणानुसारही असते. निर्देशनाची भाषा विषयाचे महत्त्व दर्शवत असते. म्हणून ती विषयाचे वर्णन करते. उदा. सीअर्स लिस्ट किंवा लायब्ररी ऑफ काँग्रेस यांची यादी. या दोन्ही याद्या नियंत्रित शब्दसंग्रहामुळे महत्त्वाच्या आहेत.

पारंपरिक पद्धतीने निर्देशन करण्यात उपयोजकाच्या विशिष्ट गरजांशी ताळमेळ बसत नाही. आंतरशाखीय प्रश्नामध्ये रचनात्मक व नियंत्रित भाषा उपयोगी पडत नाही. पारंपरिक पद्धतीमध्ये निर्देशनाचे मूल्य जास्त असते. हे मूल्य कमी करणे आवश्यक ठरते. संगणकामुळे एकत्रीकरण प्रदर्शन अथवा हाताळणी या गोष्टी सोप्या ठरल्या.

प्रलेखातील विषयाचे एकाच संज्ञेने निर्देशन करणे अवघड आहे. त्यामुळे उपयोजकांच्या गरजेचा कल लक्षात घेऊन अनेक संज्ञा विषयासाठी तयार कराव्या लागतात. उपयोजकाने कोणत्याही संज्ञेवरून माहितीची मागणी केल्यास ती त्याला मिळू शकते. उपयोजकाने मागितलेल्या माहितीचे विश्लेषण केले जाते. त्यातील संज्ञा व नोंदीतील संज्ञा यांचा समन्वय करणे आवश्यक ठरते.

प्रलेखांतील महत्त्वाच्या संज्ञेनुसार नोंदी करताना काही नियम. पथ्य पाळणे आवश्यक ठरते. निर्देशन पद्धतीचे खालील प्रकार पडतात.

१) पूर्व समन्वय पद्धती –

उपयोजकांच्या मागणीपूर्वीच संभाव्य मागणींचा कल लक्षात घेऊन त्या त्या विषयातील महत्त्वाच्या संज्ञांची जुळणी करून, नोंदी तयार करून ठेवणे. माहितीचा शोध घेतान फक्त या समन्वय केलेल्या संज्ञांखालीलच नोंदी बघणे, हे

या पद्धतीत अंतर्भूत आहे. या पद्धतीमध्ये मागणीपूर्व नोंदींचा समन्वय असल्यामुळे या पद्धतीला पूर्व समन्वय पद्धती म्हणतात.

१) वर्गीकरण पद्धती - या पद्धतीतील संज्ञा निर्माण करताना वर्गीकरण पद्धतीचा वापर केला जातो. पण या वर्गीकरण पद्धतीमुळे या संज्ञा निर्माण करताना काही मर्यादा पडतात. वर्गीकरण पद्धतीच्या कलाने संज्ञा निर्माण करण्यात माहितीचा वाढीव वेग कारणीभूत ठरतो. त्यामुळे प्रतिप्राप्तीच्या दृष्टिकोनातून अचूक संज्ञेचा शोध घेणे कठीण जाते.

डॉ. एस. आर. रंगनाथन यांच्या द्विबिंदू वर्गीकरण पद्धतीमध्ये विषयाची वस्तुनिष्ठता आणि ज्ञान यांना अनेक क्षेत्रांमध्ये संशोधनाच्या दृष्टीने न्याय देणे कठीण जाते. पण त्यांच्या शृंखला निर्देशन पद्धती आणि पैलुबद्ध वर्गीकरण या गोष्टी निर्देशाच्या भाषेशी संबंधित आहेत.

२) वर्णानुक्रम पद्धती –

अनेक प्रकारे पारंपरिक विषय शीर्षक याद्या. उदा. सीअर्स यादी, लायब्ररी ऑफ काँग्रेस यादी वर्णानुक्रमे परिगणनात्मक वर्गीकरण पद्धतीशी समान आहेत. उदा. वर्गीकरण परिभाषा, उल्लेख नियंत्रण इत्यादी. या गोष्टी वर्गीकृत व वर्णानुक्रम निर्देश समजण्यास कठीण जातात. उलट पारंपरिक वर्णानुक्रम विषय निर्देश विषयांमधील संबंध दाखविण्यात लवचीक आहे.

२. पश्चात समन्वय पद्धती - या पद्धतीमध्ये निर्देशकाने शीर्षक म्हणून संकल्पनांची निवड करून त्याखाली अनेक नोंदी केलेल्या असतात. उपयोजकाने त्यातील नोंदी एकत्रित विचारात घेऊन विषय लक्षात घेणे आवश्यक ठरते. ही स्वाभाविक भाषेवर अवलंबून असणारी पद्धत आहे. अधिकृत शब्दयादींचे या पद्धतीवर बंधन नाही. शब्दकुलकोशातील संज्ञांचा वापर यात केलेला असतो.

३. मुक्त निर्देशन पद्धती (Free Indexing System) - प्रलेखाच्या शीर्षकातच विषयदर्शक संज्ञा असते, असे मानून त्या संज्ञेचे विश्लेषण न करता त्या संज्ञांची जुळणी व क्रम ठरविले जातात. यासाठी यंत्राचा वापर केला जातो. त्यामुळे माहितीची मागणी व नोंदीतील संज्ञा यांचा कोणत्याही बाबतीत समन्वय साधता येतो.

काही देशांच्या राष्ट्रीय ग्रंथसूचीमधून आंतरराष्ट्रीय पातळीवर ग्रंथसूचीय वर्णनात्मक प्रमाणके (ISBD) मान्य केलेली दिसून येतात. प्रकाशनाच्या स्वरूपानुसार या प्रमाणकांचे प्रकार आहेत. ग्रंथासाठी ISBD (M)

नियतकालिकासाठी ISBD (S) ग्रंथेतर साहित्यासाठी ISBD (NBM) अशी काही प्रमाणके आहेत.

अशा तऱ्हेने जगातील प्रलेखनात साम्य असावे म्हणून प्रमाणीकरण केले आहे. याचा वापर कोणत्याही केंद्रातील उपयोजकाला व्हावा ही दृष्टी आहे.

थिसॉरस (शब्दकुलकोश)

पारंपरिक वर्णानुक्रम असलेल्या विषय शीर्षक, याद्यांमधील रचना आणि नियंत्रण हे अवघड कार्य सोपे करण्याचे काम थिसॉरस करतो. यासाठी वेगवेगळ्या प्रकारचे मार्गदर्शक थिसॉरस उपलब्ध आहेत. हे थिसॉरस निर्देशकाला प्रलेखातील विषयाचे अचूक स्वरूप सांगणाऱ्या संज्ञेखाली नोंदी करण्यास मदत करतात. या नोंदीच्या संज्ञा विशिष्ट विषयातील संकल्पनाधारे केल्या जातात. या संज्ञा निश्चित करण्यासाठी विशिष्ट विषयातील थिसॉरस निर्माण केले जातात.

'सिअर्स लिस्ट ऑफ सब्जेक्ट हेडिंग्ज' ही शीर्षक संज्ञांची प्रमाणित पण नियंत्रित यादीच आहे. ही यादी परंपरागत असल्यामुळे ती थिसॉरसचे कार्य करू शकत नाही. थिसॉरस ही सुद्धा नियंत्रित संज्ञांची यादीच आहे. पण परंपरागत याद्यांमध्ये काही उणीवा असतात. अशा प्रकारच्या याद्यांमध्ये सर्व विषय समाविष्ट असतात. त्यामुळे विशिष्ट विषयाच्या प्रलेख निर्देशनासाठी ह्या याद्यांचा उपयोग होऊ शकत नाही. उलट थिसॉरस हा विशिष्ट विषयनिष्ठ असल्यामुळे तो निर्देशनासाठी उपयुक्त ठरतो.

उपयोजकांच्या माहितीची मागणी पुरी करताना योग्य संदर्भासाठी संज्ञांचे समन्वय करण्यासाठी अचूक निर्देशन संज्ञा देण्यात थिसॉरस मदत करतो. शिवाय विषयाच्या व्याप्तीच्या उतरत्या क्रमाने समान व संबंधित संज्ञाही देण्यास थिसॉरस उपयोगी पडतो. त्यामुळे उपयोजकांच्या कोणत्याही दृष्टिकोनातून गरजूंची मागणी पूर्ण करण्यास मदत होते. गरजूंनी नैसर्गिक भाषेत व्यक्त केलेल्या शब्दांचे रूपांतर निर्देशनाच्या भाषेत करण्यासाठी असलेली ही रूपांतर क्रिया होय.

प्रलेखातील नैसर्गिक शीषर्क संज्ञा निर्देशनात संकल्पनांचे प्रतिनिधित्व करण्यासाठी वापरल्या तर नोंदीमध्ये अनियमितता येते. म्हणून नैसर्गिक भाषेतील शब्दसंग्रहात नियमितता असावी लागते. शब्दसंग्रह नियंत्रित करणे, म्हणजे नैसर्गिक भाषेतील संज्ञांऐवजी त्याच अर्थाच्या कोणत्या संज्ञा त्या संदर्भात वापरता येतील हे दाखविणे.

थिसॉरस ऑफ इंग्लिश वर्डस् अँड फ्रेजेस हा पहिला थिसॉरस इ. स. १८५२

मध्ये प्रसिद्ध झाला. हा थिसॉरस पीटर मार्क रॉजेट यांनी तयार केला होता.

नैसर्गिक संज्ञामधील विशिष्ट अर्थ, त्यांच्यातील जातीसंबंध लक्षात घेऊन थिसॉरसची रचना केली जाते. हा एक अनेक पैलूयुक्त शब्द संग्रहच असतो. यातील संज्ञा या विषयनिष्ठ असतात. यामध्ये शब्द, वाक्प्रचार, समाविष्ट असतात. त्यामुळे हे ज्ञान भांडार म्हणजे शब्दकोशच असतो. संज्ञांची निवड करताना विशिष्ट विषयांमध्ये संख्येने नेहमी जास्त वेळा येणाऱ्या संज्ञा, नेहमी जास्त वेळा वापरल्या जाणाऱ्या संज्ञा, विशिष्ट संकल्पनाचे संबंध दर्शविणाऱ्या संज्ञा, वैज्ञानिक आणि तंत्रज्ञानाशी जुळणाऱ्या पण मान्यता पावलेल्या संज्ञा, या गोष्टींचा विचार थिसॉरसची रचना करताना करावा लागतो. अशा तऱ्हेने निर्माण केलेले थिसॉरस निर्देशनास मार्गदर्शक ठरतात.

थिसॉरसच्या साहाय्याने भाषेत विशिष्ट पद्धतीने प्रलेख नोंदविलेले असतात. ही एक संज्ञांची अनुवर्णक्रम असलेली यादीच असते. या यादीवर वर्गीकरणाचा प्रभाव दिसून येतो. थिसॉरसमुळे संज्ञांमधील हेतू, त्या संज्ञाची व्याप्ती, संज्ञेची निवड यामध्ये सखोल विचार करता येतो. थिसॉरसचे यंत्रवाचनीय स्वरूप तर जास्तच फायदेशीर ठरते. त्याचप्रमाणे तो माहितीच्या स्फोटामुळे होणाऱ्या बदलांना सामावून घेणारा हवा.

स्वाध्याय

१. माहिती म्हणजे काय ?
   अ) ज्ञानाचा विस्फोट
   ब) ज्ञान मिळवण्याची प्रक्रिया
   क) मानवी विचार
   ड) वेगवेगळ्या प्रकारची मानवी कार्ये आणि घटना यांची निर्मिती

२. 'माहिती' हा शब्द प्रथम कधी उपयोगात आला ?
   अ) १९५०   ब) १९५५   क) १९६०   ड) १९६५

३. माहितीचे कोणत्या तीन विभागात विभाजन करता येईल ?
   अ) तात्त्विक, विश्लेषणात्मक आणि संख्यात्मक
   ब) विश्लेषणात्मक, संख्यात्मक आणि पद्धतशीर
   क) पद्धतशीर, विश्लेषणात्मक आणि वर्णनात्मक
   ड) संख्यात्मक, वर्णनात्मक आणि विश्लेषणात्मक

४. माहिती म्हणजे 'उत्पादन आणि प्रक्रिया असे दोन्ही आहे.' असे कोण म्हणाले ?

अ) बेडफोर्ड ए.सी.   ब) जे. मार्टीन

क) रंगनाथन   ड) फॉस्केट

५. माहितीपासून ज्ञान मिळविण्याची खरी प्रक्रिया कोणती ?

अ) माहिती, आधारभूत सामग्री आणि ज्ञान

ब) माहिती, ज्ञान आणि आधारभूत सामग्री

क) आधारभूत सामग्री, माहिती आणि ज्ञान

ड) आधारभूत सामग्री, ज्ञान आणि माहिती

६. ग्रंथालयातील माहिती आणि ज्ञानाचे संघटन खालीलपैकी कोणत्या प्रकाराने करतात ?

अ) तालिकीकरण ब) वर्गीकरण   क) प्रलेखन   ड) माहिती सेवा

७. विषयांच्या मांडणीच्या पद्धती म्हणजे काय ?

अ) विषयांचा उगम   ब) विषयांची प्रगती

क) नवीन विषयांचा विकास   ड) यापैकी काही नाही

उत्तरे – १) ड २) क ३) ड ४) ब ५) क ६) ड ७) क

८. विषयाची मांडणी करण्याचा प्रकार हा ग्रंथालयातील कोणत्या प्रक्रियेचा भाग आहे ?

अ) दाखल नोंदी   ब) वर्गीकरण   क) तालिकीकरण ड) प्रलेखन

९. शुद्ध विषय हे कोणत्या क्रियेने मिळवता येतात ?

अ) विभाजन   ब) एकत्रीकरण

क) व्याप्तीचे संकोचन   ड) शुद्धीकरण

१०. 'क्लासिफिकेशन' हा शब्द कोणत्या लॅटीन शब्दापासून आला आहे ?

अ) क्लासिफाय   ब) क्लासिक   क) क्लास   ड) क्लासेस

११. 'वर्गीकरण' म्हणजे काय ?

अ) प्रलेखाचे वर्गीकरण करणे.

ब) प्रलेखातील विषयाचे वर्गीकरण करणे.

क) अनुक्रमणिकेचे वर्गीकरण करणे.

ड) प्रलेखातील निर्देशाचे वर्गीकरण करणे.

१२. एखाद्या विषयाशी संबंधित सर्व प्रलेख एका जागी एकत्र आणण्यासाठी खालीलपैकी कोणती प्रक्रिया करावी लागते ?

अ) वर्गीकरण ब) तालिकीकरण

क) निर्देशन ड) प्रलेखन

१३. ग्रंथवर्गीकरणाचा पहिला अभ्यासक कोण ?

अ) ड्यूई ब) बेकन क) हॅरीस ड) रंगनाथन

१४. ग्रंथसूचीय वर्गीकरण योजना प्रथम कोणी तयार केली ?

अ) बेकन ब) ड्युई क) ब्लिस ड) गेसनर

१५. 'अपूपा पॅटर्न' कोणत्या प्रक्रियेशी संबंधित आहे ?

अ) वर्गीकरण ब) तालिकीकरण

क) ग्रंथोपार्जन ड) प्रलेखन

१६. प्रोलेगोमिना (Prolegomina) हे पुस्तक कोणी लिहिले ?

अ) मेलविल ड्यूई ब) पी. बी. मंगला

क) एच. इ. ब्लीस ड) एस. आर. रंगनाथन

उत्तरे –८) ब ९) ड १०) ब ११) ब १२) अ १३) ब

१४) ड १५) अ १६) ड

१७. प्रोलेगोमिना (Prolegomina) हा ग्रंथ कोणत्या विषयाशी संबंधित आहे ?

अ) वर्गीकरण ब) तालिकीकरण

क) व्यवस्थापन ड) ग्रंथनिवड

१८. ग्रंथालयीन वर्गीकरणाचा मुख्य प्रणेता कोण ?

अ) रिचर्डसन ब) रंगनाथन क) ड्युई ड) बेकन

१९. डॉ. रंगनाथन यांनी मुख / पैलूंच्या सुत्रासाठी किती मूलतत्त्वे वापरली ?

अ) ४ ब) ५ क) ६ ड) १०

२०. वर्गीकरणासाठी डॉ. रंगनाथन यांनी किती सूत्रे वापरली ?

अ) ३० ब) ३३ क) ४० ड) ४३

२१. साम्यगुण विषयक सूत्र हे कोणत्या पातळीवरील / स्तर सूत्र आहे ?

अ) वैचारिक पातळी ब) शाब्दिक पातळी

क) चिन्हांकन पातळी ड) वर्गीकरण

२२. कोष्टकातील उपविभागांच्या रचनेसाठी कशाचा उपयोग होतो ?

अ) सूत्रे ब) आधारतत्त्वे / गृहीतके क) मूलतत्त्वे

ड) पाच मूलभूत तत्त्वे (व्यक्तित्व, वस्तू, ऊर्जा, स्थळ, काळ)

२३. डी.डी.सी. प्रथम कोणत्या साली प्रसिद्ध झाले ?

अ) १८७० ब) १८७५ क) १८७६ ड) १८९७

२४. कोणत्या वर्गीकरण पद्धतीत शून्य हा अंक फक्त दर्शक आहे ?

अ) डी. डी. सी. ब) यू. डी. सी.

क) सी. सी ड) एस. सी

२५. सी. सी. ला दशांश वर्गीकरण का म्हणतात?

अ) द्विबिंदू हे ऊर्जेचे चिन्ह आहे म्हणून

ब) रंगनाथनना द्विबिंदू आवडत असे म्हणून

क) सी. सी. मध्ये फक्त द्विबिंदू हे जोड चिन्ह वापरतात म्हणून.

ड) जेव्हा ही पद्धती निर्माण झाली तेव्हा फक्त द्विबिंदू हे जोड चिन्ह वापरले गेले म्हणून

उत्तरे –१७) अ १८) ब १९) अ २०) ड २१) अ २२) क
२३) क २४) अ २५)ड

२६. जेम्स. डफ. ब्राऊन हे कोणत्या वर्गीकरण पद्धतीशी संबंधित आहेत ?

अ) विषय वर्गीकरण

ब) द्विबिंदू वर्गीकरण

क) विस्तारित वर्गीकरण (Expansive Classification)

ड) आंतरराष्ट्रीय वर्गीकरण

२७. कोणती संस्था यू.डी.सी. ची संयुक्त लेखक आहे ?

अ) आय. एफ. एल. ए. (IFLA)

ब) एफ. आय.डी. (FID)

क) आय. ए. एस. एल. आय. सी.

ड) यू. एन. इ. एस. सी. ओ (UNESCO)

२८. बिब्लिओग्राफिक क्लासिफिकेशनचा (बी.सी) चा जनक कोण ?

अ) एच. इ. ब्लीस ब) एस. आर. रंगनाथन

क) जे. डी. ब्राऊन ड) लायब्ररी ऑफ कॉंग्रेस

२९. कोणती वर्गीकरण पद्धती संयुक्त विषयांची गणना करत नाही ?

अ) डी. डी. सी. ब) सी. सी क) एल. सी. ड) यु. डी. सी

३०. खालीलपैकी कोणता विषय जटिल / गुंतागुंतीचा आहे?

अ) ग्रंथालयशास्त्राचा अभ्यास

ब) सार्वजनिक ग्रंथालयांचा अभ्यास

क) वर्गीकरणाचा अभ्यास

ड) वर्गीकरण आणि तालिकीकरण अभ्यास

३१. स्मरण सुलभताविषयक सूत्रे म्हणजे काय?

अ) स्मृती साधन ब) रिक्त अंक

क) अनुक्रम युक्ती ड) यापैकी काही नाही.

३२. डी. डी. सी.चा कोणता तक्ता / आराखडा राष्ट्रीय गटाशी संबंधित आहे?

अ) तक्ता - १ ब) तक्ता -२ क) तक्ता - ३ ड) तक्ता - ५

३३. डी. डी. सी. मध्ये विषयाचे वर्गीकरण कसे होते?

अ) साधारणाकडून विशिष्ट ब) विशिष्टाकडून साधारण

क) मुख्याकडून उपशीर्षकाकडे ड) उपशीर्षकाकडून मुख्याकडे

उत्तरे –२६) अ २७) ब २८) अ २९) ब ३०) ड ३१) अ ३२) ड ३३) अ

३४. खालीलपैकी काय विषयाच्या मुख्य भागाला जवळचे आहे?

अ) व्यक्तित्व ब) वस्तू क) ऊर्जा ड) काळ

३५. मुख्य वर्ग जीवशास्त्र, प्राणीशास्त्र आणि वनस्पतीशास्त्र या सर्वातील सामान्य पैलू कोणता?

अ) प्रश्न पैलू ब) व्यक्तित्व पैलू

क) काळ पैलू ड) वस्तू पैलू

३६. द्विबिंदू वर्गीकरणातील मुख्य वर्ग बी (गणितशास्त्र) व एम (उपयुक्त कला) हे कोणत्या विस्तृत वर्गाचे उपविभाग आहेत?

अ) गणितशास्त्र ब) शास्त्र क) समाजशास्त्र ड) नैसर्गिक शास्त्र

३७. खालीलपैकी कोणामधून V (इतिहास) ह्या मुख्य वर्गात व्यक्तित्व पैलू घेतला जातो?

अ) सामान्य उपविभाग ब) भाषा उपविभाग

क) स्थळ उपविभाग ड) काल उपविभाग

३८ द्विबिंदू वर्गीकरण पद्धतीत 2P हे काय दर्शवते?

अ) दुय्यम स्तर व्यक्तित्व ब) दुय्यम क्रम व्यक्तित्व

क) दुय्यम क्रम स्वामित्व ड) दुय्यम स्तर स्वामित्व

३९. यु. डी. सी. मध्ये खालीलपैकी कोणती चिन्हांकने आणि अंक वापरतात ?

अ) २६ रोमन वर्णमालेतील मोठी अक्षरे आणि १० अरेबिक अंक.

ब) २६ रोमन वर्णमालेतील मोठी अक्षरे २३ रोमन लहान अक्षरे १० अरेबिक अंक.

क) २६ रोमन वर्णमालेतील मोठी अक्षरे, २३ रोमन लहान अक्षरे, १० अरेबिक अंक आणि D

ड) २३ रोमन मोठी अक्षरे २६ रोमन लहान अक्षरे, १० अरेबिक अंक आणि D

४०. तालिका म्हणजे काय ?

अ) सर्व प्रकारच्या ग्रंथांची यादी

ब) ग्रंथाविषयी सर्व माहिती

क) ग्रंथप्रदर्शनाचे एक साधन

ड) एका विशिष्ट ग्रंथालयातील ग्रंथांची यादी.

उत्तरे –३४) अ ३५) अ ३६) ड ३७) क ३८) ब ३९) अ ४०) ड

४१. 'रुल्स फॉर अ डिक्शनरी कॅटलॉग' या संहितेचा/नियमावलीचा लेखक कोण

अ) सी. ए. कटर ब) डब्ल्यू. सी. बी. सेअर्स

क) ए. पानिझि ड) मार्ग्रेट मान

४२. तालिकीकरण हे शास्त्र आहे की कला ?

अ) शास्त्र ब) कला

क) काही वेळा शास्त्र काही वेळा कला

ड) शास्त्रही नाही कलाही नाही.

४३. तालिकीकरण हे पूर्ण शास्त्र कोणी केले ?

अ) रंगनाथन ब) सेअर्स क) ए. मानिझी

ड) एच. डब्ल्यू. अकाम्ब (H. W. Acomb)

४४. तालिकीकरण हे शास्त्र बनविण्यात डॉ. रंगनाथन यांनी कसे यश मिळविले ?

अ) तालिकीकरणाची सूत्रे बनवून

ब) तालिकीकरणासाठी आदर्श मूलतत्त्वे स्थापून

क) सूत्रे आणि आदर्श मूलतत्त्वे स्थापून

ड) यापैकी काही नाही.

४५. सी. सी. सी. चे प्रथम प्रकाशन कोणत्या वर्षी झाले ?
अ) १९३१ ब) १९३३ क) १९३४ ड) १९३६

४६. ए.ए.सी.आर AACR हे कशाचे लघुरूप आहे ?
अ) अँग्लो-अमेरिकन कॅटलॉगिंग रुल्स
ब) अँग्लो-अमेरिकन क्लॉसिफिकेशन रिसर्च
क) अमेरिकन ॲथॉरिटी ऑफ कॅटलॉगिंग रुल्स
ड) अँग्लो-अमेरिकन सेंटर फॉर रिसर्च

४७. कोणते राष्ट्रीय ग्रंथालय ए.ए.सी.आर. – I शी संबंधित आहे ?
अ) लायब्ररी ऑफ काँग्रेस ब) ब्रिटिश म्युझियम
क) स्टेट लेनिन लायब्ररी ड) नॅशनल लायब्ररी ऑफ इंडिया.

४८. सहकारी तत्त्वावरील तालिकीकरण (Shared Cataloguing) कोणी सुरू केले.
अ) लायब्ररी ऑफ काँग्रेस ब) ब्रिटिश म्युझियम
क) इंपिरियल लायब्ररी ड) नॅशनल लायब्ररी ऑफ इंडिया

उत्तरे –४१) अ ४२) क ४३) अ ४४) क ४५) क ४६) अ
४७) अ ४८) अ

४९. सहकारी तत्त्वावर तालिकीकरण (Share cataloguing) कोणी चालू केले ?
अ) लायब्ररी ऑफ काँग्रेस ब) ब्रिटिश म्युझियम
क) इंपिरियल लायब्ररी ड) नॅशनल लायब्ररी ऑफ इंडिया

५०. प्रथम कोणत्या ग्रंथालयाने छापील तालिका उपयोगात आणली ?
अ) ब्रिटिश म्युझियम ब) लायब्ररी ऑफ काँग्रेस
क) इंपिरिअल लायब्ररी ड) लेनिन स्टेट

५१. वर्गीकृत तालिका म्हणजे काय ?
अ) ग्रंथनाम तालिका ब) लेखक तालिका
क) विषय तालिका ड) कोशतालिका

५२. साखळीपद्धती (Chain Procedure) म्हणजे काय ?
अ) विषय शीर्षके मिळवण्याची पद्धत
ब) विषय-नोंदी करण्याची पद्धत
क) दुवा (link) मिळवण्याची पद्धत
ड) साखळी करण्याची पद्धत.

५३. डॉ. रंगनाथन यांची साखळी-पद्धती हे कसले साधन आहे ?

अ) वर्गीकरण ब) तालिकीकरण

क) विषय तालिकीकरण ड) विषय शीर्षके मिळवणे

५४. ग्रंथाविषयीच्या सविस्तर माहितीला. उदा. शीर्षक, लेखक, प्रकाशक प्रकाशन स्थळ, प्रकाशन काळ, पृष्ठ संख्या इ. काय म्हणतात ?

अ) छाप ब) संग्रह

क) टीपा ड) ग्रंथसूचीय माहिती

५५. ग्रंथसूचीय नोंदी म्हणजे काय ?

अ) एखाद्या दस्तऐवजासंबंधीची सग्रंहित माहिती.

ब) दोन दस्तऐवजासंबंधीची संग्रहित माहिती.

क) बऱ्याच दस्तऐवजासंबंधीची संग्रहित माहिती.

ड) सर्व दस्तऐवजांची संग्रहित माहिती.

उत्तरे –४९) अ ५०) अ ५१) क ५२) अ ५३) ड ५४) ड ५५) अ

५६. नोंदीचा आराखडा म्हणजे काय ? (Record Format)

अ) संगणक हाताळण्याची व्यवस्था

ब) संगणक हाताळण्याची ओळख आणि व्यवस्था

क) संगणक हाताळण्याची आधारभूत माहितीची ओळख व व्यवस्था.

ड) यापैकी काहीही नाही.

५७. दस्तऐवजाच्या ग्रंथसूचीय नोंदी म्हणजे काय ?

अ) दस्तऐवजाची आधारभूत (data) माहिती

ब) दस्तऐवजाची नोंदणी

क) प्रलेखनाची नोंदणी

ड) यापैकी काही नाही

५८. ग्रंथसूचीय नोंदीची आवश्यकता का असते ?

अ) माहितीचे प्रक्षेपण आणि प्रसारण करण्यासाठी

ब) माहितीची नोंद करण्यासाठी

क) माहितीच्या संग्रहासाठी

ड) संगणकीय माहितीच्या प्रक्रियेसाठी

५९. तालिकेच्या माहितीच्या देवघेवीसाठी करण्यात येणाऱ्या माहितीच्या आराखड्याला काय म्हणतात ?

अ) एम. ए. आर. सी.   ब) यू. एन. आय. एम. ए. आर. सी.

क) आय. एस. बी. डी.   ड) सी. सी. एफ.

६०. आय. एस. बी. डी.चे संपूर्ण नाव काय ?

अ) इंडियन सिस्टिम फॉर बिब्लिऑग्राफीक डिस्क्रिप्शन

ब) इंडियन स्टॅन्डर्ड फॉर बुक्स अँड अदर डाक्युमेंटस

क) इंडियन स्टॅन्डर्ड फॉर बिब्लिऑग्राफिक डिटेल्स

ड) इंटरनॅशनल स्टॅन्डर्ड फॉर बिब्लिऑग्राफिक डिस्क्रिप्शन

६१. MARC प्रकल्प कोणी सुरू केला ?

अ) ए. एल. ए.   ब) आय. एफ. एल. ए

क) ब्रिटिश म्युझियम   ड) एल. सी.

६२. MARC हे कोणत्या प्रकारच्या तालिकेचे उदाहरण आहे ?

अ) युनियन कॅटलॉगिंग   ब) सेंट्रलाइज्ड कॅटलॉगिंग

क) को ऑपरेटिव्ह कॅटलॉगिंग   ड) 'ब' व 'क' दोन्ही

उत्तरे –५६) क   ५७) अ   ५८) ड   ५९) क   ६०) ड   ६१) ड   ६२) ड

६३. MARC - II मधील रचनेचे तीन घटक कोणते ?

अ) रचना, स्वरूप, आकार   ब) रचना, रंग, स्वरूप

क) रचना, आशय, वर्णन   ड) शब्द, रचना, वाक्य

६४. CCF चे संपूर्ण नाव काय ?

अ) कॉमन कम्युनिकेशन फॉरमॅट

ब) क्लासिफाईड कॅटलॉग फॉरमॅट

क) कम्पलसरी कम्युनिकेशन फोर्स

ड) कॉमन कॅटलॉग फॉरमॅट

६५. निर्देशातील नोंदी करण्याच्या पद्धतीला काय म्हणतात ?

अ) निर्देशाची रूपरेषा   ब) निर्देशाची पूर्वतयारी

क) निर्देशन   ड) निर्देशाचा आराखडा

६६. PRECIS म्हणजे काय ?

अ) पूर्व समन्वयाची निर्देशन पद्धती

ब) पश्चात समन्वयाची निर्देशन पद्धती

क) वर्गीकरण पद्धती

ड) तालिका संहिता/नियमावली

६७. KWIC निर्देशन पद्धती ही खालीलपैकी कशावर आधारित आहे ?

अ) शीर्षक   ब) उल्लेख

क) सारांश   ड) सर्व मूळ मजकूर

६८. निर्देश आणि निर्देशन सेवा खालीलपैकी कोणत्या प्रकारच्या सेवेत येतात ?

अ) प्रचलित जागरूकता सेवा   ब) निवडक प्रसारण सेवा

क) सामान्य ग्रंथालय सेवा   ड) संगणक सेवा

६९. सिअर्स लिस्ट ऑफ सबजेक्ट हेडिंग (SLSH) ही मुख्यत: कोणत्या प्रकारच्या ग्रंथालयांना उपयोगी आहे ?

अ) लहान आणि मध्यम ग्रंथालये ब) महाविद्यालयीन ग्रंथालये

क) शैक्षणिक ग्रंथालये   ड) विशेष ग्रंथालये

७०. नियंत्रित शब्दसंग्रहाला (Controlled Vocabulary) काय म्हणतात ?

अ) शब्दकोश   ब) वर्गीकरण

क) शब्दकुलकोश (Thesaurus)   ड) शब्दसंग्रह नियंत्रण

उत्तरे –६३) क   ६४) अ   ६५) क   ६६) ब   ६७) अ   ६८) ब   ६९) अ   ७०) क

७१. शब्दकुलकोशात (Thesaurus) संज्ञांतर्गत कोणत्या प्रकारचे संबंध दर्शविले जातात ?

अ) श्रेणीय   ब) साधर्म्य   क) संघटनात्मक   ड) वरील सर्व

७२. यंत्रवाचनीय स्वरूपातील संज्ञांच्या किंवा नोंदींच्या संग्रहाला काय म्हणतात ?

अ) नेटवर्क   ब) वेब साइट   क) सिस्टिम   ड) डाटाबेस

७३. संमिश्र माहितीच्या आधारभूत सामग्री संचाला काय म्हणतात ?

अ) बहुविध प्रसारमाध्यमांचा आधारभूत सामग्री संच

ब) ग्रंथसूचीय आधारभूत सामग्री संच

क) अंकीय आधारभूत सामग्री संच

ड) मूळ मजकुराचा आधारभूत सामग्री संच

७४. माहिती अथवा प्रश्नाचे अचूक/योग्य उत्तर शोधण्याच्या प्रक्रियेला काय म्हणतात ?

अ) संदर्भ सेवा   ब) माहिती सेवा

क) प्रचलित जागरूकता सेवा   ड) शोध पद्धती

७५. शोध पद्धती ही संज्ञा कोणत्या संदर्भात वापरतात ?

अ) सारकरण   ब) संगणकीय आज्ञावली

क) निर्देशन   ड) तालिकीकरण

७६. एरिक डाटाबेस हे जगातील मोठे माहिती साधन कोणत्या विषयाशी संबंधित आहे ?

अ) सामाजिक विकास   ब) आर्थिक विकास

क) शैक्षणिक विकास   ड) मानवी बळ विकास

७७. शोध पद्धतीत जेव्हा एका संज्ञेऐवजी दोन किंवा अधिक संज्ञांची आवश्यकता असते तेव्हा कशाचा उपयोग करतात ?

अ) बुलीयन लॉजिक   ब) तर्कशास्त्र

क) बुलीयन ऑपरेटर   ड) चालक

७८. जॉर्ज बूलेने खालीलपैकी कोणत्या तीन गणितीय अभिव्यक्ती व्यक्त केल्या ?

अ) प्लस, स्टार, मायनस   ब) प्लस, मायनस, मल्टिप्लायर

क) स्टार, प्लस, मल्टिप्लायर   ड) मायनस, मल्टिप्लायर, स्टार

उत्तरे –७१) ड   ७२) ड   ७३) अ   ७४) ड   ७५) क   ७६) क
७७) अ   ७८) अ

७९. ज्ञानाचे व्यवस्थापन म्हणजे काय ?

अ) म्हणजेच माहितीचे व्यवस्थापन होय

ब) ज्यामध्ये माहिती व्यवस्थापनातील कार्याचा समावेश असतो ते

क) ज्यामध्ये माहिती व्यवस्थापनातील सर्व कार्यांबरोबर काही विशिष्ट कार्यांचा समावेश असतो ते

ड) यापैकी काहीही नाही.

८०. ज्ञानाचे व्यवस्थापन खालीलपैकी कशाशी संबंधित आहे ?

अ) प्रलेखातील माहितीशी

ब) प्रलेखातील माहिती त्याचप्रमाणे माहिती व्यवस्थापनाशी

क) प्रलेखातील माहिती त्याचप्रमाणे मानवासंबंधीचे ज्ञान

ड) यापैकी काहीही नाही

उत्तरे –७९) क   ८०) ब

❑

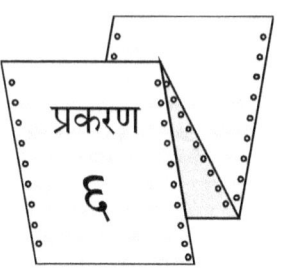

प्रकरण ६

ग्रंथालय व्यवस्थापन

फार पूर्वीपासून व्यवस्थापनाची क्रिया सुरू आहे. ग्रंथालय आणि माहिती व्यवसायाने व्यवस्थापनाची तत्त्वे २०व्या शतकाच्या मध्यापासून स्वीकारली. व्यवस्थापनशास्त्र इतर शुद्धशास्त्राप्रमाणे नैसर्गिक सिद्धांतावर आधारलेले साचेबंद शास्त्र नाही. अनेक वर्षांच्या अनुभवाचा व्यवस्थापनशास्त्र हे परिपाक आहे. यामध्ये प्रथम दर्शनी ढोबळ वाटणारी पण परिणामकारक तत्त्वे अंतर्भूत असतात.

ग्रंथालयीन व्यवस्थापन – ''एखाद्या अंतर्गत गटाने संस्थेच्या सर्व साधनांच्या सहकार्याने, संस्थेची उद्दिष्ट्ये पूर्ण करण्यासाठी काही तत्त्वे प्रत्यक्षात अंमलात आणण्याची जी पद्धत कार्यवाही आणली ती म्हणजे ग्रंथालय व्यवस्थापन असे अे. अेल. अे. ग्लॉसरी ऑफ लायब्ररी ऑफ इन्फरमेशन सायन्स यामध्ये म्हटले आहे. या पद्धतीमध्ये नियोजन, संघटन, सेवक व्यवस्थापन, निर्देशन आणि नियंत्रण या गोष्टी समाविष्ट असतात.

प्रशासक हे श्रेणीवर्गातील असतात. हे प्रशासक संस्थेचे नियम, ध्येये, उद्दिष्टे व पद्धती ठरवितात. व्यवस्थापक, प्रशासकाने ठरविलेली धोरणे आणि कार्यक्रम यांची कार्यवाही करण्याचे काम करतात. ग्रंथालय ही इतर संस्थांसारखीच एक जटिल संस्था आहे. या संस्थेचीही ध्येये, वैशिष्ट्ये आणि कार्ये आहेत. इथेही प्रशासन अंतर्भूत आहे. ही संस्था नफा मिळविणाऱ्या संस्थेपेक्षा वेगळी आहे. कारण यामध्ये सेवेला प्राधान्य आहे. सर्वसाधारण व्यवस्थापनाची तत्त्वे ग्रंथालय व्यवस्थापनामध्येही अंतर्भूत होतात.

व्यवस्थापनाची मूलतत्त्वे

१) कामाची विभागणी – कर्मचाऱ्याचे विशेष वैशिष्ट्य किंवा त्याचे कौशल्य वाढविण्यास कामाची विभागणी कारणीभूत ठरते.

२) **अधिकार व जबाबदारी** – अधिकारातून जबाबदारी येत असते. याचा अर्थ असा आहे की अधिकार दिला तरच जबाबदारीने काम होते. अधिकार न देता जबाबदारीने काम होतेच असे नाही. या दोन्ही गोष्टी एकमेकांशी संबंधित आहेत. अधिकारामध्ये बुद्धिमत्ता, अनुभव, कामाचा दृष्टिकोन या गोष्टी अंतर्भूत असतात.

३) **शिस्त** – संस्थेमध्ये शिस्तीमुळे संस्कृती व सुव्यवस्था निर्माण होते. आज्ञाधारकता हा शिस्तीचाच एक भाग आहे. ही शिस्तच योजनाबद्ध कामासाठी प्रेरक ठरते.

४) **आज्ञांची एकसूत्रता (Unity of Command)** – यामध्ये एकाच अधिकाऱ्याच्या आज्ञा पाळण्याचे सूत्र दिसते. सहकारी कर्मचाऱ्याने एकाच अधिकाऱ्याच्या आज्ञा पाळाव्यात. शिस्तीच्या दृष्टीनेही ही गोष्ट महत्त्वाची ठरते.

५) **मार्गदर्शनातील एकसूत्रता** – संस्थेच्या प्रत्येक उद्दिष्टासाठी एकेका अधिकाऱ्याचे मार्गदर्शन असावे. कारण उद्दिष्टासाठी गटाची क्रियाशीलता जाणणे आवश्यक ठरते. यासाठी एकच अधिकारी आणि त्याचे नियोजन उपयोगी पडते. त्यामुळे मार्गदर्शनात एकसूत्रता राहते. तो अधिकारी त्या कामासाठी जबाबदार राहतो.

६) **मोबदला** – कामाच्या स्वरूपानुसार कर्मचाऱ्यांना मोबदला दिला पाहिजे. कर्मचाऱ्यांना योग्य व आकर्षक मोबदला देणे आवश्यक ठरते. मालक आणि कर्मचारी या दोघांचेही समाधान होणे अपेक्षित आहे. यामुळे कामात स्थैर्य येते. कर्मचाऱ्यांना प्रोत्साहन मिळते.

७) **मध्यवर्ती जबाबदारी** – संस्थेची धोरणे आखणे, त्यासंबंधीचे नियम, पद्धती यावर नियंत्रण ठेवण्याच्या दृष्टीने जबाबदारी मध्यवर्ती असणे आवश्यक आहे. अर्थात ही गोष्ट लहान संस्थेच्या बाबतीत शक्य आहे. तरी सुद्धा मोठ्या संस्थेमध्ये काही प्रमाणात जबाबदारीचे विकेंद्रीकरण कार्यक्षमतेच्या दृष्टीने आवश्यक ठरते.

८) **आज्ञा** – संस्थेच्या पद्धतीमध्ये, कार्यक्रमामध्ये काही तर्कशुद्ध विचारसरणी आवश्यक आहे. संस्थेतील अधिकाराची पदे ही विचारसंगत आणि तर्कशुद्ध पद्धतीने निर्माण केलेली असावीत. म्हणजे प्रत्येक कर्मचाऱ्याला त्याची विशेष जागा मिळू शकेल. संस्थेची रचना परिणामकारक व कार्यक्षम बनविण्याच्या दृष्टीने सर्व गोष्टींचे नियोजन करणे आवश्यक ठरते.

९) **समानता** – सर्व कर्मचाऱ्यांच्या बाबतीत व्यवस्थापनाने सर्वांना समान न्याय देणे आवश्यक ठरते. यामुळे संस्थेसंबंधी कर्मचाऱ्यांचा विश्वास व एकनिष्ठता वाढते. याचा परिणाम कर्मचाऱ्यांची कार्यक्षमता वाढविण्यास होतो.

१०) **स्थैर्यता** – संस्थेतील कर्मचाऱ्यांना कामासंबंधी, नोकरी संबंधी स्थैर्य देणे ह्याकडे व्यवस्थापनाने लक्ष देणे आवश्यक आहे. संस्थेतून कर्मचारी निघून जाणे, संस्था सोडून जाणे हे संस्थेच्या दृष्टीने खर्चिक तर आहेच, पण संस्थेच्या व्यवस्थापनेची बदनामी करणारे आहे. म्हणूनच कर्मचाऱ्यांना नोकरीसंबंधी स्थैर्य देणे कार्यक्षमता वाढविण्याच्या दृष्टीने आवश्यक आहे.

११) **प्रारंभ** – एखाद्या प्रकल्पाची व कामाची सुरवात केल्यानंतर ते काम कमीत कमी वेळात, योग्य पद्धतीने कसे पूर्ण होईल हे व्यवस्थापकाने पाहणे आवश्यक आहे. प्रारंभ करण्याला प्रोत्साहन देणे हे संस्थेची उद्दिष्ट साध्य करण्याच्या दृष्टीने महत्त्वाचे ठरते.

१२) **एकात्मता** – संस्थेच्या उद्दिष्ट पूर्तीसाठी व्यवस्थापक व कर्मचारी यांच्यामध्ये एकात्मतेची भावना असणे आवश्यक आहे.

या तत्त्वांचा उपयोग व्यवस्थापकीय समस्या सोडविण्यासाठी होतो.

व्यवस्थापनाची कार्ये

प्रत्येक संस्थेची काही कार्ये असतात. या कार्यांची कार्यवाही ही संस्थेच्या यशस्वीतेची गुरूकिल्ली आहे.

१) नियोजन (Planning) - ही व्यवस्थापनाची महत्त्वाची गोष्ट आहे. नियोजन ही प्रत्यक्ष कृती करण्यापूर्वीची निश्चित करण्याची बाब आहे. विचार, त्याचे पृथक्करण आणि नियंत्रण या गोष्टी नियोजनात समाविष्ट आहेत. संस्थेची वैशिष्ट्ये पूर्ण करण्यासाठी वातावरण, वित्त आणि मनुष्यबळ यासंबंधी व्यवस्थापक विचार करीत असतो. नियोजन हे कार्यप्रवण असते.

२) संघटन (Organising) - नियोजनाची प्रक्रिया पूर्ण झाली म्हणजे संघटन सुरू होते. संघटनामध्ये उच्च स्तरापासून सर्व स्तर समाविष्ट असतात. त्या स्तरांची अधिकारानुसार श्रेणी असते. संस्थेची उद्दिष्टे पूर्ण करण्यासाठी संस्थेतील अनेक तज्ज्ञांचे प्रयत्न कारणीभूत असतात. यामध्ये कौशल्याचा भाग महत्त्वाचा असतो. संस्थेचे कामकाज सुरळीत चालण्यासाठी कामाचे विभाजनही केले जाते.

ग्रंथालय संघटन हे ग्रंथालयांच्या प्रकारावर, त्यांच्या उद्दिष्टांवर आणि उपयोजकांच्या स्वरूपावर अवलंबून असते. उदा. प्रलेखांचे प्रकार, वित्त, इमारत इत्यादी. संघटन ही व्यवस्थापनशास्त्रातील महत्त्वाची गोष्ट ठरते.

३) निर्देशन (Direction) - निर्णयप्रक्रिया ही गोष्ट व्यवस्थापनशास्त्रात महत्त्वाची आहे. व्यवस्थापक आपले निर्णय कार्यप्रवण करीत असतो. कर्मचाऱ्याकडून काम करवून घेणे, त्यांना सतत कार्यरत ठेवणे या गोष्टी यामध्ये

समाविष्ट असतात. यामध्ये वरिष्ठांचे विचार कनिष्ठांपर्यंत पोहोचविणे, तसेच कनिष्ठांचे विचार वरिष्ठांपर्यंत पोहोचविणे म्हणजे संदेशवहन महत्त्वाचे आहे. ही निर्णय प्रक्रिया संस्थेला गतिशील बनविण्यात मदत करते.

ग्रंथालयाच्या संदर्भात व्यवस्थापकाला ग्रंथालय संघटन व ग्रंथालयांचे कार्य याची उत्तम जाण असणे आवश्यक आहे. कर्मचाऱ्यांना कामासाठी उद्युक्त करताना त्यांच्या मानसशास्त्रासंबंधी ज्ञान असणे गरजेचे ठरते. कर्मचाऱ्यांना समान न्याय देणे, त्यांना प्रोत्साहन देणे. त्यांच्या कामाची पोच देणे या गोष्टी व्यवस्थापकाने करणे अपेक्षित आहे.

ग्रंथालयातील प्रशासकाला उदा. मुख्य ग्रंथपाल, सहाय्यक ग्रंथपाल यांना वेळोवेळी ग्रंथालयाच्या धोरणाविषयी आदेश काढावे लागतात. कर्मचाऱ्यांकडून काम करवून घेणे ही एक जटिल समस्या आहे.

४) सेवक व्यवस्थापन (Staffing) - यामध्ये मनुष्यबळाचा विचार केला जातो. यामध्ये काम आणि ते करणाऱ्यांचे प्रशिक्षण आणि काम करण्यासाठी योग्य वातावरण निर्माण करणे या गोष्टी अंतर्भूत होतात. योग्य कामासाठी योग्य माणसांची निवड केली तर संस्थेच्या कामाचा दर्जा वाढतो. ग्रंथालयाची उद्दिष्ट्ये पूर्ण करण्यासाठी योग्य कर्मचाऱ्यांची योग्य प्रमाणात निवड करणे हे सेवक व्यवस्थापनाचे मुख्य कार्य आहे.

५) समन्वय (Co-ordination) – सहकार्य हे संस्थेचे कामकाज सुरळीत चालण्यासाठी संस्थेतील विभागामधील आंतरिक संबंधाशी निगडित असते. या विभागामध्ये समजूतदारपणाची भावना असणे यासाठी आवश्यक ठरते. ग्रंथालयामध्ये सुद्धा सहकार्य असणे आवश्यक ठरते. कारण यातील विभाग हे एकमेकांशी बरेच संबंधित असतात. सहकार्य हे कर्मचारी वर्गावर लादता येत नाही. पण स्वयंस्फूर्त सहकार्य या कामासाठी मदत करते.

६) वृत्तांत लेखन (Reporting) - ज्या अधिकाऱ्यांना कार्यवाही करणारा व्यवस्थापक जबाबदार असतो, त्याला वेळोवेळी संस्थेतील घटनांविषयी माहिती देण्याचे काम करावे लागते. हे काम नोंदीच्या लिखित स्वरूपात असते. ग्रंथालयातील मुख्य ग्रंथपाल त्याच्या वरिष्ठ अधिकाऱ्यांना ग्रंथालयाच्या गरजांविषयी माहिती देत असतो. ग्रंथालयाच्या पद्धती व सेवा याबद्दल मूल्यमापन करण्यास या अहवालांचा उपयोग होतो.

७) अर्थसंकल्प (Budget) – हे व्यवस्थापनाचे एक महत्त्वाचे साधन आहे. अंदाजपत्रक करताना उपयोजकांच्या बदलणाऱ्या गरजा आणि साधने यांचा

विचार करावा लागतो. यासाठी काळजीपूर्वक नियोजन, हिशेब आणि नियंत्रण आवश्यक असते. अंदाजपत्रक ही अतिशय महत्त्वाची बाब असल्यामुळे मुख्य ग्रंथपालाला वित्त व उपयोजकांच्या गरजा यांची सांगड घालावी लागते. यासाठी मुख्य ग्रंथपालाला आवश्यक ते वित्त मिळवावे लागते. म्हणून मुख्य ग्रंथपालाने अंदाजपत्रकासंबंधी मार्गदर्शन करणे, पण त्यात भाग घेणेही आवश्यक आहे.

आंतरराष्ट्रीय आर्थिक परिस्थिती नेहमी बदलत असते. त्यामुळे या बदलत्या परिस्थितीचा अंदाज घेणे ग्रंथपालाला आवश्यक ठरते.

नियोजन (Planning) **:** नियोजन हे कार्यव्यवस्थापनाचा केंद्रबिंदू आहे. इच्छित किंवा अपेक्षित उद्दिष्ट्ये साध्य करण्यासाठी केलेला पद्धतशीर प्रयत्न म्हणजे 'नियोजन' होय; यामध्ये भविष्याचा अचूक अंदाज घेणे, योग्य पद्धतीची निवड, संभाव्य अडचणी व सोडवणुकीचे मार्ग, उपलब्ध साधन साहित्याचा पुरेपूर वापर, अर्थिक नियोजन इ. बाबींचा समावेश होतो.

कूंट्झ व ओडोनेल यांच्या मते, 'नियोजन ही एक बौद्धिक क्रिया असून, ज्यामध्ये कार्यक्रमाचे विचारपूर्वक निर्धारण, उद्देश, वस्तुस्थिती आणि विचारपूर्वक ठरविलेले अंदाज याआधारे निर्णय घेतले जातात.'

वैशिष्ट्ये : नियोजन हे व्यवस्थापनाचे मूलभूत कार्य असून, इतर सर्व कार्ये नियोजनावर आधारित असतात.

- नियोजनाची गरज ही सर्व क्षेत्रांमध्ये असल्याकारणाने ते सर्वव्यापक कार्य मानले जाते.
- नियोजन ही सतत चालणारी व लवचीक प्रक्रिया आहे.
- नियोजन ही बौद्धिक प्रक्रिया असल्याकारणाने नियोजनकर्त्यास परिस्थितीचा सखोल अभ्यास, सद्य:स्थितीचे संपूर्ण ज्ञान, विचारविनिमय व कल्पनाशक्तीची आवश्यकता असते.
- नियोजनामध्ये भविष्यकालीन योजना आखणे व अंमलबजावणी करणे इ. कार्यांचा समावेश होतो.
- नियोजन हे उद्दिष्टांवर आधारित असते व अशी उद्दिष्ट्ये साध्य करण्याकरिता उपलब्ध पर्यायी मार्गांपैकी सुयोग्य पर्यायांची निवड करण्याचा समावेश नियोजनामध्ये होतो.

संघटनरचना (Organisational Structure) : संघटनरचना ही व्यवस्थापन शास्त्रातील महत्त्वाची शाखा असून शास्त्रीय निकषांवर आधारित संघटनरचना प्रभावी कार्य करण्यास साहाय्यभूत ठरते. संघटन रचनेमुळे विविध

विभागातील कर्मचारी व अधिकारी हे एकत्रित राहून एकात्मिक भावनेने संघटनेचा हेतू साध्य करण्यासाठी काम करतात. संघटनरचना ही विविधपदे व जबाबदाऱ्या यांची निर्माण केलेली यंत्रणा असून, यामध्ये कामानुरूप ३ पदांची अंतर्गतरचना केलेली असते.

संघटनकार्यात कामाची विभागणी, समान कामाचे एकत्रीकरण, अधिकार प्रदान आणि संघटनेअंतर्गत परस्पर संबंध निर्माण करणे इ. चा समावेश होतो.

निर्णय घेणे (Division Making) : संघटनांमधील व्यवस्थापकास अनेक निर्णय घ्यावे लागतात. त्यात काही निर्णय कमी महत्त्वाचे, काही गुंतागुंतीचे व काही अतिमहत्त्वाचे असतात. अचूक निर्णय घेण्याच्या क्षमतेवर संघटनांचे व व्यवस्थापकाचे व व्यवस्थापनेचे भवितव्य व यश अवलंबून असते.

जॉर्ज टेरी यांच्या मते, 'उपलब्ध असलेल्या दोन किंवा अधिक पर्यायांमधून एखाद्या विशिष्ट पर्यायाची किंवा कृतीची निवड करण्याची प्रक्रिया म्हणजे निर्णय घेणे होय.'

निर्णय घेण्याची प्रक्रिया : निर्णय घेण्याच्या प्रक्रियेमध्ये खालील टप्प्यांचा समावेश होतो.

- समस्या शोध व अभ्यास
- समस्या विश्लेषण
- पर्यायी उपायांचा शोध
- विविध पर्याय/उपाय मूल्यमापन
- उत्कृष्ट पर्याय/उपाय निवड
- निर्णय अंमलबजावणी
- निर्णय पाठपुरावा व नियंत्रण

व्यवस्थापनाच्या विचारप्रणाली

व्यवस्थापनामध्ये अनेक विचारप्रणाली आहेत. प्रत्येक विचारप्रणाली व्यवस्थापनाच्या कल्पनेभोवती इतर घटक अंतर्भूत करून तयार झालेल्या आहेत. अभिजात व्यवस्थापन विचारप्रणालीमध्ये परंपरेचा विचार होतो. वैज्ञानिक व्यवस्थापन विचारप्रणाली, कार्याची प्रेरणा व पारितोषिके यांच्यांशी संबंधित आहे. सामाजिक व्यवस्थापन विचारप्रणाली समाजाचा हिस्सा, समाधान व समतोल यांचा विचार करते. सामाजिक मानसशास्त्र व्यवस्थापन विचारप्रणाली, व्यक्ती, त्यांचे बुद्धिसामर्थ्य व त्यांच्या भावना यांच्याशी संबंधित असते. मानवी स्वभाव व

प्रेरणा विचारप्रणाली उत्पादनामध्ये कामाची स्थिती, वातावरण यांचा महत्त्वाचा भाग या दृष्टीने विचार करते. व्यवस्थापनशैली विचारसरणी, गटनेतृत्व, प्रेरणा, निर्णय प्रक्रिया, योग्य वेळी संप्रेषण या सर्वांचा विचार करते. या सर्व विचारप्रणाली पद्धतशीर विचारांनी परिपूर्ण आहेत. व्यवस्थापनशास्त्राला असे अभ्यासाचे निरनिराळे दृष्टिकोन लाभलेले आहेत. या सर्वांची मूळ उद्दिष्टे प्रेरणा व्यवस्थापनातून निर्माण होतात. या तंत्रानुसारच संस्थेचे व्यवस्थापन होऊ शकते.

पद्धती - अभ्यास

'पद्धती' हा शब्द फार सामान्य आहे. या शब्दामध्ये दिसणाऱ्या गोष्टींचे वर्णन किंवा विचार ज्यामध्ये अनेक भाग एकमेकांशी संबंधित असतात, त्या गोष्टीचा समावेश होतो. प्रत्येक पद्धतीमध्ये अस्तित्वात असलेल्या गोष्टींचा वा वस्तूंचा ओळखण्यासारखा संग्रह असतो आणि त्या गोष्टी वा वस्तूमध्ये ओळखण्यासारखे संबंध असतात. 'पद्धती' ची व्याख्या करणे अवघड आहे. एखाद्या वस्तूचा अथवा कार्ये यांच्या घटकांचा संच जो त्या घटकातील व कार्यातील संबंधाने एकत्र जोडलेला असतो, त्याला ढोबळ मानाने 'पद्धती' म्हणता येईल. उदा. माणसे, त्यांची ध्येये, कार्ये व वैशिष्ट्ये या सर्वांच्या एकत्रीकरणातून पद्धती निर्माण होते.

एखाद्या संस्थेतील सर्व घटक एकमेकांशी संबंधित तसेच पूरक असतात. यातील एखाद्या बऱ्या-वाईट घटकाचा परिणाम सर्व घटकांवर होत असतो. पद्धती ही कोणत्याही संस्थेशी संबंधित असते.

पद्धतीचे पृथक्करण

व्यवहार्य अभ्यासाचे योग्य निष्कर्ष मिळाले तर पुढची पायरी पद्धतीचे पृथक्करण करणे ही होते. यामध्ये अस्तित्वात असलेल्या समस्यांचा अभ्यास आणि नवीन पद्धतीचा गरजेनुसार आराखडा तयार करणे याचा विचार व्हावा लागतो. व्यवहार्य अभ्यासामध्ये मर्यादित पर्याय जरी वरवरचे असले तरी पद्धतीचे पृथक्करण करताना या गोष्टी विचाराधीन ठरतात. यामध्ये एक सुसंघटित पद्धती असते. या पद्धतीतील सर्वच घटक महत्त्वाचे असतात. संस्थेच्या यशामध्ये प्रत्येक घटक महत्त्वाचा ठरतो. त्यामुळे प्रत्येक घटक ही सुद्धा एक पद्धती बनते.

या पद्धतीमध्ये कार्य, त्याचे उद्दिष्ट, निर्णयप्रक्रिया व प्रत्यक्ष कृतीसाठी काही प्रेरके काम करीत असतात. प्रत्येक संस्थेच्या कार्याचे स्वरूप जाणून घ्यावे लागते. संस्थेची उद्दिष्टे ठरवावी लागतात. उद्दिष्टे पूर्ण करण्यासाठी लागणाऱ्या

साधनांचा विचार करावा लागतो. संस्थेचे कार्यक्षेत्र मोठे असेल, तिच्या शाखा व उपशाखा असतील तर पद्धतीच्या पृथक्करणाचा उपयोग होतो.

संस्थेच्या कामाचे स्वरूप, कामाची परिस्थिती याचाही अभ्यास करावा लागतो. या गोष्टींची माहिती पृथक्करणाद्वारे एकत्रित करता येते. यासाठी एक प्रश्नावली आरेखित करावी लागते. प्रश्नावलीद्वारा मिळालेल्या माहितीचे विश्लेषण करता येते व जलद निर्णय घेता येतो. यामुळे संस्थेतील समस्यांची जाणीव होते. त्या समस्यांची उकल करता येते आणि नवीन गोष्टी समोर येतात. त्याचप्रमाणे मुलाखती, निरीक्षण यांचाही याबाबतीत उपयोग होतो.

पद्धतीच्या या प्रकारच्या अभ्यासासाठी नैसर्गिक (पातळी) स्तर व तर्कशुद्ध (पातळी) स्तर यावर विचार करावा लागतो. नैसर्गिक पातळीमध्ये प्रक्रियांचा कर्मचारी वर्ग साहित्य, फाईल्स आणि इतर उपयोगी पडणारे साहित्य यांचा समावेश होतो. तर तर्कशुद्ध पातळी ही प्रक्रिया कशी केली जाते, त्यासंबंधीचे नियम यावर भर देते. समस्येच्या स्वरूपावर यापैकी कोणत्या पातळीने विचार करणे आवश्यक आहे हे ठरते.

मूल्यमापन (Evaluation)

पर्यायी घटकांचे परीक्षण, बाह्य वातावरणातील शक्तींमुळे स्वरूपातील बदल हे मूल्यमापनाचे महत्त्वाचे मुद्दे आहेत. यामध्ये भविष्यकालीन परिणामांची, बदलांची शक्यता जाणण्याची दूरदृष्टी असते. हे परिणाम, बदल आर्थिक, सामाजिक, राजकीय वा तांत्रिक यापैकी कोणतेही असू शकतील.

उपलब्ध घटकांचा सर्वाधिक उपयोग करताना समस्यांवर उपाय-योजनांची प्रत्यक्ष अंमलबजावणी शास्त्रोक्त पद्धती, पद्धतीचे विश्लेषण आणि निर्णय ही शास्त्रीय साधने मूल्यमापन आणि निवडीसाठी वापरली जातात.

मूल्यमापनाच्या अहवालाचा उपयोग अस्तित्वात असलेल्या पद्धतीमध्ये सुधारणा करण्यासाठी किंवा नवीन पद्धतीचा आराखडा तयार करण्यासाठी करता येतो. मूल्यमापन हे व्यवस्थापनशास्त्राचे महत्त्वाचे वैशिष्ट्य आहे. संस्थेचे, तिच्या कार्याचे व ती संस्था देत असलेल्या सेवा-उत्पादने यांचे मूल्यमापन केले जाते. संपूर्ण संस्थेचे मूल्यमापन हे फलित (Output) व साधने (in put) या आधारे केले जाते.

संस्थेच्या स्थापनेचा उद्देश, तो उद्देश साध्य होण्यासाठी साधनांचा योग्य वापर याची शास्त्रीय पद्धतीने ठरावीक कालावधीनंतर पाहणी करणे, त्यातील उणीवांसंबंधी उपाय योजना सुचविणे या प्रक्रियेला मूल्यमापन म्हणतात. संस्था

योग्य तऱ्हेने कार्यरत राहावी हे मूल्यमापनाचे मुख्य उद्दिष्ट असते. ग्रंथालय सुद्धा एक संस्था आहे.

आरेखन (Design)

संस्थेच्या पद्धतीचे आरेखन करताना त्यात तर्कशुद्ध पद्धती व प्राकृतिक पद्धती असे विभाजन करावे लागते. या विभाजनामुळे साधनांची निवड वा विशेष स्वरूपाच्या प्रक्रिया समजून घेण्यापूर्वी समस्यांचे आरेखन करण्यास पुरेसा वेळ मिळतो.

दुसरे असे की जी पद्धती स्वीकारली आहे, त्यामध्ये उपयोजकांच्या गरजांविषयी माहिती दिली जाते. आराखडा तयार करणारा आणि व्यवस्थापन यांनी एक विशेष मार्ग स्वीकारणे आवश्यक आहे. उत्पादक या दोघांचे लक्ष वेधून घेतो. ते उत्पादन दिसण्यास सुरेख आणि उपयोजकांच्या गरजा भागविणारे असते. त्याचा प्रचार होण्यासाठी लोकांकडून त्याची वाखाणणी, प्रशंसा होण्यासाठी परिषद आयोजित केली जाते. यापैकी कोणतीही गोष्ट उत्पादन खरेदीमागे नसते. तर माहिती केंद्रे आणि ग्रंथालये यांच्या उचित मागण्या, यांचे मूल्यमापन करून योग्य निर्णय घेण्यावर वरील गोष्टी अवलंबून असतात.

पद्धतीचा आराखडा तयार करताना संस्थेतील कार्यांची पुनर्रचना करणे, ती कार्ये एकमेकांशी संबंधित ठेवणे, संस्थेतील सर्व विभागातील पद्धती तर्कशुद्ध पद्धतीने प्रवाही तक्त्यांची मदत घेऊन स्पष्ट रीतीने मांडणे आवश्यक आहे. यामुळे अचूक पद्धतीची मार्गदर्शिका तयार होईल. संगणकीय ग्रंथालय पद्धतीमध्ये सुद्धा ही मार्गदर्शिका अत्यावश्यक ठरते. यानंतर हा आराखडा मुद्रित स्वरूपात तयार होतो. या आराखड्याचे स्वरूप गरजा आणि निर्णय या गोष्टींनी मार्गदर्शित केलेले असते. हे स्वरूप आवश्यक वाटल्यास बदलणे सोयीचे व्हावे असे असते.

संग्रह विकास (Collection Development)

ग्रंथालयातील संग्रहाचा विकास ही ग्रंथपालाच्या दृष्टीने एक महत्त्वाची गोष्ट आहे. संग्रहामध्ये ग्रंथ, नियतकालिके, क्रमिक पुस्तके, शासकीय प्रकाशने, शोध निबंध, अहवाल, पुस्तिका, प्रमाणके, पेटंटस्, नकाशे, दृक्-श्राव्य साधने साहित्य इत्यादींचा समावेश होतो. त्याशिवाय अपारंपरिक म्हणजे तबकड्या, संगणकीय फिती, लघु तबकडी इ. साहित्यही संग्रहाचा भाग असते. वाचन साहित्य हा माहितीचा एक महत्त्वाचा बिंदू आहे. आकाशवाणी, दूरदर्शन व वर्तमानपत्रे यातूनही माहिती मिळत असते.

संग्रहाचा विकास हा काही नियम व धोरणे यावर अवलंबून असतो. समाजातील उपयोजकांचे व त्यांच्या गरजांचे विश्लेषण, योग्य प्रलेखांचे उपार्जन, उपयोजकांच्या बदलत्या गरजा, असंबंधित प्रलेखांचे रद्दबातल करणे, या सर्वांचे ठरावीक कालावधीने केलेले मूल्यमापन यावर संग्रहाचा विकास अवलंबून असतो. याला संग्रहाचा विकास किंवा संग्रहाचे व्यवस्थापन असेही म्हणतात. संग्रहाचा विकास हा शब्द पूर्वी शैक्षणिक ग्रंथालयांच्या संदर्भात वापरला जात असे. यात ग्रंथालय साहित्याची निवड व उपार्जन या गोष्टी अंतर्भूत होतात. तर संग्रहाचे व्यवस्थापन या कल्पनेमध्ये ग्रंथालय साहित्याचे उपार्जन, संरक्षण, संग्रह वगैरेच्या पलीकडे असते.

वाचन साहित्याची निवड ही एक कला आहे. ते एक शास्त्र आहे. उपयोजकांच्या गरजांना या निवडीमध्ये प्राधान्य दिलेले असते. वाचन साहित्याचे २ प्रकार १) मुद्रित साहित्य २) मुद्रितेतर साहित्य. मुद्रित साहित्यात लेखक, प्रकाशक व ग्रंथविक्रेता हे महत्त्वाचे घटक आहेत. उत्पादन व वितरण यामध्ये यांची मदत होते.

मागणी, पुरवठा व वित्त यावर वाचन साहित्याची निवड अवलंबून असते. त्याचप्रमाणे ती ग्रंथालयांच्या प्रकारावरही अवलंबून असते. उदा. शैक्षणिक ग्रंथालये, सार्वजनिक ग्रंथालये इत्यादी.

वाचन साहित्याची निवड उपयोजकांच्या गरजा लक्षात घेऊन करणे आवश्यक आहे. यासाठी उपयोजकांच्या सूचना, ग्रंथालयीन कर्मचाऱ्यांच्या सूचना, विषयतज्ज्ञांची यादी, संशोधकांच्या मागण्या इत्यादी गोष्टी विचारात घ्याव्या लागतात. क्रमिक पुस्तकांच्या प्रती, संदर्भ ग्रंथ या संदर्भात काही धोरणे ठरवावी लागतात. यासाठी लागणारा वित्त पुरवठा याचाही विचार ग्रंथ निवड करताना करावा लागतो.

वाचन साहित्याची निवड करताना प्रकाशक, ग्रंथविक्रेते यांच्या याद्या, राष्ट्रीय ग्रंथसूची, वर्तमानपत्रातील परीक्षणे यांचा उपयोग होतो.

ग्रंथालयाच्या अंदाजपत्रात वाचन साहित्य, नियतकालिके आणि त्यांची बांधणी यासाठी ठरावीक रक्कम विभागलेली असते.

वाचन साहित्याच्या निवडीसाठी ग्रंथालय समिती नेमलेली असते. यामध्ये विषयतज्ज्ञांचा समावेश असतो. म्हणून वाचनसाहित्याची निवड हे सामूहिक कार्य ठरते.

नियतकालिक विभाग – यामध्ये अद्ययावत शैक्षणिक व संशोधनात्मक

नियतकालिकांच्या निवडीवर भर दिलेला असतो. एकदा नियतकालिकांची वार्षिक वर्गणी भरली म्हणजे नियमितपणे ही वार्षिक वर्गणी भरावी लागते. वार्षिक वर्गणीमध्ये बरेच वेळा वाढ होत असते. यासाठी नियोजनाची आवश्यकता असते. नियतकालिकांच्या निवडीसाठी नियतकालिकांची निर्देशिका, माहितीपत्रे उपयोगी पडतात. नियतकालिकांसाठी अंदाजपत्रकामध्ये नेहमी वाढीव तरतूद असावी लागते.

मुद्रितेतर साहित्य – यामध्ये दृक्-श्राव्य साहित्य, चित्रफिती, ध्वनिमुद्रिका, ऑडिओ व्हिडिओ कॅसेटस्, चुंबकीय फिती, तबकड्या, लघु तबकड्या, सी.डी. रॉम, काम्पॅक्ट डिस्क इत्यादींचा समावेश होतो. माहिती तंत्रज्ञानामुळे संगणकाच्या साहाय्याने माहितीचा साठा, माहितीची पुनर्प्राप्ती अशा सुविधा उपलब्ध झाल्या आहेत. संगणकीय जाळ्यामुळे दूरदूरच्या आधारभूत माहिती संचाशी, माहिती साधनांशी संपर्क साधणे सुलभ झाले आहे. यात उपग्रहाचीही संप्रेषणासाठी मदत मिळते. त्यामुळे याही मुद्रितेतर साहित्याला आधुनिक काळात महत्त्व प्राप्त झाले आहे.

संग्रह निवडीची काही तज्ज्ञांची तत्त्वे

१) ड्युरी (Drury) यांची तत्त्वे

१) समाजाच्या गरजा, त्या गरजांचे विश्लेषण, निदान करून त्या गरजा पूर्ण करणे.

२) खऱ्या उपयोजकाच्या सर्वसामान्य व विशेष मागण्या पूर्ण करून त्यांना समाधान देणे. सुप्त वाचकांचा त्यांच्या मागण्या पुढे भविष्यकाळात येतील असे गृहीत धरून तत्पूर्वीच त्या मागण्यांचा विचार करणे.

३) ग्रंथांचे योग्य प्रमाणकानुसार परीक्षण करणे व त्यांचा संग्रहात समावेश करण्याची पराकाष्ठा करणे.

४) विशिष्ट गट, प्रत्येक वर्ग, व्यापार, नोकरी, पुन:निर्मितीसाठी स्वाभाविक रूची वाढविणे.

५) अंदाजपत्रकामध्ये निधिची उपलब्धता असेल त्याप्रमाणे विशेषज्ञ व समाजधुरीण यासाठी साहित्य मिळविणे, विकत घेणे.

६) मानवाच्या विकासासाठी मानसिक व नैतिक साहित्याचे ग्रंथ निवडणे.

७) कोणत्याही विषयाचे संच किंवा क्रमिक कालिके यांचे संच पूर्ण करणे. ह्या गोष्टी आवश्यक असल्याशिवाय करू नयेत.

८) जे ग्रंथ चांगले आहेत ते संग्रहात असण्याचे ध्येय असावे. पण सर्वसामान्य ग्रंथही संग्रहात असणे आवश्यक आहे.

९) अभिजात आणि प्रमाणित साहित्य त्यांच्या नवीन आकर्षित आवृत्तीमध्ये संग्रहात असावे.

१०) जे साहित्य चांगले आहे त्यांच्या प्रती घेणे.

११) ग्रंथ केवळ चांगला आहे म्हणून तो संग्रहात असावा असे नाही, तर त्याचा उपयोग होणे महत्त्वाचे.

१२) पूर्वग्रह दूषित दृष्टिकोन वाचन साहित्याच्या संग्रहासाठी नसावा.

१३) कथांचे मूल्यमापन केवळ प्रमाणकांद्वारा करू नये. कारण हे साहित्य निर्मितीक्षम असते.

१४) ग्रंथालयाच्या दृष्टीने योग्य ग्रंथांची निवड करताना त्याचा कागद, मुद्रण व बांधणी याकडे लक्ष देणे आवश्यक आहे. ग्रंथाचे स्वरूप व अनुक्रमणिका चांगली पाहिजे. पण बांधणी टिकाऊ व आकर्षक असली पाहिजे.

१५) ग्रंथासंबंधीची प्रत्येक गोष्ट उदा. लेखक, प्रकाशक, मूल्य इत्यादी माहिती पाहिजे.

१६) स्थानिक, विभागीय व राष्ट्रीय संघटनांच्या सहकार्याने साधनांचे व्यवस्थापन करणे.

१७) ज्या ग्रंथांना सध्या किंवा भविष्यकाळात मागणी असण्याची शक्यता दिसत नाही, असे ग्रंथ रद्दबातल ठरविणे.

१८) या सर्व गोष्टी अंदाजपत्रकात नेमून दिलेल्या निधीप्रमाणे कार्यवाहीत आणणे.

२) **मेलविल ड्युई यांची तत्त्वे** – ग्रंथ निवडीमध्ये संख्येने जास्त असलेल्या उपयोजकांच्या माहितीच्या गरजा, उपलब्ध निधीमध्ये जास्त चांगल्या प्रलेखांद्वारे भागविणे.

३) **मॅक कॉलव्हिन यांची तत्त्वे** – ग्रंथ हे जोपर्यंत मागणीप्रमाणे सेवेत (उपयोगात) राहात नाहीत तोपर्यंत त्यांना काहीच अर्थ नाही. हे त्यांचे तत्त्व 'मागणी' आणि 'पुरवठा' या तत्त्वावर आधारित आहे. 'मागणी' यामध्ये उपयोजकांच्या व्यक्त व अव्यक्त गरजांचा समावेश आहे, तर 'पुरवठा' यामध्ये वाचन साहित्याच्या सर्व प्रकारांची उपलब्धता हा अर्थ अभिप्रेत आहे.

या तत्त्वामध्ये संग्रहाचा विकास हा गरजाधिष्ठित आहे. उपयोजकांचा

कोणताही विभाग (प्रकार) यावर जादा भर दिलेला नाही किंवा त्याकडे दुर्लक्ष केलेले नाही.

डॉ. एस. आर. रंगनाथन यांची तत्त्वे

यांच्या पाच सिद्धांतातील पहिले ३ सिद्धांत ग्रंथ हे उपयोगासाठी असतात. प्रत्येक ग्रंथाला त्याचा वाचक मिळाला पाहिजे आणि प्रत्येक वाचकाला त्याचा ग्रंथ मिळाला पाहिजे हे प्रलेखांच्या निवडीसाठी महत्त्वाचे आहेत.

निवडीसाठी साधने

ग्रंथालय कितीही मोठे असले तरी उपयोजकांच्या गरजा भागविण्याचे सर्व वाचन साहित्य त्यामध्ये असेलच असे म्हणता येत नाही. काही ग्रंथालयांना बाजारामध्ये कोणते ग्रंथ उपलब्ध आहेत, कोणते चांगले आहेत हे माहिती नसते. त्यामुळे ती उपयोजकांच्या गरजा पूर्ण करू शकत नाहीत. म्हणून ग्रंथ निवडीची काही साधने उपलब्ध आहेत. उदा. प्रकाशकांच्या याद्या, ग्रंथ विक्रेत्यांच्या याद्या, वर्तमानपत्रे व नियतकालिकांतील ग्रंथ परीक्षणे. काही नियतकालिके या ग्रंथ परीक्षणांनाच वाहिलेली असतात. ती नियतकालिके, राष्ट्रीय ग्रंथसूची, व्यापार ग्रंथसूची, विषयनिष्ठ ग्रंथसूची.

संग्रह विकास धोरणे

शैक्षणिक ग्रंथालयात आर्थिक वातावरणामध्ये शिक्षणाची सोय आणि संशोधन साहित्य, ग्रंथ आणि नियतकालिके, मुद्रित व मुद्रितेतर साहित्य, चालू गरजा आणि जबाबदारी यामध्ये समतोल राखणे आवश्यक आहे. भविष्यकालीन मागण्या पूर्ण करण्यासाठी संग्रहाचा विकास करणे हे तर आवश्यकच आहे. या सर्व गोष्टींच्या पूर्णतेसाठी संग्रह विकास धोरण आरेखित करणे व त्याचा अवलंब करणे आवश्यक ठरते.

ग्रंथालयांची ध्येये व उद्दिष्टे यांच्यानुसार संग्रह विकसित करण्यास हे धोरण उपयोगी ठरेल. यामध्ये अचूक व स्पष्ट मार्गदर्शक तत्त्वे समाविष्ट असणे आवश्यक आहे. ग्रंथालयाच्या प्रत्येक विभागानुसार उदा. ग्रंथ निवड, ग्रंथ उपार्जन, ग्रंथ प्रक्रिया, संरक्षण, रद्द बातल वगैरे ही मार्गदर्शक धोरणे असावीत. ह्या मार्गदर्शक तत्त्वांमध्ये सर्व विषयांची क्षेत्रे व सर्व ग्रंथालयीन साहित्य यांचा समावेश असावा.

आय. एस. बी. एन. (इंटरनॅशनल स्टँडर्ड बुक नंबर)

एका शतकापूर्वी काही प्रकाशकांनी आपल्या प्रकाशनाला क्रमांक देण्याचा

उपक्रम केला. पण सातत्य व प्रमाणके नव्हती. पण जेव्हा माहितीचा स्फोट होऊन प्रकाशनांची संख्या वाढू लागली, संगणकाचा वापर होऊ लागला, तेव्हा प्रत्येक प्रकाशनाला एक विशिष्ट (unique) क्रमांक देण्याची गरज वाढली.

या ग्रंथक्रमांकाची सुरुवात इ. स. १९६७ साली इंग्लंडमध्ये झाली. इ. स. १९७० मध्ये इंटरनॅशनल ऑरगनायझेशन ऑफ स्टँडर्डायझेशन या आंतरराष्ट्रीय संस्थेने ISO. 2108 या कलमाखाली अशा मान्यतेचे परिपत्रक सर्व सभासदांना पाठविले. प्रत्येक प्रकाशनाला उदा. ग्रंथ शीर्षक व ग्रंथ आवृत्ती, विशिष्ट विद्वत्तापूर्ण प्रकाशन यांना एक विशिष्ट सर्वमान्य क्रमांक दिला जातो. या पद्धतीतील क्रमांकामुळे त्या प्रकाशनाची माहिती समन्वय करण्याच्या दृष्टीने मिळते. इतर दृक्‌श्राव्य साहित्य, सूक्ष्मपट वगैरे गोष्टी यातून वगळलेल्या आहेत. त्यांची माहिती वेगळ्या पद्धतीने मिळते.

ही ग्रंथ क्रमांक पद्धती चार विभागात आणि दहा अंकांमध्ये आहे. जेव्हा ग्रंथ क्रमांक मुद्रित केला जातो तेव्हा प्रत्येक विभाग हा जागा सोडून किंवा जोडरेषेद्वारे वेगळा दाखविला जातो.

१) गट ओळख (group identifier)
   ग्रंथ क्रमांकामध्ये १ ते ५ अंक हे राष्ट्र भाषा, भौगोलिक ही स्थाने दर्शविते.
२) प्रकाशकाचा पूर्व प्रत्यय (publisher prefix) ग्रंथ क्रमांकामध्ये १ ते ७ अंक हे पूर्वप्रत्यय प्रकाशकासाठी राखून ठेवलेले असतात. या पूर्वप्रत्ययामुळे प्रकाशक ओळखला जातो. हा क्रमांक इतर कोणत्याही व्यक्तीला, संस्थेला दिलेला नसतो.
३) शीर्षक क्रमांक हा ग्रंथ क्रमांकात सहा ते एक अंकापर्यंत क्रमांक असतात. ह्या क्रमांकाची लांबी प्रकाशकाच्या पूर्व प्रत्ययामुळे नियंत्रित होते.
४) तपास अंक (check digit) हा ग्रंथ क्रमांक एक अंकाचा असतो. संगणकाने चुकीचा क्रमांक स्वीकारला तर या तपास अंकाचा उपयोग होतो.

हे दहा अंक (०-९) अरेबिक अंक आहेत. काही वेळा तपास अंकासाठी एक्स (x) हे अक्षर वापरले जाते.

या ग्रंथ पद्धतीतील समन्वय पश्चिम बार्लिनमधील इंटरनॅशनल एजन्सी (आंतरराष्ट्रीय संस्था) करते. ही संस्था इंटरनॅशनल ॲडव्हायझरी कमिटी, गटसंस्था मार्फत या कामाला प्रोत्साहन देते. उदा. सल्ला देणे, गटप्रतिनिधिंना ओळख क्रमांक

देणे, क्रमांकाची नोंद करणे इत्यादी. आंतरराष्ट्रीय सल्लागार समितीमार्फत गट प्रतिनिधी संस्था (group agencies) ह्या राष्ट्रीय, विभागीय, भाषाशास्त्रानुसार प्रकाशन, प्रकाशकांची संघटना आणि ग्रंथसूचीय केंद्रे या सर्वांनी स्थापन केलेल्या असतात. प्रत्येक संस्था (agency) त्यांच्या गटाचे प्रशासन करते. त्यांच्या सभासदांना तांत्रिक सल्ला देते. ह्या गट संस्थांचे जे निकष असतील त्या निकषांद्वारे जे 'इंटरनॅशनल एजन्सीने' मान्य केले आहेत. प्रकाशक गट संस्थेकडे अर्ज पाठवितात. ते या गटसंस्थांचे सभासद होऊ शकतात. गट संस्था त्यांना नोंद केलेला ग्रंथक्रमांक देते. नंतर प्रकाशक हा दिलेला ग्रंथ क्रमांक ग्रंथावर, त्यांच्या याद्यांमध्ये छापतात.

I.S.D.N. (International Serial Data System)

इंटरनॅशनल सिरियल डेटा सिस्टिम ही १९७० मध्ये युनिसिस्ट कार्यक्रमाचा भाग म्हणून ओळखली गेली. या पद्धतीचे मुख्य कार्य म्हणजे कालिक प्रकाशनांची आंतरराष्ट्रीय स्तरावर नोंद करणे, आणि नोंदीची नोंद ठेवणे. या क्रमिक प्रकाशनाची ओळख पटण्यासाठी त्या प्रकाशनाला एक प्रमाणित सांकेतिक क्रमांक देणे, हे महत्त्वाचे ठरते. कारण बरेच वैज्ञानिक व तंत्रज्ञानविषयक साहित्य प्रथम अशाच क्रमिकातून (नियतकालिक) प्रकाशित होत असते. ही सर्व माहिती जगात सर्व उपयोजकांना, संस्थांना मिळावी हा हेतू असतो. ह्यासाठी ग्रंथालयांमध्ये संप्रेषणाचे जाळे स्थापन केलेले असते. द्वितीयक माहिती सेवा, या कालिकांचे राष्ट्रीय, आंतरराष्ट्रीय प्रकाशक, आंतरराष्ट्रीय प्रमाणित ग्रंथसूचीय वर्णने, संप्रेषणाचे स्वरूप, कालिक प्रकाशनासंबंधी माहिती देणे या गोष्टी या पद्धतीमध्ये समाविष्ट आहेत.

ही पद्धती पॅरिसमधील आंतरराष्ट्रीय केंद्राद्वारा चालविली जाते. ह्या केंद्राचे व्यवस्थापन कार्यकारी मंडळ करते. हे कार्यकारी मंडळाचे सभासद राज्यांच्या जनरल असेंब्ली मधील प्रतिनिधीतून निवडलेले असतात. ह्या केंद्राला तांत्रिक सल्लागार समिती मदत करीत असते.

I.S.S.N. (International Standard Serial Number) इंटरनॅशनल सेंटर वार्षिक निर्देशिका प्रकाशित करणे, आंतरराष्ट्रीय माहितीचे आधारभूत सामग्री संच निर्माण करणे, संप्रेषणाचे स्वरूप, ग्रंथसूचीय वर्णनाचे नियम इत्यादी गोष्टी करीत असते. या सर्व साधनांद्वारे आंतरराष्ट्रीय सेवा देणे. इंटरनॅशनल स्टँडर्ड ऑर्गनायझेशनच्या यादीप्रमाणे नियतकालिकांची संक्षिप्त शीर्षके राखण्यास मदत करणे, कालिक प्रकाशनांची नोंद करण्यासाठी, त्यांना इंटरनॅशनल स्टँडर्ड सिरियल

नंबर देण्यासाठी, आंतरराष्ट्रीय वा राष्ट्रीय केंद्रे स्थापन करण्यात मदत करणे, या गोष्टीला इंटरनॅशनल सेंटर जबाबदार असते. राष्ट्रीय व विभागीय केंद्रांनी त्यांच्या भौगोलिक क्षेत्रातील कालिकांना इंटर नॅशनल स्टँडर्ड सिरियल क्रमांक देणे या संबंधातील नोंदी ठेवून पत्रव्यवहाराद्वारे त्या नोंदी आंतरराष्ट्रीय केंद्राकडे पाठवीणे. उपयोजकांच्या उपयोगासाठी कालिकांच्या प्रकाशनांची यादी तयार करणे. आंतरराष्ट्रीय निर्देशिकेमध्ये ह्या याद्या समाविष्ट करणे. यापैकी केंद्रे त्यांच्या फाईल्सवर आधारित याद्या व निर्देश प्रसिद्ध करतात.

या आंतरराष्ट्रीय केंद्रामधील आधारभूत सामग्रीचे संचामध्ये अगणित नोंदी आहेत. या नोंदी, नोंद केलेली तारीख, जबाबदार केंद्राचा संकेत क्रमांक इंटरनॅशनल स्टँडर्ड सिरियल नंबर, प्रकाशनाची तारीख, प्रकाशनाचे भौगोलिक क्षेत्र या गोष्टी दर्शवितात.

हे इंटरनॅशनल सेंटर प्रत्येक दोन महिन्यांनी त्यांची समाचार पत्रिका प्रसिद्ध करते. त्याचप्रमाणे हे इंटरनॅशनल सेंटर सहा महिन्यांनी इंटरनॅशनल स्टँडर्ड ऑरगनायझेशनच्या नियतकालिकांची संक्षिप्त शीर्षकांची यादी पुरवणी म्हणून प्रसिद्ध करते.

कॅटलॉगिंग इन पब्लिकेशन (C.I.P.)

हा कार्यक्रम लायब्ररी ऑफ काँग्रेस व अमेरिकेतील प्रकाशन यांनी सहकार्यातून निर्माण केला आहे. प्रकाशनपूर्व प्रकाशनांच्या शीर्षकासाठी तालिका निर्माण करणे, हा या कार्यक्रमाचा हेतू आहे. या तालिकेच्या नोंदी केवळ प्रकाशित ग्रंथावरच असतात असे नाही, तर मार्क फितीवर आणि इतर ग्रंथसूचीय साधनावर दिसतात.

ह्या प्रकल्पाला सुरुवातीला कौन्सिल ऑफ लायब्ररी रिसोर्सेस आणि नॅशनल एन्डोमेंट फॉर नॅशनल ह्युमॅनिटीज निधीची मदत करत होते. पण आता या प्रकल्पाला लायब्ररी ऑफ काँग्रेसचा पूर्ण पाठिंबा आहे.

अमेरिकेत प्रसिद्ध झालेली सर्व वैशिष्ट्यपूर्ण व्यापारी प्रकाशने यात समाविष्ट असतात. ज्या प्रकाशकांना या कार्यक्रमात भाग घ्यावयाचा आहे, त्या प्रकाशकांनी 'पब्लिशर्स रिस्पॉन्स' अर्ज भरून पाठवावा लागतो. नंतर लायब्ररी ऑफ काँग्रेसच्या माहिती कागदावर (data sheet) टंकलिखित हस्तलिखिताची संपूर्ण प्रत, शीर्षक पृष्ठ, लेखाधिकार पृष्ठ आणि पुढील पृष्ठावरील सर्व गोष्टींसंबंधी माहिती पाठवावी लागते. या माहितीच्या आधारे लायब्ररी ऑफ काँग्रेसमधील व्यावसायिक तालिका कर्मचारीवर्ग ग्रंथसूचीय नोंद तयार

करतात. ही नोंद मार्कफितीवरही केली जाते. त्यानंतर कॅटलॉगिंग इन पब्लिकेशन या कार्यक्रमाचा विभाग या नोंदीची संक्षिप्त आवृत्ती प्रकाशकाकडे ग्रंथावर मुद्रित करण्यासाठी पाठवतो.

मनुष्यबळविकास

मनुष्यबळ व्यवस्थापन म्हणजे संस्थेतील कर्मचाऱ्यांचे व्यवस्थापन. कामासाठी प्रामाणिक कर्मचाऱ्यांची आवश्यकता असते. कर्मचारी हा संस्थेचा एक महत्त्वाचा घटक असतो. केवळ यंत्रामुळे काम होत नाही. त्याला मनुष्यबळाची जोड असावी लागते.

मनुष्यबळाच्या व्यवस्थापनात नियोजनाचाही विचार करावा लागतो. संस्थेमधील उपलब्धतेनुसार जागांचा विचार करावा लागतो. त्या जागांमध्येही वेगवेगळ्या श्रेणी असतात. योग्य पदावर योग्य माणसाची निवड केली जाते. त्याची कार्यक्षमता, कुशलता पाहावी लागते. म्हणून मनुष्यबळ व्यवस्थापन म्हणजे योग्य माणसाची योग्य कामासाठी निवड होय. यासाठी कामाचा आराखडा तयार करावा लागतो.

पूर्वी सेवक व्यवस्थापन असे म्हटले जाई. सध्याच्या युगात कर्मचारी वर्गाचे व्यवस्थापन असे म्हटले जाते. या प्रकारच्या व्यवस्थापनामध्ये कर्मचाऱ्यांची भरती, त्यांचे वर्गीकरण, वेतन, प्रशासन, प्रशिक्षण आणि सेवक विकास, मूल्यमापन, धोरणे, कर्मचाऱ्यांच्या तक्रारी, त्यांच्या संघटना इत्यादी गोष्टींचा विचार केला जातो.

कर्मचारी हा संस्थेचा एक महत्त्वाचा घटक आहे. कर्मचाऱ्यांची भरती करताना चालू कामाचे व्यवस्थित वर्णन आणि सामान्यत: औपचारिक शोध पद्धती यावर ती आधारित असते. या सेवक भरतीसाठी वर्तमानपत्रातून जाहिरात दिली जाते. अर्ज मागविले जातात. मुलाखती घेतल्या जातात. काही नियुक्तीपूर्व परीक्षाही घेतल्या जातात. अर्जदाराच्या ओळखपत्रांची छाननी केली जाते व योग्य निवड केली जाते. वेतनासंबंधीच्या पद्धतीमध्ये विशेष वेतन, विकसित वेतन श्रेणी, विशेष पुरस्कार यांचा विचार केलेला असतो.

प्रशिक्षण ही गोष्ट विशेषत: नवीन कर्मचाऱ्यांच्या संदर्भात लक्षात घ्यावयाची बाब आहे. कर्मचाऱ्याच्या मूळच्या कौशल्याचा उपयोग संस्थेला होतो. कर्मचाऱ्यांना सुद्धा याचा त्यांच्या व्यवसायाच्या दृष्टीने उपयोग होतो. प्रशिक्षण हे निरंतर शिक्षणाचाच एक भाग आहे.

कर्मचाऱ्याच्या कामावरून त्याच्या कामाची गुणवत्ता व मोजमाप केले जाते. म्हणजेच त्याच्या कामाचे मूल्यमापन केले जाते. कर्मचाऱ्यांच्या संबंधातील धोरणामध्ये कर्मचाऱ्याच्या कामाचे मूल्यमापन, बढती व तक्रारी या गोष्टी समाविष्ट असतात. ही धोरणे लिखित स्वरूपात असणे आवश्यक आहे. या धोरणांच्या प्रती सर्व कर्मचाऱ्यांना देणेही आवश्यक आहे. काही वेळा कर्मचारी श्रम संघटने (Labour Union) मध्ये सामील होतो. श्रम संघटना ही कर्मचाऱ्यांचे वेतन, बढती, कामाचे तास याविषयी रूची दाखवते.

मनुष्यबळाच्या श्रेणी तीन आहेत. १) उच्च २) मध्यम ३) निम्न. निर्णय घेण्याचा अधिकार उच्च श्रेणीतील अधिकाऱ्यांचा असतो. या निर्णयाची अंमलबजावणी इतर श्रेणीतील सेवक करीत असतात.

कर्मचाऱ्याची निवड - अर्ज, परीक्षा, गटचर्चा व त्याची मानसशास्त्रीय कुवत यावरून केली जाते. या गोष्टी समाधानकारक आढळल्यास संबंधित कर्मचाऱ्याची मुलाखात घेतली जाते. त्यावेळी त्याचे व्यक्तिमत्त्व, बोलण्याची ढब, विषय ज्ञान याचा अंदाज घेतला जातो. पदासाठी आवश्यक गुणांची पारखही होते. कर्मचारी त्या पदासाठी अधिक पात्रतेचा ठरल्यास त्याला जादा वेतन देण्याची तयारीही असावी लागते.

कर्मचाऱ्याच्या निवडीनंतर त्याला संस्था, तिची उद्दिष्टे, इतर कर्मचारी वर्ग यांची ओळख करून देण्यात यावी. कर्मचाऱ्याच्या अंगच्या गुणांचा विकास करणे, त्याची कामातील कुशलता वाढविणे या गोष्टींनाही महत्त्व द्यावे लागते. कर्मचाऱ्याच्या कामाचे मूल्यमापन खालील गोष्टींवर केले जाते.

कर्मचारी वर्गाचे व्यवस्थापन खालील गोष्टींवर केले जाते. कामाचे विश्लेषण - यामध्ये प्रत्येक कार्याचे विश्लेषण केले जाते. यामध्ये कोणते कार्य केले पाहिजे आणि ते चांगल्या पद्धतीने कसे केले पाहिजे याचा विचार केलेला असतो. हे कार्य समाधानकारक पूर्ण करण्यात कर्मचाऱ्याची गुणवत्ता पारखली जाते. या प्रकारच्या माहितीमध्ये ही माहिती सर्वसमावेशक, योग्य आणि अचूक असली पाहिजे. तसेच कर्मचाऱ्याची विशेष कार्ये, जबाबदाऱ्या, विशेष माहितीची गरज, नैसर्गिक मागण्या, कामाच्या अटी, इत्यादी गोष्टी यामध्ये अंतर्भूत असतात.

यामुळे कर्मचाऱ्यांच्या गरजा, प्रत्येक कार्यातील त्यांची कर्तव्ये व जबाबदाऱ्या यांचे स्वरूप, संस्थेच्या नियोजनातील त्यांची मदत, कामाच्या संधी शोधण्यास मदत, वेतनासाठी शास्त्रीय बैठक आणि व्यवस्थापनातील शास्त्रीय तत्त्वांची मदत हेही फायदे होतात.

कार्याचे वर्णन

कामाच्या वर्णनामध्ये महत्त्वाची कर्तव्ये व जबाबदाऱ्या यांचा बाह्य आराखडा, प्रत्येक कामाची योग्य क्रमाने कार्यपद्धती व त्यांची यादी, साहित्य, साधने व यंत्रे यांच्या मागण्यांची यादी. कार्याच्या सभोवतालची परिस्थिती, कार्याची वेळ या गोष्टींचा उल्लेख. एखाद्या कार्याचा संस्थेतील इतर कार्याशी असलेला संबंध, या कार्याच्या पूर्णतेसाठी लागणारी मानसिक व शारीरिक योग्यता, प्रशिक्षण, अनुभवाचा काल इत्यादी गोष्टींचा उल्लेख केलेला असतो.

कार्याचे मूल्यमापन

कार्याचे मूल्यमापन म्हणजे दुसऱ्याच्या कार्याशी अथवा गटाच्या कार्याशी केलेले मूल्यमापन होय. एखाद्या विशिष्ट कार्याचे मूल्यमापन करण्याची वस्तुनिष्ठ पद्धती म्हणजे मूल्यमापन. सेवकाला कामाचा आर्थिक मोबदला मिळण्याच्या दृष्टीने त्या कार्याशी संबंधित असलेल्या घटकांचा विचार करणे. या घटकांचा उपयोग करून दोन कामातील फरक दाखविणे, प्रत्येक कामाची संबंधित मूल्ये ओळखणे, प्रत्येक कामाचे आर्थिक मूल्य ठरविणे या गोष्टी या मूल्यमापनात अंतर्भूत होतात.

अशा प्रकारच्या मूल्यमापनातून कर्मचाऱ्याची कार्यक्षमता, कार्यतत्परता, संस्थेविषयीची त्याची निष्ठा याविषयी अंदाज येतो. कर्मचाऱ्यांचे प्रशिक्षण त्यांना कामामध्ये प्रोत्साहन देणे. त्याची कार्यकुशलता वाढविणे या गोष्टी संस्थेच्या दृष्टीने फायद्याच्या ठरतात.

या सर्वांसाठी कुशल नेतृत्वाचीही गरज असते. या नेतृत्वाचा कर्मचाऱ्याच्या कामावर निश्चितच परिणाम होत असतो. आपले मुद्दे पटवून देण्याची हातोटी, कठीण प्रसंगात मार्गदर्शन करण्याचे कसब, मदतीचा हात देणे, संपर्क व्यवस्था तयार करणे, निर्णय क्षमता या गोष्टी नेतृत्त्वामध्ये समाविष्ट असतात.

कर्मचाऱ्याची मार्गदर्शिका - यामध्ये माहिती व प्रत्यक्ष सूचना यांचा अंतर्भाव असतो. ग्रंथालयाच्या मार्गदर्शिकेमध्ये कर्मचारी वर्गाची त्यांच्या विभागाप्रमाणे, कर्मचाऱ्यांच्या श्रेणीप्रमाणे कार्ये, त्यांच्या कामाची गती, नोंदी, परस्परातील सहकार्य, अहवालासंबंधी माहिती इत्यादी मार्गदर्शक तत्त्वे असतात. गरजेच्या वेळी या मार्गदर्शिकेचा ग्रंथालयीन कर्मचाऱ्यांना उपयोग होतो.

कार्यप्रेरणा (Motivation) : यामध्ये कर्मचाऱ्यास त्यांच्या काही गरजांची जाणीव निर्माण करून देऊन त्यांना काम करण्यास प्रवृत्त केले जाते.

याद्वारे कर्मचाऱ्यांकडून जास्तीत जास्त चांगल्या प्रकारे काम करवून घेणे शक्य होते.

क्लिप्पो यांचे मते, कार्यप्रेरणा (Motivation) म्हणजे, 'संघटनेची आणि कर्मचाऱ्यांची उद्दिष्ट्ये एकाचवेळी साध्य होतील अशारीतीने दोघांचे हितसंबंध एकत्रित करण्याचे व वर्तणुकीस वळणदेण्याचे कौशल्य होय.'

कार्यप्रेरणा तत्त्वे :

१) मोस्लोचे गरज-परंपरा तत्त्व : मोस्लोने हे तत्त्व माणसांच्या गरजांचे वर्गीकरण त्याची वर्तणूक समजून घेऊन विश्लेषण करणेसाठी अमलात आणले.

२) हर्झबर्गची विघटक तत्त्वे : कामातील विशिष्ट गुणांच्या / घटकांच्या प्रभावामुळे प्रेरणा आणि कार्य-निर्मिती समजून घेण्यास मदत होते.

३) मॅक्ग्रेगॉरचे 'क्ष' आणि 'य' तत्त्व : डग्लस मॅकग्रेगॉरचे 'क्ष' तत्त्व लोकांच्यात नकारात्मक गृहीतांवर आधारित प्रेरणेचा पारंपरिक मार्ग व तत्त्वांशी संबंधित आहे. 'य' तत्त्व लोकशाही नेतृत्वाला मान्यता देऊन निर्णयात सहभागी करून घेणारा स्व-नियंत्रण, ध्येयपूर्तीचे व्यवस्थापन, कामातील सधनता व विकेंद्रीकरण इ. शी संबंधित आहे.

४) मॅक्लॅण्ड गरज तत्त्व : यामध्ये तीन प्रकारच्या मूलभूत गरजांवर भर दिला आहे.

प्रशिक्षण आणि विकास (Training & Development) एडविन फ्लिप्पो यांच्या मते, विशिष्ट कार्य पद्धतशीरपणे पार पाडण्याकरिता कर्मचाऱ्यांच्या ज्ञानात आणि कार्यकौशल्यात वृद्धी करण्याच्या कलेस 'प्रशिक्षण' असे म्हणतात.

प्रशिक्षणाच्या विविध पद्धती पुढीलप्रमाणे :

१) प्रत्यक्ष कामावर प्रशिक्षण

२) तज्ज्ञ व्यक्तींची व्याख्याने

३) संमेलनांचे आयोजन

४) चर्चासत्र व गटचर्चा पद्धती

५) समस्या अभ्यास पद्धती

६) विशिष्ट प्रकल्प कार्य जबाबदारी

७) उद्‌बोधन वर्ग याद्वारे प्रशिक्षण

नेतृत्व (Leadership) :

प्रभावी नेतृत्वामुळे कर्मचारी व सेवकवर्ग कार्य करण्यास प्रवृत्त होतो. प्रभावी नेतृत्वाशिवाय व्यवस्थापनाची कार्ये पूर्णत्वास जाऊ शकत नाहीत. नेतृत्व करणे म्हणजे साहाय्यकांना कार्याबाबत/कामाबाबत आदेश देणे, सूचना व मार्गदर्शन करणे, कामावर देखरेख ठेवणे इ. होय.

जॉर्ज टेरी यांच्या मते, नेतृत्व म्हणजे, 'लोकांना प्रभावित करून पारंपारिक उद्दिष्टे साध्य करता यावीत याकरिता प्रयत्न करण्यासाठी प्रवृत्त करण्याची क्षमता होय.'

अधिकार प्रदान (Delegation of Authority) :

ग्रंथालय विभागात विविध विभाग असल्याकारणाने म्हणजे देवघेव विभाग, संदर्भ विभाग, ग्रंथ उपार्जन विभाग, इ. चे काम योग्य व कार्यक्षमपणे होण्यासाठी ते विविध साहाय्यकांकडे सोपविले जाते. अशा प्रकारे कामाची विभागणी केली जाते. त्यामुळे प्रत्येक पातळीवरील कर्तव्ये समजून घ्यावी लागतात व ती कर्तव्ये योग्यरीत्या पार पाडणेसाठी त्यांना अधिकार द्यावे लागतात, यालाच अधिकार प्रदान (Delegation of Authority) असे म्हणतात.

एफ. जी. मूर यांच्या मते, 'अधिकार प्रदान करणे म्हणजे दुसऱ्यावर काम सोपविणे व ते पूर्ण करण्यासाठी अधिकार देणे.'

अधिकार प्रदान केल्यामुळे हाताखालील कर्मचारीवर्ग जबाबदारीने कार्य करू शकतो. त्यामुळे त्यांच्या कार्यशक्तीत वाढ होऊन कालांतराने ते अधिकार पदावरील काम करण्यास सक्षम होतात.

कार्यनिष्पत्ती मूल्यमापन (Performance Evaluation) :

मानव संसाधन व्यवस्थापनामध्ये ही एक महत्त्वपूर्ण संकल्पना मानली जाते. यामध्ये कर्मचाऱ्यांची योग्यता, कार्यक्षमता, कौशल्य, सामर्थ्य, आकलनशक्ती व नेतृत्वगुण यासारख्या विविध बाबींचे मूल्यमापन केले जाते. त्या मूल्यमापनाद्वारे कर्मचाऱ्यांच्या उणिवा लक्षात घेऊन सुधारणा करणे तसेच प्रशासकीय कार्यक्षमता विकसित करण्यासाठी विविध उपाययोजना अमलात आणता येतात.

आर्थिक व्यवस्थापन

कोणत्याही संस्थेची वित्त ही बदलती शक्ती आहे. पुरेसे आर्थिक पाठबळ असेल तर बऱ्याच गोष्टी मिळविता येतात. वित्ताचे मूल्य मात्र नेहमी बदलत असते. कित्येक संस्थांमध्ये जमा व खर्चाचा मेळ घालणे हे एक दिव्यच असते. ग्रंथालयांच्या बाबतीत तर खर्च हा जमेपेक्षा नेहमीच जादा असतो. ग्रंथालय या खर्चिक संस्था असतात. कारण ग्रंथालयीन सेवेच्या विकासाबरोबर ग्रंथालयातील खर्च वाढत असतात. म्हणून वित्त हे व्यवस्थापनातील एक साधन आहे.

आर्थिक वित्त व्यवस्थापन करताना त्याची संस्थेच्या नियोजनाशी सांगड घालावी लागते. कोणत्या गोष्टीला अग्रक्रमाने महत्त्व देऊन खर्च करावयाचा हे ठरवावे लागते. जादा झालेला खर्च भरून काढण्याच्या युक्त्याही या व्यवस्थापनाजवळ असतात. म्हणून अर्थसंकल्प हा नियोजनाचे स्वरूप दाखविणारा आराखडा आहे.

अर्थसंकल्प –

जमा खर्चाचे एक वर्षाच्या अथवा काही ठरावीक मुदतीतील विधान म्हणजे अर्थसंकल्प होय. उपलब्ध असलेल्या उत्पन्नामध्ये खर्चाचे नियोजन करणे, असे सुद्धा म्हणता येईल. यामध्ये मागण्यांच्या यादीतील कोणत्या गोष्टी अधिक गरजेच्या आहेत हे प्रथम जाणून घ्यावे लागते. ग्रंथालयाच्या उद्दिष्टानुसार गरजांचा अग्रक्रम ठरविणे आवश्यक असते. कार्यामध्ये जास्तीत जास्त समाधान मिळविण्यासाठी योजनापूर्वक खर्च करणे आवश्यक असते. अर्थसंकल्प तयार करताना मागील वर्षाचा खर्च, नवीन कार्यक्रम पद्धती सुचविणे या गोष्टी जाणून घेणे महत्त्वाचे ठरते.

अर्थसंकल्प निरनिराळ्या पद्धतीने तयार करता येतो. काही संस्था कार्यक्रमाधारित अर्थसंकल्प, शून्याधारित अर्थसंकल्प, कार्याधारित अर्थसंकल्प तयार करतात, तर काही अर्थसंकल्पात खर्चाची वेगवेगळ्या गोष्टीबाबत सविस्तर यादी असते. सूत्र अर्थसंकल्पामध्ये बऱ्याच घटकांमधील संबंधात त्यांच्या सेवेला महत्त्व दिलेले असते. काही अर्थसंकल्पामध्ये व्यवस्थापनाच्या लहरीवर वित्त वाटणी केलेली असते. भविष्य काळात कोणती कार्ये करावयाची आहेत या संबंधात कार्यक्रमाधारित अर्थसंकल्प तयार केला जातो. कार्याधारित अंदाजपत्रकात (operating budget) वार्षिक आवर्तित खर्च दर्शविलेले असतात. तरतुदीच्या अंदाजपत्रकामध्ये नेमून दिलेला निधी, खर्च आणि तरीसुद्धा वापरण्याजोगा निधी या गोष्टींची सविस्तर माहिती दिलेली असते.

पारंपरिक अर्थसंकल्पामध्ये काही घटक स्थिर असतात. जमेच्या बाजूमध्ये विद्यापीठ अनुदान मंडळ, सरकारकडून मिळणारे अनुदान, सभासद वर्गणी, विलंब शुल्क, मिळणाऱ्या देणग्या, फोटो प्रतीतून मिळणारे उत्पन्न, रद्दीतून मिळणारे उत्पन्न इत्यादी गोष्टी समाविष्ट असतात. तर खर्चाच्या बाजूमध्ये कर्मचाऱ्यांचे पगार, इमारत खर्च, वीज, दूरध्वनी देयके, ग्रंथ व नियतकालिके यांची खरेदी, भाडे इत्यादी गोष्टी अंतर्भूत असतात.

तरतुदीच्या अर्थसंकल्पात मागील वर्षीचे आकडे (जमा व खर्चाचे) विचारात घ्यावे लागतात. म्हणजे अर्थसंकल्पाचा तुलनात्मक अभ्यास येतो आणि त्यानुसार सुधारित तरतूद करता येते. तरतुदीची रक्कम खर्च न केल्यास त्याचा अनुदानावर परिणाम होतो. अनुदान कपात केली जाते. म्हणून सर्व निधीचा विनियोग योजनेनुसार करणे आवश्यक ठरते.

अर्थसंकल्प तयार करण्याच्या पद्धती

१) दरडोई पद्धती (per capita)
२) अधिक खर्चाची पद्धत
३) सविस्तर पद्धती
४) योग्य प्रमाण पद्धती
५) कार्याधारित पद्धती
६) शून्याधारित पद्धती

प्लॅनिंग प्रोग्रॅमिंग बजेटिंग सिस्टीम – हे कार्याधारित अर्थसंकल्प व अर्थसंकल्प तयार करणे या दोन्हींचे एकत्रीकरण करण्याचे तंत्र आहे. ग्रंथालयांची वैशिष्ट्ये समजावून घेणे. प्रत्येक वैशिष्ट्यासाठी असलेले पर्यायी मार्ग लाभकारक ठरणारे असणे आवश्यक आहे. प्रत्येक कार्यक्रमाची आवश्यक कार्ये समजावून घेणे. अचूक क्रिया करण्यासाठी परिणामांचे मूल्यमापन करणे. ह्या या पद्धतीच्या मुख्य गोष्टी आहेत.

या पद्धतीमुळे ग्रंथपालाला कार्यक्रमांची आखणी आणि त्याचबरोबर त्या कार्यक्रमांच्या खर्चाची माहिती देता येते. अधिकारी वर्गाला देखील या कार्यक्रमाकडे योग्य दृष्टीने पाहता येईल. यामुळे निधीचा कमी-जास्त उपयोग दृष्टोत्पत्तीस येईल.

शून्याधारित अर्थसंकल्प

ही पद्धती श्री. पिटर फायर (phyor) यांनी अर्थसंकल्पाचे नियोजन परिणामकारक रीतीने करण्यासाठी व आर्थिक नियंत्रणासाठी विकसित केली. शून्य

हाच पाया धरून ही पद्धती विकसित केली जाते. विभागाचा (Unit) हेतू व कार्य याचे नियोजन व विकास यावर या पद्धतीत भर दिलेला असतो. पूर्वी काय घडले आहे, यापेक्षा पुढे भविष्यात काय करावयाचे आहे यावर ही पद्धती भर देते.

हिशेब – यामुळे अर्थसंकल्पावर नियंत्रण ठेवणे शक्य होते. लेखपालाकडून जमा खर्चाचा हिशेब तपासून घेण्याची पद्धती आहे.

तरतुदीनुसार खर्च करण्यास निधी उपलब्ध करताना काही अडचणी येऊ शकतात. या संबंधात ग्रंथालय समितीचे मार्गदर्शन ग्रंथपालाला घेता येते. ग्रंथालयाचे हिशेब १) ताळेबंद – (Balance Sheet) ग्रंथालयाची पूर्वीपासून आतापर्यंतची आर्थिक परिस्थिती विचारात घेतली जाते. २) आय व्यय विधान (Statement of Income and Expenditure) यामध्ये एका वर्षातील जमा व खर्च यांचा तपशील असतो. ३) जमाखर्च (Receipt and Payment Account) यामध्ये निधीच्या देवाण-घेवाणीचा अहवाल असतो.

हिशेब तपासणी – संस्थेने जर अंतर्गत हिशेब तपासणी करून घेतली तर पुढे निर्माण होणारे प्रश्न समजतील. प्रश्न सुटण्यास मदत होईल. निधीचा विनियोग करताना वित्त व्यवस्थापनाचे नियम पाळावेच लागतात. हिशेब ठेवावे लागतात. हिशेब तपासणीचा अहवाल घ्यावा लागतो.

ग्रंथालयातच नव्हे तर सर्व ठिकाणी वित्त हे महत्त्वाचे आहे. म्हणून त्याच्या व्यवस्थापनाची जरुरी भासते.

P.E.R.T. / C.P.M.

पर्ट ही नियोजित तंत्र असलेली संकल्पना युनायटेड स्टेट्स नेव्ही आणि लॉकहीड अेअरक्राफ्ट कार्पोरेशन यांनी संयुक्तपणे विकसित केली. सी.पी.एम. ही संकल्पना ड्यूपॉन्ट (Dupont) कंपनीने विकसित केली.

पर्ट म्हणजे प्रोग्रॅम इव्हॅल्युएशन रिव्ह्युटेक्निक आणि सी. पी. एम. म्हणजे क्रिटीकल पाथ मेथड.

पर्ट या संकल्पनेचा अर्थ प्रकल्प पूर्ण होण्याच्या निश्चित क्षणापर्यंत पोहोचणे. ज्या क्षणी प्रकल्प पूर्ण व्हावा अशी अपेक्षा असते तो क्षण. पर्ट आलेख नियोजकाला त्या प्रकल्पाला विलंब करणारी गोष्ट कोणती याचा विचार करण्यास प्रवृत्त करतो. जेव्हा तंतोतंत व सविस्तर नियोजन पद्धती आवश्यक असते, तेव्हा पर्ट आलेखांचा उपयोग होतो.

बरेच वेळा पर्टचाच उपयोग होत असलेला दिसतो. पर्ट/सी.पी.एम.चा त्या मानाने कमी उपयोग होतो. सी.पी.एम. ही पद्धती स्वाभाविकच पर्टमध्ये अंतर्भूत

आहे. सी.पी.एम. ही पद्धती मोठा प्रकल्प पूर्ण करण्याची तारीख व त्यासाठी येणारा व्यापारी खर्च यांच्याशी संबंधित असते. या पद्धतीत अनिश्चित व्यावसायिक वेळ उपयोगी पडत नाही. यामध्ये निश्चित वेळेला महत्त्व आहे. पर्ट हे तंत्र वेळ व खर्च कसा वाचविता येईल या व्यापारी तत्त्वाशी संबंधित आहे. हे तंत्र तीन वेळा मूल्यमापन करून नंतर मत बनविते. तर सी.पी.एम.फक्त एकदाच मूल्यमापन करते.

प्रकल्पाच्या आराखड्याप्रमाणे प्रकल्पाची कार्ये पूर्ण होण्यासाठी त्या कार्यांची व्याख्या करणे, त्यांचे स्पष्टीकरण करणे व नियंत्रण करणे हे काम पर्ट तंत्र करीत असते. म्हणणे हे तंत्र नियोजन व नियंत्रण यांचे साधन आहे. प्रकल्पामधील घटना आणि कार्ये यांच्यातील अंतर्गत संबंध आलेखाद्वारे दाखविणारी एकमेव पद्धती आहे. पर्ट हे एक सांख्यिकीय तंत्र आहे. हे तंत्र चिकित्सात्मक, तसेच भाकितात्मकही आहे.

व्यवस्थापनाच्या दृष्टीने पर्ट हे तंत्र मूर्तरूपातील समस्यांतील धोकादायक गोष्टी दाखवून त्यावर उपचारात्मक निर्णय घेण्यास मदत करते. मोठ्या प्रकल्पाच्या आराखड्याप्रमाणे उत्पादनाच्या तारखांची मिळवणी करण्यासाठी वेळ, साधने, तांत्रिक कामगिरी या क्षेत्रातील प्रयत्नांची वाढ हे तंत्र करते. हे एक असे साधन आहे की जे निर्णय घेणाऱ्याला मदत करते. पण निर्णय घेत नाही. ह्या तंत्राचा उपयोग पद्धती विश्लेषणकार (System analyst) करू शकतो. प्रकल्पाची ध्येये वेळेत पूर्ण होण्यासाठी काय करणे आवश्यक आहे, याचे स्पष्टीकरण पर्ट तंत्र करते.

पर्ट हे तंत्र माणसाने हाताने करावयाच्या गणना पद्धतीप्रमाणे व त्याचबरोबर संगणकीय प्रणालीमार्फतही वापरता येते. माणसाने हाताने करावयाची गणना पद्धती ही छोट्या संगणकीय जाळ्यासाठी उपयोगी ठरते. उदा. १५० घटनांसंबंधी या माणसाने करावयाच्या गणना पद्धतीचा उपयोग होतो. यासाठी या तंत्राची पद्धती-प्रणाली ज्ञात असणे आवश्यक ठरते. हे संगणकीय जाळे घटना आणि कार्ये यांचे बनलेले असते.

पर्ट आणि सीपीएम यामध्ये वेगवेगळ्या व्यावसायिक प्रकल्पासंबंधी योजना आखल्या जातात. यामध्ये वैयक्तिकरीत्या उद्योग सुरू करता येतात. व्यावसायिकांनी आपला विकास तांत्रिक क्रमानी करावा ही अपेक्षा यामध्ये असते.

आधुनिक काळातील व्यावसायिक क्षेत्रात पर्ट आणि सीपीएम यांचा विकास होताना दिसतो. यांची संगणकीय पॅकेजही विकसित केलेली आहेत. या दोन्हीमुळे संस्थेच्या अर्थसंकल्पावर नियंत्रण ठेवता येते. प्रकल्प व त्यासाठी उपलब्ध असणारी मर्यादित साधने यासाठी या नियोजित व नियंत्रित तंत्रांचा उपयोग होतो.

ग्रंथालय इमारत आणि साधने

कोणतीही इमारत बांधण्यापूर्वी इमारतीचा आराखडा तयार करावा लागतो. ग्रंथालय इमारतीचा विचार करावयाचा झाल्यास त्यामध्ये इमारतीच्या बांधकामासाठी उपलब्ध असलेला निधी व ग्रंथालयाचे बदलणारे स्वरूप या दोन गोष्टी परिणाम करीत असतात. ग्रंथालयाचा हेतू व कार्ये यांत होणारे बदल लक्षात घेऊन ग्रंथालयाच्या इमारतीचा आराखडा लवचीक असावा. ग्रंथपालाने इमारतीच्या रचनाकाराला सल्ला देण्याचे काम करावे.

ग्रंथालयाची इमारत व तिचा आराखडा यावर ग्रंथपालाचे उपयोजकांशी असणारे मैत्रीपूर्ण संबंध व उपयोजकांची काळजी या गोष्टी परिणाम करतात. पूर्वीच्या ग्रंथालयातील रुक्ष वातावरण, स्वागताचा अभाव, उपयोजक आणि कर्मचारी यातील दरी या गोष्टी जुन्या झाल्या आहेत. आताच्या गरजेचे स्वागत अनौपचारिक रीतीने करणे ही दृष्टी समाजाला ग्रंथालयीन सेवा देताना दिसते. ग्रंथालय हे शैक्षणिक वा सार्वजनिक कोणतेही असो, त्यामध्ये समाजाचे प्रतिबिंब दिसते. ग्रंथालयामध्ये आरोग्य आणि सुरक्षितता यांना महत्त्व दिलेले दिसते. त्याचप्रमाणे अपंग उपयोजकांनाही सहजी प्रवेश मिळेल याला महत्त्व दिले जाते.

ग्रंथालयाच्या इमारतीसाठी दोन गोष्टी महत्त्वाच्या ठरतात.

१) बाह्य स्वरूप – यामध्ये परिसर, ग्रंथालयाची जागा, वातावरण, हवामान या गोष्टी समाविष्ट असतात.

२) अंतर्गत योजना – यामध्ये संग्रहाचे स्वरूप व संख्या, आकार, उपयोजकांचे प्रकार व त्यांची संख्या, ग्रंथालयांची कार्ये आणि त्यांचा वापर इत्यादी गोष्टी अंतर्भूत असतात. ग्रंथालयातील ग्रंथाची सरासरी वार्षिक वाढ वास्तू रचनाकाराला विस्ताराची योजना करण्यास मदत करते. ग्रंथपालाने ग्रंथसंग्रहाची जागा व उपयोजकांना सामावून घेण्यासाठी जागा यासाठी काही प्रमाणके स्वीकारावी. इतर गोष्टीं जागेच्या प्रश्नाबरोबर माहिती तंत्रज्ञान व संप्रेषणाच्या उपकरणासाठी त्यांचा वापर करण्याच्या दृष्टीने त्यांना समाविष्ट करणे आवश्यक ठरेल. या दृष्टीने योजना आखणे जरुरीचे आहे.

अंतर्गत गोष्टीची मांडणी ही ग्रंथपालाची जबाबदारी ठरते. चांगल्या प्रकारची मांडणी यामध्ये उपयोजकांची वा कर्मचाऱ्यांची गर्दी होणार नाही एवढी जागा, केंद्रीय सुविधांच्या जवळील साहित्याचा वापर, हालचालीला वाव या गोष्टी मोडतात. योग्य वायुवीजन होण्यासाठी मोठ्या खिडक्या, भरपूर प्रकाश, पाणी,

धूळ व उष्णता यापासून संरक्षण या गोष्टी अंतर्भूत होतात. ग्रंथ संरक्षणासाठी वातानुकुलित सोय ही आवश्यक आहे. प्रकाशामध्ये स्वाभाविक व कृत्रिम प्रकाशाची सुविधा ही गोष्ट ओघानेच येते.

इमारतीचा पाया तयार करताना किडे, मुंग्या व वाळवी यांचा उपद्रव होऊ नये म्हणून योग्य त्या औषधाची फवारणी करावी लागते. स्वच्छतागृहे, पिण्याच्या पाण्याची सोय, स्वागत कक्ष, संदर्भ विभाग, देवघेव विभाग, वाचन कक्ष, नियतकालिकांचा कक्ष, दृक्-श्राव्य संग्रह विभाग, संगणकीय सेवा कक्ष, चर्चा करण्यासाठी सभागृह इत्यादी सुविधांचा, गोष्टींचा इमारत बांधण्यापूर्वी विचार व्हावा लागतो.

संप्रेषणाची साधने दूरध्वनी, सूक्ष्मार्फत वाचक, संगणक, झेरॉक्स मशीन, छापील संदेश वाहनास उपयुक्त यंत्रणा LAN WAN या गोष्टीकडे लक्ष देणे आवश्यक ठरते.

ग्रंथालयाच्या इमारतीची योजना आखताना खालील गोष्टी लक्षात घेतल्या पाहिजेत.

१) ऐतिहासिक गोष्टी - पूर्वी घडलेल्या
२) रूढी आणि शैली
३) ग्रंथसंग्रहाची संख्या
४) वाचकांची संख्या
५) ग्रंथालयाचे स्वरूप, हेतू, कार्ये आणि वापर
६) संप्रेषण तंत्रांची परिस्थिती
७) भोवतालचा परिसर, जागा, हवा
८) ग्रंथपालाची क्षमता आणि स्वातंत्र्य
९) देणगीदारांची बाह्य नियंत्रणे
१०) ग्रंथालय म्हणजे ज्ञानाची शक्ती, याविषयी वाचकांचा आदर

इमारतीनंतर ग्रंथालयातील फर्निचरचा विचार करावा लागतो. या फर्निचरसाठी प्रमाणकांचे पालन होणे जरुरीचे आहे. यामध्ये ग्रंथ मांडणी, तालिका कपाटे, वाचन कक्षातील खुर्च्या व टेबले, काऊंटर, प्रदर्शनासाठी मांडणी, झेरॉक्स मशीन, संगणक वगैरेसाठी विशेष फर्निचर यांचाही विचार करणे आवश्यक ठरते. टिकाऊपणाच्या दृष्टिकोनातून लोखंडी फर्निचर घेणे जास्त श्रेयस्कर ठरते. फर्निचरची निवड करताना टिकाऊपणा व दर्जा यांचा विचार करावा. खुर्च्यांची पाठ उपयोजकांच्या पाठीला आधार देणारी असावी. त्या त्या कामाच्या गरजेप्रमाणे

खुर्च्यांची उंची वेगवेगळी असावी. उदा. संगणकाची खुर्ची, काऊंटरची खुर्ची इत्यादी.

ग्रंथालयातील अंतर्गत सजावटही उपयोजकाला आकर्षित करणारी असावी. भिंतींचा रंग सौम्य असावा. कृत्रिम शोभा वाढविणारी साधने, फोटो, निसर्गचित्रे, वगैरे यांचाही उपयोग करता येतो.

ग्रंथालय आणि माहितीशास्त्र केंद्रांच्या कामगिरीचे मूल्यमापन

ग्रंथालयांचे पारंपरिक पद्धतीने मूल्यमापन ग्रंथालयातील उपलब्ध साधने, ग्रंथसंग्रह, कर्मचारी वर्गाची संख्या, सुविधा इत्यादी गोष्टींवरून केले जाते. पण सध्या ग्रंथालयांचे मूल्यमापन त्यांच्या फलितावर किंवा कामावर अवलंबून आहे. ग्रंथालयांची परिणामकारकता, ग्रंथालयांचा समाजावरील परिणाम आणि उपयोजकांचे समाधान यावर ग्रंथालयातील कामाचे मूल्य विकसित केले जाते. ग्रंथालय ही संस्था असल्यामुळे तिच्या कामाचे मूल्यमापन व्यवस्थापनशास्त्राला धरूनच आहे.

संस्थेच्या निर्मितीमागचा हेतू, हा हेतू योग्य तऱ्हेने साधनांचा वापर करून साध्य होतो की नाही हे पाहणे. यासाठी काही कालावधीनंतर पाहणी करणे, त्यात उणीवा आढळल्यास त्यावर उपाययोजना करणे. या प्रक्रियेला मूल्यमापन म्हणतात.

ग्रंथालयाच्या मूल्यमापनाचे प्रकार २ –

१) व्यापक २) सखोल. ग्रंथालयांचे मूल्यमापन करताना त्यामध्ये –

ग्रंथालयांचे उद्दिष्ट, त्यांचे कार्य, समाजासाठी ही ग्रंथालये कोणती कार्ये करतात, इत्यादी गोष्टींचा समावेश असतो. यामध्ये ग्रंथसंग्रह, कर्मचारी वर्ग, ग्रंथांची रोजची देवघेव, देवघेव सेवेचा पद्धतशीरपणा याशिवाय संदर्भसेवा, तालिकीकरण, माहिती सेवा या गोष्टींचा विचार करून मूल्यमापन केले जाते. ठरावीक कालावधीत विचारलेल्या संदर्भ प्रश्नांची संख्या, त्यासाठी वापरलेली संदर्भ ग्रंथ, त्यामुळे उपयोजकांचे झालेले समाधान, आंतरग्रंथालयीन देवघेवीचे प्रमाण, प्रतिलिपींची संख्या, उपयोजकांसाठी घेतलेले कार्यक्रम, प्रदर्शने, व्याख्याने, ग्रंथालयास पाहुण्यांची खास भेट इत्यादी गोष्टीही मूल्यमापनात समाविष्ट असतात.

पारंपरिक कामगिरी, पारंपरिक मूल्यमापन पद्धत ग्रंथालयाची कार्याभिमुखता व वित्तविषयक माहितीवर भर देते. म्हणून या पद्धतीच्या मूल्यमापनावर नेहमी टीका केली जाते. तर आधुनिक कामगिरी मूल्यमापन पद्धतीमध्ये कार्याभिमुखता

व अर्थ यांच्या बरोबरीने किंवा त्यापेक्षा जास्त दर्जा वित्ताशी संबंधित नसलेल्या मूल्यांना दिलेला असतो. उदा. गुणात्मक माहिती. ही माहिती कर्मचारी, उपयोजक व माहिती देणारे यांच्याकडून सुद्धा एकत्रित केली जाते. पारंपरिक मूल्याव्यतिरिक्त यामध्ये उत्पादकता व लाभदायकता ही मूल्येही समाविष्ट असतात.

कामगिरी मूल्य ही नोंद करण्यासारखी असली पाहिजेत. कार्ये ही निरीक्षणात्मक असली पाहिजेत. त्यांची माहिती मिळाली पाहिजे. ही माहिती गणना करण्याजोगी असली पाहिजे व फायदेशीररीत्या मिळण्यासारखी पाहिजे.

विश्वसनीयता – ही माहिती अचूक असली पाहिजे. वेळोवेळी घेतलेला Feedback व्यवस्थापकाला कामगिरीतील बदलांची व्यवस्था करण्यास मदत करतो.

संस्थेसाठी संबंधित कार्य महत्त्वाचे असते. म्हणून त्याची कामगिरी नियंत्रित असणे, व्यवस्थापकाच्या दृष्टीने महत्त्वाचे आहे. माहिती कृती करण्याजोगी असणे महत्त्वाचे आहे.

माहिती केंद्रांचे मूल्यमापन –

आधुनिक माहिती तंत्रज्ञानाच्या क्षेत्रात संगणकाचा वापर आवश्यक ठरला आहे. ग्रंथालयाचे संगणकीकरण हे ओघाने येते. संगणकासाठी इतर यंत्रणा कार्यान्वित असणे आवश्यक आहे. संगणक प्रणालीमध्ये स्थानिक गरजांची पूर्तता करण्याची क्षमता असली पाहिजे. संगणकाच्या भाषेत बदल होतात. त्यामुळे जुन्या प्रणाली निरुपयोगी ठरतात. नवीन प्रणालींचा उपयोग करावा लागतो. पण सर्वच ग्रंथालयांमध्ये अशा प्रकारची व्यवस्था असते असे नाही. कारण यामध्ये निधी हा भाग महत्त्वाचा असतो. अनेक ग्रंथालयातील ग्रंथांची नोंद आंतरराष्ट्रीय प्रमाणकानुसार केली जाते असे नाही. या गोष्टी मूल्यमापनाच्या दृष्टीने महत्त्वाच्या बाबी ठरतात.

या माहिती केंद्रातील कामगिरीची मूल्यमापन पद्धती माहिती व्यवस्थापक त्याची जबाबदारी, त्याचा दर्जा, सर्व विभागातील वित्तविषयक मूल्ये यावर भर देते. काही वेळा माहिती केंद्रामध्ये मूलभूत आधार सामग्री जास्त असते. पण माहिती कमी असते.

ग्रंथालय व माहिती मूल्ये, सेवा, उत्पादन, जागा, सुविधा, कार्ये यावर अवलंबून असतात. या बाबतीत ग्रंथालय व माहिती केंद्रे ही दोन्ही एकरूपच आहेत. पण व्यवस्थापकीय कार्याच्या संबंधात त्यांच्यामध्ये फरक आहे. उदा. कार्याभिमुख व्यवस्थापन, सेवांचे मूल्यमापन, प्रकल्पाची आखणी व त्याची कार्यान्विततेची दिशा.

ग्रंथालयीन सेवेचे मूल्यमापन –

ग्रंथालयामध्ये संदर्भ सेवा, देवघेव सेवा, प्रचलित माहिती सेवा, माहिती सेवा, भाषांतर सेवा, प्रतिलिपी सेवा इत्यादी सेवा उपयोजकांसाठी उपलब्ध असतात. ग्रंथालय ही सामाजिक संस्था असल्यामुळे सर्व प्रकारच्या उपयोजकांना या सेवा दिल्या जातात. उदा. महिला, बालके, अपंग लोक, कैदी. असे समाजातील अनेक स्तरातील उपयोजक असतात. देवघेव विभागात उपयोजकांचा वेळ महत्त्वाचा मानून कमी वेळात जलद रीतीने काम होणे, ग्रंथालयातील फर्निचर सुव्यवस्थित स्थितीत असणे इत्यादी गोष्टीही महत्त्वाच्या आहेत.

अशा तऱ्हेने सर्व सेवांचे योग्य तऱ्हेने मूल्यमापन करणे आवश्यक ठरते.

माहितीचे व्यापारीकरण

माहितीचे व्यापारीकरण ही महत्त्वाची बाब आहे. माहिती व्यवसाय हा दोन गोष्टीत विभागला जातो. १) फायद्यासाठी, २) ना नफा ना तोटा. यापैकी ना नफा ना तोटा या तत्त्वावर असलेले माहिती व्यवसाय त्यांच्या अर्थसंकल्पाच्या मर्यादेतच काम करतात. ते माहिती व्यापारीकरण आपल्या अस्तित्वासाठी व आपल्या कामाचे समर्थन करण्यासाठी करतात.

माहिती व्यवसायामध्ये खालील गोष्टी समाविष्ट असतात.

१) व्यापाराची वैशिष्ट्ये
२) देण्यात येणाऱ्या सेवा
३) स्पर्धा
४) प्रशासकीय कार्ये
५) तंत्रज्ञान

माहितीच्या विस्फोटामुळे माहिती व्यवसायांची वाढ फार जलद गतीने होत आहे. या व्यावसायिकांनी एकत्र आणलेल्या योजनेमध्ये (Package) अनेक प्रकारची माहिती असते. प्रत्येक विभागातील माहितीची वाढ ही बदलाला वाव देणारी असते. यातून नवीन ज्ञान, नवीन तंत्रे निर्माण होतात. हे बदल नैसर्गिक वा कृत्रिमरीत्या व्यापारामध्ये माहितीची गरज निर्माण करतात आणि आर्थिक मदतीमध्ये ही माहिती लोक खरेदी करतात.

माहिती पुरवठा करणाऱ्याने उपयोजकांच्या गरजांचा, मागण्यांचा अभ्यास व्यापरी संशोधनातून केला पाहिजे. उदा. उपयोजकांच्या गरजा, उपलब्ध सेवा, कामाचे मूल्य, गरजा पूर्ण होण्यापर्यंतचा कालावधी इत्यादी. माहिती सेवा या

निधीशी संबंधित असतात. माहिती ही एक विक्रय वस्तू आहे ही गोष्ट लक्षात घेऊन गरजांचा संख्यात्मक अभ्यास केला जातो.

माहितीचा योग्य वापर करणे आणि तिची परिणती यात उपयोजकांचे समाधान असते. इतर व्यवसायामध्ये कोणत्याही उत्पादनाचे ठरावीक आयुष्य असते. व्यापारात उत्पादनांचा नवेपणा राखण्यासाठी उपभोक्त्यांच्या आवडीनुसार उत्पादनात बदल करावे लागतात. यातून नवे शोध, नवीन उत्पादने निर्माण होतात.

विक्री व उत्पादन यांच्यात ताळमेळ घालणे, हे व्यवस्थापनशास्त्राच्या तत्त्वात महत्त्वाचे आहे. विक्रीच्या बाबतीत व्यापरी संशोधन, किंमत, उपभोक्त्याची आवड या गोष्टी विचारात घ्याव्या लागतात. यात जाहिरातीचाही भाग महत्त्वाचा असतो. या सर्वांचा विचार करून उत्पादनाची विक्री केली जाते.

खालील गोष्टींचाही व्यापारीकरणाच्या संदर्भात विचार करावा लागतो.

आंतरराष्ट्रीय, राष्ट्रीय स्तरावरील माहितीची जाळी आणि यांच्याशी संबंधित व्यापारीकरण वगैरे गोष्टी लोकांमध्ये माहितीची जागरूकता वाढविण्यासाठी उपयोगी पडतात. यातून नवीन सेवा, माहिती पतपेढी, माहितीचे विश्लेषण इत्यादी गोष्टी निर्माण होतात. माहितीचा व्यापार हा माहितीच्या प्रवाहाशी तर माहितीचे व्यवस्थापन संस्थेशी संबंधित असते.

या माहितीच्या व्यापारामध्ये अनेक व्यापारी असू शकतात. त्यातही विशेषीकरण हा भाग येतोच. या व्यापारामध्ये नव्याने प्रवेश करताना तंत्रज्ञान हे महत्त्वाचे ठरते. इतर क्षेत्राप्रमाणे या क्षेत्रातही स्पर्धा आहेच. भाषाविषयक अनेक समस्या या क्षेत्रात निर्माण होत असतात. माहिती पुरवठा करण्याचा साचा आणि माहिती पद्धतीतील गोष्टी या माहितीचा पुरवठा करणाऱ्याला फायदेशीर ठरतात. या संदर्भात शासकीय संस्था (agency) जास्त (जादा) स्पर्धा निर्माण करतात. म्हणून खाजगी माहिती पुरवठा करणाऱ्याला या स्पर्धेला तोंड देण्यासाठी, एकत्र आणलेल्या नवीन योजना (Package) आणि नवीन सेवा यांचा विचार करणे आवश्यक ठरते.

माहिती व्यवसायाने व्यापारातील नवीन संधीचा त्याचप्रमाणे योजना व कृती यांचा विचार केला पाहिजे.

ग्रंथालयातील सेवा सुधारित व विस्तारित प्रमाणात वापरल्या जाव्यात या दृष्टीने विचार करणे, ग्रंथालयाच्या दृष्टीने अशा सेवांचे मूल्य ही एक जमेची बाजू ठरेल.

नफा-पूर्वी ही संकल्पना इतर उद्योग व्यवसायाप्रमाणे ग्रंथालयाच्या संदर्भात

नव्हती. ग्रंथालयातील सेवा नि:शुल्क देण्याला सध्या विरोध दिसून येतो. आधुनिक काळात ग्रंथालयात माहिती तंत्रज्ञानाचा वापर वाढला आहे. त्यामुळे माहितीचे मूल्य व माहिती व्यवस्थापनाचा व्याप आणि खर्च वाढला आहे. यासाठी तज्ज्ञ सेवकांची आवश्यकता असते. बदलत्या आधुनिक काळात वर्षानुवर्षे ठरावीक अर्थ संकल्पात या सर्व गोष्टींसाठी तरतूद करणे हे कठीण काम झाले आहे. या हेतूने ग्रंथालयातील सेवांना सेवामूल्य आकारावे ही विचारसरणी पुढे येत आहे. काही ठिकाणी शैक्षणिक ग्रंथालये सेवामूल्य घेतात. पण ते फारच कमी प्रमाणात असते.

संपूर्ण गुणवत्ता (Total Quality Management)

व्यवस्थापन

व्यवस्थापनाची तत्त्वे आणि संस्थेचे कामकाज यांच्या आधारे संस्थेतील कर्मचारी वर्ग आणि साधने यांचा संस्थेची उद्दिष्टे परिणामकारकरीतीने पूर्ण करण्यासाठी उपयोग करणे, म्हणजे संपूर्ण गुणवत्ता व्यवस्थापन होय.

खरे तर परिपूर्ण गुणवत्ता व्यवस्थापन याची व्याख्या निरनिराळ्या प्रकारे करतात. वास्तविक परिपूर्ण गुणवत्ता व्यवस्थापनाची व्याख्या करणे अवघड आहे.

संपूर्ण गुणवत्ता व्यवस्थापन पद्धती ही सतत वस्तुनिष्ठ सुधारणा, ग्राहक हा केंद्रबिंदू मानून, प्रक्रियेमध्ये सुधारणा करून, संपूर्णपणे अंतर्भूत होणे, नेतृत्व, शिक्षण आणि प्रशिक्षण पाठिंबा दर्शक रचना, संप्रेषण, कामाचे मूल्यमापन, पारितोषिके, यावर आधारित असते.

श्री. दले (Dale) यांनी संपूर्ण गुणवत्तेची खालील वैशिष्ट्ये सांगितली आहेत.

१) **संपूर्ण स्वामित्व** – गुणवत्तेविषयी प्रत्येकाने जबाबदारी घेणे.

२) **गुणवत्ता सुधारणा :** हा जीवनाचा एक भाग आहे.

३) **भागीदारी :** माहितीचा पुरवठा करणारे व ग्राहक यांच्या मदतीने संस्थेच्या सीमेपलीकडे गुणवत्ता सुधारणा व्यापक करणे.

४) **अंतर्गत ग्राहक:** यांच्याकडे विशेष लक्ष देणे. हे अंतर्गत ग्राहक समाधानी झाले, तर योग्य ते परिणाम बाहेरच्या ग्राहकावर होतील.

५) **मुख्य कार्याचे दर्शक:** हे संस्थेला कार्याचे मूल्यमापन करण्यास उपयोगी पडतात.

६) **कर्मचाऱ्यांचा सहभाग :** प्रत्येक कर्मचाऱ्यांची कुशलता पूर्णपणे वापरणे. त्या दृष्टीने योग्य ते बदल करणे.

७) **सांघिक कार्य :** संस्थेतील सर्व विभाग सांघिक सहभागाने गुणवत्तेचे प्रश्न सोडवू शकतात.

८) **अंतर्गत अडथळे :** संस्थेतील अंतर्गत अडथळे दूर करणे आवश्यक ठरते.

९) संस्थेच्या कार्यपद्धतीमध्ये सुलभता, साधेपणा व प्रमाणितता असणे ध्येयाच्या दृष्टीने आवश्यक आहे.

गुणवत्तेची कल्पना –

ही कल्पना मनुष्यामध्ये पूर्वीपासूनच होती. पण तंत्रज्ञानाच्या बदलामुळे या गुणवत्तेच्या कल्पनेमध्येही बदल होत गेले.

संस्थेने आपल्या उत्पादन व सेवेमध्ये सतत गुणवत्ता आणण्यासाठी लक्ष देणे आवश्यक आहे. कोणतीही एक गोष्ट म्हणजे गुणवत्ता, असे म्हणता येत नाही. ही गुणवत्ता निरनिराळी असते. उदा. सेवा, उत्पादन इत्यादी.

गुणवत्तेची व्याख्या अशी करता येईल. गुणवत्ता म्हणजे उत्पादन, सेवांची अशी वैशिष्ट्ये की ज्यामुळे ग्राहकाला समाधान मिळते.

गुणवत्तेची आवश्यकता – संस्था जगप्रसिद्ध म्हणून विकसित होणे. खर्च कमी करणे. कामात सुधारणा करणे व समस्यापूर्तीचे कसब विकसित करणे.

गुणवत्तेतील अडथळे – गुणवत्ता ही सांस्कृतिक क्रांती आहे हे मान्य करण्याचे अपयश, उच्च व्यवस्थापनाच्या दूरदृष्टीचा अभाव, उच्च व्यवस्थापनाचे दुर्लक्ष आणि अनियंत्रण इत्यादी गुणवत्तेमधील अडथळे आहेत.

नियंत्रण म्हणजे कृती पद्धती किंवा व्यक्ती यावर कोणचे तरी कोणत्याही प्रकारचे नियंत्रण संस्थेच्या उद्दिष्टांच्या परिणामकारक यशस्वितेसाठी नियंत्रण तत्त्व आवश्यक ठरते.

श्री. एडवर्डस् डेमिंग म्हणतात. सर्व लोक कोणत्याही एका पद्धतीमध्ये काम करीत असतात. त्या पद्धतीत लोकांच्या मदतीने सतत सुधारणा करणे व्यवस्थापकाचे काम आहे.

व्यवस्थापकाला जबाबदारीची जाणीव व योग्यता नसणे. ग्राहकांच्या समाधानाची तत्त्वे माहीत नसणे. लोकांविषयी अनादर, सतत सुधारणाविषयी अनभिज्ञता, ही संपूर्ण गुणवत्ता व्यवस्थापन यशस्वी न होण्याची काही कारणे होऊ शकतात.

व्यवस्थापकीय पद्धती यामध्ये जेष्ठ व्यवस्थापकांना या पद्धतीत बदल करण्याचे अधिकार असतात. यामध्ये कार्य, पद्धती व धोरणे ठरविली जातात. संस्थेतील ही

नेतृत्व पद्धती होय. तशीच ही पद्धती म्हणजे दर्शकाची (Indicators) मूल्यमापन पद्धती होय. गोष्टी कशा घडत आहेत, हे ही पद्धती व्यवस्थापनाला दाखवू शकते.

संपूर्ण गुणवत्ता व्यवस्थापनामध्ये खालील गोष्टींची आवश्यकता असते.

१) क्षेत्र, गुणवत्तेवर परिणाम करणाऱ्या गोष्टी यांची दृष्टी.

२) गुणवत्ता नियोजन

३) कार्यान्वितेची झलक

४) प्रतिसाद

५) सह परिणामाचे पुनरावलोकन

६) सुधारणा करणे

७) व्याप्ती वाढविणे

८) गुणवत्ता पद्धतीचा अंगिकार

परिपूर्ण गुणवत्ता व्यवस्थापनाची तत्त्वे –

१) प्रवाही तक्ता – प्रक्रियेतील कृतीक्रम दाखविण्याची एक सोपी पद्धत आहे.

२) माहितीची विभागणी असलेले दृक् प्रतिनिधित्व – हे प्राथमिक आधारभूत माहितीचे विश्लेषण करण्यास मदत करते आणि माहितीच्या विभागणीचे स्वरूप समजून घेते.

३) धावता आलेख – हा आलेख ही प्रक्रिया कशी बदलत गेले हे उदाहरणांनी दाखवून देतो.

४) नियंत्रण आलेख – हा प्रक्रियेची कामगिरी दाखवितो.

अशा तऱ्हेने एकात्मिक प्रयत्न गुणवत्ता सुधारणेसाठी केले जातात. कार्याची परिणती जाणून घेण्यासाठी गुणवत्ता आवश्यक आहे. कर्मचारी वर्गाचा परिपूर्ण सहभाग हा या व्यवस्थापनाचा पाया आहे.

$$\boxed{\text{स्वाध्याय}}$$

१) व्यवस्थापन म्हणजे काय ?

अ) व्यवस्थापन ही एक प्रक्रिया आहे.

ब) ध्येयसाध्यतेसाठी संघटित प्रयत्न

क) संघटित प्रक्रिया

ड) एक हाती प्रक्रिया

२) व्यवस्थापनातील तीन स्तर कोणते ?

अ) उच्च, मध्य, निम्न   ब) प्राथमिक, द्वितीय, तृतीय

क) उच्च, मध्यम, कार्याभिमुख   ड) पहिला, दुसरा, तिसरा

३) 'व्यवस्थापन' याचा अर्थ काय ?

अ) इतरांकडून काम करवून घेण्याची युक्ती

ब) इतरांसाठी आपण काम करणे

क) आपण इतरांबरोबर काम करणे

ड) यापैकी काही नाही

४) एखाद्या संस्थेतील छोटासा व्यवस्थापकांचा गट जो संपूर्ण व्यवस्थापनाला जबाबदार असतो त्याला काय म्हणतात ?

अ) कनिष्ठ व्यवस्थापन   ब) कार्याभिमुख व्यवस्थापन

क) उच्च व्यवस्थापन   ड) शास्त्रीय व्यवस्थापन

५) मध्य व्यवस्थापनाचे कार्य कोणते ?

अ) संस्थेच्या नियोजनात समाविष्ट होणे

ब) संस्थेच्या दैनंदिन कार्यात समाविष्ट होणे

क) नियोजनात आणि दैनंदिन कार्यात समाविष्ट होणे

ड) यापैकी काही नाही

६) हेन्री फेयॉल यांनी व्यवस्थापनाची किती तत्त्वे सांगितली आहेत ?

अ) १२   ब) १४   क) १५   ड) १६

७) ग्रंथालय व्यवस्थापनाची तत्त्वे कोणत्या शाखेच्या तत्त्वाशी साधर्म्य दाखवितात ?

अ) ग्रंथालयशास्त्र   ब) वर्गीकरण

क) तालिकीकरण   ड) व्यवसाय व्यवस्थापन

उत्तरे – १) ब   २) क   ३) अ   ४) क   ५) क   ६) ब   ७) ड

८) मानवी स्वभावाचा सिद्धांत कशावर भर देतो ?

अ) व्यक्ती व्यक्तीमधील संबंध   ब) औद्योगिक संबंध

क) मालक-कर्मचारी संबंध   ड) व्यवस्थापकीय संबंध

९) खालीलपैकी कोणत्या गोष्टीशी वैज्ञानिक व्यवस्थापन केंद्रित झालेले असते ?

अ) संस्थेची रचना   ब) उत्पादन, कार्यक्षमता

क) कर्मचाऱ्यांना प्रोत्साहन   ड) ज्येष्ठांची कर्तव्ये

१०) ग्रंथालय व्यवस्थापनाशी वैज्ञानिक व्यवस्थापनाचे वर्गीकरण कोणी केले ?
अ) डॉ. एस. आर. रंगनाथन ब) इ. जे. इव्हॅन्स
क) बी. पी. सिंग ड) स्वामीनाथन

११) एम. बी. ओ.चे संपूर्ण स्वरूप काय ?
अ) आधुनिक अर्थसंकल्पाची कृती
ब) संस्थेकडून केले जाणारे व्यवस्थापन
क) उद्दिष्टाप्रमाणे व्यवस्थापन
ड) आधुनिक ग्रंथसूचीय संस्था

१२) कोणत्या संक्षिप्त रूपामुळे वैज्ञानिक व्यवस्थापनाचे घटक प्रदर्शित होतात ?
अ) पी. ओ. एस. टी. सी. ओ. आर. डी.
ब) पी. ओ. एस. बी. सी. ओ. आर. बी.
क) पी. ओ. डी. एस. सी. आर. ओ. बी.
ड) पी. ओ. एस. डी. सी. ओ. आर. बी.

१३) खालीलपैकी कोणता घटक नियोजनात येत नाही ?
अ) हेतू ब) धोरणे क) कार्ये ड) परिणाम

१४) नियोजनाचे उद्दिष्ट काय ?
अ) संघटन ब) निर्णयक्षमता
क) प्रशासन ड) समन्वय

उत्तरे – ८) अ ९) ब १०) ब ११) क १२) ड १३) ड १४) ब

१५) ग्रंथालयात योग्य निर्णय घेण्याचा अधिकार कुणाचा असतो ?
अ) ग्रंथालयातील कर्मचारी वर्ग ब) विभाग प्रमुख
क) ग्रंथपाल ड) साहाय्यक ग्रंथपाल

१६) निर्णय प्रक्रियेतील दुसरी पायरी कोणती ?
अ) प्रश्नाची / समस्येची ओळख ब) अभ्यासक्रमांची केलेली यादी
क) उद्दिष्टाचे निश्चित मूल्य ड) परिणामांची निवड

१७) हल्ली निर्णय कशाप्रकारे घेतले जातात ?
अ) परंपरेनुसार ब) शास्त्रीय पद्धतीने
क) नवीन पद्धतीने ड) निर्णय क्षमतेच्या पद्धतीने

१८) ऐक्याचा अधिकार याचा अर्थ काय ?

अ) अनेक वरिष्ठ अधिकाऱ्यांकडून सेवकांना मिळालेल्या आज्ञा

ब) एकाच वरिष्ठ अधिकाऱ्याकडून सेवकांना मिळालेल्या आज्ञा

क) ग्रंथालय समितीकडून सेवकांना मिळालेल्या आज्ञा

ड) उच्च व्यवस्थापनाकडून सेवकांना मिळालेल्या आज्ञा

१९) वेतन शृंखलेतील मुख्य तत्त्व सेवकवर्गाच्या श्रेणीत कसे दिसून येते ?

अ) डावीकडून उजवीकडे ब) वरून खाली

क) उजवीकडून डावीकडे ड) खालून वर

२०) जर व्यवस्थापन हे संघटनेचा आत्मा आहे, तर संघटन हे ग्रंथालयाचे काय आहे ?

अ) शीर्ष ब) हृदय क) आत्मा/चैतन्य ड) मेंदू

२१) ग्रंथालयाची संघटित रचना म्हणजे काय ?

अ) ग्रंथालय इमारतीची रचना

ब) ग्रंथालयाच्या मुख्य इमारतीची रचना

क) ग्रंथालयाची रचना

ड) ग्रंथालयाच्या रचनेची ब्लू प्रिंट

२२) 'पद्धती' म्हणजे काय ?

अ) काम करण्याचा मार्ग

ब) ग्रंथालय म्हणजे पद्धती

क) ग्रंथालयीन कार्य यशस्वीपणे पूर्ण करणे

ड) दोन गोष्टीतील फरकाचे वर्गीकरण करणे

उत्तरे – १५) क १६) अ १७) ब १८) ब १९) ब २०) ड २१) ड २२) अ

२३) खालीलपैकी कशापासून पद्धती बनते ?

अ) वेगवेगळ्या कार्यांपासून ब) वेगवेगळ्या सेवेपासून

क) वेगवेगळ्या व्यक्तींपासून

ड) वेगवेगळ्या घटकांपासून

२४) ग्रंथालयाचा मुख्य पाया कोणता ?

अ) तालिका ब) चांगला संग्रह

क) कर्मचारी वर्ग ड) ग्रंथालयाची इमारत

२५) ग्रंथालयातील चांगल्या प्रलेखांचा संग्रह विकसित करण्यासाठी ग्रंथपालाला कोणती माहिती असणे आवश्यक असते ?

अ) वेगवेगळ्या प्रकारचे महत्त्वाचे प्रलेख

ब) त्या प्रलेखांची वैशिष्ट्ये आणि उपयोग

क) निवडीची प्रस्थापित तत्त्वे

ड) वरील सर्व

२६) प्रलेखांचा संग्रह म्हणजे काय ?

अ) प्रलेखांचा संग्रह करण्याचे कार्य

ब) ग्रंथालयाचे काम

क) ग्रंथालयीन योग्य सेवा देण्यासाठीचे आवश्यक काम

ड) ग्रंथालयीन कर्मचारी वर्गाला देण्याचे आवश्यक काम

२७) हल्लीच्या आधुनिक ग्रंथालयात कोणत्या प्रकारच्या गोष्टी मिळवल्या पाहिजेत ?

अ) फक्त ग्रंथ   ब) फक्त नियतकालिके

क) प्रबंध, सुक्ष्मपट, दृकश्राव्य साधने, माहिती संच, तबकड्या इ.

ड) वरील सर्व

२८) हल्लीच्या ग्रंथालयात सुद्धा मोठ्या प्रमाणावर कशाचा संग्रह करतात ?

अ) ग्रंथ   ब) नियतकालिके

क) संशोधन प्रबंध   ड) इतर साधने

२९) डॉ. रंगनाथन यांच्या मते ग्रंथालयातील नव्याने प्रचलित होणारे प्रलेख कोणते ?

अ) ग्रंथ आणि नियतकालिके   ब) दृकश्राव्य साधने, सूक्ष्मपट इ.

क) प्रमाणके, खुलासेवार तपशील / माहिती, पेटंटस्, आधारभूत माहिती संच (data) इ.

ड) वरीलपैकी काही नाही

उत्तरे –२३) ड २४) ब २५) ड   २६) अ   २७) ड   २८) अ   २९) क

३०) माला / क्रमकालिक प्रकाशने कशाला म्हणतात ?

अ) जी विशिष्ट कालाने प्रकाशित होतात.

ब) जी विशिष्ट कालावधीनंतर त्याच नावाने प्रकाशित होतात

क) जी वेळोवेळी प्रकाशित होतात

ड) जी वेगवेगळ्या वेळी वेगवेगळ्या नावाने प्रकाशित होतात

३१) ग्रंथालयातील, विशेषत: संशोधन ग्रंथालयातील संग्रहात कोणत्या प्रकारचे प्रलेख महत्त्वाचे असतात ?

अ) पुस्तिका ब) नियतकालिके

क) तपशील ड) पेटंटस्

३२) पुस्तिका म्हणजे काय ?

अ) जो प्रलेख १०० छापील पानांचा आहे.

ब) जो प्रलेख २०० पानांचा आहे.

क) जो प्रलेख ४९ छापील पानांपेक्षा कमी पानांचा आहे.

ड) जो प्रलेख ५० छापील पानांपेक्षा कमी पानांचा आहे.

३३) पेटंट म्हणजे काय ?

अ) ग्रंथालयातील प्रलेख

ब) सरकार बरोबरचा करार

क) शोधक आणि सरकार यांच्यामधील करार

ड) ग्रंथपाल आणि प्रकाशक यांच्यातील करार

३४) ग्रंथालयात कोणत्या क्षेत्रासाठी प्रमाणके आणि तपशील (standards & specifications) यांचा संग्रह केला जातो.

अ) शैक्षणिक क्षेत्र ब) सामाजिक सेवा

क) राजकीय क्षेत्र ड) औद्योगिक क्षेत्र

३५) 'इंडिया : ए रेफरन्स ॲन्युअल' हे कोणत्या प्रकारचे प्रकाशन आहे ?

अ) क्रमकालिका / माला ब) नियतकालिक

क) जर्नल्स ब) निर्देशिका

३६) सध्या ग्रंथालयात संग्रहाच्या विकासासाठी कोणत्या प्रकारच्या साहित्याचा मुख्य प्रवाहात प्रवेश झाला आहे ?

अ) मुद्रित साहित्य ब) नियतकालिके

क) पुस्तिका ड) अमुद्रित साहित्य

३७) ग्रंथालयात अमुद्रित साहित्याचे कोणते मुख्य प्रकार असतात ?

अ) सूक्ष्मपट ब) दृकश्राव्य साधने

क) थंलवाचनीय स्वरूपीय साहित्य ड) वरील सर्व

उत्तरे – ३०) ब ३१) ब ३२) क ३३) क ३४) ड ३५) अ ३६) ड ३७) ड

३८) सध्या आधुनिक ग्रंथालयातील संग्रहाच्या विकासासाठी कोणत्या विकसित संगणकाधारित साहित्याचे महत्त्व वाढले आहे ?

अ) ग्रंथसूचीय आधारभूत माहिती संच

ब) पेटंटस्   क) सी.डी.रोम   ड) तपशील (specifications)

३९) ग्रंथालयात प्रलेखांची निवड करताना कशाला महत्त्व दिले पाहिजे ?

अ) व्यवस्थापनाचा सिद्धांत   ब) प्रलेखांचे प्रकार

क) निवड तत्त्वे   ड) मागणी तत्त्वे

४०) ग्रंथालयातील ग्रंथ निवडीसाठी सर्वांत महत्त्वाचे आणि योग्य संदर्भ साधन कोणते ?

अ) विश्वकोश   ब) शब्दकोश क) निर्देशिका   ड) ग्रंथसूची

४१) मागणी सिद्धांतात मागणीनुसार प्रलेखात काय फरक केले जातात ?

अ) प्रलेखांचे खंड   ब) प्रलेखांचे मूल्य

क) प्रलेखांचे प्रकार   ड) वरील सर्व

४२) ग्रंथालयात मुख्यत: थ्री कार्ड सिस्टिम पद्धती खालीलपैकी कशासाठी वापरतात ?

अ) ग्रंथ निवड   ब) माला / क्रमकालिकांची निवड

क) ग्रंथ देवघेव   ड) माला किंवा क्रमकालिकांचे उपार्जन आणि नियंत्रण

४३) कोणत्या प्रकारच्या प्रलेखाच्या नोंदी करण्यासाठी कार्डेक्स सिस्टिम वापरतात ?

अ) ग्रंथ   ब) माला / क्रमकालिक प्रकाशने

क) नकाशे   ड) ग्रंथ आणि माला / क्रमकालिक प्रकाशने दोन्ही

४४) ब्राऊनी सिस्टिमचा ग्रंथालयात काय उपयोग होतो ?

अ) ग्रंथ वर्गीकरणासाठी

ब) ग्रंथनिवडीसाठी

क) उपभोक्त्यांना ग्रंथ देवघेव करण्यासाठी

ड) उपभोक्त्यांना माला / क्रमकालिकांची देवघेव करण्यासाठी

४५) नैवार्क पद्धतीत देवघेवीसाठी किती रजिस्टर संचिकांची (File) गरज असते ?

अ) एक   ब) दोन   क) तीन   ड) चार

४६) 'बीस्पिकिंग' ही संज्ञा कशासाठी वापरतात ?

अ) ग्रंथ परत करण्यासाठी

ब) ग्रंथ देवघेवीसाठी

क) ग्रंथ आरक्षणासाठी

ड) आंतरग्रंथालय व्यवस्थेसाठी

उत्तरे – ३८) अ   ३९) क   ४०) ड   ४१) ड   ४२) ड   ४३) ब

४४) क   ४५) ब   ४६) क

४७) ग्रंथालयात शेल्फ लिस्टचा उपयोग मुख्यत: कशासाठी करतात ?

अ) ग्रंथनिवड   ब) देवघेव

क) तालिका   ड) संग्रह पडताळणी

४८) ग्रंथालयातील नोंदींची मुख्य यादी कोणती ?

अ) तालिका   ब) दाखल नोंदवही

क) कपाटातील ग्रंथांची यादी (shelf list)

ड) संग्रह वही

४९) ग्रंथालयात दाखल नोंदवही का तयार करतात ?

अ) ग्रंथाची नोंद करण्यासाठी

ब) ग्रंथ आणि नियतकालिकांच्या नोंदी करण्यासाठी

क) ग्रंथालयात ग्रंथोपार्जन क्रमाने कसे झाले त्याच्या नोंदी करण्यासाठी

ड) ग्रंथालयात आणलेल्या प्रत्येक घटकाची नोंद करण्यासाठी

५०) ग्रंथालयात ग्रंथसंग्रहाचे परिरक्षण (जतन) करण्यासाठी मुख्य कार्य कोणते करावे लागते ?

अ) ग्रंथाचे स्थान आणि मांडणी

ब) स्वच्छता आणि शेल्फ दुरुस्ती

क) संग्रह पडताळणी, बांधणी आणि दक्षता

ड) वरील सर्व कार्ये

५१) I.S.B.N.चे संपूर्ण रूप काय ?

अ) इंडियन स्टॅन्डर्ड बुक नंबर

ब) इंडियन स्टॅन्डर्ड बिब्लिओग्राफीक नंबर

क) इंटरनॅशनल स्टॅन्डर्ड बिब्लिओग्राफीक नंबर

ड) इंटरनॅशनल स्टॅन्डर्ड बुक नंबर

५२) I.S.B.N. म्हणजे काय ?

अ) ग्रंथाला एकमेव नंबर / अंक देण्याची पद्धती

ब) ग्रंथाला न बदलणारा नंबर देण्याची पद्धती

क) ग्रंथाचा वेगळेपणा दाखवण्याची पद्धती

ड) वरील सर्व

५३) I.S.B.N.चा पहिला घटक 'ग्रुप आयडेन्टिफायर' कोणता गट दर्शवितो ?

अ) राष्ट्रीय किंवा भौगोलिक गट

ब) प्रकाशकाचा गट

क) ग्रंथ नाम

ड) राष्ट्रीय, भौगोलिक, भाषा आणि इतर गट

उत्तरे – ४७) ड   ४८) ब ४९) क   ५०) ड ५१) क ५२) ड   ५३) ड

५४) I.S.S.N. चे संपूर्ण रूप काय ?

अ) इंडियन स्टॅन्डर्ड सर्व्हिस नंबर

ब) इंडियन स्टॅन्डर्ड सिरियल नंबर

क) इंटरनॅशनल स्टॅन्डर्ड सिरियल नंबर

ड) इंटरनॅशनल सिरियल स्टॅन्डर्ड नंबर

५५) I.S.S.N. चे क्रमकालिक (serial) प्रकाशन किती अंकी असते ?

अ) १०   ब) ८   क) ६   ड) ४

५६) C.I.P. चे पूर्ण रूप काय ?

अ) क्लासिफिकेशन, इंडेक्सिंग अँड प्रिझर्विंग

ब) क्लासिफिकेशन इन पब्लिकेशन

क) कॅटलॉगिंग इन पब्लिकेशन

ड) कॅटलॉगिंग इन प्रेटोरिया

५७) प्री-नॅटल कॅटलॉगिंगचे दुसरे नाव काय ?

अ) को ऑपरेटिव्ह कॅटलॉगिंग   ब) सेंट्रलाईज्ड कॅटलॉगिंग

क) सेंट्रल कॅटलॉगिंग   ड) कॅटलॉगिंग इन पब्लिकेशन

५८) ग्रंथालयात ग्रंथ येण्यापूर्वी जी तालिका करतात त्या तालिकेला रंगनाथन यांनी कोणते नाव सुचविले ?

अ) प्री-नॅटल कॅटलॉगिंग   ब) पोस्ट-नॅटल कॅटलॉगिंग

क) कॅटलॉगिंग इन सोर्स   ड) कॅटलॉगिंग इन प्रकाशन

५९) ग्रंथालयात ग्रंथ आणि उपयोजक यांच्यातील संपर्क कोण प्रस्थापित करते ?

अ) संदर्भ सेवा   ब) तालिका

क) इमारत   ड) ग्रंथालयीन कर्मचारी

६०) सध्या ग्रंथालयीन कर्मचारी वर्गाला काय म्हणतात ?

अ) कर्मचारी भरती   ब) मानवी कामगार

क) कर्मचारी वर्ग   ड) मानवी साधने

६१) ग्रंथालयातील मानवी शक्तीची व्यवस्था करण्याचे मूळ तत्त्व काय ?

अ) कार्य वर्णन   ब) कार्य पृथक्करण

क) वर्ग पृथक्करण   ड) कार्य साफल्य

उत्तरे – ५४) क   ५५) ब   ५६) क   ५७) ड   ५८) अ   ५९) ड
६०) ड   ६१) ब

६२) मानव साधन व्यवस्थापन म्हणजे काय ?

अ) कर्मचारी वर्गाकडून वेगवेगळी कार्ये पूर्ण करून घेण्याची व्यवस्था

ब) मानव हे साधन म्हणून वेगवेगळी कार्ये पूर्ण करून घेण्याची व्यवस्था

क) फक्त कर्मचारी वर्गाची व्यवस्था

ड) फक्त साधनांचे व्यवस्थापन

६३) कार्य / काम पृथ:करण (Job analysis) म्हणजे काय ?

अ) कार्याचे / कामाचे नियंत्रण / व्यवस्था कृती

ब) कार्याची / कामाची चौकशी आणि पृथक्करण करण्याची कृती

क) वाचनीय साहित्याचे पृथक्करण आणि उपयोग करण्याची कृती

ड) उपयोजकांच्या गरजांचे पृथक्करण करण्याची कृती

६४) कार्य वर्णन (Job description) म्हणजे काय ?

अ) एखाद्या व्यक्तीच्या कार्याचे वर्णन

ब) एका विशिष्ट कामाचे स्वरूप

क) ग्रंथालयातील सर्व व्यक्तींचे वर्णन

ड) एखाद्या व्यक्तींचे कार्य, कर्तव्ये, जबाबदाऱ्या आणि अनुभव यांचे
वर्णन

६५) ग्रंथालयात कर्मचाऱ्याची भरती करण्याच्या कृतीमध्ये किती पायऱ्यांचा अंतर्भाव असतो ?

अ) खालील तिन्ही

ब) भरतीची योजना / नियोजन

क) उमेदवारांची पदासाठी निवड

ड) ग्रंथालयात निवडक उमेदवारांची निवड

६६) ग्रंथालयात कर्मचाऱ्याची नेमणूक करण्याच्या प्रक्रियेतील पहिली पायरी कोणती ?

अ) प्राथमिक स्वरूपाची मुलाखत

ब) वर्तमानपत्रातील जाहिरात

क) अर्ज

ड) अर्जांची तपासणी

६७) ग्रंथालयातून कर्मचारी वर्ग मार्गदर्शिकेची गरज का असते ?

अ) कर्मचारीवर्गाची संख्या

ब) कर्मचारी वर्गाच्या वेगवेगळ्या जागा / पोस्ट पदाधिकार यांचे पृथक्करण करणे

क) कर्मचारी वर्गाची उद्दिष्टे, कार्ये आणि जबाबदाऱ्या यांची ओळख / परिचय करून देण्यासाठी

ड) कर्मचारी वर्गाचे वेतन दर्शवण्यासाठी

उत्तरे – ६२) ब   ६३) ब   ६४) ड   ६५) ड   ६६) अ   ६७) क

६८) ग्रंथालयातील कर्मचारी-मार्गदर्शिका काय दर्शवते ?

अ) ग्रंथालयाचे नियम

ब) ग्रंथालयाची कार्ये

क) ग्रंथालयाचे नियम, प्रक्रिया, कार्ये

ड) ग्रंथालयातील सर्व सदस्यांची नावे व पदाधिकार

६९) कार्याचे मूल्यमापन म्हणजे काय ?

अ) कर्मचारी वर्गाचे मूल्यमापन

ब) कर्मचारी वर्गाने केलेल्या कार्याचे / कामाचे मूल्यमापन

क) कर्मचारी वर्गाने केलेल्या कार्याचे वेगवेगळे मूल्यमापन

ड) कर्मचारी वर्गाने केलेल्या कार्याचे एकत्र मूल्यमापन

७०) कर्मचारी वर्गाच्या कार्याच्या मूल्यमापनामुळे काय दिसते ?

अ) सेवा कशा दिल्या जातात

ब) कार्यपद्धती योग्य आहे की नाही

क) जास्तीत जास्त उपयोजकांना सेवा दिली जाते की नाही ?

ड) कार्यपद्धती चांगली आहे की नाही ?

७१) संस्थेच्या व्यवस्थापकाला यशस्वी व्यवस्थापन करण्यास कोणत्या गोष्टीची आवश्यकता आहे ?

अ) व्यवस्थापन ब) सामर्थ्य क) क्षमता ड) अधिकार

७२) अधिकार सुपूर्द करणे म्हणजे काय ?

अ) अधिकार सुपूर्द करणे ब) जबाबदारी सुपूर्द करणे

क) कर्तव्यांची सुपूर्दता ड) सेवांची सुपूर्दता

७३) आर्थिक व्यवस्थापन कशाला म्हणतात ?

अ) ग्रंथालयासाठी व्यवस्थापन

ब) कर्मचारी वर्गाच्या वेतनाचा निधी गोळा करणे

क) ग्रंथालयासाठी आर्थिक कामाचे व्यवस्थापन

ड) वरील पैकी एकही नाही

७४) आर्थिक व्यवस्थापन म्हणजे काय ?

अ) आर्थिक गोष्टींचे प्राथमिक ज्ञान

ब) आर्थिक बाबतीत खर्च होणाऱ्या गोष्टींचे ज्ञान

क) आर्थिक बाबतीतील तत्त्वे यांचा अभ्यास

ड) वरील सर्व

उत्तरे – ६८) क ६९) क ७०) क ७१) ड ७२) अ ७३) क ७४) ड

७५) अर्थसंकल्प म्हणजे काय ?

अ) वार्षिक जमेचा अंदाज बांधणे

ब) वार्षिक खर्चाचा अंदाज बांधणे

क) वार्षिक जमाखर्चाचा अंदाज बांधणे

ड) नवीन वर्षासाठी वार्षिक जमाखर्चाचा अंदाज बांधणे

७६) शून्याधारित अर्थसंकल्प कोणत्या गोष्टींना महत्त्व देतो ?

अ) वर्तमानकालीन कार्यावर ब) भूतकाळातील कार्यावर

क) पूर्वलक्षी कार्यावर ड) वरील सर्व कार्यावर

७७) ग्रंथालयाच्या वार्षिक अहवालाचे दोन भाग कोणते ?

अ) प्राथमिक आणि दुय्यम   ब) विश्लेषणात्मक आणि पद्धतशीर

क) वर्णनात्मक आणि संख्यात्मक   ड) सर्वोच्च आणि खालचा

७८) पर्ट (PERT) म्हणजे काय ?

अ) माहिती गोळा करण्याची पद्धती

ब) कामाच्या विश्लेषणाची पद्धती

क) पद्धतीचे विश्लेषण करण्याची पद्धती

ड) वर्ग विश्लेषणाची पद्धती

७९) प्रथम पर्ट (PERT) तंत्राचा वापर कोणत्या गोष्टीसाठी केला ?

अ) रचनात्मक कार्यक्रमासाठी

ब) रेल्वे कार्यक्रमासाठी

क) संशोधन आणि विकास कार्यक्रमासाठी

ड) शेतीला पाणी देण्याच्या कार्यक्रमासाठी

८०) माहितीचा व्यापार म्हणजे काय ?

अ) ग्रंथांचा व्यापार

ब) ग्रंथालयीन सेवांचा व्यापार

क) ग्रंथालयीन उत्पादन व सेवा यांचा व्यापार

ड) ग्रंथालयीन नियतकालिकांचा व्यापार

८१) माहितीचा व्यापार म्हणजे काय ?

अ) माहितीचे तंत्रज्ञान

ब) माहितीच्या पुस्तकांचे हस्तांतरण

क) उपयोजकांना केलेले माहितीचे हस्तांतरण

ड) आधारभूत माहितीचे हस्तांतरण

८२) ग्रंथपालामध्ये कोणत्या कौशल्यांची आवश्यकता आहे ?

अ) विश्लेषण आणि नियोजन कौशल्य

ब) नियोजन आणि संघटन कौशल्य

क) संघटन आणि नियंत्रण कौशल्य

ड) वरील सर्व कौशल्ये

उत्तरे – ७५) ड   ७६) क   ७७) क   ७८) ब   ७९) क   ८०) क
८१) क   ८२) ड

८३) हल्ली ग्रंथालय आणि माहिती केंद्रांत कोणत्या ऑन लाईन सेवा दिल्या जातात ?
अ) ग्रंथ, नियतकालिके आणि ग्रंथसूची इत्यादी
ब) सी. डी. रॉम., डिव्हिडी, डिस्केटस् इत्यादी
क) लॅन, ओपेकस् इंटरनेट, इ-मेल इत्यादी
ड) वरील सर्व

८४) ग्रंथालयाचे नियोजन करण्यापूर्वी कोणत्या गोष्टींचा विचार करणे आवश्यक आहे ?
अ) ग्रंथालयाचा आकार
ब) उपयोजकांनी संख्या व दर्जा
क) ग्रंथालयाकडून दिल्या जाणाऱ्या सेवा
ड) वरील सर्व

८५) ग्रंथालयाच्या इमारतीच्या नियोजनासंबंधी कोणी चांगली मते मांडली आहेत ?
अ) डॉ. एस. आर. रंगनाथन   ब) जॉन पर्किंग
क) पी. एन. कॉल   ड) ॲडॅम स्मिथ

८६) ग्रंथालयातील कर्मचारी वर्गाचे सूत्र कोणी तयार केले ?
अ) आय. एल. ए.   ब) ए. एल. ए.
क) डॉ. एस. आर. रंगनाथन   ड) मेलविल ड्युई

८७) गुणवत्तेचा अर्थ काय ?
अ) म्हणजे चांगली सेवा
ब) म्हणजे चांगले उत्पादन
क) म्हणजे चांगली सेवा किंवा चांगले उत्पादन
ड) वरील पैकी कोणतेही नाही

८८) संस्थेमध्ये सर्व व्यक्तींच्या गुणवत्तेची जबाबदारी ही कल्पना असते. तिला काय म्हणतात ?
अ) गुणवत्ता व्यवस्थापन   ब) गुणवत्तेचे व्यवस्थापन
क) पूर्ण व्यवस्थापन   ड) संपूर्ण गुणवत्ता व्यवस्थापन

८९) कोणत्या संज्ञेच्या अर्थावरून पूर्ण गुणवत्ता व्यवस्थापन ही मूळ कल्पना उदयाला आली ?
अ) व्यवस्थापन   ब) गुणवत्ता व्यवस्थापन
क) गुणवत्ता   ड) शास्त्रीय व्यवस्थापन

उत्तरे – ८३) क   ८४) ड   ८५) ब   ८६) क   ८७) क   ८८) ड
८९) क

९०) संपूर्ण गुणवत्ता व्यवस्थापन पद्धतीमध्ये कोणती गोष्ट अंतर्भूत असते ?
अ) सतत सुधारणा
ब) उत्पादनामध्ये सतत सुधारणा
क) उत्पादन आणि सेवा यामध्ये सतत सुधारणा
ड) सेवामध्ये सतत सुधारणा

९१) संपूर्ण गुणवत्ता व्यवस्थापनाचा फायदा काय ?
अ) कर्मचाऱ्यांच्या सहभागामुळे काम आवडीचे होते.
ब) उद्योगाच्या आवडीमुळे उत्पादनात वाढ होते.
क) कर्मचारी वर्गाच्या तक्रारीचे प्रमाण कमी होते.
ड) वरील सर्व

उत्तरे – ९०) क   ९१) ड

❐

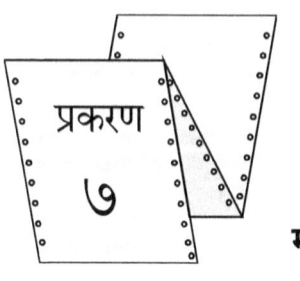

प्रकरण ७

माहिती तंत्रज्ञान

माहितीच्या व्यवस्थापनाला जगात अनन्यसाधारण महत्त्व प्राप्त झाले आहे. आज माहिती ही जगाच्या आर्थिक केंद्रस्थानी आहे. माहितीचे एकत्रीकरण, साठा, प्रक्रिया आणि संप्रेषण म्हणजे माहितीचे तंत्रज्ञान होय. यामध्ये माहितीची प्रक्रिया करणाऱ्या गोष्टी व माहितीचे संप्रेषण करणाऱ्या गोष्टी अशा दोन्ही गोष्टी अंतर्भूत आहेत. माहिती तंत्रज्ञानामध्ये ग्रंथपालासाठी तंत्रज्ञानाची भर उदा. संप्रेषणाचे तांत्रिक तंत्रज्ञान, आधारभूत सामग्रीचा संच व त्याचा वापर या गोष्टी अभिप्रेत आहेत.

माहिती तंत्रज्ञान हा शब्द टेलीमॅटीक्स, इनफरमॅटीक्स या शब्दांशी समानच आहे. इन्फरमेशन टेक्नॉलॉजी ॲक्ट २००० मध्ये माहितीची व्याख्या – ''माहिती म्हणजे ज्यामध्ये माहिती, मूळ मजकूर प्रतिमा, आवाज, सांकेतिक खुणा, संगणक कार्यक्रम प्रणाली आणि आधारभूत माहिती संच होय,'' अशी केली आहे.

डॉ. एस. एस. मूर्ती म्हणतात. ग्रंथालयीन व्यवस्थापन, ग्रंथालयीन संगणकीकरण ग्रंथालयीन जाळे, प्रतिलिपी सेवा आणि तांत्रिक संप्रेषण यामध्ये माहिती तंत्रज्ञानाचा उपयोग होऊ शकतो. माहिती तंत्रज्ञानाने ग्रंथालय आणि माहिती कार्य यावर परिणाम केलेले आहेत. माहिती तंत्रज्ञानामुळे इलेक्ट्रॉनिक ग्रंथालय, इलेक्ट्रॉनिक कार्यालय या संकल्पना उदयाला आल्या. सहकारी, निर्देशन आणि नियंत्रण या गोष्टी माहितीवर आधारित आहेत. माहिती तंत्रज्ञानाचा होणारा परिणाम भविष्यवेत्ते पुढीलप्रमाणे वर्णन करतात. 'माहिती युग', 'माहिती प्रधान समाज', 'कागदविरहित समाज' ग्लोबल व्हिलेज 'अंकीय ग्रंथालय', इत्यादी.

भविष्यकाळात ग्रंथालयांची सध्याची जी कामे चालू आहेत ती तशीच राहतील. पण त्या ग्रंथालयांना तंत्रज्ञानाची मदत घ्यावी लागेल. माहितीच्या

सुपरहायवे मध्ये संगणकीय जाळे, दूरदर्शनचा सहभाग, दूरध्वनी आणि इतर भविष्य-कालीन साधने, वायरलेस, सेल्यूलर दूरध्वनी या गोष्टी समाविष्ट होतात. यामुळे माहितीचा प्रवास आश्चर्यकारकरीत्या जगद गतीने घडेल.

माहितीतंत्रज्ञानाच्या समाजावरील परिणामात आरोग्यदक्षता, राष्ट्रीय सुरक्षा, दूरस्थ शिक्षण, ऊर्जा संशोधन, अभियांत्रिकी या गोष्टी अंतर्भूत होतील. माहिती तंत्रज्ञानाशी संगणकाचे नाते अतूट आहे.

टेलिकॉन्फरन्सींग –

म्हणजे इलेक्ट्रॉनिक माध्यमातून केलेले सामूहिक संप्रेषण. याच्या जोडीला उपग्रह संप्रेषण. यामुळे माहितीच्या प्रवाहात शिक्षण प्रशिक्षण यामध्ये पुनर्रचना करण्यात येत आहे. या माध्यमाची व्याप्ती संख्यात्मक व गुणात्मक अशा दोन्ही दृष्टीने वाढत आहे. टेलिकॉन्फरन्सींगमुळे आर्थिक बचत तर होतेच, पण वेग अचूकता व क्षमता हेही फायदे होतात. या सुविधेमुळे चर्चा करण्यास चालना मिळते, स्पष्टीकरण होते व विद्यार्थ्यांना प्रोत्साहन देता येते. म्हणून टेलिकॉन्फरन्सींग व दूरस्थ शिक्षण यांचे जवळचे संबंध आहेत.

टेलिकम्युनिकेशन टेक्नॉलॉजी-दूरसंचार तंत्रज्ञान –

दूरसंचार माध्यम म्हणजे जाळ्याद्वारे इलेक्ट्रिकल किंवा ऑप्टिकल (Optical) साधनाद्वारे केलेले माहितीचे वहन होय. संप्रेषणाच्या पद्धतीत माहितीचे आदान प्रदान होते. त्यामध्ये दोन गोष्टी एक साधन व दुसरे ठिकाण अंतर्भूत असते. य संप्रेषण पद्धतीचा सोप्या तऱ्हेने विचार केला तर त्यात साधन, संदेश, सांकेतिक भाषा, वाहक, वाहकाचे माध्यम, प्राप्तकर्ता या गोष्टी अंतर्भूत असलेल्या दिसून येतात.

पूर्वीच्या काळापेक्षा हल्ली संदेशवहन फार सोपे झाले आहे. त्यासाठी आधुनिक तंत्रज्ञानाचा शोध कारणीभूत आहे. तारयंत्रणा हिचा वेग सुरवातीपेक्षा नंतरच्या काळात फारच वाढला. दूरध्वनी यंत्रणेचा भागही असाच आहे. टेलेक्स जाळे व आधारभूत माहिती जाळे हे प्रकार या संप्रेषणामध्ये येतात. यामुळे दूरसंचार संप्रेषण सुलभ व प्रभावी झाले आहे. माहिती साठवणीचे तंत्रज्ञान व वहन पद्धतीमध्येही अनेक बदल झालेले आहेत, सुधारणा झाल्या आहेत. माहिती बरोबर आवाज व व्हिडिओयुक्त संदेश वाहून नेणे सोपे झाले आहे. माहितीच्या दळणवळणातील भौगोलिक अंतर वाढते तेव्हा दळणवळणाच्या संप्रेषणाच्या साधनामध्येही बदल करावा लागतो. पण याचा परिणाम संदेशवहनाच्या गुणवत्तेवर होत नाही.

संप्रेषणाचे मार्ग हे त्यातील साधनांच्या क्षमतेवर अवलंबून असतात. आवाजाच्या मार्गामध्ये दूरध्वनीचा समावेश होतो. नॅरोब्रँड मार्गामध्ये तार यंत्रणेचा व इतर उपआवाजी साधनांचा समावेश होतो. अत्युच्च वेगाने माहिती वहन करण्याच्या मार्गामध्ये वाईड ब्रँड (Wide Brand) ब्रॉड बँड यांचा समावेश होतो.

दूरसंचार तंत्रज्ञानाची प्रमाणके –

द इंटरनॅशनल टेलिकम्युनिकेशन युनियन (I.T.V.) आणि या संस्थेशी संबंधित संघटना सल्लागार समिती, इंटरनॅशनल टेलिग्राफी अँड टेलिफोन्स (C.C.I.T.T.) या दूरसंचार दळणवळणातील साधने व माहिती संप्रेषणाच्या सुविधा यामधील प्रमाणकाशी संबंधित असतात.

तार विरहित संप्रेषण

वायरलेस संप्रेषण – यामध्ये रेडिओ तसेच भ्रमणध्वनी यांचा समावेश होतो.

इ-मेल ही संदेश सुविधा जलद व कमी खर्चाची आहे. इ-मेल म्हणजे इलेक्ट्रॉनिक मेल-संगणक क्षेत्रातील प्रगतीतून, इंटरनेट (संगणकीय जाळे)चा शोध यातून ही कल्पना निर्माण झाली. ही मेल तात्काळ संदेश वहनाची गरज पूर्ण करते.

आधारभूत माहिती संप्रेषण सेवा ही आधारभूत माहिती जाळ्यांवर अवलंबून असते. व्हॉईस डेटा नेटवर्क, डिजिटल डेटा नेटवर्क आणि व्हिडिओ डेटा नेटवर्क, या सर्वांचे एकत्रिकरण यावर माहिती संप्रेषण सेवा अवलंबून असते.

माहिती संप्रेषणासाठी जेव्हा एक अथवा अनेक जाळे संगणक पद्धती एकत्र जोडल्या जातात, त्यांच्यात एक साखळी निर्माण केली जाते, तेव्हा त्याला संगणकीय जाळे असे म्हणतात.

माहिती तंत्रज्ञानाचा समाजावरील प्रभाव (Impact of IT on Society) :

माहिती तंत्रज्ञानाने संपूर्ण समाज व समाजघटक व्यापून टाकल्याकारणाने मानवी जीवनात क्रांतिकारक बदल झालेले आपल्याला दिसून येतात.

१) माहिती तंत्रज्ञानाच्या प्रभावामुळे संशोधकांची कार्यक्षमता वाढीस लागल्या कारणाने कृषी, औद्योगिक, शैक्षणिक, राजकीय, सांस्कृतिक विकासास चालना मिळाली आहे. त्यामुळे राष्ट्रविकासाचा वेग हा झपाट्याने वृद्धिंगत झालेला आहे.

२) एखाद्या गोष्टीवर अंधविश्वास न ठेवता निरीक्षण व प्रयोग यांच्याद्वारे बुद्धिला जे पटेल ते स्वीकारण्याची विचारप्रणाली उदयास येऊन तिचा विकास झाला.
३) माहिती तंत्रज्ञानामुळे मानवी जीवन सुखी व समृद्ध झाले.
४) ज्ञानाचा विस्फोट झालेला असला तरी माहिती तंत्रज्ञानामुळे ज्ञानाच्या कक्षा मोठ्या गतीने विस्तारत गेल्या आहेत.
५) शिक्षण समाजाभिमुख होऊन तंत्रज्ञान व व्यावसायिक शिक्षण वाढीस लागले.
६) मनोरंजन, करमणूक, माहिती प्राप्ती, विनिमय व्यवस्था, दळणवळण व वाहतूक तसेच अन्न व आरोग्य इ. मधील प्रगती माहिती तंत्रज्ञानामुळे वाढीस लागल्याने मानवाचे भौतिक जीवन सुधारले.

संगणकाची साठवणुकीची साधने (Storage Devices)

१) मुख्य साठवणूक/प्राथमिक साठवण साधने
- रॅन्डम ॲक्सेस मेमरी (RAM)
- रिड ओन्ली मेमरी (ROM)

२) द्वितीयक/साहाय्यक साठवणुकीची साधने

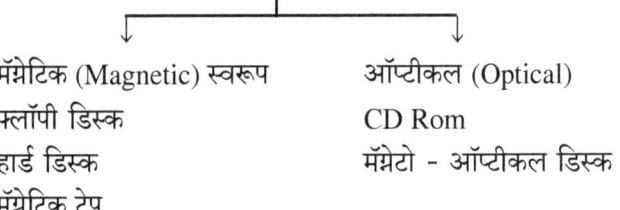

मॅग्नेटिक (Magnetic) स्वरूप	ऑप्टीकल (Optical)
फ्लॉपी डिस्क	CD Rom
हार्ड डिस्क	मॅग्नेटो - ऑप्टीकल डिस्क
मॅग्नेटिक टेप	

आवक/जावक केंद्र (Input/Output Devices)

१) आवकसाधन (Input Devices) : संगणकास जी माहिती पुरविली जाते व या विकासाकरिता माहिती पुरविण्यासाठी जी साधने वापरली जातात त्यांना 'इनपुट डिव्हाईस' असे म्हणतात. उदा. की बोर्ड, माऊस, स्कॅनर, लाईट, पेन, डिजीटल कॅमेरा इ.

२) जावकसाधन (Output Devices) : मध्यवर्ती केंद्र पुरविलेल्या माहितीवर प्रक्रिया करते तेव्हा काढलेला निष्कर्ष संगणक ज्या साधनात कळवितो

त्याला 'जावक साधन' म्हणतात. उदा. मॉनिटर, मुद्रक यंत्र (Printer), साऊंड सिस्टिम इ.

माहिती देवाणघेवाणीची माध्यमे (Communication Media) : प्रत्येक संपर्क यंत्रणेच्या माहिती पाठविणाऱ्या वाहिन्या एक आवश्यक भाग आहेत. ज्या माध्यमाद्वारे डेटा (माहिती) एका ठिकाणाहून दुसऱ्या ठिकाणी पाठविला जातो. त्या माध्यमांना 'माहिती पाठविण्याची माध्यमे' म्हणतात. ज्या माध्यमाद्वारे संगणक आपापसांत जोडले जातात त्यांना 'कम्युनिकेशन मीडिया' म्हणतात.

यात मुख्यत्वे खालील माध्यमांचा समावेश होतो-

१) ट्विस्टेड पेअर वायर (Twisted Pair Wire) : संगणक जोडण्याचे हे सर्वांत स्वस्त माध्यम आहे. ही वायर तांब्यापासून बनलेली असून दोन वायरची जोडी गुंफलेली असते. जगातील सर्व स्थापन केलेल्या नेटवर्कमध्ये डेटा व आवाजाचे वहन करणेसाठी या माध्यमाचा वापर सर्वत्र होत असलेला आढळतो. याचे प्रामुख्याने 'शिल्डेड 'ट्विस्टेड' व 'अनशिल्डेड ट्विस्टेड पेअर' असे दोन प्रकार पडतात.

२) को - ऑक्सिल वायर (Co-axial wire) : ही टी.व्ही. केबलसारखी असून यामध्ये तांब्याचा एकच दणकट मध्यभाग असलेल्या अनेक तारांचा समावेश असतो. भूमिगत तसेच समुद्र व सरोवराच्या पृष्ठभागावर केबल टाकणेसाठी या वायरचा उपयोग केला जातो. ही केबल ट्विस्टेड पेअर केबलपेक्षा जास्त गतीने माहितीचे प्रसारण करते. ही केबल बेसबेन्ड व ब्रॉडबॅन्ड या दोन प्रकारात मिळते.

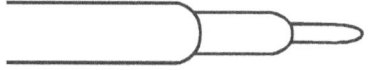

३) फायबर ऑप्टिक केबल (Fibre Optic Cable) : या केबलची प्रसारण क्षमता ट्विस्टेड पेअर केबलपेक्षा २६००० पट अधिक असून डेटा प्रसारित होत असताना प्रकाश स्पंदनाच्या स्वरूपात काचेच्या नळ्यातून होतो. ही केबल को-ऑक्सिल केबलपेक्षा कमी खर्चीक असून वजनाने हलकी असते.

४) लघुविद्युत लहरी (Micro Wave) : यामध्ये केबलचा खर्च येत नसून त्यामुळे डेटा प्रसारित करण्याचे हे लोकप्रिय माध्यम आहे. या लहरी डिश

अँटेनाच्या साहाय्याने पाठविल्या व स्वीकारल्या जातात, या माध्यमाचे वैशिष्ट्य म्हणजे 'हवा' याच माध्यमाद्वारे डेटाचे वहन केले जाते.

५) उपग्रह (Satellite) : हे उपग्रह पृथ्वीवरून एका विशिष्ट बिंदूवरून व विशिष्ट गतीने फिरत असतात, त्यामुळे ते स्थिर आहेत असे वाटते आणि ते लघुविद्युत लहरींचे संदेश वर्धित करून एका प्रसारकामार्फत जमिनीवरील दुसऱ्या प्रसारकाकडे पाठवू शकतात. हे माध्यम लघुविद्युत लहरींच्या रेडिओ सिग्नल्सचा उपयोग डेटा प्रसारणासाठी करीत असते, असे संघटन असते ज्याद्वारे त्याची मांडणी आणि नियंत्रण दूरवर असणाऱ्या दोन ठिकाणच्या संप्रेषणाकरिता मार्ग निर्माण केला जाईल अशा पद्धतीने केले जाते.

संगणकाद्वारे संदेशवहनामध्ये वापरल्या जाणाऱ्या स्विचिंग तंत्रज्ञानास पॅकेट किंवा मेसेज स्विचिंग असे ओळखले जाते. टेलिफोन नेटवर्कमध्ये वापरल्या जाणाऱ्या स्विचिंग पद्धतीस 'सर्किट स्विचिंग' म्हणतात. डिजीटल स्विचिंग सिस्टिम, इलेक्ट्रॉनिक स्विचिंग सिस्टिम, स्टेप-बाय-स्टेप स्विचिंग सिस्टिम या काही नवीन स्विचिंग सिस्टिम्स् सध्या उपलब्ध आहेत.

बिनतारी संदेशवहन (Wireless Communication) :

डेव्हिड ह्युज यांनी १८७८ साली प्रथमत: रेडिओ सिग्नल्स काही यार्ड अंतरापर्यंत वाहून नेले होते. बिनतारी संदेशवहनाचे प्रामुख्याने ३ प्रकार पडतात.

१) इन्फ्रारेड बिनतारी संदेशवहन - या प्रकारामध्ये डेटा किंवा माहितीचे वहन इन्फ्रारेड किरणांच्या मदतीने केले जाते. ही पद्धती लहान व मध्यम रेंजमधील संभाषण व सुरक्षा नियंत्रण याकरिता प्रामुख्याने वापरली जाते.

२) रेडिओ प्रसारण (Broadcost Radio) : या संदेशवहनामध्ये आवाजाचे वहन रेडिओ किरणांद्वारे हवेतून केले जाते.

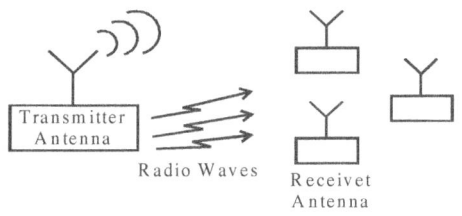

३) मायक्रोवेव्ह स्टेशन्स : या प्रकारामध्ये आवाजाचे व डेटाचे वहन वातावरणातून सुपर हाय फ्रिक्वेन्सी रेडिओ किरणांद्वारे म्हणजेच मायक्रोवेव्हज्द्वारे केले जाते. तसेच या संदेशवहनाचा उपयोग जमिनीवरून सॅटेलाईट यामधील संभाषणाकरिता केला जातो.

४) कम्युनिकेशन सॅटेलाईट (Communication Satellite) :

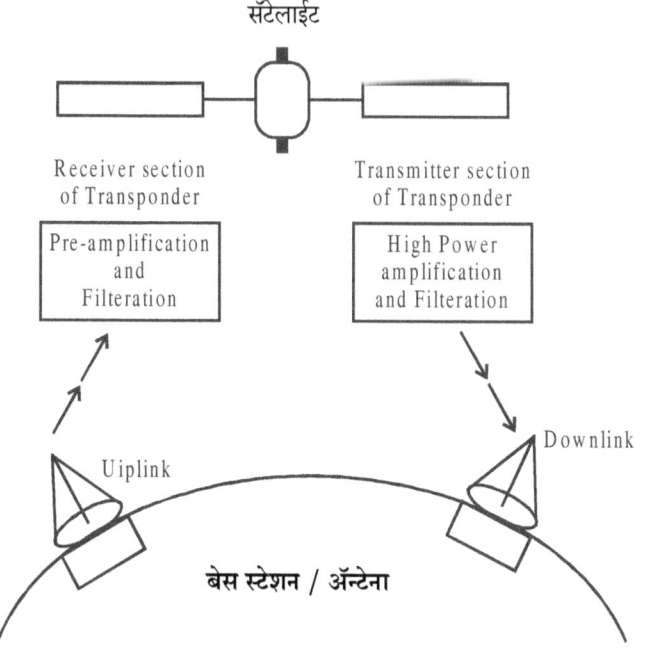

या प्रकारामध्ये कृत्रिम सॅटेलाईटचा वापर केला जातो.

फॅक्स (Fax) : यास टेलिकॉपिंग किंवा टेलिफॅक्स असेही संबोधले जाते. यामध्ये स्कॅन केलेल्या लिखित साहित्याचे टेलिफोनिक वहन् केले जाते.

इ.स. १८६१ साली इटलीमधील भौतिकवादी अभ्यासक गिओव्हन्नी कॅसेली यांनी पहिल्या व्यापारी तत्त्वावर उपलब्ध टेलीफॅक्स मशिनचा म्हणजेच 'पॉन्टिलीग्राफ'चा शोध लावला; तसेच इ.स.१८६५ साली पहिली फॅक्स सुविधा पॅरिस आणि लीऑन येथे सुरू झाली.

एखाद्या प्रिंटरशी किंवा इतर बाह्य साधनांशी संबंधित विशिष्ट दूरध्वनी

क्रमांकावर स्कॅन केलेल्या मुद्रितसाहित्याचे दूरध्वनी यंत्रणेच्या माध्यमातून केले जाणारे वहन म्हणजेच 'फॅक्स' होय.

ई-मेल (E-mail) : ई-मेल हे 'इलेक्ट्रॉनिक मेल'चे संक्षिप्तरूप होय. याद्वारे इंटरनेटवर ई-मेल खाते असणाऱ्या व्यक्ती दुसऱ्या खातेधारकास इलेक्ट्रॉनिक संदेश पाठवू शकते; हा संदेश माहिती, फोटो इ. स्वरूपात जगभरात कोठेही पाठवणे शक्य आहे. याकरिता मोठ्या प्रमाणात मायक्रोसॉफ्ट आऊट लूक व नेटस्केप नेव्हिगेटर इ.चा वापर केला जातो.

टेलिकॉन्फरन्सिंग / व्हिडिओ कॉन्फरन्सिंग (Tele Conferencing/ Video Conferencing) : यामध्ये आपणास व्यक्तिशी तत्काळ संदेशाद्वारे बोलणे, प्रत्यक्ष पाहणे व संभाषण करणे सहज शक्य होते. याकरिता दोन्ही वापरकर्त्यांकडे मायक्रोफोन, स्पीकर्स व वेबकॅमेरा इ. ची आवश्यकता आहे.

व्हिडिओ कॉन्फरन्सिंगला व्हिडिओ टेलिकॉन्फरन्स असेही संबोधले जाते. दूरसंचार तंत्रज्ञानाचा एक असा आंतरक्रिया असणारा संच जो दोन किंवा अधिक ठिकाणी दुहेरी मार्गावर व्हिडिओ किंवा ऑडिओ प्रक्षेपण वहनास मदत करतो, यालाच 'व्हिडिओ कॉन्फरन्स' म्हटले जाते.

बुलेटिन बोर्ड सर्व्हिस (Bulletin Board Service) : या प्रकारच्या सेवेमुळे तिच्या वापरकर्त्याला विशेषत: एका ठराविक विषयामध्ये रुची असणाऱ्या सभासदांच्या ग्रुपला एखादा संदेश ठेवण्यासाठी आणि त्याचप्रमाणे माहिती आणि सॉफ्टवेअर वापर करण्यासाठी उपयुक्त ठरते. म्हणजेच या सेवेद्वारे सार्वजनिक स्वरूपातील मजकूर किंवा फाईल्सची देवघेव करण्यासाठी उपयुक्त असणारी संगणकीकृत प्रणाली म्हणजेच 'बुलेटिन बोर्ड सर्व्हिस' होय.

टेलिटेक्स्ट व व्हिडिओ टेक्स्ट (Teletext and Videotext) : १९७० च्या दशकात विकसित केलेले टेलिटेक्स्ट ही एक दूरदर्शन माहिती प्रतिप्राप्ती सेवा आहे; यालाच 'ब्रॉडकास्ट टेलिटेक्स' असेही म्हणतात. याद्वारे अनेक मजकुरावर आधारित माहिती पुरविली जाते. ज्यामध्ये विशेषत्वाने राष्ट्रीय, आंतरराष्ट्रीय स्वरूपाच्या आणि खेळ विषयक बातम्या, हवामान तसेच दूरदर्शनवरील कार्यक्रमांचे नियोजन इ. माहितींचा समावेश होतो.

व्हिडिओ टेक्स्ट अंतर्गत उपशीर्षकांबरोबरच दृक् माध्यमांचा वापर केला जातो.

व्हॉईसमेल (Voice Mail) : यालाच 'मेसेज बँक' असेही म्हणतात. व्हॉईसमेल ही दूरध्वनीमधील साठवलेल्या मेसेजेसची एक केंद्रीयप्रणाली असून असे मेसेज नंतर प्राप्त करता येतात. व्यापकदृष्ट्या हीच संकल्पना साठवणूक केलेल्या आवाजीस्वरूपातील मेसेजचे दूरसंचार तंत्रज्ञान म्हणून विचारात घेतली जाते. ज्यामध्ये उत्तरे देणाऱ्या यंत्राचा वापर समाविष्ट होतो. बऱ्याच भ्रमणध्वनी फोनचे व्हॉईसमेल हे मूलभूत वैशिष्ट्य असून लॅन्डलाईन फोन्स आणि व्यापारी पी.बी. एक्स (प्रायव्हेट बॅच एक्स)चे स्वत:चे व्हॉईसमेल पर्याय उपलब्ध आहेत.

हायपरटेक्स्ट (Hyper Text) : हे अशा प्रकारचे टेक्स्ट असते की, ज्याद्वारे दुसऱ्या टेक्स्टला लिंक केलेले असते. हायपरटेक्स्ट हा शब्दप्रयोग सर्वप्रथम टेड नेल्सन यांनी १९६५ मध्ये केला.

हायपरमीडिया (Hypermedia) : यामध्ये टेक्स्ट हे ग्राफिक्स, व्हिडिओ, साऊंड इ. ना लिंक केलेले असते. हायपर टेक्स्ट व हायपरमीडिया या संकल्पना असून त्या प्रॉडक्ट नाही हे ध्यानात घेतले पाहिजे.

मल्टीमीडिया (Multimedia) : मल्टीमीडिया हे वेगवेगळ्या प्रकारच्या मीडियाचे मिश्रण आहे. यात टेक्स्ट, ऑडिओ ग्राफिक्स, इमेजेस, ॲनिमेशन, व्हिडिओ इ.चा समावेश होतो. सर्वसाधारणपणे मल्टिमीडिया तंत्र लिनियर आणि नॉन लिनियर अशा दोन प्रकारांमध्ये विभागलेले असते. लिनिअर तंत्रामध्ये नियंत्रणाशिवाय माहितीचे दर्शन दर्शकाला होते व नॉन लिनियर तंत्रामध्ये माहितीचे सादरीकरण नियंत्रणाचा वापर करून केले जाते.

संगणकीय जाळ्यांचे प्रकार

१) **स्थानिक क्षेत्रातील जाळे** – (LAN) हे संप्रेषणाचे जाळे स्थानिक क्षेत्रातील साधनांशी जोडलेले असते. याचे एकंदर स्वरूप लहान असते.

२) **महानगरांच्या क्षेत्रातील जाळे** – (MAN) हे संप्रेषणाचे जाळे महानगरांच्या क्षेत्रातील उदा. शहरे, मोठी शहरे यांच्या क्षेत्रातील साधनांशी जोडलेले असते.

३) **दूरवर पसरलेले जाळे** – (WAN) हे संप्रेषणाचे जाळे विस्तृत भौगोलिक क्षेत्रातील साधनांशी जोडलेले असते. उदा. राज्य, राष्ट्र.

हे वरील प्रकार भौगोलिक तत्त्वावर केलेले आहेत.

स्थानिक क्षेत्रातील जाळ्याचे घटक –

१) सॉफ्टवेअर – विशिष्ट विषयाचे संगणक कार्य करणारा संयोजन संच यामध्ये डिव्हाइस ड्रायव्हर आणि नेटवर्क सर्व्हर सॉफ्टवेअर समाविष्ट असतात.

२) हार्डवेअर – संगणकातील माहितीच्या संघटनाचे कार्य करणारा विभाग - यामध्ये वर्कस्टेशन्स (पर्सनल कॉम्प्युटर्स) केबल्स नेटवर्क, इंटरफेस कार्ड आणि सर्व्हर इत्यादी गोष्टी असतात.

स्थानिक क्षेत्रातील जाळे एका इमारतीपुरते अथवा मर्यादित इमारतीपुरते असते. यामध्ये ऑप्टीकल (Optical) फायबर, यांचा वापर केला जातो. महानगरांच्या क्षेत्रातील जाळ्यासाठीही फायबर ऑप्टीकचा वापर केलेला असतो. यामध्ये तारा, रेडिओ लिंक, लाईन ऑफ साईट, ऑप्टीकल संप्रेक्षण यांचा वापर केलेला असतो.

या तिन्ही पद्धतीच्या जाळ्यांचा उपयोग जागतिक जाळे बनविण्यासाठी केला जातो.

संप्रेषणासाठी इतर सार्वजनिक संस्थाही जाळ्यामार्फत कार्यरत असतात. उदा. गेटवे पॅकेट स्वीचड् सर्व्हिस ही सेवा विदेश संचार निगम लि.मार्फत दिली जाते. या सेवेचे वैशिष्ट्य म्हणजे मुंबईसाठी गेटवे पद्धती वापरणे आणि जागतिक साखळीसाठी दहा महत्त्वाच्या शहरामध्ये स्थानिक P.A.D.S. मार्फत.

आंतरराष्ट्रीय आधारभूत माहिती संचाच्या सेवेसाठी ऑनलाईन राष्ट्रीय प्रवेश केंद्रे – उदा. इंडियन नॅशनल सायंटीफिक डॉक्युमेन्टेशन सेंटर (Insdoc) नवी दिल्ली नॅशनल केमिकल लॅबोरटरी, पुणे ग्रंथालयीन जाळी.

ग्रंथालयीन जाळी

विद्यापीठ अनुदान मंडळाने द इनफरमेशन अँड लायब्ररी नेटवर्क (Inflibnet) हा कार्यक्रम इ. स. १९९१ मध्ये आखण्यात पुढाकार घेतला. ग्रंथालय व माहिती केंद्रे महत्त्वाच्या राष्ट्रीय संस्था, संशोधन व विकास संस्था यांची साखळी निर्माण करणे, हा या कार्यक्रमाचा हेतू आहे. याद्वारे माहितीची हाताळणी व सेवा यांच्यातील क्षमता वाढविणे, सुधारणा करणे, हे एक सहकार्याचे धाडस होते. देशातील ग्रंथालयांच्या साधनांचा सर्वांच्या फायद्यासाठी उपयोग करणे असा आशावाद यात आहे.

महानगरांच्या क्षेत्रातील जाळी यामध्ये डेलनेट – दिल्ली नेट यामध्ये ग्रंथांचा माहिती संच, बहुभाषिक ग्रंथाचा माहिती संच, इ-मेल सेवा, चालू

नियतकालिकांची सांघिक यादी, परदेशी माहिती, संचाचे ऑन लाईन संशोधन अशी कार्ये दिसतात. याचप्रमाणे आदिनेट कॅलिवनेट ही इतर जाळी आहेत.

तंत्रज्ञानाची माध्यमे (Media Technologies)

हायपरटेक्स्ट माध्यम ऑन लाईन माध्यमापेक्षा वेगळे आहे. हा शब्द क्रमवारीत नसलेले लेखन व वाचन, मूळ मजकुरातील विशिष्ट खुणा इत्यादी प्रकारानी माहितीतील संबंधित साखळी दर्शवितो. या शब्दाच्या व्याख्येची अनेक रूपे आहेत. उदा. शब्दाची व्याख्या विस्तारित गोषवारा संबंधित विषयांची चर्चा किंवा टीपा. पण हा शब्द विशेषत: संगणकीय पद्धतीशी संबंधित आहे. यामध्ये अनौपचारिक, वैयक्तिक माहितीचा आशय शोधण्याचे प्रकार, माहितीच्या पुनर्प्राप्तीच्या प्रक्रियेमध्ये उपयोजकाकडून माहितीचा संबंध वापर, मूळ मजकुराचे हस्तांतरण या गोष्टींना प्रोत्साहन दिले जाते. संशोधक हायपरटेक्स्टचा उपयोग अतिशय जलद रीतीने तळ टीपा आणि संबंधित साहित्याचा मागोवा त्यांच्या मूळ संबंधासह होऊ शकतात.

या हायपरटेक्स्टचा विस्तार म्हणजेच हायपरमिडिया. हायपरमिडियामध्ये लेखक रचनेच्या प्रमुख भागामध्ये मूळ मजकूर, आलेखांचे प्रकार, सचेतन आलेख, दृक् आणि आवाज यांची एक साखळीच तयार करतात. हायपरटेक्स्ट व हायपरमिडिया या दोन्ही पद्धती उपयोजकाला माहितीच्या वरील जाळ्यामधून जलद व काळजीपूर्वक निरीक्षण करण्यात मदत करतात. उदा. नियतकालिकांतील लेख, संदर्भ व्याख्या आणि संबंधित उतारे.

हायपरटेक्स्टमध्ये पारंपरिक साहित्य एकमेकांशी योग्य तऱ्हेने श्रेणीनुसार व्यवस्थित संबंधित असणे या सर्वकार्यासाठी यंत्राची मदत घेण्यात आलेली असते. यामध्ये पुष्कळ व जटिल माहितीची नवीन साधने प्रवेशासाठी (access) उपलब्ध होतात. उलट संदर्भामुळे मुद्रित साहित्यापेक्षा हायपरटेक्स्ट हे फार सोपे वाटते. अर्थात यामध्ये विश्वकोश, संदर्भ माहिती पुस्तिका यांचा समावेश असतो, जे संदर्भ सेवेसाठी प्रमाणित मानण्यात आलेले आहेत.

हायपेरटेक्स्टमुळे खालील गोष्टी फायदेशीर ठरतात.

१) संदर्भाचा मागोवा घेणे सोपे जाते.
२) नवीन संदर्भ तयार करणे सुलभ जाते.
३) माहितीचे स्वरूप, रचना सोपी असते.
४) जागतिक आणि स्थानिक दृष्टिकोन परिणामकारकरीत्या मिसळणे शक्य होते.

५) मूळ मजकुराचे विभाजन मार्ग दाखविते.

६) समान मूळ मजकुराचे विभाजन वेगवेगळ्या स्थानामध्ये एकाच वेळी पाहाता येते.

७) माहितीचे सातत्य राहते.

८) उपयोजकाला माहितीच्या चौकशीचे अनेक मार्ग उपलब्ध असतात.

सध्या हायपरटेक्स्टचे वेगवेगळे प्रकार उपलब्ध आहेत. या पद्धतीमुळे संगणक हे संप्रेषणाचे व विचाराचे साधन आहे. त्यामुळे नवीन शक्यतेच्या गोष्टी दृष्टीला पडतात. या सर्वांचा वापर औपचारिक पद्धतीने करणे यावर या हायपरटेक्स्टचे प्रकार पडतात. उदा. मॅक्रो लिटररी सिस्टिम यामध्ये बुशचा मेमेक्स प्रकार मोडतो.

हायपरटेक्स्ट, हारपरमिडिया आणि हायपर कार्ड यांचा ग्रंथालयात ग्रंथालयीन सूचना, प्रशिक्षण यासाठी उपयोग होऊ शकतो.

बहुविध प्रसारमाध्यमे (Multimed)

बहुविध प्रसार माध्यमे ही माहिती तंत्रज्ञानातील नवीन विकसित गोष्ट आहे. यामध्ये मूळ मजकूर, दृक् श्राव्य, सचेतन आलेख आणि प्रतिमा साधने एकत्रित असतात. या सर्व गोष्टीमुळे माहिती अर्थपूर्ण होते. या सर्व गोष्टी एकत्रित येण्यामुळे आभासी सत्यता वाढते आणि उपयोजकाची विश्वास क्षमता व्यापक होते. ही बहुविध माध्यमे कान व डोळे एकाच वेळी कार्यान्वित करतात. ही माहिती जगतातील एक महत्त्वाची बाब आहे. अनेक माध्यमे एकत्र येणे म्हणजे बहुविध प्रसार माध्यमे.

बहुविध प्रसार माध्यमे माहिती सादरीकरणातील एक नवीन मार्ग आहे. ऑप्टीकल साठा माध्यमामुळे उदा. सी. डी. रॉम., डि.व्ही.डी., बहुविध प्रसार माध्यमांचे सादरीकरण शक्य झाले आहे. तंत्रज्ञानातील विकासामुळे संगणकाची शक्ती वाढविणे, अंकीय तंत्रज्ञान आणि ऑप्टीकल साठा यामुळे माहितीची क्रांती होत आहे. ही बहुविध प्रसार माध्यमे लोकप्रिय होण्यात, यामध्ये मोठ्या प्रमाणात होणारा आधारभूत माहितीसाठा आणि समजण्यास सोपे असे माहितीचे सादरीकरण कारणीभूत आहे. या बहुविध प्रसार माध्यमांचा उपयोग शैक्षणिक संस्था, सरकारी कार्यालये, उद्योगधंदे त्याचप्रमाणे घरांमध्ये माहिती आणि मनोरंजनासाठीही होतो.

बहुविध प्रसारमाध्यमे व पारंपरिक पद्धती यामध्ये फरक आहेत. बहुविध

प्रसार माध्यमातर्फे माहितीचे त्रिमिती सादरीकरण होते. पण पारंपरिक पद्धतीमुळे फक्त एकाच दृष्टीने सादरीकरण होते. ते स्थिर असते. पण बहुविध प्रसारमाध्यमे ही गतीशील असतात. ही बहुविध माध्यमे एकमेकांना म्हणजे उपयोजकांनाही प्रभावित करतात. पण पारंपरिक पद्धती तटस्थ असते. बहुविध प्रसार माध्यमांच्या मधील यंत्रणा ही सोपी, कार्यक्षम आणि परिणामकारक आहे. त्यामुळे माहिती संप्रेक्षणासाठी ही माध्यमे जास्त परिणामकारक रीतीने उपयोगी पडतात.

बहुविध प्रसार माध्यमांचे प्रकार दोन

१) **अप्रभावित बहुविध प्रसार माध्यमे** – यामध्ये प्रेक्षकांचा तटस्थ भाग असतो. बहुविध प्रकार माध्यमाद्वारे मिळणारी माहिती मिळवितात.

२) **प्रभावित बहुविध प्रसार माध्यमे** – ही हायपरटेक्स्ट व हायपर मिडियावर आधारलेली असतात. यामुळे जादा माहिती मिळविता येते.

ग्रंथालयीन सेवेवरील बहुविध माध्यमांचा परिणाम बहुविध प्रसारमाध्यमे केवळ उपयोजकांना एकाच व्यासपीठावर माहितीचा पुरवठा करते असे नाही, तर त्यामुळे जागा, अर्थ, निर्वाह कार्यातील गोष्टी या गोष्टींची बचत होते. सध्या ग्रंथालयामध्ये माहिती केंद्रात अंकीय माहिती वापरली जाते. बहुविध प्रसार माध्यमाद्वारे मिळणारी ही अंकीय माहिती आधुनिक उपयोजकाकडून विस्तृत प्रमाणात वापरली जाते.

फायदे –

१) अनेक प्रकारच्या गरजा पूर्ण करता येतात. उदा. संदर्भ, करमणूक इत्यादी. संदर्भ साधने उदा. विश्वकोश.

२) उपयोजकाला विश्वकोशातून कोणतीही माहिती सचेतन सादरीकरणासह मिळते.

३) वैज्ञानिक साहित्य जे समजण्यास कठीण असते, ते या बहुविध प्रसार माध्यमाच्या त्रिमितीमुळे समजण्यास सोपे जाते.

४) बहुविध प्रसार माध्यमांच्या जाळ्यामुळे व्हिडिओ कॉन्फरन्सिंग सुलभ होते.

५) या प्रसारमाध्यमांचे आभासी वातावरण ग्रंथालयामध्ये उपयोजकाना साधने मिळवून देण्यासाठी करणे शक्य होते.

वैचारिक संगणकाची प्रक्रियेची वाढलेली गती आणि आधुनिक तंत्रज्ञान

आणि वैयक्तिक संगणकाच्या कमी झालेल्या किमती यामुळे माहिती संप्रेषणाच्या बाबतीत बहुविध प्रसारमाध्यमे जास्त लोकप्रिय झाली आहेत. ग्रंथालयात या प्रसारमाध्यमांचा उपयोग संदर्भ व सूचना देण्यासाठी केला जातो.

माहिती संप्रेषणाची प्रमाणके (OSI)

जेव्हा संगणकीय जगामध्ये जाळ्याची कल्पना अस्तित्वात नव्हती, तेव्हा उद्योग व्यवसाय सॉफ्टवेअर-हार्डवेअरचा उपयोग संप्रेषणासाठी करीत. पण त्यामध्ये थरांचा विचार केला जात नसे. इ. स. १९८२ मध्ये या थरांचा विचार इंटरनॅशनल स्टँडर्ड ऑर्गनायझेशच्या ओपन सिस्टीम इंटरकनेक्शनच्या OSI ओळखीमुळे सुरू झाला.

दूरसंचार संप्रेषण जाळ्यामधील दोन बिंदूतील संदेश प्रक्षेपण कसे चालते याचे प्रमाणित वर्णन ओपन सिस्टीम इंटर कनेक्शन करते. ओएसआय चा हेतू उत्पादनाचा वापर करणाऱ्याला, त्याचे उत्पादनाबरोबर कार्य करण्यास मार्गदर्शन करणे, हा होय. ही पद्धती संप्रेषणाच्या संदर्भात महत्त्वाची आहे. कारण ती प्रत्येकाला शिक्षण आणि चर्चा यामध्ये समान पार्श्वभूमी देते.

इ. स.. १९८३ मध्ये नामांकित संगणकीय उद्योग व दूरसंचार संप्रेषण उद्योग यांच्या प्रतिनिधिंनी ओ. एस. आय.ची सविस्तर वैशिष्ट्यासह सुरुवात केली. हीच वैशिष्ट्ये आंतरराष्ट्रीय प्रमाणके म्हणून आय. एस. ओ. ने स्वीकारली.

भविष्यकालीन प्रमाणकांच्या कार्यासाठी पाया असणारा एक आदर्श असावा म्हणून आय. एस. ओ. ने दूरवर पसरलेल्या संगणकीय संप्रेषण जाळ्यासाठी एक विस्तृत आदर्श तयार केला – ओ. एस. आय. रेफरन्स मॉडेल. यामध्ये कार्याचे सात थर प्रत्येक संप्रेषणाच्या पायरीसाठी सांगितलेले आहेत. हा एक संप्रेषणासाठी जाळ्यातील दोन उपयोजकामधील आदर्श आहे. या आदर्शाचा उपयोग उत्पादन विकसित करण्याकडे व जाळे समजून घेण्यासाठी होतो.

ओ. एस. आय. चे टेपरन्स मॉडेल हे प्रमाणित नाही किंवा हे संगणक संप्रेषणाचे वर्णन करीत नाही. हा आदर्श काम कोठे करावे हे सांगतो. पण काम कसे करावे हे सविस्तर सांगत नाही. त्याचप्रमाणे वैयक्तिक सेवा किंवा शिष्टाचार स्पष्ट करीत नाही. हा आदर्श संगणकीय संप्रेषणाच्या दृष्टिकोनातून जाळ्यांची अंतर्गत जोडणी संप्रेषणाची कार्ये म्हणून दाखवितो. पद्धतीच्या अंतर्गत जोडणीच्या हेतूने प्रमाणकांचा विकास सहकार्याने करण्यावर हा आदर्श भर देतो.

ओ. एस. आय. टर्मिनल डिव्हाइस, संगणक व लोक जाळी प्रक्रिया यांचा माहितीच्या दळणवळणासाठी संदर्भ जोडते. मूळ रेफरन्स मॉडेलमध्ये जी प्रमाणके विकसित केली आहेत त्याच प्रमाणकांचा या पद्धती परस्परातील सद्‌गुणांचा खुल्या स्वरूपात वापर करतात. यामध्ये सुरवात करणारा कोणतेही तंत्रज्ञान, किंवा अंतर्गत जोडणी यांचा वापर करू शकत नाही. संगणक ते संगणक प्रक्षेपणासाठी नवीन प्रमाणकांची आवश्यकता होतीच.

उपयोजकांचे थर –

इंटरनॅशनल स्टँडर्ड ऑरगनायझेशनचे ओ एस आय आदर्श, जाळ्यांच्या व्यवस्थापनासाठी कित्येक थरांचा उपयोग करते. या थरांच्या जाळ्यासाठी प्रत्येक थर दुसऱ्या निकटच्या थरांशी वैशिष्ट्यपूर्ण कार्य किंवा सेवा पुरवितो. जाळ्यातील प्रत्येक थर त्याचे कार्य ह्यांचा अर्थ स्पष्ट केलेला असतो. हे प्रत्येक थर एकमेकांशी शिष्टाचाराचे पालन करीत कार्य करीत असतात. जाळ्यामधील प्राकृतिक (स्वाभाविक) थर जाळ्यांचे संप्रेषण मार्गाने आधारभूत माहिती प्रक्षेपित करतो. हे कार्य करण्यासाठी हार्डवेअरची आवश्यकता असते. डाटा लिंक लेअर आधारभूत माहितीतील अडचणी (Corruption) शोधून काढतो. नेटवर्क लेअर आधारभूत माहिती मुख्य संगणकाच्या जाळ्याला वितरित करतो. ट्रान्स्पोर्ट लेअर माहितीचा वापर व्हावा म्हणून मुख्य संगणकाला माहिती वितरित करतो. सेशन लेअर म्हणजे उपयोजकांचा जाळ्यांशी प्रत्यक्ष संबंध येणे. प्रेझेन्टेशन लेअर जाळ्याच्या संबंधित गोष्टी उदा. प्रिंटर इत्यादी सविस्तरपणे हाताळतो. ॲप्लिकेशन लेअरमध्ये सर्व जाळ्यांची सविस्तर माहिती विस्तृत वापरासाठी असते. अशा तऱ्हेने आदर्शामधील प्रत्येक थर दुसऱ्या थराशी संबंधित असतो.

I.S.D.N. इन्टिग्रेटेड सर्व्हिसेस डिजिटल नेटवर्क (I.S.D.N.) या सेवेची सुरुवात इ. स. १९९० मध्ये झाली.

दूरसंचार संप्रेषण माध्यमांच्या क्षेत्रांच्या विकासामध्ये आय. एन. डी. एन. ह्या नवीन तंत्रज्ञानाची भर पडली आहे. याला पब्लिक सर्व्हिस डिजिटल नेटवर्क (P.S.D.N.) असेही म्हटले जाते. हे तंत्रज्ञान आधारभूत माहिती, मूळ मजकूर, चित्रे आणि आवाज यांचे एकत्रिकरण करते. आय. एस. डी. एन. ही खर्चिक गोष्ट आहे. त्यामुळे या सेवेकडे एक बक्षिसी म्हणूनच पाहिले जाते. विकासखर्च जास्त म्हणजे सेवा खर्च कमी असे गृहीतच धरलेले असते.

या सेवेचा वर्गणीदार एकाच वेळी आवाज, आधारभूत माहिती, प्रतिमा किंवा या सर्वांचे एकत्रिकरण, त्याच्या परिसरात अंकीय स्वरूपात त्याच्या संगणकीय

जाळ्यामधून दूरध्वनीद्वारा पाठवू शकतो अथवा मिळवू शकतो. हा याचा मोठा फायदा आहे. या सेवेच्या फायदेशीर वैशिष्ट्यामुळे जगातील उद्योजक राष्ट्रांनी त्यांची दूरसंचार संप्रेषण पद्धती अंकीय स्वरूपात बदली करून ती आय एस डी एन सेवेत रूपांतरित करून जलद गतीने आधारभूत माहिती, दृक् आणि आवाज यामध्ये प्रक्षेपणाला सुरुवात केली.

ही सेवा म्हणजे दूरध्वनी आदान प्रदान व वर्गणीदाराचा परिसर यामधील अंकीय साखळी होय. ह्या साखळीची तीन मार्गामध्ये विभागणी केलेली आहे. यापैकी दोन मार्ग आवाज, आधारभूत माहिती आणि प्रतिमा यासाठी वापरले जातात. आणि एक मार्ग संकेतनासाठी (Signalling) वापरला जातो.

या सेवेचे (उपयोजक) वापरकर्ते त्यांच्या वैयक्तिक संगणकातील आय एस डी एन नियोजित पत्राचा वापर करून जलद गतीने आधारभूत माहिती प्रक्षेपित करू शकतात, किंवा मिळवू शकतात.

भारत संचार निगम लि. तर्फे ही सेवा दिली जाते.

आय. एस. डी. एन. संप्रेषण सेवेमध्ये संकेत, आवाज व आधारभूत माहिती ही अंकीय स्वरूपात पाठविली जाते. त्यासाठी आवाजविरहित दूरध्वनी सेवा व उच्च दर्जाची आधारभूत माहिती सेवा पुरविली जाते.

वर्गणीदाराच्या परिसरातील संकेत सेवा स्वतंत्र असते. त्यामुळे दर्जात्मक पद्धतीने माहिती मिळते.

या सेवेचा वर्गणीदार आधारभूत माहिती, आवाज किंवा प्रतिमा या किंवा यापैकी दोन गोष्टी एकत्रित मिळवू शकतो.

या सेवेतील दोन वर्गणीदारांचा बोलण्याचा वेळ फार कमी असतो. ह्या सेवेचे वर्गणीदार सामान्य दूरध्वनी सेवा वर्गणीदाराप्रमाणे राष्ट्रीय वा आंतरराष्ट्रीय स्तरावर जोडणी करू शकतात.

स्वाध्याय

१) खालील पैकी कोणती गोष्ट संगणकाशी संबंधित नाही ?
अ) माहिती साठा ब) माहितीची प्रतिप्राप्ती
क) संदर्भ सेवा ड) माहितीचे प्रसारण

२) भारतामध्ये प्रथम संगणकाचा उपयोग केव्हा केला ?
अ) १९५५ ब) १९५७ क) १९५८ ड) १९६०

३) भारतात कोणत्या संस्थेने प्रथम संगणकाचा उपयोग केला ?

अ) डी. आर. टी. सी.   ब) इन्सडॉक

क) राष्ट्रीय ग्रंथालय कोलकाता   ड) आय. एस. आय. कोलकाता

४) संगणकाच्या प्राकृतिक घटकांना काय म्हणतात ?

अ) प्रणाली (सॉफ्टवेअर)   ब) हार्डवेअर

क) मानवा (ह्युमनवेअर)   ड) वरील पैकी कोणतेही नाही

५) ग्रंथालयात कोणत्या प्रकारचे संगणक उपयोगी पडतात ?

अ) ॲनलॉग   ब) हायब्रिड

क) डिजिटल (अंकीय)   ड) सुपर

६) संगणकाचे दोन प्रकार कोणते ?

अ) मिनी आणि मायक्रो संगणक

ब) सामान्य आणि विशेष संगणक

क) ॲनलॉग आणि अंकीय संगणक

ड) सुपर आणि सामान्य संगणक

७) संगणकाची लोकप्रिय भाषा कोणती ?

अ) यंत्र भाषा   ब) जोडणी भाषा

क) उच्च पातळीची भाषा   ड) कनिष्ठ पातळीची भाषा

८) खालील पैकी कोणत्या गोष्टीसाठी 'बी.आय.टी.' वापरले जाते ?

अ) व्यापारातील ग्रंथ

ब) बायनरी डिजिट

क) ब्रिटिश इन्स्टिट्यूट ऑफ टेक्नॉलॉजी

ड) ब्रिटिश इन्फरमेशन टेक्नॉलॉजी

९) सीपीयू म्हणजे काय ?

अ) सेंट्रल प्रोसेसिंग युनिट   ब) कॉम्प्युटर प्रोसेस युनिट

क) सेंट्रल परचेसिंग युनिट   ड) कॉमन प्रोसेसिंग युनिट

उत्तरे – १) क   २) ब   ३) ड   ४) ब   ५) क   ६) क   ७) अ
८) ब   ९) अ

१०) संगणकातील बाइटस् म्हणजे काय ?

अ) संगणकाचे साधन   ब) हार्डवेअर

क) भाषा   ड) स्मरणशक्तीचे मापन

११) संगणकामध्ये अंतर्गत स्मरणशक्ती कोठे असते ?

अ) व्हिडियू   ब) सीपीयू   क) सीआरटी   ड) की बोर्ड

१२) संगणकाची पहिली निर्मिती कोणती ?

अ) मायक्रो कॉम्प्युटर   ब) मिनि कॉम्प्युटर

क) सुपर कॉम्प्युटर   ड) युनिव्हॅक I

१३) कृत्रिम बुद्धिमत्तेची कल्पना कशाशी संबंधित आहे ?

अ) प्राथमिक निर्मितीचे संगणक   ब) द्वितीय निर्मितीचे संगणक

क) चतुर्थ निर्मितीचे संगणक   ड) पाचवे निर्मितीचे संगणक

१४) सी.डी. रोम म्हणजे काय ?

अ) कॉम्पॅक्ट डिस्क - रीड ओनली मेमरी

ब) कॉम्पॅक्ट डिस्क - रीड ऑन मेमोरँडम

क) कॉम्पॅक्ट डिस्क - रीडींग ऑफ मटेरियल

ड) कॉम्पॅक्ट डिस्क - रीडींग ऑन मशीन

१५) सी. डी. रोम म्हणजे -

अ) कॉम्प्युटरचे नाव   ब) प्रोग्रॅमिंग

क) संग्रह माध्यम   ड) मॅग्नेटीक टेप

१६) रोम हे कशाचे संक्षिप्त रूप आहे ?

अ) रँडम अॅक्सेस मेमरी   ब) रीड अँड मेमरी

क) रिडिंग मटेरियल   ड) वरील पैकी कोणतेही नाही

१७) डि. बी. एम. एस. म्हणजे काय ?

अ) माहितीसंचाची यांत्रिक पद्धती

ब) माहितीसंच व्यवस्थापन पद्धती

क) माहितीसंचाची यंत्र पद्धती

ड) डायरेक्टर बोर्ड ऑफ मेकॅनिकल सिस्टीम

१८) खालीलपैकी कोणत्या गटात संगणकाच्या हार्डवेअरची विभागणी करता येईल ?

अ) हार्डवेअर आणि सॉफ्टवेअर   ब) सीपीयु अँड मेमरी युनिट

क) सीपीयू आणि बाहेरचा भाग   ड) नियंत्रण घटक आणि बाहेरचा भाग

उत्तरे –१०) ड   ११) ब   १२) ड   १३) ड   १४) अ   १५) क
१६) अ   १७) ब   १८) क

१९) सीपीयुचे मुख्य कार्य काय?

अ) कार्यक्रम तयार करणे ब) संगणकीय भाषा

क) संगणकीय सूचना ड) संगणकाची सर्व कार्ये नियंत्रित करणे

२०) संगणकाचे सॉफ्टवेअर म्हणजे काय?

अ) संगणकीय पद्धती

ब) आधारभूत माहिती संचाचा संच

क) एकत्र आणलेल्या योजनांचा संच

ड) कार्यक्रमाचा संच

२१) संगणकाचे लोकप्रिय आणि ग्याग्क आाउटपुट डिव्हायसेस कोणते?

अ) फ्लॉपी अँड मॅग्नेटिक टेप

ब) व्हिडियू अँड प्रिंटर

क) कॉम्प्युटर डिस्क अँड फ्लॉपी

ड) हार्ड डिस्क आणि ऑप्टिकल डिस्क

२२) जीयुआयचे संपूर्ण नाव काय?

अ) ग्राफीक युटीलिटी हंटर फेस ब) ग्राफीक युटीलिटी इंटरअॅक्शन

क) ग्राफीक यूजर इंटरअॅक्शन ड) ग्लोबल यूजर इंटरअॅक्शन

२३) मोडेम म्हणजे काय?

अ) प्रतिमा रूपांतरणाचे तंत्र ब) आलेख माहितीचे तंत्र

क) साऊड सिग्नलस् टू डिजिटल डेटा

ड) अ डिव्हाइस टू कनव्हर्ट डिजिटल टू अॅनलॉग इन्फरमेशन

२४) माहिती तंत्रज्ञान म्हणजे काय?

अ) तंत्रज्ञानाचा वापर

ब) माहितीच्या प्रक्रियेमध्ये अनेक तंत्रज्ञानाचा वापर

क) माहितीच्या प्रक्रियेसाठी फक्त संगणकाचा वापर

ड) माहितीच्या प्रक्रियेमध्ये संगणकीय जाळ्याचा वापर

२५) माहिती तंत्रज्ञानाचे मुख्य घटक कोणते?

अ) संगणकीय तंत्रज्ञान ब) संप्रेषण तंत्रज्ञान

क) संगणकीय जाळ्यांचे तंत्रज्ञान ड) वरील सर्व

२६) माहिती तंत्रज्ञानाच्या कोणत्या घटकांचा प्रथम उपयोग केला?

अ) संगणकीय तंत्रज्ञान ब) संप्रेषण तंत्रज्ञान

क) संगणकीय जाळ्यांचे तंत्रज्ञान ड) साठाविषयक तंत्रज्ञान

२७) माहिती तंत्रज्ञानाचा मुख्य हेतू कोणता ?

अ) माहितीची हाताळणी ब) माहितीचे व्यवस्थापन

क) माहितीचे संघटन ड) माहितीचा साठा

उत्तरे – १९) ड २०) ड २१) ब २२) क २३) ड २४) ब
२५) ड २६) अ २७) अ

२८) जे सॉफ्टवेअर उपयोजकांनी स्वत: विकसित केलेले असते त्याला काय म्हणतात ?

अ) सिस्टिम सॉफ्टवेअर ब) ॲप्लिकेशन सॉफ्टवेअर

क) उपयोजकांचे कार्यक्रम ड) युटिलिटी सॉफ्टवेअर

२९) दूरसंचार माध्यमे म्हणजे काय ?

अ) दूरध्वनीचा संप्रेषणामध्ये उपयोग

ब) दूरध्वनी, तार यांचा संप्रेषणामध्ये उपयोग

क) दूरध्वनी, तार व रेडिओ यांचा संप्रेषणामध्ये उपयोग

ड) दूरध्वनी, तार, रेडिओ आणि दूरदर्शन यांचा संप्रेषणामध्ये उपयोग

३०) माहितीच्या संप्रेषणामध्ये प्रथम कोणत्या माध्यमाचा उपयोग झाला ?

अ) तारा ब) दोन तारा क) ताराविरहित ड) इलेक्ट्रिक

३१) माहितीच्या संप्रेषणाची माध्यमे म्हणजे काय ?

अ) साधनाद्वारे संप्रेषण

ब) उपयोजकांसाठी साधनाद्वारे संप्रेषण

क) काही माध्यमाद्वारा उपयोजकांसाठी साधनाद्वारे संप्रेषण

ड) मार्गाशिवाय (channel) उपयोजकांसाठी साधनाद्वारे संप्रेषण

३२) ऑप्टीकल फायबरचा कोणत्या गोष्टीसाठी उपयोग होतो ?

अ) दूर संचार माध्यमामध्ये ब) उपग्रहामध्ये

क) शाब्दिक संप्रेषणामध्ये ड) ताराविरहित संप्रेषणामध्ये

३३) संप्रेषणाचे मार्ग (channel) म्हणजे काय ?

अ) माहितीचे माध्यम

ब) माहिती संप्रेषणाचे माध्यम

क) माहिती पाठविणारा आणि माहिती मिळविणारा यांच्यामधील संबंध प्रस्थापित करणारे माध्यम

ड) माहिती पाठविणारा आणि माहिती मिळविणारा यांच्यातील संबंधित माध्यम

३४) दूरध्वनीच्या जाळ्यामध्ये कोणती स्विचिंग पद्धती असते?

अ) पॅकेट स्विचिंग ब) सर्किट स्विचिंग
क) मेसेज स्विचिंग ड) सोर्स स्विचिंग

उत्तरे – २८) क २९) ड ३०) अ ३१) क ३२) अ ३३) क ३४) ब

३५) माहितीचे हस्तांतरण दिलेल्या वेळात होण्यासाठी जे मापन वापरले जाते त्याला काय म्हणतात?

अ) बँड ब) बँडविड्‌र्थ क) रेट ड) स्पीड

३६) दूरध्वनीच्या तारा या कोणत्या प्रकारचा बँड मार्ग आहेत?

अ) नॅरोबँड ब) ब्रॉड बँड क) व्हाईट बँड ड) हाय बँड

३७) माहिती संप्रेषणाच्या क्षेत्रात संवाद साधण्यासाठी जी वेगवेगळी तंत्रे (devices) वापरली जातात त्या तंत्रांच्या नियमाच्या संचाला काय म्हणतात?

अ) प्रोटोकॉल ब) ॲग्रीमेंट क) ट्रीटी ड) मेमोरॅन्डम

३८) प्रोटोकॉल ही अशी व्यवस्था आहे जी

अ) दोन तंत्रामधील अंतर्गत माहिती बदलावर नियंत्रण ठेवते.
ब) दोन संगणकातील अंतर्गत माहिती बदलावर नियंत्रण ठेवते.
क) दोन संगणकामध्ये साखळी निर्माण करते.
ड) वरील पैकी एकही नाही.

३९) हस्तांतरण प्रक्रियेतील ट्रान्समिशन कंट्रोल प्रोटोकॉल याचा अर्थ काय?

अ) प्रत्येक माहिती मिळविणे
ब) प्रत्येक माहिती आणि आधारभूत माहिती मिळविणे.
क) प्रत्येक माहिती आणि आधारभूत छोट्या तुकड्यामध्ये विभागणे.
ड) प्रत्येक माहिती आणि आधारभूत संप्रेषण करणे.

४०) इंटरनेट प्रोटोकॉलचा अर्थ काय?

अ) वेगवेगळ्या मार्गांनी माहितीच्या छोट्या तुकड्यांचे हस्तांतरण करणे.
ब) योग्य मार्गाने माहितीच्या छोट्या तुकड्यांचे हस्तांतरण करणे.
क) माहितीच्या छोट्या तुकड्यांचा एका जागेवर संग्रह करणे.
ड) माहितीच्या छोट्या तुकड्यांची वेगवेगळ्या जागेत विभागणी करणे.

४१) ताराविरहित संप्रेषण म्हणजे काय?

अ) ताराविरहित माहितीच्या हस्तांतरणाची व्यवस्था करणे.

ब) योग्यताराद्वारा माहितीच्या हस्तांतरणाची व्यवस्था करणे.

क) माहितीचा साठा करण्याची व्यवस्था करणे.

ड) कोणत्याही माध्यमाशिवाय माहितीच्या हस्तांतरणाची व्यवस्था करणे.

४२) इ. स. १८९५ मध्ये कोणत्या शास्त्रज्ञाने लांब अंतरावर ताराविरहित माहिती संप्रेषणाची पद्धती विकसित केली ?

अ) एडिसन ब) थॉमसन क) मार्कोनी ड) ग्रॅहॅम बेल

उत्तरे –३५) ब ३६) अ ३७) अ ३८) ब ३९) क ४०) ब ४१) अ ४२) क

४३) माहिती संप्रेषण पद्धती कोणत्या महत्त्वाच्या सेवा उपलब्ध करून देते ?

अ) इ-मेल फक्त

ब) इ-मेल आणि व्हाईस मेल फक्त

क) इ-मेल, बुलेटिन बोर्ड, व्हाईस मेल आणि व्हिडिओ कॉन्फरसिंग

ड) यापैकी कोणतीही नाही

४४) ई-मेल सेवेसाठी खालीलपैकी कोणती गोष्ट योग्य आहे ?

अ) प्रत्येक उपयोजकाला एक मेल बॉक्स उपलब्ध करून दिलेली असते.

ब) मेल बॉक्स म्हणजे माहितीचा साठा.

क) संगणकावर माहिती मिळविणाऱ्याची उपस्थिती आवश्यक असते.

ड) मेल बॉक्समध्ये संदेश मिळविणारा संदेश वाचेपर्यंत तसाच असतो.

४५) अधिकृत वाचकासाठी संदेशाचे वितरण करण्यासाठी पाठविणाऱ्याला कशाचा उपयोग करावा लागतो ?

अ) शब्द ब) पासवर्ड

क) क्रॉसवर्ड ड) फोरवर्ड

४६) संगणकाच्या इ-मेल सेवेमध्ये खालीलपैकी कोणत्या सुविधा नसतात ?

अ) मेल पुढे पाठविणे

ब) उशीरा वितरणासाठी मेलचा साठा करणे

क) मेलच्या अनेक प्रती काढणे

ड) उपयोजकाला त्याच्या घरी संदेश वितरित करणे

४७) कोणत्या स्वरूपामध्ये इ-मेल संदेश हस्तांतरित करते ?

अ) ग्रंथरूपामध्ये ब) इलेक्ट्रॉनिक स्वरूपामध्ये

क) सूक्ष्म स्वरूपात ड) मुद्रित स्वरूपामध्ये

४८) ट्री नेटवर्क टोपोलॉजीमध्ये संगणक कशा प्रकारे जोडलेले असतात ?

अ) सर्व संगणक प्रत्यक्षपणे जोडलेले असतात.

ब) सर्व संगणक अप्रत्यक्षपणे जोडलेले असतात.

क) सर्व संगणक श्रेणी पद्धतीप्रमाणे जोडलेले असतात.

ड) सर्व संगणक एकत्र जोडलेले असतात.

४९) जाळेपद्धती म्हणजे काय ?

अ) दोन किंवा अधिक व्यक्ती एकत्रित काम करतात.

ब) दोन किंवा अधिक व्यक्ती साधन वाटणी करून एकत्रित काम करतात.

क) दोन किंवा अधिक व्यक्ती, संस्था आणि संघटना एकमेकांच्या साधन वाटणीसाठी एकत्रित काम करतात.

ड) दोन किंवा अधिक जाळी काम करतात.

उत्तरे – ४३) क ४४) ब ४५) ब ४६) ड ४७) ब ४८) क ४९) क

५०) संगणकीय जाळ्याची पद्धती म्हणजे काय ?

अ) दोन संगणक एकमेकांशी जोडलेले असतात.

ब) दोन संगणक एकमेकांशी इलेक्ट्रॉनिक पद्धतीने जोडलेले असतात.

क) काही संगणक आणि टर्मिनल तंत्रे जोडलेली असतात.

ड) वेगळ्या प्रकारचे संगणक जोडलेले असतात.

५१) जेव्हा दोन किंवा अधिक संगणक प्रत्यक्षपणे छोट्या क्षेत्रात किंवा एखाद्या खोलीमध्ये किंवा कार्यालयामध्ये जोडलेले असतात तेव्हा त्याला काय म्हणतात ?

अ) स्थानिक क्षेत्र जाळे ब) महानगर क्षेत्र जाळे

क) व्यापक क्षेत्र जाळे ड) आंतरराष्ट्रीय जाळे

५२) भारतातील कॅलिबनेट, डेलनेट, बॅटनेट, अॅडीनेट ही कोणत्या प्रकारची संगणक जाळी आहेत ?

अ) लॅन (LAN) ब) मॅन (MAN)

क) वॅन (WAN) ड) इन (IN)

५३) निकनेट आणि इन्डीनेट ही कोणत्या प्रकारची संगणक जाळी आहेत?
अ) वॅन (WAN) ब) मॅन (MAN)
क) लॅन (LAN) ड) इन (IN)

५४) वाईड एरिया नेटवर्कमधील आधारभूत माहिती संचाच्या संप्रेषणाची पद्धती कोणत्या माध्यमाद्वारे हस्तांतरित होते?
अ) मायक्रोवेव्ह ब) कोअॅक्सीएल केबल (coaxial)
क) उपग्रह ड) यापैकी कोणतेही नाही

५५) ज्या संगणकीय जाळ्यामध्ये एका मध्यवर्ती केंद्रापासून दुसऱ्या मध्यवर्ती केंद्रापर्यंत हस्तांतरण होते त्याला काय म्हणतात?
अ) स्टार रचना ब) बस रचना (Bus)
क) वर्तुळ रचना (रिंग) ड) श्रेणी रचना

५६) कोणत्या नेटवर्कच्या टोपोलॉजीमध्ये बस नेटवर्क रचना ही जास्त उपयोगी आहे?
अ) लॅन (LAN) ब) मॅन (MAN)
क) वॅन (WAN) ड) इन (IN)

५७) रिंग नेटवर्कची रचना कशी आहे?
अ) पुष्कळ संगणक जोडलेले असतात.
ब) पुष्कळ संगणक केबलद्वारा जोडलेले असतात.
क) पुष्कळ संगणक केबलने क्लोज्ड लूप जोडलेले असतात.
ड) पुष्कळ संगणक वेगवेगळे जोडलेले असतात.

उत्तरे – ५०) क ५१) अ ५२) ब ५३) अ ५४) अ ५५) अ ५६) अ ५७) क

५८) हायपरटेक्स्ट पद्धतीच्या विस्ताराचे नाव काय?
अ) माध्यम ब) हायपर मिडिया
क) लोअर मिडिया ड) मल्टि मिडिया

५९) संगणकातील कोणत्या माध्यमामध्ये मूळ मजकूर, आलेख, दृक श्राव्य सचेतन प्रतिमा अंतर्भूत असतात?
अ) हायपर टेक्स्ट ब) हायपर टेक्स
क) हायपर मिडिया ड) मल्टि मिडिया

६०) छायाचित्रे, आलेख, चित्रे यांना काय म्हणतात?
अ) मुद्रित माध्यम　　ब) इलेक्ट्रॉनिक माध्यम
क) सूक्ष्म माध्यम　　ड) ग्राफिक माध्यम

६१) सी डी रॉम खालील कोणत्या प्रकारचे उदाहरण आहे?
अ) ऑप्टीकल माध्यम　　ब) ग्राफिक माध्यम
क) हायपर मिडिया　　ड) दृक-श्राव्य माध्यम

६२) हल्ली इंटरनेटवरील माहिती संचांचा जलदगतीने हस्तांतरण होण्यासाठी मोडेम अथवा दूरध्वनी यांच्याऐवजी कशाचा उपयोग केला जातो?
अ) पीएसडीएन (PSDN)　　ब) आयएसडीएन (ISDN)
क) केपीडिएन (KPDN)　　ड) आयपीडीएन (IPDN)

६३) आयएसडीएन म्हणजे काय?
अ) इंटिग्रेटेड सर्व्हिसेस डिजिटल नेटवर्क
ब) इन्फरमेशन सर्व्हिसेस डिजिटल नेटवर्क
क) इन्फरमेशन सायन्स अँड डॉक्युमेन्टेशन नेटवर्क
ड) इन्फरमेशन स्टँडर्ड डिरेक्टरी नंबर

६४) आयएसडीएन चे मुख्य घटक कार्य कोणते?
अ) हे नवीन तंत्रज्ञान आहे.
ब) यामध्ये माहिती संच, मूळ मजकूर, आलेख, प्रतिमा आणि आवाज यांचे एकत्रीकरण होते.
क) यामध्ये इनपुट (साधने) आणि आऊटपुट (फलित) यांचे एकत्रिकरण होते.
ड) माहिती हस्तांतरण होते.

६५) इ. स. १९९० मध्ये आयएसडीएनची प्रथम कोठे झाली?
अ) अमेरिका　ब) इंग्लंड　क) इंडिया　ड) सिंगापूर

उत्तरे – ५८) ब　५९) ड　६०) ड　६१) अ　६२) ब　६३) अ
६४) ब　६५) ड

६६) माहिती हस्तांतरणाच्या संदर्भात ओएसआय म्हणजे काय?
अ) भारतीय प्रमाणक
ब) आंतरराष्ट्रीय प्रमाणक

क) संप्रेषणासाठी आंतरराष्ट्रीय प्रमाणक

ड) दोन स्थानांमधील आधारभूत माहिती संचाच्या संप्रेषणाचे आंतरराष्ट्रीय प्रमाणक

६७) वॅन (WAN) संप्रेषणासाठी आयएसओने विकसित केलेले मॉडेल (आदर्श) कोणते?

अ) ओएसआय मॉडेल   ब) आयएसओ मॉडेल

क) ओएसआय संदर्भ मॉडेल   ड) आयएसओ संदर्भ मॉडेल

६८) ओएसआय संदर्भ मॉडेलमध्ये किती स्तर असतात ?

अ) ५   ब) ६   क) ७   ड) ८

६९) संदर्भ मॉडेलमधील डेटा लिंक लेअरचे मुख्य कार्य काय ?

अ) माहितीचा शोध घेणे

ब) नैसर्गिक स्तरामध्ये माहितीचा शोध घेणे

क) नैसर्गिक स्तरामधील चुकीची माहिती काढून टाकणे

ड) माहिती विषयी शोध

उत्तरे – ६६) ड   ६७) क   ६८) क   ६९) अ

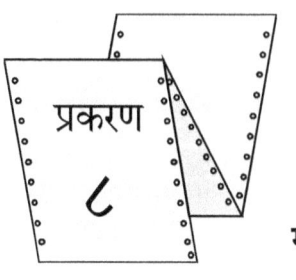

प्रकरण ८

माहितीच्या पद्धती

ग्रंथालयांचे संगणकीकरण, यांत्रिकीकरण

ग्रंथालयाच्या यांत्रिकीकरणासाठी इलेक्ट्रॉनिक यंत्रे वापरली जातात. पुन्हा पुन्हा करावे लागणारे काम, लिपिकाचे काम आणि ग्रंथालयातील सेवा याच्याशी संबंधित कामासाठी यंत्रांचा वापर करणे म्हणजे, ग्रंथालयातील यांत्रिकीकरण होय. संगणकाच्या वापरापूर्वी वेगळ्या पद्धतीची यंत्रे ग्रंथालयातील कामकाजासाठी वापरली जात होती. उदा. पंच कार्ड यंत्रे. या यंत्रासाठी मानवी देखरेख आवश्यक होती. पण संगणकामुळे ही कामे विस्तृत व व्यापक प्रमाणात कार्ये, प्रक्रिया, तंत्रे आणि पद्धती यामधील यांत्रिकीकरण होऊ लागली. ही यंत्रे इलेक्ट्रॉनिक योजना (आराखडा कार्यक्रम) आणि प्रक्रियान्वित कार्य अशा प्रकारची कार्ये करतात. ग्रंथालयीन कामात संगणकाधारित उत्पादने व सेवा यांचा वापर म्हणजे ग्रंथालयीन यांत्रिकीकरण होय.

म्हणून यांत्रिकीकरण म्हणजे –

१) ग्रंथालयातील कामकाजाचे संगणकीकरण

२) संगणकाधारित ग्रंथालय व्यवस्थापनाचा वापर

३) माहिती तंत्रज्ञानाची गरज

४) ग्रंथालयातील पारंपरिक कार्ये व तंत्रज्ञानाधारित नवीन सेवा यांचा मेळ घालणे.

५) ग्रंथालयातील ग्रंथांच्या वाढत्या संख्येच्या कामावर नियंत्रण ठेवणे.

फायदे –

१) ग्रंथालयातील काम व सेवा यामध्ये उत्पादकतेची वाढ होते.

२) ग्रंथालयाच्या सेवा ग्रंथालयाच्या क्षेत्राबाहेर व्यापक करता येतात.

३) ग्रंथालयाबाहेरील संगणकीय जाळ्यामुळे ग्रंथालयातील साधन वाटणी मध्ये भाग घेता येतो.

४) खर्चामध्ये बचत होते.

५) ग्रंथालयातील साहित्याचा योग्य व जास्तीत जास्त वापर होतो.

समाजाच्या माहितीच्या गरजा भागविणे हे माहिती केंद्राचे, ग्रंथालयाचे काम आहे. बदलत्या गरजेनुसार माहितीच्या संप्रेषणाचे स्वरूप बदलते. सध्याच्या युगातील माहितीचा वाढीव वेग, उपयोजकांच्या मागण्या यामुळे ग्रंथालयाचे स्वरूप ग्रंथकेंद्रित न राहता माहितीकेंद्रित झाले आहे. म्हणून ग्रंथालयांना माहिती केंद्रे म्हटले जाते.

इ. स. १९५० पासून संगणकाचा उपयोग ग्रंथालयात सुरू झाला. संगणकाने मानवी जीवनाची प्रत्येक गोष्टी व्यापली आहे. ग्रंथालय क्षेत्रसुद्धा कसे अपवाद ठरणार ? संगणकामुळे ग्रंथालयाची रचना व ग्रंथालयाच्या कामाचे स्वरूपच बदलून गेले आहे. माहिती केंद्रांत माहिती संग्रहित करणे, तिचे विश्लेषण करणे, माहितीचा साठा करणे व मागणीनुसार माहितीचे प्रसारण करणे, या गोष्टी संगणकामुळे शक्य होतात.

यांत्रिकीकरण आवश्यक आहे. कारण —

१) इतर ग्रंथालयाबरोबर साधन वाटणी होऊ शकते.

२) संगणकामुळे माहितीच्या वाढत्या वेगाशी जुळवून घेणे शक्य होते.

३) संगणकीय तंत्रज्ञानामुळे उपलब्ध माहितीचे यंत्र वाचनीय स्वरूप शक्य होते.

४) अनेक उपयोजकांकडून यंत्र वाचनीय स्वरूपातील नोंदीचा उपयोग वेगवेगळ्या हेतूसाठी कित्येक वेळा केला जातो.

५) ग्रंथालयातील कर्मचारी वर्गाच्या कामातील तोच तो पणा टाळता येतो.

६) माहितीची प्रक्रिया करणे व उपयोजकांचा व ग्रंथालय कर्मचाऱ्यांचा माहिती पुनर्प्राप्तीसाठी लागणारा वेळ वाचविणे.

७) वापरण्यास सुलभ आहे.

८) कामातील गती व गुणवत्ता वाढते.

ग्रंथालयातील यांत्रिकीकरणाची क्षेत्रे

ग्रंथालयातील यांत्रिकीकरणाची क्षेत्रे २ आहेत.

१) पार्श्वभूमी क्षेत्र — यामध्ये ग्रंथोपार्जन, वर्गीकरण, तालिकीकरण, ग्रंथ देवघेव, निर्देश आणि शब्दकुलकोश, ग्रंथ पडताळणी, कालिक नियंत्रण या गोष्टी येतात.

२) यामध्ये निवडक माहितीचे प्रसारण आणि गतानुलक्षी शोध पद्धती यासाठी उपयोगी माहिती हाताळणी.

१) कार्य क्षेत्र (House Keeping) – ग्रंथालय व उपयोजकांना सेवा देण्यासाठी काही प्राथमिक कार्ये यामध्ये पार पाडावी लागतात. त्यापैकी ग्रंथोपार्जन एक होय. ग्रंथोपार्जनामध्ये निवडीला महत्त्व आहे. यामध्ये कर्मचारी वर्गाकडून ग्रंथसूचीय साधनातून ग्रंथोपार्जन केले जाते. ग्रंथविक्रेत्यांच्या याद्या, प्रत्यक्ष ग्रंथ हाताळणी यामधूनही ग्रंथांची निवड केली जाते. यांत्रिकीकरणाच्या माध्यमातून मार्क नोंदीचा उपयोग, मार्क प्रमाणकांचा उपयोग ग्रंथनिवडीसाठी तसेच आंतरराष्ट्रीय पद्धतींशी सुसंगती राखण्यासाठी होतो.

वर्गीकरण – यामध्ये ३ टप्पे पडतात. पाहिले २ टप्पे - यामध्ये विभागाच्या रचनेची व्याख्या करणे. नंतर वर्गीकरणाच्या निर्णयासाठी वर्गीकरण संकल्पक विचार करतो. नंतर तिसरा टप्पा म्हणजे वर्गीकरणकार त्याचे वर्गीकरण करतो.

गणितीय तंत्रामधून निर्माण झालेल्या वर्गीकरण पद्धती वर्गीकरणासाठी सुचविल्या जातात. उदा. घटक विश्लेषण, भेद विश्लेषण इत्यादी. संगणकामध्ये घटक विश्लेषण आराखडा अंतर्भूत केला जातो. यामध्ये घटकांतील संबंध स्पष्ट केले जातात. या अभ्यासातून वर्गीकरण साकार होते. इ. स. १९६८ मध्ये श्री. नीलमेघन व श्री. वेंकटरामन यांनी संगणकाद्वारा समन्वय वर्गांक ज्यामध्ये केरनल संज्ञामध्ये विषयाची स्वाभाविक भाषा स्पष्ट दिलेली आहे. अशा तऱ्हेने प्रयत्न केले. ह्यासाठी त्यांनी डॉ. रंगनाथन यांची द्विबिंदू पद्धती अवलंबिली आहे. प्रलेखाचा विषय समजून घेऊन तो प्रमाणित संज्ञेमध्ये मांडणे, ही केरनलची मूळ कल्पना आहे.

तालिकीकरण पद्धती –

या पद्धतीमध्ये मार्क प्रकल्पाचा उपयोग केला जातो. लायब्ररी ऑफ काँग्रेसमध्ये इ. स. १९५० च्या दरम्यान, यांत्रिक तंत्राचा उपयोग केला गेला. यातूनच मार्क १ व मार्क २ यांचा उद्भव झाला. लायब्ररी ऑफ काँग्रेसने यंत्र वाचनीय तालिका आधारभूत माहिती इतर ग्रंथालयांना दिली. यालाच 'मार्क' म्हणतात. हा प्रकल्प सुरुवातीला फक्त ग्रंथासाठीच (Monographs) उपयोगी होता. पण नंतर याची रूपरेषा कालिके, नियतकालिके यासाठी उपयोगी पडू लागली. यातून संबंधित नोंदी. (उदा. नाव, विषय) निर्माण होऊ शकल्या.

पण या प्रकल्पामध्ये (Multiplicity) अनेक प्रकारचे आराखडे, यंत्र वाचनीय आधारभूत माहिती आदानप्रदान करण्यात अडचणी येऊ लागल्या. यातूनच इफ्लाने 'युनिमार्क' ही पद्धती निर्माण केली. यामुळे आधारभूत माहिती

नोंदीचे भाषांतर आणि त्याचे आंतरराष्ट्रीय स्तरावर माहितीचे आदानप्रदान करणे सुलभ झाले.

निर्देश –

ज्ञानाची वाढ आणि माहितीचे जलद संप्रेषण यामुळे प्रलेखांचे वर्णन साठा आणि पुनर्प्राप्तीच्या नवीन नवीन पद्धती उदयाला आल्या. निर्देश ही त्यापैकी एक होय. निर्देश हे एक प्रतिप्राप्तीचे साधन आहे. उपयोजकाला त्याच्या गरजेचा प्रलेख शोधण्यात अनेक बिंदूंवर प्रवेश मिळविता येतो. माहितीच्या प्रतिप्राप्तीच्या पद्धती मध्ये ग्रंथसूची विषयक वापरासाठी अगणित नोंदी बुलियन शोध (Boolean Search) या गोष्टी अंतर्भूत असतात.

निर्देशन करणे हे एक तंत्र आहे. प्रलेखाचे प्रतिनिधित्व करणारी ही एक पद्धती आहे. उपयोजकाला प्रलेखाच्या वर्णनातून प्रवेश मिळवून देणे, हे याचे अंतिम ध्येय आहे. कित्येक वेळा एकाच संज्ञेमध्ये प्रलेखाचे वर्णन करणे कठीण आहे. अशा वेळी एकापेक्षा अनेक स्वरूपात प्रलेखाचे वर्णन केलेले असते. शोध घेण्याच्या क्रमाने ह्या निर्देशन संज्ञांची व्यवस्था केलेली असते. या क्रमामध्ये वाक्यरचना, शब्दार्थ व शुद्ध लेखन अंतर्भूत असते. या सर्वांमुळे निर्देशन म्हणणे एक कृत्रिम भाषाच असते. ही निर्देशनाची भाषा तयार केलेली असते. त्यामुळे माहितीची प्रतिप्राप्ती सुलभ होते. किंवा ही भाषा विशिष्ट हेतूने आरेखित केलेली असते. शब्दकुलकोश ही एक निर्देशनाची भाषाच आहे.

निर्देशनाचे प्रकार २

१) पूर्व समन्वय पद्धती यामध्ये कैसरर्स सिस्टिमॅटिक इंडेक्सिंग, रंगनाथनच्या चेन इंडेक्सिंग या पद्धती मोडतात.

२) पश्चात समन्वय पद्धती. यामध्ये कोऑरडिनिअर्स सिलेक्टो सिस्टीमचा समावेश होतो.

निर्देशनामध्ये संगणकांचा वापर होऊ लागल्यावर
के. डब्लू. आय. सी. - की वर्ड इन कॉन्टेक्स्ट
के. डब्लू. ओ. सी. - की वर्ड आऊट ऑफ कॉनटेक्स्ट
के. डब्लू. ए. सी. - की वर्ड अँड कॉनटेक्स्ट
के. डब्लू. यू. पी - की वर्ड अँड युडीसी
असे कीवर्ड (बीज अक्षर) निर्देशाचे प्रकार झाले.

निर्देशन ही एक कला आहे. प्रलेख कोणत्याही स्वरूपात असले.

(उदा. एखादी ओळ, एखादा परिच्छेद) तरी काही आधारावर निर्देशनातील संज्ञा निवडल्या जातात. या निवडक संज्ञा एखाद्या माध्यमाद्वारे नोंदल्या जातात. या संज्ञा, प्रलेखनाचा उद्देश व नोंदलेल्या नोंदी यामध्ये समन्वय असणे आवश्यक आहे. प्रलेख योग्य तऱ्हेने बारकाईने पडताळून पाहणे आवश्यक असते. संगणकीय निर्देशनामध्ये आशय विश्लेषणाला महत्त्व आहे. संपूर्ण मूळ मजकुराच्या विश्लेषणाची गरज नाही. संगणकाच्या साहाय्याने या गोष्टी कमी वेळात होऊ शकतात.

देवघेव पद्धती

संगणकीय देवघेव पद्धतीमध्ये उपयोजकाला ग्रंथ साहित्य देणे, ते परत घेणे, तारखांच्या मुदतीवर नियंत्रण, ग्रंथ राखून ठेवण्यासाठी असलेली पद्धत, आणि या सर्वांशी संबंधित असलेल्या फाईल्स चालू ठेवणे या गोष्टी अंतर्भूत होतात.

या पद्धतीतील ऑफ लाईन पद्धतीमध्ये अद्ययावत नोंदी मिळणे शक्य नसते. पण ऑन लाईन पद्धतीमध्ये सविस्तर कार्य हे संगणकाला जोडलेल्या (टर्मिनल) संगणक व कळपट यांचा जोड संच याद्वारे पूर्ण केले जाते. याद्वारे सूक्ष्म अद्ययावत माहिती मिळू शकते. पण ग्रंथालयामध्ये नेहमीच सातत्याने ऑन लाईन सुविधा मिळू शकत नाही.

ग्रंथालयातील ऑन लाईन सुविधेसाठी छोटा संगणक व मुख्य संगणक इतर कामासाठी वापरणे शक्य आहे.

कार्ये –

१) जागेवरील देवघेव गोष्टीची माहिती मिळविण्याची सोय असते.

२) विशिष्ट व्यक्तीच्या (सभासदाच्या) नावावरील ग्रंथांची संख्या, त्यांचा कालावधी समजू शकतो.

३) एखाद्या व्यक्तीने (सभासदाने) एका विशिष्ट ग्रंथासाठी मागणी केली असेल आणि तो ग्रंथ त्यावेळी ग्रंथालयात उपलब्ध नसेल तर तो परत आल्यावर राखून ठेवण्याच्या दृष्टीने त्या विवक्षित व्यक्तीला त्याप्रमाणे संगणकाद्वारा कळविणे शक्य होते.

४) ज्यांनी बऱ्याच कालावधीनंतरही ग्रंथ परत केलेले नाहीत, त्यांना स्मरणपत्र पाठवण्यासाठी प्रिंटर (मुद्रक) चा उपयोग होतो.

५) ग्रंथांचा कालावधी पुन्हा वाढवून देणे.

६) कालावधी उलटून गेलेल्या गोष्टी कर्मचारी वर्गाच्या लक्षात येणे सोपे जाते.

७) सभासदाने त्याचे सभासदत्व रद्द करण्यापूर्वी त्या सभासदाविषयीची नोंदी पाहणे ग्रंथालयीन कर्मचाऱ्यांना सुलभ होते. उदा. *विलंब शुल्क*

८) देवघेव पद्धतीच्या संदर्भातील कोणत्याही प्रकारची संख्यात्मक माहिती मिळते.

९) विशिष्ट प्रकारचे उपयोजक व विशिष्ट प्रकारचे वाचन साहित्य यांची माहिती मिळते.

जे ग्रंथ उपयोजकांना दिलेले आहेत त्यांच्या अद्ययावत नोंदी देवघेव (संचिकी) फाईलींमध्ये मिळतात. याशिवाय या संचिकांमध्ये आंतर ग्रंथालयीन नोंदी, बांधणीसाठी असलेले, दिलेले ग्रंथ इत्यादी संबंधीची माहिती असते. या संचिका प्रलेख, उपयोजक, सभासद आणि तारीख ही माहिती देतात.

प्रलेख संचिकामध्ये लेखक, प्रलेख, प्रलेख ओळख क्रमांक, शीर्षक, आवृत्ती, खंड प्रकाशन वर्ष, प्रकाशकाचे नाव, प्रकाशन स्थळ ही माहिती असते.

प्रलेख ओळख क्रमांकामध्ये बोधांक, दाखल नोंद क्रमांक, वर्णा-नुक्रमाधिष्ठित सर्वसामान्य संकेत, इंटरनॅशनल स्टँडर्ड बुक नंबर आणि प्रत क्रमांक या गोष्टी समाविष्ट असतात.

प्रलेखाविषयी ग्रंथसूचीय सविस्तर माहिती –

१) **अनुपस्थित पद्धती** - या पद्धतीमध्ये जे ग्रंथ वाचण्यासाठी बाहेर दिलेले आहेत यामध्ये ग्रंथसूचीय माहिती कमी असते. त्यांच्याविषयी माहिती मिळते.

२) **शोध पद्धती** – ग्रंथालयातील सर्वच ग्रंथांची सविस्तर माहिती या पद्धतीत असते. यामध्ये संपूर्ण ग्रंथसूचीय माहिती असते.

उपयोजकांच्या संचिकेमध्ये – उपयोजकांचा ओळख क्रमांक, नाव, संपूर्ण पत्ता, सभासद क्रमांक, नोंद क्रमांक ही माहिती असते.

सध्या काही ग्रंथालयात चिठ्ठी (Label) आधारित पद्धती अवलंबिली जाते.

ग्रंथपडताळणी (Stock taking)

ग्रंथ पडताळणी करताना – यामध्ये ग्रंथालयातील वाचन साहित्य आणि इतर शैक्षणिक साहित्य. उदा. *मुद्रित साहित्य, अमुद्रित साहित्य*. (चित्रफिती, संगणकाच्या तबकड्या, सूक्ष्मपट वगैरेचा) समावेश होतो. ग्रंथालयातील साठ्याची तपासणी करणे आवश्यक ठरते.

काही पारंपरिक पद्धतींनी ग्रंथ पडताळणी केली जाते.

१) दाखल नोंद क्रमांकानुसार वेगळी नोंदवही.

२) कागदाच्या वेगवेगळ्या चिठ्ठ्यांवर दाखल नोंद क्रमांक लिहून.

३) गणितीय गणनेनुसार

४) मांडणी यादीनुसार

५) दाखल नोंद वहीच्या साहाय्याने

६) ग्रंथपत्रानुसार

७) (Random sampling) चा वापर करून

८) संगणकाच्या मदतीने

ग्रंथपडताळणीसाठी संगणकीय पद्धती अशी अस्तित्वात नाही. ग्रंथ संग्रहाच्या दृष्टीने ग्रंथपडताळणीमुळे समजणारा तोटा फारच क्षुल्लक असतो. या पद्धतीमध्ये पैसा, शक्ती व साहित्य अंतर्भूत असते. ग्रंथालयीन कर्मचाऱ्यांचा यामध्ये फार वेळ जातो.

कालिक नियंत्रण पद्धती

या संगणकीय पद्धतीमध्ये खालील कार्ये समाविष्ट असतात.

१) मागणी (ordering)

१) नवीन नियतकालिकांची मागणी

२) जुन्या नियतकालिकांची मुदत वाढविणे / बंद करणे

३) एखाद्या नियतकालिकाचा अंक आला नाही तर स्मरण पत्र पाठविणे.

४) नियतकालिकांची प्राप्ती.

२) उपयोजकांसाठी सेवा

१) ग्रंथालयातील येणाऱ्या नियतकालिकांची यादी बनविणे.

२) ग्रंथालयाने सध्या बंद केलेल्या नियतकालिकांची यादी करणे.

३) मांडणी (rack) प्रमाणे नियतकालिकांची यादी करणे.

३) व्यवस्थापकीय सेवा

१) संगणकामुळे नियतकालिकांच्या वर्गणीचा व बांधणीचा खर्च यांच्याशी नेहमी संबंध ठेवता येतो.

२) नवीन वर्षाच्या अर्थसंकल्पासाठी रकमेची तरतूद, मूल्यमापन करता येते. एका ठरावीक भौगोलिक क्षेत्रातील ग्रंथालयांतील नियतकालिकांची सांघिक यादी तयार करता येते. हे काम संगणक करू शकतो.

कालिकेच्या नोंदी करताना त्यात अचूकता व अद्ययावतपणा असणे आवश्यक असते. अशा नोंदी सातत्याने नेहमीच कराव्या लागतात. या नोंदी ऑन लाईन पद्धतीने केल्यास ते सोयीचे असते.

नियतकालिकांच्या निवडीसाठी उपयोजकांची संचिका, मागणी नोंदविण्यासाठी वेगळी संचिका अशा वेगवेगळ्या संचिका तयार कराव्या लागतात. नियतकालिकांची मुख्य संचिका, वर्गणी, वर्गणीची बदलती रक्कम या दृष्टीने अद्ययावत असणे आवश्यक आहे. काही ग्रंथालयात बांधणी संचिका ही वेगळी निर्माण केलेली असते. नियतकालिकांचे खंड पुरे होण्याकडेही लक्ष द्यावे लागते. कालिकांच्या नोंदी अद्ययावत असणे आवश्यक आहे. ग्रंथाचे तालिकीकरण व कालिकांच्या नोंदीतील हा फरक आहे. तालिकीकरण मुख्यत: ग्रंथसूचीय माहितीवर अवलंबून असते.

प्रचलित जागरूकता सेवा (C.A.S. Current Awareness Services)

ही सेवा खालील गोष्टींसाठी दिली जाते.

१) प्रकाशन आल्यानंतर त्याचे तत्काळ परीक्षण केले जाते.

२) संस्थेच्या कार्याशी संबंधित गोष्टींची निवड केली जाते.

३) उपयोजकांचे त्यांच्याशी संबंधित गोष्टींकडे लक्ष वेधले जाते.

या सेवा पद्धतीचे अनेक प्रकार आहेत.

१) शीर्षक जाहीर करणे. माहिती देणे.

२) संशोधनाची प्रगती जाहीर करणे. कळविणे.

३) भविष्यकालातील परिषदांविषयी माहिती देणे.

४) माहितीचे निवडक प्रसारण करणे.

या प्रकारच्या सेवेमध्ये नियतकालिके, ग्रंथ, अहवाल, पेटंट्स, माहिती पुस्तिका यामधून संबंधित माहितीची निवड केली जाते.

ही सेवा प्राथमिक प्रलेखांचे प्रकाशन व त्यांची माहिती निर्देशन व सारात्मक नियतकालिकांमधून येणे या दोघांमधील एक पायरी आहे. स्थानिक स्तरावर या सेवेचा फार उपयोग होतो.

माहितीचे निवडक प्रसारण (SDT)

या पद्धतीच्या सेवेमध्ये खालील कार्ये अपेक्षित असतात.

१) प्रलेखनाची यादी तयार करणे.

२) उपयोजकांची यादी तयार करणे.

३) दोघांमधील अनुरूपता शोधणे.
४) विद्यापन जाहीर करणे.
५) उपयोजकांचा प्रतिसाद घेणे.
६) उपयोजकांच्या आराखड्यात आवश्यकता वाटल्यास बदल करणे.

या प्रकारच्या सेवेमुळे उपयोजकाला त्याच्या आवडीच्या संबंधित क्षेत्रातील नवीन माहिती व त्या क्षेत्रातील विकास कळविला जातो. यासाठी उपयोजकाला असंबंधित व नको असलेले साहित्य हाताळावे लागत नाही. माहिती प्रसारण पद्धतीमध्ये जेव्हा नवीन प्राथमिक प्रलेख नोंद केले जातात, तेव्हा या प्रलेखाची ग्रथसूचीय माहिती सारासह या सेवेत दिली जाते. उपयोजकांच्या संबंधित File व प्रलेखाची File यांची अनुरूपता तपासली जाते.

पुनरावलोकन शोध पद्धती (Retrospective Search System)

या पद्धतीमध्ये उपयोजकांची मागणी शोध पद्धतीमध्ये अनुवादित केली जाते.

आधारभूत माहिती संचातील प्रलेखाशी ह्या शोध पद्धतीची तुलना केली जाते.

अनुरूप संदर्भ उपयोजकाला दिले जातात.

माहितीच्या निवडक प्रसारण पद्धतीच्या उलट ही शोध पद्धती आहे. माहितीच्या निवडक प्रसारण पद्धतीमध्ये प्रलेखाची संचिका व उपयोजकाचा आराखडा यांचा संबंध जोडला जातो. तर शोध पद्धतीमध्ये उपयोजकाचा आराखडा व प्रलेखाची संचिका यांचा संबंध जोडला जातो. माहितीच्या निवडक प्रसारण पद्धतीमध्ये प्रलेखाला महत्त्व आहे. तर शोध पद्धतीमध्ये उपयोजकाला महत्त्व आहे.

याशिवाय संगणकाचा उपयोग सारलेखन, भाषांतर आणि माहितीची प्रतिप्राप्ती या बाबतीतही होतो. संगणकामुळे माहितीचे एकत्रीकरण, तिचे विश्लेषण, साठा करणे व प्रसारण करणे या गोष्टी सुलभ होतात. पण ही कामे जलद रीतीने व गतीने होण्यासाठी या यंत्राला सूचना देणे आवश्यक ठरते. अशा सूचनांचा तयार आराखडा (Programme) मिळू शकतो.

मुद्रित स्वरूपातील सार वा निर्देश प्रसिद्ध होण्यास लागणारा वेळ व खर्च वाचतो. प्रलेखाच्या निर्देशनातील केवळ एकाच प्रकारच्या नोंदीमुळे अनेक प्रकारच्या नोंदी तयार होतात. माहितीच्या साठ्याचा उपयोग करणे सुलभ होते. ऑनलाईन शोध हा अचूक व कार्यक्षम ठरतो.

ग्रंथालयातील यांत्रिकीकरण योजना –

ग्रंथालयांचे संगणकीकरण करताना प्राथमिक अभ्यास, गरजांचे विशेषीकरण, पद्धतीचा आराखडा, विकास, तपासणी, वापर, प्रत्यक्ष कार्य आणि परीक्षण या गोष्टींचा विचार करावा लागतो.

वरील कामांमध्ये ग्रंथालयीन कर्मचाऱ्यांचा समावेश असणे आवश्यक ठरते. प्राथमिक अभ्यासामध्ये ग्रंथपालाने कामाचे स्वरूप ओळखले पाहिजे. कोणती कामे जलद होणारी आहेत किंवा कोणत्या कामाला वेळ लागेल हे समजून घेणे आवश्यक आहे. गरजांचे विशेषीकरण करताना विश्लेषणाच्या पद्धतीने विश्लेषण कार्यान्वित सहभाग मनात रेखाटला पाहिजे. प्रत्येक कार्याचे निरीक्षण करणे आवश्यक ठरते. सध्याच्या पद्धतीचे स्पष्टीकरण केले पाहिजे. अपेक्षा बोलून दाखविणे गरजेचे आहे. बदलाला सामोरे जाण्यास आपल्या कर्मचारी वर्गाला ग्रंथपालाने तयार केले पाहिजे. ह्या गोष्टी कर्मचारी वर्गाला कामाला प्रवृत्त करणे, त्यांच्यात कामाची जाणीव वाढविणे, त्यांच्यातील यांत्रिकीकरणाची भीती नाहिशी करणे यामुळे शक्य होते.

कोणते काम कर्मचाऱ्याकडून होणे शक्य आहे व कोणते यंत्राकडून करवून घेणे शक्य आहे, याचा विचार ग्रंथपालाने करणे लक्षणीय ठरेल. पद्धती विश्लेषणकाराने तयार केलेला आराखडा ग्रंथपालाला पूर्णपणे अवगत असला पाहिजे. तसेच ग्रंथपालाने प्रत्येक टप्प्यातील अहवालांचे परीक्षण केले पाहिजे. प्रत्येक टप्प्याची व्याप्ती, सूचना, योजना व त्यासाठी लागणारा कालावधी, अर्थसंकल्प आणि किंमती, मनुष्य बळाची आवश्यकता या दृष्टीने विचार करणे अपेक्षित आहे. आराखड्याच्या विकासाच्या टप्प्यात ग्रंथपालाने कर्मचारी वर्गाला या सर्व कार्यासंबंधी प्रशिक्षण दिले पाहिजे. त्याने यासंबंधात मार्गदशिका तयार केली पाहिजे. प्रत्येक टप्प्यातील विकासावर त्याने लक्ष दिले पाहिजे.

आपल्या संगणकाची खरेदी व तो कार्यान्वित करणे, या गोष्टी करताना, आपल्या गरजा, अर्थसंकल्प, संगण पुरविणारे वितरक, त्या संगणकाची तपासणी, आणि वापर या बाबींचा विचार करणे आवश्यक ठरते.

सॉफ्टवेअर : विशिष्ट विषयाचे कार्य करणारा संयोजन संच व संगणकातील माहितीच्या संस्करणाचे कार्य करणारा विभाग (हार्डवेअर) यामुळे विशेष काम पार पाडता येते. त्यामुळे विशिष्ट विषयाचे कार्य करणारा संच आवश्यक ठरतो. असे अनेक प्रकारचे संच (सॉफ्टवेअर) सध्या उपलब्ध आहेत. पण या प्रत्येक संचाच्या काही मर्यादा आहेत. त्यामुळे आपल्या उद्दिष्टांच्या दृष्टीने सर्व

कार्ये एकत्र आणलेली योजना (Package) खरेदी करणे हे तसे अवघड काम आहे. त्यासाठी मार्गदर्शक तत्त्वे अंमलात आणली पाहिजेत. संगणक योजनेची किंमत, संगणकातील माहितीच्या संस्करणाचे कार्य करणारा विभाग (हार्डवेअर), कार्य पद्धती आराखडा व त्याची भाषा (प्रोग्रॅम) माहितीचा साठा करण्याचे तंत्र व शोध कालावधी, ग्रंथालयीन सेवा, संचाची अद्ययावतता व तो वापरण्यामधील सुलभता या गोष्टी विचारात घेणे आवश्यक आहे. विशिष्ट विषयाचे कार्य करणारा संयोजन संच (सॉफ्टवेअर) इ. प्रकार आहेत.

१) **पद्धती संच** – कार्य पद्धती, माहितीचे संकलन, भाषांतर वगैरे सर्व गोष्टी संगणक करतो.

२) **सर्व सामान्य हेतू संच** – यामध्ये वर्ड प्रोसेसिंग संच, वर्डस्टार, डि.बि.एम.एस. डी.बे.स. इ. यांचा समावेश होतो.

३) **वापर संच** – विशिष्ट वापराचा संच. यामध्ये ग्रंथपालाला जास्त लक्ष द्यावे लागते.

वरील सर्व गोष्टींचा विचार करून ग्रंथालयातील संगणकीकरण करणे आधुनिक काळाला साजेसे ठरेल.

ग्रंथालयीन संगणकीकरणासाठी पुढील प्रणाली विकसित केल्या गेल्या आहेत.

१) सोल (SOUL) : विद्यापीठ अनुदान मंडळाच्या इन्फिबनेट या संस्थेने विंडोज पद्धतीवर आधारित असलेली सोल ही प्रणाली तयार केली आहे. ग्रंथालयातील सर्व साधन सामग्री व दैनंदिन सेवा यांच्या व्यवस्थापनासाठी ही प्रणाली उपयोगी पडते. या प्रणालीची निर्मिती उपयोजक सर्व्हर यावर आधारित आहे. त्यामुळे माहिती साठविण्याची क्षमता, अनेक उपयोजकांनी एकच माहिती केंद्र वापरण्याची सुविधा इत्यादी गोष्टी यामध्ये उपलब्ध आहेत. ही प्रणाली हाताळण्यास सोपी आहे. यात ग्रंथोपार्जन, तालिकीकरण देवघेव, कालिक नियंत्रण व ग्रंथ व्यवस्थापन इत्यादी कामे अंतर्भूत आहेत. ही प्रणाली विशेषत: विद्यापीठे व महाविद्यालयीन, ग्रंथालयासाठी वापरली जाते. या प्रणालीतील जाळ्यामुळे विद्यापीठातील सर्व विभागीय ग्रंथालये व ग्रंथालयातील विभाग एकमेकांशी जोडणे शक्य होते.

इन्फिबनेटने या प्रणाली मार्फत ग्रंथालयाच्या संगणकीकरणाचे मूलभूत कार्यच केले आहे.

२) सी.डी.एस / आय. एस. आय. एस. : कॉम्प्युटराईज डॉक्युमेन्ट सिस्टिम / इनटीग्रेंटेड सेट ऑफ इन्फरमेशन सर्व्हिसेस.

माहिती हाताळणीच्या प्रणालीपैकी ही एक आहे. युनेस्कोने या प्रणालीचा विकास केला आहे. भारतामध्ये ही प्रणाली निस्साटतर्फे प्रस्तुत केली गेली. निस्साटने इनसडॉक यांच्या मदतीने या प्रणालीवर चर्चासत्रे व अभ्यास सत्रे यांचे आयोजन केले. या प्रणालीचा ग्रंथालयासाठी कसा उपयोग होईल, यावर शैक्षणिक सत्रेही आयोजित केली. तसेच ग्रंथालयातील कर्मचारी वर्गाला याचे प्रशिक्षण देण्यासाठी तसे कार्यक्रमही आखले.

या प्रणालीमध्ये ग्रंथालयातील ग्रंथ, नियतकालिकांचे लेख व इतर ग्रंथ साहित्य यांच्या नोंदीचा प्रचंड साठा, माहिती साठविणे, त्याची पुनर्प्राप्ती करणे, तिचे मूल्यमापन व व्यवस्थापन केले जाते.

ही प्रणाली उपयोजकाला आवश्यक असलेल्या माहितीचे स्वरूप व तिचे विविध विभाग यांची माहिती देते. तसेच पूर्वीच्या माहितीमध्ये नवीन भर घालते, सुधारणा करते; सूची करते. निश्चित स्वरूपाच्या नोंदी शोधते. नोंदींचे सादरीकरण उपयोजकांच्या प्रकारानुसार करते. अशा प्रकारे माहिती साठ्याचे व्यवस्थापन व तिची विविध प्रकारे पुनर्प्राप्ती या प्रणालीमुळे करता येते.

३) **लायब्ररीयन :** ही संगणकप्रणाली प्रवेश, संपादन, देवघेव शोध, ग्रंथोपार्जन, तालिकीकरण व अहवाल या विभागात विभागलेली आहे. ही प्रणाली व्यापारी तत्त्वावर उपलब्ध होते.

४) **स्लिम :** ही सुद्धा व्यापारी तत्त्वावरील एक प्रणाली आहे. अलगोरिदम या संस्थेने ही प्रणाली विकसित केली आहे.

५) **ग्रंथालय :** इन्सडॉक यांनी ही संगणक प्रणाली तयार केली आहे. ही प्रणाली एम.एस.डॉस या पद्धतीद्वारे कार्यान्वित केली जाते. ही प्रणाली फॉक्स प्रो या संगणकीय भाषेवर आधारित आहे.

६) **लिबसिस :** ही संगणक प्रणाली बहुतेक विद्यापीठ ग्रंथालये, शैक्षणिक संस्था व त्यांची ग्रंथालये, यासाठी कार्यरत आहे. ही प्रणालीसुद्धा व्यापारी तत्त्वावर उपलब्ध होते.

७) **संजय :** डेसिडॉक या संस्थेने निस्साटच्या मदतीने ही संगणक प्रणाली तयार केली आहे. ही प्रणाली सी.डी.एस / आय. एस. आय. एस. २१३ चे विकसित रूप आहे.

संगणकीय जाळी –

संगणकीय जाळे म्हणजे दोन किंवा अनेक संस्थांमधील साधनांचा विकास करणे आणि त्यांच्या सभासदांना चांगल्या सुविधा व सेवा उपलब्ध करून देण्यासाठी

केलेला एकत्र प्रयत्न असे म्हणता येईल. हा एक साधन वाटणीचाच प्रकार आहे. जाळे हे एक व्यवस्था किंवा प्रशासन याचे स्वरूप आहे. या स्वरूपामुळे ज्यांनी एकत्र काम करणे किंवा साधन वाटणी करण्याचे मान्य केले आहे, अशा गटातील व्यक्तीची किंवा संस्थांची एक साखळी निर्माण केली जाते. ही साखळी म्हणजेच संगणकीय जाळे.

सध्या माहितीचे जाळे ही कल्पना फार लोकप्रिय आहे. या माहितीचे जाळे स्वयंसेवी रचनेवर आधारित आहे. अनेक ग्रंथालयांकडून साधन वाटणीतून माहितीचा परिणामकारक वापर व्हावा हे या माहिती जाळ्याचे उद्दिष्ट आहे. अशा तऱ्हेच्या प्रयत्नांमुळे ग्रंथालयीन सेवेत गुणात्मक बदल होत आहेत. सभासद संस्था आणि सभासद यांच्यामध्ये माहितीचा प्रवाह विकसित करण्याचे काम हे माहिती जाळे करते.

या संगणकीय माहिती जाळ्यासाठी खालील गोष्टी आवश्यक ठरतात.

१) सर्व सभासदांमध्ये आर्थिक व व्यवस्थापकीय बांधीलकी असणे.
२) सर्व सभासदांमध्ये धोरणे, ध्येये, कार्ये, नियम याविषयी एकवाक्यता असणे.
३) सभासदांना दिलेली भूमिका, काम यासंबंधी मार्गदर्शक तत्त्वे असणे.
४) माहिती संग्रह, माहितीचा साठा आणि तिची प्रतिप्राप्ती या संबंधात सर्वसाधारण प्रमाणके विकसित करणे.
५) माहितीच्या निवडीसंबंधी मार्गदर्शक तत्त्वे असणे.
६) एकत्रितपणे साधनांचा विकास करणे, उदा. सहकारी ग्रंथोपार्जन.
७) केंद्रीय ग्रंथसूचीय संचिका तयार करणे.
८) प्रतिसादाच्या दृष्टीने मूल्यमापन पद्धती निर्माण करणे.
९) प्रशिक्षणाचे कार्यक्रम आखणे.

हार्डवेअर आणि सॉफ्टवेअरची निवड (Selection of Hardware and Software) : संगणकीकरणाकरिता हार्डवेअर व सॉफ्टवेअरची निवड करताना काळजी घेणे आवश्यक आहे, कारण त्यामुळे संगणकीकरणाच्या कामात येणारे बरेचसे अडथळे कमी होणेसाठी मदत होऊ शकते; म्हणून हार्डवेअर व सॉफ्टवेअरच्या निवड व मूल्यमापनाकरिता पुढील निकषांचा विचार करणे अत्यावश्यक आहे.

१) लवचिकता (Flexibility) : बदलत्या परिस्थितीनुसार कार्य करण्यासाठी तसेच बदलांचे व्यवस्थापन त्वरित अमलात आणण्यासाठी हार्डवेअर

व सॉफ्टवेअरची लवचिकता विचारात घेणे आवश्यक आहे.

२) खर्च (Expenses) : हार्डवेअर व सॉफ्टवेअरची किंमत तसेच त्यावरील खर्च हा अंदाजपत्रकीय निधीनुसार असावा व त्यामध्ये प्रशिक्षण, देखभाल, अद्ययावतता आणि जोडणी खर्च समाविष्ट असावा.

३) वाचकाभिमुखता (Compatibility) : हार्डवेअर व सॉफ्टवेअर हे वाचकाभिमुख असावेत. तसेच नवीन वापर करणाऱ्यास हाताळता येण्याइतपत सोपे असावेत.

४) अद्ययावतता व सुधारणा (Updation and Maintainance) : हार्डवेअर व सॉफ्टवेअर युग हे पुरवठादाराने ठराविक कालावधीनंतर ते अद्ययावत ठेवण्याकरिता आणि तंत्रज्ञानातील बदलानुसार सुधारित उत्पादन पुरविणे आवश्यक ठरते.

५) डॉक्युमेंटेशन (Documentation) : डॉक्युमेंटेशन हे सॉफ्टवेअर व हार्डवेअर प्रणालीचा मुख्य कणा असून त्यामध्ये सॉफ्टवेअर व हार्डवेअरची रचना, जोडणी तसेच प्रणाली प्रभावीरीत्या वापरण्यास मार्गदर्शक सूचना याविषयीची माहिती स्पष्ट असावी.

६) योग्यता (Perfection) : वापरणाऱ्याच्या गरजानुरूप हार्डवेअर व सॉफ्टवेअरची रचना व योग्यता असावी. याकरिता पुरवठादाराने हार्डवेअर व सॉफ्टवेअरचे प्रात्यक्षिक साहित्य पुरविणेपूर्वी देणे गरजेचे आहे.

७) नावलौकिक (Reputation) : सॉफ्टवेअर व हार्डवेअरची खरेदी करणेपूर्वी पुरवठा करणाऱ्या कंपनीचा लौकिक, क्षेत्रातील अनुभव इ. गोष्टी विचारात घेणे अत्यावश्यक आहे.

८) वार्षिक देखभाल करार (Maintaince Contract) : सॉफ्टवेअर व हार्डवेअरच्या अखंड व कोणत्याही अडचणींशिवाय वापराकरिता 'वार्षिक देखभाल करार' करणे हितावह ठरते.

९) प्रशिक्षण (Training) : पुरवठादार कंपनीने हार्डवेअर व सॉफ्टवेअरच्या वापराबाबत प्रशिक्षण देणे अत्यावश्यक आहे.

ऑनलाईन पब्लिक अ‍ॅक्सेस कॅटॅलॉग (O.P.A.C.)

उपयोजकांच्या दृष्टीने पत्र तालिकेपेक्षा उपयोगी ठरणारी अधिक तालिकीकरणाची ही रचना आहे. ही तालिका अनेक प्रकारांनी उपयोजकांला

त्याच्या शोध कार्यात मदत करते. मार्गदर्शन करते.

सध्या ऑनलाईन ग्रंथालयीन जाळी तालिकीकरणाची वाटणी करू शकतात. ओसीएलसी पद्धती लायब्ररी ऑफ काँग्रेस मार्क तालिकीकरणाची आधारभूत माहिती सहभागी ग्रंथालयांना देते. मार्क वर ग्रंथसूचीय नोंदी ही ग्रंथालये करू शकतात. ओ.सी.एल.सी.चे उपयोजकांना त्या ग्रंथसूचीय नोंदी मॅग्नेटीक फितीवर नोंदविण्यास सांगितले जाते. अनेक विद्यापीठे, विशेष ग्रंथालये व सार्वजनिक ग्रंथालये यांनी पत्र तालिका तयार करण्याचे थांबविले आहे. आणि मायक्रोफिश (सूक्ष्मपट) तालिकेकडे वळले आहेत.

ओपेक म्हणजे अशी संगणकीय तालिका की जी उपयोजकाला त्याच्या माहितीचा शोध रिमोट टर्मिनल द्वारा घेता यावा म्हणून तालिकाविषयाची अनेक वैशिष्ट्ये दाखवून देते.

तालिकेला पुरवणी म्हणून ओपेक ही तालिका सर्वसमावेशक शोधासाठी मार्गदर्शन करू शकते. त्यामुळे उपयोजकाला एकापेक्षा अनेक ठिकाणी शोध घेण्याची संधी मिळते.

ही तालिका ग्रंथालयाच्या संग्रहामध्ये इतर तालिकेद्वारा प्रवेश देते. उदा. लेखक तालिका, शीर्षक तालिका, विषय तालिका, वर्गीकृत तालिका इत्यादी याशिवाय ग्रंथोपार्जनाची शीर्षके, साहित्य राखून ठेवणे (reservation) वैयक्तिक निवडक माहिती प्रसारण, विलंब, स्मरणपत्रे, इत्यादी गोष्टी इ-मेलद्वारा विनंती केल्यास पुरवू शकते. या तालिकेतील ऑन लाईन प्रवेश हा ग्रंथालयीन कर्मचाऱ्यांच्या सोयीसाठी व ऑफ लाईन उदा. मायक्रोफिश. तालिका उपयोजकांसाठी असे करावे लागते.

अरनेट (ERNET) एज्युकेशन अँड रिसर्च नेटवर्क भारत सरकारच्या इलेक्ट्रॉनिक विभागाने इ. स. १९८६ मध्ये या जाळ्याची स्थापना केली. शिक्षण आणि संशोधन या क्षेत्रातील हे पहिलेच व महत्त्वाचे जाळे होय. या जाळ्यावर इंटरनेट विषयीची जागरूकता वाढविण्याची जबाबदारी आहे.

या जाळ्यामध्ये कार्यासाठी बरीच तंत्रे वापरलेली आहेत. उदा. एम. टी. एन. एल.,च्या भाडेतत्त्वावरच्या तारा, स्थानिक विशिष्ट परिसरांतर्गत जाळे, रेडिओशी संबंध इत्यादी.

भारतातील शैक्षणिक व संशोधन क्षेत्रात काम करणाऱ्या संस्था किंवा व्यक्ती यांना एकमेकांच्या संपर्कात आणणे या जाळ्यामुळे शक्य होते. यासाठी "युनायटेड नेशन्स डेव्हलपमेंट प्रोग्रॅम"चे आर्थिक साहाय्य मिळते. यामध्ये

भारतातील तंत्रविज्ञान प्रशिक्षण संस्था, बेंगलोरची विज्ञान विषयक संस्था, तंत्रज्ञान व विज्ञान विषयक राष्ट्रीय केंद्र ह्या संस्था समाविष्ट आहेत.

देशभर संगणकीय जाळी निर्माण करणे, शैक्षणिक व संशोधन करणाऱ्यांना एकमेकांच्या संपर्कात आणणे आणि या क्षेत्रातील संशोधन कार्यक्रमांना सहकार्य करणे ही अरनेटची उद्दिष्टे आहेत.

निकनेट (Nicnet)

नॅशनल इन्फरमेशन सेंटर नेट.

या जाळ्याची स्थापना नॅशनल इन्फरमेशन सेंटरने केली आहे. सुरवातीला निर्णयाच्या संदर्भात शासनाच्या वेगवेगळ्या विभागात परस्पर संबंध प्रस्थापित करण्यासाठी या जाळ्याचा उपयोग केला गेला. यामध्ये नवीन संगणकीय जाळ्यांचा व तंत्रज्ञानाचा वापर माहितीचे आदानप्रदान योग्य रीतीने होण्यासाठी केला गेला. केंद्र व राज्ये, राज्ये व जिल्हा, वेगवेगळे विभाग, केंद्रे व राज्याचे मंत्री आणि जनता यांच्यामध्ये माहितीचे आदान प्रदान व्हावे हे या जाळ्याचे मुख्य उद्दिष्ट आहे.

उद्दिष्टे –

१) संगणकीय कार्याच्या सुधारित पद्धती तयार करणे, त्यांचा विकास करून वापर करणे.
२) संगणकीय आधारित व्यवस्थापनाची तंत्रे अवगत करून त्यांचा वापर करण्यास प्रोत्साहन देणे.
३) माहितीच्या क्षेत्रात प्रशिक्षित कर्मचारी वर्ग तयार करणे.
४) जाळ्याद्वारे केंद्रीय शासन विभाग व मंत्रालये एकमेकांशी जोडणे.
५) नॅशनल इन्फरमेशन सेंटरच्या ४ केंद्रांशी शहरातील, जिल्ह्यातील माहिती केंद्रे जोडणे.

या निकनेटची चार विभागीय केंद्रे दिल्ली, पुणे, हैद्राबाद व भुवनेश्वर ही एकमेकांना जोडलेली आहेत. त्यानंतर राज्यपातळीवर ३२ व जिल्हा पातळीवर ४३९ केंद्रे सुरू करण्यात आलेली आहेत. या जाळ्यामुळे शासकीय संस्थांना माहितीचे योग्य संप्रेषण करणे शक्य झाले आहे. तसेच अनेक माहिती पद्धती विकसित झाल्या आहेत. उदा. हिशेब व्यवस्था, जकातकर, अंदाजपत्रक, आयात-निर्यात, आर्थिक-सामाजिक परिस्थिती, खनिजे इत्यादी क्षेत्रातील अचूक आकडेवारी व माहिती कमी वेळात उपलब्ध होते. यामुळे अनेक प्रकारचे

आधारभूत माहिती संच तयार झालेले आहेत. माहितीची प्रतिप्राप्ती सुलभ झाली आहे.

माहितीचे प्रक्षेपण, प्रसार व संप्रेषण यासाठी निकनेटची राष्ट्रीय माहिती पद्धती अस्तित्वात आली. ही राष्ट्रीय माहिती पद्धती अनेकविध प्रवेशतंत्र व सी. २०० सर्व्हिसेस मायक्रो अर्थ स्टेशनचा उपयोग यावर आधारित आहे.

या जाळ्यामार्फत इ-मेल, समाचार पत्रिका, ग्रंथसूचीय सेवा, पेटंट माहिती पद्धती, डोअरमॅट सेवा, हवामान अंदाज, दूरध्वनी मार्फत माहिती सेवा, निवडणूक माहिती इत्यादी प्रकारच्या सेवा उपलब्ध होऊ शकतात.

इन्डोनेट (Indonet)

कॉम्प्युटर मेन्टेनन्स कार्पोरेशन लि. हैद्राबाद यांनी व्यापारी तत्त्वावरील हे संगणकीय जाळे निर्माण केलेले आहे. सुरवातीला कोलकाता मुंबई आणि चेन्नई इथे आय बी एम ४३६१ हे संगणक स्थापित (कार्यान्वित) केले. नंतर दिल्ली व हैद्राबाद येथे दोन संगणक बेंगलोर अहमदाबाद व पुणे येथे प्रवेशासाठी इंडोनेट कार्यान्वित करण्यात आले. इंडोनेटची रचना आय बी एम च्या पद्धतीवर आधारित आहे. यामध्ये उपयोजकासाठी स्वतंत्र दूरध्वनी यंत्रणा समाविष्ट आहेत.

दुसऱ्या टप्प्यामध्ये सभासद संख्या वाढली. नियंत्रण बिंदू दिल्लीमध्ये ठेवून स्टार संगणकीय जाळे वापरण्यास सुरुवात झाली. इतर इन्डोनेट केंद्रासाठी पॅकेट स्विचिंग तंत्रज्ञान वापरण्यात आले.

विदेश संचार निगम लि. द्वारा इन्डोनेट आंतरराष्ट्रीय स्तरावर जोडता येते. इतर राष्ट्रातील सार्वजनिक माहिती जाळ्यासाठी मुंबई हे केंद्र स्थापन करण्यात आलेले आहे. भारतातील भौगोलिक दृष्ट्या विस्कळीत संस्था संगणकीय जाळ्याद्वारा जोडण्याची इन्डोनेटची योजना आहे. हे जाळे संगणकीय प्रणाली निर्यात करण्यास मदत करते. या जाळ्यामध्ये मोठ्या प्रमाणात वैज्ञानिक व औद्योगिक माहिती साठा आहे. तसेच माहितीची विभागणी प्रक्रिया करणारी पद्धतीही आहे. हे जाळे मुख्य संगणकाशी संबंधित तंत्रज्ञाने विकसित करते. उदा. संगणकीय आलेख, व्यवस्थापकीय कार्यक्रम तंत्रे इत्यादी.

कॅलिबनेट (Calibnet)

कोलकात्यातील संस्थाच्या ग्रंथालयांनी एकत्रित येण्याच्या दृष्टीने हे जाळे निर्माण करण्यात आलेले आहे. ग्रंथालयांचे संगणकीकरण आणि संगणकीय जाळे ग्रंथसूचीय साधनांचा जास्तीत जास्त वापर आणि साधन वाटणी व्हावी या

दृष्टीने हे जाळे कार्य करते. कोलकात्यातील ग्रंथालयामध्ये योग्य पद्धतीने आंतर ग्रंथालयीन सहकार्य व्हावे आणि प्रलेख वितारण व्हावे हा या जाळ्याचा मुख्य उद्देश आहे.

या जाळ्याने आपल्या कार्यासाठी 'मैत्रेयी' ही संगणक प्रणाली विकसित केलेली आहे. या जाळ्यामार्फत इ-मेलद्वारा ऑन लाईन आधारभूत माहिती संच प्रवेश, इंटरनेट, यु आर एल द्वारा सीडी रॉम साधने, ब्रिटीश लायब्ररी द्वारा संपूर्ण प्रलेखाचा मूळ मजकूर, संदेश हस्तांतर, प्रशिक्षण व सल्ला या सुविधा दिल्या जातात. याशिवाय अनेक आधारभूत माहिती संच, ब्रिटिश लायब्ररीमधील व लायब्ररी ऑफ काँग्रेसमधील चालू कालिके, नियतकालिके यांच्या माहिती संचात प्रवेश या गोष्टी शक्य होतात. तसेच या जाळ्यामार्फत पुनरावलोकन शोध घेता येतो. मूळ प्रकाशनाच्या प्रतीही या जाळ्याद्वारा उपलब्ध करून दिल्या जातात.

डेलनेट (Delnet)

डेव्हलपिंग लायब्ररी नेटवर्क.

डेलनेट हे देशातील एक लोकप्रिय जाळे आहे. ''दिल्ली लायब्ररी नेटवर्क'' हे नाव बदलून डेव्हलपिंग लायब्ररी नेटवर्क असे करण्यात आले आहे. सुमारे २०० ग्रंथालये डेलनेटचे सभासद आहेत. त्यातील ११७ दिल्लीतीलच आहे. ७२ ग्रंथालये इतर राज्यातील आहेत, तर ६ परदेशी ग्रंथालये आहेत. या जाळ्याचे मुख्य कार्यालय इंडिया इंटरनॅशनल सेंटरमध्ये होते. आता ते नवीन जागेत स्थलांतरित झाले आहे. इ. स. १९९२ मध्ये डेलनेट जाळ्याची स्थापना झाली. या जाळ्याच्या संघटन व प्रशासनासाठी एक नियंत्रण समिती आहे. या समितीमध्ये ग्रंथालयीन कर्मचारी आणि संगणकतज्ञ आहेत. या जाळ्याला निस्साट कडून अर्थपुरवठा होतो.

डेलनेटचा पहिला टप्पा इ.स. १९८८ मध्ये स्थापन झाला. ग्रंथालयांना डायल अप मोडेम पुरविण्यात आले. दुसऱ्या टप्प्यामधे माहितीचे अनेक मार्ग त्यांच्याशी जोडले गेले. यासाठी आय-नेटचा वापर केला आहे. ग्रंथालयीन साधन वाटणीला प्रोत्साहन देणे हा डेलनेटचा मुख्य हेतू-माहितीसाठा, माहितीचा प्रसार, उपयोजकासाठी संगणकीय माहिती सेवा देणे, संग्रहाचा योग्य विकास करण्यासाठी सहकार्याचे प्रयत्न करणे, अनावश्यक अनेक प्रती टाळणे असा आहे.

सभासद ग्रंथालयांनी यंत्र वाचनीय ग्रंथसूचीय आधारभूत माहिती द्यावी ह्याला डेलनेट पाठिंबा देते, तज्ज्ञांकडून ग्रंथालयीन संगणकीकरणासंदर्भात

सभासदांना तांत्रिक मदत दिली जाते. या जाळ्याने ‘‘रॅशनलायझेशन ऑफ ॲक्विझिशन ऑफ फॉरेन पिरिऑडिकल्स’’ या संबंधात एक समिती स्थापन केली आहे. यामुळे दहा करोड (million) रुपये रकमेची बचत झाली. याशिवाय ‘स्टँडर्डायझेशन कमिटी ’ही स्थापन केलेली आहे. ही समिती अनेक क्षेत्रात प्रमाणके विकसित करते. उदा. संप्रेषण आराखडा, विषय शीर्षक, ग्रंथसूचीय वर्णन इत्यादी.

डेलनेटने ४ प्रकारचे आधारभूत माहिती संच तयार केले आहेत.

१) सभासद ग्रंथालयातील ग्रंथांची सांघिक तालिका
२) चालू कालिकांची सांघिक यादी.
३) भारतीय विशेषज्ञांचा आधारभूत माहिती संच.
४) अनेक भाषिक ग्रंथांचा आधारभूत माहिती संच.

सेवा वैशिष्ट्ये –

१) डेलसिस ही संगणक प्रणाली सभासदांना वापरण्यास देणे.
२) प्रमाणके विकसित करणे.
३) आधारभूत माहिती संचासाठी ऑन लाईन सेवा.
४) इ-मेल सेवा.
५) रेफरल सेवा. यामध्ये आंतरराष्ट्रीय माहिती संच सेवा शक्य होते.
६) ऑन लाईन आंतर ग्रंथालय सेवा
७) प्रशिक्षण कार्यक्रम
८) प्रकाशने

डेलनेटने अनेक प्रशिक्षण कार्यक्रम, चर्चासत्रे व परिषदा आयोजित केल्या आहेत. जाळ्याच्या कार्यपद्धतीचा प्रसारही केला आहे.

जानेट (Janet) जॉइंट ॲकेडेमिक नेटवर्क

जानेट हे इंग्लंडमधील ग्रंथालय आणि संशोधनाचे महत्त्वाचे जाळे आहे. जॉईंट ॲकेडमिक नेटवर्क इ.स. १९८४ मध्ये अस्तित्वात आले. यापूर्वी या जाळ्यामध्ये इंग्लंडमधील छोटी वैज्ञानिक जाळी समाविष्ट होती. या जाळ्यासाठी सर्चनेटचा उपयोग केला जात होता. यातूनच पुढे ‘ जॉईंट नेटवर्क टीम ’चा आराखडा तयार झाला. यामध्येही सर्चनेट बरोबर रिसर्च कौन्सिल जाळीही एकत्रित काम करीत होती. उच्च शिक्षणाची जॉईंट इन्फरमेशन सिस्टीम्स कमिटी या जानेटला अर्थसाहाय्य देते आणि या जाळ्याचे व्यवस्थापन युके. एज्युकेशन अँड रिसर्च

नेटवर्किंग असोसिएशन करते. या जाळ्याची स्थापना कौन्सिल ऑफ कॉम्प्युटर बोर्ड फॉर युनिव्हर्सिटीज अँड रिसर्च याने केली.

जानेट हे इंग्लंडमधील संशोधन जाळे आणि ग्रंथालय जाळे यांचा एकत्रित कार्यक्रम आहे. हा कार्यक्रम अतिशय उपयोगी आहे. प्रलेखन आणि माहिती सेवा या दृष्टीनेही हा कार्यक्रम सोयीचा आहे.

उपयोजकाला सार्वजनिक संगणकीय आणि परदेशी जाळे उपलब्ध करून देणे, प्रवेश देणे, संशोधनाला-अध्यापनाला प्रोत्साहन देणे आणि या दृष्टीने देशामध्ये उच्च दर्जाची माहिती उपलब्ध करून देणे हे जानेटचे ध्येय आहे.

उपयोजकासाठी जानेट, इ-मेल सेवा, प्रलेख पुरवठा करणे, संप्रेषण सेवा, ऑनलाईन वार्षिक सेवा, ऑन लाईन तालिका सेवा. आधारभूत माहिती संच सेवा इत्यादी सेवा पुरविते. याशिवाय 'जानेटन्यूज' हे समाचार पत्र, ग्रंथालयासाठी जानेट युझर ग्रुपमधून वृत्त सेवा या नवीन सेवाही दिल्या जातात. जानेट केवळ विद्यापीठे व तांत्रिक शिक्षण देणाऱ्या संस्था यांचीच साखळी व त्यासाठी रिसर्च कौन्सिलचे अर्थसाहाय्य एवढेच नाही, तर हे जाळे स्थानिक परिसरांतर्गत जाळ्यांशीही जोडलेले आहे.

जानेट संप्रेषणाची एक पद्धती म्हणूनही कार्य करते. हे जाळे युरोप आणि अमेरिकेतील कित्येक जाळ्यांशी जोडलेले आहे. इंग्लंडमधील शैक्षणिक समाजाला मध्यवर्ती ठेवून उपयोजकाला आधारित धरून जानेट काम करते.

जानेट मधूनच सुपरजानेट विकसित झालेले आहे. पण व्यापारी तत्त्वावर जानेटची उपलब्धता नाही. इ.स. १९९२ मध्ये सुपर जानेटसाठी आर्थिक साहाय्याची योजना तयार करण्यात आली. यामध्ये प्रसारणाच्या वेगावर भर दिला होता. यामध्ये बऱ्याच मोठ्या रकमेची गुंतवणूक होती. कारण जाळ्यापासून उपयोजकापर्यंत सर्व साहित्य बदलावे लागणार होते. म्हणून सुपर जानेट २ हे इ. स. १९९५ मध्ये कार्यान्वित झाले. सुपर जानेटची गती वाढविणे, भौगोलिक दृष्ट्या जवळच्या विद्यापीठाशी महानगरांतर्गत असलेली जाळी जोडणे, ही मुख्य कार्ये होती.

ब्लेस (Blaise)

ब्रिटिश लायब्ररी ॲटोमेटेड इन्फरमेशन सर्व्हिस. ही सेवा इ. स. १९७७ पासून देण्यास सुरवात झाली. ही सेवा म्हणजे कार्यांतर्गत संगणकीय ऑनलाईन माहितीची प्रतिप्राप्ती आणि तालिकीकरण पद्धती आणि संगणकात साठा केलेली आधारभूत माहिती संच ब्युरो (संघटना) यांच्याकडून पुरविली जाते. ब्लेसमध्ये

प्रवेश करण्यासाठी सर्वसामान्य सार्वजनिक दूरसंचार माध्यमे टेलीटाईप टरमिनलने जोडलेली असतात. इंग्लंड आणि युरोपमध्ये कोठेही ही सेवा मिळू शकते, त्याचप्रमाणे दूरसंचारमाध्यमामुळे युरोपबाहेरही सेवा मिळू शकते.

संपादक पद्धती मार्क संचिकामधून नोंदी हस्तांतरणास परवानगी देते आणि त्यांचे संपादन करते. नवीन नोंदी तयार केल्या जातात आणि त्या मुख्य आधारभूत माहिती संचात नोंदविल्या जातात. त्याचप्रमाणे स्थानिक माहितीही नोंदविली जाते.

ओ. सी. एल. सी. (O.C.L.C.)

ऑन लाईन कॉम्प्युटर लायब्ररी सेंटर

हे अमेरिकेतील माहिती आणि ग्रंथालयांचे संगणक जाळे आहे. हे जगातील सर्वात मोठे जाळे आहे. हे जाळे अमेरिकेतील ग्रंथालयात उपलब्ध असलेल्या सर्व माहितीचा पुरवठा करते. इ. स. १९७१ पर्यंत ह्या सेंटरचे नाव "ओहिओ कॉलेज लायब्ररी सेंटर" असे होते.

या जाळ्याची सुरवात डब्लीन येथे इ. स. १९६७ साली झाली. राज्य स्तरीय संगणक जाळे म्हणून हे जाळे फार लोकप्रिय झाले. इ. स. १९७१ मध्ये या केंद्रा तर्फे ऑन लाईन सेवा देण्यास सुरवात झाली. या सेंटरने 'मार्क' आराखडा अवलंबिला. त्यामुळे हे जाळे जगातील एक विस्तृत माहिती जाळे ठरले आहे. इ. स. १९८० मध्ये या सेंटरचे नाव 'ऑन लाईन कॉम्प्युटर सेंटर' असे झाले.

ग्रंथालयातील सर्व कामांचे संगणकीकरण करणे, (उदा. ग्रंथ मागणी, तालिकीकरण, ग्रंथोपार्जन इत्यादी) संदर्भ ग्रंथपालासाठी प्रलेखन आणि संदर्भासाठी आंतर ग्रंथालयीन देवघेव सेवा, यासाठी यांत्रिकीकरण करणे हे या जाळ्याचे उद्दिष्ट आहे.

कार्ये –

१) ग्रंथोपार्जनाची उपपद्धती – ही Sub/Oclc या नावाने ओळखली जाते. या (सेंटर) केंद्राकडे त्यांचे सभासद ग्रंथाच्या / प्रलेखाच्या मागण्या नोंदवितात. या सर्व मागण्या हे (सेंटर) केंद्र ग्रंथविक्रेत्याकडे ग्रंथांचा पुरवठा करण्यासाठी पाठवितात.

२) नियतकालिकांचे संपूर्ण तालिकीकरण – सांघिक तालिकीकरणाची सुविधा या केंद्रामार्फत दिली जाते.

याशिवाय या केंद्रातर्फे आंतर ग्रंथालय सेवा, आधारभूत माहिती संच

मार्क, टेप, सांघिक तालिका या सुविधाही उपलब्ध करून दिल्या जातात. अमेरिकेतील ग्रंथालयांना केंद्रीय तालिकीकरण सेवा आणि ऑनलाईन संदर्भ व माहिती सेवाही मिळू शकते. चॅनेल (२०००) च्या संगणकीय आधारभूत माहिती संचाशी जोडणीमुळे या केंद्राद्वारे घरगुती माहिती सेवा मिळू शकते. यासाठी दूरदर्शन आणि दूरध्वनी ही संप्रेषणाची साधने उपयोगी पडतात. या केंद्राने स्वत:ची व्हिडिओटेक्स्ट पद्धती विकसित केलेली आहे.

इनफ्लिबनेट (Inflibnet)

विद्यापीठ अनुदान मंडळाच्या सहकार्याने इ. स. १९९१ मध्ये हे संगणकीय जाळे स्थापन झाले. हे सहकारी जाळे आहे. या जाळ्याचे ध्येय ग्रंथालय व माहिती केंद्रे, राष्ट्रीय दृष्टीने महत्त्वाच्या संस्था, संशोधन व विकास संस्था या सर्वांची जोडणी करणे आणि माहितीची हाताळणी व सेवा यामध्ये सुधारणा करणे. देशातील विद्यापीठ स्तरावरील ग्रंथालयात साधन वाटणी, साधनांचा पुरेपूर उपयोग व फायद्यासाठी एकवटलेली शक्ती यासाठी सहकार्याने काम करणे यासाठी हे जाळे कार्यरत आहे.

आराखडा

१) राष्ट्रीय केंद्र अहमदाबाद येथे आहे.

२) चार विभागीय केंद्रे आहेत.

३) विद्यापीठ, महाविद्यालय व संशोधन संस्थांची ग्रंथालये ह्या जाळ्यांच्या उपयोगाकरिता.

४) १७० विद्यापीठ ग्रंथालये, ५०० स्वायत्त महाविद्यालयीन ग्रंथालये, २०० संशोधन आणि विकास संस्था आणि १० प्रलेखन साधन केंद्रे / ग्रंथालये ही एकमेकांशी जमिनीखाली टर्मिनल्सने जोडली आहेत.

५) वरील सर्व केंद्रे, ग्रंथालये एकमेकांशी उपग्रहाच्या साखळीने जोडलेली आहेत.

६) या जाळ्याची संप्रेषण पद्धती मजबूत आहे.

ध्येय

१) सर्व विद्यापीठीय, महाविद्यालयीन व संशोधन व विकास संस्था यातील ग्रंथालये व प्रलेखन व माहिती केंद्रे यांच्यामध्ये राष्ट्रीय जाळ्याची योजना आखणे.

२) ग्रंथालयातील त्याच प्रमाणे प्रलेखन व माहिती केंद्रातील कार्य क्षमता व

ज्ञान कुशलता यांना प्रोत्साहन देणे.

३) कामासाठी रचनेसाठी आणि सेवांसाठी संगणकीकरणाची पद्धती अवलंबिणे. त्यासाठी प्रमाणकांचा उपयोग करणे.

४) देशातील कोणत्याही भागातील उपयोजकाला, ग्रंथ, नियतकालिके आणि इतर वाचन साहित्याची माहिती देणे.

५) संस्थांचे, तज्ज्ञांचे आणि कार्यक्रमांचे आधारभूत माहिती संच तयार करणे व त्याविषयी ऑन लाईन माहिती सेवा देणे.

६) साधन केंद्रे स्थापन करून त्यामार्फत प्रलेख वितरण सेवा देणे.

७) ग्रंथालयातील माहिती साधनांचा मोठ्या प्रमाणावर उपयोग होण्यासाठी कार्यक्रमांचे आयोजन करणे. उदा. आंतर ग्रंथालयीन सेवा.

८) ग्रंथालये, प्रलेखन केंद्रे, माहिती केंद्रे यांच्यातील सहकार्याला उत्तेजन देणे.

सेवा –

१) तालिका आधारित सेवा – तालिकेची वाटणी, सांघिक तालिका ऑन लाईन तालिका सेवा.

२) तालिकेचे उत्पादन – पत्र, ग्रंथ, चुंबकीय फिती, संगणकीय तबकडी व सीडी रॉम स्वरूपात केले जाते. यंत्र वाचनीय तालिकेसाठी ''मार्क' प्रमाणित नमुना आणि सी डी रॉम तंत्र वापरले जाते.

३) आधारभूत माहिती संच सेवा – यामध्ये ग्रंथसूचीय आधारभूत माहिती संच सेवा, पुनरावलोकन शोध, प्रचलित जागरूकता सेवा आणि माहितीचे निवडक प्रसारण इत्यादी सेवा दिल्या जातात.

त्याचप्रमाणे अग्रंथसूचीय माहिती उदा. विशेष तज्ज्ञांचे वा संस्थाचे चालू असलेले वा पूर्ण झाले प्रकल्प – या संबंधीची माहिती अग्रंथसूचीय आधारभूत माहिती संचातून दिली जाते.

४) प्रलेख वितरण सेवा यामध्ये आंतर ग्रंथालय सेवा, प्रलेखाचे फॅक्स द्वारा वितरण.

५) संग्रह विकास यामध्ये प्रलेखाची निवड, प्रलेखाची प्राप्ती याबाबत ग्रंथोपार्जन मार्गदर्शन करणे व मदत करणे या गोष्टी समाविष्ट आहेत.

६) संप्रेषण – यामध्ये इ-मेल, बुलेटिन बोर्ड संचिका हस्तांतर सेवा, दृक् व श्राव्य परिषदा संगणकाच्या मदतीने आयोजित करण्याची सेवा.

ग्रंथालयीन कर्मचारी वर्गाचे प्रशिक्षण सेवा.

इंटरनेट (Internet)

हे एक जागतिक जाळे आहे. या जाळ्याचे स्वामित्व कोणाकडेही नाही. कारण जगातील सर्व जाळ्यांच्या एकत्रीकरणाचा हा एक प्रयत्न आहे. या जाळ्यामध्ये अनेक प्रकारच्या संगणकीय जाळ्यांचे एकत्रीकरण आहे. या जाळ्यामार्फत जोडणी सेवा व माहिती सेवा दिली जाते. सध्या ही सेवा सर्वत्र आढळते. हे जाळे केवळ माहिती व तिच्या संप्रेषणासाठीच वापरले जाते असे नाही. तर उत्पादनांची माहिती, संगणक प्रणाली वगैरेसाठीही वापरता येते. या जाळ्याद्वारे माहितीची वाटणीही होते.

म्हणून इंटरनेट हे जाळ्यांचे जाळे आहे. तसेच ते माहितीचे जलद गतीचे तंत्रज्ञान आहे. स्वाभाविकपणे या जाळ्यामध्ये अनेक संगणक एकमेकांशी जोडलेले असतात. यामध्ये एक सर्वसामान्य भाषा व नियम अंतर्भूत असतात. उदा. ट्रान्समिशन कंट्रोल प्रोटोकॉल (लाइन नियंत्रित नियम) इंटरनेट प्रोटोकॉल (इंटरनेटचे नियम) हे जाळे माहितीचे संप्रेषण संचिका हस्तांतरण, महत्त्वाचा भाग रमतगमत डोळ्याखाली घालण्यासाठी, बुलेटिन बोर्ड वर्ल्ड वाईड वेब यासाठीही केला जातो.

संगणक हा इंटरनेटचा अविभाज्य भाग आहे. कारण संगणक इंटरनेटद्वारा माहिती प्रवेश करून देतो. ऑन-लाईन प्रवेश सेवेमुळे प्रत्येक ग्रंथालयात इंटरनेट सुविधा असणे आवश्यक ठरते. यासाठी संगणक हार्डवेअर (संगणकातील माहिती संस्करणाचे कार्य करणारा विभाग) संगणक प्रणाली, मोडेम आणि दूरध्वनी सेवा इत्यादी गोष्टी आवश्यक आहेत. डायल अप जोडणी इंटरनेटसाठी जास्त उपयोगी ठरते. त्यामध्ये मोडेम व दूरध्वनी तारा यांची आवश्यकता असते. किंवा इंटरनेट जोडणीसाठी दुसरी पॉईंट टू पॉईंट जोडणी असते.

भारतामध्ये विदेश संचार निगम लि. द्वारा शेल (Shell) अथवा टर्मिनल डायल अप या दोन तऱ्हेने जोडणी केली जाते. शेल ही जोडणी त्यामानाने कमी खर्चाची असते.

इंटरनेटसाठी माहिती संस्करणाचे कार्य करणारा विभाग खालील प्रमाणे आवश्यक ठरतो.

१) **संगणक** – आय. बी. एम. ८६ किंवा पेंटियम
२) **मोडेम** – इंटरनेट वरील सूचनांची देवाण घेवाण करणारा एक संगणकीय भाग. त्याची गती १४००० ते २८८०० बी.पी.एस.
३) इंटरनेट ब्राऊझर एस. डब्लू.

४) **आराखडा** (Programme) ज्या कंपनीतर्फे ही सेवा पुरविली जाते ती कंपनी उदा. विदेश संचार निगम लि.

५) **दूरध्वनी –** माहिती ही दूरध्वनींच्या तारामार्फत वाहून नेली जाते.

६) **सेवा पुरविणारा –** इंटरनेट सुविधांसाठी त्या संबंधित कंपनीला (संस्था) सेवाशुल्क भरावे लागते. नंतर ती कंपनी उपयोजकाला त्याचा हिशोब (account) क्रमांक व प्रवेश संकेत शब्द (Password) देते. अशा तऱ्हेने उपयोजक इंटरनेटचा सभासद होतो. भारतात ही सोय विदेश संचार निगम लि. द्वारा होते.

इंटरनेटद्वारा मिळणाऱ्या सेवा

हल्ली इंटरनेट केवळ माहितीसाठा वा माहितीची प्रतिप्राप्ती यांच्याशीच संबंधित राहिलेले नाही. इंटरनेटच्या सेवेची व्याप्ती अनेकविध क्षेत्रांमध्ये वाढली आहे. उदा. दूरध्वनी विभाग, विपणन विभाग, करमणुकीच्या कार्यक्रमाचा विभाग, त्याचप्रमाणे क्रीडा, सिने संगीत, आरोग्य, वर्तमानपत्रे, ग्रंथ, नियतकालिके, नोकरीविषयक, उद्योगधंदे आणि घरगुती गरजांच्या क्षेत्रातही इंटरनेटचा उपयोग होतो.

१) इ-मेल सेवा – इंटरनेट इलेक्ट्रॉनिक्स संदेशाची देवाण घेवाण ई-मेल द्वारा करते. या संप्रेषण सेवेमुळे उपयोजक एकमेकांशी सान्निध्यात येऊ शकतात. ही जलद गतीची सेवा आहे. या सेवेमार्फत आपण फोटो, आवाज पाठवू शकतो व मिळवू शकतो. ही सेवा आर्थिक बचतीची सेवा आहे.

२) प्रलेख किंवा संचिका हस्तांतरण – इंटरनेट संचिका किंवा प्रलेख हस्तांतरित करू शकते. ही सेवा एफ टी पी (फाईल ट्रान्स्फर प्रोटोकॉल) या नियमांच्या संचामुळे एका संगणकाकडून दुसऱ्या संगणकाकडे हस्तांतरित होते. यामुळे संगणक प्रणाली खेळ, प्रलेख, आधारभूत माहिती हस्तांतरित करता येते.

३) बुलेटिन बोर्ड सेवा – ही सेवा इ-मेल सेवेप्रमाणेच आहे. पण यामध्ये खाजगी मेल बॉक्स असत नाही. एकच मोठी मेल बॉक्स असते. यातील संदेश हा विशिष्ट व्यक्तीसाठी किंवा अनेक व्यक्तींसाठीही असू शकतो. युजनेट हे जाळे जगातील बुलेटिन बोर्ड सेवेसाठी इंटरनेट वापरण्यास देते. अशा तऱ्हेने इ-मेल, एफ. टी. पी., टेलनेट आणि युजनेट या सेवा इंटरनेटद्वारा पुरविल्या जातात.

४) वर्ल्ड वाइड वेब (डब्लू. डब्लू. डब्लू.) – हे उपयोजक-प्रधान जाळे आहे. जगामध्ये सर्व यंत्र प्रलेखामध्ये इंटरनेटद्वारा प्रवेश मिळविण्यासाठी हे जाळे उपयोगी पडते. हे इंटरनेट वरील एक लोकप्रिय दिशा दर्शक जाळे आहे. या जाळ्यामध्ये जगातील अगणित प्रलेख सामावलेले आहेत. या प्रलेखांना पाने

(पेज) म्हणता येईल. प्रत्येक पान हे दुसऱ्या पानाशी साखळीने जोडले जाते. उपयोजक ही साखळी (Link) लक्षात घेऊन त्या साखळीला क्लिक करतो. त्यामुळे उपयोजक त्याला हव्या असलेल्या पानात प्रवेश करतो. ही पाने आणखी इतर पानांचा संदर्भ दाखवितात. त्यावेळी हायपरटेक्स्ट (Hypertext) तयार होते. ही पाने उपयोजक त्याच्या सोयीने पाहू शकतो. यामुळे उपयोजकाला हवे असलेले पान मिळू शकते. उपयोजकाला त्या पृष्ठाचा अर्थ नीट समजतो व काही आज्ञा तयार करून पृष्ठातील मजकूर दाखविला जातो. हे सर्व ब्राऊझरमुळे शक्य होते. वेब पृष्ठे एच.टी.एम.एल. (हायपरटेक्स्ट मार्कअप लँग्वेज) मध्ये लिहिलेली असतात. ही पृष्ठे उपयोजकाला पृष्ठे निर्माण करण्यास परवानगी देतात.

५) इतर सेवा – यामध्ये जगातील विपणन, वैद्यकीय सुविधा, शैक्षणिक सुविधा, ऑन लाईन उद्योग, करमणुकीचे कार्यक्रम, क्रीडा, ग्रामीण लोकांसाठी सुविधा, भाषांतर सुविधा इत्यादी सेवा अंतर्भूत होतात.

ब्राऊझिंग ही इंटरनेटद्वारा दिली जाणारी एक गतिशील सेवा आहे. ही सेवा उपयोजकाला रिमोट संगणकामधील / माहिती साठ्यातील माहिती मिळविण्यासाठी व दाखविण्यासाठी उपयोगी पडते. उपयोजकाने मागणी केली नाही, तरी ही माहिती रिमोट संगणक त्याला प्राप्त करून देतो.

माहितीचे ब्राऊझिंग

माहितीच्या साठ्यात वेगाने पडणाऱ्या माहितीमुळे मानवी प्रयत्नातून माहितीचे ब्राऊझिंग होणे कठीण जाते. त्यासाठी यंत्राची आवश्यकता भासते. हे काम एका संगणकाकडून शक्य होत नाही. त्यासाठी काही संगणकीय योजना आराखडा (programme) असणे आवश्यक ठरते. म्हणून इतर संगणकांशी यंत्रद्वारा संबंध जोडून इंटरनेटवर विशिष्ट माहितीचा शोध घेता येतो. या यंत्रणेला सर्च टूल / सर्च इंजिन असे म्हणतात. या सेवेला शोध सेवा म्हणतात.

माहितीचा प्रचंड साठा, त्या साठ्यामध्ये असलेली अगणित अनेकविध माहिती, त्यामुळे माहिती साधनांचे व्यवस्थापन कठीण होत आहे. यातून इंटरनेटच्या साधनांचे तालिकीकरण ही कल्पना अस्तित्वात आली. यामध्ये प्रलेखन व माहिती विषयी माहिती संचातील माहिती सविस्तरपणे या साधनांच्या तालिकीकरणात दिलेली असते. माहिती विषयक संचाची माहिती असे याला म्हणता येईल. यालाच मेटा डेटा म्हणतात.

या मेटा डेटामध्ये संस्थेशी संबंधित मुख्य माहिती असते. उदा. संस्थेची उद्दिष्टे, हेतू वगैरे आणि त्या संस्थेशी जोडणारी साखळी, त्याचप्रमाणे त्याच्याशी

संबंधित माहिती संच, त्यांचे वर्णन असते. उदा. हेतू, स्वरूप व व्यवस्थापन इत्यादी.

मेटा डेटा मुख्य माहिती संचांची माहिती देतो. इतकेच नाही तर माहिती संच निर्माण करणाऱ्यांना माहितीची वाटणी करण्यास मदतही करतो.

सर्च इंजिन (Search Engine) : सर्च इंजिनद्वारे आपण आवश्यक असणारी माहिती इंटरनेटद्वारे मिळविण्याकरिता हव्या त्या संकेतस्थळ पत्त्यावर पोहचून मिळवू शकतो. याकरिता आपणास आवश्यक माहितीचा 'किवर्ड' सर्च इंजिनच्या शोधकक्षात टाकून माहिती मिळवू शकतो.

इंटरनेटच्या मायाजालातून हवी ती माहिती शोधून देणारी प्रणाली म्हणजे 'सर्च इंजिन' होय.

स्पायडर म्हणजेच प्राऊलर जो प्रत्येक पानावर किंवा संकेतस्थळाच्या प्रातिनिधिक पानावर जाऊन तेथील माहिती शोधून काढतो. सामान्यपणे संकेतस्थळाची शीर्षके आणि इतर महत्त्वाचे शब्द पाहून ते कोठे सापडतील याची नोंद 'स्पायडर' करतो.

सर्च इंजिन	**साईट ॲड्रेस**
Google	www.google.co.in
Yahoo	www.yahoo.com
Excite	www.excite.com
Altavista	www.altavista.com
Hot Bot	www.hotbot.com

मेटासर्च इंजिन : सर्च इंजिनच्या वाढीमुळे मेटासर्च टूल्स तयार करण्याची गरज निर्माण झाली. अनेक सर्च इंजिन्स देखील अस्तित्वात आहेत. त्यांना 'मेटासर्च इंजिन' असे म्हणतात; तसेच यांनाच 'पॅरलल सर्च इंजिन्स' 'मेगा सर्च इंजिन्स किंवा कंबाईंट सर्च इंजिन्स' असेही म्हटले जाते.

मेटा सर्च इंजिन्स आपले शोधप्रश्न इतर अनेक लोकप्रिय सर्च इंजिन्सकडे पाठवितात व त्यामुळे आपल्या संदर्भाचा शोध एकाचवेळी अनेक सर्च इंजिन्सद्वारे घेतला जातो.

मेटाडाटा (Metadata) : मेटाडाटा म्हणजेच डेटाविषयी असणारा डेटा किंवा माहितीची अशी रचना जी माहितीचे व्यवस्थापन व वापर करण्यास उपयुक्त ठरते, त्यास 'मेटाडेटा' असे संबोधले जाते.

'असोसिएशन फॉर लायब्ररी कलेक्शन ॲन्ड टेक्निकल टास्क फोर्स ऑन

मेटाडेटा' यांच्या मते, मेटाडेटा हा रचनाबद्ध आणि संकेतन केलेला असा डेटा असतो जो माहिती अस्तित्व असलेल्या वस्तुंच्या वैशिष्ट्यांचे असे वर्णन करतो, जे त्या वस्तूंची ओळख, शोध, मूल्यांकन आणि व्यवस्थापन याकरिता साहाय्यभूत ठरते.

डब्लिन कोर मेटाडेटा घटकांच्या संचामध्ये पूर्वी १३ घटक समाविष्ट होते. यामध्ये सुधारणा होऊन १५ घटक समाविष्ट करण्यात आले व हा संच सर्वांत जास्त प्रगत समजला जाऊ लागला.

डिजीटल ऑब्जेक्ट आयडेंटीफायर (DOI) : 'डिजीटल ऑब्जेक्ट आयडेंटीफायर' हा एक कायमस्वरूपी वेब फाईल किंवा इतर इंटरनेट प्रलेखांना दिलेला आयडेंटीफायर म्हणजेच ओळखदर्शक असतो की, जो त्यांचा इंटरनेट अ‍ॅड्रेस बदलला तर वापरकर्त्यांना त्यांच्या नवीन अ‍ॅड्रेसकडे मार्गदर्शित करतो. या पद्धतीचा शोध 'असोसिएशन ऑफ अमेरिकन पब्लिशर्स' यांनी 'कॉर्पोरेशन फॉर नॅशनल रिसर्च इनिशिएटिव्हज्' यांच्या सहकार्याने लावला. सध्या त्याचे प्रशासन इंटरनॅशनल DOI फाऊंडेशनद्वारे पाहिले जाते. केंद्रितस्वरूपामध्ये व्यवस्थापन केल्या जाणाऱ्या निर्देशिकांना DOI दिला गेल्यास नियमित इंटरनेट अ‍ॅड्रेसऐवजी अशा निर्देशकांचा पत्ता आणि DOI यांचा वापर करता येतो; म्हणजेच DOI पद्धत ही केंद्रीय व्यवस्थापकाद्वारे वेब पेज पुनर्दिशा देणारी एक योजना आहे. उदाहरणार्थ : 10-1002/ISBNJO-471-58064-3 यामध्ये 10-1002 हा निर्देशिका दर्शवितो, आणि नंतर येणारा DOI चा भाग हा प्रकाशित झालेल्या एका विशिष्ट पुस्तकांचा ISBN क्रमांक आहे. '३' हा पुस्तकातील प्रकरण किंवा एखादा विशिष्ट भाग दर्शवितो.

DOI हा एखादे विशिष्ट वेबपेज किंवा निर्देशिकेतील युनिफॉर्म रिसोर्स लोकेटर (URL) यांच्याशी संबंधित असतो.

मल्टीप्लेक्झिंग (Multiplexing) : ही एक डेटा संभाषणाची प्रक्रिया असून यामध्ये वेगवेगळ्या साधनांद्वारे येणाऱ्या डेटा कॅरेक्टरला एका डेटा प्रवाहामध्ये एकत्रित करून एका संभाषण वाहिनीद्वारे त्यांचे वहन करण्याची प्रक्रिया म्हणजे 'मल्टीप्लेक्झिंग' होय.

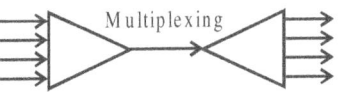

Multiplexing

याद्वारे संभाषण वाहिनीची डेटा संभाषण करण्याची क्षमता वाढवली जाते. यासाठी मल्टीप्लेक्सर नावाचे साधन वापरले जाते.

मोड्युलेशन (Modulation) : मोड्युलेशन म्हणजे डिजीटल संदेश ॲनालॉगमध्ये रूपांतर करण्याची प्रक्रिया होय. अशा प्रक्रियेसाठी मोडेमचा वापर केला जातो. टेलिफोन लाईन वापरून एका संगणकाकडून दुसऱ्या संगणकाकडे जेव्हा डेटाचे वहन करावयाचे असते. तेव्हा डेटाच्या अंकाधिष्ठित स्वरूपाचे रूपकात्मक स्वरूपात रूपांतर करावे लागते. या प्रक्रियेत डेटा रूपांतर कशा पद्धतीने होत असते. ते खालील आकृतीद्वारे स्पष्ट होईल.

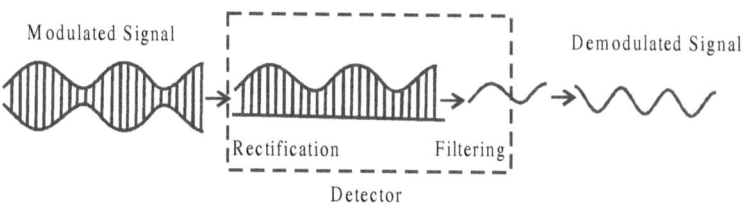

प्रोटोकॉल (Protocol) : एखाद्या संगणकाने कशाप्रकारे डेटा स्वीकारावा किंवा पाठवावा हे ठरविणाऱ्या नियमांचा आणि प्रक्रियांचा संच म्हणजे 'प्रोटोकॉल' होय. संगणक यंत्राचा एकमेकांशी संपर्क प्रस्थापित करण्यासाठी दोघांचे प्रोटोकॉल्स सारखेच असावे लागतात. या प्रोटोकॉलमध्ये गती, प्रकार आणि मायक्रोकॉम्प्युटर्सची एकमेकांशी कनेक्टिव्हिटी याबद्दलचे नियम येतात.

इंटरनेटच्या प्रमाणभूत प्रोटोकॉलला, 'ट्रान्समिशन कंट्रोल प्रोटोकॉल (TCP) /इंटरनेट प्रोटोकॉल (IP)' असे म्हणतात. हे प्रोटोकॉल एका ठिकाणावरून दुसऱ्या ठिकाणी संदेश पाठविण्याचे काम करतात.

फाईल ट्रान्सफर प्रोटोकॉल (FTP) विशिष्ट ठिकाणी असलेल्या व पाहिजे असलेल्या फाईल्स युजर्सच्या संगणकापर्यंत पोहचविण्याचे कार्य करतो.

हायपरटेक्स्ट ट्रान्सफर प्रोटोकॉल (HTTP), वर्ल्डवाईल्ड वेब (www) वर यजुर्सला हवे असलेल्या संकेतस्थळाच्या लिंक्स जोडण्याचे कार्य करतो.

स्विचिंग सिस्टिम : भौगोलिकदृष्ट्या विखुरलेल्या अनेक संगणकांमध्ये माहितीचे सिग्नल्स वाहून नेण्याचे कार्य दूरसंभाषण नेटवर्क्सद्वारे केले जाते. या अंतर्गत स्विचिंग सिस्टिम जगभरामध्ये कुठेही संपर्क साधण्यास साहाय्यकारी ठरते.

विविध स्विचिंग केंद्रांद्वारे नियंत्रित सिग्नल्स, मेसेजेस किंवा संभाषणे प्राप्त करून ती इच्छित स्थळी पाठविण्याचे कार्य केले जाते.

राष्ट्रीय माहिती पद्धती (National Information System)

इ. स. १९७४ मध्ये आंतरराष्ट्रीय परिषदेमध्ये युनेस्कोने प्रत्येक देशाची राष्ट्रीय माहिती पद्धती असावी हे मत स्वीकारले. या योजनेला नॅटीस (Natis) असे म्हणतात. यामध्ये नियंत्रणासाठी काही केंद्रीय संस्था, राष्ट्रीय स्तरावरील पण शिस्तबद्ध उत्पादने, कार्ये आणि समस्या याच्याशी संबंधित असंख्य उद्योग आणि अनेक स्थानिक माहिती विभाग इत्यादींचा समावेश आहे. या सर्वांनी एकमेकांशी संगणकीय जाळ्याने एकत्रित जोडलेले असणे आवश्यक आहे. तसेच या जाळ्याने प्रशासकीय नियंत्रणाविना काम स्वतंत्रपणे करणे हे अपेक्षित आहे.

देशातील माहिती पद्धतीचे नियोजन व व्यवस्थापन या दृष्टीने काही गोष्टी विचारात घेणे आवश्यक ठरते. यामध्ये योजना, संबंधित देशातील लोकांची माहितीची गरज, राष्ट्रीय माहितीचे धोरण, राष्ट्रीय माहिती पद्धतीची आवश्यकता, ध्येये यासाठी ग्रंथालय कायद्याची आवश्यकता, माहिती शास्त्रासाठी समिती, संस्थांना आर्थिक साहाय्य, माहिती वितरणासाठी पोस्टांची नि:शुल्क सेवा, देशातील सर्व स्तरांतील जाळ्यांची व्यवस्था (उदा. राष्ट्रीय, राज्य, जिल्हा वगैरे) नवीन माहिती तंत्रज्ञानाचा वापर, सर्व देशांच्या राष्ट्रीय माहिती पद्धती, आंतरराष्ट्रीय संगणकीय जाळ्याशी संबंधित असणे व त्यासाठी आंतरराष्ट्रीय प्रमाणकांचा वापर करणे इत्यादी गोष्टी आवश्यक आहेत.

उद्योग व संशोधन संस्था यांना माहितीची गरज सतत असते. यासाठी अद्ययावत प्रलेखन व माहिती केंद्रे अस्तित्वात असणे आवश्यक आहे. कोणतेही माहिती केंद्र हे परिपूर्ण असू शकत नाही. कारण माहितीच्या संख्येत होणारी वाढ. सर्व प्रलेख एकत्र करणे, त्यांचे व्यवस्थापन वगैरे गोष्टी एका माहिती केंद्रांच्या कक्षेच्या बाहेर आहेत; म्हणून जगातील विविध माहिती केंद्रांतून एकमेकांच्या सहकार्याने माहिती उपलब्ध करून देणे हे ह्या दृष्टीने फायद्याचे ठरते. ''विविध पातळ्यांवर काम करणाऱ्या माहिती केंद्रांचे त्यांचे उद्देश आणि त्यांच्यातील परस्पर सहकार्याच्या दृष्टिकोनातून स्थापन झालेले जाळे म्हणजे माहिती प्रणाली.''

भारतामध्ये विज्ञान आणि तंत्रज्ञान या विशिष्ट ज्ञानशाखेसाठी ''नॅशनल इन्फरमेशन सिस्टीम फॉर सायन्स अँड टेक्नॉलॉजी (निस्साट) ही प्रणाली महत्त्वाचे

कार्य करते. युनेस्कोने युनेस्को इंटरनॅशनल सिस्टीम ऑफ सायंटिफिक अँड टेक्निकल इन्फरमेशन (युनिसिस्ट) ही योजना तयार केली.

भारतातील राष्ट्रीय माहिती प्रणाली

१) निसाट २) नॅसडॉक ३) इन्सडॉक ४) डेसिडॉक

आंतरराष्ट्रीय माहिती प्रणाली

१) युनिसिस्ट २) इनिस ३) ॲग्रीस ४) मेडलर्स ५) इन्स्पेक

निसाट (NISSAT)

नॅशनल इन्फरमेशन सिस्टीम फॉर सायन्स अँड टेक्नॉलॉजी. ही भारतातील राष्ट्रीय माहिती पद्धती इ.स. १९७५ मध्ये स्थापन करण्यात आली. एकत्रितपणे माहिती साधने व माहिती सेवा उपलब्ध करून देणे हे या पद्धतीचे ध्येय. इ.स. १९७७ पासून हा कार्यक्रम भारत सरकारच्या विज्ञान आणि तंत्रज्ञान विभागाने कार्यान्वित केला.

कार्ये –

१) प्रलेख उपार्जन – प्रत्येक वैज्ञानिक प्रकाशनाची एक प्रत नॅशनल सायन्स लायब्ररीकडे पाठविली जाते. त्यामुळे शास्त्रज्ञ त्याचा उपयोग करू शकतात. प्रकाशनांच्या अनावश्यक प्रती टाळण्यासाठी प्रलेख उपार्जन व त्याचे वितरण वेगवेगळ्या ग्रंथालयात करणे या दृष्टीने सहकार्य निर्माण करणे.

२) सांघिक तालिका – अनेक माहिती केंद्रातील प्रलेखांची सांघिक तालिका तयार करणे. त्याप्रमाणे कालिकांची, दुय्यम ग्रंथांची व अहवालांची सांघिक तालिका तयार करण्याची गोष्ट विचाराधीन आहे.

३) प्रचलित जागरूकता सेवा – माहितीसाठी लागणाऱ्या साधनांमध्ये, तंत्रामध्ये आणि सेवांमध्ये निस्साटने प्रगती केली आहे. राष्ट्रीय केंद्रे निस्साटच्या साहाय्याने प्रचलित जागरूकता सेवा व माहितीचे निवडक संप्रेषण या सेवा देतात.

४) माहितीचे निवडक प्रसारण – निस्साटच्या इन्सडॉल या संस्थेने विज्ञान आणि तंत्रज्ञान या क्षेत्रात चेन्नईच्या आय. आय. टी. संस्थेला ही सेवा पुरविण्याची तरतूद केली आहे.

५) उद्योगधंद्यांना माहिती सेवा देणे – देशातील लघु उद्योग व मोठ्या उद्योगांना विज्ञान आणि तंत्रज्ञान क्षेत्रातील संशोधन व विकास याविषयी माहिती देणे. उद्योगधंद्यांना प्रात्यक्षिक ज्ञानाची व माहितीची आवश्यकता असते. उद्योगधंदे

हे ज्ञान व माहिती प्रत्यक्ष व्यवहारात उपयोगात आणतात. म्हणून या उद्योगधंद्यांना अशी माहिती केंद्रामार्फत सहजासहजी मिळणे आवश्यक असते. एस.आय.इ.टी. ही संस्था निस्साटच्या देखरेखीखाली ही सेवा उद्योगधंद्यांना पुरविते.

६) माहितीशास्त्राचे प्रशिक्षण – माहिती तंत्रामध्ये सातत्याने होणारा विकास, त्यासाठी करावा लागणारा संगणकाचा उपयोग आणि विषयामधील अंतर्गत संबंध यांची माहिती, माहिती क्षेत्रातील कर्मचारी वर्गांना होण्यासाठी निस्साट इन्सडॉकच्या साहाय्याने प्रशिक्षण कार्यक्रम आयोजित करते.

७) संशोधन आणि माहितीशास्त्र – संशोधन हा विकासाचा पाया आहे. प्रत्येक देशात, ज्ञानाच्या प्रत्येक शाखेत संशोधन चालू असते. देशाचा विकासही संशोधनावर अवलंबून असतो. म्हणून इन्सडॉक माहिती क्षेत्रात संशोधनासाठी सुविधा उपलब्ध करून देते.

८) आंतरराष्ट्रीय सहकार्य – भारत हा आंतरराष्ट्रीय स्तरावर इतर देशांशी निस्साट द्वारा सहकार्य व समन्वय करीत असतो. याशिवाय भारत युनेस्को बरोबर एफ आय डी, इनिस आणि अॅग्रीसच्या कार्यक्रमातही भाग घेत असतो.

रचना – भारत सरकारच्या विज्ञान आणि तंत्रज्ञान विभागाने निस्साटचा ''नॅशनल फोकल पॉईंट'' आरेखित केला आहे. निस्साटला सल्ला व मार्गदर्शन देण्यासाठी सल्लागार समिती, कार्यकारी समिती, महत्त्वाचे कार्य गट व तज्ज्ञ गट काम करतात. निस्साटचे काम छोट्या सचिवालयामार्फत चालते. शाखा पद्धतीमध्ये शाखा माहिती केंद्रे व स्थानिक माहिती घटक यांचा अंतर्भाव होतो. विभागीय पद्धतीमध्ये विभागीय माहिती केंद्रांचा समावेश होतो.

नॅसडॉक (NASSDOC)

नॅशनल सोशल सायन्स डॉक्युमेन्टेशन सेंटर

इ.स. १९७० मध्ये इंडियन कौन्सिल ऑफ सोशल सायन्स रिसर्च (आय. सी. एस. एस. आर.) या संस्थेने हे केंद्र स्थापन केले. पुढे या केंद्राचे नाव नॅसडॉक असे झाले. या केंद्राचे कार्यालय दिल्ली येथे आहे. देशातील सामाजिक शास्त्रातील संशोधनाला माहिती देणे हा या केंद्राचा हेतू. हे केंद्र साधनांनी सुसज्ज आहे. या केंद्राकडूनही अनेक सुविधा दिल्या जातात. या केंद्रामार्फत अनेक कार्यक्रम आणि प्रकल्प पूर्ण झाले आहेत.

१) प्रलेखन कार्य –

१) सामाजिक शास्त्रातील नियतकालिकांची सांघिक यादी

२) सामाजिक शास्त्रातील कालिकांची सांघिक तालिका
३) दिल्लीमधील ग्रंथालयातील वर्तमानपत्रांची सांघिक तालिका
४) भारतातील सामाजिक शास्त्रातील संस्था व संघटना यांची मार्गदर्शिका
५) महात्मा गांधी ग्रंथसूची
६) इंडियन सोशल सायन्स पिरिऑडिकल्सचा पूर्वानुलक्षी क्रमसंचयी निर्देश
७) क्षेत्रीय अभ्यास ग्रंथसूची
८) भाषिक ग्रंथसूची

२) निरंतर शिक्षण कार्यक्रम

१) ग्रंथालय व माहितीशास्त्रासाठी अभ्यासक्रम तयार करणे.
२) ग्रंथालये व प्रलेखन केंद्रासाठी माहिती व्यवस्थापन पद्धतीचा अभ्यासक्रम तयार करणे. सामाजिक शास्त्रातील निर्देशनासाठी संगणकाचा वापर करण्याचा अभ्यासक्रम तयार करणे.
३) कर्मचारी वर्गामध्ये परिसंवाद, चर्चासत्र घडवून आणणे.
४) साधन वाटणी

नॅसडॉक या केंद्राने राष्ट्रीय व आंतरराष्ट्रीय संस्थांशी संबंध प्रस्थापित केले आहेत. उदा. डेलनेट, ॲपिनेस (एशिया - पॅसिफिक इन्फरमेशन नेटवर्क इन सोशल सायन्सेस) इंटरनॅशनल कमिटी ऑन सोशल सायन्सेस इन्फरमेशन अँड डॉक्युमेन्टेशन. डेलनेटच्या इलेक्ट्रॉनिक मेल नेटवर्क या कार्यक्रमात हे केंद्र सहभागी आहे.

३) प्रकाशने –

१) कालिके – या केंद्राने जवळ-जवळ ११ प्रकाशने प्रसिद्ध केली आहेत. माहितीचे संप्रेषण करण्यासाठी त्यांची अनेक कार्ये, सेवा आणि योजना (उदा. प्रचलित जागरूकता सेवा, ग्रंथसूचीय सेवा, निर्देशन सेवा आणि साधन वाटणी) या दृष्टीने ही ११ प्रकाशने प्रकाशित केली आहेत. कॉन्फरन्स अलर्ट, ॲपिनेस न्यूजलेटर इत्यादी.

२) काही महत्त्वाची १०० प्रकाशने या केंद्राने प्रकाशित केली आहेत.

४) आधारभूत माहिती संच सेवा

या केंद्राने माहिती तंत्रज्ञानाच्या साधनामुळे आधारभूत यंत्र वाचनीय माहिती संच निर्माण केले आहेत. उदा. दिल्लीमधील ग्रंथालयातील नियतकालिके, या केंद्रातील प्रबंध, संशोधन अहवाल इत्यादी.

या केंद्राने युनेस्को सी डी रॉम प्रोटोटाईप निर्माण केले आहे. त्यामध्ये

खालील ६ आधारभूत माहिती संच आहेत.

१) प्रलेखाविषयी आणि प्रकाशनाविषयी युनेस्कोने दिलेले ग्रंथसूचीय संदर्भ (Unesbib)
२) जगातील शिक्षणाच्या साहित्यातील संदर्भ (Ibedocs)
३) जगातील संग्रहालय, स्मारके, स्मृती स्थळ इत्यादी. साहित्यातील संदर्भ (Icommos)
४) संशोधन संस्था आणि माहिती सेवा. सामाजिक शास्त्रातील नियतकालिके (Dare)
५) पुन्हा वापरता येण्याजोगी उर्जा साधने व त्या संबंधित संशोधन संस्था व माहिती सेवा (Engrgy)
६) युनेस्कोच्या आधारभूत माहिती संचांची निर्देशिका (Unesdata)

५) आर्थिक साहाय्य

१) प्रलेखन प्रकल्पांना मदत करणे.
२) सामाजिक शास्त्रातील नियतकालिके व नियतकालिकांच्या निर्देशनासाठी
३) ग्रंथालय आणि प्रलेखन केंद्रांना प्रलेखन कार्यासंबंधात मदत करणे.

६) प्रशिक्षण –

नॅसडॉक छोट्या कालावधीचे प्रशिक्षण कार्यक्रम आयोजित करते. हे कार्यक्रम माहिती तंत्रज्ञानाचा वापर, ग्रंथालय व प्रलेखन सेवेच्या संदर्भात असतात.

नॅसडॉक, आय.सी.एस.एस.आर.ची सशुल्क व नि:शुल्क प्रकाशने त्यांच्याच आर्थिक साहाय्याने प्रकाशित करते. उदा. आय.सी.एस.एस.आर. न्यूजलेटर, इंडियन डिझरटेशन अॅबस्ट्रॅक्स, इंडियन सायकॉलॉजिकल अॅबस्ट्रॅक्स इत्यादी.

इन्सडॉक (INSDOC)

इंडियन नॅशनल सायंटिफिक डॉक्युमेन्टेशन सेंटर

भारत सरकारने इ.स. १९५१ मध्ये या केंद्राची स्थापना केली. वैज्ञानिक आणि तंत्रज्ञान क्षेत्रामध्ये प्रलेखन सेवा देणे हा या केंद्राचा मुख्य हेतू. या केंद्राच्या स्थापनेत युनेस्कोची तांत्रिक मदत साहाय्यकारक ठरली. इ.स. १९६३ मध्ये कौन्सिल ऑफ सायंटिफिक अँड इंडस्ट्रीयल रिसर्च या संस्थेने इन्सडॉकचा दर्जा वाढविला. इन्सडॉकला स्वतंत्र संस्थेचे अस्तित्व प्राप्त करून दिले. त्यासाठी कार्यकारी मंडळ व संचालक नेमले.

कार्ये –

१) देशाला उपयोगी पडणारी वैज्ञानिक (शास्त्रीय) नियतकालिके मिळविणे.

२) शास्त्रज्ञांना व अभियंत्यांना त्यांच्या कामासाठी आवश्यक असलेल्या लेखासंबंधी माहिती, मासिक सार सेवेतून देणे.

३) केंद्रात उपलब्ध असलेल्या माहितीतून विशेष प्रश्नांची उत्तरे देणे.

४) उपयोजकाला वैयक्तिकरीत्या लेखांच्या छायाप्रती अथवा भाषांतरे पुरविणे.

५) देशातील प्रकाशित वा अप्रकाशित वैज्ञानिक अहवालांचे राष्ट्रीय संग्रहालय निर्माण करणे.

६) जगातील इतर देशांना आपल्या देशातील वैज्ञानिक काम समजून देण्यात मार्गदर्शन करणे.

कामे –

१) प्रलेख मिळवून देण्याची सेवा

२) ग्रंथसूची आणि माहिती सेवा

३) प्रतिरूप सेवा (reprography)

४) माहितीची प्रति प्राप्ती

५) शिक्षण आणि प्रशिक्षण - छोट्या कालावधीचे प्रशिक्षण कार्यक्रम

६) नॅशनल सेंटर फॉर बिब्लिओमेट्रिक्स

७) ग्रंथसूचीय सेवा

घटक –

१) रशियन सायन्स इन्फरमेशन सेंटर – इ.स. १९७१ मध्ये इन्सडॉकने रशियाच्या सहकार्याने हा प्रकल्प सुरू केला. रशियातील वैज्ञानिक आणि तंत्रज्ञान विषयक प्रकाशित साहित्य मिळविणे. ते आपल्या देशातील शास्त्रज्ञांना, विशेषज्ञांना आणि उच्च शैक्षणिक व संशोधन संस्थांना मिळवून देणे हे या केंद्राचे मुख्य काम होते.

२) नॅशनल सायन्स लायब्ररी – इ.स. १९६४ पासून हे ग्रंथालय सुरू झाले. या ग्रंथालयात विशेष साहित्य आहे. राष्ट्रीय संग्रहाच्या दृष्टीने हे साहित्य इतर शास्त्रीय ग्रंथालयात आढळत नाही. हे ग्रंथालय भारतातील शास्त्रीय प्रकाशनांचे संग्रहालयच आहे. या ग्रंथालयात शास्त्रीय नियतकालिके, विशेष उपार्जन यामध्ये परिषदांचे अहवाल, औद्योगिक आणि संशोधन अहवाल, परदेशी भाषातील प्रकाशने आहेत.

३) नॅशनल सायन्स फौंडेशन (अमेरिका) – इन्सडॉकने नॅशनल सायन्स फौंडेशनशी परकीय भाषातील शास्त्रीय प्रलेखांचे त्यांनी सोपविलेले भाषांतर काम करण्याचा करार केला आहे. हा प्रकल्प इ.स. १९६७ मध्ये सुरू झाला. याला नॅशनल सायन्स फौंडेशन अर्थसाहाय्य देते.

सेवा –

१) आशय, सार आणि छायाप्रती यांची सेवा
२) छायाप्रती सेवा
३) तालिका सेवा
४) संदर्भ सेवा
५) आधारभूत माहिती संच शोध सेवा
६) भाषांतर सेवा – देशातील व्यक्तींना वा संस्थांना परदेशी भाषांतील वैज्ञानिक आणि तंत्रज्ञान विषयक प्रलेख इंग्रजी भाषेमध्ये अनुवादित करून दिले जातात. किंवा इंग्रजी भाषेतील प्रलेख इतर परदेशी भाषांमध्ये भाषांतरित करून दिले जातात.

विभाग –

१) आधारभूत माहिती संच विभाग
२) योजना (Programme) व्यवस्थापन विभाग
३) भाषांतर सेवा विभाग
४) पणन आणि ग्राहक सेवा विभाग

प्रकाशने –

१) युनियन कॅटलॉग ऑफ सायंटिफिक सिरियल्स इन इंडिया (सध्या सी डी रॉम वर उपलब्ध)
२) नॅशनल इंडेक्स ऑफ ट्रान्सलेटर्स्
३) इंडियन सायन्स ॲबस्ट्रक्ट्स
४) ॲनल्स ऑफ लायब्ररी सायन्स अँड डॉक्युमेन्टेशन
५) डिरेक्टरी ऑफ इंडियन सायंटिफिक पिरिऑडिकल्स
६) डिरेक्टरी ऑफ सायंटिफिक रिसर्च इन्स्टिट्युशन्स
७) डिरेक्टरी ऑफ सायंटिफिक रिसर्च इन इंडियन युनिव्हर्सिटीज
८) डिरेक्टरी ऑफ करंट रिसर्च प्रोजेक्टस् इन सी एस आय आर लॅबोरेटरिज
९) डिरेक्टरी ऑफ ऑन गोईंग रिसर्च प्रोजेक्टस् इन इंडिया

१०) डिरेक्टरी ऑफ टेस्टिंग फॅसिलिटिज इन इंडिया
११) करंट लिस्ट ऑफ सोव्हिएट सायंटिफिक पिरिऑडिकल्स्
१२) रशियन सायंटिफिक अँड टेक्निकल पब्लिकेशन्स्

इतर कार्ये –

इन्सडॉकने ग्रंथालय आणि प्रलेखन या संदर्भात बरीच चर्चासत्रे आयोजित केली आहेत. तसेच या केंद्राचे युनेस्कोशी जवळचे सहकार्याचे संबंध आहेत. युनिसिस्टच्या निर्मितीमध्ये इन्सडॉकचा भाग आहे. तसेच विनिटी (Viniti) शीही हे केंद्र संबंधित आहे. हे केंद्र एफ आय डी चा राष्ट्रीय सभासद आहे.

हे केंद्र प्रलेखन व प्रतिरूप सेवा या क्षेत्रात प्रमाणके निर्माण करण्यात सहभागी आहे. आण्विक शास्त्रामधील नियतकालिकातील माहिती इनिस प्रकल्पांतर्गत भाभा अॅटोमिक रिसर्च सेंटरला पुरविण्यात इन्सडॉक मदत करते.

परदेशी संस्थाच्या वैज्ञानिक लेखांच्या सूक्ष्मफिती मिळविण्याची व आपल्याकडील वैज्ञानिक माहिती परदेशी संस्थांना देण्याची इन्सडॉकची व्यवस्था आहे.

तसेच हे केंद्र उपयोजकांचा अभ्यास, त्याचे शिक्षण, सर्वेक्षण व त्याची जागरूकता याकडे लक्ष देते.

इन्सडॉकने ग्रंथालयासाठी कॅटलॉग मॅनेजमेंट सॉफ्टवेअर पॅकेज तयार केले आहे. ही संगणकीय प्रणाली कमी खर्चाची, उपयोजकांशी मित्रत्वाचे संबंध असणारी, मेनू-ड्रिव्हन आणि एम एस डॉसची कार्यपद्धती स्वीकारून तयार केलेली आहे. छोट्या ग्रंथालयांसाठी ही संगणकीय प्रणाली उपयुक्त आहे.

डेसिडॉक (DESIDOC)

माहितीचे महत्त्व ओळखून डिफेन्स रिसर्च अँड डेव्हलपमेंट ऑरगनायझेशन (Drdo) यांनी इ.स. १९५८ साली एक सायंटिफिक इन्फरमेशन ब्युरो (S.I.B.) स्थापन केला. या मंडळाचे काम संरक्षणाविषयी शास्त्रीय आणि तांत्रिक माहिती गोळा करणे व ती संरक्षण मंत्रालय, शास्त्रज्ञांना, संशोधकांना संप्रेषित करणे. इ.स. १९६७ पासून हे मंडळ डेसिडॉक या नावाने ओळखले जाऊ लागले.

उद्दिष्टे –

१) शास्त्रीय माहिती व प्रलेखन केंद्र म्हणून डिआरडिओ आणि इतर संशोधन व विकास संस्थांना माहिती पुरविणे.

२) संरक्षणाशी संबंधित शास्त्रीय आणि तंत्रज्ञान विषयक माहिती गोळा करून ती माहिती संरक्षण शास्त्रातील क्षेत्रांना संप्रेषित करणे.

३) संरक्षण शास्त्राचे तांत्रिक व संशोधनात्मक अहवाल संग्रहित करून संग्रहालय म्हणून काम करणे.

४) इन्सडॉकच्या संपर्कात राहणे.

५) परदेशी भाषांतील अहवाल व साहित्य भाषांतरित करणे.

या कामासाठी डेसिडॉकमध्ये बरेच विभाग काम करतात. (उदा. प्रशासन विभाग, तांत्रिक विभाग, ग्रंथालय विभाग, प्रलेखन विभाग, प्रतिरूप विभाग, भाषांतर विभाग इत्यादी.)

कार्ये –

१) ग्रंथालय संग्रह – डेसिडॉकच्या ग्रंथालयात संरक्षण शास्त्राच्या दृष्टीने प्रकाशनांचा मोठा संग्रह आहे. संरक्षण शास्त्र बहुशाखीय शासन आहे. संग्रहाची संख्या लाखाने आहे. वाचकांना सुमारे ८०० नियतकालिके या केंद्रामध्ये उपलब्ध होतात.

२) प्रलेखन सेवा – डेसिडॉक केंद्रामध्ये अनेक प्रकारच्या सेवा दिल्या जातात. माहितीचे निवडक प्रसारण ही सेवा ज्येष्ठ अधिकाऱ्यांना दिली जाते. सध्या ही सेवा संगणकीय मदतीने देतात. शास्त्रज्ञांचे भारतीय व परदेशी संबंधित विषयातील पेटंटस् संबंधी लक्ष वेधण्यासाठी हे केंद्र दोन महिन्यातून एकदा ''पेटंटस् इन्फरमेशन अर्लट्स'' प्रसिद्ध करते. तसेच हे केंद्र डिफेन्स रिपोर्ट्स ॲबस्ट्रॅक्टस् मध्ये नासा (Nasa) नटीस (Ntis) आणि इतर अहवाल प्रसिद्ध करते. साहित्य शोध व विशेष विषयाच्या ग्रंथसूची हे काम डेसिडॉक करते. डेसिडॉकने सर्व डिआरडिओ ग्रंथालयातील नियतकालिकांची सांघिक तालिका तयार केली आहे. तसेच हे केंद्र ''डिआरडिओ इनफरमेशन रिट्रीव्हल सिस्टिम'' तयार करण्याची योजना कार्यान्वित करीत आहे. यामध्ये सर्व डिआरडिओ ग्रंथालयांमध्ये माहितीचे संगणकीय जाळे तयार करावयाचे आहे.

३) भाषांतर सेवा – काही परदेशी भाषांमधील प्रलेखांचे भाषांतर करण्याची सुविधा डेसिडॉकमध्ये उपलब्ध आहे. त्यासाठी त्यांनी भाषांतर पेढी तयार केली आहे. डिआरडिओला महत्त्वाचे वाटतील असे परदेशी भाषेतील शास्त्रीय लेखांचे सार इंग्रजीमध्ये तयार करून ते ही संस्था अभिसरण करते.

४) प्रतिरूप सेवा – डेसिडॉककडे प्रतिरूप सेवेसाठी दृकूश्राव्य साधने आहेत.

५) प्रशिक्षण कार्यक्रम – डेसिडॉक डिआरडिओच्या कर्मचारी वर्गाकरता छोट्या कालावधीचे प्रशिक्षण कार्यक्रम आयोजित करते. त्याशिवाय ग्रंथालय, प्रलेखन व माहिती केंद्रासाठी सल्लाही देते.

६) प्रकाशने –

१) डिफेन्स सायन्स जर्नल
२) डेसिडॉक लिस्ट
३) डेसिडॉक बुलेटिन
४) डिआरडिओ न्यूजलेटर
५) रिसर्च अँड डेव्हलपमेंट बुलेटिन
६) करंट सायंटिफिक अँड टेक्निकल रिपोर्टस्
७) करंट ॲबस्ट्रॅक्टस्
८) डेसिडॉक ॲन्युअल रिपोर्ट
९) डिफेन्स् सायन्स अँड टेक्नॉलॉजी
१०) रिसर्च अँड डेव्हलपमेंट डायजेस्ट
११) लिस्ट ऑफ अक्सेशन टू डिफेन्स सायन्स लायब्ररी
१२) लिस्ट ऑफ करंट पिरिऑडिकल्स

डेसिडॉक त्यांच्या मुख्य क्षेत्रामध्ये संगणक प्रणाली विकसित करणे, संगणकीय जाळ्यांचे आरेखन, व्यवस्थापन, प्रशिक्षण आणि चर्चासत्रे आणि माहितीच्या व्यवस्थापनाशी संबंधित गोष्टीही करू शकते.

इनिस (INIS)

इंटरनॅशनल न्यूक्लिअर इन्फरमेशन सिस्टिम

जगात अनेक माहिती पद्धती आहेत. त्यापैकी एक म्हणजे इनिस होय. ही माहिती पद्धती ॲग्रीस, डेवसिस प्रमाणेच आहे. या पद्धतीमध्ये आण्विक शास्त्रातील माहिती संग्रहित केलेली असते. इ.स. १९७० मध्ये इनिसने कामकाजाला सुरुवात केली. आय. ए. इ. ए. नी इनिसची जबाबदारी घेतली. संगणकाधारित माहिती पद्धतीमुळे आंतरराष्ट्रीय सहकार्य कसे विकसित होते याचे इनिस हे उदाहरण आहे.

आण्विक उर्जेचा उपयोग शांततेसाठी करण्यामध्ये शास्त्रीय व तांत्रिक माहितीची देवाण-घेवाण करण्यासाठी इनिस आय ए इ ए ला मदत करते. आण्विक ऊर्जा क्षेत्रातील शास्त्रज्ञांच्या व तज्ज्ञांच्या प्रशिक्षणाला उत्तेजन देणे. तसेच

शास्त्रज्ञांची, तज्ज्ञांची सुद्धा देवाण-घेवाण करणे याला इनिस प्रोत्साहन देते.

इनिस हे विकेंद्रित, अव्यापारी माहितीचे जाळे आहे. त्यात ८७ देश व १७ आंतरराष्ट्रीय व आंतर प्रशासकीय संस्था आहेत.

इनिसचे संघटन तीन पातळींवर केलेले आहे.

१) इनिस केंद्र

२) नॅशनल इनिस केंद्रे आणि आंतरराष्ट्रीय संस्थांची इनिस केंद्रे

३) इनिसचे व्यक्ती किंवा स्थानिक उपयोजक

ठळक वैशिष्ट्ये –

आंतरराष्ट्रीय माहिती प्रतिप्राप्ती पद्धती. भागीदाराशी सहकार्याधिष्ठित संप्रेषण, कमीत कमी केंद्रीकरण व जास्तीत जास्त विकेंद्रीकरण, प्रमाणके व नियमासाठी आग्रह, संगणकाधारित पद्धती, प्रलेख प्रतिप्राप्ती पद्धती, विषयाच्या निर्देशनासाठी शब्दकुलकोशाचा उपयोग, निर्देशन व सारात्मक सेवा, यंत्र वाचनीय पद्धती ही इनिसची टळक वैशिष्ट्ये आहेत.

सेवा –

१) प्रलेख वितरण सेवा – विकसित देशांना ही सेवा उपयुक्त आहे. ज्यांना पूर्ण मूळ मजकुराच्या प्रति मिळविण्यात अडचणी येतात ते इनिस ॲटोमिंडेक्सला सांगतात. इनिस या प्रती सभासद राज्यांना उपलब्ध करून देते. यासाठी ग्रंथाची साहित्याची इनिसच्या फोटोग्राफिक विभागातर्फे सूक्ष्मफिल्म बनविली जाते.

२) प्रलेख प्रतिप्राप्तीसेवा – इनिसच्या राष्ट्रीय केंद्राची माहिती संप्रेषणाची स्वत:ची अशी पद्धती आहे. ती इनिसच्या फलित (out put) वर आधारलेली आहे. ही केंद्रे प्रचलित जागरूकता सेवा आणि माहितीचे निवडक प्रसारण या सेवा देतात.

३) ऑन लाईन सेवा – उदा. चुंबकीय फिती फक्त इनिसच्या सभासद राज्यांना मिळतात. आधारभूत माहिती संच हा आय अे इ ए च्या कार्यालयात ऑन लाइन शोध पद्धतीने उपलब्ध होतो. येथील आधारभूत इनिसच्या किएन्ना माहिती संचाची जोडणी दूरध्वनी, टेलेक्स किंवा 'टिमनेट' (TYMNET) या संगणकीय जाळ्यामुळे मिळू शकते.

४) विषय शीर्षकासाठी शब्दकुलकोशाचा वापर केला जातो. इनिसच्या शब्दकुलकोशानुसार इनिस विषय निर्देशन नियंत्रित केले जाते. इनिसच्या

शब्दकुलकोशात नवीन संज्ञांची भर घातली जाते. काळाप्रमाणे त्यात बदल केले जातात किंवा संज्ञा काढून टाकल्या जातात. यासाठी अनुभव व साहित्य निर्मितीचे प्रमाण (Literary warrent) उपयोगी पडते. हा शब्दकुलकोश यंत्र वाचनीय स्वरूपाचा आहे. हा शब्दकुलकोश एक महत्त्वाचे निर्देशनाचे साधन आहे, यामध्ये अणुभौतिक शास्त्र व अणुभट्टीचे तंत्रज्ञान सखोलपणे समाविष्ट केलेले आहे.

५) भारत हा इनिसच्या सर्व कार्यात सहभागी आहे. भारतातील भाभा अॅटोमिक रिसर्च सेंटर मधील ग्रंथालय आणि माहिती सेवा विभाग हा इनिसच्या कार्यासाठी राष्ट्रीय केंद्र म्हणून मान्यता प्राप्त आहे.

अॅग्रीस (AGRIS)

अॅग्रीकल्चरल इन्फरमेशन सिस्टिम

युनायटेड नेशन्सच्या द फूड अँड अॅग्रीकल्चरल ऑर्गनायझेशन (FAO) माहिती संग्रह, ग्रंथवर्णन आणि शास्त्रीय व तांत्रिक माहितीचे संप्रेषण यात सतत कार्यमग्न असते. ही माहिती शेती, वन, मासेमारी आणि ग्रामीण विकास, आहार शास्त्र या बाबतीत सभासद राष्ट्राशी संबंधित असते. अॅग्रीस ही एक माहितीची पद्धती आहे. ही पद्धती इ. स. १९७५ मध्ये काम करू लागली, (FAO) एफअेओच्या पाठिंब्याने ही पद्धती कार्य करते.

हेतू – अॅग्रीस पद्धतीचा मुख्य हेतू शेतीविषयक सर्वसमावेशक माहिती जगातील राष्ट्रांना देणे. हे सर्व काम सहाकार्याने करावयाचे आहे. त्यामुळे या क्षेत्रातील वाया जाणाऱ्या गोष्टी टाळता येतील. विकसनशील देशातील आंतरराष्ट्रीय गरजा ओळखणे आणि त्या देशांतील शस्त्रीय व तांत्रिक कर्मचारी वर्गाला मदत करणे. हा अग्रीसचा हेतू आहे.

संघटन – अॅग्रीस ही सहकार्याधिष्ठित माहिती पद्धती आहे. १४० राष्ट्रे, २५ विभागीय व आंतरराष्ट्रीय केंद्रे मिळून अॅग्रीस तयार झाली आहे. अॅग्रीस / कॅरीस कोऑरडिनेटिंग सेंटर, लायब्ररी आणि डॉक्युमेन्टेशन सिस्टिम डिव्हीजन एफ अेओ रोम ही माहिती पद्धतीची व्यवस्था पाहतात. व्हिएन्ना येथील इनिस केंद्रातील संगणक व संगणकीय प्रणालीचा अॅग्रीस उपयोग करते.

ठळक वैशिष्ट्ये – आंतरराष्ट्रीय सहकार्य, जास्तीत जास्त विकेंद्रीकरण व कमीत कमी केंद्रीकरण, माहिती शास्त्रात प्रमाणके व नियम यांचे आरेखन, संगणकाधारित माहितीची प्रतिप्राप्ती, प्रलेख प्रतिप्राप्ती पद्धती, निर्देशन आणि सारात्मक सेवा, माहितीच्या प्रक्रियेसाठी आधुनिक तंत्रांचा वापर.

सेवा – ॲग्रीसचा आधारभूत माहिती संच बराच व्यापक आहे. व्हिएन्ना मधील ॲग्रीस प्रक्रिया विभागाद्वारे या माहिती संचातील माहिती सहभागी राष्ट्रांना दिली जाते. ही माहिती काही कराराद्वारे देण्यात येते. हा करार आयअेईए ची टेक्निकल इन्फरमेशन डिव्हीजन संबधित राष्ट्राशी करते.

१) ॲग्रीनडेक्स – ह्या ग्रंथसूचीत वर्तमान नोंदी असतात.

२) वर्तमान नोंदींची माहिती ॲग्रीस केंद्रांकडे मागणी प्रमाणे चुंबकीय फितीवर दिली जाते.

३) जागतिक आधारभूत माहिती संचासाठी ऑन लॉइन सेवा दिली जाते.

४) माहिती संचामधून पुनरावलोकन शोध घेणे.

५) ॲग्रीसच्या नवीन नोंदीतून उपयोजकाच्या विशिष्ट विषयाच्या माहितीसाठी निवडक प्रसारण सेवा देणे.

६) राष्ट्रीय ग्रंथसूचीमध्ये संबंधित देशातील नोंदी किंवा देशाबाहेर प्रसिद्ध नोंदी यासंबंधी माहिती देणे.

७) विषय ग्रंथसूची तयार करणे.

भारतात आयसीएआरच्या ॲग्रीकल्चरल रिसर्च इन्फरमेशन सेंटर द्वारा ॲग्रीस कार्यक्रमात भाग घेता येतो. हे राष्ट्रीय केंद्र आहे. हे केंद्र ॲग्रीसच्या पद्धतीने निर्देशन याच गोष्टींचे प्रशिक्षण देते. ॲग्रीसच्या वर्गीकरण पद्धतीमध्ये अे.इ.आर.ओ.व्हि.एसी. (AEROVAC) वापर करून वर्गीकरणाचे प्रशिक्षण दिले जाते.

सी.ए.आर.आय.एस. (CARIS) करंट ॲग्रीकल्चरल रिसर्च इन्फरमेशन सिस्टिम - ही सहकार्यावर आधारित असलेली माहिती पद्धती विकसित देशांतील चालू संशोधनाची माहिती देते. अग्लीनेट (AGLINET) ॲग्रीकल्चरल लायब्ररीज नेटवर्क - शेतीविषयक मुख्य ग्रंथालयामध्ये सहकार्यावर आधारित पद्धतीत सेवांचे व माहितीचे आदान प्रदान केले जाते. ग्रंथालयीन शेती विषयक विकासासाठी ग्रंथालयांमध्ये आंतर सेवा, प्रतिरूप सेवा, ग्रंथसूचीय माहितीचे आदान प्रदान या जाळ्यामार्फत केले जाते. प्रत्येक देशातील वा विभागातील शेतीविषयक मुख्य ग्रंथालये या जाळ्यामध्ये समाविष्ट आहेत.

मेडलरर्स

मेडिकल लिटरेचर ॲनालिसिस अँड रिट्रिअेव्हल सिस्टिम

युनायटेड स्टेटस् नॅशनल लायब्ररी ऑफ मेडिसिन यांनी "इंडेक्स मेडिकस"

(Index medicus) हे प्रकाशन प्रकाशित करण्यास सुरवात केली होती. इ. स. १९६४ पासून संगणकीय पद्धती मेडलरस् 'इंडेक्स मेडिकस' प्रकाशित करण्यासाठी स्थापन केली.

(मेश) एम.इ.एस.एच. (Mesh) (मेडिकल सब्जेक्ट हेडिंग्ज) च्या नियंत्रित शब्दसंग्रहानुसार २२०० नियतकालिकांचे निर्देशन या पद्धतीमध्ये केले जाते. तितकीच नियतकालिके चाळली (Scan) जातात. प्रत्येक प्रलेखाला तेरा मुख्य संज्ञा (Key words) दिलेले आहेत. हा वैद्यकीय साहित्याचा आधारभूत माहिती संच 'नॅशनल लायब्ररी ऑफ मेडिसिन' मध्ये उपलब्ध आहे.

सेवा –

ऑनलाईन प्रतिप्राप्ती पद्धती 'मेडलाईन' ही इ. स. १९७१ पासून अस्तित्वात (टीमनेट) आली. टाइमनेट (TYMNET) द्वारा यामध्ये प्रवेश मिळू शकतो.

मेडिकल लायब्ररी नेटवर्क (MLN) हे जाळे अमेरिकेतील आरोग्य शास्त्र ग्रंथालयासाठी राष्ट्रीय साधन म्हणून सेवा देते. यामध्ये ४०० बेसिक युनिट लायब्ररीज, १२५ साधन ग्रंथालये व ७ विभागीय वैद्यकीय ग्रंथालये समाविष्ट आहेत.

ऑफिस ऑफ कॉम्प्युटर अँड कम्युनिकेशनस् सिस्टिमस् (OCCS) ह्या पद्धती एमएलएन (Medical Library Network) च्या गरजा पूर्ण करण्यासाठी बायोमेडिकल माहितीचे संप्रेषण, ग्रंथालय पद्धतीचे कार्य, माहितीची व्यवस्थापन पद्धती, कार्यालयाचे संगणकीकरण इत्यादी संबंधात माहिती पुरवितात. याच्या चार शाखा आहेत.

१) विकास शाखा २) सेवा विभाग ३) पद्धती विभाग ४) संगणक सेवा

स्पेशल इन्फरमेशन सर्व्हिसेस (S.I.S.) ह्या सेवा टॉक्सिकोलॉजी इन्फरमेशन प्रोग्रॅम (TIP) पासून देण्यात सुरवात झाली. या एसआयएस सेवा मध्ये -

१) टॉक्सलाईन (TOXLINE) टॉक्सिकॉलॉजी इन्फरमेशन ऑनलाईन
२) केमलाईन (CHEMLINE) केमिकल डिक्शनरी ऑन लाईन
३) आर.टी.इ.सी.एस. (RTECS) रजिस्ट्री ऑफ टॉक्सिक इफेक्टस ऑफ केमिकल सबस्टंसेस्
४) डिरलाईन (DIRLINE) डिरेक्टरी ऑफ इन्फरमेशन रिसोर्सेस, ऑन लाईन
५) एच.एस.डी.बी. (HSDB) हॅजारइस् सबस्टंसेस् डेटा बँक
६) सी.सी.आर.आय.एस. (CCRIS) केमिकल कारसिनोजेनेसिस रिसर्च इन्फरमेशन सिस्टिम - या विशेष सेवा पुरविल्या जातात.

मेडलाईन प्रलेख वितरण करीत नाही. तर फक्त उल्लेख व संदर्भ वितरित करतात. एन.एल.एम. आंतर ग्रंथालयीन व्यवस्थेच्या बाबतीत मेडलाईनशी जोडलेले आहे.

मेडलरर्स हा जगातील मोठा ग्रंथसूचीय आधारभूत माहितीसंच आहे. हा माहितीसंच सर्वच लोकांना उपयोगी आहे.

इनस्पेक (INSPEC)

इन्फरमेशन सर्व्हिस फॉर द फिजिक्स अँड इंजिनिअरिंग कम्युनिटी

इनस्पेक ही जगातील प्रमुख माहिती पद्धती आहे. यामध्ये इलेक्ट्रॉनिक्स् संगणक, भौतिकशास्त्र, इलेक्ट्रिकल इंजिनिरिंग आणि माहिती तंत्रज्ञान हे विषय अंतर्भूत आहेत.

ही पद्धती डिव्हिजन ऑफ द इन्स्टिट्यूशन ऑफ इलेक्ट्रिकल इंजिनियर्स, लंडन यांची आहे. इ. स. १८९८ मध्ये या संस्थेने ''सायन्स ॲबस्ट्रॅक्टस्'' या द्वारे सार पुरविण्याचे काम केले. इ. स. १९६९ पासून या संस्थेने ही सेवा संगणकाच्या मदतीने देण्यास सुरवात केली.

या माहिती पद्धतीमध्ये २५ लाखापेक्षा जास्त माहिती घटकांचे संकलन केले आहे. शास्त्रज्ञ, अभियंता, उद्योग व्यवसायातील संशोधक, शिक्षक यांना ही माहिती पद्धती वेगवेगळ्या स्वरूपात माहिती देते. संबंधित विषय तज्ज्ञाकडून माहितीची निवड केली जाते. ३००० नियतकालिके त्यातील लेखासाठी चाळली जातात. त्याशिवाय परिषदांचे वृत्तांत, प्रासंगिक प्रकाशने यांचाही समावेश या माहिती पद्धतीमध्ये केलेला आहे.

इन्स्पेक आधारभूत माहिती संच

१) सोर्स मटेरियल फॉर इनस्पेक डेटाबेस - यामध्ये जगातील विज्ञान आणि तंत्रज्ञान, इलेक्ट्रिकल, इंजिनिअरिंग, इलेक्ट्रॉनिक्स संगणक, भौतिकशास्त्र व माहितीशास्त्र इ. संबंधी माहिती समाविष्ट आहे.

२) **इनस्पेक डॉक्युमेंट प्रोसेसिंग सिस्टिम** – यामध्ये ग्रंथोपार्जन, सार निर्देशन, वर्गीकरण इत्यादी गोष्टींचा समावेश आहे.

३) **द डेटाबेस** – यामध्ये प्रकाशित साहित्याचे सारांश, सार, निर्देशन, वर्गीकरण संहिता, आणि ग्रंथसूचीय तपशील या गोष्टी अंतर्भूत आहेत.

इनस्पेक खालील विषयातील सार नियतकालिके प्रकाशित करते.

१) संगणक आणि नियंत्रित सार सेवा

२) इलेक्ट्रिकल आणि इलेक्ट्रॉनिक सार सेवा

३) भौतिक शास्त्र सार सेवा.

प्रचलित जागरूकता सेवा यामध्ये १) करंट पेपर ऑन कॉम्प्युटर अँड कन्ट्रोल २) करंट पेपर्स इन इलेक्ट्रॉनिक अँड इलेकट्रिकल इंजिनियरिंग ३) करंट पेपर्स इन फिजिक्स – या सेवा दिल्या जातात. याशिवाय इनस्पेक खालील सेवा पुरविते. १) ऑन लाईन सेवा   २) चुंबकीय फिती सेवा

  ३) की ऑबस्ट्रॅक्ट सेवा   ४) क्रमसंचयी निर्देश

  ५) माहितीची निवडक प्रसारण सेवा

अशा तऱ्हेने इन्स्पेक ही वरील क्षेत्रातील एक जागतिक माहिती पद्धती आहे.

$$\boxed{\text{स्वाध्याय}}$$

१) यांत्रिकीकरण म्हणजे काय ?

  अ) यंत्र पद्धतीचे तंत्र   ब) कामाच्या पद्धतीचे तंत्र

  क) उच्च दर्जाच्या पद्धतीचे तंत्र   ड) चांगल्या पद्धतीचे तंत्र

२) यांत्रिकीकरणाचा हल्लीचा अर्थ काय ?

  अ) कोणत्याही यंत्राचा उपयोग   ब) इलेक्ट्रॉनिक यंत्रांचा वापर

  क) संगणकांचा वापर   ड) संगणकीय जाळ्यांचा वापर

३) ग्रंथालयाचे यांत्रिकीकरण म्हणजे काय ?

  अ) मुख्यत: संगणकांचा उपयोग

  ब) चुंबकीय फितीबरोबर संलग्नता

  क) संगणकाधारित उत्पादन व सेवा

  ड) वरील सर्व

४) ग्रंथालयाचे कार्य पार पाडण्यासाठी तिच्या कार्याची ओळख व हेतूचे विशेषीकरण करण्याच्या क्रियेला काय म्हणतात ?

  अ) सर्वसमावेशक नियोजन   ब) नियोजन

  क) व्यवस्थापन   ड) प्रशासन

५) ग्रंथालयाचे यांत्रिकीकरण यशस्वी होण्यासाठी कोणत्या मूलभूत गोष्टीची जरूर असते ?

अ) यांत्रिकीकरणाचे नियोजन
ब) यांत्रिकीकरणाचे सर्वसमावेशक नियोजन
क) व्यवस्थापनाच्या यांत्रिकीकरणाचे नियोजन
ड) वरील पैकी कोणतेही नाही

६) ग्रंथालयातील यांत्रिकीकरणाचे नियोजन करताना कोणत्या गोष्टीची जाण असली पाहिजे ?
अ) पूर्ण करण्यात येणारे काम
ब) काम पूर्ण करण्याची जबाबदारी ज्यांच्यावर टाकली आहे असा कर्मचारी वर्ग
क) काम पूर्ण करण्यासाठी लागणारा वेळ ड) वरील सर्व

७) ग्रंथालयाचे यांत्रिकीकरण करताना कोणती प्राथमिक गोष्ट लक्षात घेतली पाहिजे ?
अ) संगणकाची योग्य निवड ब) हार्डवेअरची योग्य निवड
क) सॉफ्टवेअरची योग्य निवड ड) वरील सर्व

८) ग्रंथालयातील अंतर्गत कार्यासाठी संगणकांचा उपयोग केला जातो ही अंतर्गत कामे कोणती ?
अ) तालिकीकरण, देवघेव, ग्रंथोपार्जन
ब) कालिक नियंत्रण, संग्रह, साठा
क) माहितीची प्रतिप्राप्ती आणि प्रसार
ड) वरील सर्व

उत्तरे – १) अ २) क ३) क ४) अ ५) ब ६) क ७) क ८) ड

९) पत्र तालिकापेक्षा ही पद्धती जास्त उपयोजकांशी मित्रत्वाचे नाते जोडणारी आहे. त्या पद्धतीला काय म्हणतात ?
अ) ऑन लाईन कॅटलॉग
ब) ऑन लाईन पब्लिक कॅटॅलॉग
क) ऑन लॉईन पब्लिक अॅक्सेस कॅटलॉग
ड) पब्लिक अॅक्सेस कॅटॅलॉग

१०) ओपेक (OPAC) म्हणजे काय ?
अ) ग्रंथालयाचा ऑन लाईन कॅटलॉग
ब) जी तालिका उपयोजकाला समजण्यास सोपी असते

क) पत्ररूप तालिकेच्या तुलनेत उपयोगी असणारी तालिकीकरण पद्धती

ड) आंतरराष्ट्रीय तालिकीकरण पद्धती

११) ओपेक (OPAC) ही कोणत्या प्रकारची तालिका आहे ?

अ) संगणकातील तालिका

ब) संगणकातील तालिका उपयोजक स्वत: तालिकेत शोध घेऊ शकतो

क) संगणकात रचना केलेली तालिका जिचा उपयोग टर्मिनल्सच्या मदतीने करता येतो

ड) अशी तालिका केवळ संगणकाद्वारे जिचा शोध घेता येतो.

१२) ओपेक (OPAC) उपयोजकाला काय उपलब्ध करून देते ?

अ) अधिक उपयोग होतो

ब) लेखकद्वारा अधिक उपयोग होतो

क) विषयद्वारा अधिक उपयोग होतो

ड) शीर्षकद्वारा अधिक उपयोग होतो

१३) ओपेक (OPAC) कोणत्या अंतर्गत स्वरूपाच्या तालिकेमार्फत अधिक माहिती उपलब्ध करून देते ?

अ) लेखक तालिका   ब) शीर्षक तालिका

क) विषय आणि वर्गीकृत तालिका   ड) वरील सर्व तालिका

१४) जाळे म्हणजे काय ?

अ) रचनेचे स्वरूप

ब) व्यक्तींच्या गटाला रचनेने जोडणे

क) व्यक्तींच्या गटांना अथवा संस्थांना रचनेने जोडणे

ड) तात्पुरती व्यवस्था

१५) अरनेट (ERNET) म्हणजे काय ?

अ) संगणकीय जाळ्यांची व्यवस्था

ब) शैक्षणिक क्षेत्रातील संगणक जाळे

क) शैक्षणिक आणि संशोधन क्षेत्रातील संगणकीय जाळे

ड) केवळ संशोधन क्षेत्रातील संगणकीय जाळे

१६) अरनेट (ERNET) हे कोणत्या देशातील संगणकीय जाळे आहे ?

अ) भारत   ब) इंग्लंड   क) अमेरिका   ड) फ्रान्स

उत्तरे –९) क   १०) अ   ११) क   १२) क   १३) ड   १४) क

१५) क   १६) अ

१७) कोणती संस्था अरनेट (ERNET) प्रायोजन करते ?

अ) इलेक्ट्रॉनिक विभाग   ब) शैक्षणिक विभाग

क) विद्यापीठ अनुदान मंडळ   ड) सीएसआयआर

१८) खालील पैकी कोणते संगणकीय जाळे शैक्षणिक ग्रंथालयाशी संबंधित नाही ?

अ) अरनेट (ERNET)   ब) इनफ्लिबनेट (INFLIBNET)

क) जानेट (JANET)   ड) निकनेट (NICNET)

१९) निकनेट (NICNET) चे संपूर्ण नाव काय ?

अ) निकनेटवर्क

ब) नॅशनल इन्फरमेशन नेटवर्क

क) नॅशनल इन्फरमॅटिक्स् सेंटर नेटवर्क

ड) नॅशनल इन्फरमेशन कंपनी नेटवर्क

२०) निकनेटचे ध्येय काय आहे ?

अ) माहितीचे आदान-प्रदान

ब) केंद्र सरकारकडून होणारे माहितीचे आदान-प्रदान

क) केंद्र आणि राज्ये यामध्ये होणारे माहितीचे आदान-प्रदान

ड) दोन राज्यामध्ये होणारे माहितीचे आदान-प्रदान

२१) डेलनेटचे नवीन नाव काय ?

अ) दिल्ली लायब्ररीज नेटवर्क

ब) दिल्ली नेटवर्क

क) डिलिव्हरी ऑफ लायब्ररीज नेटवर्क

ड) डेव्हलपिंग लायब्ररीज नेटवर्क

२२) डेलनेटला प्रोत्साहन आणि प्रायोजन कोण देते ?

अ) निस्साट   ब) यू.जी.सी.

क) सी.एस.आय.आर.   ड) दिल्ली सरकार

२३) 'बुक्स इनप्रिंट' हा राष्ट्रीय आधारभूत माहिती संच कोणी विकसित केला ?

अ) डेलनेट   ब) इन्सडॉक   क) निसाट   ड) इनफ्लिबनेट

२४) डेलनेट मार्फत पुरविल्या जाणाऱ्या प्रचालित जागरूकता सेवेचे नाव काय ?

अ) डेलसर्व्ह   ब) लिस्टसर्व्ह   क) सव्हलिस्ट   ड) सरव्हंट

२५) भारतातील विद्यापीठीय ग्रंथालयांच्या संगणक जाळ्याला काय म्हणतात ?

अ) डेलनेट ब) अरनेट

क) इनफ्लिबनेट ड) इनेट

२६) कोणत्या संस्थेने इनफ्लिबनेट या संगणक जाळ्याची रचना केली आहे.

अ) सी.एस.आय.आर. ब) इन्सडॉक

क) निस्साट ड) यू.जी.सी.

उत्तरे – १७) अ १८) ड १९) क २०) क २१) ड २२) अ २३) अ २४) अ २५) क २६) ड

२७) सरनेट (SIRNET) हे कशाचे संक्षिप्त रूप आहे ?

अ) सब्जेक्ट इन्डेक्सिंग ट्रिएव्हल नेटवर्क

ब) सायन्स ॲड रिसर्च इन्फरमेशन नेटवर्क

क) सायंटिफिक ॲड इंडस्ट्रीयल रिसर्च नेटवर्क

ड) सोशल सर्व्हिस इनव्हेस्टीगेशन ॲड रिसर्च नेटवर्क

२८) जानेट हे कोणत्या विषयाशी संबंधित आहे ?

अ) शिक्षण ब) ग्रंथालय आणि संशोधन

क) लघू उद्योग ड) विज्ञान

२९) 'जानेट' चे संपूर्ण नाव काय ?

अ) जॉइंट ॲकेडमी नेटवर्क ब) जपान नेटवर्क

क) जॉइंट नेटवर्क ड) जॉइंट असेंम्ब्ली नेटवर्क

३०) जानेट नेटवर्कचा मुख्य हेतू काय ?

अ) देशातील अभ्यास व अध्यापन यांना प्रोत्साहन देणे

ब) देशातील अभ्यास, अध्यापन आणि संशोधन यांना प्रोत्साहन देणे

क) देशातील उच्च शिक्षणाला प्रोत्साहन देणे

ड) देशातील प्राथमिक शिक्षणाला प्रोत्साहन देणे

३१) ब्लेस (BLAISE) चे संपूर्ण नाव काय ?

अ) ब्रिटिश लायब्ररी ॲटोमेटेड इन्फरमेशन सर्व्हिस

ब) ब्रिटिश लायब्ररी असोसिएशन अँड इन्फरमेशन सिस्टिम

क) ब्रिटिश लायब्ररी असोसिएशन अँड इन्फरमेशन सर्व्हिस

ड) ब्रिटिश लायब्ररी असोसिएशन इन्फरमेशन सर्व्हिस

३२) ब्लेस (BLSISE) नेटवर्क म्हणजे काय ?

अ) ब्रिटनमधील एक नेटवर्क

ब) ब्रिटिश ग्रंथालयाची माहिती सेवा

क) ब्रिटिश ग्रंथालयाची यंत्रद्वारा माहिती सेवा

ड) ब्रिटनची मुख्य आधारभूत माहिती संच सेवा

३३) जगातील सर्वांत मोठी नेटवर्क पद्धती कोणती ?

अ) इनफ्लिबनेट   ब) ओ.सी.एल.सी.

क) डेलनेट   ड) युरोनेट

३४) ओसीएलसी चे संपूर्ण नाव काय ?

अ) ऑन लॉईन कॉलेज लायब्ररी सेंटर

ब) ऑन लाईन कॉम्प्युटर लायब्ररी सेंटर

क) ओहिओ कॉलेज लायब्ररी सेंटर

ड) ओहिओ कॉलेज लिटरेचर सेंटर

उत्तरे – २७) क   २८) ब   २९) अ   ३०) ब   ३१) अ   ३२) क
३३) ब   ३४) ब

३५) ओसीएलसी हे कोणत्या देशाचे संगणक जाळे आहे ?

अ) इंग्लंड   ब) अमेरिका   क) कॅनडा   ड) जर्मनी

३६) ओसीएलसीने कोणता महत्त्वाचा विकास केला आहे ?

अ) द मार्क फॉरमॅट   ब) ऑन लाईन सर्व्हिस

क) आधारभूत माहिती संच सेवा ड) सी डी रॉम सर्व्हिस

३७) जगाच्या पातळीवर पहिले कोणते संगणकीय जाळे स्थापन झाले आहे ?

अ) आय-नेट   ब) इंटरनॅशनल नेटवर्क

क) इंटरनेट   ड) इंटर नेटवर्क

३८) कोणत्या जाळ्यामध्ये ग्रंथालयांचे आभासी ग्रंथालयात रूपांतर झाले आहे ?

अ) इंटरनेट   ब) आय नेट

क) जानेट   ड) ब्लेझ

३९) इंटरनेट कोणत्या प्रकारची माहिती देते ?

अ) प्रत्यक्ष माहिती प्रवेश

ब) अप्रत्यक्ष माहिती प्रवेश

क) ऑन लाईन ॲक्सेस ऑफ इन्फरमेशन

ड) ऑफ लाईन ॲक्सेस ऑफ इन्फरमेशन

४०) भारतामध्ये इंटरनेट सेवा कोण उपलब्ध करून देते ?
अ) डिपार्टमेंट ऑफ इलेक्ट्रॉनिक्स
ब) एन.आय.सी.
क) सी.एम.एस. लि.
ड) व्ही.एस.एन.एल.

४१) इंटरनेट जोडणीसाठी मोडेमचा वेग किती असणे आवश्यक आहे ?
अ) १४० ते २८०० बी.पी.एस.
ब) १४०० ते २८८० बी.पी.एस.
क) १४००० ते २८००० बी.पी.एस.
ड) १४००० ते २८८८० बी.पी.एस.

४२) इंटरनेट जोडणीसाठी कोणत्या घटकांची आवश्यकता असते ?
अ) पर्सनल कॉम्प्युटर (आय.बी.एम. पी. सी. ४८६ पेंटिएम)
ब) मोडेम वेग १४००० ते २८८८० बी.पी.एस.
क) दूरध्वनी जोडणी
ड) वरील सर्व

४३) उपयोजकाला इंटरनेट कोणत्या प्रकारच्या सेवा उपलब्ध करून देते ?
अ) इ-मेल आणि संचिका हस्तांतरण
ब) बुलेटिन बोर्ड डब्लू डब्लू डब्लू
क) इ-मेल, संचिका हस्तांतरण, बुलेटिन बोर्ड डब्लू डब्लू डब्लू
ड) वरील सर्व

उत्तरे – ३५) ब ३६) अ ३७) क ३८) अ ३९) क ४०) ड
४१) ड ४२) ड ४३) ड

४४) इंटरनेटच्या टपाल यादीचे नाव काय ?
अ) लिस्टसर्व्ह ब) लिस्टसर्व्हरर्स
क) डेलसर्व्ह ड) मर्व्हलिस्ट

४५) इंटरनेट संचिका हस्तांतरणासाठी कोणत्या मदतीची सुविधा उपलब्ध करून देते ?
अ) इंटरनेट प्रोटोकॉल ब) ट्रान्समिशन कंट्रोल प्रोटोकॉल
क) फाईल ट्रान्स्फर प्रोटोकॉल ड) यापैकी कोणतेही नाही

४६) बुलेटिन बोर्ड सर्व्हिस म्हणजे काय ?
अ) ही सेवा इ-मेल पद्धतीशी संबंधित असते
ब) ही सेवा म्हणजे संप्रेषण पद्धती होय
क) यामध्ये एकच मोठी टपाल पेटी असते
ड) वरील सर्व

४७) इंटरनेटमधील लोकप्रिय मार्गदर्शन साधन कोणते ?
अ) वेब ब) वर्ल्ड वाईड वेब
क) साईट ड) पासवर्ड

४८) एचटीएमएल चे संपूर्ण नाव काय ?
अ) हायपरटेक्स्ट मार्कअप लँगवेज
ब) हायपरटेक्स्ट मार्किंग लँगवेज
क) हिंदुस्थान टाइम्स मशीन लँगवेज
ड) हायपरटेक्स्ट मिडिया लँगवेज

४९) डब्लू. डब्लू. डब्लू. म्हणजे काय ?
अ) मूलत: ही एक पद्धती आहे ब) मूलत: ग्राहक सेवा आहे
क) मूलत: आराखडा सेवा आहे ड) मूलत: हा आराखडा आहे

५०) वर्ल्ड वाईड वेब मधील माहितीच्या विस्तृत संग्रहाला काय म्हणतात ?
अ) वेब पेज ब) होम पेज
क) माहिती पेज ड) सेवा पेज

५१) इंटरनेटचे सभासदत्व विदेश संचार निगम लि. कसे देते ?
अ) क्रमिक क्रमांक देऊन
ब) खाते क्रमांक देऊन
क) एका खात्याच्या नावाला संकेत शब्द देऊन
ड) संकेत शब्द ओळखला जाणे

५२) इंटरनेटची महत्त्वाची सेवा कोणती ?
अ) इ-मेल ब) माहिती सेवा
क) ऑन लाईन सेवा ड) प्रचलित जागरूकता सेवा

उत्तरे –४४) ब ४५) क ४६) ड ४७) ब ४८) अ ४९) ब
५०) अ ५१) क ५२) अ

५३) उपयोजकांना ब्राऊझिंग सेवा का दिली जाते ?

अ) रिमोट संगणकाकडून माहितीचे संप्रेषण करण्यासाठी

ब) रिमोट संगणकाकडून संचिकांची नावे न जाणून घेता माहिती पाहणे

क) कोणत्याही अडथळ्याशिवाय संगणक चालू करणे

ड) कोणत्याही अडथळ्याशिवाय माहितीची प्रतिप्राप्ती करण्यासाठी

५४) वैस (WAIS) चे संपूर्ण नाव काय ?

अ) वाईड एरिया इन्फरमेशन सर्व्हिस

ब) वाईड एरिया इन्फरमेशन पद्धती

क) वाईड एरिया एकात्मिक पद्धती

ड) वाईड एरिया इंटरनल पद्धती

५५) संगणक एका नेटवर्कची जोडणी दुसऱ्या नेटवर्कशी संचिका हस्तांतरासाठी करतो तेव्हा त्याला म्हणतात.

अ) सर्व्ह इंजिन   ब) हाय वे   क) गेट वे   ड) सुपर वे

५६) मेट्राडेटा म्हणजे काय ?

अ) आधारभूत माहितीचा संग्रह

ब) माहितीचे वर्णन करणारा आधारभूत माहिती संग्रह

क) आधारभूत माहिती

ड) सूक्ष्म स्वरूप (micro forms)

५७) मेट्राडेटाचा हेतू काय ?

अ) सर्व साधनांची तालिका

ब) काही साधनांची तालिका

क) इंटरनेटवरील सर्व साधनांची तालिका

ड) इंटरनेटवरील काही साधनांची तालिका

५८) मेट्राडेटामध्ये कोणत्या दोन प्रकारची माहिती असते ?

अ) संबंधित माहितीविषयी सूचनांचे मूलभूत स्पष्टीकरण

ब) संबंधित आधारभूत माहिती संचाचे मूलभूत स्पष्टीकरण

क) इंटरनेटमधील साधनांविषयी मूलभूत स्पष्टीकरण

ड) वरील अ आणि ब दोन्ही

५९) ज्या पद्धतीमध्ये ग्रंथसूचीय माहिती आणि मानवी ज्ञानाच्या इतर नोंदी असतात आणि ज्यामध्ये उपयोजकाला प्रवेश करता येतो ती पद्धत कोणती ?

अ) ग्रंथालय पद्धती ब) आधारभूत माहिती पद्धती
क) माहिती पद्धती ड) प्रक्रिया पद्धती

उत्तरे – ५३) ब) ५४) ब ५५) क ५६) ब ५७) क ५८) ड
५९) क

६०) माहिती केंद्राची भूमिका कोणती ?
अ) केवळ माहितीचा संग्रह करणे
ब) माहितीचा साठा आणि जतन करणे
क) माहितीचा साठा आणि प्रसार करणे
ड) माहितीचे संप्रेषण करणे

६१) भारतातील विज्ञान आणि तंत्रज्ञानाच्या राष्ट्रीय माहिती केंद्राचे नाव काय ?
अ) इन्सडॉक ब) निसाट क) डेसिडॉक ड) एनआयसी

६२) निसाट चे संपूर्ण नाव काय ?
अ) नॅशनल इन्फरमेशन सर्व्हिस इन सायन्स अँड टेक्नॉलॉजी
ब) नॅशनल इन्फरमेशन सिस्टिम इन सायन्स अँड टेक्नॉलॉजी
क) नॅशनल इंडोक्सिंग सर्व्हिस सिस्टिम अँड टेक्नॉलॉजी
ड) नॅशनल इंडियन सोशल सायन्स ॲकॅडेमी ऑफ टीचिंग

६३) भारतामध्ये निसाटने नेटवर्कमध्ये मध्यवर्ती केंद्रांचे कोणते स्तर स्थापन केले आहेत ?
अ) वाईड ओरिया, विभागीय आणि विशेष सेवा
ब) वाईड ओरिया आणि विभागीय
क) वाईड ओरिया
ड) विभागीय, स्थानिक आणि राष्ट्रीय

६४) युनेस्कोच्या कोणत्या कार्यक्रमाचा निसाट हा एक घटक आहे ?
अ)युनिसिस्ट ब) इफ्ला क) एफआयडी ड) युएनओ

६५) भारतातील ग्रंथसूचीच्या राष्ट्रीय केंद्राला कोणत्या संस्थेची मदत आहे ?
अ) निस्साट ब) इन्सडॉक
क) एनआयसी ड) डिआरटीसी

६६) नेसडॉक म्हणजे काय ?
अ) नॅशनल डॉक्युमेन्टेशन सेंटर इन सोशल सायन्सेस
ब) नॅशनल इन्फरमेशन सर्व्हिस इन इंडिया

क) इंटरनॅशनल सेंटर इन इंडिया फॉर सोशल सर्व्हिसेस
ड) इंडियन डॉक्युमेन्टेशन सेंटर इन सर्व्हिसेस

उत्तरे – ६०) क ६१) ब ६२) ब ६३) अ ६४) अ ६५) अ ६६) अ

६७) नेसडॉकला कोणाचा पाठिंबा आहे ?
अ) सीएसआयआर ब) आयसीएआर
क) आसीएमआर ड) आयसीएसएसआर

६८) विद्यापीठ अनुदान मंडळाचे वैज्ञानिक माहिती केंद्र कोठे आहे.
अ) इन्सडॉक ब) डेसीडॉक क) डिआरटीसी ड) आयआयएस

६९) इन्सडॉकचे संपूर्ण नाव काय ?
अ) इंडियन नॅशनल सायन्स डॉक्युमेन्टेशन सेंटर
ब) इंडियन नॅशनल सायंटिफिक डॉक्युमेन्टेशन सेंटर
क) इंटरनॅशनल सायन्स डॉक्युमेन्टेशन
ड) इंटरनॅशनल सायन्स डॉक्युमेन्टेशन सेंटर

७०) इन्सडॉक कोणत्या संस्थेचा घटक आहे ?
अ) निसाट ब) युनेस्को
क) युनिसिस्ट ड) सीएसआयआर

७१) भारतातील लघूउद्योग कारखान्यांच्या क्षेत्रातील राष्ट्रीय प्रलेखन केंद्राचे नाव काय ?
अ) इन्सडॉक ब) सेन्डॉक
क) सीएसआयआर ड) डीआरटीसी

७२) संरक्षण शास्त्रातील राष्ट्रीय प्रलेखन केंद्राचे नाव काय ?
अ) सेन्डॉक ब) डेसीडॉक
क) इन्सडॉक ड) सी.एस.आय.आर.

७३) कोणत्या संस्थेच्या अधिकाराखाली डेसीडॉक कार्य करते ?
अ) सी.एस.आय.आर. ब) डरडो (DRDO)
क) निसाट ड) आय.सी.एस.एस.आर.

७४) इनिस म्हणजे काय ?
अ) इंडियन इन्डोक्सिंग सिस्टिम
ब) इंटरनॅशनल न्यूक्लिअर इन्फरमेशन सिस्टिम
क) इंटरनॅशनल नेटवर्क फॉर इन्फरमेशन सायन्स
ड) इन्फरमेशन नेटवर्क इन न्यूक्लिअर सायन्स

७५) भारतातील इनिसचे केंद्र कोणते आहे ?

अ) इन्सडॉक ब) बार्क (BARC)

क) अॅग्रीस ड) निसाट

७६) आय.ए.इ.ए. (I.A.E.A.) म्हणजे काय ?

अ) इंटरनॅशनल अॅकेडेमी ऑफ इंजिनियरिंग अॅबस्ट्रॅक्टस

ब) इंटरनॅशनल अॅटोमिक इनरजी अॅकेडेमी

क) इंडियन अॅकॅडेमी ऑफ इंजिनियरिंग

ड) इन्फरमेशन अॅक्सेस इन इंजिनियरिंग अॅबस्ट्रॅक्टस्

उत्तरे – ६७) ड ६८) अ ६९) ब ७०) ड ७१) ब ७२) ब
७३) ब ७४) ब ७५) ब ७६) ब

७७) अॅग्रीस म्हणजे काय ?

अ) इंडियन इन्फरमेशन सिस्टिम ऑफ अॅग्रिकल्चरल सायन्सेस

ब) इंडियन इन्फरमेशन सिस्टिम ऑफ अॅग्रिकल्चर अँड टेक्नॉलॉजी

क) इंटरनॅशनल इन्फरमेशन सिस्टिम ऑफ अॅग्रिकल्चरल सायन्सेस

ड) इंटरनॅशनल इन्फरमेशन सिस्टिम ऑफ अॅग्रिकल्चरल सायन्सेस अँड टेक्नॉलॉजी

७८) कोणत्या आंतरराष्ट्रीय संस्थेने अॅग्रीसचा कार्यक्रम तयार केला आहे ?

अ) युनेस्को ब) एफ.ए.ओ.

क) इफ्ला ड) एफ.आय.डी.

७९) शेतीविषयक माहिती देणारी अॅग्रीस ही पद्धती दुसऱ्या कोणत्या आंतरराष्ट्रीय माहिती पद्धतीशी साधर्म्य दाखविते ?

अ) इफ्ला ब) एफ.आय.डी. क) इनिस ड) एलसी

८०) भारत अॅग्रीसच्या कार्यक्रमामध्ये कोणत्या संस्थेमार्फत भाग घेतो ?

अ) आय.सी.ए.आ.र ब) ए.आर.आय.सी.

क) आय.सी.एस.आर. ड) निसाट

८१) मेडलर्स म्हणजे काय ?

अ) माहिती पद्धती

ब) माहिती सेवा

क) माहितीच्या प्रतिप्राप्तीची पद्धती

ड) माहिती साठ्याचे माध्यम

८२) मेडलर्सचे संपूर्ण नाव काय?

अ) मेडिकल लिटरेचर ॲनालिसिस अँड रिट्रिव्हल सिस्टिम

ब) मेडिकल लिटरेचर अँड रिट्रिव्हल सर्व्हिस

क) मेडिकल लायब्ररी अँड रिट्रिव्हल सिस्टिम

ड) मेडिकल लिटरेचर अँड रिप्रोग्राफी सर्व्हिस

८३) मेडलर्स हा कोणत्या संस्थेचा कार्यक्रम आहे?

अ) लायब्ररी ऑफ काँग्रेस

ब) ब्रिटिश लायब्ररी

क) अमेरिकेतील नॅशनल मेडिकल लायब्ररी

ड) इंडियातील नॅशनल मेडिकल लायब्ररी

८४) इन्स्पेक म्हणजे काय?

अ) माहिती केंद्र ब) सारात्मक सेवा

क) माहिती सेवा ड) निर्देशन सेवा

८५) इन्स्पेकच्या संपूर्ण मूल आधारभूत माहिती संचाच्या सेवेचे नाव काय?

अ) संपूर्ण मूल आधारभूत माहिती संच सेवा

ब) इलेक्ट्रॉनिक मटेरियलस् इन्फरमेशन सर्व्हिस

क) इलेक्ट्रॉनिक इन्फरमेशन सर्व्हिस

ड) फिजिक्स मटेरियलस् सर्व्हिस

उत्तरे – ७७) ड ७८) ब ७९) क ८०) ब ८१) क ८२) अ
८३) क ८४) ब ८५) ब

❒

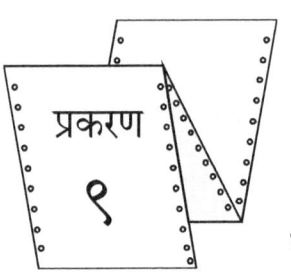

प्रकरण ९

संशोधन, संशोधन पद्धती

संशोधन ही एक तर्कशुद्ध प्रक्रिया आहे. घटनांमधील संबंधांचा शोध घेणे म्हणजे संशोधन होय.

संशोधनाचे कार्य –

संशोधन नवीन ज्ञान निर्माण करते.

जुन्या ज्ञानासाठी नवीन दृष्टीचा शोध लावते.

ही सततची प्रक्रिया आहे. बुद्धिमत्ता व व्यवसाय या दृष्टीने संशोधकाचा विकास होतो.

संशोधन व्यक्तीला व संस्थेला प्रतिष्ठा मिळवून देते.

अनुदानित संशोधन हे एक आर्थिक साधन आहे.

संशोधन समाजातील समस्यांवर उपाय शोधून काढते. समाजाच्या विकासाला प्रोत्साहन देते.

'विषयांतर्गत वैशिष्ट्ये जाणून घेण्यासाठी केलेला व्यापक शोध म्हणजे संशोधन'

विज्ञान म्हणजे विशेष ज्ञान. ज्या ज्ञानाची रचना व्यवस्थितपणे केली असे ज्ञान म्हणजे विज्ञान. शास्त्रामध्ये नियम, व्यवस्था ही अभिप्रेत आहे.

विज्ञानाची वैशिष्ट्ये – अनुभव प्रामाण्य, वस्तुनिष्ठता, सामान्यीकरण व्यवस्थितपणा, पद्धतशीरपणा, पुनप्रत्यय

शास्त्राचे प्रकार २ – १) प्राकृतिक शास्त्रे २) सामाजिक शास्त्रे

१) शुद्ध शास्त्रामध्ये अभ्यासविषय हा केंद्रबिंदू असतो. यातील घटनांना हेतू चिकटविता येत नाही. यातील नियम हे निश्चित असतात.

२) सामाजिक शास्त्रे – यामध्ये मनुष्य हा केंद्रबिंदू असतो. यातील

घटनांमागे हेतू असतो. विचार असतो. व्यक्ती तितक्या प्रकृती असतात. त्यामुळे या शास्त्रांच्या अभ्यासात अडचणी येतात. या शास्त्रातील नियम हे संभवात्मक असतात.

विज्ञान आणि तर्क यांचा फार जवळचा संबंध आहे. विज्ञान अनुभवावर विश्वास ठेवते आणि या अनुभवाला तर्कशास्त्रातील संदर्भ लावून तपासून पाहते. विज्ञानाप्रमाणेच तर्कशास्त्र बुद्धिनिष्ठतेचा अवलंब करीत असते. तर्कशास्त्र समाजातील घटना बुद्धिनिष्ठतेच्या निकषावर तपासून पाहात असते. म्हणून तर्क म्हणजे बुद्धिवादी दृष्टिकोन होय.

तार्किक संशोधन म्हणजे ज्ञान संपादनाची एक पद्धत होय. यात समस्येची निवड, गृहीतकृत्य, तथ्यात्मक माहिती गोळा करणे ह्या गोष्टींचा अंतर्भाव असतो. माहितीच्या आधारावर गृहीतकृत्य वस्तुस्थितीत उतरते. मग ते अनुभजन्य मानले जाते. सर्व घटनांच्या बाबतीत असाच अनुभव आल्यास ते वैश्विक तत्त्व म्हणून मान्यता पावते.

नवीन घटना शोधून काढण्यासाठी अभ्यासू चौकशी आणि परीक्षा, टीकात्मक शोध किंवा प्रयोगशीलता आवश्यक असून त्या नवीन घटनांचे स्पष्टीकरण, स्वीकारलेले निर्णय किंवा सिद्धांत किंवा नियम म्हणजे संशोधन, अशी संशोधनाची व्याख्या वेबस्टरच्या शब्दकोशात आढळते.

तथ्य आणि सिद्धांत (Fact and Theory)

शास्त्रीय विकासामध्ये या दोहोंचेही महत्त्व आहे.

तथ्य – हे वस्तुस्थितीदर्शक असते.

ज्या निरीक्षणाचा मानवी संवेदनांनी अनुभव घेता येतो, अशी माहिती म्हणजे तथ्य होय.

गुड आणि हॅट

सिद्धांत – तथ्यांतील आंतरसंबंध म्हणजे सिद्धांत होय. सिद्धांत म्हणजे अंदाज नव्हे. सिद्धांत हा परिस्थितीजन्य असतो. अभ्यास विषयातील घटकांच्या परस्पर संबंधाविषयी जे निश्चित विधान केले जाते, ते म्हणजे सिद्धांत होय.

तथ्याशिवाय सिद्धांत अशक्य आहे. त्याचप्रमाणे सिद्धांताशिवाय तथ्य अशक्य आहे. दोन्ही परस्परपूरक आहेत. तथ्य संग्रहामुळे सिद्धांताला चालना मिळते. सिद्धांताची उपयुक्तता तथ्यामुळे सिद्ध होते. सिद्धांतामुळे तथ्य संकलनाचा मार्ग सापडतो. माहितीचे व्यवस्थापन करण्यात सिद्धांत मदतच करतो. सिद्धांतामुळे पूर्वकथन, काय घडले ते सांगता येते. उणीव व त्रुटी यांचा शोध लागतो.

संशोधनाचे प्रकार

संशोधनाचे प्रकार तीन आहेत. (व्यवहारउपयोगी)

१) मूलभूत संशोधन २) उपयोजित संशोधन ३) क्रियात्मक संशोधन

१) मूलभूत (Fundamental, Pure or Basic) संशोधन – या प्रकारच्या संशोधनात घटनांच्या संबंधात मूलभूत संशोधन केले जाते. या संशोधनात ज्ञानाची प्राप्ती, ज्ञानाची वृद्धी व जुन्या ज्ञानाचे परीक्षण या गोष्टी अंतर्भूत असतात. या संशोधनात प्रचलित जुने नियम अथवा सिद्धांत वर्तमान परिस्थितीशी योग्य आहेत की नाहीत याची अनुरूप पाहणी काटेकोरपणे केली जाते. नवीन तथ्ये व घटना यांच्या संबंधाचा अभ्यास केला जातो. काही वेळा जुने सिद्धांत नवीन परिस्थितीला पूर्णपणे लागू पडतात, तर काही वेळा त्या जुन्या सिद्धांतात थोडा फेरफार करून सुधारणा करावी लागते.

या प्रकारच्या सिद्धांतामुळे नवीन सिद्धांत तयार होतात. कारण परिस्थितीत नवीन समस्या असतात. या नवीन सिद्धातांचा वर्तमानकालीन परिस्थितीबरोबर मेळ घालता आला पाहिजे. या संशोधनाचे स्वरूप सिद्धांत आधारित आहे. सत्याचा शोध हे याचे प्रमुख वैशिष्ट्य आहे.

२) उपयोजित संशोधन – या संशोधनाचे कार्य व्यावहारिक जीवनाशी संबंधित विषय आणि त्या विषयांच्या प्रश्नाबाबत यथार्थ ज्ञान मिळविणे हे आहे. शास्त्रीय संशोधन पद्धतीचाच व तिच्यातील तंत्रांचाच उपयोग या संशोधनात केला जातो. व्यावहारिक उपयोगासाठी ज्ञान हा त्या संशोधनाचा हेतू असतो. त्याला व्यवहार उपयोगी संशोधन म्हणतात. या प्रकारच्या संशोधनाचे विषय समाजाशी निगडित असतात. यामध्ये सामाजिक नियोजन शिक्षण, धर्म, कायदे यांचा अंतर्भाव असतो. यातून तर्कशुद्ध ज्ञान व त्यांचा कार्यकारणभाव शोधला जातो. परंतु यामध्ये सामाजिक समस्येचे निवारण अथवा सुधारणा या गोष्टी अंतर्भूत होत नाहीत. व्यावहारिक उपयोगासाठी ज्ञानाचा उपयोग करणे, हा यांतील महत्त्वाचा भाग असतो.

मूलभूत संशोधन आणि उपयोजित संशोधन यात फारसा फरक नाही. असला तर तो फक्त काही प्रमाणात अंशात्मक फरक आहे असे जाणकार म्हणतात. मूलभूत संशोधनातील निष्कर्ष, व्यवसायातील समस्या सोडविण्यासाठी उपयोगी पडत नाहीत, असेही मत आहे. मूलभूत संशोधन करणारा संशोधक असेही म्हणू शकतो की ज्ञान हे व्यवहारोपयोगीच असते. या संशोधकासाठी ज्ञान हेच परमोच्च

असते. सत्य हेच खरे आहे आणि इतर गोष्टी या दुय्यम आहेत.

संशोधनात संशोधक त्याच्या समस्येची व्याख्या करतो आणि त्यावर काही प्रक्रिया करून त्यात सुधारणा घडवून आणतो.

म्हणून ह्या दोन्ही संशोधन पद्धती एकमेकांना मदतच करीत असतात. हक्सले आणि फ्रॅन्सिस बेकन हे दोघेही मूलभूत संशोधनाचे कट्टर समर्थक होते.

३) कृतिशील संशोधन (Action Research) – जेव्हा संशोधनातील निष्कर्ष क्रियात्मक किंवा भविष्यकालीन योजनांशी संबंधित असतात, तेव्हा त्याला क्रियात्मक संशोधन म्हणतात. म्हणून या प्रकारचे संशोधन हे उपयोजित संशोधनाशी संबंधित आहे. यांतील निष्कर्ष हे परिवर्तन घडवून आणणाऱ्या योजनेशी संबंधित असतात. म्हणून गुड आणि हॅट म्हणतात, क्रियात्मक संशोधनाचा उद्देश विद्यमान स्थितीमध्ये बदल घडवून आणणे हा असतो.

म्हणून या प्रकारच्या संशोधनात संशोधकाला अभ्यासाच्या वेळी घटना आणि समस्येच्या वास्तविकतेवर भर द्यावा लागतो. या संदर्भात योग्य ज्ञान प्राप्त करून घेणे आवश्यक असते, लोकांकडून सहकार्य अपेक्षित असते, अहवालामध्ये बदलाची शक्यता असते, या सर्व गोष्टी अंतर्भूत असतात.

आंतरविद्याशाखीय संशोधन –

भारतातील औद्योगिकीकरणामुळे शास्त्रीय, सामाजिक संशोधनाची गरज निर्माण झाली. त्यामुळे समस्येच्या स्वरूपाचा पद्धतशीरपणे विचार केला जातो. समस्येचे निदान केले जाते आणि त्या समस्येच्या निवारणासाठी योजनाही तयार केल्या जातात. समस्येमधील जटिलता ही इतर शास्त्रांची मदत घेऊन दूर करता येते. या आंतरशाखीय माहितीच्या मदतीमुळे विशेषत: अर्थशास्त्र, समाजशास्त्र मानसशास्त्र यातील जाणकारांकडून या समस्या निवारणाला मदत होते.

माहिती ही सुद्धा आंतरशाखीय स्वरूपाचीच असते. पूर्वीच्या ज्ञानाच्या पद्धती, त्यांच्या वेगवेगळ्या शाखा आता नाहीशा झाल्या आहेत. प्रत्येक ज्ञानशाखा दुसऱ्या ज्ञानशाखेशी परस्पर संबंधित आहेत. या ज्ञानशाखा पद्धतीमध्येही एकमेकांशी संबंधित आहेत. म्हणून नवीन आंतरशाखीय माहिती निर्माण होत आहे.

शेरा म्हणतात, ''उच्च शिक्षणात Vertical बदल होण्यापेक्षा समांतर दिशेने (Horizontal) बदल होत आहेत. त्यामुळे पारंपरिक ज्ञानशाखेच्या पलीकडे उच्च शिक्षण गेले आहे. यातून सर्वमान्य अभ्यासक्रमाचे कार्य करता येईल.''

संशोधन आरेखन

संशोधनाचे उद्दिष्ट ठरल्यानंतर ते उद्दिष्ट साध्य करण्यासाठी कोणते मार्ग अवलंबावे लागतील या विषयीचे पूर्वनियोजन अभ्यासकाला करावे लागते. आदर्श संशोधन आरेखन करण्यासाठी त्यामध्ये जास्तीत जास्त संशोधन प्रक्रियेचे स्पष्टीकरण अपेक्षित असते. त्यामध्ये प्रात्यक्षिक मर्यादा नसतात. संशोधकाला स्वत:लाच प्रात्यक्षिक स्थितीमध्ये बसवावे लागते. त्यामुळे आदर्श संशोधन आरेखन प्रत्यक्ष कृती पद्धतीमध्ये संशोधकाला काम करणे शक्य होते.

संशोधन आरेखन संशोधनाच्या हेतूप्रमाणे वेगवेगळे असते. आराखडा म्हणजे संशोधन अभ्यासाची योजना असते. संशोधन आराखड्यात खालील गोष्टी समाविष्ट असतात.

१) समस्येची निवड व तिचे स्पष्टीकरण
२) माहितीची साधने
३) अभ्यासाचे उद्दिष्ट व स्वरूप
४) सामाजिक, सांस्कृतिक व भौगोलिक संदर्भ
५) व्याप्ती
६) नमुना निवडीचा आधार
७) माहितीच्या संकलनाचे तंत्र

संशोधनाच्या अभ्यासातील समस्येची निवड का केली हे नि:संदिग्ध शब्दात व्यक्त करणे. या समस्येशी संबंधित माहिती प्राप्त करून घेण्यासाठी ग्रंथालय, मूळ कागदपत्रे इत्यादी सारख्या कोणत्या साधनांचा वापर करणार याची नोंद करणे आवश्यक असते. अभ्यास विषयाचा उद्देश काय, त्याचे स्वरूप कसे आहे हे स्पष्ट करणे. समस्ये संबंधी माहिती ज्या लोकांकडून गोळा करावयाची त्यांची सामाजिक, सांस्कृतिक पार्श्वभूमी यांची नोंद करणे, कोणत्या भौगोलिक क्षेत्राशी ही समस्या संबंधित आहे, ते क्षेत्र, नमुना निवड कोणत्या प्रकारे करावयाची व त्या पद्धतीचे स्पष्टीकरण करणे, नंतर माहिती संकलनासाठी प्रश्नावली, मुलाखती इत्यादी पैकी कोणत्या तंत्राचा वापर करणे आवश्यक आहे, या सर्व गोष्टी संशोधन आरेखनात अंतर्भूत आहेत.

संशोधनाचे हेतू चार प्रकारचे असतात.

१) परिचयात्मक (exploration)   २) वर्णनात्मक (description)
३) निदानात्मक (diagnosis)   ४) प्रायोगिक (experimentation)

१) परिचयात्मक संशोधन आरेखन – अभ्यासासाठी समस्येचे निरीक्षण करणे आणि नंतर गृहीत कृत्य मांडून त्याची चाचणी घेणे यासाठी जो संशोधन आराखडा तयार केला जातो, त्याला परिचयात्मक संशोधन आराखडा म्हणतात. महत्त्वाचे बदल सिद्ध करण्यासाठी एखादे अनुभवजन्य शोधून घटना शोधणे हे यामध्ये अभिप्रेत असते. या संशोधनामध्ये काय घडू शकणार आहे, सहभागी लोकांमधील सुप्त वैशिष्ट्ये, त्यांचे प्रकार, या सर्वांचे एकमेकांशी असलेले संबंध अशा प्रकारचे प्रश्न यात अंतर्भूत असतात. माहिती गोळा करण्याच्या पद्धतीमध्ये सहभागी लोकांचे निरीक्षण, त्यांच्या सखोल मुलाखती या गोष्टी समाविष्ट असतात.

२) वर्णनात्मक संशोधन आरेखन – यामध्ये संशोधन अभ्यासासाठी निवडलेल्या सहभागी लोकांच्या विविध अंगांची सविस्तर माहिती घेऊन त्याचे वर्णन करणे हे प्रमुख उद्दिष्ट असते. अनुभवजन्य घटनेची सुप्त वैशिष्ट्ये, स्वभाव वैशिष्टे, घटना, विश्वास, मते आणि यातील पद्धती या सर्वांचा संशोधन प्रश्नाच्या रूपाने माहितीचे वर्णन करणे हा प्रमुख हेतु असतो. यामध्ये सहभागी लोकांचे निरीक्षण, सखोल मुलाखती ही माहिती संग्रहाची तंत्रे वापरावी लागतात. समस्येची ऐतिहासिक पार्श्वभूमी विचारात घेणे, तिचे वर्णन करणे, माहिती मिळविणे हे या आराखड्याचे उद्दिष्ट असते. गृहीतकृत्य हे या आराखड्याचे फलित असते. समस्येचा वस्तुनिष्ठ पद्धतीने अभ्यास केला जातो. आतापर्यंत ज्या क्षेत्रातील विशेष माहिती मिळविलेली नसते, त्या क्षेत्राची निवड केली जाते.

३) प्रायोगिक संशोधन आरेखन – अभ्यास विषयावर पूर्ण नियंत्रण ठेवणे हा या आराखड्याचा हेतू असतो. नैसर्गिक शास्त्राप्रमाणे सामाजिक शास्त्रातही प्रायोजिक संशोधनाला महत्त्व प्राप्त झाले आहे. निरीक्षण व विश्लेषणाद्वारे केलेल्या घटनांच्या अभ्यासाला प्रायोजिक संशोधन आराखडा म्हणतात. अनुभवजन्य घटने मागील कारणांची साखळी शोधणे, कोणत्या घटना सत्य आहेत, कोणती धोरणे कारणीभूत आहेत या गोष्टी या प्रकारच्या आराखड्यात अंतर्भूत होतात. हे प्रयोग सुरू असेपर्यंत परिस्थितीवर नियंत्रण ठेवणे संशोधकाला कठीण असते.

या संशोधन आरेखन पद्धतीचे दोन प्रकार आहेत.

१) पूर्व व पश्चात प्रयोग मापन आराखडा – या पद्धतीमध्ये अभ्यासासाठी एकत्र गटाची निवड करून प्रयोगापूर्वी व प्रयोगानंतरचे त्यांच्यातील परिवर्तनाचे मापन केले जाते.

२) प्रयोगोत्तर मापन करण्यात येणाऱ्या प्रयोगाचा आराखडा –

यामध्ये समान गुणधर्माचे दोन गट निवडतात. त्यापैकी एक नियंत्रित गट व दुसरा प्रयोगात्मक गट असतो. नियंत्रित गटावर कोणत्याही प्रकारचा बाह्य परिणाम होऊ नये म्हणून दक्षता घेतली जाते. उलट प्रयोगात्मक गटावर बाह्य परिणामांचा उपयोग करून परिवर्तन घडविले जाते. हे परिवर्तन व त्याचा प्रभाव यांचा अभ्यास केला जातो. व ज्याच्यामुळे हे परिवर्तन घडले त्याला कारण मानले जाते.

४) निदानात्मक संशोधन आरेखन – अभ्यास विषयाच्या समस्येचे फलित, अनुभवजन्य घटनांमधून निघालेल्या घटना व स्वभाव वैशिष्ट यांच्याविषयी भविष्य कथन करणे, हे या आराखड्याचे मुख्य उद्दिष्ट आहे. या अनुभवजन्य घटनेतून कोणते परिणाम निष्पन्न होतील ? अनुभव जन्य घटनेचे कोणावर आणि किती तऱ्हेने परिणाम होतील ? हे प्रश्न संशोधन प्रश्न म्हणून या आरेखनात समाविष्ट होतात. सर्वेक्षण, प्रश्नावली, आशय विश्लेषण ही माहिती संग्रहाची तंत्रे यात अंतर्भूत होतात. अभ्यास विषयाचे विश्लेषण करून त्यावर उपाययोजना सुचविणे, हे या प्रकारच्या संशोधनाचे उद्दिष्ट असते. समस्येचे स्वरूप, कारणे, उपाययोजना या गोष्टी अभ्यासपद्धतीमध्ये समाविष्ट असतात. ज्या क्षेत्रातील विस्तृत माहिती मिळाली आहे त्या क्षेत्रातील समकालीन समस्येचा विचार या आरेखनात केलेला असतो.

संशोधनाची व्यापक योजना तयार करताना वेळ ही गोष्ट महत्त्वाची असते. कारण संशोधनामध्ये पथदर्शक अभ्यास, क्षेत्रिय कार्य, अहवाल लेखन या सर्व गोष्टींसाठी लागणारा वेळ यांचा विचार करणे आवश्यक ठरते. यासाठी पद्धतशीर वेळापत्रक तयार करणे, त्याचे काटेकोरपणे पालन करणे हे संशोधनाच्या दृष्टीने आवश्यक ठरते. पण हे वेळापत्रक किती प्रमाणात काटेकोरपणे, पाळता येते, याचा अंदाज घेणे थोडे कठीण असते.

संशोधनाच्या योजनेचा मसुदा विकसित केल्यावर पथदर्शक अभ्यास आणि ज्या ठिकाणाहून माहिती गोळा करावयाची आहे, त्या ठिकाणाहून प्राथमिक माहिती संग्रह करणे या दोन गोष्टी कराव्या लागतात. संशोधनाची व्यापक योजना तयार करण्यापूर्वी, अभ्यास विषयातील बदल पथदर्शक अभ्यासामुळे लक्षात येतात. त्याचप्रमाणे प्राथमिक माहिती संग्रहित करताना संशोधन अभ्यासाच्या दृष्टीने तिचे महत्त्व पडताळून पहावे लागते. पथदर्शक अभ्यास व प्राथमिक माहिती संग्रह यामुळे संशोधनाच्या योजनेतील कमतरता दिसल्या, तरी त्यात सुधारणा करून व्यापक आरेखन करता येते.

अशा तऱ्हेने विचार आणि नियोजन करून संशोधनाला सुरुवात करावी लागते. त्यामुळे या टप्प्यांतील महत्त्वाच्या गोष्टींची ओळख पटते.

शास्त्रीय पद्धती / वैज्ञानिक पद्धती

शास्त्रीय पद्धतीचा विचार करताना प्रथम शास्त्र म्हणजे काय ते समजावून घेणे उचित ठरेल. ज्यामधून सर्वसामान्य सिद्धान्तांची कार्यान्विनता दर्शविली जाते, अशा ज्याला पद्धतशीर स्वरूप दिलेले आहे ज्ञानाशी संबंधित सर्व घटना आणि सत्या ज्या ज्ञानाच्या संच म्हणजे विज्ञान होय. एखाद्या कल्पनेचे (Phenomenon) अंतरंग जाणून घेण्यासाठी आणि त्यासंबंधी अचूक ज्ञान प्राप्त करून घेण्यासाठी केलेला पद्धतशीर नि:पक्षपाती हेतुपुर:स्सर आणि नियंत्रित शोध म्हणजे विज्ञान होय केवळ पद्धतशीरपणे विकसित केलेल्या माहिती संचाशी घटना आणि सांख्यिकी (figures) स्थापित करण्याशी अथवा सर्वसाधारण ज्ञानाचा (common sense) वापर करण्याशी विज्ञानाचा संबंध नसतो. तर एखाद्या गोष्टीबाबत (phenomenon) मनात जाण निर्माण होणे, ती गोष्ट समजावून घेणे याची प्रक्रिया म्हणजे विज्ञान होय.

वैज्ञानिक पद्धती (Scientific Method)

अचूक (precise) आणि विश्वसनीय माहिती मिळविण्याच्या दृष्टीने संशोधकाचा चौकस दृष्टिकोन म्हणजे वैज्ञानिक पद्धती होय, असे आपल्याला म्हणता येईल. याचा अर्थ वैज्ञानिक पद्धती म्हणजे केवळ कोणती तरी एकच संशोधन पद्धती संशोधनासाठी योग्य असते, असे नव्हे तर संशोधनाच्या चौकशीची अनेक तंत्रे वैज्ञानिक पद्धतीतून व्यक्त होतात.

संशोधन अभ्यासांच्या विविध वैशिष्ट्यांचे वर्णन करण्यासाठी वैज्ञानिक अनेक विशिष्ट संज्ञा वापरतात. स्थिर, सुसंगत आणि ज्यावर अवलंबून राहता येईल अशा संशोधन पद्धतीचा निर्देश करताना विश्वासार्हता (Reliabilily) ही संज्ञा वापरली जाते. Validity ही संज्ञा वेगवेगळ्या वस्तूंच्या (entities) विविध dimensions मोजण्यासाठी वापरली जाते. वस्तुनिष्ठता आणि व्यक्तिनिष्ठता या संज्ञांमधून संशोधनातील व्यक्तिगत bias दाखविला जातो. Variable या संज्ञेतून संशोधनातील घटक, entity दाखविला जातो. दोन अथवा अधिक घटकांमधील संबंध दर्शविण्यासाठी केलेल्या tentative, declarative विधानाला गृहीतक असे संबोधले जाते.

थोडक्यात, संशोधनासाठी निवडलेल्या समस्येकडे संशोधक ज्या मार्गाने

जातात, ज्या मार्गाने संशोधन पूर्ण करतात त्यासाठी वापरलेली साधने, तंत्रे आणि संदर्भाच्या चौकडी या सर्वांना पद्धती (methodology) या संज्ञेने संबोधले जाते.

वैज्ञानिक पद्धतीचे घटक

संशोधनासाठी घेतलेल्या एखाद्या विशिष्ट अभ्यासात नेमके काय शोधून काढावयाचे आहे हे एकदा निश्चित केल्यावर संशोधकाने (आवश्यकता असल्यास) गृहीतक (अथवा exploratory question) तयार करावे, या गृहीतकाची चाचणी घेण्यासाठी अथवा त्याचे उत्तर देण्यासाठी संशोधनाच्या एखाद्या पद्धतीची निवड करावी. आवश्यक असलेली माहिती गोळा करण्यासाठी अनुरूप आरेखन विकसित करावे आणि संशोधनात गोळा केलेल्या माहितीचे पृथक्करण करून त्यापासून निष्कर्ष काढण्यासाठी योग्य तंत्रांचे नियोजन करावे. संशोधक यासाठी एखादा प्रयोग करू शकतो, वस्तूंचे / घटनांचे निरीक्षण करू शकतो. मुलाखत अथवा प्रश्नावली या तंत्राचा वापर करून सर्वेक्षण करू शकतो. गतकालीन गोष्ट पडताळून पाहण्यासाठी प्राथमिक, द्वितीयक साधनांचे वर्गीकरण करू शकतो.

संशोधकाने सर्वप्रथम, संशोधनाचा नियोजित आराखडा तयार करणे गरजेचे असते. संशोधकाने आपला संशोधन अभ्यास योग्य प्रकारे शब्दांकित केलेला नसेल आणि त्याचे नियोजन सुव्यवस्थित केले नसेल तर संशोधनाचे निष्कर्ष फारसे फलदायी ठरणार नाहीत. तसेच संशोधनाच्या समस्येचा आणि संशोधनासाठी वापरावयाच्या पद्धतीचा नीट विचार केला नसेल तर योग्य गृहीतक, माहिती गोळा करावयाचे परिणामकारक तंत्र, पृथक्करणाची उत्पादक योजना तो तयार करू शकणार नाही. संशोधन अभ्यासाचे नियोजन नीटपणे केले नसल्यास संकलित केलेल्या माहितीचे पृथक्करण करणे संशोधकाला अवघड जाईल.

संशोधनासाठी चांगला विषय निवडणे हेही तेवढेच महत्त्वाचे असते. यामुळे संशोधन समस्येबाबत कोणत्या प्रकारची माहिती गोळा करणे आवश्यक आहे आणि ती मिळविण्यासाठी कोणती पद्धती योग्य आहे याबाबत संशोधक गांभीर्याने विचार करू शकतो. संशोधन विषय आणि त्यासाठी वापरावयाची पद्धती यांचा विचार करत असताना संशोधकाला आणखी काही विचार संशोधनाच्या नियोजन काळात करावा लागतो उदा. हाती घेतलेला संशोधन प्रकल्प पूर्ण करण्यासाठी किती कालावधी लागणार आहे. संशोधन प्रकल्पासाठी अंदाजे किती खर्च येणार आहे इत्यादी.

कोणत्याही संशोधनाचे यशस्विरीत्या नियोजन करावयाचे असेल अथवा ते यशस्वीपणे पूर्ण करावयाचे असेल तर या गोष्टी करता येत नाहीत. संशोधक आपल्या संशोधनामुळे संबंधित विषयाच्या ज्ञानात जी नवीन भर घालणार असेल अथवा संशोधनामुळे त्या विषयातील तज्ज्ञ होणार असेल तर गोष्टी अनेक घटकांवर अवलंबून असतात. उदा. संशोधकाचा त्या विषयातील प्रात्यक्षिक अनुभव, त्याचे सर्व औपचारिक शिक्षण, त्याचे संशोधन विषयावर केलेले वाचन आणि अभ्यास, पद्धतशीरपणे संशोधन करण्याच्या दृष्टीने विषयाचे संज्ञाकरण (conceptualization) करण्यापूर्वी संशोधकाने केलेला विचार आणि चिंतन, संशोधकाची संशोधनासाठी उल्लेखनीय विषयाची निवड करण्याची क्षमता कितपत आहे, संशोधनाची पद्धती तो किती परिणामकारकरीत्या वापरतो, संशोधन पूर्ण करण्यासाठी तो वैज्ञानिक पद्धतीचा वापर कितपत करतो आणि आपल्या संशोधन आरेखनाद्वारे संशोधनाचा हेतू आणि संशोधनामधील कार्ये तो कितपत परिणामकारकरीत्या लोकांना संप्रेषणाद्वारे करू शकतो इत्यादी गोष्टीवरून संशोधकाची संशोधनामधील तयारी तपासून घेता येते. याचबरोबर संशोधन विषयाचा तात्त्विक गाभा याबद्दल तो किती जागरूक आहे, यावर सुद्धा संशोधकाचे मूल्यमापन करता येते.

वैज्ञानिक पद्धतीचे घटक खालीलप्रमाणे सांगता येतील.

१) संशोधनाचा विषय सर्वसामान्यपणे मांडणे

२) साहित्य शोध घेणे

३) संशोधनाचा विशिष्ट विषय कथन करणे

४) संशोधन पद्धतीचे आरेखन करणे

५) माहिती संकलित करणे

६) माहितीचे पृथक्करण करणे

७) निष्कर्षांचा अहवाल देणे

८) आवश्यकतेनुसार गृहीतकात बदल करून ते नव्याने मांडणे

डॉ. रंगनाथन यांनी वैज्ञानिक पद्धतीचे spiral सांगताना याच्या cycle चे चार घटक सांगितले आहेत आणि त्यांना Nadir, Ascedant, Zenith and Descendant ही नावे दिलेली आहेत.

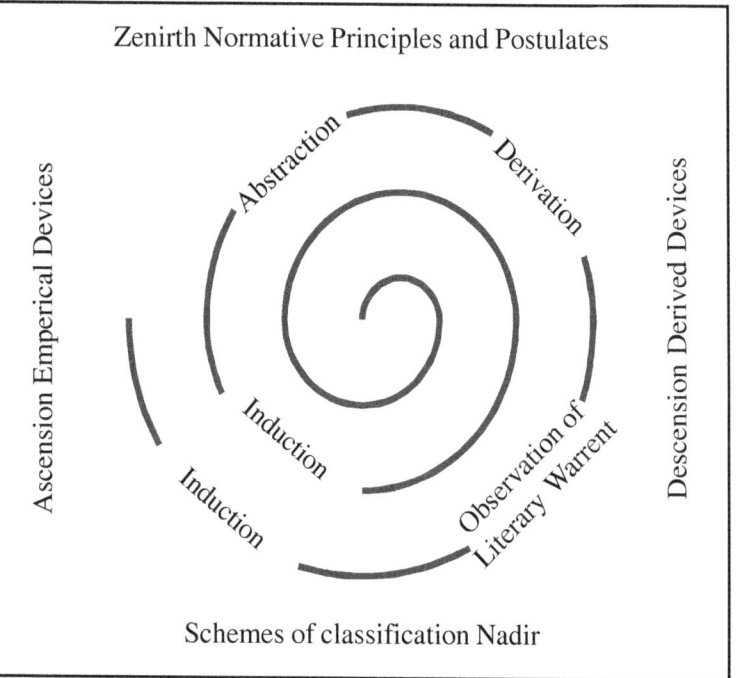

१) **सर्वसामान्य विषय कथन करणे** – संशोधनाच्या कोणत्याही समस्येचा मूळ विषयाशी संदर्भ असतो. संशोधनाची सुरुवात करण्यापूर्वी हा संदर्भ समजावून घेणे महत्त्वाचे असते.

२) **साहित्य शोध घेणे** – संशोधनासाठी निवडलेल्या विशिष्ट समस्येवर यापूर्वी संशोधन अहवाल नियतकालिकातील लेख, ग्रंथ आणि अन्य साहित्य या स्वरूपात जे काही साहित्य प्रकाशित झाले असेल, उपलब्ध असेल ते शोधून काढणे, ते कोठे उपलब्ध आहेत याचा शोध घेणे आणि त्यातील विचारांचे एकत्रीकरण करणे म्हणजे साहित्य शोध घेणे होय.

३) **संशोधनाचा विशिष्ट विषय कथन करणे** – संशोधनाचा विशिष्ट विषय कथन करीत असताना त्याचा मूळ विषयाशी संबंध कसा आहे, हे सांगत संशोधन विषय तपशीलवार सांगणे.

४) **संशोधन पद्धतीचे आरेखन** – संशोधन समस्येला अनुरूप संशोधन पद्धतीचे आरेखन करणे. हे करीत असताना संशोधनाची population किती आहे, त्यातून नमुना कितपत निवडावयाचा आहे. संशोधन कोणत्या

ठिकाणी करावयाचे आहे, माहिती संकलन आणि पृथक्करण कसे करावयाचे आहे, इत्यादी गोष्ट लक्षात घ्याव्या लागतात.

५-६) **माहिती संकलन आणि पृथक्करण करणे** – प्रश्नावली मुलाखती, निरीक्षण इत्यादी तंत्रज्ञानाचा वापर करून संबंधित संशोधन समस्येबाबत माहिती गोळा करणे आणि संकलित माहिती संशोधन अहवालात करावयाच्या दृष्टीने त्याचे पृथक्करण करणे या महत्त्वाच्या बाबी आहेत.

७) **निष्कर्षाचा अहवाल सादर करणे** – संशोधनामध्ये ज्या गोष्टी आढळून आल्या असतील त्या सांगून निष्कर्षाप्रत गेणे आणि हे निष्कर्ष अन्य लोकांच्या माहितीसाठी लेखी स्वरूपात संशोधन अहवाल सादर करणे.

गृहीतक (Hypothesis)

हा शब्द Hypo म्हणजे गृहीत धरणे आणि thesis म्हणजे प्रमेय अशा दोन शब्दांनी बनला आहे. म्हणून hyopthesis याचा अर्थ गृहीत धरलेले प्रमेय असा होतो.

ज्या विधानाची सत्यासत्यता पडताळून पाहणे शक्य असते, त्या विधानाला गृहीतके म्हणतात असे गुड आणि हॅट म्हणतात.

संबंधित तथ्यापासून अनावश्यक व असंबंधित तथ्ये वेगळी करणे महत्त्वाचे असते. कारण यावरच सामान्य अनुमान व त्याची परिणामकारकता अवलंबून असते. म्हणून गृहीतके महत्त्वाची असतात.

गृहीतकासाठी कोणतीही एक विशिष्ट पद्धती नाही. अभ्यासकाचे अंगभूत गुण व ज्ञान यावरच गृहीतके अवलंबिलेली असतात. घटनांच्या कारणमीमांसेतूनच गृहीतक तयार होत असते.

गृहीतकाच्या मांडणीमध्ये पुढील घटक कारणीभूत ठरतात.

१) **सामान्य अनुमान** – अभ्यासकाला काही घटनांमध्ये समान वैशिष्टे आढळतात.

२) **वैज्ञानिक सिद्धता** – विज्ञानामध्ये एकाच विषयाच्या अनेक पैलूंची माहिती मिळते. हीच माहिती नव्या गृहीतकांना जन्म देत असते.

३) **वैयक्तिक अनुभव** – अभ्यासकाच्या वैयक्तिक अनुभवावरही गृहीतके मांडली जातात.

४) **सांस्कृतिक पर्यावरण** – यामुळे समाजात होणारे बदल, निर्माण

होणाऱ्या समस्या, त्यांची कारणे ह्या सर्व गोष्टी अभ्यासकाला गृहीतके मांडण्यात मदत करतात.

वैशिष्ट्ये –

१) **वास्तव –** गृहीतक वास्तव असले पाहिजे. अभ्यासकाला त्याचा अनुभव घेता आला पाहिजे. म्हणजेच गृहीतकाला वास्तवाची बैठक पाहिजे.

२) **सुस्पष्टता –** गृहीतकातील संकल्पना स्पष्ट असल्या पाहिजेत. अभ्यासकाने सर्वसामान्य संकल्पनांचा वापर केला पाहिजे. म्हणजेच गृहीतक स्पष्ट व निश्चित स्वरूपाचे असावे.

३) **प्रचिती क्षमता –** गृहीतकाची प्रचिती घेता आली पाहिजे. यावर गृहीतकाची सत्यासत्यता ठरविली जाते.

४) **सुसंगतता –** गृहीतक हे पूर्वी मांडण्यात आलेल्या सिद्धांताशी सुसंगत असणे आवश्यक आहे. यावरच सिद्धांताची पुष्टी व नव सिद्धांताची निर्मिती शक्य असते.

५) **पूर्वकथन क्षमता –** गृहीतकात व्यापकता असली पाहिजे.

६) **पर्याप्तता –** गृहीतकाच्या व्यापकतेची कल्पना अभ्यासकाला असली पाहिजे. गृहीतकात अभ्यास घटकाच्या समस्येशी निगडित असलेल्या सर्व गोष्टींचा समावेश असला पाहिजे.

७) **उपलब्ध संशोधन तंत्राशी संबंधित –** गृहीतकाच्या तपासणीच्या दृष्टिकोनातून या गोष्टीची अनावश्यकता असते. यावरच गृहीतकाची सत्यासत्यता अवलंबून असते.

गृहीतक मांडताना अभ्यासकाने वरील सर्व गोष्टींचा विचार करणे आवश्यक ठरते.

प्रकार –

१) अनुभवनिष्ठ गृहीतके

(Hypothesis stating the existence emperical uniforacitie)

गृहीतके ही अनुभवनिष्ठ एकरूपतेवर आधारलेली असतात. सामाजिक जीवनात काही वेळा, काही घटकांची त्याच स्वरूपात पुनर्निर्मिती होत असते. या अनुभवाच्या आधारावर गृहीतके मांडता येतात. वैज्ञानिक दृष्टिकोनातूनही या गृहीतकांची पाहणी करणे आवश्यक असते. ही गृहीतके अमूर्त असतात.

२) आदर्श गृहीतके (Hypothesis about ideal types)

एखाद्या घटनेच्या अनुभवामुळे अभ्यासकाला त्यातील काही वैशिष्ट्ये प्रभावित करतात. अशा वेळी त्यातील एखाद्या वैशिष्ट्याधारे अभ्यासक गृहीतक मांडतो, तेव्हा त्याला आदर्श गृहीतक म्हणतात. अशा वेळी त्या वैशिष्ट्याला अतिरिक्त महत्त्व दिलेले असते. त्यामुळे अशा प्रकारच्या गृहीतकाची सत्यासत्यता पडताळून पाहणे आवश्यक ठरते.

३) परिवर्तनीय गृहीतके

(Hypothesis concerned with the relation of analytic variables)

एखाद्या विशिष्ट परिस्थितीत आढळलेल्या साम्याच्या आधारे एका घटकातून अमूर्त तत्त्व मांडले जाते. या घटकांतील बदलाचा परिणाम दुसऱ्या घटकावर कसा होतो याचे ज्ञान होते.

नमुन निवड / चाचणी

समग्राबाबत (population) माहिती गोळा करून त्याबाबत अनुमान बांधण्याकरिता त्यामधून एक भाग निवडण्याच्या पद्धतीला नमुना निवड अथवा नमुना चाचणी (sampling) म्हणतात. तसे पहिले तर सर्वेक्षण संशोधनामध्ये समग्र ही एक मूलभूत संज्ञा आहे. ग्रंथालय क्षेत्रातील समग्राची उदाहरणे द्यावयाची झाल्यास, महाराष्ट्रातील महाविद्यालयीन ग्रंथपाल हे एक समग्र आहे. त्याचबरोबर एखाद्या ग्रंथालयातील सर्व संदर्भ ग्रंथ पदवी स्तरावर ग्रंथपालन शास्त्राचा अभ्यास करणारे भारतातील / महाराष्ट्रातील सर्व विद्यार्थी, पुणे शहरातील सर्व स्त्री ग्रंथपाल, विद्यापीठ ग्रंथालयात संदर्भासाठी आलेल्या सर्व विचारणा इत्यादी. थोडक्यात समग्रामध्ये ज्या व्यक्ती, संस्था, ग्रंथ इत्यादींचा समावेश करण्यात आलेला असतो त्या सर्वामध्ये किमान एक तरी समायिक वैशिष्ट्य असते.

समग्रात समाविष्ट असलेल्या सर्व घटकांची संशोधनामध्ये पाहणी करून त्याबाबत काही अनुमान काढणे काही वेळी पैसा, श्रम आणि वेळ यांचा विचार करता शक्य होत नाही. अशा वेळी या समग्रातील काही घटकांची निवड करून त्यांचा अभ्यास केला जातो व त्यातून काढण्यात आलेले निष्कर्ष सर्व समग्राला उपयोजिले जातात. यालाच नमुना निवड म्हणतात.

नमुना निवडीचे प्रकार :

नमुना निवडीचे अनेक प्रकार आहेत. या प्रकारांची संभाव्यता निवड आणि असंभाव्यता निवड या गटात विभागणी करता येते. संभाव्यता निवडीमध्ये

समग्रातील प्रत्येक घटकाला नमुन्यात निवड होण्याची समान संधी मिळण्याची शक्याता असते. असंभाव्यता निवडीमध्ये अशी संधी नसते.

संभाव्यता ह्या संज्ञेचा अर्थ समजावून घेताना आपल्याला असे म्हणता येईल की, आपल्याला एखाद्या गोष्टीसंबंधी पुरेशी माहिती नसली किंवा तिच्याबद्दल आपल्याला फक्त अनुमान अथवा तर्क करावा लागत असेल अथवा त्या गोष्टीबद्दल आपल्याला खात्री नसेल, तरच संभाव्यतेचा प्रश्न निर्माण होतो. उदाहरणार्थ क्रिकेटमधील विश्वकरंडक यंदा कोण जिंकणार ? या प्रश्नाचे आपण दिलेले कोणतेही उत्तर चूक ठरण्याची शक्यता असते.

संभाव्यता निवडीचे मूलभूत तत्त्वच असे आहे की नमुन्याची निवड EPSEM या तत्त्वाने केली तर तो नमुना सर्व समग्राचे प्रतिनिधित्व करण्याची / प्रतिनिधी होण्याची शक्यता जास्त असते. EPSEM म्हणजे equal probaility of selection method. या तत्त्वानुसार समग्रातील प्रत्येक घटकाला नमुना म्हणून निवड होण्याची संभाव्यता असते.

EPSEM या पद्धतीमुळे तयार होणारी मूलभूत नमुना निवड साधा यादृच्छिक नमुना (simple Random sample) या नावाने ओळखली जाते. या पद्धतीत समग्रातील कोणत्याही घटकाची नमुना म्हणून निवड होणे, हा केवळ योगायोग असतो. म्हणूनच या पद्धतीने नमुना निवडणे प्रत्यक्षात मोठ्या जिकिरीचे काम असते. घटकांची संपूर्ण यादी उपलब्ध असेल अथवा सर्व घटकांना क्रमांक दिलेले असतील तर या नमुन्याने घटकांची निवड करणे सोईचे होते. लॉटरी पद्धती अथवा यादृच्छिक अंकांच्या (random number) आधारेसुद्धा नमुना निवड करणे शक्य असते.

व्यवस्थाबद्ध नमुना निवड (systematic sampling) हा साध्या यादृच्छिक नमुन्याचाच एक थोडा वेगळा प्रकार आहे. या पद्धतीने नमुना निवड करताना समग्रातील सर्व घटकांना क्रमांक देणे आवश्यक आहे. निवडीतील पहिला घटक यादृच्छिक पद्धतीने पुढील घटक त्यांना दिलेल्या क्रमांकामधून त्या क्रमाने पद्धतशीरपणे घेतले जातात. उदाहरणार्थ एका ग्रंथालयात दहा हजार ग्रंथ असून त्यामधील १००० ग्रंथ नमुना म्हणून निवडावयाचे आहेत. ग्रंथांना १ ते दहा हजार दाखल अंक दिलेले आहेत. यामधील पहिला अंक १ ते १० मधील कोणताही यादृच्छिक पद्धतीने निवडला जातो. उदा. आपण सहा हा क्रमांक निवडला. आता नमुने १००० असल्याने पुढील घटक निवडताना प्रत्येक दशकातील ६ ने शेवट होणारा अंकच आपल्याला निवडावा लागेल म्हणजे आपल्या नमुन्यात

एक पद्धत (system) आली आणि म्हणूनच आपल्या नमुन्यात ६, १६, २६, ३६... १५६... २५६... ३८६... ४०६... ५९६... ९९६... १४ १६... ३५६६, ... ८३४६... ९९९६, असे एक हजार घटक येतील.

स्तरित यादृच्छिक नमुना निवड (Stratified Random Sampling) – या पद्धतीमध्ये नमुना निवडण्यापूर्वी समग्रातील सर्व घटकांची विविध स्तरामध्ये विभागणी करण्यात येते. उदाहरणार्थ महाराष्ट्रातील सार्वजनिक ग्रंथालयांचे सर्वेक्षण करताना त्यामधून नमुना निवडताना ग्रंथालयांची अ, ब, क, ड या स्तरामध्ये विभागणी केली जाईल. अ दर्जाची २०० ब दर्जाची ५६० क वर्गाची १५४० आणि ड वर्गाची ३२२० ग्रंथालये असतील आणि नमुना १०% हवा असेल तर अ दर्जाची २० ब दर्जाची ५६ क वर्गाची १५४ आणि ड वर्गाची ३२२ ग्रंथालयांचा नमुन्यामध्ये समावेश होईल.

एककपुंज नमुना निवड पद्धती (Cluster sampling)

या प्रकारच्या नमुना निवडीत विविध टप्पे असल्याने याला बहुमार्गी नमुना निवड (Multi stage sampling) असेही म्हणतात. संशोधनातील समग्राचे स्वरूप फार मोठे असेल (उदा. एखाद्या शहराची लोकसंख्या) तर प्रथम त्या समग्राचे वेगवेगळे गट केले जातात (जसे शहरातील विविध वॉर्डस्). या गटामधून साध्या यादृच्छिक पद्धतीने काही गट निवडले जातात. अशाप्रकारे निवडण्यात आलेल्या गटातून पुन्हा एकदा यादृच्छिक पद्धतीने एककांची निवड करण्यात येते.

असंभाव्यता नमुना निवड पद्धतीमध्ये (Non probability sampling) मध्ये सोयीस्कर नमुना निवड, कोटा नुसार निवड सप्रयोजक (purposive) अथवा स्वनिर्णित (Judgement) नमुना निवड इत्यादी प्रकार येतात.

समग्राच्या अथवा लोकसंख्येच्या प्रमाणात नमुन्याचा आकार काय असावा हा प्रश्नही महत्त्वाचा आहे. या प्रश्नाचे विशिष्ट असे उत्तर नसले, तरी नमुना हा समग्राचा पुरेसे प्रतिनिधीत्व करतो, याची काळजी घेणे आवश्यक आहे.

संशोधन पद्धती

ऐतिहासिक संशोधन पद्धती – या पद्धतीमध्ये विशेषत: संस्थेचे व्यष्टी अध्ययन आणि जीवनाचा इतिहास हे येते. माहिती व्यवसायामध्ये ऐतिहासिक संशोधन पद्धती ही संशोधन पद्धतीपैकी एक आहे हे मान्य केले आहे.

जॉन टॉश असे म्हणतात की इतिहासाचे व्यापक स्वरूप पाहता त्याची व्याख्या मानवी स्वभाव किंवा सामाजिक शास्त्र म्हणून करता येत नाही. ही एक

संमिश्र शाखा आहे. या शाखेचा भूतकाळातील सखोल विचार आणि तिची समाजोपयोगी भूमिका यामुळे ही शाखा महत्त्वाची आहे. इतिहासामध्ये मानवी स्वभाव, कार्ये यांची विविधता भासते. इतिहास बदल सहजतेने दाखवितो. या प्रकारच्या संशोधनात 'नक्की काय घडले' आणि जे घडले त्याचे संग्रहीत (Collective) प्रतिनिधित्व इतिहास करतो.

ऐतिहासिक संशोधन अनेक गोष्टींशी संबंधित असते. उदा. सामाजिक इतिहास, अर्थशास्त्रीय इतिहास इत्यादी. ऐतिहासिक आधारभूत माहिती, ही माहिती सेवेशी निगडित आहे. कारण उपयोजकांच्या गरजा पूर्ण करण्यासाठी या ऐतिहासिक माहितीचा उपयोग होतो. माहिती तंत्रज्ञानातील बदल समजून घेण्यास या संशोधन पद्धतीचा उपयोग होतो.

ऐतिहासिक संशोधन कार्याचा हिशोब देते. त्यामुळे आधुनिक घटनांचे पूर्वीच्या घटनांशी नाते शोधले जाते. इतिहास हा मानवी मूल्यमापन करणे या पद्धतीमुळे सोपा होतो. म्हणून ही पद्धती एक शास्त्रीय प्रक्रिया आहे.

प्रायोगिक किंवा शास्त्रीय पद्धतीमध्ये गृहीतकृत्य तयार करावे लागते. पण या संशोधन पद्धतीमध्ये इतिहास तज्ज्ञांनी अनेक पुरावे एकत्र केलेले असतात आणि त्यांचे मूल्यमापन करून सत्याच्या जवळ गेलेले असतात. हे पुरावे जर गृहीतकृत्याच्या परिणामाशी सुसंगत असले तर ते गृहीत कृत्य निश्चित केले जाते. जर पुरावे हे गृहीत कृत्याशी सुसंगत नसतील तर गृहीत कृत्य बदलावे लागते. अशा प्रकारच्या समन्वयातूनच ऐतिहासिक सामान्यीकरण स्थापित होते.

ऐतिहासिक तज्ज्ञ काही त्या काळातले नसतात. त्यांना ज्या घटनांचा अभ्यास करावयाचा आहे त्या घटना ते इतिहासातून बाजूला काढतात. इतरांनी केलेल्या नोंदी, निष्कर्ष आणि तार्किक विश्लेषण यावर हे लोक अवलंबून असतात. त्यांची माहिती शक्यतेनुसार विश्वसनीय आहे याची ते खात्री देतात. ते प्राथमिक खुलाशावर अवलंबून असतात. यासाठी आधारभूत माहितीची योग्य प्राथमिक साधने शोधून काढणे, थोडी कल्पना शक्ती, कठोर परिश्रम, आणि विषयाची पद्धतशीर जाण या गोष्टी आवश्यक असतात.

म्हणून आधारभूत माहिती ही या प्रकारच्या संशोधनाचे साधन म्हणून वापरताना फार काळजीपूर्वक शोध व निवड करावी लागते. सखोल अभ्यास करावा लागतो. मूल्यांकन, टीपा, संदर्भ, निरीक्षणे, उल्लेख, या सर्वांचा उपयोग समजसपणाने समन्वय व निष्कर्षासाठी करावा लागतो. घटनेमध्ये नसलेल्या जागाची, मुद्यांची तार्किक गोष्टीने रचना करावी लागते. यातूनच इतिहासाच्या

रचनेची घडण होत असते.

या प्रकारच्या संशोधन पद्धतीतील आधारभूत माहिती प्राथमिक साधने, पुराणवस्तु संशोधन शास्त्रातील साधने, खोदलेली साधने, दप्तरखान्यातील साधने, वाङ्मयीन साधने, मौखिक साधने व पारंपरिक साधने यावर आधारलेली असते. दुय्यम साधनामध्ये वरील सर्व साधनाद्वारे निर्माण केलेली माहिती अंतर्भूत होते.

वर्णनात्मक संशोधन पद्धती

या पद्धतीमध्ये परिस्थितीचे वर्णन, अस्तित्त्वात असलेले संबंध त्यावरून तयार होणारी मते, वर्तमानकालीन गोष्टीमध्ये विकसित होणारे संबंध पुरावे, यांचा भूतकालीन घटनांशी असलेला संबंध या गोष्टी अंतर्भूत असतात. या संदर्भात वर्णनात्मक संशोधन पद्धतीपासून खालील दोन संकल्पना वेगळ्या करता येतात.

१) मूल्यांकन – (assessment) यामध्ये विशेष काळातील अनुभवजन्य घटना ही वर्णन केलेली असते. यामध्ये कारणांचे स्पष्टीकरण किंवा कार्यासाठी सूचना, निर्णय या गोष्टी वर्णन केलेल्या नसतात. ही संशोधन पद्धती आहे पण वर्णनात्मक संशोधन नव्हे. उदा. सामाजिक सर्वेक्षण, कार्याचे विश्लेषण इत्यादी.

२) मूल्यमापन – यामध्ये घटकांचे मूल्य, निर्णय, परिणामकारकता सामाजिक उपयोगिता, कृतीशीलता यांचा समावेश असतो. परिस्थितीच्या मूल्यमापना पलिकडे यांमध्ये सामान्यीकरणाचा विस्तार नसतो.

वर्णनात्मक संशोधन – यामध्ये अकुशल परिवर्तनीय आणि नमुना निरीक्षणाच्या पलिकडे असलेला सामान्यीकरणाचा विकसित विस्तार, त्यांचे निर्णय यामधील संबंधाचा विचार केलेला असतो. यामध्ये आशय विश्लेषण, व्यष्टी अध्ययन, समाज अभ्यास, मानववंश अभ्यास व निरीक्षणात्मक अभ्यास या गोष्टींचा समावेश असतो.

वर्णनात्मक अभ्यासाचा हेतू गट, समाज अथवा लोक यांच्या वैशिष्ट्यांचे वर्णन करणे हा असतो. यामध्ये संशोधक, समाजाचे, लोकांचे वय, लिंग, जाती विभाजन, शैक्षणिक विभाजन यासारख्या विषयांमध्ये रुची घेऊ शकतो.

अभ्यासाचे आरेखन करताना वर्णनात्मक आणि निदानात्मक अभ्यासामध्ये काही समान गोष्टी आढळतात. ह्या संशोधन प्रक्रियेमध्ये दोन अभ्यास पद्धतींमध्ये काही महत्त्वाच्या वैशिष्ट्यांची वाटणी दिसते. ज्या समस्येविषयी संशोधन करावयाचे आहे, त्याविषयी पूर्वज्ञान असणे, या दोन अभ्यास पद्धतींमध्ये आवश्यक असते. संशोधकाला आपण कशाचे मापन करावयाचे आहे याची निश्चित कल्पना

असली पाहिजे. या मापनासाठी योग्य अशी मापन पद्धती शोधण्याचे कामही संशोधकाला करावे लागते.

या दोन्ही अभ्यास पद्धतींचा हेतू संपूर्ण व अचूक माहिती मिळविणे हा आहे. त्यामुळे काळजीपूर्वक योजना आखणे जरूरीचे असते. संशोधन आरेखनात प्रभाव पडण्यापासून संरक्षण मिळण्याच्या दृष्टीने त्यात तरतूद करणे आवश्यक आहे. कारण संशोधनाच्या आर्थिक दृष्टीने वेळ, निधी आणि श्रम या गोष्टी महत्त्वाच्या आहेत.

या दोन्ही प्रकारच्या अभ्यास पद्धतीमध्ये समस्येचे नीट स्पष्टीकरण करणे आवश्यक आहे. कारण याचे पुढे उत्तर देणे अपेक्षित आहे. म्हणून या समस्येमध्ये कोणती कल्पना अपेक्षित आहे, याचेही स्पष्टीकरण करणे संशोधकाला आवश्यक आहे. म्हणजे तदनुषंगिक आधारभूत माहिती संग्रहित करणे सोपे जाते. माहिती संग्रहित करण्यामध्ये निरीक्षण, मुलाखती, प्रश्नावली इत्यादींचा उपयोग होतो. पण यालाही काही मर्यादा असतात. संशोधकाला समस्येचे स्वरूप, तिची व्याप्ती, मिळणाऱ्या प्रतिक्रिया, माहितीचा प्रकार, तिची गरज या सर्वांचा समतोल साधून माहिती संग्रहित करावी लागते.

व्यष्टी अध्ययन दृष्टिकोन –

हा गुणात्मक संशोधनाचा प्रकार आहे. या प्रकारामध्ये एका विशिष्ट परिस्थितीत गुणात्मक संशोधन पद्धतीचा वापर केलेला असतो. ही संशोधन पद्धती एखाद्याच विषयाशी व घटनेशी संबंधित असते. या घटनेच्या व विषयाच्या वलयावर हा संशोधन प्रकार प्रकाश टाकतो. यासाठी सखोल संशोधनाची गरज असते. संशोधकांकडून माहितीच्या कामात वेगवेगळ्या प्रकारच्या व्यष्टी अध्ययनांचा वापर केला जातो. उदा. निरीक्षणात्मक व्यष्टी अध्ययन, मुलाखतींचे व्यष्टी अध्ययन, संस्थात्मक व्यष्टी अध्ययन, जीवनवृत्तांत व्यष्टी अध्ययन, तुलनात्मक व्यष्टी अध्ययन इत्यादी. या सर्वांमध्ये गुणात्मक संशोधन पद्धतीचा वापर केलेला असतो. घटनांतून अधिक फायदा मिळविण्यासाठी व्यष्टी अध्ययनाने, ऐतिहासिक, प्रलेखात्मक वांशिक पद्धतींचा उपयोग केला पाहिजे, असे स्मिथ यांचे म्हणणे आहे.

निरीक्षणात्मक व्यष्टी अध्ययन

यामध्ये प्राथमिक माहिती संग्रहाची पद्धती म्हणजे सहभागी लोकांचे निरीक्षण, विशिष्ट गोष्टीचा केंद्रबिंदू करून त्यांचे निरीक्षण करणे हा याचा मुख्य हेतू असतो. हा केंद्रबिंदू मर्यादित असतो. उदा. ग्रंथालयाचा एखादा विभाग,

लोकांचा एखादा विशिष्ट गट वगैरे. वर्तमानकालीन परिस्थिती हा मुख्य भाग असला, तरी काही वेळा ऐतिहासिक पार्श्वभूमीही विचारात घ्यावी लागते.

संस्थेच्या एखाद्याच भागावर संशोधक लक्ष केंद्रित करीत असतो. पण हा भाग संपूर्ण संस्थेशी कसा संबंधित आहे, याचा गुणात्मक विचार संशोधकाला करावयाचा असतो, त्यासाठी त्याला प्राकृतिक भाग, जागा, कार्य यांचा नैसर्गिक समष्टीच्या दृष्टीने विचार करण्यावर भर द्यावा लागतो. या सर्वांचा नैसर्गिक घटक म्हणून विचार करताना संस्था कशी कार्य करते, याच्याशी संशोधकाचा निकटचा संबंध येतो.

दुय्यम विश्लेषण ही पद्धत पूर्वीच्या अभ्यासाशी तुलना करण्याच्या दृष्टीने उपयोगी पडते. पूर्वीच्या अभ्यासातील परिस्थिती निर्णय यांचा विचार केल्यामुळे तर्कशुद्धतेवरचा आत्मविश्वास वाढतो. या गोष्टी विकासाच्या व नवीन सामान्यीकरण व सिद्धांतासाठी आवश्यक ठरतात.

पूर्वीच्या संशोधनातून गोळा केलेल्या माहितीचे परत विश्लेषण करणे. त्यामध्ये कदाचित नवीन गृहीत कृत्ये, प्रायोगिक आरेखन सांख्यिकीय पद्धती आणि विश्लेषण या गोष्टी समाविष्ट असू शकतात. विषय, गोळा केलेली माहिती एकच असते. पण विश्लेषण वेगळे असते. त्यामुळे वेळ व पैसा वाचतो.

दुय्यम विश्लेषण पद्धती महत्त्वाची आहे. कारण यामध्ये खरी आधारभूत माहिती उपयोगात आणलेली असते.

सर्वेक्षण पद्धती –

एखाद्या विशिष्ट सामाजिक घटकांकडून योग्य पद्धतीने माहिती गोळा करणे म्हणजे सर्वेक्षण होय. सामाजिक संशोधनात तथ्ये गोळा करण्याची ही एक महत्त्वाची पद्धती आहे. या पद्धतीच्या आधाराने संशोधक एखाद्या विशिष्ट प्रदेशातील, विशिष्ट गटाची त्यांच्या समस्येविषयीची सर्वांगीण माहिती मिळवू शकतो. ही माहिती त्याच्या संशोधनाला गती देणारी असते. त्या माहितीद्वारे संशोधक काही निष्कर्ष काढू शकतो, त्यासंबंधी काही उपाय सुचवू शकतो. अशी माहिती मिळविणे हा संशोधकांच्या अभ्यासाचा पहिला टप्पा असतो.

हे एक शक्य आणि सोपे असलेले तंत्र आहे. काही वेळा इतर तंत्रांचा सुद्धा अवलंब करावा लागतो.

सर्वेक्षण म्हणजे काय ? याची व्याख्या करण्यापेक्षा ते ओळखणे अधिक श्रेयस्कर ठरते. संपूर्ण ग्रंथालयाचा, कार्याचा अभ्यास म्हणजे सर्वेक्षण. सर्वेक्षणांचा सामान्य घटक म्हणजे मापन. यामध्ये अनेक अडचणी असतात. उदा. घटनात्मक

घटना (Factual facts) उदा. ग्रंथालयाचा अर्थसंकल्प, मतांचे (attitudes) मापन करणे ही एक जटिल गोष्ट आहे. यासाठी नवीन तंत्रे आणि अस्तित्वात असलेल्या तंत्रामध्ये सुधारणा करून ती विकसित करणे आवश्यक असते. सर्वसामान्य सर्वेक्षण हे विशेष सर्वेक्षणापेक्षा सोपे असते. पण सर्वेक्षणाचे क्षेत्र जेवढे लहान तेवढे जास्त तर्कशुद्ध निष्कर्ष मिळतात. साध्या सर्वेक्षणाचे आरेखनही काळजीपूर्वकच करावे लागते.

सर्वेक्षणाचे स्वरूप, त्याची उपयुक्तता व सर्वेक्षण करणारे संशोधक वा यंत्रणा यावरून सामाजिक सर्वेक्षणाचे प्रकार तयार होतात.

१) **नियमित व नैमित्तिक सर्वेक्षण** – यामध्ये सर्वेक्षण यंत्रणेमार्फत एका ठरावीक कालावधीनंतर जे सर्वेक्षण केले जाते, ते नियमित सर्वेक्षण होय. एखाद्या वेळी विशिष्ट हेतूने सर्वेक्षण केले जाते. त्याला नैमित्तिक सर्वेक्षण म्हणतात.

२) **प्रत्यक्ष वा अप्रत्यक्ष सर्वेक्षण** – सर्वेक्षणातील तथ्यांचे सांख्यिकी विश्लेषण करणे जेव्हा शक्य असते, तेव्हा त्याला प्रत्यक्ष सर्वेक्षण म्हणता येते. दुसरे असे की ज्या सर्वेक्षणात उपलब्ध असलेल्या माहितीचे विश्लेषण केले जाते, निष्कर्ष काढले जातात, त्याला अप्रत्यक्ष सर्वेक्षण म्हणतात.

३) **प्राथमिक किंवा दुय्यम सर्वेक्षण** – संशोधक जेव्हा वैयक्तिकपणे माहिती गोळा करतो, तथ्ये, आकडेवारी गोळा करतो, तेव्हा ते प्राथमिक सर्वेक्षण असते. संशोधक जेव्हा उपलब्ध माहितीतील एखाद्या प्रश्नाद्वारे सर्वेक्षण करतो, ते दुय्यम सर्वेक्षण होय.

४) **व्यक्तिनिष्ठ किंवा व्यक्ती निरपेक्ष सर्वेक्षण** – प्रत्यक्ष व्यक्तीकडून जेव्हा तिच्याविषयी माहिती मिळविली जाते ते व्यक्तिनिष्ठ सर्वेक्षण होय. व्यक्ती निरपेक्ष सर्वेक्षणात त्रयस्थाकडून अभ्यासविषयाच्या संदर्भात माहिती मिळविली जाते.

५) **खुले किंवा गोपनीय सर्वेक्षण** – सर्वेक्षणातून मिळणारी माहिती ही जेव्हा सर्वांच्या उपयोगासाठी उपलब्ध असते, तेव्हा ते खुले सर्वेक्षण असते. काही वेळा सर्वेक्षणातून मिळणारी माहिती ही काही घटनांपुरतीच मर्यादित असते. तिचा उपयोग जेव्हा सर्वांसाठी नसतो, त्याला गोपनीय सर्वेक्षण म्हणतात.

६) **व्यापक व मर्यादित सर्वेक्षण** – या प्रकारच्या सर्वेक्षणात विविध प्रकारची संग्रहित माहिती असते. म्हणजे संग्रह व्यापक असतो. क्षेत्रही

व्यापक असते. म्हणून ते सर्वेक्षण व्यापक असते. पण या उलट जेव्हा संग्रहित माहिती मर्यादित असते, क्षेत्रही मर्यादित असते, तेव्हा त्या सर्वेक्षणाला मर्यादित सर्वेक्षण असे म्हणता येईल.

सर्वेक्षण ही संशोधनाची लोकप्रिय पद्धती आहे. सामाजिक शास्त्रांमध्ये सर्वेक्षणाच्या मदतीने कोणत्याही समस्यांचे सर्वांगीण आकलन होते. त्यामुळे समस्येमागची कारणे व त्यावर उपाययोजना करणे सहज शक्य होते. या सर्वेक्षणातील निष्कर्षांचा उपयोग सर्वांना होतो. सामाजिक गतीला चालना मिळते.

तौलनिक संशोधन पद्धती –

ही संशोधन पद्धती एक अभिजात पारंपरिक पद्धती आहे. ही इतिहासाच्या पार्श्वभूमीवर अवलंबून असते. वेगवेगळ्या समाजातील रचना आणि संस्कृती यातील दृष्टिकोनांतील फरक या संशोधन पद्धतीमुळे तौलनिक दृष्टीने मांडता येतो. या तुलनेमध्ये पूर्वीचा समाज आणि वर्तमानकालीन समाज या गोष्टी समाविष्ट असतात. या प्रकारच्या संशोधन पद्धतीमध्ये मनुष्य आणि समाज यांच्याबद्दलची व्यापक माहिती स्वीकारावी लागते. इतकेच नव्हे तर समकालीन समाजाबद्दलचे साहित्यही स्वीकारावे लागते. इतिहास हा अभ्यास क्षेत्राचा एक व्यापक विषय आहे.

आधुनिक संशोधन तंत्राने या अभ्यास विषयाचा अभ्यास करणे हा यांतील महत्त्वाचा भाग आहे. रचनात्मक विश्लेषणामध्ये सामाजिक घटनांना काही विशेष महत्त्व प्राप्त झालेले असते. हा अभ्यास आधुनिक तंत्राच्या मदतीने करणे अभिप्रेत असते. यांमध्ये मानवी स्वभावाचा अभ्यास आपला समाज जाणून घेण्यास मदत करतो.

या संशोधन पद्धतीमध्ये ऐतिहासिक दृष्टिकोन हा समाजशास्त्रज्ञांच्या दृष्टीने टीकेचा मुद्दा ठरला होता. सामान्य सिद्धांत आणि आधुनिक काळातील सर्वेक्षण संशोधन पद्धती याबाबत टीका होत होती. सामाजिक पद्धतीतील रचना सिद्धांत ही गोष्ट प्रश्नांकित होती. आधुनिक काळातील संख्यात्मक विश्लेषणाची साधने, या विश्लेषणातील सामाजिक संकल्पना पद्धतीविषयक व सिद्धांत विषयक या दोन्ही गोष्टींनी अंगिकारावी लागते. सामाजिक वृत्तीचा अर्थ नीट स्पष्ट करावा लागतो आणि सामाजिक विश्लेषण आवश्यक ठरते. म्हणून या दोन शाखांमध्ये समाज शास्त्र व इतिहास यामध्ये सुसंवादाची आवश्यकता आहे.

प्रायोगिक संशोधन पद्धती –

या प्रकारच्या संशोधन पद्धतीमध्ये कारणपरत्वे संबंध हा दृष्टिकोन असतो.

हा दृष्टिकोन प्रायोगिक आरेखनामुळे तयार होतो. समान गटातील तुलना, प्रायोजिक परिवर्तने कुशलतेने हाताळणे, परावलंबी परिवर्तनावरील नियंत्रण या गोष्टीसाठी या पद्धतीचा वापर केला जातो.

प्रायोजिक संशोधन दृष्टिकोन हा कृत्रिम आहे असे म्हटले जाते. पण यासाठी पर्यायी प्रायोजिक आरेखन करावे लागते. या आरेखनांमध्ये उच्च बहि:स्थ तर्क- शुद्धता आणि कमी अंर्तगत तर्कशुद्धता असते. म्हणून अंशत: प्रायोगिक आरेखन हे यावरचे उत्तर ठरते. इतर नैसर्गिक शास्त्रामध्ये ह्या पद्धतीचा वापर होतो त्याप्रमाणे ग्रंथालय व माहिती शास्त्र यामध्ये वापर शक्य होत नाही.

प्रयोगामध्ये ज्ञात माहितीतून नवीन घटना निर्माण होतात. पण नवीन परिस्थितीत काही बदल घडवून आणण्यासाठी, काही नवीन वेगळ्या गोष्टी करण्यासाठी, काही प्रयोग करणे आवश्यक ठरते. म्हणून या प्रायोगिक संशोधन पद्धतीला प्रायोगिक दृष्टिकोन म्हणणे जास्त सयुक्तिक ठरते. कारण येथे प्रायोगिक तत्त्वावर एक नवीन परिस्थिती निर्माण होत असते. या आधारे संशोधक संशोधनाची पार्श्वभूमी तयार करीत असतो, जी आतापर्यंत अस्तित्वात नव्हती. या पार्श्वभूमीमुळे तो अभ्यास संशोधन करू शकतो.

हा प्रायोगिक संशोधनदृष्टिकोन शास्त्रांमध्ये जास्त उपयोगी पडतो. या दृष्टिकोनाचा ग्रंथालय आणि माहितीशास्त्रात उपयोग होतो. उदा. ग्रंथालय व माहिती शास्त्रातील अभ्यासक्रम, तत्त्वांची स्थापना, ग्रंथालयीन सेवा साहित्याचे उपार्जन, वर्गीकरण, संग्रह माहितीची प्रलेखाची प्रतिप्राप्ती इत्यादी. या क्षेत्रामध्ये या दृष्टिकोनाचा उपयोग होतो.

प्रायोगिक संशोधन दृष्टिकोन हा इतर संशोधनाच्या दृष्टिकोनांपेक्षा वेगळा आहे. कारण हा एक प्रयोग आहे. काही अनुभवजन्य घटनांचे निरीक्षण केले जाते. इतर संशोधन दृष्टिकोनात परिवर्तनाचे मापन केले जाते. पण प्रायोगिक दृष्टिकोनात परिवर्तनावर नियंत्रण मिळविणे आणि कुशलतेने हाताळणी करणे आवश्यक असते. हे परिवर्तन वेगवेगळ्या परिस्थितीमध्ये तपासले जाते.

सांख्यिकीय पद्धती –

संशोधनपद्धतीमध्ये संख्याशास्त्राचे मूलभूत ज्ञान असणे आवश्यक आहे. सामाजिक शास्त्रामध्ये संख्याशास्त्र अभ्यास यांची गरज असते. कारण सामाजिक शास्त्रामध्ये संशोधकाने गोळा केलेली माहिती विस्तृत प्रमाणात असते. ही माहिती सामान्यपणे सुलभ होणे आवश्यक ठरते. दुसरे असे की सामाजिक शास्त्रांमध्ये

संशोधन करणाऱ्यांचा सामाजिक संशोधनात संख्यात्मक दृष्टिकोनाचा वापर वाढत आहे. त्यामुळे संख्याशास्त्राची मूलभूत माहिती असणे आवश्यक ठरते.

संशोधनामध्ये गोळा केलेल्या माहितीसाठी नमुना (Sample) निवड करावी लागते. पण याचा अर्थ असा नव्हे की सामाजिक संशोधक सर्व माहिती गोळा करतो. त्याच्या संशोधनांच्या सर्व प्रक्रिया पूर्ण करून मग त्या सर्व गोष्टी संख्याशास्त्रज्ञाकडे विश्लेषणासाठी सोपवितो. पण अशा वेळी त्याच्या निष्कर्षाचा योग्य उपयोग होईलच असे नाही. संशोधन प्रक्रियेत विश्लेषणातील समस्या व त्यांचे स्पष्टीकरण हे प्रत्येक टप्प्याला करणे आवश्यक असते. या दृष्टीने सांख्यिकीय पद्धती अवलंबिणे जरुरीचे असते. म्हणून संख्याशास्त्र हे सामाजिक शास्त्रज्ञाचे एक महत्त्वाचे साधन आहे. हे साधन प्रायोगिक विश्लेषणासाठी अधिक उपयुक्त आहे. बरेच सामाजिक संशोधन सैद्धांतिक कल्पनेवर आधारलेले असते. विश्लेषणातील परिवर्तने नियंत्रित करता येतात. संशोधक माहिती विश्लेषणाची जटिलता बघून भांबावून जातात. म्हणून सांख्यिकीय पद्धतीचे ज्ञान हे सामाजिक संशोधकाला असणे जरुरीचे आहे.

सांख्यिकीय पद्धतीच्या काही मर्यादा आहेत. संख्याशास्त्र हे समस्यांच्या बाबतीत आहे तसेच वापरता येते. त्यात काही वेळा बदल होण्याची शक्यता असते. म्हणून काही वेळा गुणात्मक माहिती तर्कशुद्धतेचा फारसा विचार न करता अंकीय मूल्य म्हणून कृतीत आणली जाते. म्हणून सामाजिक शास्त्रज्ञ विषयनिष्ठ घटनांमुळे प्रभावित होतात. कारण विषयनिष्ठ घटना बदलत नाहीत. समस्येचा सर्वांगीण समज सांख्यिकीय दृष्टिकोन ज्ञात होण्यास मदत करतो.

समग्र गोष्टींची सरासरी काढण्यास सांख्यिकीय सिद्धांत उपयोगी पडतात. यामध्ये मानवी दृष्टिकोनातून विचार केलेला नसतो. सामाजिक मानवी शास्त्रामध्ये कदाचित या सांख्यिकीय दृष्टिकोनामुळे चुकीचा उपयोग होण्याची शक्यता असते. माहितीचे स्वरूप तिचा मापन स्तर, सांख्यिकीय पद्धतीची तर्कशुद्धता, संबंधित विषयाचे ज्ञान, नमुना निवडीतून निर्माण झालेली गृहीते यावर अवलंबून असते.

माहिती संकलनासाठी प्रश्नावली मुलाखत, निरीक्षण सर्वेक्षण पद्धती, व्यष्टी अध्ययन पद्धती वगैरे पद्धती वापरल्या जातात. संग्रहित झालेल्या माहितीच्या विश्लेषणासाठी संघटन आणि स्पष्टीकरण करणे जरुरीचे ठरते. माहितीचे संघटन यामध्ये वर्गीकरण आणि माहिती तक्त्यात मांडणे या गोष्टी समाविष्ट आहेत. माहितीचे वर्गीकरण सर्वसामान्य वैशिष्ट्यांवर आधारलेले असते. वर्गीकरण संख्यात्मक किंवा गुणात्मक असू शकते. गुणात्मक वर्गीकरणांमध्ये समान गुणांचा

विचार केलेला असतो. यामध्ये अंकीय मूल्याला वाव नसतो. संख्यात्मक वर्गीकरणांमध्ये व्याप्ती आकार याला महत्त्व असते.

माहितीचे वर्गीकरण केल्यानंतर ही सर्व माहिती एका तक्त्यात व्यवस्थितपणे मांडली जाते. त्यामुळे एका दृष्टिक्षेपात सर्व गोष्टी समजून येतात. सांख्यिकीय पद्धतीत माहितीचे सादरीकरण हे महत्त्वाचे ठरते. कारण यामध्ये बरीच आकडेवारी असते व मूळ माहिती तक्त्यात मांडलेली असते. काही वेळा थोडीच मूळ माहिती तक्त्यात मांडलेली असते व उरलेली सांख्यिकीय स्वरूपात असते. सर्व माहिती तक्त्यात मांडलेली असते तर काही वेळा आलेख स्वरूपातही माहिती दिलेली असते.

माहितीचे विश्लेषण – क्षेत्र कार्यातून माहिती गोळा करणे हे सोपे नसते. या संग्रहित माहितीतून, माहितीची व्याप्ती कमी करून, अर्थपूर्ण माहिती शोधावी लागते. संशोधक माहितीतील जटिलता आलेख, चार्ट आणि इतर उदाहरणे, आकृती चित्रे यांच्या मदतीने थोडक्यात सांगतो आणि घटक आणि अर्थपूर्ण स्पष्टीकरण यातले संबंध स्पष्ट करतो.

माहितीच्या विश्लेषणामध्ये संकेतन (Coding) आशय विश्लेषण अभिप्रेत असते. गुणात्मक विश्लेषणामध्ये आवश्यक वैशिष्ट्यांची ओळख आणि त्यांच्यामधील अंतर्गत संबंधाचे पद्धतशीर वर्णन असते.

प्राथमिक माहिती विश्लेषण – माहितीच्या प्रकारातील संबंध शोधून त्यांचे सामान्यीकरण करणे हा या प्रक्रियेचा मुख्य हेतू असतो. यामध्ये माहितीचा आकार, विस्तार कमी करणे, त्यात अर्थपूर्णता व पद्धतशीरपणा आणणे, या गोष्टी समाविष्ट असतात.

माहितीचे गुणात्मक विश्लेषण हे काम कठीण असते. सर्व साधारण विश्लेषण पद्धतीमध्ये सर्व माहितीचे इतर संशोधनाबरोबर पुन्हा पुन्हा सिंहावलोकन केले जाते. त्याचप्रमाणे गुणात्मक माहिती विश्लेषणामध्ये संशोधकांची प्रतिक्षिप्त क्रिया आणि इतर संशोधकांबरोबरची चर्चा यांचा उपयोग होतो. या दोन गोष्टी प्रतिबिंबित लेखन सराव आणि चर्चेचा सामाजिक सराव यातून नवीन मार्ग मिळण्याची शक्यता निर्माण करतात.

माहितीचे संपूर्ण विश्लेषण – अनुभवजन्य तत्त्वाच्या दृष्टीने माहितीतील घटकांचे बाह्य स्वरूप परत बदलणे आणि संशोधनाच्या दृष्टीने उपयोगी सिद्धांताचा शोध घेणे या गोष्टी यामध्ये अंतर्भूत होतात. यासाठी संशोधकाला गुणात्मक माहिती विश्लेषणाच्या पद्धतीचा वापर करावा लागतो व त्यासाठी संकेतन आणि

आशय विश्लेषण करावे लागते.

गुणात्मक संशोधन माहितीमध्ये प्राथमिक माहिती असते. उदा. मुलाखती, निरीक्षण क्षेत्रीय टीपा इत्यादी. जी. एच. मिड म्हणतात. ''माहिती विश्लेषण म्हणजे संबंधित रचनांचे एकत्रिकरण आणि त्यांची अर्थपूर्ण शब्दात पुन्हा रचना करणे.''

अर्थपूर्ण माहिती विश्लेषणाचा संकेतन हा महत्त्वाचा भाग आहे.

माहिती संकलनाची तंत्रे (Techniques of Data Collection)

संशोधक, संशोधनासाठी, त्यातील समस्येसाठी प्राथमिक व दुय्यम सामग्रीतून माहिती मिळवितो. प्राथमिक सामग्री मिळविण्यासाठी संशोधक विविध तंत्रांचा उदा. निरीक्षण, मुलाखत, प्रश्नावली व अनुसूची यांचा उपयोग करतो. तर दुय्यम सामग्रीमध्ये लिखित साहित्याचा समावेश होतो.

निरीक्षण – दैनंदिन जीवनात आपल्या आजूबाजूला बऱ्याच घटना घडत असतात. त्यांचे आपण निरीक्षण करीत असतो. पण हे शास्त्रीय निरीक्षण नव्हे. निरीक्षण हे वर्तन विषयक शास्त्रात उपयोगी पडते. डॉ. एस. आर रंगनाथन यांचे मूलभूत पाच सिद्धांत हे त्यांच्या निरीक्षणाचेच फलित आहे.

''पद्धतशीरपणे पाहणे आणि पाहिलेल्या घटनांची चिकित्सा करणे म्हणजे निरीक्षण होय.'' असे यंग म्हणतात.

निरीक्षणाचा हेतू, त्यासाठी वापराव्या लागणाऱ्या पद्धती व निरीक्षणावर असलेले नियंत्रण या पार्श्वभूमीवर निरीक्षणाचे खालील प्रकार करता येतात.

१) सहभागी निरीक्षण (Participant observation)
२) असहभागी निरीक्षण (Non - Participant observation)
३) संमिश्र निरीक्षण (Quasi - Participant observation)
४) नियंत्रित निरीक्षण (Controlled observation)
५) अनियंत्रित निरीक्षण (Uncontrolled observation)

१) सहभागी निरीक्षण – अभ्यासक जेव्हा अभ्यासविषयासाठी निवडलेल्या समुदायाच्या सांनिध्यात येऊन त्यांच्या सर्व क्रियांमध्ये सहभागी होतो, त्यांचे निरीक्षण करून माहिती जमा करतो, तेव्हा त्याला सहभागी निरीक्षण म्हणतात.

२) असहभागी निरीक्षण – यांमध्ये अभ्यासक अभ्यासविषयाच्या समूहात प्रत्यक्ष सहभागी होत नाही, तो सर्व घटनांचे निरीक्षण लांबूनच करीत असतो.

३) **संमिश्र निरीक्षण –** संशोधनात काही वेळा सहभागी व असहभागी असे निरीक्षण काटेकोरपणे करणे कठीण असते. अशा वेळी अभ्यासकाला या दोन्ही पद्धतींचा अवलंब करावा लागतो.

४) **नियंत्रित निरीक्षण –** अभ्यासक अभ्यास घटकांचे निरीक्षण करण्यासाठी तशी परिस्थिती जेव्हा मुद्दाम निर्माण करतो, त्यावेळी ते नियंत्रित निरीक्षण असते. यामध्ये अभ्यास घटकांवर नियंत्रण ठेवणे व अभ्यासकाने स्वत:च्या निरीक्षणावर नियंत्रण ठेवणे या गोष्टीही समाविष्ट असतात.

५) **अनियंत्रित निरीक्षण –** अभ्यासविषयावर अभ्यासकाचा कोणताही प्रभाव पडणार नाही याची दक्षता घेऊन जेव्हा निरीक्षण केले जाते तेव्हा त्याला अनियंत्रित निरीक्षण म्हणतात. नैसर्गिक घटना जशा घडतात तसेच त्यांचे निरीक्षण करणे हा या निरीक्षणाचा हेतू असतो. सामाजिक शास्त्रात ही पद्धत उपयोगी पडते.

या सर्व पद्धती फायदेशीर आहेत. पण यातून मिळविलेली माहिती विश्वसनीय असेलच असे नाही.

निरीक्षण हे सामाजिक संशोधनात एक महत्त्वाचे तंत्र आहे. तसे हे साधे व सोपे तंत्र आहे. अभ्यासविषयाची मांडणी अभ्यासक निरीक्षणाच्या आधारेच करीत असतो. या पद्धतीने घटनेचे वस्तुनिष्ठ ज्ञान अभ्यासकाला होते. म्हणून विश्वसनीय निष्कर्ष मांडणे सोपे जाते. तरी सुद्धा या तंत्राला काही मर्यादा आहेत.

प्रश्नावली – अभ्यास विषयक माहिती मिळविण्याचे हे सुद्धा एक महत्त्वाचे तंत्र आहे. संशोधनासाठी आवश्यक असणारी माहिती अभ्यास घटकाकडून प्रतिनिधीकडून त्याच्यावर कोणताही प्रभाव न पाडता मिळविणे या तंत्रामुळे शक्य होते. यामध्ये माहिती विषयक प्रश्नांची यादी तयार केली जाते. अर्थात या यादीतही एक विशिष्ट पद्धती अवलंबिलेली असते. ही प्रश्नांची यादी पोस्टाने अभ्यास घटकांच्या प्रतिनिधीकडे पाठविली जाते. ही यादी प्रतिनिधी स्वत: वाचून, लिहून परत अभ्यासकाकडे पाठवितो. या प्रश्नावलीमध्ये प्रतिनिधींची मते मांडलेली असतात. या सर्व प्रक्रियेला प्रश्नावली पद्धत म्हणतात.

रचना – प्रश्नावलीची रचना करताना अभ्यासकाला काळजी घ्यावी लागते. त्याला प्रश्नावलीचा आकार मर्यादित ठेवण्याचा प्रयत्न करावा लागतो. प्रश्नावली जेवढी लहान / मर्यादित स्वरूपाची असेल तेवढे प्रश्नावली भरून पाठविण्याऱ्यांचे प्रमाण अधिक असते. तथापि प्रश्नावलीचे मर्यादित स्वरूप ठेवताना ती अपुरी राहणार नाही, हे पाहणेही आवश्यक असते. प्रश्नावलीतील

प्रश्नांचे स्वरूपही सोपे व सुलभ असावे. प्रश्नांचे उत्तर देताना अभ्यास घटकांच्या प्रतिनिधींना अडथळे येऊ नयेत. प्रश्नांच्या मांडणीमध्ये नेमकेपणा असावा. प्रश्नांचा क्रम तर्कशुद्ध असावा

अभ्यासकाने प्रश्नावलीची मांडणी केल्यानंतर ती अभ्यास घटकांच्या प्रतिनिधीकडे पाठविण्यापूर्वी तिची चाचणी घेणे आवश्यक आहे. यामुळे त्या प्रश्नावलीतील अडथळे कळण्यास सोपे जाते. आवश्यकतेनुसार प्रश्नांचे स्वरूप बदलावे लागते.

रचनेच्या आधारानुसार

१) संरचित प्रश्नावली (Structured Questionnaire)
२) असंरचित प्रश्नावली (Unstructured Questionnaire)
असे दोन प्रकार होतात.

१) संरचित प्रश्नावली –

अभ्यासविषयाचा हेतू व विषय लक्षात घेऊन अभ्यासक जेव्हा प्रश्नांचे स्वरूप व क्रम ठरवितो आणि त्यानुसार त्यांची पद्धतशीरपणे मांडणी करतो, तेव्हा त्याला संरचित प्रश्नावली म्हणतात. याचे उपप्रकार दोन

१.१ बंदिस्त संरचित प्रश्नावली (Closed Structural Questionnaire) – या प्रश्नावलीमध्ये पर्यायी उत्तरे दिलेली असतात. अभ्यास घटकांना प्रश्नावलीतील पर्यायी उत्तरातून एका उत्तराची अचूक निवड करावयाची असते. यामध्ये उत्तराच्या निवडीचे स्वातंत्र्य नसते.

अशा प्रकारच्या उत्तरामध्ये फारशी विसंगती आढळत नाही. त्यामुळे माहितीचे विश्लेषण, माहितीतील विविध घटकांची तुलना करणे सोपे जाते. त्याचबरोबर अभ्यास घटकांचे प्रश्नावलीसंबंधीचे अज्ञान, प्रश्न स्पष्ट न कळल्यामुळे मिळणाऱ्या उत्तरातील संदिग्धता यामुळे चुका होण्यास वाव असतो. गृहीतक मांडण्यासाठी मात्र या पद्धतीचा उपयोग होतो.

१.२ खुली संरचित प्रश्नावली (Open Questionnaire) – यामध्ये अभ्यास घटकाच्या मताला, उत्तराला स्वातंत्र्य असते. यात पर्यायी उत्तरे दिलेली नसतात. या पद्धतीला खुली संरचित प्रश्नावली म्हणतात. अभ्यास घटकाच्या मताला स्वातंत्र्य असल्यामुळे अभ्यासकाच्या माहितीत भरच पडण्याची शक्यता असते. यात तपशीलवार माहिती मिळते. अभ्यासघटकांच्या प्रश्नाबाबतचे अडथळे विसंगती निर्माण करू शकतात.

२) असंरचित प्रश्नावली (Unstructured Questionnaire) -

अभ्यासघटकांचा दृष्टिकोन, त्यांची मते अशा प्रकारच्या प्रश्नावलीतून अभ्यासकाला मिळतात. यामध्ये अभ्यास घटकांच्या उत्तरांना महत्त्व असते. या पद्धतीचा उपयोग निवडक पण मर्यादित अभ्यास घटकांकडून माहिती मिळविण्यासाठी केला जातो. सखोल अभ्यासासाठी या पद्धतीचा उपयोग होतो. ही एक लवचीक प्रश्नावली असते.

३) चित्रमय प्रश्नावली –

या पद्धतीमध्ये काही प्रश्न हे चित्रांच्या माध्यमाद्वारे जास्त स्पष्ट होतात. अर्थात ही चित्रे प्रश्नांच्या आनुषंगाने असणे अपेक्षित आहे.

अनुसूची (Schedule)

अभ्यासविषयक माहिती अभ्यास घटकाकडून मिळविण्याचे हे एक प्रत्यक्ष तंत्र आहे. यामध्ये अभ्यासक व अभ्यासघटक यांचा प्रत्यक्ष संबंध येतो. अभ्यासक आपल्या अभ्यासाविषयी प्रश्नांची एक यादी तयार करतो व अभ्यास घटकाकडून त्या प्रश्नांच्या यादीप्रमाणे प्रश्न विचारून माहिती मिळवितो.

अनुसूचीमध्ये प्रश्नांचा अभ्यासकाला अभिप्रेत असलेला अर्थच अभ्यास घटकाला समजेल अशी काळजी अभ्यासकाला घ्यावी लागते. पण या पद्धतीमुळे अचूक माहिती मिळविता येते. गृहीतकांची खात्री करण्यासाठी या तंत्राचा उपयोग होते.

त्या तंत्राचा उपयोग कोणत्या पद्धतीने केला आहे, यातून त्याचे प्रकार निर्माण होतात.

१) **निरीक्षण अनुसूची** – निरीक्षणासाठी या अनुसूचीचा उपयोग होतो. अभ्यास घटकाकडून माहिती मिळवितानाच निरीक्षण करणे हा याचा उद्देश आहे.

२) **लिखित अनुसूची** – चरित्र, सरकारी कागदपत्रे यातून अभ्यासक जेव्हा माहिती मिळवितो व त्यासंबंधी अनुसूची तयार करतो तेव्हा त्याला लिखित अनुसूची म्हणतात.

३) **संस्थात्मक सर्वेक्षण अनुसूची** – संस्थांचे स्वरूप, त्यांचे कार्य आणि त्यांच्या समस्या या विषयी माहिती संकलित करण्यासाठी या अनुसूचीचा उपयोग होतो.

४) **श्रेणी अनुसूची** – एखाद्या व्यक्तीची मते, दृष्टिकोन समजून घेण्यासाठी

या अनुसूचीचा उपयोग होतो.

५) **मुलाखत अनुसूची** – अभ्यासक जेव्हा प्रश्नावलीतील प्रश्नांची माहिती अभ्यास घटकाकडून स्वत: अनुसूचित नोंदवितो, त्यावेळी तिला मुलाखत अनुसूची म्हणतात.

अनुसूची व प्रश्नावली या तंत्रात फारसा फरक नाही. परंतु अनुसूचीत अभ्यासक व अभ्यासघटक यांचा प्रत्यक्ष संवाद घडतो. अभ्यास घटकांच्या निरीक्षणावरून उत्तराचा प्रामाणिकपणा अभ्यासक समजावून घेऊ शकतो. पण मनुष्य बळ, पैसा व वेळ यांचा विचार करता हे तंत्र खर्चीक आहे.

मुलाखत (Interview)

या तंत्रामध्ये अभ्यासक व अभ्यासघटक यांच्यात प्रत्यक्ष संवाद घडत असतो. ही विचारांच्या संप्रेषणाची प्रक्रियाच आहे. अभ्यासकाला आंतरदृष्टी प्राप्त करून देणारे हे एक प्रभावी तंत्र आहे.

''मुलाखत ही एक सुव्यवस्थित पद्धती आहे, जिच्यामध्ये त्रयस्थ व्यक्तीच्या जीवनात अभ्यासक कल्पनाशक्तीच्या बळावर प्रवेश करीत असतो.'' असे यंग म्हणतात. तर गुड आणि हॅट 'सामाजिक आंतरक्रियांचीच प्रक्रिया' असे म्हणतात.

मुलाखतीचे प्रकार खालीलप्रमाणे आहेत -

१) **निदानात्मक मुलाखत** – समस्येच्या मागील कारणे शोधून काढण्यासाठी या तंत्राचा वापर केला जातो.

२) **संशोधनात्मक मुलाखत** – घटनेमागील कार्यकारण भाव शोधण्यासाठी या तंत्राचा उपयोग होतो.

३) **उपचारात्मक मुलाखत** – एखाद्या समस्येमागील कारणे शोधणे व त्यांची चर्चा करणे, ती कारणे नाहीशी करता येण्यासारखी आहेत का? यांचा विचार करणे. ती समस्या सोडविण्यासाठी या तंत्राचा वापर केला जातो.

४) **साधी मुलाखत** – अभ्यासकाला ज्या घटकाविषयी माहिती मिळवावयाची असते त्या घटकाविषयी अभ्यास घटकांना बोलण्याचे स्वातंत्र्य असते. अभ्यासघटकाला ठरावीकच प्रश्न विचारले जात नाहीत. अशा मुलाखतीला साधी मुलाखत म्हणतात.

५) **व्यक्तिगत मुलाखत** – व्यक्तीला केंद्रबिंदू समजून जेव्हा अभ्यासक माहिती गोळा करतो, तेव्हा ती व्यक्तिगत मुलाखत होते.

६) **गट समूह मुलाखत** – जेव्हा अभ्यास विषयासंबंधीची माहिती गटाकडून, समूहाकडून गोळा केली जाते. तेव्हा या तंत्राला गट मुलाखत म्हणतात.

७) **अल्पकालीन मुलाखत** – ज्या मुलाखतीत मुलाखतीचा वेळ फारच कमी असतो, त्या मुलाखतीला अल्पकालीन मुलाखत म्हणतात.

८) **दीर्घकालीन मुलाखत** – ज्या मुलाखतीचा वेळ दीर्घ असतो ती दीर्घकालीन मुलाखत होय. अभ्यासाविषयीची विस्तृत माहिती गोळा करण्यासाठी या तंत्राचा उपयोग होतो.

९) **संरचित मुलाखत** – या मुलाखतीमध्ये प्रश्नांची अनुसूची त्यांच्या पर्यायासह दिलेली असते. या पर्यायावरच अभ्यास घटकाला अवलंबून रहावे लागते.

१०) **असंरचित मुलाखत** – या मुलाखतीमध्ये अभ्यासक अभ्यास घटकाला प्रश्न विचारून त्याच्याशी संवाद साधतो. यामध्ये प्रश्नांची यादी लिखित स्वरूपात नसते. केवळ अभ्यासकाच्या मनामध्ये या प्रश्नांचा आराखडा तयार असतो. त्यानुसार अभ्यास घटकाला अभ्यासक प्रश्न विचारतो आणि अभ्यास घटक उत्स्फूर्तपणे उत्तरे देतो. यात अभ्यास घटकाला पर्यायी उत्तरांची मर्यादा नसते. मताचे स्वातंत्र्य असते. त्यामुळे अभ्यासकाला बरीच माहिती ज्ञात होते.

११) **केंद्रित मुलाखत** – ही मुलाखत व्यक्तींच्या व्यक्तिनिष्ठ अनुभवावर केंद्रित असते. त्या विशिष्ट अनुभवाविषयी अभ्यासघटकाचा दृष्टिकोन, भावनांच्या प्रतिक्रिया यांचा विचार या प्रकारच्या तंत्रात केलेला असतो.

१२) **फेर मुलाखत** – सामाजिक परिस्थिती नेहमी बदलत असते. त्याचा परिणाम व्यक्तीवरही होत असतो. अशा व्यक्तींचा दृष्टिकोन, त्यांच्याकडून घडणाऱ्या क्रिया या गोष्टी या तंत्राच्या माध्यमातून स्पष्ट होतात. यामुळे विकासाचा शोध लावणे सोपे जाते.

मुलाखत तंत्रामध्ये अभ्यासक व अभ्यासघटक यांच्यात प्रत्यक्ष संवाद घडतो. खाजगी वैयक्तिक माहिती अभ्यास घटकाकडून मिळण्यास या तंत्राचा उपयोग होतो. त्यामुळे सखोल अभ्यासाला वाव मिळतो. उत्तरातील सत्यासत्यता अजमाविणे सहज शक्य होते. वेळ, श्रम व पैसा या दृष्टीने हे तंत्र खर्चीक आहे. या तंत्रामध्ये अभ्यासक अभ्यासघटकावर अवलंबून राहण्याची शक्यता असते. तसेच अभ्यासकाच्या चिकाटीचा प्रश्नही महत्त्वाचा असतो.

संशोधन अहवाल

माहिती गोळा करून झाली, ती वेगवेगळी करून झाली, तिचा अभ्यास झाला, विश्लेषण झाले आणि आता त्यानंतरची पायरी म्हणजे हे सर्व पद्धतशीरपणे लिहिणे म्हणजेच संशोधन अहवाल तयार करणे. संशोधन कार्याचे संपूर्ण स्पष्टीकरण एका विशिष्ट क्रमाने लिखित स्वरूपात सादर करणे, म्हणजे संशोधन अहवाल असे म्हणता येईल.

अहवाल (Report) हा प्रलेखच असतो. अहवाल लेखन म्हणजे केलेल्या कार्याचे लेखन. या कार्यालेखनात अचूकता, संक्षिप्तता आणि स्पष्टता असली पाहिजे. अहवाल हा निष्कर्षावर अवलंबून असतो. त्या निष्कर्षातून काही कल्पना सुचविल्या जातात, सूचना केल्या जातात.

जेव्हा संशोधनाचे गुणात्मक निष्कर्ष लिखित स्वरूपात सादर करावयाचे असतात, तेव्हा तिथे एक शिस्तबद्ध दृष्टिकोन असला पाहिजे. अहवाल लेखनापूर्वी काही मूलभूत गोष्टींचा विचार केला पाहिजे. उदा. वेळेचे अंदाजपत्रक. संशोधकाला त्याच्या संशोधनाचा केंद्रबिंदू स्पष्ट करता येणे आवश्यक आहे. त्याचप्रमाणे संशोधनाचा हेतू, त्याची वैशिष्ट्ये, समाधानकारक रीतीने पूर्ण झाली आहेत हेही संशोधकाने पाहणे जरुरीचे ठरते. संशोधनातील निष्कर्षांना काही सामाजिक व शास्त्रीय महत्त्व प्राप्त होणे आवश्यक असते. म्हणून अहवाल हा कार्याचा आढावा आहे, तो व्यावसायिकाप्रमाणे पण समतोल शैलीत असावा.

भाषा ही स्पष्ट असावी. तिच्यात संदिग्धता नसावी. अहवालाचे प्राथमिक लेखन म्हणजे संशोधन अहवालाचा कच्चा मसुदा असतो. त्यात बदल होतात.

अहवाललेखन फार काळजीपूर्वक योजनाबद्ध रीतीने केले पाहिजे. गुणात्मक संशोधनामुळे त्यातील कल्पनांचा विकास नवीन मार्ग दाखविण्याची शक्यता असते. म्हणून संशोधनातील माहिती ही पुन्हा पुन्हा व्यवस्थित करावी लागते. माहितीचे पुन्हा पुन्हा योग्य व्यवस्थापन करावे लागते. म्हणून अहवाल लेखन हे चांगल्या तऱ्हेने होण्यासाठी त्याच्या संशोधकाच्या मनामध्ये त्या अहवालाची पूर्ण मांडणी होणे आवश्यक ठरते.

अहवालाचे शीर्षक संक्षिप्त असावे. तसेच ते सर्वसमावेशक असावे. पण आशयाचे स्पष्टीकरण करणारे असावे. प्रस्तावनेत संशोधनकार्याची पार्श्वभूमी, पूर्वलक्षी अभ्यास, उद्दिष्ट्ये, संशोधन पद्धती, गृहीत कृत्य, वापरलेले साधने यांचा उल्लेख असावा. शक्य असेल तर मूळ मजकुरातील संज्ञांचा शब्दार्थ दिलेला असावा. समारोपात मूळ चर्चेचा संक्षिप्त भाग, शोध आणि निष्कर्ष, सूचना आणि संशोधन

क्षेत्रांचा उल्लेख असावा.

संकलन – सादरीकरणामध्ये संकलन ही महत्त्वाची पायरी आहे. संकलक, आशय, संघटन, शैली आणि स्वरूप याबाबतीत काही प्रमाणकांचा अवलंब करतो. हा संकलित अहवाल संक्षिप्त, परिणामकारक, स्पष्ट आणि पूर्ण असतो. संकलन हे यांत्रिकपणानेही करता येते. उदा. व्याकरण, शब्द वगैरे दृष्ट्या किंवा लेखकाची भाषा, पुनर्लेखन जिथे आवश्यक असेल तेथे लेखकाची शैली न बदलता, असेही संकलन करावे लागते.

संशोधन अहवालाची उद्दिष्ट्ये –

अहवालामुळे कोणत्याही विषयात नवीन ज्ञानाची भर पडते. संशोधन विषयाशी संबंधित गोष्टींच्या वास्तविक परिस्थितीचे आकलन होते. संशोधन अहवालातील निष्कर्ष विषयाशी संबंधित असणाऱ्या संशोधकाला वा इतर अभ्यासकाला उपयोगी पडतात. अहवालाद्वारे निर्माण झालेले निष्कर्ष इतरांना चर्चा करण्यासाठी, अभ्यासासाठी उपयोगी पडतात. त्यामुळे हे निष्कर्ष कसोटीवर वारंवार घासले जातात आणि त्यामुळे या निष्कर्षांना शास्त्रीय स्वरूप मिळण्याची शक्यता असते.

संशोधन ही एक तांत्रिक कला आहे. तंत्रज्ञान म्हटले की त्यात पारिभाषिक संज्ञा येणे अपरिहार्य असते. म्हणून संशोधन अहवालाचे लेखन करताना हे भाषिक अडथळे येतात. यासाठी संशोधकाने पारिभाषिक संज्ञा योग्य त्या सोप्या शब्दात स्पष्ट करणे अपेक्षित आहे. पारिभाषिक संज्ञेप्रमाणे पारिभाषिक संकल्पनाही या अहवाल लेखनात अडथळे ठरतात. त्या पारिभाषिक संकल्पनांचे तज्ज्ञ लोकांकडून वेगवेगळे अर्थ लावले जातात. त्यामुळे मतभेदाची शक्यता निर्माण होते. संशोधकाचे काही पूर्वग्रह व मूल्ये ही या अहवालात समाविष्ट असतात. त्यामुळे संशोधन घटनांचे खरे वस्तुनिष्ठ ज्ञान होतेच असे नाही.

सर्वसाधारणपणे अहवालामध्ये खालील गोष्टींचा समावेश असावा.

प्रस्तावना – यामध्ये संशोधनाचा विषय, त्यासंबंधी संशोधनपूर्व माहिती गोळा करण्याची साधने, माहितीचे संघटन, संशोधन पद्धती, सर्वेक्षण करावयाचे असल्यास मदत करणारी संस्था, कार्यकर्ते, त्यांचे प्रशिक्षण, निरीक्षण, संशोधनाचा कालावधी व खर्च यासंबंधीत गोष्टी प्रस्तावनेत असाव्यात. तसेच समस्या, तिचे वर्णन, समस्येच्या अभ्यासामुळे होणारे फायदे, पूर्वलक्षी अभ्यास याही अहवालात समाविष्ट असतात.

संशोधनाचा हेतू, अभ्यासक्षेत्राची निवड, संशोधनाची पद्धती, तिचे स्पष्टीकरण, नमुना निवड, तिचे स्पष्टीकरण, संशोधन माहितीचे संघटन, प्राथमिक साधने, सामग्रीचे संकलन, संपादन, सामग्रीचे प्रामाण्य परीक्षण या गोष्टींचेही विवेचन असणे आवश्यक आहे.

सामग्रीचे विश्लेषण, निष्कर्ष, निष्कर्षांचे आधार, आलेख वगैरे गोष्टी विश्लेषणामध्ये अंतर्भूत होतात.

निष्कर्षानंतर सूचना हा भाग येतो. या सूचना व्यवहारोपयोगी असाव्यात. समस्येचे निराकरण कसे करता येईल यासंबंधीत सूचनांची दखल घेतली जाते.

समारोपात यापूर्वी म्हटल्याप्रमाणे मूळ मजकुरातील पारिभाषिक संज्ञांचा शब्दार्थ दिलेला असावा. मूळ चर्चेचा संक्षिप्त भाग, शोध आणि निष्कर्ष, सूचना यांचा उल्लेख समारोपात असावा.

अहवालाच्या लिखित स्वरूपात, संशोधनाच्या सर्व मुद्द्यांचे स्पष्टीकरण, सोपी भाषा, वस्तुनिष्ठता, अचूकता, संक्षिप्तता व स्पष्टता असावी.

ग्रंथालय आणि माहिती शास्त्रातील संशोधनपद्धती

ज्ञानाच्या आणि शास्त्राच्या विकासासाठी संशोधन हे एक साधन आहे. संशोधन, समस्या निराकरणासाठी उपाययोजना सुचविते. म्हणजे त्या ठिकाणी समस्या संपत नाही; म्हणून संशोधनातून नवीन समस्या, अभ्यास विषय निर्माण होतात. त्यातून नवीन संशोधनाला वाव मिळतो.

ग्रंथपाल व्यवसायातील संशोधन म्हणजे ग्रंथपालन व्यवस्थेच्या समस्यांची मूलभूत माहिती, माहितीचे संघटन आणि विश्लेषण होय. हे संशोधन शास्त्रीय पद्धतीप्रमाणे करणे अर्थातच गृहीत आहे. यामध्ये संशोधन, अभ्यास, सर्वेक्षण, शैक्षणिक कार्ये त्याचप्रमाणे ग्रंथालयातील ग्रंथपाल, माहिती अधिकारी आणि प्रलेखक यांच्याकडून केले जाणारे कृतिशील संशोधन यांचा अंतर्भाव होतो.

ग्रंथपालन व्यवसायामध्ये संशोधनाची गरज आहे. कारण या व्यवसायातील आधुनिक अभ्यासाची शैक्षणिक कार्ये, या व्यवसायात ज्ञान शाखांची होणारी वाढ, त्या ज्ञानशाखांचे विषय समजून घेणे व त्यासाठी आधुनिक प्रशिक्षणाची असणारी आवश्यकता या गोष्टींचे महत्त्व दिसून येते. यामुळे शैक्षणिक ग्रंथपालन व्यवसाय, विशेष ग्रंथपालन व्यवसाय, ग्रंथालयीन व्यवस्थापन, प्रलेखन इत्यादी गोष्टींमध्ये या प्रशिक्षणाची गरज भासते.

ग्रंथपालन व्यवसायासंबंधीचा चिकित्सक दृष्टिकोन हाही संशोधनाचा विषय होऊ शकतो. या दृष्टिकोनामुळे या व्यवसायातील व्यावसायिक ज्ञान वाढविण्यास

मदत होते. या व्यवसायातील तंत्रे, प्रक्रिया ज्या सुरवातीला अभ्यासक्रमात गृहीत धरलेल्या आहेत, त्यांचीच चिकित्सक तपासणी करणे आवश्यक ठरते. या प्रकारच्या अभ्यासामुळे कर्मचारी वर्गाचे कौशल्य वाढते, त्यांचा विकास होतो. व्यवसायातील सर्वेक्षणही उपयोगी पडते. पण ग्रंथपालन व्यवसायात मूलभूत संशोधनही करता येईल. हा टीकात्मक दृष्टिकोन टीकेसाठी टीका असा न ठेवता व्यावसायिक सुधारणेसाठी हा दृष्टिकोन आवश्यक आहे.

ग्रंथपालन व्यवसायामध्ये वाढणारे व्यावसायीकरण हा महत्त्वाचा मुद्दा आहे. या व्यवसायामध्ये पूर्वी सेवेचे महत्त्व होते. पण आधुनिक प्रशिक्षण आणि संशोधन यामुळे ग्रंथालय व्यवसाय हा इतर व्यवसायाप्रमाणे आहे असे मानले जाते. आधुनिक माहिती युगात संगणकांचा वापर, ऑन लाइन सेवा आणि माहिती तंत्रज्ञान यांच्याशी संबंध येतो. या सर्व विज्ञान आणि तंत्रज्ञानाचा परिणाम ग्रंथालय आणि माहिती शास्त्रावरही झाला आहे. या बहुविध ज्ञानाशी जुळवून घेणे आवश्यक आहे. या गोष्टी संशोधनाला आव्हान देणाऱ्याच आहेत.

ग्रंथालय आणि माहितीशास्त्र हे आंतरशाखीय आहे. यामध्ये अनेक समस्या, संस्था, व्यवसाय असतात. यामध्ये जुने ज्ञान आणि त्याचा सराव आणि नवीन संकल्पना आणि पद्धती यामध्ये सातत्य आहे. यामध्ये सैद्धांतिक माहिती आणि सेवांमध्ये सुधारणा करणे यांचा समतोल साधण्याचा प्रयत्न केलेला असतो. कारण हा समतोल अनिश्चित असतो. ग्रंथालय आणि माहिती शास्त्रातील संशोधन माहिती सेवांमध्ये सुधारणा करते. त्याचबरोबर इतर ज्ञान शाखांपासून तंत्रे घेऊन आपल्या संकल्पना स्पष्ट करते. समस्या सोडविण्यासाठी या तंत्रांचा वापर करते. अनेक शाखेतील तंत्रांचा वापर ग्रंथालय आणि माहितीशास्त्र करते. म्हणून ग्रंथपालन व्यावसायिकांना चौकशी प्रक्रियेचे फायदे, पद्धतशीर आणि योग्य संशोधन पद्धतीचा वापर यांची ओळख पटलेली आहे. निरीक्षणाचे वर्गीकरण आणि माहितीच्या अनुभवजन्य घटनांपुरते या व्यवसायातील संशोधन मर्यादित नाही.

ग्रंथपालन व्यवसायातील संशोधनाला फार मोठा इतिहास नाही. मेलविल ड्युई यांनी या व्यवसायातील पहिली 'डॉक्टर ऑफ लायब्ररी सायन्स' ही पदवी मिळविली होती. इ.स. १९३० नंतर या व्यवसायातील लोकांनी ग्रंथालयातील अनेक गोष्टींशी संबंधित संशोधनाचे महत्त्व ओळखले. हे संशोधन मुख्यत: वर्णनात्मक संशोधन पद्धतीचे होते. दुसरे असे की या व्यवसायातील संशोधनाला आर्थिक मदत उपलब्ध होऊ लागली.

उपयोजित संशोधन – सुरवातीला सामाजिक शास्त्रातील संशोधनाच्या

तंत्रावर ग्रंथालयीन संशोधन विसंबून राहत असे. उदा. संख्याशास्त्र या व्यवसायातील संशोधन हे अनुभवजन्य आहे. ग्रंथालयीन संशोधनाचे स्वरूप केवळ ऐतिहासिक किंवा वर्णनात्मकच असते असे नाही. सर्वेक्षण व प्रायोगिक स्वरूप असेही असते. निर्णय प्रक्रियेसाठी (decision - making) ग्रंथालयीन समस्येच्या संख्यात्मक विश्लेषणासाठी कृती संशोधनाच्या तंत्राशी ग्रंथालय आणि माहितीशास्त्राने जुळवून घेतले आहे. समस्यांचे त्वरित निराकरण करण्यासाठी हे जे संशोधनाचे प्रयत्न केले त्यांना उपयोजित संशोधन असे म्हणता येईल. उपयोजित संशोधन हे अनुभवजन्य असते. यातील सिद्धांत अनुभवावर तपासलेले असतात आणि तंत्रे व साधने विकसित करण्यासाठी यांचा उपयोग होतो.

मूलभूत संशोधनामध्ये सैद्धांतिक ज्ञान आणि तार्किक प्रक्रिया यांचा अंतर्भाव असतो. ज्ञानासाठी ज्ञान मिळविणे हा या संशोधनाचा हेतू असतो. मूलभूत संशोधन होकारात्मक अवश्य असते. काही सैद्धांतिक शोध घेणे, हे या प्रकारच्या संशोधनाचे ध्येय असते.

मूलभूत संशोधन व उपयोजित संशोधन यामध्ये फारच थोडा फरक आहे. ह्या दोन्ही पद्धती एकमेकांशी संबंधित आहेत. ग्रंथालय आणि माहितीशास्त्रात या दोन संशोधन पद्धतीतील फरक स्पष्ट नाही. ग्रंथपालन व्यवसायामध्ये सिद्धांत विकसित करण्याची प्रक्रिया अजून सुरू आहे.

ग्रंथसूचीय संशोधन – हे ग्रंथालयाशी संबंधितच आहे. यामध्ये समस्येच्या संदर्भात पूर्वलक्षी कार्याची ओळख आणि त्यानंतर विश्लेषणाच्या स्वरूपात सादर करणे या गोष्टी अंतर्भूत होतात. यामध्ये ज्ञानाची स्पष्टता नसते. त्या विषयासंबंधी जे ज्ञात आहे ते शोधून काढणे हा या संशोधन पद्धतीचा हेतू होय. या संशोधन प्रकाराला ग्रंथालय संशोधन असेही म्हणतात.

विविध शाखेतील शास्त्रज्ञ आणि अभ्यासक सहकारी संशोधनाची मागणी करतात. ज्ञानातील जटिलता आणि आंतरशास्त्रीय स्वरूप यामुळे ही मागणी होते. या सहकारी संशोधनामुळे अनेक समस्यांचे निराकरण होऊ शकते. सांघिक संशोधनामुळे निर्णयातील अनिश्चितता कमी होते.

माहितीशास्त्र ही एक अशी शाखा आहे, जी जुन्या ग्रंथपालन व्यवसायातील संकल्पना ओलांडून जाते. हिच्यामध्ये संगणकांचा वापर आणि संप्रेषणाची नवीन साधने अंतर्भूत आहेत. माहितीशास्त्र हे माहिती पद्धतींचे शास्त्र आणि माहितीच्या प्रक्रिया करणारे शास्त्र म्हणून ओळखले जाते. नवीन विषय, नवीन ज्ञानशाखांचा विकास, ग्रंथालय आणि माहितीशास्त्राचे ज्ञानाच्या इतर क्षेत्राशी असलेले अंतर्गत

संबंध आणि नवीन माहिती आणि संप्रेषणाचे तंत्रज्ञान या गोष्टी स्पष्ट दिसतात. ग्रंथालय आणि माहिती शास्त्रातील वाढते संशोधन हे विषयातील क्षेत्राशी, अंतर्गत संबंधित असलेले दिसून येते. उदा. संगणकशास्त्र, दृक्श्राव्य तंत्रज्ञान इत्यादी. ह्या गोष्टींचा विकास संशोधकांच्या संशोधनांचे क्षेत्र विस्तृत असल्याचेच दर्शवितो.

ग्रंथमिती (Bibliometrics)

साधारणपणे १९६० पर्यंत ग्रंथालयामध्ये संख्यात्मक तंत्रांचा वापर "सांख्यिकीय ग्रंथसूचि (statistical bibliography) या नावाने ओळखला जात असे. सांख्यिकीय ग्रंथसूचि ही संज्ञा इ. स. १९२४ पासून वापरली जात होती, असे दिसते. इ. स. १९४८ मध्ये डॉ. रंगनाथन यांनी असे सुचविले होते की ग्रंथपालांनी ग्रंथ मापन (librametry) विकसित करणे गरजेचे आहे. तरीसुद्धा साधारणपणे १९७० पर्यंत ग्रंथमिती (librametry) ही संज्ञा फारशा प्रमाणात विकसित होऊ शकली नाही. इ. स. १९६९ मध्ये प्रिचर्ड या लेखकाने ग्रंथमिति (Bibliometrics) या संज्ञेचा वापर केला. ज्या संज्ञेमधून त्याला लिखित संप्रेषणाच्या प्रक्रियेला संख्यात्मक स्वरूप देणारे सर्व अभ्यास सुचवायचे होते. ग्रंथमितीची व्याख्या करताना फेअरयॉर्न हा लेखक असे म्हणतो की, "लिखित discourse चे गुणधर्म आणि त्याच्याशी संबंधित असलेले लोकांचे वर्तन (Behaviour) याला संख्यात्मक स्वरूप जी देते ती ग्रंथमिती होय.

ग्रंथालयमिती (librametry) आणि ग्रंथमिती या संज्ञांच्या वरील व्याख्येवरून आपल्या लक्षात एक गोष्ट येते, ती म्हणजे ग्रंथालयमिती ही ग्रंथालयाच्या व्यवस्थापनाचे संख्यात्मक पृथक्करण करते. तर ग्रंथमिती ही फक्त नोंद केलेल्या ज्ञानापुरतीच मर्यादित असते. तरीसुद्धा दोन्हीमध्ये मिळून १) प्रलेखांचा वापर २) ग्रंथालय सेवक वर्ग आणि ३) ग्रंथालय उपयोजक यांच्याशी संबंधित प्रक्रियांच्या सांख्यिकी विभाजनाचा अभ्यास केला जातो, जेणे करून ग्रंथालयाच्या Structural भागांबाबत सिद्धांत तयार करता येतात. म्हणूनच ग्रंथालयमिती आणि ग्रंथमिती या दोघांची मिळून सामायिक व्याख्या करावयाची झाल्यास ती खालीलप्रमाणे तयार होईल.

ग्रंथालये आणि माहिती केंद्रात माहितीच्या प्रक्रिया आणि माहितीची हाताळणी या संबंधात प्रलेख, ग्रंथालय सेवकवर्ग आणि ग्रंथालयाचे उपभोक्ते यांची वैशिष्ट्ये आणि वर्तनाचे संख्यात्मक पृथक्करण म्हणजे ग्रंथालयमिती आणि ग्रंथमिती होय.

ग्रंथमितीय वितरणे – ग्रंथमितीय वितरणे खालील बाबींचा अभ्यास करण्यासाठी वापरली जातात.

१) कोणत्याही पाठ्यमजकुरात (Text) शब्दांच्या occurrence च्या frequencies (झिपचा सिद्धान्त)

२) वैज्ञानिक शोधनिबंधाच्या संदर्भात लेखकांची उत्पादनशीलता (productivity) (लोटकाचा सिद्धान्त)

३) विविध नियतकालिकांतून लेखांचे Scattering (ब्रडफर्डचा सिद्धान्त)

झिपचा सिद्धान्त

१) झिपचा सिद्धान्त – १९४९ मध्ये झिपने, कोणत्याही शब्दाचा क्रमवारातील क्रमांक आणि मोठ्या आकाराच्या पाठ्यक्रमातील त्याचा वापर याचा संबंध दर्शविणारा सिद्धान्त तयार करून तो विकसित केला. जर क म्हणजे शब्दाचा क्रम असल्यास आणि व म्हणजे त्याचा वापर असेल, तर झिपचा सिद्धान्त खालीलप्रमाणे मांडता येतो.

कव = स

ज्यामध्ये स म्हणजे स्थिर असा अर्थ अभिप्रेत आहे.

सोप्या भाषेत सांगावयाचे झाल्यास, झिपचा सिद्धान्त असे सांगतो की कोणत्याही शब्दात अक्षरांची संख्या जेवढी जास्त असेल (शब्द जेवढा मोठा असेल) तेवढा मोठ्या पाठ्यक्रमात त्याचा वापर कमी केला जातो. उदाहरणार्थ एखाद्या शब्दात चार अक्षरे असतील आणि तो २५ वेळा वापरला गेला असेल तर दहा अक्षरे असलेला शब्द दहा वेळा वापरला जाईल.

२) लोटकाचा सिद्धान्त – वैज्ञानिक क्षेत्रात वैज्ञानिकांची गुणवत्ता त्यांनी प्रकाशित केलेल्या शास्त्रीय शोधनिबंधावर आधारित असते. इ. स. १९२६ मध्ये लोटकाने वैज्ञानिकांच्या वैज्ञानिक निर्मितीवरच्या Frequency distribution वर आधारित अभ्यास करून एक शोधनिबंध प्रकाशित केला. त्याला असे आढळून आले की वैज्ञानिक बुद्धिमत्ता ही अत्यंत कमी शास्त्रज्ञात केंद्रित झालेली असते. त्यामुळे बरेच लेखक एखादा दुसराच शोधनिबंध प्रकाशित करतात. अधिक शोधनिबंध प्रकाशित करणाऱ्या वैज्ञानिकांची संख्या अल्प असते.

३) ब्रडफर्डचा सिद्धान्त – इ. स. १९३४ मध्ये ब्रडफर्डने नियतकालिकांच्या Scattering pattern चा अभ्यास केला. ज्या साठी त्याने प्रत्येक मासिकाच्या लेखात शेवटी दिलेल्या संदर्भांचा अभ्यास केला. ब्रडफर्ड

याच्या मतानुसार कोणत्याही विषयातील मासिकांचे तीन गट करता येतात. अ) विषयातील Core जर्नल्स २) विषयाशी जवळून संबंधित मासिके आणि ३) विषयाशी दूरान्वयाने संबंधित मासिके. ब्रडफर्डने असे दाखवून दिले की एखाद्या विषयात सर्व Core जर्नल्समधून जेवढे संदर्भ मिळतात, अंदाजे तेवढेच संदर्भ मिळविण्यासाठी दुसऱ्या प्रकारची जास्त मासिके लागतात आणि तिसऱ्या प्रकारची आणखी जास्त लागतात. उदाहरण द्यावयाचे झाल्यास, एखाद्या विषयाच्या, Core Journals मधून २५० संदर्भ उपलब्ध झाल्यास एवढे संदर्भ उपलब्ध होण्यासाठी दुसऱ्या गटातील सुमारे २५ आणि तिसऱ्या गटातील सुमारे १२५ मासिकांची गरज आहे.

ब्रडफर्डच्या सिद्धान्ताचा उपयोग कोणत्याही ग्रंथालयाला वैज्ञानिक मासिकांची वर्गणी भरण्यासाठी आणि त्याच बरोबर वैज्ञानिकाला कोणत्याही विषयावर संदर्भ मिळविण्यास होतो.

Citation Analysis आणि ग्रंथालय उपयोगाचे अभ्यास हे ग्रंथमितीचे आणखी दोन प्रकार आहेत. वैज्ञानिक कार्याशी संबंधित लेख, लेखक आणि संस्था यांना मिळालेल्या Citations चे मूल्यमापन करून त्यावर भाष्य करणे हा Citation Analysis चा मुख्य हेतू आहे.

गेल्या अनेक वर्षात ग्रंथालय उपयोगाचे अनेक अभ्यास झालेले आहेत. यातील बहुतेक सर्व अभ्यास विविध प्रकारच्या ग्रंथालयांच्या उपयोक्त्यांशी आणि ग्रंथालये त्यांच्या माहितीच्या गरजा किती प्रमाणात पूर्ण करतात याच्याशी संबंधित आहेत. या अभ्यासांची उद्दिष्टे खालीलप्रमाणे असतात.

१) ग्रंथालयातील एकूण परिस्थितीचा काळजीपूर्वक आणि सखोल अभ्यास करणे

२) ग्रंथालयाच्या वर्तमान आणि शक्य असल्यास भविष्यकालीन विविध कार्यक्रमांसाठी / सेवांसाठी ग्रंथालयातील संग्रह कितपत पुरेसा आहे याचे मापन (Measure) करणे.

निष्कर्ष –

ब्रडफर्ड, लोटका आणि झिप यांच्या सिद्धान्तांमुळे त्यांच्या नंतरच्या काळात त्या सिद्धान्तावर आधारित अथवा त्या सिद्धान्ताच्या अभ्यासावर अनेक शोधनिबंध प्रसिद्ध केले आहेत. हे तिन्ही सिद्धान्त खालीलपैकी कोणत्या ना कोणत्या माहितीवर (Data) आधारित आहेत : १) ग्रंथालय सर्वेक्षण माहिती. २) नियतकालिकांसंबंधी माहिती ३) नोंदीकृत माहिती (recorded data)

उदा. ग्रंथ देवघेव नोंदी, आंतर ग्रंथालयीन ग्रंथ देवघेव नोंदी इत्यादी
४) ग्रंथसूचीमधील माहिती. ज्यामधून कोणत्याही विषयातील प्रत्येक लेखकाच्या प्रकाशनांची माहिती मिळते.

या सिद्धान्तांचा वापर स्थानिक पातळीवर ग्रंथालयांनी खालील गोष्टींसाठी केलेला आढळतो.

१) वैज्ञानिक उत्पादनक्षमता आणि प्रकाशनामधील वाढीचे वर्णन करण्यासाठी
२) Core Journals शोधून काढण्यासाठी
३) प्रलेख रद्दबातल करण्यासाठी
४) ग्रंथालय उपयोजनाचे प्रकार (Pattern) शोधून काढण्यासाठी

थोडक्यात कोणत्याही विषयातील आणि त्याचबरोबर वैज्ञानिक संप्रेषणातील विचार प्रवाह (trends) शोधून काढण्यासाठी ग्रंथमितीय तंत्रांचा वापर केला जातो; आणि म्हणूनच वैज्ञानिक संप्रेषणाचे प्रकार (forms) आणि रचना (structure) यांची अधिक ओळख करून देण्याच्या दृष्टीने संशोधनाचे क्षेत्र म्हणून ग्रंथमितींना जगात मान्यता प्राप्त झालेली आहे

स्वाध्याय

१. संशोधन म्हणजे काय ?
   अ) समस्येचे उत्तर मिळविण्याची पद्धती
   ब) समस्येचे उत्तर मिळविण्याची वर्णनात्मक पद्धती
   क) समस्येचे उत्तर मिळविण्याची व्यवस्थित पद्धती
   ड) समस्येचे तात्पुरते उत्तर मिळविण्याची व्यवस्थित पद्धती
२. संशोधन म्हणजे खालील पैकी कोणता प्रयत्न आहे ?
   अ) ज्ञानाचा शोध घेणे.
   ब) ज्ञानाचा शोध, ज्ञान विकास करणे.
   क) ज्ञानाचा शोध, विकास आणि verify करणे.
   ड) ज्ञानाचे पृथक्करण करणे.
३. संशोधन म्हणजे खालील पैकी कोणती गोष्ट आहे ?
   अ) गोष्टींचा तपास करणे.
   ब) माहितीचा तपास करणे.
   क) गोष्टींचा व त्यांच्या अर्थाचा तपास करणे.
   ड) कशाचाही तपास न करणे.

४. संशोधन ही कोणत्या प्रकारची पद्धती आहे ?

अ) यांत्रिक   ब) निम यांत्रिक
क) मानसिक   ड) बौद्धिक

५. संशोधन हे निर्मितीक्षम काम आहे केवळ संग्रह वाढविण्यापेक्षा.

अ) माहिती   ब) माहिती आणि ज्ञान
क) माहिती   ड) ज्ञान

६. संशोधन का करतात ?

अ) माहितीची गोष्ट करण्यासाठी

ब) माहिती ही जागतिक गोष्ट करण्यासाठी

क) त्यांचे संशोधन दाखविण्यासाठी

ड) संशोधकाच्या फायद्यासाठी

७. संशोधनाचा हेतू काय ?

अ) उत्तर शोधण्यासाठी

ब) प्रश्नाचे उत्तर शोधण्यासाठी

क) काहीच शोधण्यासाठी नाही

ड) शास्त्रीय पद्धतीने प्रश्नाचे उत्तर शोधण्यासाठी

८. संशोधनाचे ध्येय कोणते ?

अ) कायद्यांचा शोध करणे

ब) कायदे आणि theory यांचा शोध करणे

क) संशोधनाचे नियम शोधण्यासाठी

ड) कायदे, सिद्धान्त आणि तत्त्वे यांचा शोध घेण्यासाठी

९. संशोधनाला सुरवात कशी करतात ?

अ) प्रश्नापासून   ब) उत्तरापासून
क) गृहीत तत्त्वापासून   ड) कोणत्या तरी प्रश्न वा समस्येपासून

१०. आधुनिक काळातील संशोधन मुख्यत: कोठे केले जाते ?

अ) विद्यापीठे   ब) सरकारी संस्था
क) औद्योगिक संस्था   ड) वरील सर्व

११. आधुनिक संशोधनाचे वैशिष्ट्य कोणते ?

अ) गटनिष्ठ   ब) वस्तुनिष्ठ   क) आंतरशाखीय ड) वरील सर्व

१२. संशोधनाचे दोन मुख्य प्रकार कोणते ?

अ) प्राथमिक आणि दुय्यम   ब) मूलभूत आणि उपयोजित
क) स्वाभाविक आणि उपयोजित ड) ऐतिहासिक आणि प्रायोगिक

१३. मूलभूत संशोधन म्हणजे काय ?
अ) ढोबळ तत्त्वासाठी ध्येयाशिवाय तपास करणे.
ब) उलगडा होण्यासाठी (निरसन) तपास करणे.
क) नवीन गोष्टींसाठी तपास करणे.
ड) कशासाठीही तपास न करणे.

उत्तरे – ७) ड, ८) ड, ९) ड, १०) ड, ११) ब, १२) ब, १३) अ

१४. प्राओरी संशोधन खालील पैकी कोणत्या गटात विभागता येते ?
अ) प्राकृतिक / नैसर्गिक आणि उपयोजित संशोधन
ब) प्राकृतिक संशोधन आणि उपयोजित संशोधन
क) निरीक्षणात्मक संशोधन आणि अनुभवाधिष्ठित संशोधन
ड) वरील पैकी कोणतेही नाही.

१५. डॉ. रंगनाथन यांचे साखळी पद्धत हे कोणत्या प्रकारचे संशोधन आहे ?
अ) मूलभूत संशोधन   ब) संबंधित संयोजित संशोधन
क) प्राकृतिक संशोधन   ड) एकाच व्यक्तीने केलेले संशोधन

१६. एडिसनचे बल्बवरील संबंधी काम हे कोणत्या प्रकारचे संशोधन आहे ?
अ) मूलभूत संशोधन   ब) संबंधित संशोधन
क) प्राकृतिक संशोधन   ड) मूलभूत संशोधन

१७. सामान्यत: संशोधन हे चार टप्प्यातून केले जाते त्यापैकी पहिला टप्पा ....
अ) माहितीचा संग्रह   ब) माहितीचे पृथक्करण
क) सामान्यीकरण   ड) समस्येची ओळख

१८. संशोधनासाठी सामान्यत: माहितीचा शोध घेण्याची सुरुवात कशापासून होते ?
अ) तृतीयक साधने   ब) प्राथमिक साधने
क) द्वितीयक साधने   ड) दस्तऐवज साधने

१९. समस्या निश्चित झाली की पुढे काय करावयाचे ?
अ) समस्येचे निरीक्षण   ब) माहितीचा संग्रह
क) माहितीचे पृथक्करण   ड) समस्येचे निरसन

२०. एकाच व्यक्तीने केलेले संशोधन हे खालील पैकी कोणत्या गोष्टीत समाविष्ट करता येईल ?
अ) संस्थेकडून   ब) व्यक्तीकडून
क) दोन व्यक्तींकडून   ड) लोकांच्या गटाकडून

२१. डॉ. रंगनाथन यांचे ग्रंथालयाची पाच सूत्रे (कायदे) हे कोणत्या प्रकारचे संशोधन आहे ?

अ) संबंधित संशोधन ब) प्राकृतिक संशोधन

क) मूळ संशोधन ड) प्रायोगिक संशोधन

उत्तरे – १४) ब, १५) ब, १६) ब, १७) ड, १८) अ, १९) अ, २०) ब, २१) क

२२. खालील पैकी कोणता एक संशोधनाचा प्रकार नाही ?

अ) निरीक्षणात्मक संशोधन ब) अनुभवाधिष्ठित संशोधन

क) मूलभूत संशोधन ड) मूलभूत नियम

२३. सामान्याकडून विशेषाकडे जाणारे तर्कशास्त्र ही कोणत्या प्रकारची पद्धती आहे ?

अ) सिद्धांताची परीक्षा केली जाते.

ब) नियमानुसार / तत्त्वानुसार सिद्धांताची परीक्षा केली जाते.

क) माहिती असलेल्या शास्त्रीय नियमानुसार सिद्धांताची परीक्षा केली जाते.

ड) सिद्धांताची परीक्षा करत नाहीत.

२४. सामान्याकडून विशेषाकडे जाणाऱ्या संशोधनाची सुरुवात खालील पैकी कोणत्या गोष्टीकडून होते ?

अ) सामान्याकडून विशेषाकडे ब) विशेषाकडून सामान्याकडे

क) सामान्याकडून सामान्याकडे ड) विशेषाकडून विशेषाकडे

२५. विशेषाकडून सामान्याकडे जाणारे तर्कशास्त्र कोणत्या प्रकारच्या पद्धतीमध्ये अंतर्भूत होते ?

अ) बऱ्याच वैयक्तिक उदाहरणाचे निरीक्षण करून सिद्धांत विकसित केला जातो.

ब) बऱ्याच उदाहरणांचे निरीक्षण करून सिद्धांत मांडला जातो.

क) सिद्धांताचे कायदे

ड) नियमांची सखोल चौकशी करून

२६. विशेषाकडून सामान्याकडे जाणाऱ्या संशोधनाची सुरुवात खालील पैकी कोणत्या गोष्टीकडून होते ?

अ) सामान्याकडून विशेषाकडे ब) विशेषाकडून सामान्याकडे

क) विशेषाकडून विशेषाकडे ड) सामान्याकडून सामान्याकडे

२७. संशोधनाच्या तर्कशास्त्रीय पद्धतीचे दोन प्रकार कोणते ?
अ) सामान्याकडून विशेषाकडे आणि विशेषाकडून सामान्याकडे
ब) संबंधित आणि प्राकृतिक
क) मूळ आणि मूलभूत
ड) प्रायोगिक आणि वर्णनात्मक

२८. समाज, व्यवसाय आणि कारखाना यांच्या तात्कालिक समस्यांचे, प्रश्नांचे निरसन करण्यासाठी जे संशोधन केले जाते त्याला काय म्हणतात ?
अ) प्राकृतिक संशोधन   ब) संबंधित संशोधन
क) मूलभूत संशोधन   ड) काल्पनिक संशोधन

२९. प्राकृतिक संशोधन म्हणजे खालील पैकी कोण तपासाचे काम ठरवते ?
अ) व्यक्ती   ब) संस्था
क) व्यक्तींचा गट   ड) दोन व्यक्ती

उत्तरे – २२) ड,   २३) क,   २४) अ,   २५) अ,   २६) ब,   २७) अ,
२८) अ,   २९) अ

३०. प्राकृतिक संशोधन खालील पैकी कोणत्या संशोधनासाठी आधारभूत ठरते ?
अ) संबंधित संशोधन   ब) मूलभूत संशोधन
क) पौर्वात्य संस्कृतीचे संशोधन   ड) सर्वेक्षण संशोधन

३१. एखाद्या विशेष समस्येवर काही ध्येय ठेवून केलेल्या संशोधनाला काय म्हणतात ?
अ) मूळ संशोधन   ब) मूलभूत संशोधन
क) प्राकृतिक संशोधन   ड) संबंधित संशोधन

३२. संबंधित संशोधनाचे ध्येय काय ?
अ) संशोधनाची संबंधित कामगिरी वापरात आणणे.
ब) सिद्धांत विकसित करणे.
क) नियम तयार करणे.
ड) वरील पैकी कोणतेही नाही.

३३. हल्ली कोणत्या प्रकारचे संशोधन केले जाते ?
अ) मूळ संशोधन   ब) संबंधित संशोधन
क) मूळ आणि संबंधित संशोधन   ड) मूलभूत संशोधन

३४. विजेचा शोध हे कोणत्या प्रकारचे संशोधन आहे ?

अ) मूळ संशोधन ब) संबंधित संशोधन

क) प्राकृतिक संशोधन ड) मूलभूत संशोधन

३५. संशोधक आपल्या अभ्यासाचा आराखडा तयार करून त्याप्रमाणे काम करतो. त्या आराखड्याला काय म्हणतात ?

अ) संशोधन समस्या ब) संशोधनाचा आराखडा

क) संशोधन अहवाल

ड) संशोधनाचे नियम (संकलित) (संशोधनाची बांधणी)

३६. संशोधनाचा आराखडा म्हणजे काय ?

अ) संशोधनाची योजना ब) संशोधनाची रीत

क) संशोधनाची साधने ड) संशोधनाची पद्धत

३७. संशोधनाचा आराखडा खालील पैकी कोणती गोष्ट देतो ?

अ) संशोधनाची पद्धती ब) संशोधनाच्या कार्याची छापील प्रत

क) संशोधनाचे तंत्र

ड) आराखड्याच्या साधनाविषयीची पद्धत

उत्तरे – ३०) अ, ३१) ड, ३२) अ, ३३) ब, ३४) अ, ३५) ब, ३६) अ, ३७) ब

३८. संशोधन आराखड्याचा हेतू कोणता ?

अ) गृहीततत्त्वाची बांधणी ब) माहितीचे एकत्रीकरण

क) समस्येची ओळख ड) संशोधनातील मतभेदांचे नियमन

३९. शास्त्रीय पद्धतीचा उद्‌गाता कोण ?

अ) ॲरिस्टॉटल ब) ऑगस्ट कॉम्प्टे

क) फ्रन्सिस बेकन ड) हर्बर्ट स्पेन्सर

४०. शास्त्रीय पद्धतीचा पहिला समर्थक कोण ?

अ) ॲरिस्टॉटल ब) ब्लिस क) न्यूटन ड) बेकन

४१. संशोधनाच्या शास्त्रीय पद्धतीचा उपयोग खालील पैकी कोणत्या शास्त्रामध्ये करता येतो ?

अ) फक्त शास्त्रामध्ये ब) फक्त सामाजिक शास्त्रामध्ये

क) सर्व शाखांमध्ये ड) फक्त नैसर्गिक शास्त्रामध्ये

४२. सत्यता पडताळून पाहणे हा कोणत्या संशोधन पद्धतीचा मूलभूत घटक आहे?

अ) शास्त्रीय पद्धती　　ब) सामाजिक पद्धती
क) ऐतिहासिक पद्धती　　ड) सर्वेक्षण पद्धती

४३. चक्राकार शास्त्रीय पद्धतीच्या अभ्यासांचा खालील पैकी कोणता कल आहे?

अ) विषयाचा कल　　ब) संशोधनाचा कल
क) विषयाचे सुसंघटन (आयोजन)　　ड) यापैकी काहीच नाही

४४. चक्राकार संशोधन पद्धतीचा कल असे कोणी म्हटले?

अ) एच.ई.ब्लिस　　ब) ड्युई
क) रंगनाथन　　ड) कटर

४५. चक्राकार शास्त्रीय पद्धतीचे महत्त्व कशात आहे?

अ) शास्त्रीय पद्धतीतील पायऱ्या आणि शब्दसमूह यामध्ये
ब) शास्त्रीय पद्धतीतील गृहीततत्त्वाच्या बांधणीमध्ये
क) विषयाच्या बांधणीमध्ये
ड) ज्ञानाच्या बांधणीमध्ये

उत्तरे – ३८) ड, ३९) क, ४०) ड, ४१) क, ४२) अ, ४३) ब, ४४) क, ४५) अ

४६. चक्राकार शास्त्रीय पद्धतीच्या अचूक क्रमाचे मुख्य मुद्दे कोणते?

अ) उच्च, नीच, कळस, सर्वात खाली, नीच
ब) नीच, कळस, उच्च, सर्वात खाली, उच्च
क) सर्वात खाली, उच्च, कळस, नीच, सर्वात खाली
ड) यापैकी काहीच नाही.

४७. चक्राकार शास्त्रीय पद्धतीच्या मुख्य मुद्यामध्ये तिच्यापासून सर्वात खाली यांचा समावेश खालील पैकी कशामध्ये होतो?

अ) मूलभूत विकासावस्था　　ब) वजावस्था
क) पुरावा अवस्था　　ड) गृहीततत्त्व अवस्था

४८. चक्राकार शास्त्रीय पद्धतीच्या मुख्य मुद्द्यामध्ये उच्चतेपासून कळसापर्यंत खालीलपैकी कोणत्या गोष्टींचा समावेश होतो?

अ) इंपेरिकल लॉज　　ब) मूलभूत कायदे (नियम)
क) Hypothesizing फेज　　ड) वजावस्था

४९. चक्राकार शास्त्रीय पद्धतीच्या मुख्य मुद्यानुसार सर्वात खालच्या स्थरापासून नीच स्थरापर्यंत खालील कोणत्या गोष्टींचा समावेश होतो ?

अ) इंपेरिअल लॉज ब) मूलभूत कायदे (नियम)

क) वजावस्थाचे कायदे (नियम) ड) मूळ कायदे

५०. चक्राकार शास्त्रीय पद्धतीच्या मुख्य मुद्यानुसार कळसापासून उच्च स्थरापर्यंत खालील कोणत्या गोष्टींचा समावेश होतो ?

अ) मूलभूत नियम (कायदे) ब) वजावस्था

क) hypothesizing phase ड) emperical laws

५१. चक्राकार पद्धतीमध्ये कळसाची खूण काय सांगते ?

अ) मूलभूत कायदे (नियम) ब) emperical laws

क) मूळ कायदे ड) सर्व नियम (कायदे)

५२. एखाद्या गृहीताचा वा सिद्धांताचा खरेपणा (सत्य) पारखून घेतल्यावर त्याला म्हणतात :

अ) नियम ब) सूत्र

क) तत्त्व ड) गृहीत तत्त्व

५३. गृहीत तत्त्व म्हणजे काय ?

अ) प्रश्नाचे निराकरण ब) प्रश्नाचे तात्पुरते निराकरण

क) संशोधन प्रकल्पाची मुद्रित प्रत ड) माहिती गोळा करण्याचे साधन

उत्तरे – ४६) क, ४७) क, ४८) क, ४९) अ, ५०) ब, ५१) अ, ५२) ड, ५३) ब

५४. गृहीत तत्त्वाची पारख करण्याची मूल्याधिष्ठित कसोटी कोणती ?

अ) गृहीत तत्त्व अचूक असलेच पाहिजे.

ब) गृहीत तत्त्व समानच असले पाहिजे.

क) गृहीत तत्त्व स्थापितच केले पाहिजे.

ड) गृहीत तत्त्वाची अनुभव व निरीक्षण यांच्याबरोबर तुलना केली पाहिजे.

५५. गृहीत तत्त्व हे कोणत्या प्रकारचे निराकरण आहे ?

अ) पारखलेले निराकरण ब) संपूर्ण निराकरण

क) अर्ध निराकरण ड) तात्पुरते निराकरण

५६. गृहीत तत्त्वाची सत्यता कशी पडताळून पाहतात ?

अ) निरीक्षणाद्वारे ब) निराकरणाद्वारे

क) अनुभवाद्वारे ड) नियमांच्या पृथक्करणाद्वारे (विश्लेषणाद्वारे)

५७. गृहीत तत्त्वाचे सामान्यीकरण का करतात ?
अ) प्रत्यक्षात वापर करण्यासाठी ब) ऐकण्यासाठी
क) लेखनासाठी ड) कशासाठीही नाही.

५८. गृहीत तत्त्वाची सत्यता पडताळून पाहिल्यानंतर त्याचे खालील पैकी कशात रूपांतर होते ?
अ) संशोधन समस्या ब) सिद्धान्त किंवा तत्त्वे
क) आराखडा ड) प्रश्नाचे (समस्येचे) निराकरण

५९. कोणत्या प्रकारच्या संशोधनामध्ये गृहीत तत्त्व हे क्वचित वापरले जाते ?
अ) संबंधित ब) प्रयोगात्मक क) ऐतिहासिक ड) निरीक्षणात्मक

६०. नैसर्गिक शासनामध्ये गृहीत तत्त्वाला काय म्हणतात ?
अ) नियम ब) आधारतत्त्व
क) सूत्र ड) तात्पुरते सामान्यीकरण

६१. सामाजिक शास्त्रामध्ये गृहीत तत्त्वाला काय म्हणतात ?
अ) नियम ब) तत्त्वे
क) आदर्श तत्त्वे ड) सूत्र

६२. माहिती गोळा करण्यासाठी किती तंत्रांचा उपयोग केला जातो ?
अ) तीन ब) चार
क) चार पेक्षा अधिक ड) कित्येक

उत्तरे – ५४) ड, ५५) ड, ५६) क, ५७) अ, ५८) ब, ५९) क, ६०) ड, ६१) क, ६२) ड

६३. माहिती गोळा करण्याच्या कोणत्या दोन पद्धती एकमेकींशी घनिष्ठ संबंधित आहेत ?
अ) वेळापत्रक आणि प्रश्नावली
ब) मुलाखत आणि प्रश्नावली
क) निरीक्षण आणि वेळापत्रक
ड) व्यष्टि पद्धती आणि प्रयोगात्मक पद्धती

६४. माहिती गोळा करण्याच्या कोणत्या पद्धतीमध्ये उपयोजकाने प्रश्नांची उत्तरे लिहावयाची असतात ?
अ) वेळापत्रक पद्धती ब) प्रश्नावली
क) प्रायोगिक पद्धती ड) व्यष्टि अभ्यास

६५. प्रश्नावलीचा उपयोग कशासाठी होतो ?

अ) माहिती गोळा करण्यासाठी

ब) माहितीच्या पृथक्करणासाठी

क) माहितीचा अर्थ काढण्यासाठी

ड) माहितीचे प्रतिनिधित्व करण्यासाठी

६६. खालीलपैकी कोणती गोष्ट संशोधनाचे साधन आहे ?

अ) आलेख   ब) प्रश्नावली

क) उदाहरण   ड) आकृती

६७. सुरुवातीलाच संशोधनाचा आराखडा तयार केला जातो. त्याला म्हणतात....

अ) रचना (बांधणी)   ब) बदलास योग्य

क) संपूर्ण   ड) विस्कळित

६८. कोणत्या प्रकारच्या संशोधनामध्ये प्रश्नावलीचा साधन म्हणून जास्त उपयोग होतो ?

अ) सर्वेक्षण संशोधन   ब) प्रयोगात्मक संशोधन

क) ऐतिहासिक संशोधन   ड) व्यष्टि संशोधन

६९. मुलाखत म्हणजे काय ?

अ) संशोधनाचा प्रकार   ब) संशोधनाची पद्धती

क) संशोधनाचे साधन   ड) अहवाल सादरीकरणाचे तंत्र

७०. माहिती गोळा करण्याची मुलाखत पद्धती म्हणजे काय ?

अ) तोंडी माहिती गोळा करणे

ब) प्रश्नावली मार्फत माहिती गोळा करणे.

क) वेळापत्रकाद्वारे माहिती गोळा.

ड) वरील कोणतेही नाही.

उत्तरे – ६३) अ, ६४) ब, ६५) अ, ६६) ब, ६७) अ, ६८) अ, ६९) क, ७०) अ

७१. संशोधनाचे मुख्य आणि उपयोगी साधन कोणते ?

अ) प्रात्यक्षिक   ब) निरीक्षणात्मक

क) सांख्यिकीय   ड) प्रश्नावली.

७२. जीवशास्त्रज्ञ, पदार्थविज्ञान शास्त्रज्ञ, अंतराळशास्त्रज्ञ ज्ञान कसे गोळा करतात ?

अ) पद्धतशीर वाढीने ब) पद्धतशीर विश्लेषणाने

क) पद्धतशीर एकीकरणाने ड) पद्धतशीर निरीक्षणाने

७३. निरीक्षणाच्या दोन पद्धती कोणत्या ?

अ) संपूर्ण आणि चालू ब) प्रत्यक्ष आणि अप्रत्यक्ष

क) सहभागी आणि असहभागी ड) विद्यार्थी आणि शिक्षक

७४. फोर सेल डिझाईन खालील पैकी कोणत्या पद्धतीमध्ये वापरतात ?

अ) सर्वेक्षणामध्ये ब) निरीक्षणामध्ये

क) व्यष्टि अभ्यासामध्ये ड) ऐतिहासिक पद्धतीमध्ये

७५. सांख्यिकीय vegularity आणि interia चे नियम कशाशी संबंधित आहेत ?

अ) Laws of Osmosis ब) नमुन्याचे नियम

क) विस्कळतीचे नियम ड) समानतेचे नियम

७६. संपूर्ण वर्गातील काही क्रमांक निवडून त्यांच्या वैशिष्ट्याचा अभ्यास करणे हे खालील पैकी कोणत्या प्रकारात अंतर्भूत होते ?

अ) हेतूपूर्वक नमुना ब) सर्वसाधारण नमुना

क) थर नमुना ड) निवडक नमुना

७७. जर नुमन्याचा आकार छोटा असेल तर चांगले परिणाम (परिणती) मिळविण्यासाठी कोणती नमुना पद्धती उपयोगी पडेल ?

अ) विस्कळीत ब) हेतूपूर्वक

क) सर्व साधारण ड) जनगणना

७८. विस्कळीत नमुना हे खालील पैकी कोणत्या गोष्टींचे एकत्रीकरण आहे ?

अ) हेतूपूर्वक आणि सर्व साधारण

ब) हिस्सा वाटा आणि समूह

क) सर्व साधारण आणि समूह

ड) हिस्सा आणि सर्व साधारण

उत्तरे – ७१) ब, ७२) ड, ७३) क, ७४) ब, ७५) ब, ७६) अ, ७७) ब, ७८) अ

७९. पद्धतशीर नमुना आराखडा वापरला जातो, जेव्हा लोकसंख्या खालीलप्रमाणे असते.

अ) अति मोठी   ब) अति लहान

क) मध्यम   ड) वरील पैकी काही नाही.

८०. संशोधन पद्धती म्हणजे काय ?

अ) समस्येची उकल

ब) पूर्वग्रहविरहित समस्येचे निराकरण

क) समस्येचे योग्य एकत्रीकरण आरेखन

ड) गृहीत तत्त्व

८१. संशोधनांच्या पद्धतीमध्ये पहिली पायरी कोणती ?

अ) समस्येचे निराकरण   ब) माहितीचा संग्रह

क) माहितीचे पृथक्करण   ड) समस्येची ओळख व आरेखन

८२. संशोधनाच्या पद्धतीमधील दुसरी पायरी कोणती ?

अ) गृहीत तत्त्वाचा आराखडा   ब) समस्येचा आराखडा

क) माहितीचा संग्रह   ड) माहितीचे पृथक्करण (विश्लेषण)

८३. जे संशोधन प्रत्येक ठिकाणी सारखाच परिणाम देते त्याला म्हणतात.

अ) Priori   ब) मूलभूत   क) emperical   ड) मूळ

८४. खालील पैकी कोणत्या गोष्टीत चरित्रात्मक आणि clinical पद्धतीचा अभ्यास करता येतो ?

अ) व्यष्टि अभ्यास   ब) ऐतिहासिक

क) विकसनशील   ड) निरीक्षणात्मक

८५. मुलाच्या वर्तणुकीचा अभ्यास करताना संशोधक खालील पैकी कोणत्या पद्धतीचा उपयोग करेल ?

अ) सर्वेक्षण   ब) निरीक्षणात्मक

क) व्यष्टि अभ्यास   ड) प्रयोगात्मक

उत्तरे – ७९) अ, ८०) ब, ८१) ड, ८२) क, ८३) क, ८४) अ, ८५) क.

८६. आशय पृथक्करण संशोधन म्हणजे काय ?

अ) जुन्या दस्तऐवज व साहित्याचे पृथक्करण.

ब) समाज जीवनाच्या समस्येवरचे संशोधन.

क) related with contents

ड) वरील पैकी कोणतेही नाही.

८७. संशोधनाची प्रयोगात्मक पद्धती खालील पैकी कोणत्या पद्धती प्रमाणे आहे ?

अ) ऐतिहासिक पद्धती   ब) शास्त्रीय पद्धती

क) सांख्यिकीय पद्धती   ड) वर्णनात्मक पद्धती

८८. संशोधनाच्या कोणत्या पद्धतीमध्ये दस्तऐवज हे प्राथमिक साधने ठरतात ?

अ) वर्णनात्मक पद्धती   ब) ऐतिहासिक पद्धती

क) शास्त्रीय पद्धती   ड) प्रायोगात्मक पद्धती

८९. अंतर्गत व बाह्य हे कोणत्या संशोधनाच्या पद्धतीचे मुख्य घटक असतात ?

अ) शास्त्रीय पद्दती   ब) ऐतिहासिक पद्धती

क) वर्णनात्मक   ड) तौलनिक पद्धती

९०. संशोधनाची ऐतिहासिक पद्धती खालील पैकी कोणत्या गोष्टींना लागू करता येईल ?

अ) फक्त इतिहासामध्ये   ब) फक्त साहित्याच्या इतिहासामध्ये

क) सर्व विषयांमध्ये   ड) शास्त्र विषयामध्ये

९१. कोणत्या प्रकारच्या संशोधन पद्धतीमध्ये निरीक्षणाचा उपयोग (वापर) होत नाही ?

अ) व्यष्टि अभ्यास   ब) ऐतिहासिक

क) पुष्टी देणारे संशोधन   ड) सर्वेक्षण

९२. नियंत्रित गट ही संज्ञा खालील पैकी कोणत्या संशोधन पद्धतीमध्ये वापरली जाते ?

अ) सर्वेक्षण संशोधन   ब) ऐतिहासिक संशोधन

क) प्रायोगिक संशोधन   ड) वर्णनात्मक संशोधन

९३. क्रानफिल्ड अभ्यास हे खालील पैकी कोणत्या संशोधन पद्धतीचे उदाहरण आहे ?

अ) सर्वेक्षण संशोधन   ब) प्रयोगात्मक संशोधन

क) ऐतिहासिक संशोधन   ड) व्यष्टि अभ्यास

९४. प्रयोगात्मक संशोधनाचा सामान्यत: खालील पैकी कोणत्या गोष्टीकडे कल असतो ? (पूर्वीपासून चालत आली आहे ?)

अ) भूत   ब) वर्तमान

क) भविष्य   ड) भूत आणि वर्तमान

उत्तरे – ८६) अ, ८७) ब, ८८) ब, ८९) ब, ९०) क, ९१) ब, ९२) क, ९३) ब, ९४) क.

९५. सामाजिक शास्त्रातील संशोधनाची मुख्य पद्धती कोणती ?

अ) ऐतिहासिक पद्धती ब) वर्णनात्मक पद्धती
क) शास्त्रीय पद्धती ड) सामाजिक शास्त्र पद्धती

९६. खालील पैकी कोणती गोष्ट पूर्वीपासून आतापर्यंत चालत आली आहे ?

अ) निरीक्षण ब) प्रयोगात्मक
क) सर्वेक्षण ड) व्यष्टि अभ्यास

९७. इनफ्रॉस (IN FROSS) हे कोणत्या प्रकारच्या संशोधनाचे उदाहरण आहे ?

अ) सर्वेक्षण ब) प्रायोगिक
क) व्यष्टि अभ्यास ड) निरीक्षण

९८. सर्वेक्षण संशोधन म्हणजे दुसरे काही नसून वर्णनात्मक संशोधनाचा एक प्रकार आहे. असे कोणी म्हटले आहे ?

अ) इ. डब्लु.बेस्ट ब) लँकेस्टर
क) रंगनाथन ड) जे. के. खन्ना

९९. कोणत्या प्रकारच्या संशोधनामध्ये प्रयोगाचा समावेश होत नाही ?

अ) शास्त्रीय संशोधन ब) वर्णनात्मक संशोधन
क) ऐतिहासिक संशोधन ड) प्रयोगात्मक संशोधन

१००. वर्णनात्मक संशोधन म्हणजे काय ?

अ) माहितीचे ठरावीक विवेचन आणि पृथक्करण
ब) माहितीचा सामान्य संग्रह
क) माहितीची सर्वसाधारण निवड
ड) वरील पैकी कोणतेही नाही.

१०१. कोणत्या शाखेमध्ये वर्णनात्मक पद्धतीचा व्यापक प्रमाणात उपयोग केला जातो ?

अ) शास्त्रामध्ये ब) जैविक शास्त्रे
क) प्राकृतिक आणि नैसर्गिक शास्त्रे ड) सामाजिक शास्त्रे

१०२. माहितीचे पृथक्करण करण्याचा हेतू व्यापक स्वरूपातील माहितीच्या ...... अर्थवाही संक्षेपीकरण करणे असा आहे....

अ) परिणाम ब) निर्णय क) मूल्ये ड) गोषवारा

उत्तरे – ९५) ब, ९६) क, ९७) अ, ९८) अ, ९९) ब, १००) अ, १०१) क, १०२) क.

१०३. संशोधन प्रक्रियेतील खालील पैकी एक पायरी अशी आहे की जिची सारख्याच संशोधनाच्या परिणामाची नोंद इतरांना घ्यावी लागते?

अ) गृहीत तत्त्व　　ब) समस्येचे आरेखन (आराखडा)
क) संशोधन अहवाल　　ड) साधने.

१०४. संशोधनाच्या अहवालामुळे काय प्राप्त होते?

अ) माहिती　　ब) परिणाम
क) अभ्यासाचे एकूण निष्कर्ष　　ड) संदर्भ

१०५. संशोधन अहवाल म्हणजे काय?

अ) लिखिति विधान　　ब) लिखित परिणाम
क) लिखित संदर्भ　　ड) संशोधनाचे लिखित वर्णन

१०६. संशोधन अहवाल याचा अर्थ काय?

अ) संशोधनाचे एक साधन
ब) दळणवळणाचा परिणात्मकारक मार्ग
क) दळणवळणाचा सर्वसाधारण मार्ग
ड) संशोधनाचे साधन

१०७. संशोधनाचा अहवाल लेखन ही संशोधन कार्यातील कोणती एक पायरी आहे?

अ) पहिली पायरी　　ब) चौथी पायरी
क) शेवटची पायरी　　ड) शेवटची आणि अंतिम पायरी

१०८. संशोधनाचा अहवाल लेखन ही पायरी कोणत्या गोष्टींवर अवलंबून आहे?

अ) प्रशासनाची तत्त्वे
ब) आयोजनाची तत्त्वे
क) प्रशासन आणि व्यवस्थापनाची तत्त्वे
ड) व्यवस्थापनाची सूत्रे

१०९. संशोधनाच्या अहवालामध्ये कोणत्या प्राथमिक गोष्टींचा अंतर्भाव होतो?

अ) ग्रंथसूची　ब) प्रस्तावना　क) टिपा, शब्दार्थ　ड) पुरवणी

११०. संशोधन अहवालाच्या आराखड्यात खालील पैकी कोणते पान प्रथम असते?

अ) मुखपृष्ठ　　ब) ग्रंथ नाम पृष्ठ
क) अर्ध ग्रंथनाम पृष्ठ　　ड) मलपृष्ठ

उत्तरे – १०३) क, १०४) क, १०५) ड, १०६) ब, १०७) ड, १०८) क, १०९) ब, ११०) ब.

१११. संशोधन अहवालाच्या ग्रंथनाम पृष्ठावर काय लिहिलेले असते?

अ) ग्रंथनाम ब) लेखकाचे नाव

क) ग्रंथनाम आणि लेखकाचे नावड) वरील पैकी काही नाही.

११२. संशोधन अहवालाचे मुख्य भाग कोणते?

अ) प्रस्तावना ब) समस्ये विषयी विधान

क) अभ्यासाचा हेतू ड) वरील सर्व

११३. संशोधन अहवाल खालील कोणत्या भाषेत लिहिणे आवश्यक आहे?

अ) इंग्रजी भाषा ब) मातृभाषा क) सोपी भाषा ड) अवघड भाषा

११४. खालील पैकी कोणत्या व्यक्तींच्या प्रयत्नामुळे (ग्रंथपालन या पदाची) ग्रंथालय शास्त्र याला संपूर्ण विषयाची स्थिती प्राप्त झाली?

अ) मेलविल ड्युई ब) सी. ए. कटर

क) डी. जे. फॉस्केट ड) एस. आर. रंगनाथन.

११५. इ. स. १९२३ मध्ये विल्यमसनच्या अहवालानंतर ग्रंथालय आणि माहिती शास्त्र यामध्ये कोठे संशोधन सुरू झाले?

अ) अमेरिका ब) इंग्लंड

क) कॅनडा ड) फ्रान्स

११६. इ. स. १९३० मध्ये जगातील कोणत्या विद्यापीठाने ग्रंथालय आणि माहिती शास्त्रामध्ये पहिली डॉक्टर ऑफ फिलॉसॉफी ही पदवी प्रदान केली?

अ) शिकागो विद्यापीठ ब) कोलंबिया विद्यापीठ

क) कॅलिफोर्निया विद्यापीठ ड) मिशिगन विद्यापीठ

११७. इ. स. १९५६ मध्ये अमेरिकेत council of library Resources प्रथम स्थापन झाली. तिचा हेतू काय.

अ) ग्रंथालय शास्त्र शिक्षणाला मदत करणे.

ब) ग्रंथालय शास्त्रातील संशोधकांना मदत करणे.

क) ग्रंथालय शास्त्राच्या अभ्यास क्रमात बदल करणे.

ड) ग्रंथालयीन कर्मचाऱ्यांच्या पदांचा विकास करणे.

उत्तरे – १११) क, ११२) ड, ११३) क, ११४) ड, ११५) अ, ११६) ब, ११७) ब

११८. संशोधनाची खालील कोणती पद्धती ग्रंथालय आणि माहिती शास्त्र विषयामध्ये उपयोगी ठरत नाही ?

अ) ऐतिहासिक पद्धती ब) डेल्फि पद्धती

क) शास्त्रीय पद्धती ड) सर्वेक्षण पद्धती

११९. ग्रंथालयांच्या अभ्यासामध्ये ऐतिहासिक संशोधन पद्धतीचा अवलंब केला तर कोणता फायदा होईल ?

अ) वर्तमानातील मर्यादा भूतकाळाबरोबर तुलना केल्यामुळे समजतील

ब) कर्मचाऱ्यांची पात्रता समजेल.

क) ग्रंथालयाचा संग्रह वाढण्यास उपयोग होईल.

ड) ग्रंथालयातर्फे चांगल्या सेवा पुरविता येतील.

१२०. ग्रंथालय शास्त्राच्या कोणत्या क्षेत्रांमध्ये संशोधनाची व्यष्टि अभ्यास पद्धती उपयोगी ठरत नाही ?

अ) ग्रंथालय व्यवस्थापन पद्धतीचे पृथक्करण

ब) मूल्य-फायदा पृथक्करण

क) मूल्य परिणामकारकता

ड) ग्रंथालय अंदाजपत्रक

१२१. यशस्वी योजना राबविण्यासाठी आयोजन आणि निर्णय क्षमता येण्यासाठी भविष्यकालीन घटनासंबंधी तज्ञांची मते, भविष्यकालीन आराखडे यांचा विचार करावा लागतो. ह्या तंत्राला काय म्हणतात ?

अ) डेल्फि तंत्र ब) मूल्य-फायदा तंत्र

क) पद्धती तंत्र ड) पृथक्करणात्मक तंत्र

१२२. डेल्फि पद्धती म्हणजे काय ?

अ) कार्यक्रमाची भाषा ब) संगणक कार्यक्रम

क) संशोधन पद्धती ड) संशोधनासाठी साधन

१२३. संशोधन पद्धतीपैकी ज्या एका पद्धतीमध्ये गटाच्या बदलाची सर्वेक्षण रीत अंतर्भूत केलेली असते तिला काय म्हणतात ?

अ) शास्त्रीय पद्धती ब) ऐतिहासिक पद्धती

क) वर्णनात्मक पद्धती ड) डेल्फि पद्धती

उत्तरे – ११८) क, ११९) अ, १२०) ड, १२१) अ, १२२) क, १२३) ड.

१२४. संशोधनाच्या डेल्फि पद्धतीचा मुख्य हेतू काय ?

अ) निर्णयात्मक माहितीचे शुद्धिकरण करणे.

ब) ऐतिहासिक माहिती संग्रह करणे.

क) एकत्रित केलेल्या माहितीचे पृथक्करण

ड) सारांश वजा माहितीची भर घालणे.

१२५. डेल्फि पद्धती केव्हा विकसित झाली ?

अ) १९४० मध्ये ब) १९५० मध्ये

क) १९६० मध्ये ड) १९७० मध्ये

१२६. कोणत्या देशात संशोधनासाठी डेल्फि पद्धती प्रथम विकसित झाली ?

अ) भारत ब) फ्रान्स क) इंग्लंड ड) अमेरिका

१२७. डेल्फि पद्धती खालील कोणत्या गोष्टीशी संबंधित आहे ?

अ) भविष्यकालीन कल ब) खगोलशास्त्र

क) हस्त सामुद्रिक ड) गणित

१२८. डेल्फि पद्धती खालील कोणत्या गोष्टीशी प्रथम संबंधित आहे.

अ) माहितीचे पृथक्करण ब) माहितीचे भाषांतर

क) माहितीचा संग्रह ड) माहितीची ओळख

१२९. संशोधनाची डेल्फि पद्धती अमेरिकेमध्ये प्रथम विकसित केली. तिचा हेतू कोणता ?

अ) देशाच्या भविष्यकालीन विकासासाठी

ब) देशाच्या भविष्यकालीन राष्ट्रीय संरक्षण विकासासाठी

क) देशाच्या सर्व क्षेत्रातील भविष्यकालीन विकासासाठी

ड) ग्रंथालय आणि माहिती शास्त्राच्या भविष्यकालीन विकासासाठी

१३०. जर आपण ग्रंथालय आणि माहिती शास्त्रासाठी संशोधनाच्या डेल्फि पद्धतीचा उपयोग केला तर काय परिणाम होतील ?

अ) तात्पुरते निराकरण होईल.

ब) समस्येचे निराकरण होईल.

क) प्रशासनामध्ये त्याची मदत होईल.

ड) भविष्यकालीन विकासाचे भाकीत करता येईल.

उत्तरे – १२४) अ, १२५) ब, १२६) ड, १२७) अ, १२८) ब, १२९) क, १३०) ड

१३१. एखाद्या विषयाच्या ग्रंथसूची व साहित्याचे सांख्यिकी आणि गणिती पृथक्करण केले असता त्याला काय म्हणता येईल?

अ) ग्रंथसूची ब) बिब्लिओमेट्री

क) लिब्रामेट्रिक ड) सिमेंट्रीज

१३२. ग्रंथालयाच्या वेगवेगळ्या कामासाठी सांख्यिकी आणि गणिती पृथक्करण ग्रंथालय संख्याशास्त्राला लागू केले तर त्याला काय म्हणता येईल?

अ) सोशोमेट्रीज ब) सिमोनेट्रीज

क) बिब्लिओमेट्री ड) लिब्रामेट्री

१३३. Bibliometry चा अर्थ काय?

अ) माहितीच्या व्यवस्थापनाचे ते एक साधन / तंत्र आहे.

ब) माहितीच्या व्यवस्थापनाची ती एक सेवा आहे.

क) ग्रंथालयाच्या कामाचे ते कार्य आहे.

ड) माहितीच्या व्यवस्थापनाचा तो एक घटक आहे.

१३४. ग्रंथालय आणि माहिती शास्त्राच्या क्षेत्रामध्ये गणिती आणि सांख्यिकी तत्त्वांचा जो उपयोग केला जातो, त्याला काय म्हणतात?

अ) बिब्लिओमेट्री ब) बायोमेट्री

क) लिब्रामेट्री क) लिब्राचीन

१३५. Bibliometry ही संज्ञा प्रथम कोणी वापरली?

अ) एस सी ब्रडफोर्ड ब) ॲलन प्रिंटचार्ड

क) जेम्स बॉईड ड) अे, नीलमेघन

१३६. खालील कोणती गोष्ट bibliometry शी संबंधित नाही?

अ) ब्रॅडफोर्ड लॉ ब) लोखा लॉ

क) झिप लॉ ड) लॉ ऑफ ऑसमॉसिस

१३७. Bibliometry मध्ये कोणत्या तंत्राचा उपयोग करीत नाहीत?

अ) measurement (मापन) ब) गणन (calculation)

क) hierarely ड) localization

१३८. खालील पैकी कोणती एक गोष्ट bibliometry म्हणून म्हणता येणार नाही?

अ) संख्यात्मक शास्त्र (Quantitative Science)

ब) सायंटोमेट्रिक्स (Scientometrics)

क) इन्फरमेट्रिक्स (Informetrics)

ड) डॉक्युमेंट्रिक्स (Documentrics)

१३९. बिब्लिओमेट्रीचे दोन भाग कोणते ?

अ) वर्णनात्मक आणि मूल्यात्मक

ब) पृथक्करणात्मक आणि विचारात्मक (communicated)

क) संख्यात्मक आणि गुणात्मक (quantitative and qualitative)

ड) निष्कर्षात्मक आणि अनुमानात्मक (deductive and inductive)

उत्तरे – १३१) ब, १३२) क, १३३) अ, १३४) अ, १३५) ब, १३६) ड, १३७) अ, १३८) ड, १३९) अ

१४०. खालील पैकी कोणत्या एका क्षेत्रात Bibliometry चा उपयोग होत नाही ?

अ) ज्ञानाची वाढ आणि संशोधनाचे कल

ब) उपयोजकांच्या वेगवेगळ्या विषयांची ओळख

क) ग्रंथालयातील कर्मचाऱ्यांच्या qualifications आणि कुवत

ड) संग्रहाचे तत्त्व आणि ग्रंथालयातून ग्रंथ बाद करणे.

१४१. डॉ. रंगनाथन यांनी बिब्लिओमेट्रीला कोणते नाव दिले ?

अ) लिब्रामेट्री   ब) लिब्राचीन

क) सायंटोमेट्रीक्स   ड) डॉक्युमेंट्रीक्स

१४२. Librametrics ह्या संज्ञेची इ.स. १९४८ मध्ये ओळख कोणी करून दिली ?

अ) डब्लू. सी. बी. सेयर्स   ब) मेलबिल ड्युई

क) एस. आर. रंगनाथन   ड) डी. जे. फॉस्केट

उत्तरे – १४०) क, १४१) अ, १४२) क

❒

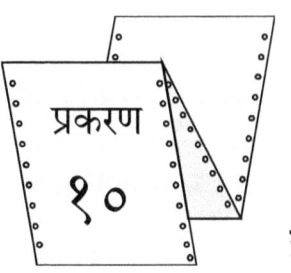

प्रकरण
१०

ग्रंथालय आणि उपयोजक

ग्रंथालयांचे प्रकार

ग्रंथालयात माहितीचा साठा असतो हे खरे. पण या माहिती साठ्याचे वैशिष्ट्यही असते. माहितीच्या वैशिष्ट्यानुसार ग्रंथालयांचे प्रकार निर्माण होतात.

१) राष्ट्रीय ग्रंथालय –

राष्ट्रीय ग्रंथालये त्यातील ग्रंथसंग्रह व त्यांची व्याप्ती यानुसार वेगळी असतात. हे ग्रंथालय त्या देशाची महत्त्वाची गोष्ट असते. पूर्वी राष्ट्रीय ग्रंथालयाचा हेतू सर्वसमावेशक संग्रह होता. या ग्रंथालयात जनतेला मर्यादित प्रवेश दिला जात असे आणि आंतर ग्रंथालयीन सहकार्य नव्हते.

व्याख्या – ''देशांतर्गत प्रकाशित होणारी सर्व पुस्तके, ग्रंथ, नियतकालिके, वृत्तपत्रे व इतर प्रकाशने यांचा संग्रह करणे आणि भावी कालासाठी भावी पिढ्यांच्या माहितीसाठी हा ज्ञानाचा ठेवा जतन करणे.''

हॅरॉडस् लायब्ररीयन्स् ग्लॉसरी अँड रेफरन्स बुक ६ वी आवृत्ती.

देशातील सर्व प्रकाशकांनी व संपादकांनी आपल्या प्रकाशनांच्या काही प्रती या ग्रंथालयाकडे पाठवाव्यात असे कायद्याने बंधन घातल्यामुळे वरील हेतू सफल झाला.

''ग्रंथालयांनी कोणतीही पर्वा न करता कायद्याने अथवा दुसऱ्या व्यवस्थेने देशात प्रकाशित होणारी सर्व ग्रंथ प्रकाशने मिळविणे त्यांचे जबाबदारीने जतन करणे व अनामत ग्रंथालय म्हणून काम करणे'' – युनेस्को

पूर्वी प्रलेखांचे जतन करणे एवढेच राष्ट्रीय ग्रंथालयाचे काम होते.

कार्ये –

१) संग्रह विकास – राष्ट्रीय ग्रंथालय केवळ देशातील सर्वसमावेशक संग्रह करते असे नाही तर देशाबाहेरील या देशासंबंधीचे साहित्यही संग्रेहत करते व भावी पिढ्यासाठी जतन करते. राष्ट्राचा बौद्धिक व सांस्कृतिक वारसा जतन करते.

२) राष्ट्रीय ग्रंथसूची – ग्रंथांची राष्ट्रीय ग्रंथसूची तसेच नियतकालिके, अमुद्रित साहित्य यांची ग्रंथसूची मुद्रित, सूक्ष्म स्वरूपात किंवा संगणकीय वाचनीय स्वरूपात तयार करणे हे या ग्रंथालयाचे काम आहे. यामध्ये प्रकाशकांची निर्देशिका, ग्रंथ उत्पादनासंबंधित चालू आकडेवारी असू शकते.

राष्ट्रीय ग्रंथालय अनेक विषय ग्रंथसूची पूर्वानुलक्षी, गृहीत धरून किंवा मागणीनुसार तयार करून देते. पौवार्त्य साहित्याची ग्रंथसूची हा एक नियमित प्रकल्प आहे. यामध्ये ४ खंड प्रकाशित झालेले आहेत. चालू ग्रंथसूची या मागणीनुसार तयार केल्या जातात. यासाठी अभ्यासू व संस्था यांच्याकडून मागणी केली जाते. या ग्रंथसूची निवडक असतात.

३) निर्देशन व सार – संशोधन नियतकालिकांमधून प्रकाशित होणाऱ्या चालू माहितीचे संप्रेषण राष्ट्रीय ग्रंथालय करते. देशाच्या गरजेच्या विषयांच्या संबंधित साहित्य सार तयार करून प्रकाशित करते.

४) वाचक सेवा – राष्ट्रीय ग्रंथालये वाचकांना खालील प्रकारच्या सेवा देते.

१) वाचकांना ग्रंथालयात वाचण्याची सुविधा उपलब्ध करून देणे.

२) वाचकांना संदर्भ, माहिती आणि ग्रंथसूची सेवा देणे.

३) वाचकांसाठी आंतरग्रंथालयीन सेवा देणे.

कार्ये –

१) सांघिक तालिका तयार करणे.

२) देशाच्या ग्रंथालय क्षेत्रात नेतृत्व करणे.

३) सरकारला सेवा पुरविणे.

४) सर्व प्रकारचे साहित्य मिळविणे.

५) ग्रंथसूची सेवा देणे.

६) कायमचे अनामत ग्रंथालय म्हणून काम करणे.

७) ग्रंथपालन व्यवसायामध्ये संशोधन करणे.

८) हस्तलिखितांचा संग्रह करणे.

इतर कार्ये –

१) आंतरराष्ट्रीय व राष्ट्रीय ग्रंथ आदान प्रदान करणे,

२) अंधांसाठी साहित्य संग्रह करणे.

३) ग्रंथालयातील कर्मचारी वर्गाचे प्रशिक्षण करणे.

४) इतर ग्रंथालयांना पद्धती विषयी मदत करणे.

भारतातील राष्ट्रीय ग्रंथालय –

भारतातील राष्ट्रीय ग्रंथालयाची सुरुवात कोलकाता पब्लिक लायब्ररी म्हणून इ. स. १८३५ मध्ये मेटकॅफ हाऊस (Metcalfe House) येथे झाली. इ. स. १९०२ मध्ये लॉर्ड कर्झन यानी याचे नाव बदलून ''इंपेरियल लायब्ररी'' असे केले. हे ग्रंथालय जनतेसाठी खुले असल्याचे त्यानी जाहीर केले. इ. स.. १८४८ मध्ये हे ग्रंथालय राष्ट्रीय ग्रंथालय म्हणून काम करू लागले. श्री. बी. एस. केशवन हे या राष्ट्रीय ग्रंथालयाचे पहिले ग्रंथापाल होत.

भारताचे राष्ट्रीय ग्रंथालय भारत सरकारच्या मनुष्य बळ विकास मंत्रालयानुसार कार्य करते. कोलकात्यामध्ये चार इमारतींमध्ये हे राष्ट्रीय ग्रंथालय आहे. व्यवस्थापनाच्या दृष्टीने कौन्सिल फॉर नॅशनल लायब्ररी स्थापन केली आहे. यामध्ये १२ सभासद असतात. या राष्ट्रीय ग्रंथालयाची व्यवस्था कार्यावर आधारित केलेली आहे. त्याचे २ मुख्य विभाग १) व्यवसायिक २) संरक्षणात्मक

१) व्यावसायिक विभागामध्ये, ग्रंथोपार्जन, वाचन साहित्याची प्रक्रिया आणि त्या संबंधित सेवा यांचा समावेश होतो. तर

२) संरक्षणात्मक विभागामध्ये प्रतिरूप सेवा, जतन आणि प्रयोगशाळेतील काम यांचा अंतर्भाव होतो. संचालक हा या राष्ट्रीय ग्रंथालयाचा प्रमुख असतो. जवळ जवळ १००० कर्मचारी येथे काम करतात.

३) साहित्य संग्रह – राष्ट्रीय ग्रंथालयात जवळ-जवळ १९ लाख ग्रंथ आणि इतर साहित्य आहे. हा संग्रह खालील गोष्टींमुळे संग्रहित होतो. १) डिलिव्हरी ऑफ बुक्स् ॲक्ट प्रमाणे ग्रंथ मिळणे. २) खरेदी ३) देणगी ४) आदान-प्रदान ५) अनामत हक्क, सवलत. या संग्रहातील इंग्रजी भाषेतील व इतर भारतीय भाषेतील ग्रंथांची संख्या अधिक आहे. परदेशी भाषांतील ग्रंथसंख्या कमी आहे. या संग्रहात श्री.अशुतोष मुखर्जी, रामदास सेन, जदुनाथ सरकार, वैय्यापुरी पिलाई, यांनी दिलेल्या देणग्यांचा समावेश आहे. यामध्ये श्री तेजबहादूर सप्रु यांची ऐतिहासिक कायदेपत्रेही समाविष्ट आहेत. तसेच हे राष्ट्रीय ग्रंथालय युनायटेड नेशन्सच्या प्रलेखांचे भांडारही आहे.

कार्ये-सेवा

१) भारतात प्रकाशित झालेले सर्व साहित्य मिळविणे.
२) इतर ग्रंथातील दुर्मीळ ग्रंथाची प्रत मिळविणे.
३) देशासाठी अनामत ग्रंथालय म्हणून कार्य करणे.
४) देशातील सर्व लोकांना वाचन सुविधा सेवा देणे.
५) देशातील ग्रंथालयांचे प्रतिनिधित्व करणे व त्यांच्यामध्ये राष्ट्रीय जाळे स्थापणे.
६) आंतर ग्रंथालयीन व्यवस्था सेवा देणे.
७) सांघिक तालिका तयार करणे, सर्व आय. आय. टी. ग्रंथालयांची सांघिक तालिका करणे.
८) राष्ट्रीय स्तरावर अनेक विषयांची राष्ट्रीय ग्रंथसूची तयार करणे
९) देशाची राष्ट्रीय ग्रंथसूची तयार करणे.
१०) ग्रंथालयाच्या नवीन विकसित पद्धती व तंत्रे यांची इतर ग्रंथालयांना ओळख करून देणे.
११) आंतरराष्ट्रीय ग्रंथसूची संकलित करणे.

पाश्चात्त्य देशातील अमेरिकेचे ''लायब्ररी ऑफ काँग्रेस'' इंग्लंडचे ''दि ब्रिटिश लायब्ररी'' रशियाची ''दि स्टेट लेनिन लायब्ररी'' ही राष्ट्रीय ग्रंथालये म्हणून काम करतात.

सार्वजनिक ग्रंथालय (Public Library)

सार्वजनिक ग्रंथालय ही सामाजिक संस्था आहे. समाजातील सार्वजनिक गटांना हे ग्रंथालय ग्रंथ व माहिती सेवा देत असतात. समाजामध्ये अनेक प्रकारची ग्रंथालये अस्तित्वात आहेत. त्यामध्ये सार्वजनिक ग्रंथालये हा प्रकार लोकप्रिय आहे. हे ग्रंथालय समाजाच्या कल्याणासाठी महत्त्वाची भूमिका बजावत असते. सार्वजनिक ग्रंथालयाची युनेस्कोने केलेली व्याख्या ही जगमान्य आहे.

युनेस्कोच्या जाहीरनाम्याप्रमाणे सार्वजनिक ग्रंथालयाची व्याख्या खालील प्रमाणे होते – सार्वजनिक ग्रंथालय उपयोजकांना नि:शुल्क सेवा देते. हे जनतेसाठी त्यांचा पूर्ण उपयोग व्हावा म्हणून खुले असते. सार्वजनिक निधीतून सार्वजनिक ग्रंथालयांचे आर्थिक व्यवहार केले जातात. ग्रंथालये शिक्षणाला साहाय्यकारी ठरते. हे निरंतर स्वयंशिक्षणाचे साधन आहे. हे ग्रंथालय शैक्षणिक व माहिती साहित्य संग्रहित करते आणि भेदभाव न करता नि:शुल्क माहिती देते.

कार्ये –

१) माहिती व शैक्षणिक साधनात प्रवेश – स्थानिक समाजाच्या गरजेप्रमाणे सार्वजनिक ग्रंथालय साहित्य आणि शैक्षणिक आणि माहिती साधने निवडून त्यांचे व्यवस्थापन करते.

२) अनौपचारिक स्वयं-शिक्षणाचे साधन – सार्वजनिक ग्रंथालय ही सामाजिक संस्था असल्यामुळे समाजातील सर्व वयोगटांचे लोक यांचा उपयोग करतात. विशेषत: प्रौढ लोक. या प्रौढ लोकांची कुशलता आणि त्यांच्या आवडीच्या क्षेत्रातील क्षमता वाढविण्यासाठी शैक्षणिक साधने त्यांना ग्रंथालय उपलब्ध करून देते. शेती विषयक कार्यांच्या पद्धती, मधुमक्षिका पालन इ. सारख्या गोष्टी स्वयंशिक्षणाने साध्य करता येतात.

३) स्थानिक सांस्कृतिक साहित्याचे जतन – आधुनिक सार्वजनिक ग्रंथालय त्यांच्या परिसरातील सांस्कृतिक साहित्याची ओळख करून घेऊन असे साहित्य संग्रहित करते. उदा. पुतळे, चित्रे इत्यादी. सार्वजनिक ग्रंथालय या गोष्टी सांस्कृतिक ठेवा म्हणून जतन करते.

४) सांस्कृतिक व सामाजिक कार्यांना उत्तेजन देणे – समाजातील अनेक प्रकारच्या व्यक्तीगटासाठी चालना देते. उदा. बालमंडळ, नाट्यमंडळ, अध्यापक संघ. या सर्वांच्या कार्यासाठी ग्रंथालयाचे आवार वापरण्यास देते किंवा ग्रंथालयातील शैक्षणिक, सांस्कृतिक वा माहिती साहित्यामार्फत मदत करते.

५) आकलनाच्या शक्तीचा विकास – एखाद्या विशिष्ट विषयावरची व्यक्तींची भिन्न मते असतात. सार्वजनिक ग्रंथालये त्या व्यक्तींना विचार करण्यासाठी संधी देते. या विचारामध्ये भावनात्मकता नसावी तर वस्तुनिष्ठता असावी अशी दृष्टी देते. अशा तऱ्हेने माणसाच्या आकलन शक्तीचा विकास करते. त्यांच्यातील प्रेम व ज्ञानाची वाढ करते.

६) लोकशाही विषयात चैतन्य वाढविणे – सार्वजनिक ग्रंथालय सांस्कृतिक व सामाजिक कार्यामुळे लोकांमध्ये सलोख्याचे संबंध वाढविते. परस्परांविषयी आदर द्विगुणित करते. दुसऱ्यांची भाषा, रूढी, धर्म या विषयी रसग्रहण करण्यास शिकविते. सार्वजनिक ग्रंथालय ही लोकशाही संस्था असल्याचे सिद्ध करते. उपयोजकांचा सवडीचा वेळ सत्कारणी लागतो.

शैक्षणिक ग्रंथालय (Academic Library)

यामध्ये तीन प्रकारच्या ग्रंथालयांचा समावेश होतो.

१) शालेय ग्रंथालय

२) महाविद्यालयीन ग्रंथालय

३) विद्यापीठीय ग्रंथालय

१) शालेय ग्रंथालय

या प्रकारच्या ग्रंथालयात प्राथमिक, माध्यमिक व उच्च माध्यमिक असे आणखी प्रकार पडतात.

प्राथमिक शाळेतील बालवाचक साधारणत: ५-१० वयोगटातील असतात. लहान वयात त्यांच्यात वाचनाची आवड निर्माण करणे ही गोष्ट महत्त्वाची ठरते. म्हणून या प्रकारच्या ग्रंथालयात लहान मुलांच्या दृष्टिकोनातून साहित्याची निवड होणे आवश्यक ठरते. विशेषत: मोठ्या टाईपमधील मुद्रण, चित्रांची रेलचेल रंगीत असल्यास जास्त फायदेशीर थोर नेत्यांची चरित्रे, लोककथा, प्रवास वर्णने, दृक् श्राव्य साधने अशी साधने अशा प्रकारच्या ग्रंथालयात असणे योग्य ठरेल. ग्रंथालयातील भाषाही सोपी असणे आवश्यक.

सर्व शालेय ग्रंथालयात तालिका, वर्गीकरण या ग्रंथालय शास्त्रातील गोष्टींचा अवलंब केलेला असतो असे नाही. पण या पद्धतींचा अवलंब करावयाचा झाल्यास तालिका बालवाचकांना समजेल अशी असावी. वर्गीकरण पद्धतीही अर्थात साधी व सुलभ असणे महत्त्वाचे ठरते. शालेय ग्रंथालयाची इमारत सुसज्ज असावी. फर्निचरही बालवाचकांना योग्य असे असावे. शालेय ग्रंथपाल हा प्रशिक्षित असावा. त्याने बालवाचकांना ग्रंथालयाचे महत्त्व पटवून दिले पाहिजे. बालवाचकांमध्ये वाचनाची आवड वाढविण्यासाठी ग्रंथ प्रदर्शने, निरनिराळ्या स्पर्धा आयोजित करणे फायदेशीर होईल. बालवाचक ग्रंथालयाकडे आकृष्ट होणे महत्त्वाचे.

माध्यमिक शालेय ग्रंथालयात ९ ते १२ वयोगटातील विद्यार्थी असतात. विद्यार्थ्यांना सुजाण नागरिक बनविण्याच्या दृष्टीने हा वयोगट पाया ठरतो. या प्रकारच्या ग्रंथालय संग्रहात अभ्यासक्रमाची क्रमिक पुस्तके, विज्ञान तंत्रज्ञानावरील पुस्तके, ललित साहित्य, नकाशे इत्यादी गोष्टी असणे आवश्यक ठरते. त्याशिवाय संदर्भ पुस्तके, शब्दकोश, विश्वकोश असले पाहिजेत. या ग्रंथालयासाठी इमारत सुलभ असावी. वाचनकक्ष वेगळा असावा. विद्यार्थी संख्येच्या प्रमाणात ग्रंथपालाची नेमणूक असावी. तसेच त्यास विशिष्ट वेतन श्रेणी देण्यात यावी असे शिक्षण तज्ज्ञ श्री. वि. वि. चिपळूणकर यांच्या एक सदस्यीय समितीने म्हटले आहे.

पूर्वीच्या काळी गुरुकुल पद्धतीमध्ये विद्यार्थ्याला त्याच्या अध्यापकाबरोबर रहावे लागे. ज्ञानाचे मौखिक संप्रेषण त्याकाळी होत असे. पुढे मुद्रणकलेच्या शोधामुळे शालेय ग्रंथालय ही कल्पना अस्तित्वात येऊ शकली.

विद्यार्थ्यांची दृष्टी व्यापक होणे, करमणुकीसाठी वाचनाची आवड निर्माण करणे, ग्रंथ वाचणे, विद्यार्थ्यांनी वेळ मिळेल तेव्हा वाचन करणे, कोणत्याही प्रकारचा ग्रंथालयाचा उपयोग करण्याचा पाया घालणे, वैयक्तिक संग्रह करण्यास उत्तेजन देणे, अशी शालेय ग्रंथालयाची कार्ये सांगता येतील.

व्यक्तिमत्त्व विकासाच्या दृष्टीने ग्रंथालय उपयुक्त ठरते.

महाविद्यालयीन ग्रंथालय (College Library)

या प्रकारच्या ग्रंथालयातील उपयोजक हा तरुण वर्ग असतो. या प्रकारच्या ग्रंथालयात संदर्भ ग्रंथ, ललित साहित्य, क्रमिक पुस्तके, नियतकालिके, दृक् श्राव्य साधने, ऑडिओ व्हिडिओ कॅसेटस्, प्रोजेक्ट इ. गोष्टींचा संग्रह असावा. तालिका करणासाठी अेओसी आर किंवा डॉ. रंगनाथन यांची सी.सी.सी. पद्धत वापरली जाते. वर्गीकरणासाठी दशांश वर्गीकरण पद्धती वा द्विबिंदू वर्गीकरण पद्धती अवलंबिली जाते. या प्रकारच्या ग्रंथालयासाठी स्वतंत्र व सुसज्ज इमारत असावी. संदर्भ विभाग, दाखल नोंद विभाग, अभ्यास कक्ष, वाचन कक्ष, नियतकालिकांचा विभाग इत्यादींची वेगळी सोय असावी. दृक्-श्राव्य साधन विभागही वेगळा असावा.

महाविद्यालयीन ग्रंथालयातील ग्रंथपाल उच्चशिक्षित असावा. ग्रंथालयीन कर्मचारी वर्गाचे व्यवस्थापन करण्याची क्षमता त्याच्याकडे असावी.

महाविद्यालयीन विद्यार्थ्यांना ग्रंथालयाचा वापर कसा करावा हे माहीत नसते. त्यामुळे प्रारंभीच विद्यार्थ्यांना ग्रंथालयाची ओळख करून देणे, तालिका, संदर्भ ग्रंथ यांचा परिणामकारक उपयोग कसा करावा ह्या संबंधी माहिती देणे, इत्यादी गोष्टी सांगणे आवश्यक ठरते.

विद्यापीठीय ग्रंथालय (University Library)

ब्रिटिश काळात भारतीय विद्यापीठे वेगळ्या स्वरूपाची होती. इ. स. १८५७ मध्ये कोलकाता, मद्रास आणि मुंबई येथे विद्यापीठे स्थापन केली गेली. त्यावेळचे विद्यापीठीय शिक्षण भारतीयांना मुलकी सेवेत भरती करणे या दृष्टीने होते. पण स्वातंत्र्यानंतर हा उद्देश बदलला गेला. भारताच्या आर्थिक व सामाजिक विकासामध्ये मदत करणे हा मुख्य हेतू आहे. इ. स. १९५६ साली विद्यापीठ अनुदान समितीने उच्च शिक्षणाच्या विकासासाठी मार्गदर्शक तत्त्वे आखून दिली आहेत.

या प्रकारच्या ग्रंथालयात, पारंपरिक विद्यापीठे, कृषी विद्यापीठे, विद्यापीठीय दर्जा असलेल्या संस्था, यांचा समावेश होतो. तसेच या ग्रंथालयातील वाचक वर्गात, पदव्युत्तर विद्यार्थी, प्राध्यापक संशोधक, अभ्यासक यांचा अंतर्भाव होतो. विद्यापीठीय ग्रंथपाल हा कुलगुरुंना जबाबदार असतो. ग्रंथालयाच्या धोरणासाठी सल्लागार समिती असते. यामध्ये विषयतज्ज्ञांचा समावेश असते. विद्यापीठीय ग्रंथालयाच्या कामाचे स्वरूप व्यापक असते. त्यामुळे कामाची विभागणी ग्रंथालयीन कर्मचाऱ्यांमध्ये योग्य रीतीने केलेली असते.

या ग्रंथालयाच्या ग्रंथसंग्रहात प्राचीन हस्तलिखित, सूक्ष्म साहित्य दृक्-श्राव्य साधने, संगणक, संगणकीय प्रणाली, सी. डी. रॉम, लघु तबकड्या, परदेशी संदर्भ ग्रंथ उदा. ब्रिटनिका एन्सायक्लोपीडिया, भारतीय व परदेशीय नियतकालिके विशेष ग्रंथालय गृह, आधुनिक व शैक्षणिक साधने उपलब्ध असतात. ग्रंथालयीन सेवेमध्ये वृत्तपत्र कात्रणे, नव्या ग्रंथांची माहिती, अभ्यासकांना नियतकालिकांच्या अनुक्रमणिका, भाषांतर सेवा, प्रतिरूप सेवा, प्रचलित जागरूकता सेवा, माहितीचे निवडक प्रसारण, आंतर ग्रंथालयीन सेवा इत्यादी सेवा दिल्या जातात. या ग्रंथालयाच्या यांत्रिकीकरणामुळे ऑन लाईन सेवा, इंटरनेट सेवा, इतर आंतरराष्ट्रीय माहिती प्रणाली सेवा, माहितीची प्रतिप्राप्तीसेवा दिल्या जातात. या दृष्टीने जग फारच जवळ आले आहे. याशिवाय उपयोजकाचे शिक्षण, त्याच्यासाठी चर्चासत्रे, विशेष प्रदर्शने इत्यादी विशेष सेवा दिल्या जातात. संशोधकांच्या दृष्टीने ग्रंथसूची सेवा, सार व निर्देशन सेवा दिल्या जातात.

उच्च शिक्षणाची ध्येये अमलात आणण्यासाठी विद्यापीठीय ग्रंथालये कार्य करीत असतात. ज्ञानाचे जतन, अध्यापन, प्रकाशन, विस्तारित सेवा आणि संशोधनाचे भाषांतर करणे ही विद्यापीठीय ग्रंथालयाची कार्ये म्हणता येतील.

उच्च शिक्षणाचा उद्देश पूर्ण करण्याचे काम विद्यापीठीय ग्रंथालये करतात. विद्यापीठ अनुदान समितीने म्हटले आहे, विद्यापीठीय कामाचे ग्रंथालय हे मुख्य केंद्र आहे. संशोधन कार्य व शैक्षणिक कार्य येथे चालते. यासाठी ग्रंथालयात संशोधन, विस्तार यांची साधने, कार्यक्षम ग्रंथालय कर्मचारी वर्ग, वापरासाठी साहित्याचे संघटन, पुरेशी जागा आणि साधने, प्रशासन आणि शैक्षणिक धोरणामध्ये एकवाक्यता, इतर ग्रंथालयांशी संबंध, ग्रंथालयाचे स्पष्ट धोरण या गोष्टी असणे आवश्यक आहे.

आधुनिक तंत्रज्ञानाच्या मदतीने विद्यापीठातील इतर विभागातील ग्रंथालये व मुख्य ग्रंथालय यात संगणकीय जाळे याची योजना करणे शक्य होईल.

विद्यापीठ ग्रंथालयाच्या विभागातून पदव्युत्तर ग्रंथपालन अभ्यासक्रम चालवले जातात.

विशेष ग्रंथालय (Special library)

विशेष ग्रंथालय म्हणजे जी मर्यादित संग्रह व उपयोजकांना मर्यादित सेवा देतात. ही ग्रंथालये सामान्य ग्रंथालयापेक्षा वेगळी असतात. त्यांचा संग्रह प्रशिक्षित कर्मचारी व सेवेच्या वेळा याबाबतीत ती वेगळी असतात. विशेष ग्रंथालये ही एखाद्या संस्थेच्या खाजगी फायद्यासाठी माहिती एकत्रित करीत असतात.

विशेष ग्रंथालये ही ग्रंथपालन व्यवस्थापनातील नवीन शाखा आहे. सामान्य ग्रंथालये ही संशोधकाला व संस्थेला त्यांच्या विशेष आवडीच्या माहितीला वाव देत नाहीत. पण विशेष ग्रंथालये ही उपयोजकांच्या विशेष गरजा भागविण्याच्या दृष्टीने साहित्य एकत्रित करतात. योग्य साहित्य योग्य वेळेला योग्य उपयोजकाला देणे असे विशेष ग्रंथालयाच्या सेवेचे स्वरूप म्हणता येईल.

या ग्रंथालयातील कर्मचारी वर्गाला ग्रंथपाल व्यवसायाची तत्त्वे माहिती असणे जसे जरुरीचे आहे. तसेच त्या विशिष्ट विषयाचे ज्ञानही असणे आवश्यक आहे. परिणामकारक सेवा देण्यास याचा उपयोग होतो.

माहितीच्या निरंतर प्रवाहामुळे माहिती साठा व नियंत्रण या गोष्टीही विशेष ग्रंथालयांना स्वीकाराव्या लागल्या. यातून विशेष ग्रंथालये म्हणजे माहिती केंद्रेच झाली. ग्रंथालयीन साहित्यात ग्रंथ, नकाशे, चित्रफिती अहवाल, नियतकालिके यासारख्या वेगवेगळ्या साधनांची भर पडू लागली. या ग्रंथालयात नियतकालिकांची संख्या अधिक असते. त्यामुळे विशेष ग्रंथपालन व्यवसायाला माहितीसाठा व माहितीची प्रतिप्राप्ती या गोष्टीसाठी नवीन क्लुप्त्या, नवीन तंत्रे निर्माण करावी लागतात.

विशेष ग्रंथालयाचे प्रकार दोन

१) विशेष पण स्वतंत्र ग्रंथालये

विशेष ग्रंथालयांचे आणखी एक वैशिष्ट्य म्हणजे उपयोजक व ग्रंथालय-कर्मचारी वर्ग यांच्यामध्ये संस्थेच्या फायद्यासाठी काम करण्याची भागिदारी असते.

सेवेचा विचार करता अशा प्रकारची विशेष विषयधारित सेवा सार्वजनिक व शैक्षणिक ग्रंथालयातूनही दिली जाते. ही ग्रंथालये वेळ न दवडता माहितीचे प्रसारण करतात. त्यासाठी ग्रंथोपार्जन, साहित्याची देवघेव, साहित्याचा शोध, साहित्याचे सार, भाषांतर इत्यादी तंत्रे वापरली जातात.

कार्ये – साहित्याचे उपार्जन, देवघेव साहित्याचा शोध, उपयोजकाला मदत करणे, प्रचलित जागरूकता सेवाविषयी समाचारपत्र प्रकाशित करणे, सूचनात्मक साहित्य तयार करणे, प्रकाशित करणे, माहितीचे निवडक प्रसारण, निर्देशन आणि सारात्मक सेवा, आणि भाषांतर इत्यादी.

संशोधन आणि विकास या गोष्टी विशेष ग्रंथालयाशी निगडित असतात. विशेष ग्रंथालय व माहिती केंद्रे यांच्या सेवेत साधर्म्य आहे. विशेष ग्रंथालयाचे उपयोजक विशेषज्ञ असतात. पण माहिती केंद्राचे उपयोजक सामान्य विषयाशी संबंधित असतात. विशेष ग्रंथालये उदा. अंधांसाठी, बालवाचकांसाठी, स्त्रियांसाठी चित्रफितीची ग्रंथालये, आयआयटीची ग्रंथालये, हस्तलिखितांची ग्रंथालये इत्यादी. नॅशनल इन्स्टिट्यूट ऑफ न्यूट्रीशन हैद्राबाद यांचे ग्रंथालय, तंजावरचे हस्तलिखितांचे ग्रंथालय.

अंकीय ग्रंथालय (Digital Libraries)

जगामध्ये सर्वच बाबतीत नेहमीच बदल होत असतात. ग्रंथालय क्षेत्रातही असे बदल होत गेले. सुरवातीच्या काळात ग्रंथालये पारंपरिक पद्धतीने काम करीत असत. परंतु माहितीच्या ओघामुळे मनुष्याला अशक्यप्राय वाटणाऱ्या गोष्टी संगणक युगात 'इंटरनेट'च्या माध्यमामुळे शक्य झाल्या आहेत. माहितीशोधन व संकलन आता सोपे होऊ लागले आहे. वाचकांचा वेळ वाचू लागला. ही माहिती इलेक्ट्रॉनिक्सूच्या विविध माध्यमाद्वारे साठवून ठेवता येऊ लागली. उदा. तबकडी, हार्डडिस्क. सी. डी. इत्यादी. यामुळे ग्रंथालयाचे पारंपरिक स्वरूप बदलत गेले. इलेक्ट्रॉनिक ग्रंथालये, अंकीय ग्रंथालये आणि आभासी (virtual libraries) ग्रंथालये यामध्ये रूपांतर होत गेले. अर्थात या तीनही संकल्पनांमध्ये फार फरक नाही.

अंकीय ग्रंथालये म्हणजे पारंपरिक ग्रंथालय करीत असलेली सर्व कामे उदा. तालिकीकरण, माहिती साठा, माहितीचा शोध व माहितीचे वितरण फक्त अंकीय स्वरूपात केली जातात. उदा. अंकीय माहिती साठा, संप्रेषण तंत्रज्ञान, आज्ञावली, पारंपरिक ग्रंथालयातील सेवा सुविधा यांचा विकास व विस्तार अंकीय ग्रंथालयात दिसून येतो. पण या सेवा अधिक कार्यक्षम व प्रभावीपणे दिल्या जातात.

अंकीय ग्रंथालयातील साहित्य संग्रह अंकीय स्वरूपात असतो. त्या साहित्याचे व्यवस्थापन व संघटन अंकीय पद्धतीने केले जाते. साहित्याची प्राप्ती, त्यावरील तांत्रिक प्रक्रिया, माहिती साधने, साहित्याचे वर्णन वगैरे सर्व गोष्टी अंकीय पद्धतीने पार पाडल्या जातात.

या ग्रंथालयात जगातील सर्व प्रकारच्या माहितीचा संग्रह असतो. ही माहिती जाळे (इंटरनेट) माध्यमातून उपलब्ध होऊ शकते. ही माहिती बहुविध प्रसार माध्यमे (मल्टिमिडिया) द्वारा उपलब्ध होत असल्यामुळे तिचे आकलन होण्यास सुलभ जाते. यासाठी केवळ एकच अंकीय ग्रंथालय पुरेसे नसते. अशी अनेक अंकीय ग्रंथालये जाळ्याद्वारा एकमेकांशी जोडलेली असतात.

वैशिष्ट्ये

१) अंकीय ग्रंथालयातील माहितीसाठी तंत्रज्ञानाची जोड घ्यावी लागते.
२) या ग्रंथालयातील माहिती वाचकांपर्यंत वैयक्तिकरीत्या थेट मिळते.
३) पारंपरिक ग्रंथालयापेक्षा या ग्रंथालयातील सेवा अचूक, स्पष्ट व प्रभावी असतात.
४) जगातील कोणतीही माहिती, कोणत्याही ठिकाणी अनेक वाचकांना बहुविध प्रसार माध्यमांमुळे (आवाज, चित्रे वगैरे) उपलब्ध होते.
५) दुर्मीळ ग्रंथ प्रत्यक्ष वाचायला मिळतात.
६) अंकीय साहित्याच्या माध्यमाद्वारे साहित्याच्या अनेक प्रती काढणे गुणात्मक दृष्टीने सोपे जाते.
७) अंकीय माहितीच्या संपादनात माहितीची भर घालता येते. कालोघात नको असलेली माहिती काढून टाकता येते. यासाठी लागणारा वेळ व मनुष्यबळ तांत्रिक साधनामुळे वाचतो.
८) माहितीचा वेग जास्त असतो.
९) माहितीच्या अंकीय स्वरूपामुळे जागतिक संगणक जाळ्यासाठी (WAN) माहिती पाठविता येते. कारण यातील माहितीसाठा क्षमता जास्त आहे.
१०) कोणत्याही भूभागाची मर्यादा नसते.
११) या अंकीय ग्रंथालयातील माहिती वाचकाला स्वत:च शोधावी लागते.
१२) हे काम खर्चीक आहे.
१३) अंकीय ग्रंथालयातील माहिती मिळविण्यासाठी संगणक, इंटरनेट, मोडेम या गोष्टी आवश्यक आहेत.

अंकीय ग्रंथालय ही संकल्पना लोकप्रिय होत असताना पारंपरिक ग्रंथालयातील साहित्य संग्रह अंकीय स्वरूपात येण्यास वेळ लागतो. त्यामुळे सध्या ग्रंथालयात या दोन्ही ग्रंथालयातील गोष्टी आढळतात, उदा. मुद्रित साहित्य व अंकीय साहित्य अशा दोन्ही पद्धतीने साहित्याचे जतन व संरक्षण केले जाते.

आधुनिक काळातील तंत्रज्ञानाला सामोरे जाण्यासाठी बदल हा आवश्यकच ठरतो.

आभासी ग्रंथालय (Virtual Library)

आधुनिक काळातील ग्रंथालय हे माहिती तंत्रज्ञान वेळ आणि माहिती व्यवस्थापन यांच्यामुळे बदलत्या स्वरूपात सामोरे येत आहे. त्यांचे स्वरूप लहान होण्याकडे कल वाढत आहे. पण साहित्याच्या दृष्टीने सुप्त माहितीची भांडारेच आहेत. हे ग्रंथालय जागा आणि वेळ, लोकांमधील, देशांमधील व खंडांमधील कमी करीत आहे. जग फारच जवळ आलेले आहे. आधुनिक ग्रंथालयात अनेक गोष्टी नवीन तंत्रज्ञानामुळे समाविष्ट होत आहेत. सामाविष्ट साहित्याप्रमाणे ग्रंथालयाचे खालील प्रकार होतील

१) इलेक्ट्रॉनिक ग्रंथालय – या ग्रंथालयातील साधने ही दोन्ही प्रकारची असतात. इलेक्ट्रॉनिक साधने आणि पारंपरिक साधने. या ग्रंथालयाचे कार्य मात्र पूर्णपणे यांत्रिकीकरण पद्धतीने होते. उदा. सीडी रॉम, संगणकीय जाळे. ज्यामध्ये ग्रंथालय ही अशी जागाआहे, ज्यामध्ये उपयोजकांना एका वेळी एकाच अंकीय साधनाचा उपयोग करता येतो, अशी ही कल्पना आहे. यासाठी इलेक्ट्रॉनिक साधने निवडलेली असतात.

२) अंकीय ग्रंथालय – यामध्ये सेवांचे पूर्ण यांत्रिकीकरण असते. सर्व साधने अंकीय स्वरूपात असतात. यामध्ये उपयोजक व अंकीय साधनांचा संगणकीय जाळ्यामार्फत अंतर्गत संबंध प्रस्थापित होत असतो. आणि तोही वैयक्तिक पातळीवर तसेच विषय, देश, मार्गदर्शन कोणत्याही पातळीवर असू शकते. या ग्रंथालयांना कागदविरहित ग्रंथालय असे म्हणतात.

३) आभासी ग्रंथालय – हे ग्रंथालय केवळ जाळ्याच्या संग्रहावर आधारित असते. म्हणून याला साधनविरहीत ग्रंथालय असेही म्हणतात. यामध्ये ग्रंथसंग्रह, नियतकालिके, वाचन कक्ष अथवा मदतीला कर्मचारी वर्ग असे कोणी नसते. विभागलेल्या उपयोजकांना माहितीचे प्रत्यक्ष संप्रेषण यांत्रिकीकरणाद्वारा करण्यासाठी एखादा असतो.

आभासी सत्यतेचे फलित म्हणजे आभासी ग्रंथालय होय. आभासी सत्यताही मानवाने निर्माण केलेल्या एक किंवा अनेक जाणीवांचे पर्यायी साधन आहे. आभासी सत्यता हे एक प्रकारचे तंत्रज्ञान आहे. जिच्यातील जाणीवा व मर्यादित सापेक्ष संबंधामुळे त्या वस्तूशी निगडित असलेल्या मोहजालाचा अनुभव एखाद्याला येतो. प्रसारमाध्यमाद्वारा मिळणाऱ्या जाणीवांमुळे हे मोहजाल खरेच,

सत्य आहे असे भासते. बहुविध प्रसार माध्यमांच्या वाढत्या उपयोगामुळे आभासी वातावरण उपयोजकांची विश्वासनीयता वाढविते. त्यामुळे उपयोजकाला खऱ्या गोष्टींची संवेदना होते. बहुविध प्रसार माध्यमे, त्यांनी तयार केलेले आभासी वातावरण उपयोजकाला साधने उपलब्ध करून देते.

आभासी ग्रंथालय पद्धतीचा आदर्श हायपरमिडिया मध्ये निर्माण करता येतो. यासाठी हायपरकार्डाचा उपयोग करावा लागतो. श्री. हुक यांनी यासाठी हायपर कार्ड तयार केले. या हायपर कार्डामुळे फ्लोरिडा युनिव्हरर्सिटी ग्रंथालय पद्धतीच्या एफ यु एल एस (FULS) या आधारभूत माहिती संचात स्थानिक क्षेत्रातील जाळ्याद्वारे प्रवेश मिळतो. यामध्ये श्री. हुक यांनी संपूर्ण ग्रंथालयाचे वेगवेगळ्या दृष्टिकोनातून आरेखन केले आहे. त्यामुळे उपयोजक जसा माऊसची हालचाल करील तसे उपयोजकाला स्वत: त्या ग्रंथालयातून फिरत असल्याचा भास होतो. या आभासी ग्रंथालयात उपयोजक त्याला हव्या असलेल्या माहितीचा शोध घेतो. तो मिळाल्यानंतर आवश्यक वाटल्यास त्या माहितीचे मुद्रण करतो.

पण मुख्य म्हणजे ग्रंथालयातील सर्व साधने हायपर कार्डवर समाविष्ट करणे कठीण आहे. ही गोष्ट अधिक वेळ घेणारी व अधिक खर्चीकही आहे.

या प्रकारच्या ग्रंथालयात खालील वैशिष्ट्ये दिसून येतात.

१) स्वाभाविक संग्रह नसतो.

२) प्रलेख इलेक्ट्रॉनिक स्वरूपातच उपलब्ध असतात.

३) कोणत्याही जाळ्यामधून प्रलेखात प्रवेश करता येतो.

४) प्रलेखाची प्रतिप्राप्ती अथवा वितरण मागणीनुसार होते.

५) साहित्य नजरेखालून घालणे, शोध घेणे यासाठी परिणामकारक ठरते.

संप्रेषणाच्या संगणकीय जाळ्यांचा उपयोग आणि माहिती तंत्रज्ञान यांचा उपयोग प्रवेश, शोध आणि साहित्य मिळविणे यासाठी केला जातो. यामध्ये मुद्रित साहित्याचा अंतर्भाव होत नाही. उपयोजकाला इच्छित माहिती प्रिंटरद्वारा मुद्रित करण्यापलीकडे यामध्ये मुद्रित साहित्य समाविष्ट होत नाही. उपयोजकाला वैयक्तिकरीत्या त्याच्या संगणकावर सेवा उपलब्ध करून दिली जाते.

आभासी ग्रंथालय वैयक्तिक, स्वतंत्र आणि अनौपचारिक शिक्षणाची सुविधा देते. या द्वारे केवळ ग्रंथसूचीय सेवाच दिली जाते असे नाही. तर पूर्ण मूळ मजकुराचीही सेवा दिली जाते. या प्रकारच्या ग्रंथालयाच्या उपयोजकाला प्रशिक्षणाची आवश्यकता आहे.

ग्रंथपालाची भूमिका या नवीन संगणकीय जाळ्याच्या वातावरणात अवघड

आहे. कारण माहितीमध्ये पडणारी सतत भर व माहितीतील गुणात्मक वैशिष्ट्य ओळखणे हे जिकीरीचे काम आहे.

उपयोजक, उपयोजकांचा अभ्यास, उपयोजकांचे शिक्षण

पारंपरिक ग्रंथालय व्यवस्थेमध्ये 'वाचक' ही संज्ञा जास्त समर्पक होती. कारण ग्रंथालयातील वाचन साहित्याशीच वाचकाचा संबंध येत होता. पण काळानुरूप ग्रंथालयाच्या संकल्पनेत बदल होत गेले. वाचनसाहित्याबरोबर अमुद्रित साहित्यही ग्रंथालयात संग्रहित करण्यात येऊ लागले. त्यांचा उपयोग माहितीचा साठा, माहितीचे संप्रेषण यासाठी करण्यात येऊ लागला. त्यासाठी काही विशिष्ट साधने, उपयोगात आणणे आवश्यक ठरले. यातून ''उपयोजक'' (उपयोग करणारा) ही संकल्पना पुढे आली. माहिती पद्धतीचा उपयोजक हा महत्त्वाचा बिंदू आहे.

उपयोजक आणि माहिती तज्ज्ञ यांच्यामध्ये मित्रत्वाचे संबंध असणे आवश्यक आहे. माहिती तज्ज्ञ हा आपला मदतनीस आहे ही गोष्ट उपयोजकाने लक्षात घेतली पाहिजे. माहिती तज्ज्ञ उपयोजकाचा वेळ वाचवितात. माहिती तंज्ज्ञाने उपयोजकाला सेवा देणे हे आपले काम आहे हे लक्षात घेणे आवश्यक आहे. उपयोजकाला माहिती मिळवून देण्यात माहिती तज्ज्ञाने सहकार्य करणे अपेक्षित आहे. त्यासाठी त्याने उपयोजकांच्या गरजा समजून घेतल्या पाहिजेत.

उपयोजकाच्या गरजा या उपयोजकांच्या प्रकारांवर अवलंबून असतात. वेळेत या गरजा काही वेळा पूर्ण करणे हे महत्त्वाचे आहे. उपयोजक आपल्या गरजा स्पष्टपणे व योग्य तऱ्हेने सांगत नाहीत. या गरजा पूर्ण करण्यासाठी माहिती तज्ज्ञ यांनी त्यांना स्वत:लाही काही प्रश्न विचारून त्या समजून घेतल्या पाहिजेत. कारण काही वेळा या गरजा बदलूही शकतात.

उपयोजकाच्या गरजा समजून घेऊन त्यांचे विश्लेषण करून माहिती तज्ज्ञाने माहिती साधनांची उपयोजकाला ओळख करून दिली पाहिजे. कोणत्या मार्गाने ही माहिती संप्रेषित करावयाची हे माहिती तज्ज्ञाने ठरविणे आवश्यक आहे.

माहिती मिळविण्यासाठी उपयोजकापुढे अधिकृत व व्यक्तिगत असे दोन मार्ग उपलब्ध असतात. पारंपरिक वाचन साहित्य आणि संगणकीय सेवा ही अधिकृत माहिती मिळविण्याची साधने आहेत. पण काही वेळा उपयोजक आपल्या माहितीच्या गरजांच्या संदर्भात त्याच विषयातील इतर तज्ज्ञाकडून माहिती मिळवित असतो. पत्रव्यवहार, परिषदा, अहवाल इत्यादी माध्यमातून उपयोजक व्यक्तिगत पातळीवर असे प्रयत्न करीत असतो. अशा लोकांचा एक गट इनव्हिजिबल कॉलेज

म्हणून तयार होतो. उपयोजकांच्या गरजांचा अभ्यास करून, त्यांचे विश्लेषण करून गरजा पूर्ण करण्यासंबंधी माहिती मिळाल्यास अशा माहितीचा संग्रह भविष्यकालीन दृष्टीने करून ठेवणे ग्रंथालयाला आवश्यक ठरते. व्यक्तिगत पातळीवर उपयोजक कोणत्या मार्गाने माहिती मिळवितो हे जाणून घेणेही ग्रंथपालाला आवश्यक ठरते. उपयोजक केवळ ग्रंथ वा नियतकालिके यातून माहिती मिळवित असतो. काही उपयोजक द्वितीय साधनांचाही उपयोग करतात. म्हणून या सर्व दृष्टीने ग्रंथालय सुसज्ज असणे आवश्यक आहे.

माहिती संग्रहासाठी उपयोजकाची मुलाखत तसेच प्रश्नावली व अनुदिनी (डायरी) ही साधने उपयोगी पडतात. या अनुदिनीमध्ये उपयोजकाला आलेल्या अडचणी, त्यांचे स्वरूप, त्यावरचे उपाय, मिळालेली मदत यासंबंधी सविस्तर तपशील मिळण्याची शक्यता असते.

उपयोजकाची मागणी पूर्ण करणे हा कोणत्याही माहिती केंद्राचा हेतू असतो. यामध्ये माहितीप्रमाणे उपयोजकांचे अनेक प्रकार आढळतात. ग्रंथालयाचे मुख्य काम सेवा देणे हे असते. त्यामुळे उपयोजकांच्या गरजांचा अभ्यास करणे, हे ग्रंथपालाच्या दृष्टीने आवश्यक असते.

गरजांचा हा अभ्यास अनेक प्रकारच्या सर्वेक्षणामार्फत करता येतो.

१) वर्तणूक अभ्यास – यामध्ये उपयोजकाला संप्रेषण साधनांशी असलेले अंतर्गत संबंध यावर अनेक सर्वेक्षणे व अभ्यास करता येतात. याला संप्रेषण वर्तणूक अभ्यास म्हणतात. सामान्यत: शास्त्रज्ञ बराच वेळ संप्रेषण साधनांशी संबंधित असतात. उदा. संदर्भ, प्रत्यक्ष वाचन, सहकारी मित्रांशी संवाद इत्यादी. यामुळे त्यांचा बराच वेळ माहितीच्या शोधातच जातो. हा वेळ वाचवून तो संशोधन कार्यासाठी उपयोगात आणता येईल.

२) अभ्यास उपयोग – अनेक सर्वेक्षणे व अभ्यासामार्फत संप्रेषण माध्यमांचा वापर शोधून काढता येतो. (उदा. प्राथमिक नियतकालिके इत्यादी) तसेच यामध्ये गरजा पूर्ण करण्यासाठी माहितीचा शोध कोठे घ्यावा ? संदर्भ कसा शोधावा ? इत्यादी गोष्टी संबंधित गरजेशी पण विविध मार्गांनी कशा मिळविता येतील या गोष्टी अंतर्भूत असतात. नियतकालिकातील सारात्मक व निर्देशन सेवा, उल्लेख या सारख्या सेवा त्यामुळे मिळू शकतात आणि योगायोगाने उपयोजकाची गरज पूर्ण होण्यास त्यामुळे मदत होते. काही वेळा या अभ्यासातून उपयोजकाची गरज पूर्ण होण्यासाठी घेतलेले सर्वेक्षण पूर्ण होत नाही. म्हणून वेळोवेळी त्यासंबंधी प्रयत्न करावे लागतात.

३) **माहितीच्या प्रवाहाचा अभ्यास** – माहिती संप्रेषण पद्धतीतील माहितींच्या प्रवाहाचा अभ्यास करण्यासाठीही सर्वेक्षण केले जाते. यामध्ये नियतकालिकातील लेखाची तयारी व त्याचे संप्रेषण या गोष्टी समाविष्ट असतात.

४) **माहिती शोधन वर्तणूक** – यामध्ये उपयोजक माहिती शोध घेतो व माहिती मिळवितो. उपयोजकाचे माहिती विभागाशी संबंध परावर्तित होतात. उपयोजकाला त्या संबंधात किती माहिती आहे ? तो माहिती साधने कशी निवडतो ? त्याची वर्तणूक ही बऱ्याच गोष्टींवर अवलंबून असते. (उदा. माहिती विभागाच्या भूमिकेचे त्याला असलेले ज्ञान, माहिती उत्पादनांचा उपयोग, माहिती विभागातर्फे देण्यात येणाऱ्या सेवा, माहिती विभागातील माहिती उत्पादनातील त्याचा प्रवेश, माहिती मिळविण्यातील स्पर्धा, त्याचा दर्जा इत्यादी. माहिती शोधन वर्तणुकीमध्ये मत, दृष्टिकोन, सकारात्मक कार्य, माहितीचे एकत्रिकरण, माहिती शोधाचा नमुना, मानवी स्वभाव इत्यादी गोष्टी अंतर्भूत असतात.

उपयोजकाला माहितीचा शोध, माहितीची प्रतिप्राप्ती, संप्रेषण, भाषांतर व प्रलेखाची प्रतिरूप ग्रंथसूची या सेवा दिल्या जातात. याशिवाय प्रचलित जागरूकता सेवा, माहितीचे निवडक प्रसारण या नेहमीच्या सेवाही दिल्या जातात.

माहिती तज्ज्ञाने उपयोजकांच्या गरजांचे व्यवस्थितपणे आकलन व अभ्यास केला पाहिजे.

उपयोजकांच्या अभ्यास पद्धती –

१) **ग्रंथालय उपयोगाचे मूल्यांकन** – यामध्ये खालील प्रकार अंतर्भूत होतात. सर्व प्रकारच्या ग्रंथालयातील ही एक सर्वसामान्य पद्धती आहे. उपयोजकाला देण्यात आलेल्या ग्रंथांची आकडेवारी, उपयोजकाने ग्रंथालयामध्येच बसून केलेला प्रलेखांचा उपयोग, संदर्भ प्रश्न यासारख्या काही नोंदी यासारख्या गोष्टींचा ग्रंथखरेदीमध्ये काही ग्रंथांना अग्रक्रम देण्यासाठी, गोष्टींचा अग्रक्रम देण्यासाठी, निधीची वाटणी करण्यासाठी वगैरे होतो.

२) **उपयोजकाचे सर्वेक्षण** – बऱ्याच वर्षांपासून या पद्धतीचा उपयोग केला जात आहे. उपयोजकासाठी ग्रंथालयातील माहिती गोळा करण्यासाठी याचा उपयोग होतो, त्याचप्रमाणे प्रलेखाचा शोध घेण्यासाठी ग्रंथालयाच्या संग्रहावर कितपत अवलंबून रहावे लागेल यासाठीही ह्या सर्वेक्षणाचा उपयोग होतो. यासाठी व्यक्तिगत मुलाखती वा प्रश्नावली यांचा वापर करता येतो. शैक्षणिक व विशेष ग्रंथालयामध्ये याचा जास्त उपयोग होतो.

यामध्ये शैक्षणिक, उद्योग व्यावसायिक, सरकारी कार्यालये यातील

उपयोजक असतात.

३) समाजाचा आराखडा – काही सार्वजनिक ग्रंथालये त्यांच्या परिसरातील सामाजिक रचना आणि लोकसंख्या यांचे संशोधन करतात. या संशोधनाचा उपयोग समाजाची वाचन सवय वाढविण्यासाठी होतो. धोरणे आखण्यासाठी, ग्रंथाची व ग्रंथालयीन सेवांची समाजाला ओळख करून देण्यासाठी हा आराखडा मार्गदर्शक ठरतो.

ग्रंथालय संग्रह आणि उपयोजकांच्या गरजा यावर ह्या उपयोजकांच्या अभ्यास पद्धती प्रकाश टाकतात. यामध्ये काही उणीवा असल्या तरी त्यांचा उपयोग डावलता येत नाही.

उपयोजकाचे शिक्षण –

ग्रंथालय ही एक सेवा संस्था आहे. पण काही वेळा असे दिसते की, उपयोजकांना ग्रंथालयाच्या संग्रहाची जाणीव वा माहिती नसते. तसेच ग्रंथालयातर्फे देण्यात येणाऱ्या सेवांविषयीही ते अनभिज्ञ असतात. त्यामुळे उपयोजकामध्ये ग्रंथालयातील संग्रह व सेवा यांचा वापर करण्याचे कसब वाढविणे आवश्यक असते. त्यासाठी उपयोजकासाठी छोटे प्रशिक्षण अभ्यासक्रम आखणे जरुरीचे आहे. आधुनिक काळात ग्रंथालय यांत्रिक संस्थाच झाल्या आहेत. ग्रंथालयातील साधनांचा वापर उपयोजकाने स्वतःच करावा म्हणून ग्रंथालयाने काही साधने आणि तंत्रे विकसित केली आहेत.

उपयोजकांचे शिक्षण वा प्रशिक्षण खालील पद्धतींनी करता येईल.

१) ग्रंथालय परिचय कार्यक्रम
२) ग्रंथसूचीय मार्गदर्शन
३) आधुनिक तंत्रज्ञानाचे ज्ञान

१) ग्रंथालय परिचय – ग्रंथालयाच्या वेळा, ग्रंथालयातील संग्रह, संग्रहाची जागा, संग्रहापाशी जाण्यासाठी आवश्यक साधने, ग्रंथालयामार्फत देण्यात येणाऱ्या सेवा, या विषयी उपयोजकाला माहिती दिली जाते. उपयोजक नंतर अनुभवाने ह्या गोष्टी सहजपणे वापरू लागतो. सध्या तर माहिती साधने व माहिती सेवा यांचाही विकास होत आहे. त्यांचाही उपयोजकांच्या दृष्टीने वापर होणे आवश्यक आहे.

२) ग्रंथसूचीय मार्गदर्शन – ग्रंथालय परिचय कार्यक्रम उपयोजकाला ग्रंथालयातील संग्रह व सेवा यांच्याविषयी माहिती देतो. पण संग्रह वापरण्याविषयी

अथवा संग्रहाच्या वापरण्याविषयीच्या समस्या यांचा विचार त्यात केलेला नसतो. एखादा अभ्यासू उपयोजक निरानिराळे प्रश्न विचारून ही माहिती करून घेतो. यामुळे उपयोजक ग्रंथालयाच्या सर्व गोष्टींशी संबंधित राहतो. उपयोजकाला उच्च शिक्षणात संशोधनासाठी, माहितीसाठी साहित्य शोध घेणे जरुरीचे असते. उपयोजकाच्या गरजेची माहिती, कोणत्या माहिती साधनामध्ये मिळेल हे ग्रंथसूचीय मार्गदर्शनाद्वारे त्याला सांगितले जाते. उपयोजकाच्या गरजेची माहिती कोठे उपलब्ध होईल ? ती कोणत्या साधनामुळे मिळेल ? या बरोबरच ती कमी वेळात कशी मिळविता येईल ? ह्या गोष्टी या मार्गदर्शनामुळे सफल होतात.

मिळालेल्या साधनांची, माहितीची पद्धतशीररीतीने मांडणी करण्यासही ग्रंथालयामार्फत उपयोजकाला मार्गदर्शन करता येते. उपयोजकाने वापरलेले प्रलेख, नियतकालिकांतील लेख, वर्तमान पत्रातील स्तंभ, संगणकीय जाळ्यामार्फत वापरलेली इतर अनेक जाळी या सर्वांची ग्रंथालयीन विशिष्ट प्रमाणित पद्धतीने संदर्भ सूची करण्यासाठी या मार्गदर्शनाचा उपयोग होतो.

अशा तऱ्हेच्या उपयोजकामध्ये विशेषत: संशोधक, अभ्यासू, प्रकल्प कार्यकर्ते इत्यादींचा समावेश होतो.

३) आधुनिक तंत्रज्ञानाचे ज्ञान – आधुनिक काळात ग्रंथालयाच्या संगणकीकरणामुळे ग्रंथालयातील अंतर्गत कामे व ग्रंथालयीन सेवा यासाठी संगणकाचा उपयोग आवश्यक झाला आहे. माहितीच्या संप्रेषणासाठी आधारभूत माहिती संच विकसित होत आहेत. त्यामुळे संप्रेषणाचे तंत्रज्ञानही विकसित होत आहे. तंत्रज्ञानासाठी नवीन कसब अवलंबिणे आवश्यक आहे. उदा. संगणक, ऑन-आणि ऑफ लाईन शोध, देशातील आणि परदेशातील माहिती संच, प्रिंटर इत्यादी. ग्रंथालयात असणारी आधुनिक साधने यांचा वापर करण्याची माहिती उपयोजकाला असणे ही आवश्यक बाब झाली आहे. त्याचप्रमाणे यंत्रवाचनीय आधारभूत माहिती संच, यंत्रवाचनीय तालिका आणि शोध पद्धती या संदर्भात उपयोजकाला ज्ञान करून देणे आवश्यक आहे.

आधुनिक काळात ग्रंथालयाचे स्वरूप अंकीय, आभासी ग्रंथालयात रूपांतरित होत असताना या बदलाचा स्वीकार उपयोजकाने केला पाहिजे.

वरील पद्धतीचे अभ्यासक्रम तयार करताना त्याचे नियोजन पद्धतशीरपणे करणे आवश्यक आहे. या प्रशिक्षणाच्या पद्धतीमध्ये व्याख्याने, परिषदा, चर्चासत्रे, अभ्यास सहली, दृक् श्राव्य साधने, मुद्रित साहित्य या गोष्ट अंतर्भूत होतील.

विद्यापीठ अनुदान मंडळ (UGC)

भारतातील विद्यापीठ ग्रंथालयाचा इतिहास पाहता स्वातंत्र्यपूर्व काळात तीन विद्यापीठे कोलकाता, मुंबई व मद्रास येथे अस्तित्वात होती. त्यातील ग्रंथालयाचा विकास फार हळू होत होता. ग्रंथालयीन कर्मचारी वर्ग फक्त कारकुनी कामासाठीच आहे असा समज होता.

विद्यापीठ शिक्षणाचे हेतू पूर्ण करणे हे विद्यापीठ ग्रंथालयाचे मुख्य काम होते. विद्यार्थ्यांच्या बुद्धिमत्तेला वाव देणे, संशोधन कामाला चालना देणे, प्राध्यापकांच्या अध्यापनासाठी आणि संशोधनासाठी मदत करणे या गोष्टी या प्रकारच्या ग्रंथालयाच्या कामात समाविष्ट होतात.

स्वातंत्र्यानंतर इ.स. १९४९ साली भारत सरकारने डॉ. राधाकृष्णन यांच्या अध्यक्षतेखाली विद्यापीठ शिक्षण आयोग नेमला होता. या आयोगाने आपल्या अहवालामध्ये देशातील विद्यापीठ शिक्षणाच्या विकासासाठी अनेक गोष्टी सुचविल्या आहेत. त्यातील एक म्हणजे विद्यापीठ अनुदान मंडळ होय. विद्यापीठ अनुदान मंडळाची स्थापना इ.स. १९५३ मध्ये डॉ. सी. डी. देशमुख यांच्या अध्यक्षतेखाली करण्यात आली. तेव्हापासून विद्यापीठ अनुदान मंडळ एक स्वायत्त संस्था म्हणून काम करीत आहे. देशातील विद्यापीठे, महाविद्यालये यातील ग्रंथालय विकासासाठी मंडळाने काही चांगल्या गोष्टी केलेल्या आहेत.

डॉ. राधाकृष्णन यांनी 'ग्रंथालय हे विद्यापीठाचे हृदय आहे' असे म्हटले आहे.

भारतात इ.स. १९५० मध्ये फक्त २८ विद्यापीठे होती. इ.स. १९७८ मध्ये त्यांची संख्या ११३ झाली. संस्थांच्या संख्येत आणि विद्यार्थी संख्येतही प्रचंड वाढ झाली.

देशातील विद्यापीठीय ग्रंथालयांच्या विकासात विद्यापीठ अनुदान मंडळाने फार महत्त्वाची भूमिका बजावली आहे. विद्यापीठ अनुदान मंडळाने विद्यापीठ ग्रंथालयांना आर्थिक मदतीचा ओघ चालू ठेवला. यामध्ये ग्रंथालय इमारतीचे बांधकाम आणि विस्तार, ग्रंथखरेदी, नियतकालिकांची वर्गणी इत्यादी बाबींचा समावेश होतो.

विद्यापीठ अनुदान मंडळाने इ.स. १९५७ मध्ये डॉ. एस.आर. रंगनाथन यांच्या अध्यक्षतेखाली ग्रंथालय विकास व संघटन यासाठी एक समिती नेमली. विद्यापीठ अनुदान मंडळाने विद्यापीठीय ग्रंथालयांच्या व्यवस्थापन संदर्भात चर्चासत्रे परिषदा भरविण्यास आर्थिक साहाय्य केलेले आहे.

भारतातील विद्यापीठीय ग्रंथालयांच्या विकासासाठी इंडिया व्हीटलोन

एज्युकेशनल एक्सचेंज प्रोग्रॅम हा मैलाचा टप्पा ठरला. भारतातील अन्नधान्याची उणीव भरून काढण्यासाठी अमेरिकेतील काँग्रेसने इ.स. १९५१ मध्ये ''पब्लिक लॉ ४८०'' संमत केला. या कायद्यान्वये अमेरिकेने भारताला गहू विकत घेण्यासाठी १९०,०००,००० रु. रकमेचे कर्ज दिले. यापैकी वरील कर्जाच्या रकमेच्या व्याजातून २॥ कोटी रुपये उच्च शिक्षणासाठी खर्च केले पाहिजे, त्यामध्ये अमेरिकेतील ग्रंथ, अभ्यासू नियतकालिके व इतर साधने असणे आवश्यक आहे असे, त्या कायद्यामध्ये स्पष्ट केले होते. यामुळे ३६ विद्यापीठीय ग्रंथालये, ५२ संशोधन ग्रंथालये यांना तर फायदा झालाच. पण ३५ विद्यापीठीय ग्रंथपाल आणि संशोधन संस्थेतील ग्रंथपाल यांना अभ्यास दौऱ्यामार्फत फायदा झाला.

इ.स. १९५८ मध्ये विद्यापीठ अनुदान मंडळाने ''वर्क फ्लो'' हे चर्चासत्र आयोजित केले होते. या चर्चासत्राचा अहवाल सर्व विद्यापीठांना त्यांच्या माहितीसाठी पाठविण्यात आला. हा अहवाल आणि डॉ. एस. आर. रंगनाथन समितीचा अहवाल यांचा विद्यापीठीय व महाविद्यालयीन ग्रंथालये यांना ग्रंथालयाची रचना, विकास आणि प्रशासन यामध्ये उपयोग झाला.

ग्रंथालय इमारत – उच्च शिक्षणाच्या विस्तारामध्ये इमारतींचे अनेक प्रकार करणे आवश्यक ठरते. त्यात ग्रंथालय इमारतीचाही अंतर्भाव होताच. विद्यापीठ अनुदान मंडळाच्या ग्रंथालय समितीने ग्रंथालय इमारत, साधने आणि फर्निचर या बाबतीत काही आदर्श तयार केले आहेत. ग्रंथालय इमारतीमध्ये ''टी.एच. आणि एल'' स्वरूपाच्या इमारतीचे आरेखन आहे. अशा विद्यापीठीय ग्रंथालय इमारतीसाठी विद्यापीठ अनुदान मंडळाने आर्थिक साहाय्य दिलेले आहे.

ग्रंथ संग्रह – विद्यापीठ अनुदान मंडळाने ''व्हीट लोन एक्सचेंज प्रोग्रॅम'' मधून विद्यापीठ व महाविद्यालये यांना ग्रंथ खरेदी करण्यासाठी उदा. अमेरिकेतून मानवशास्त्र, विज्ञान आणि तंत्रज्ञान या संबंधित ग्रंथांची खरेदी करण्यासाठी, नियतकालिके व साधने मिळविण्यासाठी आर्थिक साहाय्य दिले. तसेच विद्यापीठ अनुदान मंडळाने एका नवीन योजनेनुसार अभ्यासक्रमांच्या अनेक प्रती घेण्यासाठी आर्थिक मदत दिली. गरीब विद्यार्थ्यांच्या दृष्टीने या योजनेचा बराच उपयोग होण्यासारखा होता.

या सर्वांमुळे ग्रंथालयावरील आर्थिक खर्च जो पूर्वी फार कमी होता तो वाढू लागला. कारण शैक्षणिक खर्चामधील या ग्रंथालय आर्थिक खर्चाची तरतूद होय. पण ग्रंथखरेदीला काही प्रमाणके नसल्यामुळे सर्वसामान्य पद्धतीनेच ग्रंथ-खरेदी झाली. ही ग्रंथखरेदी योग्य होती असे म्हणता येत नाही, असे डॉ. कालिया

यांनी म्हटले आहे.

आर्थिक पाठिंबा – विद्यापीठ अनुदान मंडळ इमारत, कर्मचारी वर्ग, साधने, ग्रंथ आणि इतर या बाबतीत आर्थिक पाठिंबा देते.

मनुष्य बळ – विद्यापीठ अनुदान मंडळाने ग्रंथालयातील मनुष्यबळासंबंधी धोरण आखलेले आहे. यामुळे विद्यापीठीय ग्रंथालयाच्या विकासाला हातभारच लागला आहे. प्रथमच ग्रंथालय कर्मचारी वर्गाची रचना, हुद्दा, व्यावसायिक दर्जा, अर्हता, श्रेणी, वेतन श्रेणी याविषयी विचार केलेला दिसतो. ग्रंथालयीन कामाचे मूल्यमापन करून एक सूत्र तयार केले आहे. यासाठी विद्यापीठ अनुदान मंडळ ८० टक्के अनुदान देते.

विद्यापीठ अनुदान मंडळाच्या ''रिव्हू कमिटीने'' काही प्रमाणके भारतातील विद्यापीठांतील ग्रंथालयशास्त्र विभागासाठी प्रमाणित केली आहेत. ती प्रलेखन-कार्यासाठी मदत करतात.

महाविद्यालयीन ग्रंथालयांना विद्यापीठ अनुदान मंडळ ग्रंथखरेदी नियतकालिकांची वर्गणी, ग्रंथालय इमारत व तिचा विस्तार व साधने अभ्यासक्रमाचा ग्रंथखरेदी करण्यासाठी ग्रंथ पेढीसाठी मदत करते. तसेच मुख्य अनुदान ग्रंथ व साधने यासाठी दिले जाते.

''टेक्स्ट बुक लायब्ररीज'' कला, शास्त्र आणि वाणिज्य महाविद्यालयासाठी ही योजना राबविली जाते.

वीस कलमी कार्यक्रमांतर्गत सरकार आणि विद्यापीठ अनुदान मंडळाने समाजातील आर्थिक दृष्ट्या कमकुवत विद्यार्थ्यांच्या मदतीसाठी अनेक ग्रंथपेढी तयार केल्या.

विद्यापीठ अनुदान मंडळ रात्रवेळच्या महाविद्यालयासाठी ग्रंथ खरेदी, नियतकालिकांची वर्गणी आणि ग्रंथालयीन कर्मचारी वर्गाच्या नेमणुका या बाबत मदत करण्यात पुढाकार घेते. महाविद्यालयातर्फे राबविण्यात येणाऱ्या ''समाज सेवा योजनांतर्गत'' महाविद्यालयांना हे मंडळ ग्रंथ खरेदी व साधनासाठी विशेष मदत करते. महाविद्यालयीन ग्रंथालय इमारतीसाठी त्याचबरोबर ग्रंथ खरेदी, उपकरणे आणि कर्मचारी वर्गाचे वेतन या बाबतीतही विद्यापीठ अनुदान मंडळ मदत करते.

''समर इन्स्टिटच्यूट''च्या स्वरूपात विद्यापीठातील ग्रंथालय शास्त्र विभागातर्फे महाविद्यालयीन ग्रंथपालासाठी ''रिफ्रेशर कोर्सेस'' आयोजित केले जातात. या ''रिफ्रेशर कोर्सेस'' मध्ये या क्षेत्रातील नवीन पद्धती, तंत्रे, विकास आणि सेवा यांची ओळख करून दिली जाते. या बाबतही विद्यापीठ अनुदान

मंडळ आर्थिक साहाय्य देते.

विद्यापीठ अनुदान मंडळाने राष्ट्रीय माहिती जाळे ''इनूफ्लिबत्नेट'' इ.स. १९८६ मध्ये स्थापन केले आहे. देशातील सर्व विद्यापीठे, उच्च शिक्षण संस्था व संशोधन संस्था यांमध्ये माहितीचे संप्रेषण व्हावे हा हेतू आहे. विद्यापीठ व महाविद्यालयीन ग्रंथालय यांना संगणकीकरणासाठीही विद्यापीठ अनुदान मंडळ मदत करते.

महाविद्यालयातील ग्रंथालयांना विद्यापीठ अनुदान मंडळ

१) कोसिप (Cosip) कॉलेज सायन्स इम्प्रुव्हमेट प्रोग्रॅम
२) कोहसिप (Cohssip) कॉलेज ह्युमॅनिटीत अँड सोशल सायन्स इम्प्रुव्हमेट प्रोग्रॅम

या दोन योजनांद्वारा ग्रंथ खरेदीसाठी मदत देते.

अशा तऱ्हेने विद्यापीठीय व महाविद्यालयीन ग्रंथालयांचा विकास करण्याचे महत्त्वाचे काम विद्यापीठ अनुदान मंडळ करीत असते.

राजा राममोहन रॉय लायब्ररी फौंऊडेशन

इ.स. १९७२ साली या फौंऊडेशनची स्थापना झाली. पश्चिम बंगालचे समाजसेवक यांच्या स्मृतीप्रीत्यर्थ हे प्रतिष्ठान स्थापन केले आहे. त्याच वेळी भारताच्या स्वातंत्र्याची २५ वर्षे पूर्ण झाली होती. त्याचप्रमाणे ते वर्ष ''आंतरराष्ट्रीय बुक इयर'' म्हणून साजरे झाले होते. हे राजा राममोहन रॉय ग्रंथालय प्रतिष्ठान स्थापनेमध्ये भारत सरकारच्या संस्कृती विभागाचा महत्त्वाचा भाग आहे. ग्रंथालयीन सेवा सर्व राज्य सरकार, संस्था यांच्या सहकार्याने विस्तारित होणे हा या प्रतिष्ठानच्या स्थापनेचा मुख्य हेतू.

हे प्रतिष्ठान एक स्वायत्त संस्था आहे. या संस्थेला भारत सरकारचा संस्कृती विभाग, मनुष्य बळ विकास मंत्रालय पूर्णपणे निधी देत असते. या संस्थेला प्रतिष्ठान असे म्हणतात. यामध्ये नावाजलेले शिक्षणतज्ञ, ग्रंथपाल, प्रशासक अशा २२ सदस्यांची नियुक्ती केलेली असते. प्रशासकीय समिती प्रशासन आणि आर्थिक व्यवहार पाहते. भारत सरकारच्या संस्कृती विभागाचा मंत्री किंवा त्यांचा नियुक्त या प्रतिष्ठानचा अध्यक्ष असतो. संचालक हा मुख्य कार्यकारी व पदसिद्ध सदस्य कार्यवाह असतो.

वैशिष्ट्ये –

हे प्रतिष्ठान सार्वजनिक ग्रंथालयाच्या विकासासाठी प्रोत्साहन देणारी संस्था,

सल्ला देणारी आणि आर्थिक साहाय्य देणारी संस्था आहे. तिचे कामकाज खालील क्षेत्रामध्ये चालते.

ग्रंथालय चळवळीला प्रोत्साहन देणे.

राष्ट्रीय ग्रंथालय धोरणासंबंधी विचार व्यक्त करते. तसेच राष्ट्रीय ग्रंथालय पद्धती स्थापण्यास मदत करते.

ग्रंथालयाच्या विकासातील संशोधनाला प्रोत्साहन देते.

भारत सरकारला देशातील ग्रंथालयाच्या विकासासंदर्भात सल्ला देते.

योग्य साहित्याचे प्रकाशन करणे

याशिवाय हे प्रतिष्ठान ग्रंथालयीन सेवा, ग्रंथ साहाय्य आणि अर्थसाहाय्य या संदर्भात वेगवेगळ्या योजनांनुसार मदत करीत असते.

योग्य ग्रंथ संग्रह आणि वाचन साहित्य यासाठी मदत करते.

ग्रामीण ग्रंथ अनामत केंद्रे आणि फिरती ग्रंथालये यासाठी चर्चासत्रे, कार्यशाळा, प्रशिक्षण अभ्यासक्रम, ग्रंथ प्रदर्शने, जिल्हा पातळी खालील ग्रंथालयांना जास्त जागेसाठी, राज्य मध्यवर्ती ग्रंथालये आणि जिल्हा ग्रंथालये यांना शैक्षणिक हेतूसाठी, दूरदर्शन वगैरे साधने मिळविण्यास स्वयंसेवी संघटनांना सार्वजनिक ग्रंथालय सेवा देण्यासाठी, सार्वजनिक ग्रंथालयातील मुलांसाठीच्या विभागाला, या सर्वांसाठी हे प्रतिष्ठान मदत करते. यासाठी हे प्रतिष्ठान स्वत:च्या साधनातून निधी उपलब्ध करून देते किंवा राज्यांच्या आर्थिक साधनांमध्ये साधन वाटणी करते. प्रतिष्ठानची, योजनांची संपूर्ण माहिती किंवा त्या संदर्भातील अर्जाचे नमुने प्रतिष्ठानच्या ''बुक्स फॉर द मिलियन्स ॲट देअर डोअरस्टेपस्'' या माहिती पुस्तकात मिळते.

प्रतिष्ठानने ग्रंथालय आणि माहिती पद्धती या संदर्भात राष्ट्रीय धोरण तयार करण्यास साहाय्य केले आहे. तसेच या प्रतिष्ठानने सार्वजनिक ग्रंथालय पद्धती आणि सेवा या संदर्भात मार्गदर्शक तत्त्वे आरेखित केली आहेत. या प्रतिष्ठानचे राष्ट्रीय व आंतरराष्ट्रीय व्यावसायिक संघटनांशी संबंध आहेत.

या प्रतिष्ठानचा संशोधन विभाग त्यांच्या विशेष ग्रंथालयासह संख्याशास्त्र विभाग, संगणक व इत्यादीसह या प्रतिष्ठानला त्यांच्या कार्यामध्ये पाठिंबा देत असतात. आवश्यकतेनुसार संशोधन विभाग सल्ला देत असतात. नुकताच या विभागाने भारत सरकारसाठी ''ग्रंथालयातील पुस्तकांची घट'' या विषयावर एक अहवाल सादर केला आहे.

प्रकाशने –

१) इंडियन लायब्ररीज : ट्रेन्डस् अँड परस्पेक्टिव्हज्
२) राजा राममोहन रॉय अँड न्यू लर्निंग
३) डिरेक्टरी ऑफ इंडियन पब्लिक लायब्ररीज
४) ग्रंथना : इंडियन जर्नल ऑफ लायब्ररी स्टडीज (??)
५) आर आर आर एल एफ न्यूज लेटर
६) अॅन्युअल रिपोर्ट
७) बुक्स फॉर द मिलियन्स अॅट देअर डोअरस्टेप्स्

या प्रतिष्ठानचे मुख्य कार्यालय कोलकाता येथे आहे. नवी दिल्ली, मुंबई, मद्रास आणि कोलकाता ही चार विभागीय कार्यालये आहेत.

सार्वजनिक ग्रंथालयाच्या विकासामध्ये हे प्रतिष्ठान भरीव कामगिरी करीत आहे.

स्वाध्याय

१. ग्रंथालय हा शब्द खालील पैकी कोणत्या शब्दापासून अस्तित्वात आला ?
अ) लिबर ब) लिब्रा क) लिब्रे ड) लिबर

२. ग्रंथालय हा शब्द खालील पैकी कोणत्या भाषेतून आला ?
अ) रोमन ब) अमेरिकन क) लॅटिन ड) ग्रीक

३. लिब्रा या शब्दाचा मराठीमध्ये अर्थ काय ?
अ) पुस्तकांचा संच ब) पुस्तकांचे घर
क) पुस्तकांचा साठा ड) पुस्तकांची यादी

४. ग्रंथालय म्हणजे संस्थेचे हृदय आहे असे, कोणी म्हटले आहे ?
अ) डी.एस. कोठारी ब) सी.डी. देशमुख
क) एस. राधाकृष्णन ड) मुदलीयार ए.एल

५. ग्रंथालयांची अचूक वर्गवारी कोणती ?
अ) सार्वजनिक, शैक्षणिक, विशिष्ट
ब) सार्वजनिक, शैक्षणिक, वैयक्तिक
क) राष्ट्रीय, प्रादेशिक, आंतरराष्ट्रीय
ड) सार्वजनिक, वैशिष्ट्यपूर्ण, राष्ट्रीय

६. खालील पैकी कोणते ग्रंथालय हे लोकांसाठी लोकांनी लोकांचे बनलेले आहे असे म्हटले जाते.

अ) सर्वसामान्य ग्रंथालय   ब) विशेष ग्रंथालय
क) लोक ग्रंथालय   ड) सार्वजनिक ग्रंथालय

७. खालील पैकी कोणाची सार्वजनिक ग्रंथालय ही भेट आहे?
अ) लोकशाही ब) राजेशाही क) काँग्रेस पक्ष ड) द इंग्लिश

८. औपचारिक स्वयंशिक्षण हे कोणत्या प्रकारच्या ग्रंथालयांमुळे शक्य होते?
अ) सार्वजनिक ग्रंथालये   ब) राष्ट्रीय ग्रंथालये
क) शालेय ग्रंथालये   ड) महाविद्यालयीन ग्रंथालये

९. अमेरिकेतील सामाजिक ग्रंथालयांची चळवळ प्रथम कोणी सुरू केली?
अ) इ. कॉनेडी   ब) बेंजामिन फ्रँकलिन
क) अब्राहम लिंकन   ड) जॉर्ज वॉशिंग्टन

उत्तरे – १) ब, २) क, ३) ब, ४) क, ५) अ, ६) ड, ७) अ, ८) अ, ९) ब

१०. पहिली अखिल भारतीय सार्वजनिक ग्रंथालयांची परिषद कोठे भरविण्यात आली होती?
अ) मद्रास ब) नवी दिल्ली क) मुंबई ड) कोलकाता

११. भारतातील पहिले सार्वजनिक ग्रंथालय खालील पैकी कोणत्या ठिकाणी स्थापन झाले?
अ) दिल्ली ब) मुंबई क) मद्रास ड) कोलकाता

१२. कोलकात्यातील पहिले सार्वजनिक ग्रंथालय कोणत्या साली स्थापन झाले?
अ) १८३५ ब) १८५० क) १९०० ड) १९०५

१३. कोणत्या साली कोलकाता सार्वजनिक ग्रंथालय इंपिरियल Imperial ग्रंथालयात विलीन झाले?
अ) १९०० ब) १९०२ क) १९०५ ड) १९१०

१४. न्यू इंपेरियल ग्रंथालयाचे पहिले ग्रंथपाल कोण होते?
अ) हरिनाथ डे   ब) बी. एस. केशवन
क) मॅक्फरलेन   ड) डब्लू ए. बोडन

१५. इंपेरियल ग्रंथालयाशी कोणत्या viceroy चे नाव जोडले जाते?
अ) लॉर्ड मुंटो   ब) लॉर्ड बेलिंग्टन
क) लॉर्ड कर्झन   ड) लॉर्ड माऊंटबॅटन

१६. लॉर्ड कर्झन यानी नवीन इंपेरियल ग्रंथालय लोकांसाठी कधी खुले केले ?

अ) ३० जानेवारी १९०३ ब) ३१ जानेवारी १९०४

क) ३० ऑगस्ट १९१० ड) २ ऑक्टोबर १९०५

१७. न्यू इंपेरियल ग्रंथालयाचा कारभार करण्यासाठी मॅक्फेरलेन भारतात कोठून आले ?

अ) लायब्ररी ऑफ काँग्रेस, अमेरिका

ब) ब्रिटिश म्युझियम, लंडन

क) स्टेट लेनिन ग्रंथालय मास्को

ड) यापैकी कोणतेही नाही.

उत्तरे – १०) अ, ११) ड, १२) अ, १३) ब, १४) क, १५) क, १६) अ, १७) ब

१८. १९३५ साली इंपेरियल ग्रंथालयामध्ये ग्रंथालयाचे प्रशिक्षण प्रथम सुरू करण्याचा मान कोणाकडे जातो ?

अ) हरि नाथ डे ब) जॉन अलेक्झांडर चॅपमन

क) के. बी. असादुल्ला खान ड) बी. एस. केशवन

१९. कोणत्या साली इंपेरियल ग्रंथालयाचे नाव बदलण्याचा कायदा अस्तित्वात आला ?

अ) १९१० ब) १९२० क) १९३० ड) १९४०

२०. कोणत्या साली इंपेरियल ग्रंथालय भारताचे राष्ट्रीय ग्रंथालय म्हणून घोषित झाले ?

अ) १९३० ब) १९३६ क) १९४१ ड) १९४८

२१. भारतातील राष्ट्रीय ग्रंथालयाचे पहिले ग्रंथपाल म्हणून कोणाची नेमणूक झाली ?

अ) बी. एस. केशवन ब) के. बी. असादुल्ला खान

क) सी. जी. विश्वनाथ ड) एस. आर, रंगनाथन

२२. भारतीय राष्ट्रीय ग्रंथालयाचा मुख्य अधिकारी कोणाला म्हटले आहे ?

अ) ग्रंथपाल ब) मुख्य ग्रंथपाल

क) संचालक ड) ग्रंथालय अधिकारी

२३. भारत सरकारच्या कोणत्या संस्था / विभागांर्तगत राष्ट्रीय ग्रंथालय कार्य करते ?

अ) शिक्षण मंत्रालय ब) मनुष्यबळ विकास मंत्रालय
क) नियोजन मंडळ ड) विद्यापीठ अनुदान आयोग

२४. भारतीय राष्ट्रीय ग्रंथालय समितीचे अध्यक्ष कोण ?

अ) व्ही. एस. झा ब) के. पी. सिन्हा
क) पी. एन. कौल ड) एस. आर. रंगनाथन

उत्तरे – १८) ड, १९) क, २०) ड, २१) अ, २२) क, २३) ब, २४) अ

२५. दक्षिण पूर्व भारतातील सर्वात मोठे सार्वजनिक ग्रंथालय कोणते ?
अ) कोलकाता सार्वजनिक ग्रंथालय
ब) मद्रास सार्वजनिक ग्रंथालय
क) दिल्ली सार्वजनिक ग्रंथालय
ड) आंध्र प्रदेश सार्वजनिक ग्रंथालय

२६. १९५१ मध्ये दिल्ली सार्वजनिक ग्रंथालयाची स्थापना कोणी केली ?
अ) दिल्ली सरकार
ब) भारत सरकार
क) राष्ट्रीय ग्रंथालय
ड) युनेस्को आणि भारत सरकार यांनी संयुक्तपणे

२७. पंडित जवाहरलाल नेहरु यांनी दिल्ली सार्वजनिक ग्रंथालयाचे उद्घाटन
कधी केले ?
अ) २७ ऑक्टोबर १९५१ ब) २७ डिसेंबर १९५१
क) १ जानेवारी १९६१ ड) २७ मे १९६४

२८. राष्ट्रीय ग्रंथालयाला कोणत्या कायद्यान्वये पुस्तके मिळतात ?
अ) पुस्तक नोंदणी कायदा १८८७ ब) पुस्तक वितरण कायदा १९५४
क) मालकी हक्क कायदा १९८५ ड) सुधारित कायदा १९७६

२९. इंडिया ऑफिस लायब्ररी कोणत्या देशात आहे ?
अ) भारत ब) इंग्लंड क) अमेरिका ड) नेपाळ

३०. इंडिया ऑफिस लायब्ररीमध्ये कोणत्या प्रकारचा ग्रंथ संग्रह आहे ?
अ) भारतात प्रसिद्ध झालेली सर्व पुस्तके
ब) हस्तलिखिते
क) सर्व प्रकाशने आणि हस्तलिखिते
ड) यापैकी काहीच नाही.

३१. जॉन मॅक्फरलेन कोणत्या ग्रंथालयाचा पहिला ग्रंथपाल होता ?

अ) दिल्ली सार्वजनिक ग्रंथालय   ब) इंपेरियल ग्रंथालय

क) राजा राममोहन ग्रंथालय   ड) खुदाबक्ष ग्रंथालय

३२. भारतातील खालीलपैकी कोणते एक ग्रंथालय depository नाही ?

अ) एशियाटिक सोसायटी ग्रंथालय, मुंबई

ब) कॉनेमेरा सार्वजनिक ग्रंथालय, मद्रास

क) भारताचे राष्ट्रीय ग्रंथालय, कोलकाता

ड) दिल्ली विद्यापीठ ग्रंथालय, दिल्ली

उत्तरे – २५) क, २६) अ, २७) ड, २८) ब, २९) ब, ३०) क, ३१) ब, ३२) ड

३३. केंद्रीय सरकारने केंद्रीय क्षेत्रात कोणते ग्रंथालय स्थापन केले ?

अ) सार्वजनिक ग्रंथालय   ब) राष्ट्रीय ग्रंथालय

क) केंद्रीय ग्रंथालय   ड) केंद्रीय सार्वजनिक ग्रंथालय

३४. राष्ट्रीय ग्रंथालयाचे खालील पैकी कोणते एखादे वैशिष्ट्य नाही ?

अ) ते देशाचे केंद्रीय ग्रंथालय असते.

ब) ते केंद्रीय सरकार द्वारा पुरस्कृत असते.

क) ते आंतरराष्ट्रीय स्तरावर देशाचे प्रतिनिधित्व करते.

ड) देशातील सर्व ग्रंथालयांना ते मदत करते.

३६. राष्ट्रीय ग्रंथालये पुस्तक वितरण कायद्याखाली पुस्तके मिळवतात त्याना असेही म्हणतात.

अ) पुस्तकांचे ग्रंथालय   ब) depository library

क) पुस्तके ग्रंथालय   ड) repertory library

३७. खालील पैकी भारतीय घटनेचे कोणते कलम राष्ट्रीय ग्रंथालयाच्या स्थापनेशी संबंधित आहे ?

अ) २६   ब) ५०   क) ६२   ड) ६७

३८. इंग्लंडच्या राष्ट्रीय ग्रंथालयाचे नाव काय ?

अ) ब्रिटिश म्युझियम   ब) ब्रिटिश लायब्ररी

क) राष्ट्रीय ग्रंथालय   ड) युनायटेड किंग्डमचे राष्ट्रीय ग्रंथालय

३९. ब्रिटिश ग्रंथालयाची स्थापना कोणत्या वर्षी झाली ?

अ) १९७०   ब) १९७१   क) १९७२   ड) १९७३

४०. ब्रिटिश ग्रंथालयाच्या विकासामध्ये १४ ऑगस्ट १८५० या दिवसाचे महत्त्व काय?

अ) ब्रिटिश ग्रंथालय पद्धतीची स्थापना

ब) ब्रिटिश म्युझियम मध्ये मुक्त प्रवेशाची सुरवात झाली.

क) ब्रिटिश राष्ट्रीय ग्रंथसूची प्रकाशित होण्याची सुरवात झाली.

ड) सार्वजनिक ग्रंथालय कायदा

उत्तरे – ३३) ब, ३४) ड, ३५) क, ३६) ब, ३७) क, ३८) ब, ३९) ड, ४०) ड

४१. ब्रिटिश ग्रंथालयाचे जुने नाव कोणते?

अ) इंग्लंडचे ब्रिटिश ग्रंथालय ब) ब्रिटिश राष्ट्रीय ग्रंथालय

क) ब्रिटिश म्युझियम ड) ब्रिटिश पुरातत्त्वगार

४२. बिब्लिओथिक नॅशनल हे कोणत्या देशाचे राष्ट्रीय ग्रंथालय आहे?

अ) फ्रान्स ब) जर्मनी

क) स्पेन ड) पोर्तुगाल

४३. रशियाच्या राष्ट्रीय ग्रंथालयाचे नाव काय?

अ) स्टेट लेनिन लायब्ररी

ब) मॉस्को पब्लिक लायब्ररी

क) नॅशनल लायब्ररी ऑफ रशिया

ड) नॅशनल लायब्ररी

४४. अमेरिकेच्या राष्ट्रीय ग्रंथालयाचे नाव काय?

अ) नॅशनल लायब्ररी ऑफ यु. एस. ए.

ब) लायब्ररी ऑफ काँग्रेस

क) लायब्ररी ऑफ यु. एस. ए.

ड) अमेरिकेचे राष्ट्रीय ग्रंथालय

४५. लायब्ररी ऑफ काँग्रेस अमेरिकेमध्ये कोठे आहे?

अ) न्यूयॉर्क ब) कोलंबिया

क) वॉशिंग्टन ड) वॉशिंग्टन डी. सी.

४६. लायब्ररी ऑफ काँग्रेस कोणत्या साली स्थापन करण्यात आले?

अ) १८०० ब) १८५० क) १९०० ड) १९५०

४७. अँथनी पॅनिझी हे नाव कोणत्या ग्रंथालयाशी संबंधित आहे?

अ) लायब्ररी ऑफ काँग्रेस ब) इंपेरियल ग्रंथालय

क) ब्रिटिश ग्रंथालय   ड) ब्रिटिश म्युझियम

४८. इटलीमध्ये किती राष्ट्रीय ग्रंथालये आहेत ?

अ) ३   ब) ५   क) ८   ड) १०

४९. भारतातील राष्ट्रीय वैद्यकीय ग्रंथालय कोठे आहे ?

अ) दिल्ली   ब) कोलकाता   क) मुंबई   ड) लखनौ

५०. पाटण्यातील खुदाबक्ष ग्रंथालय हे कोणत्या प्रकारचे ग्रंथालय आहे ?

अ) जिल्हा ग्रंथालय   ब) विशेष ग्रंथालय

क) सार्वजनिक ग्रंथालय   ड) राष्ट्रीय ग्रंथालय

उत्तरे – ४१) क, ४२) अ, ४३) अ, ४४) ब, ४५) ड, ४६) अ, ४७) ड, ४८) क, ४९) अ, ५०) ड,

५१. भारताचे राष्ट्रीय ग्रंथालय हे सर्वसामान्य लोकांसाठी कधी खुले करण्यात आले.

अ) १ फेब्रुवारी १९५३   ब) १५ ऑगस्ट १९५०

क) २६ जानेवारी १९५०   ड) २ ऑक्टोबर १९५६

५२. भारताचे राष्ट्रीय ग्रंथालय सर्वसामान्य लोकांसाठी कोणी खुले केले ?

अ) डॉ. राजेंद्र प्रसाद   ब) पंडित जवाहरलाल नेहरु

क) डॉ. राधाकृष्णन   ड) मौलाना अबुल कलम आजाद

५३. भारतातील अंध व अपंगाचे राष्ट्रीय ग्रंथालय कोठे आहे ?

अ) नवी दिल्ली   ब) डेहराडून   क) कोलकाता   ड) चेन्नई

५४. खालील पैकी कोणते ग्रंथालय राष्ट्रीय ग्रंथालय नाही ?

अ) खुदाबक्ष ओरियंटल लायब्ररी, पाटणा

ब) सरस्वती महाल मॅन्युस्क्रिप्ट्स लायब्ररी, तंजोर

क) दिल्ली पब्लिक लायब्ररी, दिल्ली

ड) नॅशनल सायन्स लायब्ररी, न्यू दिल्ली

५५. कोणत्या कायद्यामुळे भारतातील राष्ट्रीय ग्रंथालयाला प्रकाशकाकडून पुस्तके मिळतात ?

अ) पुस्तक नोंदणी कायदा १८८७

ब) Delivery of Books Act १९५४

क) मालकीहक्क कायदा १९८५

ड) छपाई आणि नोंदणी कायदा १९५२

५६. भारतातील किती ग्रंथालयांना प्रकाशकाकडून पुस्तके मिळतात ?

अ) एक   ब) दोन   क) तीन   ड) चार

५७. प्रत्येक ग्रंथाच्या किती प्रती प्रकाशक राष्ट्रीय ग्रंथालयाला पाठवितात ?

अ) दोन   ब) तीन   क) चार   ड) पाच

उत्तरे – ५१) अ, ५२) ड, ५३) ब, ५४) क, ५५) ब, ५६) ड, ५७) क

५८. खालील पैकी कोणत्या ग्रंथालयाला पुस्तक वितरण कायद्यानुसार पुस्तके मिळत नाहीत ?

अ) दिल्ली सार्वजनिक ग्रंथालय, दिल्ली

ब) कोनमीरा सार्वजनिक ग्रंथालय, मद्रास

क) एशियाटीक सोसायटी ग्रंथालय, मुंबई

ड) राजा राममोहन राम ग्रंथालय, कोलकाता

५९. कोणत्या देशाच्या ग्रंथालयीन विकासामध्ये १९६४ चा ग्रंथालयीन सेवा व स्थापना कायदा अंतर्भूत आहे ?

अ) अमेरिका   ब) कॅनडा   क) इंग्लंड   ड) भारत

६०. कोणत्या ग्रंथालयांना शैक्षणिक ग्रंथालये म्हणतात ?

अ) ज्यामध्ये शैक्षणिक पुस्तकांचा संग्रह साठा असतो.

ब) ज्यामध्ये शिक्षण दिले जाते.

क) विद्यापीठीय ग्रंथालये

ड) शैक्षणिक संस्थेतील ग्रंथालये

६१. शाळेमध्ये कोणत्या प्रकारची ग्रंथालये स्थापन केली जातात ?

अ) शैक्षणिक   ब) सार्वजनिक

क) विशेष   ड) फिरते

६२. खालील पैकी कोणते एक शालेय ग्रंथालयाचे ध्येय नाही ?

अ) विद्यार्थ्यांना साक्षर बनविणे.

ब) विद्यार्थ्यांची बुद्धिमत्ता जागृत करणे.

क) विद्यार्थ्यांचे चारित्र्य संपन्न बनविणे.

ड) विद्यार्थ्यांमध्ये खेळाची इच्छा जागरूक करणे.

६३. उच्च शिक्षणामध्ये कोणत्या प्रकारची ग्रंथालये स्थापन केली जातात ?

अ) विशेष ग्रंथालये   ब) विद्यापीठीय ग्रंथालये

क) महाविद्यालयीन ग्रंथालये   ड) संशोधन ग्रंथालये

६४. महाविद्यालयातील ग्रंथालयाचा मुख्य हेतू काय असतो ?

अ) संशोधनाला वाव देणे

ब) विद्यार्थ्यांमध्ये वाचनाच्या सवयी वाढविणे.

क) महाविद्यालयातील अध्यापन कार्यक्रमाला पाठिंबा देणे.

ड) विद्यार्थ्यांना ग्रंथालयाची ओळख करून देऊन वाचनाच्या सवयी वाढवणे.

उत्तरे –५८) ड, ५९) अ, ६०) ड, ६१) अ, ६२) ड, ६३) क, ६४) ड

६५. शैक्षणिक ग्रंथालयांच्या ग्रंथालय समितीचा चिटणीस सामान्यत: कोण असतो ?

अ) प्राचार्य ब) महाविद्यालयाचे सचिव

क) ग्रंथपाल ड) प्रोफेसर इन चार्ज

६६. हल्लीच्या विद्यार्थी, अध्यापक आणि संशोधकांच्या बहुविध माहिती आणि ज्ञानाच्या गरजा भागविण्यासाठी कोणत्या प्रकारची ग्रंथालये मुख्य भूमिका बजावतात ?

अ) विशेष ग्रंथालये ब) संशोधन ग्रंथालये

क) विद्यापीठ ग्रंथालये ड) महाविद्यालयीन ग्रंथालये

६७. संशोधक व शैक्षणिक उपायोजकांच्या गरजा पूर्ण करण्याचे काम कोणत्या प्रकारचे ग्रंथालय करते ?

अ) सार्वजनिक ग्रंथालय ब) महाविद्यालयीन ग्रंथालय

क) विशेष ग्रंथालय ड) विद्यापीठ ग्रंथालय

६८. विद्यापीठ ग्रंथालयाचे मुख्य उपयोजक कोण असतात ?

अ) विद्यार्थी ब) संशोधक

क) कर्मचारी ड) संस्थेबाहेरील वाचक

६९. विद्यापीठीय कामाचे ग्रंथालय हे हृदय आहे असे कोणी म्हटले ?

अ) डी. एस. कोठारी ब) एस. आर. रंगनाथन

क) एस. राधाकृष्णन ड) के. पी. सिन्हा

७०. जगातील सर्वात मोठे विद्यापीठ ग्रंथालय कोणते ?

अ) न्यूयॉर्क विद्यापीठ ग्रंथालय, अमेरिका

ब) हारवर्ड विद्यापीठ ग्रंथालय, अमेरिका

क) लंडन विद्यापीठ ग्रंथालय, इंग्लंड

ड) दिल्ली विद्यापीठ ग्रंथालय, भारत

७१. विशेष ग्रंथालय म्हणजे काय?

अ) जे ठरावीक विशिष्ट विषयामध्ये वैशिष्ट्यपूर्ण असते.

ब) जे विशिष्ट विषयामध्ये किंवा ठराविक विषयाच्या गटामध्ये वैशिष्ट्यपूर्ण असते.

क) जे ठरावीक विषयाच्या गटामध्ये वैशिष्ट्यपूर्ण असते.

ड) यापैकी काहीच नाही.

उत्तरे – ६५) क, ६६) क, ६७) ड, ६८) ब, ६९) क, ७०) ब, ७१) ब

७२. जी ग्रंथालये संस्थेच्या बाहेर असूनही त्या मोठ्या संस्थेचा एक भाग असतात. अशा ग्रंथालयांना काय म्हणतात?

अ) सार्वजनिक ग्रंथालय ब) विशेष ग्रंथालय

क) शैक्षणिक ड) विविध ग्रंथालये

७३. विशेष ग्रंथालय म्हणजे काय?

अ) ज्या ग्रंथालयांचे वाचक विशेष प्रकारचे असतात.

ब) ज्या ग्रंथालयांचे वाचन साहित्य विशेष प्रकारचे असते.

क) ज्यांची विशेष ध्येये असतात.

ड) संग्रह, उपयोजक व सेवा या दृष्टीने जी विशेष असतात.

७४. विशेष ग्रंथालयाच्या उपयोजकांच्या मागण्या या मुख्यत: यांच्या मार्फत असतात.

अ) पुस्तकाचा लेखक ब) पुस्तकाचे नाव

क) पुस्तकाचा विषय ड) पुस्तकाचे प्रकाशन

७५. डेहराडून येथील लायब्ररी फॉर ब्लाइंड अँड हँडिकॅप्ड कोणत्या प्रकारचे आहे?

अ) सार्वजनिक ग्रंथालय ब) विशेष ग्रंथालय

क) अंधांसाठी ग्रंथालय ड) शैक्षणिक ग्रंथालय

७६. राष्ट्रीय शारीरिक प्रयोगशाळेचे ग्रंथालय हे कोणत्या प्रकारचे ग्रंथालय आहे?

अ) शैक्षणिक ग्रंथालय ब) सार्वजनिक ग्रंथालय

क) तांत्रिक ग्रंथालय ड) विशेष ग्रंथालय

७७. ज्या ग्रंथालयामध्ये सेवा या यांत्रिकी पद्धतीने दिल्या जातात व ज्यातील साधने ही संगणकीय रूपात असतात, त्या ग्रंथालयांना काय म्हणतात?

अ) (virtual) ग्रंथालये
ब) (digital) अंकीय ग्रंथालये
क) (electronic) यांत्रिक ग्रंथालये
ड) भिंतीविरहित ग्रंथालये

७८. ज्या ग्रंथालयामध्ये संगणकीय प्रलेख दस्तऐवज असतात. त्या ग्रंथालयांना काय म्हणतात.
अ) प्रलेख ग्रंथालय ब) अंकीय ग्रंथालय
क) नोंदी ठेवणारी ग्रंथालये ड) virtual आभासी ग्रंथालय

उत्तरे – ७२) ब, ७३) ड, ७४) क, ७५) ब, ७६) ड, ७७) ब, ७८) ब

७९. डिजिटल ग्रंथालयांचा मुख्य हेतू काय?
अ) माहिती ब) माहितीचा विस्फोट
क) संगणक ड) संगणकीय जाळे

८०. डिजिटल ग्रंथालय स्थापनेसाठी कोणत्या गोष्टींची आवश्यकता असते?
अ) माहिती तंत्रज्ञानातील सततचा विकास
ब) संगणक यंत्राचा शोध
क) संगणकीय जाळ्याची सोय
ड) सी डी रोम यांची शक्यता

८१. डिजिटल ग्रंथालयाला खालील पैकी कोणते नाव देता येणार नाही?
अ) यांत्रिक ग्रंथालये ब) आभासी ग्रंथालये
क) संगणकीय ग्रंथालय ड) डेस्कटॉप ग्रंथालय

८२. खालील गोष्टींपैकी कोणती गोष्ट अंकीय ग्रंथालयांच्या संदर्भात योग्य नाही?
अ) हे एक बहुविध माध्यमाच्या पद्धतीचे जाळे आहे.
ब) अनेक संगणकांमध्ये माहितीचा संग्रह केलेला असतो.
क) आहे त्याच स्वरूपात माहिती पुरविली जाते.
ड) तेथे डिजिटाइज्ड रूपात माहितीचा साठा केलेला असतो.

८३. अंकीय ग्रंथालयाचे खालील पैकी कोणते एक वैशिष्ट्य नाही?
अ) हे ग्रंथालय मोठ्या प्रमाणात माहितीचा संग्रह उपलब्ध करून देते.
ब) बहुविध माध्यमांना हे ग्रंथालय आधार देते.

क) हे ग्रंथालय उपयोजक मैत्री वृद्धिंगत करते.
ड) संगणकीय जाळ्याचा उपयोग करता येत नाही.

८४. अंकीय ग्रंथालयाचा वापर करताना उपयोजकाकडे कोणती गोष्ट असली पाहिजे ?
अ) संगणक ब) ग्रंथालय पत्र
क) नोंदणी क्रमांक ड) संशोधनाच्या विषयाचे नाव

८५. ज्या ग्रंथालयांमध्ये साधने नाहीत, पण फक्त संगणकीय जाळ्यांची साधने असतात, अशा ग्रंथालयांना काय म्हणतात ?
अ) अंकीय ग्रंथालय ब) आभासी ग्रंथालय
क) जाळ्यांचे ग्रंथालय ड) संगणकीय ग्रंथालय

उत्तरे – ७९) ब, ८०) अ, ८१) क, ८२) ब, ८३) ड, ८४) अ, ८५) ब

८६. ज्या ग्रंथालयात नैसर्गिक वाचन साहित्य नाही, वाचनकक्ष नाही किंवा मदतनीस, कर्मचारी नाहीत अशा ग्रंथालयाना काय म्हणतात ?
अ) आभासी ग्रंथालय ब) भिंती विरहित ग्रंथालय
क) अंकीय ग्रंथालय ड) संगणकीय ग्रंथालय

८७. ज्या ग्रंथालयातील साधने ही दोन्ही प्रकारची म्हणजे यांत्रिक आणि पारंपरिक स्वरूपात आहेत, त्यांचे कामकाज पूर्णपणे यंत्राद्वारा सी. डी. रोम च्या जाळ्यासहित केले जाते. ती ग्रंथालये कोणत्या प्रकारात येतात ?
अ) यांत्रिक ग्रंथालय ब) अंकीय ग्रंथालय
क) सी. डी. रोम ग्रंथालय ड) आभासी ग्रंथालय

८८. कोणत्या प्रकारच्या माध्यमामध्ये आभासी ग्रंथालयाच्या पद्धतीचा नमुना तयार करता येईल ?
अ) हायपर टेक्स ब) हायपर टेक्स्ट
क) बहुविध माध्यमे ड) हायपर मेडिया

८९. आभासी ग्रंथालयात प्रवेश करण्यासाठी कोणत्या गोष्टीचा उपयोग करावा लागतो ?
अ) तपासणी पत्र ब) तळ पत्र क) हायपर पत्र ड) ओळख पत्र

९०. आभासी ग्रंथालय पद्धतीमध्ये मूलभूत प्रश्न कोणता आहे ?

अ) ग्रंथालयातील सर्व साधनांचा समावेश असतो.

ब) हायपर पत्रावर ग्रंथालयातील सर्व साधनांचा समावेश असतो.

क) हायपर पत्रावर ग्रंथालयातील सर्व साधनांचा समावेश नसतो.

ड) यापैकी कोणतेही नाही.

९१. हल्लीच्या ग्रंथालयांचा मुख्य आणि महत्त्वाचा प्रश्न कोणता ? जो अंकीय ग्रंथालयामार्फत सोडविला जातो.

अ) जागेचा प्रश्न   ब) साधनांचा प्रश्न

क) कर्मचाऱ्यांचे प्रश्न   ड) कामकाजातील प्रश्न

९२. अंकीय ग्रंथालयाची खालील पैकी कोणती गुणवत्ता नाही ?

अ) एकाच वेळी अनेक लोकांना पाहण्याची क्षमता

ब) घर अथवा कार्यालयात अनुक्रमणिका पाहण्याची सुविधा

क) अ आणि ब

ड) माहितीची साधने प्राकृतिक स्वरूपात उपलब्ध करून देणे.

उत्तरे – ८६) अ, ८७) अ, ८८) ड, ८९) क, ९०) क, ९१) अ, ९२) ड

९३. ग्रंथालयांचा जे उपयोग करतात त्याना म्हणतात.....

अ) ग्रंथालयाचे सदस्य   ब) ग्रंथालयाचे वाचक

क) ग्रंथालयाचे उपयोजक   ड) ग्रंथालयाचे अभ्यासू

९४. ग्रंथालयात उपयोजकांच्या कोणत्या गरजा असतात ?

अ) पुस्तकांची गरज

ब) वाचन साहित्याची गरज

क) माहितीची गरज

ड) संशोधनाच्या नियतकालिकांची गरज

९५. डॉ. एस. आर. रंगनाथन यांनी ग्रंथालयातील उपयोजकांचे किती प्रकार सांगितले आहेत ?

अ) ५   ब) ६   क) ७   ड) ८

९६. ग्रंथालयात येणारे नवीन वाचक कोण ?

अ) जे ग्रंथालयात प्रथम येतात.

ब) जे पहिल्या वेळेला ग्रंथालयात येतात.

क) जे ग्रंथालयाचा प्रथम उपयोग करतात.

ड) जे स्वच्छ मनाचे आहेत.

९७. वाचकांचे शिक्षण हा शब्द प्रथम कोणी उपयोगात आणला?

अ) एस. आर. रंगनाथन ब) ड्युई

क) फॉस्केट ड) डी. एम. नोरीस

९८. वाचकांचे शिक्षण म्हणजे काय?

अ) सुरुवात ब) समज क) प्रशिक्षण ड) ज्ञान

९९. ग्रंथालयाचा पद्धतशीर उपयोग होण्यासाठी उपयोजकांचे शिक्षण ही कल्पना कोणी मांडली?

अ) एस. एस. ग्रीन ब) ड्युई

क) इ. जे. कोटस् ड) पी. बी. नॅप

१००. उपयोजकांचे शिक्षण म्हणजे काय?

अ) शिकविणे

ब) वापर करण्यासाठी शिकविणे

क) ग्रंथालयाचा वापर करण्यात शिक्षित करणे

ड) उपयोगी शिक्षण देणे

उत्तरे – ९३) क, ९४) क, ९५) ब, ९६) क, ९७) अ, ९८) क, ९९) ड, १००) क

१०१. उपयोजकांच्या शिक्षणाचा प्रयोग प्रथम कोणत्या महाविद्यालयाने केला?

अ) ओहिओ महाविद्यालय ब) सिम्पसन्स विद्यालय

क) मॉनूटिअेप महाविद्यालय ड) ग्रंथपालनाचे पदवी स्कूल

१०२. उपयोजकांच्या शिक्षणाशी कोणाचे नाव संबंधित आहे?

अ) एस. आर. रंगनाथन ब) पी. बी. नॅप

क) डब्लू. सी. बी. सेयर्स ड) एम. ड्युई

१०३. उपयोजकांच्या माहितीचा शोध घेण्याच्या वर्तणुकीला काय म्हणतात?

अ) वाचनाच्या सवयीची पद्धत ब) उपयोजकांचा अभ्यास

क) उपयोजकांचे शिक्षण ड) उपयोजकांची वर्तणूक

१०४. उपयोजकांचा अभ्यास म्हणजे काय?

अ) ग्रंथालयाचा अभ्यास

ब) ग्रंथालयाच्या उपयोजकांचा अभ्यास

क) (Utility) वापराचा अभ्यास

ड) उपयोजकांच्या गरजांचा अभ्यास

१०५. आणि १०६. उपयोजकांचे किती प्रकारचे अभ्यास आहेत ? त्यांची नावे कोणती ?

अ) वर्तणूक अभ्यास

ब) वर्तणूक आणि वापर यांचा अभ्यास

क) वर्तणूक, वापर व माहितीचा प्रवाह यांचा अभ्यास

ड) यापैकी कोणतेही नाही.

उत्तरे – १०१) क, १०२) ब, १०३) ब, १०४) ड, १०५) क, १०६) क

१०७. उपयोजकांचा अभ्यास म्हणजे उपयोजकांच्या समाजाचे दळणवळणाच्या पद्धतीशी असलेले संबंध शोधून काढणे, याला काय म्हणतात ?

अ) वर्तणूक अभ्यास   ब) अभ्यासाचा वापर

क) माहिती प्रवाहाचा अभ्यास   ड) वरील पैकी कोणतेही नाही.

१०८. उपयोजकांचा वर्तन अभ्यास म्हणजे काय ?

अ) शास्त्रज्ञ त्यांचा संपूर्ण वेळ शोधामध्ये घालवितात

ब) शास्त्रज्ञ त्यांच्या कामकाजापैकी निम्मा वेळ शोधामध्ये घालवितात

क) शास्त्रज्ञ त्यांच्या कामकाजापैकी बराच वेळ शोधामध्ये घालवितात

ड) शास्त्रज्ञ त्यांच्या कामकाजापैकी अधिक वेळ शोधामध्ये घालवितात.

१०९. उपयोजकांचा अभ्यास म्हणजे संप्रेषणाच्या कोणत्याही माध्यमाचा वापर उदा. प्राथमिक व दुय्यम याचा शोध घेणे याला काय म्हणतात ?

अ) वर्तणूक अभ्यास

ब) अभ्यासाचा वापर

क) माहितीच्या प्रवाहाचा अभ्यास

ड) वरील पैकी कोणतेही नाही

११०. उपयोजकांचा अभ्यास म्हणजे दळणवळणाच्या पद्धतीमध्ये माहितीच्या प्रवाहाचा कोणता प्रकार आहे, याचा शोध घेणे. याला काय म्हणतात ?

अ) वर्तणूक अभ्यास   ब) अभ्यासाचा वापर

क) माहितीच्या प्रवाहाचा अभ्यास ड) यापैकी कोणतेही नाही.

१११. मानसशास्त्रामध्ये संप्रेषण पद्धतीसंबंधी सुरेख अभ्यास कोणी केला आहे ?
अ) पॉल ऑटलेट आणि हेन्री ला फॉन्टने
ब) रंगनाथन आणि सीतारामन
क) गारव्हे आणि ग्रीफिथ   ड) ॲलन केंट
११२. उपयोजकांच्या अभ्यासाच्या पद्धती कोणत्या ?
अ) वापराचे मूल्यमापन   ब) उपयोजकांचे सर्वेक्षण
क) सामाजिक माहिती पुस्तिका   ड) वरीलपैकी सर्व

उत्तरे – १०७) अ, १०८) ब, १०९) ब, ११०) क, १११) क, ११२) ड

११३. उपयोगाचे मूल्यमापन याचा अर्थ काय ?
अ) ग्रंथालयामध्ये दस्तप्रलेखाचा वाचकाकडून होणारा उपयोग
ब) वाचकाकडून विचारले गेलेले अनेक संदर्भ प्रश्न
क) अनेक वाचकांकडून कसाही होणारा ग्रंथालयाचा वापर
ड) वरील सर्व
११४. ग्रंथालयाच्या उपयोजकांच्या माहिती गोळा करण्याच्या सवयींचा अभ्यास करणे ह्या उपयोजकांच्या अभ्यास करण्याच्या पद्धतीला काय म्हणतात ?
अ) उपयोजकाचे सर्वेक्षण   ब) उपयोजकाचे मापन
क) सामाजिक माहिती पुस्तिका   ड) वरील सर्व
११५. उपयोजकांच्या माहितीच्या गरजेचा अभ्यास करणे का आवश्यक आहे ?
अ) उपयोजकांच्या पुस्तकाची गरज भागविणे
ब) उपयोजकांच्या नियतकालिकांची गरज भागविणे
क) उपयोजकांच्या वाचन साहित्याची गरज भागविणे
ड) उपयोजकांच्या माहितीची गरज भागविणे
११६. ग्रंथालयांच्या उपयोजकांचे सर्वेक्षण कशासाठी केले जाते ?
अ) उपयोजकांच्या माहिती गोळा करण्याच्या सवयीविषयी
ब) दस्तऐवजांचा वापर करण्याच्या दृष्टिकोनासंबंधात
क) ग्रंथालयाच्या संग्रहावर विसंबून राहण्याविषयी
ड) वरील सर्व
११७. कोणत्या प्रकारच्या ग्रंथालयामध्ये उपयोजकांची सर्वेक्षणे उपयोगी ठरतात ?
अ) सार्वजनिक ग्रंथालये

ब) विद्यापीठीय ग्रंथालये
क) शैक्षणिक आणि विशेष ग्रंथालये
ड) विशेष ग्रंथालये

११८. ग्रंथालयाचे शैक्षणिक उपयोजक कोण ?
अ) विद्यार्थी ब) शिक्षक
क) विद्यार्थी, शिक्षक आणि संशोधक
ड) विद्यार्थी, शिक्षक संशोधक आणि 'जनता'

उत्तरे – ११३) ड, ११४) अ, ११५) ड, ११६) ड, ११७) क, ११८) क.

११९. १९४८ मध्ये स्वतंत्र भारतात उच्च शिक्षणाचा विकास करण्यासाठी कोणती समिती (Commission आयोग) नेमण्यात आली ?
अ) राष्ट्रीय शिक्षण समिती ब) विद्यापीठीय शिक्षण समिती
क) शिक्षण समिती ड) भारतीय उच्च शिक्षण समिती

१२०. भारत सरकारने १९४८ मध्ये स्थापन केलेल्या उच्च शिक्षणाच्या आयोगाचे अध्यक्ष कोण होते ?
अ) एस. आर. रंगनाथन ब) एस. राधाकृष्णन
क) डी. एस. कोठारी ड) सी. डी. देशमुख

१२१. भारतामध्ये विद्यापीठ अनुदान मंडळ केव्हा स्थापन करण्यात आले ?
अ) १९०५ ब) १९४८ क) १९५३ ड) १९५७

१२२. यु. जी. सी. याचे पूर्ण रूप असे आहे ?
अ) युनिव्हर्सल ग्रॅज्युएट कमिशन ब) युनिव्हर्सिटी ग्रँटस कमिशन
क) युनिव्हर्सिटी गव्हर्नमेंट कमिशन ड) युनिफाईड गुडस कमिटी

१२३. विद्यापीठ अनुदान मंडळाचे पहिले अध्यक्ष कोण ?
अ) डी. एस. कोठारी ब) एस. राधाकृष्णन
क) सी. डी. देशमुख ड) के. पी. सिन्हा

१२४. विद्यापीठ अनुदान मंडळ ही कोणत्या प्रकारची संस्था आहे ?
अ) सरकारी ब) स्वायत्त क) निमसरकारी ड) खाजगी

१२५. विद्यापीठ अनुदान मंडळाने १९५० साली ग्रंथालयांच्या विकासासाठी एक समिती नेमली. तिचे अध्यक्ष कोण होते ?

अ) एस. आर. रंगनाथन ब) एस. राधाकृष्णन
क) डी. एस. कोठारी ड) के. पी. सिन्हा

१२६. विद्यापीठ अनुदान मंडळाच्या ग्रंथालय समितीनुसार, ग्रंथपाल गटवारी ग्रंथालय कर्मचाऱ्यांच्या कोणत्या प्रकारात केली आहे?
अ) व्यावसायिक ब) निम व्यावसायिक
क) व्यवस्थापकीय ड) शैक्षणिक

उत्तरे –११९) ब, १२०) ब, १२१) क, १२२) ब, १२३) क, १२४) ब, १२५) अ, १२६) अ.

१२७. विद्यापीठ अनुदान मंडळाचे मुख्य कार्यालय कोठे आहे?
अ) आग्रा ब) दिल्ली क) भोपाळ ड) अहमदाबाद

१२८. विद्यापीठ अनुदान मंडळाची शाखा कोठे काम करते?
अ) आग्रा ब) लखनौ क) भोपाळ ड) चेन्नई

१२९. विद्यापीठ अनुदान मंडळाचे विज्ञान माहिती केंद्र कोठे आहे?
अ) दिल्ली ब) हैदराबाद क) अहमदाबाद ड) बेंगलोर

१३०. विद्यापीठ अनुदान मंडळाच्या ग्रंथालय समितीने खर्चाच्या दरडोई पद्धतीचा आराखडा कशासाठी केला आहे?
अ) पुस्तके आणि इतर वाचन साहित्य विकत घेण्यासाठी
ब) ग्रंथालयाची इमारत सांभाळण्यासाठी
क) ग्रंथालयीन नियतकालिकांची वर्गणी भरण्यासाठी
ड) ग्रंथालयातील कर्मचाऱ्यांच्या वेतनासाठी

१३१. राजा राममोहन रॉय ग्रंथालय प्रतिष्ठानचे कार्यालय कोठे आहे?
अ) दिल्ली ब) लखनौ क) कोलकाता ड) आग्रा

१३२. राजा राममोहन रॉय ग्रंथालयातर्फे कोणता न्यास स्थापन केला?
अ) ग्रंथालय न्यास
ब) ग्रंथालयाच्या विकासासाठी न्यास
क) राजा राममोहन रॉय ग्रंथालय न्यास
ड) राजा राममोहन रॉय यांचा ग्रंथालय न्यास

१३३. आर. आर. आर. एल. एफ. याचा अर्थ काय?
अ) राजाराम रॉय लायब्ररी फौंउडेशन

ब) राजा राममोहन रॉय लिटरली फौउडेंशन

क) राजा राममोहन रॉय लायब्ररी फौंउडेशन

ड) राजारामन लायब्ररी फौंउडेशन

१३४. सरकारने राजा राममोहन रॉय ग्रंथालय न्यास केव्हा स्थापन केला ?

अ) १९४७ ब) १९५० क) १९६२ ड) १९७२

उत्तरे – १२७) ब, १२८) क, १२९) ब, १३०) ड, १३१) क, १३२) क, १३३) क, १३४) ड.

१३५. भारत सरकारने राजा राममोहन लायब्ररी फाऊंडेशन कोणत्या विभागाखाली स्थापन केले ?

अ) शिक्षण ब) सामाजिक कल्याण

क) संस्कृती ड) ग्रामीण विकास

१३६. राज राममोहन रॉय लायब्ररी फौउंडेशन म्हणजे काय ?

अ) ग्रंथालय आहे.

ब) ग्रंथालय संस्था आहे.

क) ग्रंथालयांना मदत करणारी ही एक संस्था आहे.

ड) ग्रंथालयांना मदत करणारी ही सरकारी संस्था आहे.

१३७. राजा राममोहन रॉय लायब्ररी फौंउडेशनचे रा रा रा ग्रन्या हे प्रकाशन कोणते ?

अ) राज राममोहन रॉय 'लायब्ररी फौंउडेशन बुलेटिन'

ब) राजा राममोहन रॉय लायब्ररी फौंउडेशन जर्नल

क) ग्रंथना ड) लायब्ररी रिव्ह्यू

१३८. ग्रंथालय व माहिती शास्त्र या राष्ट्रीय धोरणाचा मसुदा कोणत्या संस्थेने तयार केला ?

अ) इंडियन लायब्ररी असोसिएशन

ब) इंडियन असोसिएशन ऑफ स्पेशल लायब्ररीज अँड इन्फॉर्मेशन सेंटर्स (IASLIC)

क) इंडियन असोसिएशन ऑफ टीचर्स ऑफ लायब्ररी अँड इन्फॉर्मेशन सायन्स IATLIS

ड) राजा राममोहन रॉय लायब्ररी फौंउडेशन

उत्तरे –१३५) क, १३६) ड, १३७) क, १३८) ड

❐

संदर्भ

Agarwal, Vibhuti (Ms) Library Networking : Challenges and opportunities : Rajat, Delhi 2000

Ali, A, Ed. Ane's Encyclopaedic Dictionary of Library and Information Science 3 Vols. Ane Books India. New Delhi 2006.

Atherton, P.A. Hand book for Information Systems and Services, Unesco, Paris 1977

Belkin. N. J. Towards Definition of Information for Informatics. (In Horsnell, V., Ed. Informatics Z. Allib, London 1975)

Best J. W. Research in Education 5th ed. PHI. New Delhi 1986

Borko, Harold and Bernler, charles L. Abstracting concepts and methods (Library and Infornmation Science Series) Academic Press ; N.Y. 1975m. PP 250)

Busha, Charles H an Harter, stephen, P. Research methods in librarianship: Techniques and interpretation San diego : Academic press. Inc. 1980, PP 417

Dasgupta, A. Notes on Resource Sharing in Libraries. Library Review V. 12. NZ; 1980, P. 291-4

Drucker, Peter F. The Practice of Management. Harper and Row, New York 1954

Faruqi, Kalid Kamel, Ed. Development of Collections in the Libraries. Anmol, New Delhi 1997

Feather I, and Sturges, P. Ed. International Encyclopedia of Information and Library Science. Routledge London - 1997

Freund, John E. Modern elementary statistics Ed. 6 Prentice Hall Englewood Cliffs, N. S. : 1984 PP 561

Goode, W. J and Hatt P. K. Methods in Social Research Mc Graw Hill, London - 1997

Gutinchat, Claire and Menon, Michael. General Introduction to the Techniques of Information and Documentation work. Unesco, Paris 1983

Healey, Joseph F Statistics : A tool for social research. 6th Edn. Belmont : wadsworth / Thomson Learning 2002, PP 521

Hingwe, K. S. Management of University Libraries in India. World Press Calcutta 1982.

IGNOU (Delhi) Bachelor of Library and Information Science. Paper 1 : Library and Society, Block 5. IGNOU Delhi 1989.

Kent Allen and Lancour, H. Encyclopedia of Library and Information Science. Vols- I to..... Marce / Dekker, New york.

Khanna, J. K. Documentation and Information. YK Aqra 2000

Khanna, J. K. Hand book of Library Information Systems and services. Beacon Delhi 1996.

Krishan Kumar. Research Methods in Library and Information Science. Har-Anand, Delhi. 1992

Kumar, P.S.G. A Student's Manual of Library and Information Science (3rd ed) B. R. Publishing, Delhi. Corporation 2006

Lahiri, A. and Sunder Singh, B. G. Development of Bibliographic Data bases and Net works : Indian Scenario. (in Murthy, S. S. and others Ed. Bibliographic Data bases and Net works etc. Tata MC Graw Hill. Delhi. 1990)

Lancaster, F. W. and Sanclore, Beth. Technology and Management in Library and Information Services. The Library Association London. 1997

Lancaster, F. W. Towards Paperless Information Systems. Academic Press, New York, 1978, P. 51-64.

Martin, William J. The Global Information Society. Asib, London 1995

Narayana, G. J. Library and Information Management. Prentice Hall, Delhi 1991.

Ranganathan, S. R. Classified Catalouge code. Ed. 5. Asia Bombay, 1965

Ranganathan, S. R. Five laws of library science Ed. 2 Sarada Rnganathan Endowment for library science, Banglore 1988, PP 449

Rao, I.K.Ravichandra Quantitative methods for library and information science Wiley Eastern Ltd; New Delhi : 1983; PP 271

Singh, Prem and Khanna, J. K. Information Technology in Libraries. Pragati, Delhi 1999.

Totterdell, Anne. The Library and Information Work Primer. The Lib Assn London, 2001.

Tripathi, S. M. Lal, C. Kumar, K. Descriptive Questions in Library and Information Science. Ess Ess Publication New Delhi 2002.

Tripathi, S. M. Lal, C and Kumar K. Objective Questions in Library and Information Science. ESS, ESS Publication, New Delhi 2004

Varade, M.R. Self study in basic mathematics and statistics for ICWA foundation course Author : Pune 2002 PP 464

Wilkinson T. S and Bhandarkar P.L. Methodology and Techniques of Social Research. Himalaya, Mumbai 1977

Woodal, Jack, Rebuck, Debrorah, K.and Vochl, Frank. Total Quality in Information Systems and Technology. Vanity Books, Delhi 1998

Young, P and Schmid, C. F. Scientific social Survyes and Research. PHI. New Delhi 1994

कोण्णूर, सुजाता. ग्रंथालयशास्त्र शब्दकोश (इंग्रजी - इंग्रजी - मराठी) डायमंड पब्लिकेशन्स, पुणे २००१

नरगुंदे, रेवती ग्रंथालये आणि सामाजिक विकास युनिव्हर्सल प्रकाशन, पुणे २००२

पवार, एस. पी., बडकत्ते, सविता ग्रंथालय व माहितीशास्त्र २ री आवृत्ती फडके प्रकाशन, कोल्हापूर २००५

भांडारकर पु. ल. सामाजिक संशोधन पद्धती. ४ थी आवृत्ती, महाराष्ट्र विद्यापीठ ग्रंथनिर्मिती मंडळासाठी विद्या बुक्स, औरंगाबाद १९९९

❐